യാത്ര ചോദിക്കാതെ

ഷിബു വർക്കി

വിലാസം: Basavanagar, Bangalore 560075
Mobile : 9740020330
Email: shibuvarkey.04@gmail.com

നോവൽ

യാത്ര ചോദിക്കാതെ

ഷിബു വർക്കി

Gmotivation
an imprint of GREEN BOOKS

Gmotivation
an imprint of GREEN BOOKS

g-motivation
an imprint of green books private limited
gb building, civil lane road, ayyanthole,
thrissur- 680 003, kerala
ph: +91 487-2381066, 2381039
website: www.greenbooksindia.com
e-mail: info@greenbooksindia.com

malayalam
yathra chodhikkathe
novel
by
shibu varkey

published june 2021

cover design : sajith peupa
cover image : k.c. vinodh

branches:
thrissur 0487-2422515
thiruvananthapuram 0471-2335301
calicut 0495 4854662

isbn : 978-93-90429-71-4

GMPL/1192/2021

എല്ലാവർക്കും ഇഷ്ടം പോലെ കഥ പറയാനുണ്ട്. എങ്കിലും കാലവും സമയവും ഒത്തുകൂടുമ്പോൾ മാത്രം അക്കഥ വെളിപ്പെടുകയുള്ളൂ. എന്റെ പേര് ഷിബു വർക്കി. ഞാനിപ്പോൾ ടാക്സി ഡ്രൈവറായി ബംഗ്ലൂരുവിൽ ജോലി ചെയ്യുന്നു. കൂട്ടുകാരനായ ഡോൺ എന്ന യാത്രക്കാരനെ കാറിൽ വഹിച്ചുകൊണ്ട് എയർപോർട്ടിലേക്ക് പോകുമ്പോഴെല്ലാം (ഇപ്പോൾ അമേരിക്കയിൽ Texas Intsrument എന്ന കമ്പനിയിൽ ജോലി ചെയ്യുന്നു) നീണ്ട യാത്രയുടെ മദ്ധ്യേ പല കഥകളും ഞാൻ അദ്ദേഹവുമായി പങ്കു വെയ്ക്കുമായിരുന്നു. അപ്പോൾ ഡോൺ ആണ് ഇതെല്ലാം ഒരു പുസ്തകരൂപത്തിൽ ആക്കാനുള്ള ആശയം പറഞ്ഞത്. അപ്രകാരമാണ് ഈ ഉദ്യമത്തിന് ഞാൻ തുടക്കം കുറിച്ചതും; മുൻപ് ഒന്നും എഴുതുകയോ വായിക്കുകയോ ചെയ്യാതിരുന്നത് കൊണ്ട് ഈ കഥ നിവൃത്തിയാക്കുവാൻ ദുർഘടം തോന്നി. അപ്പോഴെല്ലാം പാതിവഴിയിൽ ഇത് ഉപേക്ഷിക്കണമെന്ന് തോന്നിപ്പോയിട്ടുണ്ട്. എങ്കിലും ഡോണും അദ്ദേഹത്തിന്റെ സുഹൃത്തായ ഗൗരവ് (Texas intsrument Bangalore) എന്ന എന്റെ യാത്രക്കാരനായ മറ്റൊരു സുഹൃത്തും ഇത് ഉപേക്ഷിക്കാതെ മുൻപോട്ടു തുടരാൻ എന്നെ നിരന്തരം പ്രോത്സാഹിപ്പിച്ചുകൊണ്ടിരുന്നു. അതിന് ഇരുവരോടും എനിക്ക് നന്ദിയും കടപ്പാടും ഉണ്ട്. അങ്ങനെ ഇരുവരുടെയും വളരെ നീണ്ട കാലത്തെ പ്രോത്സാഹനത്തിനൊടുവിൽ നല്ല രീതിയിൽ എനിക്കിത് പൂർത്തിയാക്കാൻ കഴിഞ്ഞു എന്ന് ഞാൻ കരുതുന്നു. എങ്കിലും ഇത് വായിക്കാൻ പോകുന്ന നിങ്ങളാണ് ഇതിന്റെ നിരൂപക സ്ഥാനം വഹിക്കേണ്ടത് എന്ന് വിശ്വസിക്കുന്നു.
നിങ്ങളുടെ മുന്നിൽ ഞാൻ അവതരിപ്പിക്കുന്ന

ഈ കഥ ഒരു യഥാർത്ഥ കഥയാണ്. ഇതിൽ കഥാപാത്രങ്ങളുടെ യഥാർത്ഥ പേരും ചില സ്ഥലങ്ങളുടെ പേരും വെളിപ്പെടുത്തുന്നില്ല. എല്ലാം അറിയാൻ തുടങ്ങേണ്ടതും മനസ്സിലാക്കേണ്ടതുമായ വയസ്സിൽ സ്വന്തക്കാർ എന്ന് പറയുന്നവരിൽനിന്നും മാതാപിതാക്കളിൽനിന്നും അവഗണിക്കപ്പെട്ടപ്പോൾ എട്ടും പൊട്ടും തിരിയാത്ത വയസ്സിൽ എന്താണ് മുന്നിൽ ജീവിതം എന്നറിയാതെ അല്പം സ്നേഹം കിട്ടിയ സ്ഥലത്തേക്ക് സാഹസത്തോടെ ഇറങ്ങി പുറപ്പെടുകയും പിന്നീട് നിലയുറയുറപ്പിക്കാൻ കഴിയാതെ അലഞ്ഞു തിരിയുകയും അവസാനം അറിയാതെ നാശത്തിന്റെ പാതയിലേക്ക് കൂപ്പു കുത്തുകയും ചെയ്യുന്ന ബാബുവിനെയുമാണ് മുഖ്യകഥാപാത്രമായി അവതരിപ്പിച്ചിരിക്കുന്നത്. അതിന്റെ പശ്ചാത്തലവും സംഭവബഹുലമായ നീണ്ട യാത്രയുടെ കഥയും. ഇത് വായിക്കാൻ പോകുന്ന താങ്കളെ ബാബു എന്ന കഥാപാത്രത്തോടൊപ്പം കൊണ്ടുപോകുമെന്ന ഉറപ്പ് എനിക്കുണ്ട്.

ഗ്രീൻ ബുക്സിന് നന്ദി.

ഷിബു വർക്കി

യാത്ര ചോദിക്കാതെ

സമയം രാത്രി എട്ടു മണിയോടടുത്തിരുന്നു കടൽക്കരയിൽനിന്നും സംശയകരമായ സാഹചര്യത്തിൽ പിടികൂടിയ ബാബുവിനെ പൊലീസുകാർ സ്റ്റേഷനിലേക്ക് കൊണ്ടുവന്നു. തലേന്ന് രാത്രി ഒരു ഫോറിൻ യുവതി ബീച്ചിൽ ആക്രമിക്കപ്പെട്ടിരുന്നു. അതിനു കാരണക്കാരൻ ബാബുവായിരിക്കാം എന്ന നിഗമനത്തിലാണ് പൊലീസുകാർ റോന്തു ചുറ്റുന്നതിനിടയിൽ പിടികൂടിയത്. പൊലീസ്സ്റ്റേഷനിലെ സെല്ലിനുള്ളിൽ അടച്ച ബാബുവിനോട് സബ്ഇൻസ്പെക്ടർ ചോദിച്ചു.

''നീ ഇന്നലെ രാത്രിയിൽ ഒരു ഫോറിൻ യുവതിയെ ആക്രമിച്ചു കൊള്ളയടിച്ചില്ലേ?''

''ഇല്ല സാർ. ഇന്നലെ ഞാൻ നാല് വർഷത്തെ ജയിൽ ശിക്ഷയ്ക്കു ശേഷം ഇവിടേക്കുള്ള യാത്രാമദ്ധ്യേയായിരുന്നു. എനിക്കൊന്നുമറിയില്ല. ഞാൻ നിരപരാധിയാണ് സർ.''

''നീ പറയുന്നത് നേരാണോ എന്ന് ഞാൻ ജയിൽ അധികാരിയുമായി സംസാരിച്ചുനോക്കട്ടെ. നിന്റെ നാട് എവിടെയാണ്?''

''സാന്താമരിയയിലാണ് സാർ.''

''അതെവിടെയാണ്, നിന്റെ പേരോ?''

''ബാബു.''

''പിന്നെ താൻ എന്തിനാണ് ബീച്ചിൽ എത്തിയത്? തന്റെ ആരുണ്ടിവിടെ?''

''പറയാം, എല്ലാം പറയാം. ഞാൻ പറയുന്നത് താങ്കൾ വിശ്വസിക്കുമോ എന്നെനിക്കറിയില്ല. എങ്കിലും ഞാൻ പറയാം. കേട്ടോളൂ സർ.''

അങ്ങനെ ബാബു തന്റെ കഥ പറഞ്ഞു തുടങ്ങി.

മനോഹരമായിരുന്നു ഞാൻ വളർന്ന ആ കൊച്ചുഗ്രാമം. പുഴയുടെ ഒരു ഭാഗത്തുനിന്നും ആരംഭിച്ച് നീണ്ടുകിടക്കുന്ന നെൽവയലുകൾ. അതവസാനിക്കുന്ന ഭാഗത്തുനിന്നും തുടങ്ങുന്ന മലയോരപ്രദേശങ്ങൾ. മലഞ്ചെരിവായിരുന്നാലും എവിടെയും അരുവികളും തോടുകളും യഥേഷ്ടമുണ്ടായിരുന്നു. കപ്പ, കാച്ചിൽ, ചേന, ചേമ്പ് എന്നുവേണ്ട എല്ലാത്തരം ധാന്യവർഗ്ഗങ്ങളും കൃഷിചെയ്ത് ജീവിക്കുന്നവരായിരുന്നു

അന്നാട്ടിലുള്ളവർ. നാലോ അഞ്ചോ മൈലുള്ള ചെറിയ നഗരത്തിലേക്ക് അത്യാവശ്യ കാര്യങ്ങൾക്കല്ലാതെ അന്നാട്ടുകാർ പോകാറില്ലായിരുന്നു. റബ്ബറും തെങ്ങും നെല്ലുമായിരുന്നു ഏറിയപങ്കും. ഇവയൊക്കെ തന്നെ യായിരുന്നു മുഖ്യവരുമാനവും.

ആ പ്രദേശത്തെ സംബന്ധിച്ചിടത്തോളം എട്ട് പത്ത് കുടുംബങ്ങൾ മാത്രം. അവരെല്ലാം നല്ല രീതിയിൽ പരസ്പരം സഹായിച്ചു കഴിഞ്ഞി രുന്നു. വീട്ടുപേരെല്ലാം ദിക്കിനനുസരിച്ചായിരുന്നു വിളിച്ചിരുന്നത്. അങ്ങേവീട്, തെക്കേവീട്, പടിഞ്ഞാറേവീട്, അക്കരെവീട് എന്നിങ്ങനെ ഇപ്പറയുന്ന വീടുകളുടെയെല്ലാം നടുക്കായിരുന്നു പ്ലാവില പുത്തൻവീട് എന്നു വിളിച്ചിരുന്ന എന്റെ അമ്മച്ചിയുടെ കുടുംബം. അമ്മച്ചി എന്നു വെച്ചാൽ എന്റെ അമ്മയുടെ അമ്മ. പ്ലാവില എന്ന കുടുംബപ്പേര് വീണത് പ്ലാവ് ഇഷ്ടംപോലെ ഉള്ളതുകൊണ്ടാവാം. എന്തായാലും ഞാൻ ജനിക്കു ന്നതിനു മുൻപേയുള്ള കുടുംബപേരായിരുന്നു അത്.

ആ ചുറ്റുപാടുകളിലുള്ള വീടുകളിൽ വച്ച് ഏറ്റവും കൂടുതൽ സഹ കരണം ഉണ്ടായിരുന്നത് അങ്ങേവീട് എന്ന് ഞാൻ വിളിക്കുന്ന ലൗലി യുടെ വീട്ടിൽ നിന്നായിരുന്നു. വീട്ടിൽ എന്തെങ്കിലും ആവശ്യം വന്നാൽ അവിടെ നിന്നായിരുന്നു ആദ്യം വാങ്ങാനായി പോയിരുന്നത്. ആ ചുറ്റു പാടുകളിലുള്ള വീടുകളിൽ വച്ച് സാമ്പത്തികമായി ഏറെ പിന്നിലാ യിരുന്നു അവർ.

ഓലമേഞ്ഞ ആ വീട്ടിൽ മൂന്നു പെൺപിള്ളേർ. പ്രായത്തിൽ ഞങ്ങ ളെല്ലാം അല്പസ്വല്പം ദിവസങ്ങളുടെ വ്യത്യാസം മാത്രമേ ഉണ്ടായി രുന്നുള്ളൂ. കൂലിപ്പണിയായിരുന്നു ലൗലിയുടെ അപ്പന്റെയും അമ്മയു ടെയും ജോലി. എന്നാൽ നാട്ടുകാരുടെ എല്ലാവിധ സഹായത്തിനും അവിടുത്തെ പള്ളിയുടെ കാര്യത്തിലും അവർ വീടുവീടാന്തരം ഓടി ച്ചാടി നടക്കുമായിരുന്നു.

ഇടത്തേ വീട് എന്ന് വിളിച്ചിരുന്നത് അന്നാട്ടിലെ പ്രമാണിയും ഏറ്റവും കൂടുതൽ റബ്ബറും സ്ഥലങ്ങളുമുള്ള തോമസ് വൈദ്യരുടെ കുടുംബ ത്തെയായിരുന്നു. വൈദ്യരെന്ന് അദ്ദേഹത്തെ വിളിക്കാൻ കാരണം അത്യാവശ്യത്തിന് നാട്ടുവൈദ്യങ്ങളൊക്കെ അന്നാട്ടിലുള്ളവർക്ക് പറഞ്ഞു കൊടുക്കാറുള്ളതുകൊണ്ടായിരുന്നു. ഏക്കറോളം പരന്നുകിടക്കുന്ന റബ്ബർ തോട്ടങ്ങൾക്ക് നടുവിലായിരുന്നു അദ്ദേഹത്തിന്റെ വലിയ വീട് സ്ഥിതി ചെയ്തിരുന്നത്. അടുത്തുതന്നെ വലിയ ഒരു പള്ളിയും അദ്ദേഹം നിർമ്മിച്ചിരുന്നു. അവിടെയുള്ളവർക്കും ദൂരെ ദിക്കിൽ നിന്നുള്ളവർ ക്കുമെല്ലാം ആരാധനയ്ക്കും മറ്റ് കൂട്ടായ്മകൾക്കും വേദിയാകുമായി രുന്നു ആ പള്ളി. അന്നാട്ടുകാരിൽ കാറും ഫോണും ഉള്ള വിരലി ലെണ്ണാവുന്ന കുടുംബങ്ങളിലൊന്നായിരുന്നു അദ്ദേഹത്തിന്റേത്. നാട്ടിലു ള്ളവർക്കെല്ലാം സമയമോ കാലമോ നോക്കാതെ അത്യാവശ്യത്തിന് യാത്ര പോകാൻ കാറും സംസാരിക്കാൻ ഫോണും കൊടുത്ത് അദ്ദേഹം സഹായിച്ചിരുന്നു

പ്ലാവില പുത്തൻ വീട് രൂപത്തിലും ഭാവത്തിലും വലുതായിരുന്നു. കുടുംബവും അത്രതന്നെ വലുതായിയുന്നു. അമ്മച്ചിക്ക് മക്കളായി എട്ടുപേർ. അവരിൽ അഞ്ച് പേരും കല്യാണം കഴിഞ്ഞ് ദൂരസ്ഥലങ്ങളിലായിരുന്നു താമസിച്ചിരുന്നത്. വീടിന് ചുറ്റും പത്തുപന്ത്രണ്ട് ഏക്കറോളം സ്ഥലം സ്വന്തമായുണ്ടായിരുന്നു.

ആ സ്ഥലം തുടങ്ങുന്നതിന്റെയൊരു ഭാഗത്തായിരുന്നു ഇപ്പറയുന്ന പ്ലാവില പുത്തൻവീട് സ്ഥിതി ചെയ്തിരുന്നത്. മഞ്ഞയും ഇളംചുവപ്പും ഇടകലർന്ന, കുഴിച്ചു വെട്ടിയെടുത്ത മൺകട്ടകൾകൊണ്ട് ഉണ്ടാക്കിയതായിരുന്നു ആ വീട്. അതിന്റെ മുറികൾക്ക് ഒരു കൈയിലുള്ള വിരലുകളുടെ എണ്ണമുണ്ടായിരുന്നു. അതിനോടൊപ്പം നീളമുള്ള വരാന്തയും അതിന്റെയൊരറ്റത്ത് ജനലും വാതിലും ഇല്ലാത്തൊരു അടുക്കളയും. ഉണ്ടാക്കുന്ന ആഹാരപദാർത്ഥങ്ങളെല്ലാം അമ്മച്ചി അടുക്കളയുടെ ഉറിയിൽ കെട്ടിത്തൂക്കിയിടുകുകയായിരുന്നു പതിവ്. പിന്നെ ചുറ്റും വിസ്തൃതിയിലുള്ള വലിയ മുറ്റവും.

നെല്ലും തേങ്ങയും എന്നുവേണ്ട പറമ്പിൽ നിന്നുള്ളതെല്ലാം വലിയ രീതിയിൽ ശേഖരിച്ചുവെയ്ക്കാൻ വിധമുള്ളതായിരുന്നു ആ മുറ്റം. വീടിന്റെ അകമെല്ലാം കളിമണ്ണ് കുഴച്ച് അടിച്ച് തല്ലി നിരപ്പാക്കി ചാണകം തളിച്ചിരുന്നതുകൊണ്ട് ഉറുമ്പ്, ചെള്ള്, വണ്ട്, ചിതൽ എന്നിവ ആ വീട്ടിൽ എല്ലായിടത്തും കാണാമായിരുന്നു. വെളിച്ചത്തിന് ഒന്നുരണ്ട് ചെറിയ ബൾബ് മാത്രം. അതും ഇലക്ട്രിസിറ്റിയുടെ കനിവുണ്ടെങ്കിൽ മാത്രം പ്രകാശിക്കും. പകൽ വെട്ടത്തു പോലും മുറിയുടെ മുക്കും മൂലയും കാണാൻ മണ്ണെണ്ണ വിളക്കിന്റെ ആവശ്യം വേണ്ടിവന്നിരുന്നു.

അപ്പച്ചനും അമ്മച്ചിയും കുഞ്ഞായിരുന്ന ഞാനും മാത്രമേ വീട്ടിൽ ഉണ്ടായിരുന്നുള്ളൂ. പിന്നെ ആഴ്ചയിലോ മാസത്തിലോ ഇടയ്ക്ക് വന്നു പോകാറുള്ള മക്കളോ കൊച്ചുമക്കളോ മാത്രം. ഓർമ്മവച്ച നാൾ മുതൽ കാണാൻ തുടങ്ങിയ വീടായതുകൊണ്ട് അവിടെ വരാറുള്ള സ്വന്തക്കാരെയും ബന്ധുക്കളെയുമൊക്കെ ഞാൻ അറിയാൻ തുടങ്ങി. എന്റെ അപ്പനും അമ്മയും ഇവിടെയില്ലെന്നും അവർ അങ്ങ് ദൂരത്തെവിടെയോ ആണെന്നും അവിടെ വരുന്നവരോട് അമ്മച്ചി പറയുമായിരുന്നു.

പ്രത്യേകിച്ച് അമ്മച്ചിയുടെ ഒരു പഴയ കൂട്ടുകാരി അമ്മച്ചി സിസ്റ്റർ എന്ന് സ്നേഹപൂർവ്വം വിളിക്കാറുള്ള ഗ്രേസി അവിടെ വരുമ്പോൾ അവരോട് അമ്മച്ചി പറയാറുള്ളത് ഞാൻ കേട്ടിട്ടുണ്ട്.

ആഴ്ചകൾ തോറും വീടുകൾ കയറിയിറങ്ങി ക്രിസ്തീയ സുവിശേഷം പ്രസംഗിച്ചു നടക്കുന്നതിനിടയിൽ അവിടങ്ങളിലെ വിശേഷങ്ങളെല്ലാം മനസ്സിലാക്കി അവസാനം ഗ്രേസി പ്ലാവിലവീട്ടിലുമെത്തും. കേട്ടു മനസ്സിലാക്കിക്കൊണ്ടുവന്ന ആ വിശേഷങ്ങളെല്ലാം അവർ അടുക്കള വരാന്തയിലിരുന്ന് കലർപ്പില്ലാതെ അമ്മച്ചിയോടു വിളമ്പും. മുറുക്കി ശീലമുള്ള അമ്മച്ചി ഇക്കഥകളൊക്കെ കേട്ട് ആവേശത്തോടെ പല

പ്രാവശ്യം മുറുക്കിപ്പോകും. അന്ന് കുഞ്ഞായിരുന്ന ഞാനും ഇക്കഥകളൊക്കെ കേട്ടുകൊണ്ട് ഒരു മൂലയിൽ ഇരിപ്പുറപ്പിക്കും. സംസാരത്തിനിടയിൽ അവർ എന്നെ നോക്കിക്കൊണ്ട് അമ്മച്ചിയോട്, ഇവന്റെ അമ്മയ്ക്കിപ്പോൾ സുഖക്കേട് എങ്ങനെയിരിക്കുന്നു? അവരെപ്പോൾ ഇങ്ങോട്ട് വരും? എന്നു ചോദിക്കാറുണ്ട്.

അവൾക്കിപ്പോൾ സുക്കേടല്പം കുറവുണ്ടെന്ന് കേട്ടു. മരുമോനിപ്പോൾ ജോലിയിൽ നിന്ന് അവധിയെടുക്കാൻ കഴിയാത്തതുകൊണ്ട് ഇങ്ങോട്ടുള്ള യാത്ര മാറ്റിവെച്ചിരിക്കുകയാണെന്ന് അമ്മച്ചി പറയാറുണ്ട്.

നാട്ടുകാര്യങ്ങളും വീട്ടുകാര്യങ്ങളുമെല്ലാം അവർ സംസാരിച്ചു കഴിയുന്നതിന്റെയവസാനം ഒരുശിരൻ പ്രാർത്ഥനയാണ്. അതുകഴിഞ്ഞ് അവർ പോകാനൊരുങ്ങുമ്പോൾ അമ്മച്ചി ഉടനെ ഉടുത്തിരുന്ന തുണിയിൽ മുടിച്ചുകെട്ടിവെച്ചിരിക്കാറുള്ള കാശെടുത്ത് അവരുടെ വേദപുസ്തകത്തിന്റെ താളുകൾക്കിടയിൽ വെച്ചുകൊടുക്കും. ഇടയ്ക്കിടെയുള്ള അവരുടെ വരവ് അമ്മച്ചിക്ക് വളരെ സന്തോഷപ്രദമായിരുന്നു. ഇത്തരത്തിൽ ആരെങ്കിലുമൊക്കെ അവിടെ വരുമ്പോൾ അമ്മയെപ്പറ്റിയും അപ്പനെപ്പറ്റിയുമുള്ള വിശേഷങ്ങൾ അവർ പങ്കുവെയ്ക്കുമ്പോൾ മാത്രമേ ഞാൻ കേട്ടറിഞ്ഞിരുന്നുള്ളൂ.

അപ്പച്ചൻ വീട്ടിലുള്ളപ്പോഴൊക്കെ അമ്മച്ചി ആരോടും കൂടുതൽ നേരമൊന്നും സംസാരിക്കാറുണ്ടായിരുന്നില്ല. സംസാരം നീണ്ടുപോയാൽ അദ്ദേഹം അകത്തുനിന്നും മുറുമുറുക്കാൻ തുടങ്ങും. സംസാരം പെട്ടെന്ന് നിറുത്തിക്കൊള്ളണം എന്നായിരിക്കും അതിനർത്ഥം. മിക്കവാറും അപ്പച്ചനില്ലാത്ത സമയം നോക്കിത്തന്നെയായിരുന്നു ഗ്രേസിയും അവിടെ വരാറുണ്ടായിരുന്നത്.

ഒരു കർക്കശ സ്വഭാവക്കാരനായിരുന്നു അപ്പച്ചൻ. പുരയിടത്തിൽ നിന്നെടുക്കുന്ന വിളകളുടെ വരുമാനം ധാരാളമുണ്ടായിരുന്നെങ്കിലും അതിൽനിന്ന് മക്കൾക്കാർക്കും ഒന്നും കൊടുക്കാറില്ല. ആരെങ്കിലും എന്തെങ്കിലും ആവശ്യപ്പെട്ട് വരുകയാണെങ്കിൽ അപ്പച്ചൻ പറയാറുണ്ട് നിങ്ങളെയൊക്കെ കല്യാണം കഴിപ്പിച്ചയച്ചപ്പോൾ ആവശ്യമുള്ളതൊക്കെ തന്നിട്ടുണ്ട്. ഇനിയും തരണമെന്ന് പറഞ്ഞുകൊണ്ടാരും ഇങ്ങോട്ടു കയറിവരേണ്ട എന്ന്. അതുകൊണ്ട് മക്കളാരും വലിയ സ്നേഹമൊന്നും അപ്പച്ചനോട് കാണിച്ചിരുന്നുമില്ല. എന്തുണ്ടായാലും വീട്ടിലേക്കാവശ്യമുള്ള സാധനങ്ങൾ മാറ്റിവച്ചിട്ട് ബാക്കിയുള്ളത് ചന്തയിൽ കൊണ്ടുപോയി വിൽക്കുകയായിരിക്കും അദ്ദേഹം ചെയ്യുക.

നാലഞ്ച് മൈൽ ദൂരെയുള്ള നഗരത്തിലെ പേരെടുത്ത വലിയൊരു കമ്പനിയിലായിരുന്നു അദ്ദേഹത്തിന് ജോലി. അതിരാവിലെതന്നെ ജോലിക്ക് കയറണമെന്നതിനാൽ രാവിലെ എഴുന്നേറ്റ് ഉച്ചയ്ക്കുള്ള ആഹാരം പാകം ചെയ്ത് വാഴയിലയിൽ പൊതിഞ്ഞ് കൊടുക്കുന്നതുമുതൽ കാക്കിനിക്കറും ഉടുപ്പും കഴുകി കഞ്ഞിപ്പശയിൽ മുക്കി ഉണക്കിത്തേച്ച്

വടിപോലെ നിർത്തുന്നതുവരെയുള്ള ജോലി അമ്മച്ചി തന്നെയായിരുന്നു ചെയ്തുകൊടുക്കാറുള്ളത്. ഇത്തരത്തിൽ ദിവസേനയുള്ള രീതിയിൽ എന്തെങ്കിലും കുറവ് വരുത്തിയാൽ അമ്മച്ചിക്ക് അപ്പച്ചനിൽ നിന്നും ചീത്തവിളി ഉറപ്പായിരുന്നു.

പിന്നീട് അതിരാവിലെ ടോർച്ചും തെളിയിച്ചുകൊണ്ട് ജോലിക്കായി അദ്ദേഹം നടന്നകന്നാൽ പിന്നെ ജോലി കഴിഞ്ഞതിനുശേഷം വീട്ടിലേക്കുള്ള സമയമൊന്നും നിശ്ചയമില്ല. വരുന്നവഴി കൂട്ടുകാരുമായി സംസാരിച്ചുകൊണ്ട് പലയിടങ്ങളിലും കയറിയിറങ്ങി കവലയിൽ വന്ന് കൂട്ടുകാർക്കൊപ്പം ചീട്ടും കളിച്ചുകഴിഞ്ഞ് ഇരുട്ടാൻ തുടങ്ങുമ്പോഴായിരിക്കും വീട്ടിലേക്ക് വരിക. എവിടെപോയിരുന്നാലും എത്ര താമസിച്ചാലും വരുമ്പോൾ എനിക്കായി ഈന്തപ്പഴവും അപ്പച്ചനും അമ്മച്ചിക്കും വേണ്ടി മുറുക്കാൻ വിഭവങ്ങളും മറക്കാതെ കൊണ്ടുവരുമായിരുന്നു.

അമ്മച്ചിയുടെ മക്കളിൽ ആറാമത്തെ മകനായിരുന്നു പ്ലാവില പുത്തൻവീട്ടിലെ മിക്കവാറുമുള്ളൊരു സാന്നിദ്ധ്യം. എന്നുവെച്ചാൽ എന്റെ അമ്മയുടെ ഒരു ആങ്ങള. പാസ്റ്റർ ബ്രദർ എന്ന് നാട്ടുകാർ സ്നേഹപൂർവ്വം വിളിക്കാറുള്ള അദ്ദേഹം എവിടെ പോയാലും വേദപുസ്തകവും കക്ഷത്ത് വെച്ചുകൊണ്ടായിരിക്കും പോകുക. കുടുംബത്തിലുള്ളവരിൽവെച്ച് അല്പമെങ്കിലും വിദ്യാഭ്യാസമുള്ള ഒരേയൊരാളായിരുന്നു അദ്ദേഹം.

എല്ലാവരോടും സ്നേഹത്തോടെയായിരുന്നു അദ്ദേഹത്തിന്റെ പെരുമാറ്റം. ആരെക്കണ്ടാലും പെട്ടെന്ന് പരിചയപ്പെടും. കക്ഷത്ത് നിന്നും വേദപുസ്തകമെടുത്തു തുറന്ന് അവരോട് വ്യാഖ്യാനിക്കാൻ തുടങ്ങും. എപ്പോഴും അലക്കിതേച്ച വസ്ത്രമേ ധരിക്കൂ. വസ്ത്രത്തിൽ ചുളിവ് വീണാൽപോലും ധരിക്കാറില്ല. കോളേജുപഠനത്തിനുശേഷം പല സ്ഥലത്തും ജോലി അന്വേഷിച്ച് നടന്നെങ്കിലും ലഭിച്ചിരുന്നില്ല, ഒരു ജോലി മാത്രം അദ്ദേഹത്തിന് കിട്ടുമെന്നുറപ്പുണ്ടായിരുന്നു. അത് അപ്പച്ചൻ ചെയ്തുകൊണ്ടിരിക്കുന്ന കമ്പനിയിലെ ജോലിയായിരുന്നു. കമ്പനിയിൽനിന്നും അപ്പച്ചൻ ജോലി പിരിയുമ്പോൾ മക്കളിലാർക്കെങ്കിലും പകരം ജോലി കമ്പനിക്കാർ കൊടുക്കാറുള്ളതുകൊണ്ട് അപ്പച്ചൻ വിരമിച്ചതിനുശേഷം ആ ജോലി തനിക്കുതന്നെ ലഭിക്കുമെന്നുള്ള ഉറപ്പ് അദ്ദേഹത്തിനുണ്ടായിരുന്നു.

അങ്ങനെ ജോലിയൊന്നുമില്ലാതെ വെറുതെ ഇരിക്കുമ്പോഴായിരുന്നു കൂട്ടുകാരനായ പാസ്റ്റർക്കൊപ്പം സുവിശേഷവേലയ്ക്കായി ഇറങ്ങിത്തിരിച്ചത്. ദൂരത്തെവിടെയോ ആയിരുന്നു സുവിശേഷവേലയ്ക്കായി പോകാറുണ്ടായിരുന്നത്. പോയാൽ തിരിച്ചുവരാൻ മൂന്നുനാല് ദിവസമെങ്കിലുമെടുക്കും. വരുന്നത് വീണ്ടും കൊണ്ടുപോകാനുള്ള തുണികൾ കഴുകിതേയ്ക്കാനായിട്ടായിരിക്കും. അതിനുവേണ്ടി വരുമ്പോൾ വീടിന്റെ അല്പം താഴെയായി സ്ഥിതി ചെയ്യുന്ന കിണറ്റിൻകരയിൽനിന്ന് കഴുകലിന്റെയും

കുളിക്കലിന്റെയും ഒരു ബഹളമായിരിക്കും. പിന്നീട് കഴുകി ഉണക്കാനിടുന്ന തുണികളെക്കൊണ്ട് മുറ്റം നിറയും. ഇതൊക്കെ കാണുമ്പോൾ അപ്പച്ചൻ ചിലപ്പോൾ കളിയാക്കുന്നവിധം അദ്ദേഹത്തോട് ചോദിക്കാറുണ്ട്, ''മിസ്റ്റർ പാസ്റ്റർ ബ്രദർ, കൊണാനൊക്കെ കഴുകി അടുത്ത പോക്ക് എങ്ങോട്ടേക്കാ? റോമിലേക്കോ മറ്റോ ആണോ?'' അദ്ദേഹത്തെ കാണുമ്പോൾ എന്തെങ്കിലുമൊക്കെ പറഞ്ഞാലേ അപ്പച്ചന് സമാധാനവും ഉണ്ടാവുകയുള്ളൂ.

ആരെന്തൊക്കെപ്പറഞ്ഞാലും അദ്ദേഹം തിരിച്ചൊന്നും പറയാറില്ല. പകരം വരാന്തയിലുള്ള സ്റ്റൂൾ വലിച്ചിട്ട് താഴെ മുട്ടുകുത്തി സ്റ്റൂളിൽ കൈതാങ്ങി കൂപ്പിക്കൊണ്ട് പ്രാർത്ഥിക്കാൻ തുടങ്ങും. അപ്പച്ചനാണ് അന്ന് വഴക്ക് പറഞ്ഞതെങ്കിൽ എന്റെ സ്നേഹനിധിയായ അപ്പന് അങ്ങ് ബുദ്ധി കൊടുക്കേണമേ. അദ്ദേഹത്തിന്റെയുള്ളിൽ കുടികൊള്ളുന്ന പിശാചാണ് എന്നോടിങ്ങനെയൊക്കെ പറയാൻ പ്രേരിപ്പിച്ചത് എന്നിങ്ങനെ കരഞ്ഞു പറഞ്ഞ് പ്രാർത്ഥിച്ചുകൊണ്ടിരിക്കും. ഇതൊക്ക മുറിക്കകത്തുനിന്ന് കേൾക്കാറുള്ള അപ്പച്ചനാകട്ടെ ഒന്നും മിണ്ടാതെ ഉടുത്തൊരുങ്ങി വാണം വിട്ടതുപോലെയൊരു പോക്കാണ്.

ബ്രദർ ഏതെങ്കിലും പ്രശ്നത്തിൽ അകപ്പെട്ടിരുന്നാൽ അന്നത്തെ പ്രാർത്ഥന ശ്രവിച്ചാൽ സംഭവം മനസ്സിലാക്കാമായിരുന്നു. ഇതൊക്കെ കഴിഞ്ഞ് അദ്ദേഹം തുണികളെല്ലാം തേച്ചു പെറുക്കിയടുക്കി ഉടുത്തൊരുങ്ങി വേദപുസ്തകവും കക്ഷത്ത് വെച്ചൊരു പോക്കാണ്. പിന്നെ വരുന്ന ദിവസമൊന്നും നിശ്ചയമില്ല. വരുമ്പോഴൊക്കെ എനിക്ക് മിഠായി മറക്കാതെ കൊണ്ടുത്തരുമായിരുന്നു.

പിന്നെ ഇടയ്ക്കിടയ്ക്കുള്ള മറ്റൊരു സാന്നിദ്ധ്യമായിരുന്നു ഞാൻ പിപ്പി അമ്മാച്ചൻ എന്നു വിളിക്കുന്ന എന്റെ മറ്റൊരു അമ്മാച്ചൻ. കുടുംബപരമായി കിട്ടിയ കോങ്കണ്ണിൽ അല്പം കൂടുതലുള്ള വ്യക്തി. പിന്നെ ജന്മനായുള്ള ചെറിയ മുടന്തും,

അല്പമകലെ കിഴക്കാംതൂക്കായ മലമ്പ്രദേശത്തായിരുന്നു കുടുംബമായി താമസിച്ചുവന്നിരുന്നത്. മക്കളായി നാല് പെൺപിള്ളേർ. ഓരോരുത്തർക്കും അഞ്ചും എട്ടും പത്തും പതിനഞ്ചും വയസ്സ് പ്രായമുള്ളവർ. രണ്ടോ മൂന്നോ പ്രാവശ്യം അദ്ദേഹം എന്നെ തോളിൽ എടുത്തുവെച്ചുകൊണ്ട് അദ്ദേഹത്തിന്റെ വീട്ടിലേക്ക് കൊണ്ടുപോയതോർമ്മയുണ്ട്.

വീടെന്ന് പറയുന്നതിനേക്കാൾ ഓലക്കൂരയെന്ന് പറയാം, വിദ്യാഭ്യാസം ഒട്ടും തന്നെയില്ലായിരുന്നു അദ്ദേഹത്തിന്. റബ്ബർ ടാപ്പിംഗ് ആയിരുന്നു തൊഴിൽ. അതിൽനിന്ന് കിട്ടുന്ന തുച്ഛമായ വരുമാനംകൊണ്ട് കഷ്ടിച്ചായിരുന്നു ആ വലിയ കുടുംബം പോയിരുന്നത്. ജോലി കഴിഞ്ഞതിനുശേഷം അദ്ദേഹം വീട്ടിലേക്ക് പോകുന്ന വഴിയിൽ മിക്കവാറും പ്ലാവിലവീട്ടിലും കയറും. അടുക്കളവരാന്തയിൽ ഇരിപ്പുറയ്ക്കാറുള്ള അദ്ദേഹം പിറ്റേദിവസം മരം ചെത്തേണ്ട കത്തി കല്ലിൽ മിനുസപ്പെടുത്തി

ക്കൊണ്ടായിരിക്കും വർത്തമാനം പറയാൻ തുടങ്ങുക. വർത്തമാനം എന്നുവെച്ചാൽ അസ്സൽ പുളുവടി എന്നുപറയാം. വീരപരാക്രമശാലി യായിട്ടാണ് അവസാനം അദ്ദേഹത്തെ തന്നെ സ്വയം വിശേഷിപ്പിക്കാറ്. ഇതൊക്കെ കേൾക്കുന്ന അമ്മച്ചി ഒന്നും കണ്ടിട്ടില്ലെങ്കിലും ശരിയാ ണെന്ന മട്ടിൽ മൂളി തലകുലുക്കും, അകത്ത് ചാരുകസേരയിലിരിക്കുന്ന അപ്പച്ചനാകട്ടെ ഇതൊക്കെ കേട്ട് പുളകംകൊള്ളും. പിന്നെ ഇതരവിഷയ ങ്ങളിൽ രണ്ടുപേരുടെയും സംസാരം ഒരേ രീതിയിലായിരിക്കും.

എനിക്കപ്പോൾ നാല് വയസ്സോളം പ്രായമേ ആയിക്കാണുകയുള്ളൂ, എന്നിരുന്നാലും നിജസ്ഥിതി അല്പമെങ്കിലും മനസ്സിലാക്കാനുള്ള കഴിവുണ്ടായിരുന്നു. ഈ പറയുന്ന വീരപരാക്രമ കഥകളൊക്കെ കേട്ട് അന്ധാളിച്ച് ഒരു മൂലയിലിരിക്കാറുള്ള എന്നോടായിരിക്കും അദ്ദേഹ ത്തിന്റെ അവസാനത്തെ ആക്ഷൻ. ഞെട്ടിപ്പിക്കുന്ന സ്വരത്തിൽ എന്നെ നോക്കിപറയും, കയറി പോടാ അകത്ത്. വലിയ വർത്തമാനം കേൾ ക്കാൻ വന്നിരിക്കുന്നോ? എന്ന്. അവരൊക്കെ വർത്തമാനം പറഞ്ഞു കൊണ്ടിരിക്കുമ്പോൾ കുട്ടിയായ ഞാൻ കേട്ടുകൊണ്ടിരിക്കാറുള്ളത് അദ്ദേഹത്തിനിഷ്ടമില്ലായിരുന്നു. ഇങ്ങനെയൊക്കെയുള്ള വർത്തമാന ങ്ങളും പുളുവടികളുമൊക്കെ അദ്ദേഹം പ്ലാവിലവീട്ടിൽ വരുമ്പോൾ പതിവാണ്.

എങ്കിലും ടോമി എന്ന പേരുമാത്രം മൂന്ന് പേരും കാര്യമായി പരാ മർശിക്കുമായിരുന്നു. അവൻ അവിടെയുണ്ടായിരുന്നു, മറ്റൊരിടത്തു ണ്ടായിരുന്നു, അവിടെയാണവൻ കിടക്കുന്നത്, അങ്ങേലെ അച്ചായനെ കണ്ടപ്പോൾ അവൻ കടന്നുകളഞ്ഞു എന്നിങ്ങനെയൊക്കെ. ആദ്യമൊക്കെ ഇപ്പറയുന്നയാളിനെപ്പറ്റി മനസ്സിലാക്കാൻ കഴിഞ്ഞിരുന്നില്ലെങ്കിലും കാല ക്രമേണ അവരുടെ സംസാരത്തിൽ നിന്നും ടോമിയെന്നു പറയുന്ന യാൾ അമ്മച്ചിയുടെ ഏറ്റവും ഇളയ മകനാണെന്നും അയാൾ കുറെ നാളായി വീട് വിട്ടെവിടെയോ ഓടിപ്പോയിരിക്കുകയാണെന്നും പ്ലാവില കുടുംബവുമായി പരിചയമുള്ളവർ ആരെങ്കിലും അദ്ദേഹത്തെ കാണാ നിടയായാൽ ഓടിയൊളിക്കാറുമുണ്ടെന്നൊക്കെയാണ് അവർ പറഞ്ഞു വരുന്നതെന്നെനിക്ക് മനസ്സിലായി.

ക്രമേണ ടോമിയെപ്പറ്റിയുള്ള സംസാരം അവരുടെയിടയിൽ സജീവ മാകാൻ തുടങ്ങി. ടോമിയെപ്പറ്റിയുള്ള എന്തെങ്കിലും ന്യൂസ് കൊണ്ടാ യിരിക്കും പിപ്പി അമ്മാച്ചനും വരിക. ആ ന്യൂസൊക്കെ കേൾക്കാനായി ഞാനും സാധാരണപോലെ മൂലയിലിരുപ്പുറപ്പിക്കും. അദ്ദേഹം സംസാരി ക്കാൻ തുടങ്ങുമ്പോൾ ഞാനിരിക്കുന്നത് ശ്രദ്ധിക്കാറില്ലെങ്കിലും സംസാര ത്തിന്റെ ചൂടേറിവരുമ്പോൾ ഇതൊക്കെ കേട്ടുകൊണ്ട് അക്ഷമനായിരിക്കുന്ന എന്നെ അദ്ദേഹത്തിന്റെ ശ്രദ്ധയിൽപ്പെടും. വീണ്ടും പഴയതു പോലെ എന്നെ വഴക്ക് പറഞ്ഞെണീപ്പിക്കും. കോങ്കണ്ണുകൊണ്ട് നോക്കിപ്പറയു മ്പോൾ തോന്നും പിറകിലുള്ള മറ്റ് ആരോടോ പറയുകയായിരിക്കും എന്ന്.

ചിലപ്പോൾ ഞാൻ, സംശയത്തോടെ എന്റെ പിറകിൽ മറ്റാരെങ്കിലുമിരിപ്പുണ്ടോയെന്ന് നോക്കിപ്പോകും. അപ്പോൾ എന്റെ നേരെ കൈചൂണ്ടിപ്പറയും നിന്നോടാ പറഞ്ഞത് എന്ന്.

അദ്ദേഹം എന്നെ എത്ര വഴക്ക് പറഞ്ഞാലും കേട്ടതിന്റെ ചൂടിൽ എണീറ്റു പോകുന്ന മട്ടിൽ ഞാനൊന്നെണീക്കും. പിന്നെ വർത്തമാനം സാധാരണ ഗതിയിലാകുമ്പോൾ പഴയതുപോലെ അവിടെത്തന്നെ ഇരുപ്പ് തുടരും.

അങ്ങനെ പതിവുപോലെയൊരു ദിവസം പിപ്പി അമ്മാച്ചൻ അവിടെ വന്നപ്പോൾ ടോമിയെപ്പറ്റിയുള്ള കൂടുതൽ വിവരങ്ങളുമായിട്ടായിരുന്നു വന്നത്. അത് അപ്പച്ചനോട് അദ്ദേഹം ഇങ്ങനെ വിശദീകരിച്ചു.

സിനിമാതിയേറ്ററിൽ ജോലി ചെയ്യുന്ന എന്റെയൊരു സുഹൃത്ത് എന്നെ കണ്ടപ്പോൾ പറഞ്ഞു അയാൾ ടോമിയെ കണ്ടിരുന്നുവെന്ന്. ഞാനപ്പോൾ ടോമിയെപ്പറ്റി വിശദമായി അയാളോട് ചോദിച്ചപ്പോൾ അവൻ മൂന്നുനാലു പേർക്കൊപ്പം കൂപ്പിൽ തടിവെട്ടുന്ന ജോലിക്കാണ് പോകുന്നത്. പോയാൽ മൂന്നുനാല് ദിവസം കഴിഞ്ഞാലേ മടങ്ങിവരൂ. വന്നാൽ ഉറങ്ങുന്നത് അയാൾ ജോലിചെയ്യുന്ന ആ സിനിമാതീയേറ്ററിന്റെയൊരു കോണിലാണ് എന്ന്. ഇപ്പോൾ അവൻ അവിടെയുണ്ടെന്നും രണ്ടു ദിവസം കഴിഞ്ഞാലേ കൂപ്പിലേക്കു പോകുള്ളൂ എന്നും എന്നോട് പറഞ്ഞു എന്ന് പിപ്പി അപ്പച്ചനോട് പറഞ്ഞു. വീണ്ടും പിപ്പി അപ്പച്ചനോട്; അവനെന്തായാലും സ്വയം വീട്ടിൽ വരില്ല. അതുകൊണ്ട് നമ്മൾക്കവനെ രാവിലെ ഉറങ്ങിക്കിടക്കുന്ന സമയത്ത് പോയി ബലമായി പിടിച്ചുകൊണ്ടുവരാം എന്ന് പറഞ്ഞു.

അങ്ങനെ ഇരുവരും അതിരാവിലെ പോയി സിനിമാതിയേറ്ററിന്റെ ഓരത്ത് കിടന്നുറങ്ങാറുള്ള ടോമിയെ വീട്ടിലേക്ക് പിടിച്ചു കൊണ്ടുവരുവാനായി തീരുമാനിച്ചു.

പതിവുപോലെ അമ്മച്ചിക്കൊപ്പം കിടന്നുറങ്ങാറുള്ള ഞാൻ പിറ്റേദിവസം അതിരാവിലെ വരാന്തയിൽനിന്നുള്ള ബഹളം കേട്ടപ്പോഴാണ് ഞെട്ടിയുണർന്നത്. ഉടനെ തലേദിവസം പിപ്പി അമ്മാച്ചനും അപ്പച്ചനും സംസാരിച്ചിരുന്നത് എന്റെ ഓർമ്മയിലെത്തി. ബഹളം നടക്കുന്ന വരാന്തയിലേക്ക് ഞാൻ പതുക്കെ നടന്നുപോയി നോക്കിയപ്പോൾ കണ്ട കാഴ്ച ഇരുകൈകളും കാലുകളും തമ്മിൽ തമ്മിൽ ബന്ധിച്ച് വരാന്തയുടെ ജനൽപാളികളിൽ ടോമിയെന്നു പറയുന്നയാളെ കെട്ടിയിട്ടിരിക്കുന്നു. മുടികൾ നീണ്ടുവളർന്നും മുഷിഞ്ഞുകീറിയ ഉടുപ്പും നിക്കറുമായിരുന്നു വേഷം.

കണ്ടാൽ എവിടെയൊക്കെയോ അലഞ്ഞു തിരിഞ്ഞു നടക്കുന്നയൊരു വ്യക്തിയാണെന്ന് ഉറപ്പ്. കെട്ടുകൾക്കുള്ളിൽനിന്നുതിരിയാൻ കഴിയാതെ അയാളപ്പോൾ ഭയത്തോടെ ചുറ്റും നോക്കുന്നുണ്ടായിരുന്നു. അല്പം കഴിഞ്ഞപ്പോൾ അവിടെനിന്നിരുന്ന പിപ്പി അമ്മാച്ചൻ എനിക്ക്

ജോലിക്കുപോകാൻ സമയമായി, ഞാൻ പോകുന്നു എന്നു പറഞ്ഞു കൊണ്ട് അവിടെ നിന്ന് പോയി. അപ്പോൾ അപ്പച്ചൻ അദ്ദേഹത്തിന്റെ മുറിക്കകത്തുപോയി അവിടെ കരുതിവെച്ചിരുന്ന ഒരു വലിയ ചൂരൽ വടിയുമായി പുറത്ത് വന്നശേഷം അവിടെ നിന്നിരുന്ന അമ്മച്ചിയുടെ നേർക്ക് വടി ചൂണ്ടിക്കൊണ്ട്; മോനേ, മക്കളെ എന്നുപറഞ്ഞുകൊണ്ട് തടസ്സം പിടിക്കാൻ വന്നാൽ ഇതുകൊണ്ട് നിനക്കും കിട്ടും. എന്റെ സ്വഭാവമറിയാമല്ലോ? എന്നു പറഞ്ഞ് അമ്മച്ചിയെ വിരട്ടിനിറുത്തിയശേഷം വടിയുടെ വളവ് നേരെയാക്കിക്കൊണ്ട് ടോമിയെ നോക്കി അപ്പച്ചൻ;

പ്ലാവിലകുടുംബത്തെപ്പറ്റി എല്ലാവർക്കും നല്ല അഭിപ്രായമാണ് പറയാനുണ്ടായിരുന്നത്. നീയൊരു തെണ്ടി കാരണം ഈ കുടുംബത്തിന് ദുഷ്പേരുണ്ടാക്കി അല്ലേടാ തൊട്ടീച്ചാടി? എന്നുപറഞ്ഞുകൊണ്ട് അദ്ദേഹത്തിന്റെ ചന്തിയിലും തുടയിലും അടിക്കാൻ തുടങ്ങി. അടിയുടെ വേദനകൊണ്ട് അയാൾ കെട്ടുകൾക്കുള്ളിൽ കിടന്ന് പുളഞ്ഞ് അലറിക്കരഞ്ഞു. അടിയുടെ വേദനയിൽ പുളയുമ്പോൾ ജനൽപ്പാളി പുഴുതുവരുമോയെന്നെനിക്ക് തോന്നി. ഇതൊക്കെ കണ്ടുകൊണ്ട് ഭയന്ന് ഞാനൊരു മൂലയിൽ നിൽക്കുന്നുണ്ടായിരുന്നു. അടിയുടെ ഊഴമെല്ലാം കഴിഞ്ഞപ്പോൾ അപ്പച്ചൻ പുറത്തുപോകാനായി ഇറങ്ങിത്തിരിച്ചു. പോകുന്നതിനിടയിൽ അമ്മച്ചിയോട് ഇവന് പച്ചവെള്ളം കൊടുക്കുകയോ കെട്ടഴിച്ചു വിടുകയോ ചെയ്താലുണ്ടല്ലോ, നിന്നെ ഞാൻ... നോക്കിക്കോ എന്ന് പറഞ്ഞ് വിരട്ടി.

ഇത് അമ്മച്ചി കേട്ടപാതി കേൾക്കാത്തപാതി അപ്പച്ചൻ പോയ ഉടനെതന്നെ അടിയെല്ലാം ഏറ്റുവാങ്ങി ക്ഷീണിച്ചുനിന്ന അദ്ദേഹത്തെ കെട്ടുകളിൽനിന്ന് മോചിപ്പിച്ചശേഷം അടികൊണ്ട് വിങ്ങിയ ശരീര ഭാഗമെല്ലാം കിഴിയുണ്ടാക്കി ചൂട് പിടിപ്പിച്ച് ശുശ്രൂഷിച്ചു. പിന്നീട് നാലഞ്ച് ദിവസം കഴിഞ്ഞപ്പോൾ അപ്പച്ചനില്ലാത്ത സമയം നോക്കി പഴയതുണി പേപ്പറിൽ പൊതിഞ്ഞ് കയ്യിൽ വഹിച്ചുകൊണ്ട് ടോമി അമ്മച്ചിയോട്; ഞാനിപ്പോൾ പോകുവാ, നിങ്ങൾക്ക് ചുണയുണ്ടെങ്കിൽ ഇനിയെന്നെ കണ്ടുപിടിക്ക് എന്നു പറഞ്ഞുകൊണ്ട് അവിടെനിന്നിറങ്ങിപ്പോയി.

അഞ്ചാറ് ദിവസങ്ങൾ മാത്രമേ അയാൾ വീട്ടിൽ ഉണ്ടായിരുന്നുവുള്ളേയെങ്കിലും ഭയങ്കര ദേഷ്യവും ശാഠ്യവുമായിരുന്നു. പ്രത്യേകിച്ച് എന്ത് ആഹാരം ഉണ്ടാക്കിയാലും ആദ്യം അയാൾക്ക് കൊടുത്തിരിക്കണം. ഒരുപക്ഷേ ആദ്യം അയാൾക്ക് കൊടുക്കാൻ അമ്മച്ചി മറന്നാൽ പറയും, ഞാൻ നിങ്ങളുടെ അധികപ്പറ്റൊന്നുമല്ല തിന്നതിന്റെ ബാക്കി തിന്നുകൊണ്ട് കഴിയാൻ എന്ന്. അപ്പച്ചൻ വീട്ടിലില്ലാത്തപ്പോൾ മാത്രമേ അമ്മച്ചിയോട് തട്ടിക്കയറുകയുണ്ടായിരുന്നുള്ളൂ. കാരണം അപ്പച്ചനെ അദ്ദേഹത്തിന് വല്ലാത്ത ഭയമായിരുന്നു.

ഞാനങ്ങനെ പ്ലാവിലവീട്ടിൽ വലിയ സ്വാതന്ത്ര്യത്തോടെ ഓടിയും ചാടിയും കളിച്ചു രസിച്ചു നടന്നു. രാവിലെ എണീക്കുമ്പോൾ മുതൽ

കുസൃതി തുടങ്ങും. ഒട്ടും അടങ്ങിയിരിക്കാൻ സമയവുമില്ലായിരുന്നു. എണീറ്റാലുടനെ ഓടിപ്പോകാറുള്ളത് പൊഴിഞ്ഞുവീണുകിടക്കുന്ന പറങ്ങാണ്ടി മാങ്ങാ, തേങ്ങ, തൊട്ടുപുളി എന്നിവ പെറുക്കാനായിരിക്കും. അതുകഴിഞ്ഞാൽ എല്ലാവരുടെയും വീടുകളിൽ ഓടിച്ചാടിനടക്കും. അമ്മച്ചിക്ക് അടുപ്പിൽ തീയെരിക്കാൻ ചുള്ളിൽ പെറുക്കി കൊടുക്കും. പിന്നെ കിട്ടുന്ന സമയത്ത് അമ്മച്ചിയോടൊപ്പം കുത്തിക്കിളച്ച് പറമ്പിൽ നടാനും പോകും. മിക്ക സമയത്തും ഞാൻ അങ്ങേ വീട്ടിൽ തന്നെയാണുണ്ടാകുക. അവിടുത്തെ പെൺപിള്ളാരുടെ കൂടെയായിരുന്നു എന്റെ കളിയും കുളിയുമെല്ലാം. ഞായറാഴ്ചയായാൽ പിന്നെയൊരു ബഹളമാണ്. എല്ലാവരും ഒരുമിച്ചു കുളിച്ചൊരുങ്ങി കൈകൾ കോർത്തു പിടിച്ചു തോമസ്സ്മുതലാളിയുടെ തോട്ടത്തിലൂടെ നടന്ന് അദ്ദേഹത്തിന്റെ പള്ളിയിലെത്തും. സൺഡേ സ്കൂളിനുവേണ്ടി പോകുന്ന ഞങ്ങൾ അവിടെയെത്തിയാൽ പിന്നെ കളിയുടെയൊരു ബഹളമാണ്. അന്നൊരു ദിവസമായിരിക്കും പല ദിക്കിൽനിന്നുള്ള സമപ്രായക്കാരായ പിള്ളേരെ കാണാൻ കഴിയുക. അത് ശരിക്കും ഞങ്ങൾ കളിയിലൂടെ മുതലെടുത്തിരുന്നു. സൺഡേ സ്കൂൾ തുടങ്ങി പകുതിയായാലും കളിയവസാനിപ്പിക്കില്ലായിരുന്നു. അദ്ധ്യാപകൻ പല പ്രാവശ്യം വിളിച്ചു മടുത്തതിന് ശേഷമായിരിക്കും അവസാനം പള്ളിക്കകത്തു പോയിരിക്കുക.

അമ്മച്ചിക്ക് കൊച്ചുമക്കൾ ആവോളമുണ്ടായിരുന്നെങ്കിലും വിരളമായേ അവർ അവിടെ വരാറുണ്ടായിരുന്നുള്ളൂ. അവർ വരുമ്പോഴെല്ലാം അമ്മച്ചിയെക്കൊണ്ട് ചെയ്യാൻ കഴിയാത്ത ജോലി അവരെക്കൊണ്ട് ചെയ്യിപ്പിക്കാൻ കരുതിവെച്ചിരുന്നു. എന്നുവെച്ചാൽ വീട്ടിലേക്കാവശ്യമായ കൊടിയിൽകയറി കുരുമുളക് പറിപ്പിക്കുക, കാപ്പിക്കുരു പറിപ്പിക്കുക, കരുതിവച്ചിരിക്കാറുള്ള പുഴുങ്ങിയ നെല്ല് മില്ലിൽ കൊണ്ടുപോയി കുത്തിക്കൊണ്ടുവരുവിപ്പിക്കുക എന്നുവേണ്ട കഴിയുന്നതെല്ലാം അമ്മച്ചി അവരെക്കൊണ്ട് ചെയ്യിപ്പിക്കുമായിരുന്നു. ഈ വക ജോലിക്കുവേണ്ടി ആരെയെങ്കിലും പുറത്തുനിന്ന് വിളിച്ചാൽ അവർ അതിൽ കുറെ ഒളിപ്പിച്ചു കൊണ്ടുപോകും. പ്രത്യേകിച്ച് നെല്ല് കുത്താൻ കൊണ്ടുപോകുമ്പോൾ കുത്തിക്കൊണ്ടുവരാനായി അവരെ ഒറ്റയ്ക്ക് പറഞ്ഞയച്ചാൽ വരുമ്പോൾ അതിൽ പകുതിയേ ഉണ്ടായിരിക്കുള്ളൂ. പകുതി അവർ കൊണ്ടുവരുന്ന വഴിയിൽ മറിച്ചു വിൽക്കുമായിരുന്നു. കൂടെ ആളുണ്ടായാൽ അവർക്കങ്ങനെ ചെയ്യാൻ കഴിയില്ല എന്ന് കരുതി അമ്മച്ചി എന്നെ അവരോടൊപ്പം പറഞ്ഞു വിടും. പോകാനൊരുങ്ങുമ്പോൾ അമ്മച്ചി പറയാറുണ്ട് “മോനേ, ഇവരുടെ അരുകിൽനിന്നും എങ്ങോട്ടും മാറിപ്പോകരുത്. മാറിയാൽ അവർ അരി മറിച്ചു വിൽക്കും എന്ന്. എനിക്കുണ്ടോ മുട്ടായിയേക്കാൾ വലിയ അരിസ്നേഹം. അവർ സൂത്രത്തിൽ മുട്ടായി വാങ്ങാൻ എന്റെ കൈയിൽ കാശ് തന്നയച്ചിട്ട് അതിനിടയിൽ കാര്യം സാധിക്കുമായിരുന്നു. അത് ഞാനറിയുകയുമില്ല. വീട്ടിലെത്തുമ്പോൾ അമ്മച്ചി പറയാറുണ്ട്, നീ അവരുടെ കൂടെ പോയിട്ട് ഒരു കാര്യവുമില്ല എന്ന്.

അമ്മച്ചിക്കെന്നോട് വലിയ സ്നേഹമായിരുന്നു. ഞാനെന്തെങ്കിലും വലിയ കുസൃതി കാണിച്ചാൽ വളരെ നേരം ശകാരിക്കും. അതുകേട്ട് എനിക്ക് കരച്ചിൽ വരുമ്പോൾ അനുനയിപ്പിക്കാനായി, ആവശ്യപ്പെട്ട ആഹാരപദാർത്ഥങ്ങൾ ഉണ്ടാക്കിത്തരും. അല്ലെങ്കിൽ ഇഷ്ടപ്പെട്ട കളിപ്പാട്ടങ്ങൾ വാങ്ങി തരാമെന്നു പറയും. ആ സന്ദർഭം ഞാൻ മുതലെടുക്കുമായിരുന്നു.

എല്ലാ മാസത്തിന്റെയും ആദ്യദിവസം എന്നെ കണികാണുന്നതിനും എന്റെ കൈയിൽനിന്ന് കൈനീട്ടം വാങ്ങുന്നതിനും അമ്മച്ചിക്കിഷ്ടമായിരുന്നു. അതുകൊണ്ട് മാസത്തിന്റെ അവസാനദിവസം വൈകുന്നേരമായാൽ നാണയത്തുട്ട് കൈയിൽ തന്നിട്ട് മോനിത് പോക്കറ്റിൽ സൂക്ഷിച്ചു വച്ചുകൊണ്ട് അങ്ങേ വീട്ടിൽ പോയി കിടന്നുറങ്ങി രാവിലെ വരുമ്പോൾ പ്രാർത്ഥിച്ചുകൊണ്ട് കൈനീട്ടമായി തരണം എന്നുപറയും. ഇത് കേൾക്കുമ്പോൾ എനിക്ക് സന്തോഷമാണ്. കാരണം അനുവാദത്തോടെ അങ്ങേവീട്ടിൽ പെൺപിള്ളേർക്കൊപ്പം കിടന്നുറങ്ങാൻ കിട്ടുന്നൊരു ദിവസമായിരിക്കും അന്ന്. രാത്രി അവിടെയെത്തിയാൽ പിന്നെ കളിയുടെയും കുസൃതിയുടെയുമൊരു ബഹളമായിരിക്കും. ഇതൊക്കെ കണ്ട് അങ്ങേലെ അമ്മ എന്നോട് ഇങ്ങനെ ചോദിച്ചിട്ടുണ്ട് മൊട്ടേന്നു വിരിഞ്ഞില്ലല്ലോടാ, നീ ഇപ്പഴേ പെൺപിള്ളേരെ വെറുതെ കിടക്കാൻ വിടത്തില്ലേ എന്ന്.

മിക്ക സമയങ്ങളിലും അമ്മച്ചി പറമ്പിൽ കിളച്ചും നട്ടും ധാന്യച്ചെടികളെ പരിപാലിച്ചുകൊണ്ടിരിക്കും എന്നാലാകുന്നത് സഹായിച്ച് ഞാനും അമ്മച്ചിക്കൊപ്പം ചേരും. ദിവസേനയുള്ള ആഹാരസാധനങ്ങൾക്ക് ആവശ്യമായതെല്ലാം പറമ്പിൽനിന്നുതന്നെയായിരുന്നു കണ്ടെത്തിയിരുന്നത്. ഏത് വിളവെടുത്താലും അതിന്റെയൊരു പങ്ക് ഞാൻ പള്ളിയിൽ പോകുമ്പോൾ കാഴ്ചയർപ്പിക്കാനായി തന്നയച്ചിരുന്നു. നെല്ലായിരുന്നാലും കോഴിമുട്ടയായിരുന്നാലും. അതൊക്കെത്തന്നെയായിരുന്നു എനിക്ക് പള്ളിയിലിടാൻ നേർച്ചയും കാഴ്ചയും.

അങ്ങനെ എനിക്ക് അഞ്ച് വയസ്സായപ്പോൾ ആശാൻപള്ളിക്കൂടത്തിൽ അപ്പച്ചൻ എന്നെ കൊണ്ടുപോയി ചേർത്തു. ഇംഗ്ലീഷ് പള്ളിക്കൂടവും അവിടെയുണ്ടായിരുന്നുവെങ്കിലും അവിടെച്ചേർത്താൽ കാശിന്റെ കാര്യത്തിൽ അപ്പച്ചന് വളരെ ബാധ്യതയാകും എന്നതിനാലാകാം ചിലവൊന്നുമില്ലാത്തിടത്ത് കൊണ്ടുപോയി ചേർത്തത്.

വീട്ടിൽനിന്നും ഏകദേശം ഒരു മൈലോളം ദൂരമുണ്ടായിരുന്നു ആ ആശാൻ പള്ളിക്കൂടത്തിലേക്ക് പോകുവാൻ. ഓല മേഞ്ഞയൊരു കുടിലായിരുന്നു അത്. ആ കുടിലിനകത്തെ നീണ്ട വരാന്തയിൽ മണ്ണ് തറയിൽ നിരത്തി അതിലെഴുതിച്ചായിരുന്നു ആശാത്തി എല്ലാവരെയും അക്ഷരം പഠിപ്പിച്ചിരുന്നത്. ഒരു ഭാഗത്തുനിന്നും ആശാത്തി പഠിപ്പിച്ചു കൊണ്ടു വരുമ്പോൾ മറുഭാഗത്ത് വെറുതെയിരിക്കുന്ന പിള്ളേരിൽ ചിലർ ചോറു

പോലെ മണ്ണ് വാരിത്തിന്നാൻ തുടങ്ങും. ഇതുകണ്ട് അടുത്തിരിക്കുന്ന പിള്ളേരും അതുപോലെ ചെയ്യും ഇതു കാണുമ്പോൾ പാഞ്ഞടുക്കുന്ന ആശാത്തിയാകട്ടെ ആ പിള്ളേരെ തലങ്ങും വിലങ്ങും തുടയിൽ അടിക്കാനും നുള്ളാനും തുടങ്ങും. അടിയുടെ വേദനയിൽ ചിലർ മലമൂത്ര വിസർജ്ജനം പോലും ചെയ്തുപോകാറുണ്ട്. എത്ര അടികൊണ്ടാലും പിന്നെയും പിള്ളേർ അതുതന്നെയാണ് ചെയ്യുക. ശ്രദ്ധ തെറ്റിയാൽ പിള്ളേർ മണ്ണ് തിന്നാറുള്ളതുകൊണ്ട് മണ്ണ് തിന്നികളെയെല്ലാം ഒന്നിച്ചിരുത്തിയശേഷം ആശാത്തി എപ്പോഴും അവരെ ശ്രദ്ധിച്ചുകൊണ്ടിരിക്കുമായിരുന്നു.

വെയിലിന്റെ നിഴൽ ഒരു നിശ്ചിതസ്ഥാനത്ത് എത്തുമ്പോഴായിരിക്കും പിള്ളേരെ വീട്ടിൽ പറഞ്ഞയയ്ക്കാനുള്ള സമയമായെന്ന് നിശ്ചയിക്കാറ്. ഓരോരുത്തർക്കും വീട്ടിൽ കൊണ്ടുപോയി പഠിക്കാൻ ഉണങ്ങിയ പനയോലയിൽ അക്ഷരം അച്ചുകുത്തിയ ഒരു കെട്ടും തന്നയച്ചിരുന്നു. പനയോലക്കെട്ടിന്റെ കനം കൈയിൽ ഏറുംതോറും പഠിപ്പിന്റെ ആക്കവും കൂടി എന്നർത്ഥം. ദിവസങ്ങൾ കുറച്ചു കഴിയുമ്പോൾ ചില പിള്ളേരുടെ കൈയിൽ ഈർക്കിൽ മാത്രമേ അവശേഷിക്കാറുള്ളൂ.

സ്വന്തക്കാരോ ബന്ധുക്കളോ ആരോരുമില്ലാത്തയൊരു സ്ത്രീയായിരുന്നു അവർ. പഠിപ്പിക്കുന്നതിന്റ കണക്ക് പറഞ്ഞ് ആരോടും കാശാവശ്യപ്പെടില്ല. രണ്ടോ മൂന്നോ മാസത്തിലൊരിക്കൽ അറിയപ്പെടുന്നൊരു പുണ്യസ്ഥലത്തേക്ക് പോകാൻ തയ്യാറെടുക്കും. പോകുന്നതിന് മുന്നോടിയായുള്ള യാത്രാച്ചെലവിനും നേർച്ചയ്ക്കും കാശ് സ്വരൂപിക്കാൻ ഭിക്ഷക്കാരിയെപ്പോലെ നാട്ടിന് പുറത്തുള്ള വീടുകളിലും അവർ പഠിപ്പിക്കുന്ന പിള്ളേരുടെ വീടുകളിലും കാവടിയുമായി ചെല്ലും. അവിടെനിന്നൊക്കെ കിട്ടുന്നതേ അവർ കൂലിയായി സ്വീകരിച്ചിരുന്നുള്ളൂ.

കുറച്ചു ദിവസം കഴിഞ്ഞ് ആശാത്തിപള്ളിക്കൂടത്തിലെ എന്റെ പഠിത്തം കഴിഞ്ഞപ്പോൾ വീട്ടിൽനിന്നും ഒന്നരമൈൽ ദൂരമുള്ളയൊരു വലിയ ഗവൺമെന്റ് പള്ളിക്കൂടത്തിൽ അപ്പച്ചൻ എന്നെ കൊണ്ടുപോയി ചേർത്തു. ആദ്യമൊക്കെ പള്ളിക്കൂടത്തിൽ പോകാനെനിക്ക് ഭയവും പരിഭവവുമായിരുന്നു. പതുക്കെ ഇഷ്ടംപോലെ പിള്ളേരെ പരിചയപ്പെട്ടപ്പോൾ ഉന്മേഷവും രസവും തോന്നി.

ദിവസങ്ങൾ കടന്നുപോയി. അതിനിടയിൽ അപ്പച്ചൻ ജോലിയിൽ നിന്ന് പിരിയുകയും പകരം ആ ജോലി ബ്രദറിന് കിട്ടുകയും ചെയ്തു. പക്ഷേ ദൂരെയൊരു നഗരത്തിലേക്കായിരുന്നു ജോലിയിൽ നിയോഗിക്കപ്പെട്ടത്. അതുമാത്രമല്ല തോമസ്മുതലാളിയുടെ ആ വലിയ തോട്ടത്തിൽ റബ്ബർ മരം വെട്ടുന്ന ജോലി പിപ്പി അമ്മാച്ചന് ലഭിച്ചതുകൊണ്ട് ദൂരെയുണ്ടായിരുന്ന പിപ്പിയുടെ പുറമ്പോക്കു സ്ഥലം വിറ്റ് തോമസ് മുതലാളിയുടെ റബ്ബർ എസ്റ്റേറ്റിന് സമീപമായി അല്പം പറമ്പും അതിലുള്ളൊരു വീടുംകൂടി അപ്പച്ചന്റെ സഹായത്തോടെ വാങ്ങി ജോലിയും താമസവും ആരംഭിക്കുകയും ചെയ്തു.

അപ്പച്ചൻ ജോലിയിൽനിന്നും പിരിഞ്ഞതിനുശേഷം പറമ്പിലും വയൽപ്പാടത്തും കൂടുതൽ സമയം ഒറ്റയ്ക്കും ജോലിക്കാർക്കൊപ്പവും കൃഷിയിൽ ഏർപ്പെട്ടു. അപ്പോഴൊക്കെ ഞാനും എന്തെങ്കിലുമൊക്കെ ചെയ്തുകൊണ്ട് അപ്പച്ചനൊപ്പം കൂടും. അത് പാടത്തായിരുന്നാൽ കളിയും ജോലിയുമെല്ലാം ചളിയിലും വെള്ളത്തിലുമായിരിക്കും. അതെനിക്കൊരു രസമായിരുന്നു. പറമ്പിൽനിന്നുള്ള തേങ്ങ, മാങ്ങ എന്നിവയൊക്കെ അപ്പച്ചൻ തന്നെയായിരുന്നു കാളവണ്ടിയിൽ കൊണ്ടുപോയി ചന്തയിൽ വിറ്റിരുന്നത്. അതിനിഷ്ടംപോലെ സമയവും അദ്ദേഹത്തിനുണ്ടായിരുന്നു.

ഒരു ദിവസം അപ്പച്ചൻ ചന്തയിൽ പോകാൻ തുടങ്ങിയപ്പോൾ അമ്മച്ചി അപ്പച്ചനോട്, ‘‘നിങ്ങൾ തിരിച്ചു വരുമ്പോൾ എനിക്ക് മറക്കാതെ മുറുക്കാൻ വാങ്ങിച്ചു കൊണ്ടുവരണം. കഴിഞ്ഞപ്രാവശ്യം മറന്നതുപോലെ ആകരുത്. ഞാൻ രണ്ട് ദിവസമായി മുറുക്കീട്ട്.’’

ഇപ്പറഞ്ഞത് അപ്പച്ചൻ കേട്ടോ ഇല്ലയോ എന്നറിയില്ല. അദ്ദേഹം കൊണ്ടു പോയ സാധനങ്ങളെല്ലാം ചന്തയിൽ വിറ്റശേഷം കൂട്ടുകാർക്കൊപ്പം കവലയിലിരുന്ന് ചീട്ടും കളിച്ചു കഴിഞ്ഞ് സായംകാലത്തോടെ വീട്ടിൽ വന്നപ്പോൾ ഇപ്പം മുറുക്കാൻ കൊണ്ടുവരുമെന്ന് പ്രതീക്ഷിച്ചിരുന്ന അമ്മച്ചി വീട്ടിൽ ചാരുകസേരയിൽ വന്നിരുന്ന അപ്പച്ചന്റെയരുകിലേക്ക് കാപ്പിയുമായി സമീപിച്ചുകൊണ്ട് ചോദിച്ചു.

‘‘എവിടെ എന്റെ മുറുക്കാൻ?’’

ഇതുകേട്ടപാടെ അദ്ദേഹം ഇരുന്നിരുന്ന കസേരയിൽനിന്നും ചാടിയെഴുന്നേറ്റ് അമ്മച്ചിയുടെ കൈയിലിരുന്ന കാപ്പി തട്ടിത്തെറിപ്പിച്ചുകൊണ്ട് എന്താ നിന്റെ തന്ത എന്റെ കൈയ്യിൽ കാശ് കൊണ്ടുതന്നിട്ടുണ്ടോ, പോയിട്ട് വരുമ്പോഴൊക്കെ നിനക്ക് കോപ്പ് വാങ്ങിച്ച് കൊണ്ടുത്തരാൻ, മേലാലിനി മുറുക്കാനെപ്പറ്റി എന്നോട് മിണ്ടിപ്പോകരുത്. വേണമെങ്കിൽ പോയി വാങ്ങിച്ച് കൊള്ളണം എന്നുപറഞ്ഞുകൊണ്ട് ദേഷ്യത്തിൽ വഴക്കു പറയാൻ തുടങ്ങി. തട്ടിത്തെറുപ്പിച്ച ചൂടുകാപ്പി തുണികളിലൂടെ ഒലിച്ചിറങ്ങിക്കൊണ്ടിരുന്നപ്പോൾ അന്തിച്ചുനിന്ന അമ്മച്ചി പൊട്ടിത്തെറിച്ചു കൊണ്ടു പറഞ്ഞു.

മുറുക്കാനല്ലാതെ വേറെയൊന്നും ഞാനിയാളോട് വാങ്ങിത്തരാൻ ഇതുവരെ പറഞ്ഞിട്ടില്ല. അതുപോലും ബുദ്ധിമുട്ടാണെങ്കിൽ ഇനിയെനിക്ക് വേണ്ട. ഇനി ഞാനൊരിക്കലും മുറുക്കത്തും ഇല്ല. ഇതു സത്യം എന്ന് പറഞ്ഞുകൊണ്ട് താൻ കിടക്കുന്ന മുറിയിൽ പോയിരുന്ന് പണ്ടു മുതൽ അപ്പച്ചൻ ചെയ്ത ഓരോ തെറ്റുകളും കുറ്റങ്ങളും എണ്ണിയെണ്ണിപ്പറഞ്ഞ് നെഞ്ചത്തടിച്ചു കരഞ്ഞു. ആ കരച്ചിൽ കുറേനേരം തുടർന്നു. അപ്പോഴൊക്കെ എനിക്ക് സങ്കടം വന്ന് അടുത്തുപോയിരുന്ന് നെഞ്ചത്തടിക്കാതിരിക്കാൻ അമ്മച്ചിയുടെ കൈയിൽ പിടിക്കാൻ ശ്രമിച്ചിരുന്നു.

ആ സംഭവത്തോടുകൂടി അവരുടെയിടയിൽ അകൽച്ച സംഭവിച്ചു. ആ രാത്രി കഴിക്കാൻ ആഹാരമൊന്നും അമ്മച്ചി ഉണ്ടാക്കിയില്ല. ആരും ആരോടും ഒന്നും സംസാരിക്കാതിരുന്നയൊരു ദിവസമായിരുന്നു അന്ന്.

പിറ്റേ ദിവസം രാവിലെതന്നെ വീട്ടിൽ മൂകത നിഴലിച്ചിരുന്നു. അപ്പോഴായിരുന്നു പതിവുപോലെ സിസ്റ്റർ ഗ്രേസി വീട്ടിലേക്ക് വന്നത്. വന്ന വരവിൽതന്നെ അമ്മച്ചിയെ കണ്ടപ്പോൾ എന്തോ പന്തികേടുണ്ടെന്ന് അവർക്ക് തോന്നി. വരുമ്പോഴൊക്കെ സാധാരണ ഇരിക്കാറുള്ളതുപോലെ വരാന്തയിലിരുന്നുകൊണ്ട് അവർ അമ്മേച്ചിയോട് ചോദിച്ചു.

''എന്തുപറ്റി ചേട്ടത്തീ? മുഖത്തു വിഷമമുണ്ടല്ലോ?''

ഇങ്ങനെ ചോദിച്ച പാടേ അമ്മച്ചി തലേന്ന് നടന്ന സംഭവം സങ്കടത്തോടെ അവരോട് വിവരിച്ചു. ഇതു കേട്ടശേഷം അവർ അമ്മച്ചിയോട് പറഞ്ഞു, ''ഒന്നുകൊണ്ടും വിഷമിക്കേണ്ട ചേട്ടത്തീ, സംഭവിച്ചതെല്ലാം നല്ലതിനാണെന്ന് വിചാരിച്ചാൽ മതി. യേശു നമ്മോടൊപ്പമുണ്ട്. ആര് വെറുത്താലും അവൻ നമ്മെ വെറുക്കില്ല. ചേട്ടത്തിയൊരു കാര്യചെയ്യ്, വേഗം ഒരുങ്ങി എന്നോടൊപ്പം വാ. നമുക്കൊരു ദൈവിക കൂട്ടായ്മയിൽ പങ്കെടുക്കാൻ പോകാം.''

ഇതു കേട്ടപ്പോൾ അമ്മച്ചിക്ക് ഒരുങ്ങേണ്ട താമസം പിന്നീടെന്നെ പള്ളിക്കൂടത്തിൽ പറഞ്ഞയച്ച ശേഷം അമ്മച്ചി അവരോടൊപ്പം നടന്നകന്നു. സൂര്യൻ അസ്തമിച്ചപ്പോഴാണ് അന്ന് അമ്മച്ചി തിരികെയെത്തിയത്. ആ യാത്ര ഒരാത്മീയ യാത്രയിലേക്കുള്ള അമ്മച്ചിയുടെ ചുവടുവയ്പ്പായിരുന്നു. അതിന്റെ ശിഷ്ടമെന്നോണം വൈകുന്നേരമായാൽ വീട്ടിൽ ഒറ്റയ്ക്കിരുന്ന് അമ്മച്ചി പാടാനും പ്രാർത്ഥിക്കാനും തുടങ്ങി. അപ്പോഴൊക്കെ എന്നെയും കൂടെ കൂട്ടുമായിരുന്നു. പിന്നീട് അമ്മച്ചിയുടെ സേവനം പണ്ടത്തേപ്പോലെ അപ്പച്ചന് കിട്ടാതെ വന്നു. എന്നാലും കുറ്റമൊന്നും പറയില്ല. പറഞ്ഞാലും കാര്യമില്ലായിരുന്നു.

കാര്യമായി ആരും എന്നെ ഗൗനിക്കാത്തതുകൊണ്ട് ദിവസങ്ങൾ കഴിയുംതോറും ഉടുതുണിയുൾപ്പടെയുള്ളതിന്റെ കുറവ് എന്നെ വളരെയധികം ബാധിച്ചുകൊണ്ടിരുന്നു. അനിയൻ ബ്രദർ ഒന്ന് രണ്ട് പ്രാവശ്യം പുതിയ ഉടുപ്പും നിക്കറും വാങ്ങിത്തന്നത് ഓർമ്മയുണ്ട്. കൊച്ചുമക്കളാരെങ്കിലും വീട്ടിൽ വരുമ്പോൾ അമ്മച്ചി അവരോട് പറയും അടുത്ത പ്രാവശ്യം വരുമ്പോൾ പഴയ ഉടുപ്പോ നിക്കറോ ഉണ്ടെങ്കിൽ കൊണ്ടുവരണേ, കൊച്ചന് ഇടാനൊന്നുമില്ല എന്ന്. അങ്ങനെ കിട്ടാറുള്ള പരുവമല്ലാത്ത തുണികൾപോലും കഴുകി കഴുകി പിഞ്ചികീറാറായിപ്പോയിരുന്നു. മുടിപോലും നീണ്ടുവളർന്ന് പെണ്ണാണോ ആണാണോയെന്ന് മനസ്സിലാക്കാൻ കഴിയാത്ത വിധമായി. മുടിവെട്ടാൻ പോകുമ്പോൾ അപ്പച്ചൻ വെട്ടുന്നവരോട് പറയാറുണ്ട് അവന്റെ മുടിയങ്ങ് തീരെ പറ്റെ വെട്ടിക്കളഞ്ഞേര് എന്ന്. ഇങ്ങനെ പറയാൻ കാരണം ആവുന്നത്ര ദിവസം നീക്കികിട്ടട്ടെ അടുത്ത മുടിവെട്ടിന് എന്നായിരിക്കാം.

ചെരുപ്പ് ഇട്ടിട്ടുപോലുമില്ല. നല്ല ചെരുപ്പും തുണികളൊക്കെയണിഞ്ഞ് പള്ളിയിലും പള്ളിക്കൂടത്തിലും വരാറുള്ള പിള്ളേരെ കാണുമ്പോൾ അസൂയ തോന്നാറുണ്ട്. അപ്പോഴെല്ലാം അപ്പനും അമ്മയും വരട്ടെ, എല്ലാം പറഞ്ഞു വാങ്ങിക്കാം എന്ന് വിചാരിക്കും.

വർഷങ്ങൾ കടന്നുപോയി. അവർ ഇന്നു വരും നാളെ വരും എന്ന് പറയുന്നതല്ലാതെ മറിച്ചൊന്നും സംഭവിച്ചില്ല. വീണ്ടും മാസങ്ങൾ കടന്നു പോയി. പതിവില്ലാതെയായിരുന്നു അന്ന് പോസ്റ്റ്മാൻ ആ വീട്ടിൽ വന്നത്. ഉൾനാടായതുകൊണ്ട് എഴുത്തോ മണിഓർഡറോ മറ്റെന്തെങ്കിലും വന്നയുടനെത്തന്നെ പോസ്റ്റുമാൻ കൊണ്ടുകൊടുക്കാറില്ലായിരുന്നു. കാരണം പോകാനിരിക്കുന്ന സ്ഥലത്ത് മറ്റെന്തെങ്കിലും പിറകെ വന്നാൽ പിന്നെയും മലകയറിപ്പോകേണ്ടിവരുമല്ലോ എന്നോർത്ത്. അത്യാവശ്യമുള്ളവരെല്ലാം പോസ്റ്റോഫീസിൽ അന്വേഷിച്ചുപോയി വാങ്ങിക്കുകയാണ് ചെയ്യാറ്. പ്ലാവിലവീട്ടിലേക്ക് എഴുത്തോ മറ്റെന്തെങ്കിലും ആരും പതിവായി അയയ്ക്കാറില്ലാത്തതുകൊണ്ട് ആരും പോസ്റ്റാഫീസിൽ പോകാറുമില്ലായിരുന്നു.

സൈക്കിളും ഊന്നിപ്പിടിച്ച് ക്ഷീണിച്ചുവന്ന പോസ്റ്റ്മാൻ അടുക്കള വരാന്തയിൽ ഇരിപ്പുറപ്പിച്ചപ്പോൾ അകത്തു ചാരുകസേരയിൽ വിശ്രമിച്ചിരുന്ന അപ്പച്ചൻ അദ്ദേഹത്തിന്റെ വരവുകണ്ട് നീട്ടിച്ചോദിച്ചു.

''എന്താ പോസ്റ്റ്മാനേ, പതിവില്ലാതെ ഇങ്ങോട്ട്? വിശേഷം വല്ലതും ഉണ്ടോ?''

ഉണ്ടല്ലോ ചേട്ടാ, ഒന്നല്ല രണ്ടെണ്ണമുണ്ട് എന്ന് മറുപടി പറഞ്ഞുകൊണ്ട് കൂട്ടിക്കെട്ടിവച്ചിരുന്ന കത്തുകളുടെ ഇടയിൽനിന്നും തിരഞ്ഞ് രണ്ടെണ്ണമെടുത്ത് എന്റെ നേർക്ക് നീട്ടിക്കൊണ്ട് മോനേ ഇതുകൊണ്ടുപോയി അപ്പച്ചന്റെ കൈയിൽ കൊടുത്താട്ടെ എന്നു പറഞ്ഞു.

പതിവില്ലാതെയുള്ള കത്ത് ആരയച്ചതാണ്? എവിടെനിന്നാണ് വന്നത്? അതിലെന്താണ് വിശേഷം എന്നറിയാൻ ഞാൻ ഉത്സാഹത്തോടെ അപ്പച്ചന്റെ കൈയിൽ കൊണ്ടുകൊടുത്തിട്ട് അരികിൽനിന്നു. ഉടനെത്തന്നെ ആ കത്തിലൊന്നു പൊട്ടിച്ച് അദ്ദേഹം മൗനമായി വായിക്കാൻ തുടങ്ങി. അതിനു ശേഷം രണ്ടാമത്തേതും വായിച്ചു. അതിനിടയിൽ അല്പം വിശേഷങ്ങളൊക്കെ പറഞ്ഞ് അമ്മച്ചി ഇട്ടുകൊടുത്ത കാപ്പിയും കുടിച്ചശേഷം പോസ്റ്റ്മാൻ അവിടെനിന്ന് യാത്ര പറഞ്ഞിറങ്ങി. അദ്ദേഹം പോയശേഷം അടുക്കളജോലിയിൽ മുഴുകിയിരുന്ന അമ്മച്ചിയെ കത്തിലെ ഉള്ളടക്കം അറിയിപ്പിക്കാൻ വേണ്ടി അപ്പച്ചൻ അന്തരീക്ഷത്തിൽ ഇങ്ങനെ വായിച്ചു കേൾപ്പിച്ചു.

ഒരെഴുത്ത് ടെറിയുടേതാ. ഇളയമകൻ തൊട്ടീച്ചാടി ടോമി ടെറിയുടെ അടുത്തെത്തിയിട്ടുണ്ടെന്ന്. അവനെങ്ങാണ്ടൊരു ജോലിയും ടെറി ഒപ്പിച്ചുകൊടുത്തിട്ടുണ്ടെന്നാ ഒരു കത്തിലെ വിശേഷം. രണ്ടാമത്തെ കത്ത് മരുമോന്റേതാ. പത്താം തിയതി അവർ രണ്ടുപേരും ഇങ്ങോട്ട് വരാനിരിക്കുവാ.

അവൾക്കിപ്പോൾ ഇച്ചിരി അസുഖം കൂടുതലാ. അതുകൊണ്ടാ വരുന്നത്. അവളെ ഇവിടെ കൊണ്ടാക്കിയിട്ട് അവനുടനെത്തന്നെ പോകുമെന്നാ വിശേഷം. ഇത് കേട്ടുകാണുമെന്ന് തോന്നുന്നു. ഇങ്ങനെ പറഞ്ഞു നിർത്തിയതിനുശേഷം ഇനിയെവിടൊക്കെ അവളെ കൊണ്ടുപോയാലാ സുഖമാകുക എന്ന് പറയുന്നത് കേട്ടു.

വന്ന കത്തിൽനിന്നും ടെറി എന്നയാളെപ്പറ്റിയൊഴിച്ചു മറ്റുള്ളതാരൊക്കെയാണെന്നെനിക്ക് മനസ്സിലാക്കാൻ കഴിഞ്ഞു. ഈ ടെറി ആരാണെന്നറിയാൻ വേണ്ടി അപ്പച്ചനോട് ചോദിച്ചപ്പോൾ എന്റെ ഏഴാമത്തെ മോനാ അവൻ. എന്നുവെച്ചാൽ നിന്റെയൊരമ്മാച്ചൻ. അവൻ അങ്ങ് ദൂരെയൊരു വലിയ നഗരത്തിലാ ജോലിചെയ്യുന്നത്. നിനക്കവനെ അറിയില്ല. വരുമ്പോൾ കാണാം എന്നു പറഞ്ഞു. അതിനുശേഷം അദ്ദേഹം എന്നോട് ചോദിച്ചു.

നിനക്ക് നിന്റെ അപ്പനെയും അമ്മയെയും കാണേണ്ടേ? നിന്റെ കുഞ്ഞിലേ നിന്നെ അവർ ഇവിടെയാക്കിയിട്ടു പോയതാ. ഞാൻ പറഞ്ഞു കാണണം. ദേണ്ടെ അവർ വരാൻ പോകുകയാ. മറ്റന്നാൾ അവരിവിടെത്തും എന്ന് കലണ്ടറിൽ നോക്കിക്കൊണ്ട് അപ്പച്ചൻ എന്നോട് പറഞ്ഞു. എന്നിട്ട് അദ്ദേഹം നിന്റെയപ്പൻ രണ്ട് മൂന്നു ദിവസമേ ഇവിടെ കാണാത്തൊള്ളൂ. നിനക്കാവശ്യമായതെല്ലാം ചോദിച്ചുവാങ്ങിച്ചോളണം. അപ്പച്ചനൊന്നും വാങ്ങിത്തരാൻ നിവർത്തിയില്ല കേട്ടോ എന്നു പറഞ്ഞു.

എന്റെ അപ്പനും അമ്മയും വരാൻ പോകുന്നല്ലോ എന്നു കേട്ടപ്പോൾ മാഞ്ഞുപോയിരുന്ന അവരുടെ ഓർമ്മകൾ വീണ്ടും എന്റെ മനസ്സിൽ പൊട്ടിമുളച്ചു. ആദ്യമായി കാണാൻ പോകുന്നവരെപ്പറ്റിയുള്ള രൂപഭാവങ്ങൾ എന്റെ മനസ്സിൽ ഓടിയെത്തി. പിന്നീടങ്ങോട്ടുള്ള എന്റെ ചിന്തകളെല്ലാം പള്ളിയിലും പള്ളിക്കൂടത്തിലും ഇട്ടുകൊണ്ട് പോകാൻ പുതിയ ഉടുപ്പും നിക്കറും ചെരുപ്പുമെല്ലാം അപ്പൻ കൊണ്ടുവരും. അല്ലെങ്കിൽ പറഞ്ഞുമാത്രം കേട്ടിട്ടുള്ള നഗരത്തിൽ പോയി അതൊക്കെ വാങ്ങിപ്പിക്കണം. പിന്നെ ഇതുവരെ പോകാത്ത സ്വന്തക്കാരുടെ വീടുകളിലൊക്കെയൊന്ന് അപ്പന്റെകൂടെ പോകണം എന്നായിരുന്നു.

മനസ്സിൽ സൂക്ഷിച്ചുവെച്ചിരിക്കുന്ന ആഗ്രഹങ്ങളൊക്കെ നിവർത്തിയാകാൻ ഒന്നുരണ്ട് ദിവസമല്ലേയുള്ളൂ എന്നു നിനച്ച് ഞാൻ തുള്ളിച്ചാടിനടന്നു. അപ്പച്ചൻ പറഞ്ഞ ആ ദിവസമെത്തി. വരാന്തയിൽ യാത്രാവിശകലനത്തിന്റെ കോലാഹലം കേട്ടാണ് ഞാൻ അതിരാവിലെ ഉറക്കമുണർന്നത്. അപ്പനും അമ്മയും വരുന്നുണ്ട് എന്ന ചിന്ത മനസ്സിലുണ്ടായിരുന്നതുകൊണ്ട് ഉറക്കച്ചടവെല്ലാം നിമിഷങ്ങൾക്കകം എന്നെ വിട്ട് പോയി. വന്നിരിക്കുന്ന അപ്പനെയും അമ്മയെയും കാണാനുള്ള തന്ത്രപ്പാടിൽ ഞാൻ മുറിയുടെ പുറത്തേക്ക് തിടുക്കത്തിൽ നടന്നു. വരാന്തയിൽ അപ്പോൾ അപ്പനെന്നും അമ്മയെന്നും പറയുന്നവർ ഇരിപ്പുണ്ടായിരുന്നു.

ഇനിമുതൽ ഞാൻ അപ്പനെ കുപ്പനെന്നും അമ്മയെ കുപ്പിയെന്നും പേര് വച്ച് കാര്യങ്ങൾ പറയാം.

എന്നെ കണ്ടപാടെ കുപ്പനും കുപ്പിയും നീയങ്ങ് വലുതായിപ്പോയല്ലോ എന്ന് പറഞ്ഞുകൊണ്ട് വാത്സല്യം കൊണ്ട് പൊതിഞ്ഞു. കൊണ്ടുവന്ന ചോക്കലേറ്റും ബിസ്ക്കറ്റുമെല്ലാം കൈ നിറയെ എന്റെ കൈയിൽ തിന്നാൻ തന്നശേഷം യാത്രയുടെ ക്ഷീണത്തിലവർ കിടന്നുറങ്ങി. അപ്പോഴല്ലാം എന്റെ കണ്ണ്, തുറക്കാതിരുന്ന ആ വലിയ പെട്ടിയിലായിരുന്നു. ഉറക്കക്ഷീണമെല്ലാം കഴിഞ്ഞ് ഉറങ്ങിയെണീറ്റ അവർ കൊണ്ടുവന്ന ആ വലിയ പെട്ടി തുറന്ന് പലർക്കായി കൊടുക്കാൻ കൊണ്ടുവന്ന സാധനങ്ങൾ പുറത്തെടുത്തു മാറ്റിവച്ചു. അതിൽ അപ്പച്ചന് മുതൽ പിപ്പി അമ്മാച്ചന് വരെയുള്ള സാധനങ്ങളുണ്ടായിരുന്നു.

അവസാനം തുണിയെന്ന് തോന്നിക്കുന്ന ഒരു പൊതിയെടുത്ത് ഇത് നിനക്കാ എന്നുപറഞ്ഞുകൊണ്ട് അത് പൊട്ടിച്ച് അതിലുണ്ടായിരുന്ന തുണിയെടുത്ത് എന്റെ നേർക്ക് നീട്ടി. ഞാൻ സന്തോഷത്തോടെ നിക്കറെന്ന് പറയുന്നത് ഇടാൻ നോക്കിയപ്പോൾ മുട്ടിനുമുകളിൽ കയറുന്നില്ല. അപ്പച്ചന്റെ സഹായത്തോടെ ഒരുവിധം അത് വലിച്ചുകയറ്റിയിട്ടു. പിന്നെ ബ്രൂസ്ലിയുടെ പടമുള്ള ബനിയന്റെ ഊഴമായിരുന്നു. അതും ഒരുവിധത്തിൽ തലയ്ക്കു മുകളിൽകൂടി കുത്തിയിറക്കി താഴോട്ട് വലിച്ചു നോക്കിയിട്ടും ഒരുവിധത്തിലും വയറുപോലും മറഞ്ഞില്ല.

മൊത്തത്തിൽ ശരീരത്തെവിടെയും എത്താത്ത തുണികളായിരുന്നു അത്. ഒരുവിധത്തിൽ അതിട്ടുനിന്ന എന്നെ നോക്കി കുപ്പൻ പറഞ്ഞു.

''മോനിത്രയും വലുതായെന്നറിയത്തില്ലായിരുന്നു. സാരമില്ല ഇനി വരുമ്പം വലുത് വാങ്ങിച്ചുകൊണ്ടുവരാം.''

അവസാനം ഇട്ടാൽ ശബ്ദമുണ്ടാക്കുന്ന പ്ലാസ്റ്റിക് ചെരുപ്പിന്റെ ഊഴമായിരുന്നു. അതും കാലിന്റെ പകുതിയോളമേ കയറിയിരുന്നുള്ളൂ. ഇത്രയും ദിവസം കാത്തിരുന്നിട്ടും എങ്ങോട്ടും ഇട്ടോണ്ട് പോകാൻ കൊള്ളാത്തതാണല്ലോ എനിക്കു കൊണ്ടുവന്നത് എന്ന് നിനച്ചപ്പോൾ സങ്കടം തോന്നി. കുപ്പനിതൊന്നും കാര്യമായെടുക്കാതെ പിന്നീട് എന്റെ കൈയിൽ പിടിച്ചുകൊണ്ട് വയലുകളും റബ്ബർ തോട്ടങ്ങളും നടന്നുതാണ്ടി ആ ചെറിയ നഗരത്തിലേക്ക് പുറപ്പെട്ടു. ആദ്യത്തെ ഊഴം എന്റെ വളർന്നു തൂങ്ങിക്കിടക്കുന്ന മുടി വെട്ടിക്കലായിരുന്നു. വെട്ടാൻ തുടങ്ങുന്നതിനിടയിൽ അദ്ദേഹം വെട്ടുകാരനോട് വെട്ടി ഒതുക്കേണ്ട അങ്ങ് മൊട്ടയടിച്ചു കളഞ്ഞേരെ എന്നു പറഞ്ഞു. അതിനുശേഷം അദ്ദേഹത്തിന് ചെയ്തു തീർക്കേണ്ടതായ ജോലി ചെയ്തു തീർക്കുവാൻ പാഞ്ഞു പൊയ്ക്കൊണ്ടിരുന്ന വാഹനങ്ങളുടെ കുറുകെയും മറുകെയും എന്റെ കൈയിൽ പിടിച്ചു വലിച്ചുകൊണ്ട് ഓടി നടന്നു. കുപ്പൻ നഗരത്തിൽ ചെയ്തു തീർക്കേണ്ടതായ ജോലികളൊക്കെ ചെയ്തുകഴിഞ്ഞപ്പോൾ പോയത് പോലെത്തന്നെ വീണ്ടും തിരിച്ചെന്നെ വീട്ടിലേക്കു കൊണ്ടുവന്നു. പിന്നീടദ്ദേഹം പിറ്റേ ദിവസം പോകാനുള്ള തിരക്കിലുമായി. അങ്ങനെ എന്റെ ആഗ്രഹങ്ങളൊന്നും നിറവേറ്റാതെ അദ്ദേഹം യാത്രയായി.

കിട്ടിയ തുണി ഒരുവിധത്തിൽ ശരീരത്തു കുത്തിക്കയറ്റിയിട്ടുകൊണ്ട് പള്ളിക്കൂടത്തിലേക്കും പള്ളിയിലുമൊക്കെ പോയപ്പോൾ എന്റെ വേഷ ഭൂഷാദികൾ കണ്ട കുട്ടികൾ പിന്നീടെന്നെ ബ്രൂസ്ലിയെന്ന് വിളിച്ചു കളിയാക്കി.

കാഴ്ചയിൽ സുന്ദരിയായ ഒരു സ്ത്രീയായിരുന്നു എന്റെ അമ്മ. നാട്ടുകാർക്കും വീട്ടുകാർക്കുമെല്ലാമൊരു സംസാരപാത്രമായിരുന്നു അവർ. എന്നെ കാണാൻ തുടങ്ങിയ സമയം മുതൽ സ്വന്തം മകനാണെന്നുള്ള മനോഭാവമോ സ്നേഹപ്രകടനമോ എന്നോട് കാണിച്ചിരുന്നില്ല. മറിച്ച് ഏതോ ഒരു കുട്ടിയെന്നപോലെയായിരുന്നു നോട്ടവും സംസാരവും പെരുമാറ്റവുമെല്ലാം. ഒരിക്കലും എന്റെ കാര്യം അന്വേഷിച്ചിരുന്നതുമില്ല. സ്വഭാവരീതിയും മറ്റുള്ളവരിൽനിന്നും തീർത്തും വ്യത്യസ്തമായിരുന്നു. എന്നുവെച്ചാൽ എപ്പോഴും പല്ലിറുമ്മി പുലമ്പിക്കൊണ്ടേയിരിക്കുക, ക്രിസ്തീയ പാട്ടുകൾ പാടാൻ തുടങ്ങിയാൽ അത് നിർത്താതെ പാടിക്കൊണ്ടേയിരിക്കുക, മണിക്കൂറുകളോളം കണ്ണാടിക്കു മുന്നിൽ സൗന്ദര്യവൽക്കരണം നടത്തുക, കിടക്കുന്നിടത്തുതന്നെ ചുറ്റും കാർക്കിച്ചു തുപ്പുക, എല്ലാവരെയും തുറിച്ചുനോക്കിക്കൊണ്ടിരിക്കുക, പിന്നെ ഇരിക്കുന്നയിരിപ്പിൽ പെട്ടെന്ന് എണീറ്റ് ഉടുത്തൊരുങ്ങി എവിടേക്കുമെങ്കിലും യാത്രയാകുക എന്നിങ്ങനെയൊക്കെയായിരുന്നു.

പല ദിവസങ്ങളിലും പള്ളിക്കൂടത്തിൽ പോകുന്ന വഴിക്ക് ചിലർ എന്നെ നോക്കി തമ്മിൽ പറയാറുണ്ട് തലയ്ക്കു വെളിവില്ലാത്ത കൊച്ചിന്റെ മോനാ ആ പോകുന്നത് എന്ന്. പിന്നെ അറിയാത്തവർ പോലും എന്നോട് ചോദിക്കുമായിരുന്നു 'നിന്റെ അമ്മയ്ക്കിപ്പോൾ എങ്ങനെയിരിക്കുന്നു? സുഖമായോ എന്നൊക്കെ.' അപ്പോഴൊക്കെ ആൾക്കാർ എന്തിനാണിങ്ങനെ എന്നോട് ചോദിക്കുന്നതെന്ന് ഞാൻ ആലോചിക്കുമായിരുന്നു. അമ്മച്ചിയോട് ചോദിച്ചാൽ അമ്മച്ചി പറയും ''അവരൊക്കെ വെറുതെ ചോദിക്കുന്നതാ. നിന്റെ അമ്മയ്ക്ക് യാതൊരു കുഴപ്പവുമില്ല. നീ കൂടെ നിന്ന് നിന്റെ അമ്മയെ നോക്കിക്കണ്ടു നിന്നാൽ മതി'' എന്ന്. പക്ഷേ, പള്ളിയിലും യോഗത്തിനുമൊക്കെ ദിവസവും പൊയ്ക്കൊണ്ടിരുന്ന അമ്മച്ചി അത് ഞായറാഴ്ചയിലേക്ക് മാത്രമാക്കി ചുരുക്കി ഒരു നിഴൽ പോലെ കുപ്പിയോടൊപ്പം നിന്നു.

എന്നാൽ ബന്ധുക്കളുടെ വീടുകളിലേക്കോ മറ്റെവിടേക്കെങ്കിലുമൊക്കെ കുപ്പി പോകാനൊരുങ്ങുമ്പോൾ എന്നെയുംകൂടി കൂട്ടിന് കൊണ്ടുപോകുവാൻ വീട്ടുകാർ ശഠിച്ചു. നല്ല തുണികളണിയിക്കാതെ എന്നെ കൂടെ കൊണ്ടുപോയാൽ തന്റെ സ്റ്റാറ്റസിന് കുറവ് വരുമെന്നതിനാൽ പുതിയ ഉടുപ്പും നിക്കറുമൊക്കെ കുപ്പി മുഖേന വാങ്ങിച്ചു കിട്ടുവാൻ എനിക്കവസരമൊരുങ്ങി. അങ്ങനെ ചില ബന്ധുക്കളുടെ വീടുകളിൽ കുപ്പിക്കൊപ്പം പോകാനെനിക്ക് അവസരം ലഭിച്ചു. പോകാനൊരുങ്ങുമ്പോൾ അമ്മച്ചി അടക്കത്തിൽ എന്നോട് ഇങ്ങനെ പറയാറുണ്ട്.

നിന്റെ അമ്മയുടെ അരികിൽനിന്നും എങ്ങോട്ടും മാറിപ്പോകാതെ കൂടെ നിന്നോണം എന്ന്. ഇതു കേൾക്കുമ്പോൾ എനിക്കുള്ളിൽ ഭയം തോന്നും. എങ്കിലും സ്വന്തക്കാരുടെ വീട്ടിലേക്ക് പോകാനുള്ള കൊതിയുള്ളതു കൊണ്ട് ഭയം മാറിപ്പോകും. അങ്ങനെ കുപ്പിയോടൊത്തുള്ള ആദ്യത്തെ യാത്ര കുപ്പിയുടെ മൂത്തസഹോദരി ഞാൻ അക്കരയമ്മയെന്നു വിളിക്കുന്നവരുടെയടുത്തേക്കായിരുന്നു. ഏകദേശം ഒരു മണിക്കൂറോളമുണ്ടായിരുന്നു എന്നെ ഹരം കൊള്ളിച്ച ആദ്യത്തെ ബസ് യാത്ര. ബസ്സിറങ്ങിയിട്ടും അക്കരെയെത്തുവാൻ ഒരു മൈലോളം ദൂരം പിന്നെയും വയൽവരമ്പിൽക്കൂടി നടക്കാനുണ്ടായിരുന്നു. അങ്ങനെ നെൽവയൽ വരമ്പിൽകൂടി നടന്ന് മദ്ധ്യത്തിൽ സ്ഥിതി ചെയ്യുന്ന ക്ഷേത്രവും വലിയ തോടും കടന്ന് അക്കരെയെത്താറായപ്പോൾ ഞങ്ങളുടെ വരവ് പ്രതീക്ഷിച്ചുകൊണ്ട് അക്കരയമ്മ വഴിയിൽ നിൽപ്പുണ്ടായിരുന്നു. എന്നെ കണ്ടപാടെ ഓടിയടുത്ത അവർ എന്റെ കൈയിൽ പിടിച്ചുകൊണ്ട് ''ആരാ ഇത്? എന്നെ അറിയാമോടാ നിനക്ക്?''

അക്കരയമ്മയെന്ന് പലരും പറയുന്നത് കേട്ടിട്ടുണ്ടെങ്കിലും കണ്ട ഓർമ്മയില്ലാത്തതുകൊണ്ട് ഞാൻ അവരുടെ മുഖത്തേക്ക് തന്നെ നോക്കി നിന്നു. അപ്പോഴവർ ഞാൻ നിന്റെയൊരു വല്യമ്മയാ. നിനക്കെന്നെ കണ്ട ഓർമ്മ കാണില്ല എന്നു പറഞ്ഞുകൊണ്ട് ചരിഞ്ഞു കിടന്ന മലമ്പ്രദേശത്തിന്റെയരുകിൽ കൂടി ഞങ്ങളെയും കൂട്ടി വീട് ലക്ഷ്യമാക്കി നടന്നു.

കണ്ടാൽ വീടെന്ന് പറയുന്ന തരത്തിലല്ലായിരുന്നു അവരുടെ ആ വീട്. കളിമണ്ണുകൊണ്ട് പകുതിമാത്രം കെട്ടിപ്പൊക്കിയ ഭിത്തിയിൽ പിന്നീടങ്ങോട്ട് ഓല മേഞ്ഞതായിരുന്നു. അതിന്റെയുള്ളിൽ കഷ്ടിച്ചൊരാൾക്ക് നിവർന്നുനിൽക്കാനാവുന്ന വിധത്തിലുള്ള രണ്ട് ചെറിയ മുറി മാത്രം. അകമെല്ലാം മേൽക്കൂരയിൽനിന്ന് ഇറ്റുവീണ മഴത്തുള്ളികളാൽ ചാണകം തേച്ച ആ തറയുടെ പലഭാഗവും കുഴിഞ്ഞു പോയിരുന്നു. അതിനകത്ത് പ്രവേശിക്കുന്നവർക്ക് ഇരിക്കാൻ പ്രത്യേകിച്ചൊന്നുമില്ലാതിരുന്നതുകൊണ്ട് അവിടെയുണ്ടായിരുന്ന സാധനങ്ങൾക്ക് മുകളിൽ ഞാനിരിപ്പുറപ്പിച്ചു. അങ്ങനെ കുപ്പിയും ഇരിക്കാൻ സ്ഥലം കണ്ടെത്തി ഇരുന്നു. വിരുന്നുകാരായ ഞങ്ങൾക്ക് കാപ്പിയുണ്ടാക്കിത്തരുവാൻ അക്കരയമ്മ അവിടെ ഒരു മൂലയിൽ കൂട്ടി വച്ചിട്ടുണ്ടായിരുന്ന വിറകുചുള്ളികളിൽ കുറച്ചെടുത്ത് തീ കത്തിക്കുവാൻ തുടങ്ങിയപ്പോൾ കുപ്പി അക്കരെയമ്മയോട്, ''എവിടെയാ പെങ്ങളെ പിള്ളേരൊക്കെ? എന്താ വീട് ഇങ്ങനെയൊക്കെ കിടക്കുന്നത്? അഞ്ചേക്കറോളം സ്ഥലം നിങ്ങൾക്കില്ലേ? നല്ലൊരു വീടുവെച്ച് താമസം മാറിക്കൂടെ?''

ഇങ്ങനെ ചോദിക്കുമെന്ന് വിചാരിച്ചിരുന്ന അക്കരയമ്മ പറഞ്ഞു, എന്തോ ചെയ്യാനാടീ? നിനക്കറിയില്ലേ ഒരു ജോലിയും ഇല്ലാത്തവനാ എന്റെ ഭർത്താവെന്ന്. അങ്ങേരാണ്ട് കുടുംബ ഓഹരിയിൽനിന്നു

കിട്ടിയ സ്ഥലത്തൊരു ചായക്കട അങ്ങേരെങ്ങാണ്ട് നടത്തുന്നുണ്ട്. ദിവസവും രാവിലെ പോയാൽ വൈകുന്നേരമായാലേ വരത്തുള്ളൂ. ദിവസവും അങ്ങേര് പോയിട്ട് കൂട്ടുകാർക്കൊപ്പം കൂടിയിരുന്ന് സൊറ പറഞ്ഞിട്ട് വരുന്നതല്ലാതെ യാതൊരു ഗുണവും അതും കൊണ്ടില്ല. അങ്ങേരായിട്ട് വീട്ടിലെ ഒരു ചെലവ് പോലും നോക്കത്തില്ല. നല്ലൊരു വീട് വെയ്ക്കണമെന്ന് ചിലപ്പോളങ്ങേര് പറയാറുണ്ട്. പക്ഷേ, എപ്പോഴാണാവോ എന്നെനിക്കറിയില്ല. മൂത്തവനാണെങ്കിൽ കൂപ്പിലാ ജോലി. ആഴ്ചയിലോ മാസത്തിലോ എങ്ങാനും വരുമ്പോൾ വീട്ടിലെ വിഷമം കണ്ടറിഞ്ഞ് എന്തെങ്കിലുമൊക്കെ തന്നാലായി. ഞാനൊന്നും അവനോട് ചോദിക്കാൻ പോകത്തില്ല. രണ്ടാമത്തെയവളാണെങ്കിൽ ഭർത്താവിന്റെ കൂടെയങ്ങ് ഉത്തരേന്ത്യയിലാ. സ്നേഹിച്ചു കല്യാണം കഴിച്ചു പോയതിൽ പിന്നെ ഇതുവരെയും ഇങ്ങോട്ടൊന്നും വന്നിട്ടില്ല. ഇപ്പോൾ രണ്ടു വർഷമായി പോയിട്ട്. മൂന്നാമത്തവൾ റോസിയൊരുത്തിയേയുള്ളൂ എനിക്കൊരു തുണയായി കൂടെയുള്ളത്. ഉച്ചവരെയുള്ള ഈ ചെറിയ കച്ചവടമുള്ളതുകൊണ്ടാ ഞാനീ കുടുംബം പോറ്റുന്നത്. വീട്ടിലെ ചെലവെല്ലാം കഴിഞ്ഞ് ഇതിൽനിന്ന് ഞാൻ എങ്ങനെ മിച്ചം പിടിക്കാനാ? നീയിവിടെ വരുന്നതിന് അല്പം മുൻപ് കൂട്ടുകാരിയെ കാണാനായി അവൾ അങ്ങോട്ട് ഇറങ്ങിപോയതാ. ഇപ്പം വരും. നാളെ രാവിലത്തേക്കുള്ള ജോലിയൊക്കെ ചെയ്തു തീർക്കാനുണ്ട്. ബാക്കി മൂന്നു ചെക്കന്മാരും രാവിലെയങ്ങ് ഇറങ്ങി പോകുന്നതാ. സന്ധ്യയോടടുത്തേ വരത്തുള്ളൂ. പള്ളിക്കൂടത്തിൽ പോകുകയാണെന്ന് പറഞ്ഞാ ദിവസവും രാവിലെ വീടുവിട്ടിറങ്ങി പോകുന്നത്. ഇവന്മാര് പള്ളിക്കൂടത്തിൽ തന്നെയാണോ പോകുന്നതെന്ന് നോക്കാൻ ഇവിടർക്കാ സമയം? പഠിച്ചാൽ അവന്മാർക്ക് കൊള്ളാം. ചിലപ്പോൾ തോന്നുവാണെങ്കിൽ എന്തെങ്കിലുമൊക്കെ ജോലി ചെയ്യും എന്ന് പറഞ്ഞു നിർത്തി.

അക്കരയമ്മ സൂചിപ്പിച്ചതുപോലെ സന്ധ്യ ആകാറാകുമ്പോഴായിരുന്നു ആ മൂന്ന് ചേട്ടന്മാരുടെയും വീട്ടിലേക്കുള്ള വരവ്. എന്നേക്കാൾ നാലും അഞ്ചും എട്ടും വയസ്സ് കൂടുതലുണ്ടായിരുന്നു അവർക്കോരോരുത്തർക്കും. അതിൽ ഏറ്റവും ഇളയ ലുലു എന്ന പേര് വിളിക്കുന്നയാളെ മാത്രമേ എനിക്കറിയാമായിരുന്നുള്ളൂ. പ്ലാവിലവീട്ടിലൊരിക്കൽ വന്നപ്പോഴായിരുന്നു കണ്ടിരുന്നത്. അവരെ കണ്ടപാടെ ഞാൻ വിശേഷങ്ങളൊക്കെ തിരക്കിക്കൊണ്ടടുത്തുകൂടി. പിന്നീട് ഞാനെല്ലാവരുമായി നല്ല ചങ്ങാത്തം സ്ഥാപിച്ചു.

രാത്രിയിൽ അക്കരയമ്മ വിളമ്പിത്തന്ന ആഹാരം ഓരോരുത്തരായി കൈയിലെടുത്ത് പുറത്തുകൊണ്ടുപോയി തോന്നിയതുപോലെ പല സ്ഥലങ്ങളിലുമിരുന്ന് കഴിച്ചു. മൂന്ന് ചേട്ടന്മാർക്കും വീട്ടിനകത്ത് കിടന്നുറങ്ങാനിഷ്ടമില്ലാതിരുന്നതുകൊണ്ട് തൊഴുത്തിൽ ചാരിവെച്ചിരുന്ന അവരുടേതായ കയർ വരിഞ്ഞ കട്ടിലെടുത്ത് പുറത്തിട്ടായിരുന്നു കിടന്നത്. വിശാലമായ മുറ്റത്തെ നിലാവെളിച്ചത്തിൽ റേഡിയോയിലൂടെ

ഒഴുകുന്ന പാട്ടും കേട്ട് നാട്ടിലും പള്ളിക്കൂടത്തിലുമുള്ള കൂട്ടുകാരുടെ കാര്യങ്ങളും പറഞ്ഞുകൊണ്ട് അവർ ഉറങ്ങാനായി കിടന്നപ്പോൾ അവരോടൊപ്പം കിടന്ന എനിക്ക് അതൊരു പുത്തൻ അനുഭവമായിരുന്നു.

മുറ്റത്ത് കിടന്നുറങ്ങിക്കൊണ്ടിരുന്ന എന്റെ ഇടയിലൂടെ പാത്രങ്ങൾ കൂട്ടി മുട്ടിച്ചുകൊണ്ടുപോകുന്നതിന്റെ ശബ്ദവും ആൾക്കാർ തമ്മിൽ സംസാരിക്കുന്നതിന്റെ ശബ്ദവും കേട്ടാണ് ഞാൻ അതിരാവിലെ കിടക്കയിൽനിന്നും ഉറക്കമുണർന്നത്. ശ്രദ്ധിച്ചപ്പോൾ അല്പം താഴത്ത് അവർ കച്ചവടം നടത്തിക്കൊണ്ടിരിക്കുന്ന കടയിൽ നിന്നാണ് ആൾക്കാർ സംസാരിക്കുന്നതെന്ന് മനസ്സിലായത്. അപ്പോൾ കടയിൽ അപ്പം പൊരിച്ചെടുക്കുന്നതിന്റെ മണം എന്റെ മൂക്കിലേക്ക് തുളച്ചു കയറി. എന്തായാലും അതിപ്പോൾ തന്നെ തിന്നേ മതിയാകൂ എന്നു കരുതി കൊതി പിടിച്ച ഞാൻ തിന്നാനായി കടയിലേക്കോടി. പാത്രം താങ്ങി പിടിച്ചുകൊണ്ട് അക്കരയമ്മയുടെ നേർക്ക് നീട്ടിക്കൊണ്ട് അപ്പം വേണമെന്ന് പറഞ്ഞപ്പോൾ ഉടനെ റോസി അയ്യോ അമ്മേ, ദേ മുഖം പോലും കഴുകാതെ കട്ടിലിൽനിന്നും അപ്പം തിന്നാൻ ഓടി വന്നിരിക്കുന്നു എന്നു പറഞ്ഞുകൊണ്ട് എന്നെ പല്ല് തേപ്പിച്ചു മുഖം കഴുകി തന്നതിനുശേഷം കൊതി തീരുന്നതുവരെ അപ്പം തന്നു.

സൂര്യൻ ഉദിച്ചുയർന്ന് അതിന്റെ ചൂടും കണ്ണഞ്ചിപ്പിക്കുന്ന വെളിച്ചവും ഉറക്കത്തെ ബാധിച്ചപ്പോഴാണ് പുറത്തുറങ്ങിക്കൊണ്ടിരുന്ന ചേട്ടന്മാർ ഓരോരുത്തരായി ഉണരാൻ തുടങ്ങിയത്. സൂര്യന്റെ ഈ വെളിച്ചം ആകുമ്പോഴായിരുന്നു പള്ളിക്കൂടത്തിൽ പോകാൻ സമയം ആകാറായിരിക്കുന്നുവെന്ന് അമ്മച്ചി എന്നോട് പറയാറുണ്ടായിരുന്നത് എന്ന് ഞാനപ്പോൾ ഓർത്തു. ഏതായാലും ഇന്നെനിക്ക് പള്ളിക്കൂടത്തിൽ പോകാൻ കഴിയില്ല എന്ന് നിനച്ചുകൊണ്ട് പുതപ്പും കട്ടിലും മടക്കി എഴുന്നേറ്റുകൊണ്ടിരുന്ന ചേട്ടന്മാരോട് ''ഇന്ന് നിങ്ങൾ പള്ളിക്കൂടത്തിൽ പോകുന്നില്ലേ?''

അപ്പോൾ അതിലൊരാൾ, ''ഇന്ന് സമരമാണ്. അതുകൊണ്ട് പള്ളിക്കൂടമില്ല.''

''അതെന്താ അച്ചായാ സമരമെന്ന് പറഞ്ഞാൽ?''

''പറഞ്ഞാൽ നിനക്ക് മനസ്സിലാകില്ല. ഒന്ന് രണ്ടു വർഷം കഴിഞ്ഞ് നീയും ഹൈസ്ക്കൂളിലേക്ക് വരുമ്പോൾ നിനക്ക് മനസ്സിലായിക്കൊള്ളും കേട്ടോ'' എന്ന് ലുലു പറഞ്ഞു.

പിന്നീടവർ മൂന്നുപേരും കടയിലേക്ക് നടന്ന് ആഹാരം എടുത്തുകൊണ്ടുവന്ന് കഴിച്ചശേഷം കടയോട് ചേർന്നുകിടന്നിരുന്ന തൊഴുത്തിൽ നിന്നും പത്ത് പതിനഞ്ചോളം വരുന്ന എരുമകളിലും പശുക്കളിലും നിന്ന് ഏഴെട്ടെണ്ണത്തിന്റെ കെട്ടഴിച്ചുവിട്ടു. ഇനി ഞങ്ങൾക്കറിയാം എന്ത് ചെയ്യണമെന്ന വിധത്തിൽ അവറ്റകൾ അവിടെയൊരുക്കിയിരുന്ന

കാടികൾ കുടിച്ചതിനുശേഷം നിരനിരയായി നടക്കാൻ തുടങ്ങി. അവറ്റകളുടെ പിറകെ ചേട്ടന്മാരും ചേട്ടന്മാർക്കൊപ്പം ഞാനും നടന്നു. ഏകദേശം ഒരു മൈലോളം ദൂരം ഞങ്ങൾ അവറ്റകളുടെ പിറകെ നടന്നപ്പോൾ വലിയ ഒരു കൂപ്പിന്റ തുടക്കഭാഗത്തെത്തി. എണ്ണിയാലൊടുങ്ങാത്ത വിധം മലകളുള്ളയൊരു കൂപ്പായിരുന്നു അത്. മേയാനായി ഇനി ഞങ്ങൾ പോവുകയാണെന്ന വിധം കാലികൾ കൂപ്പിനുള്ളിലേക്ക് നടന്നകന്നു.

ആ സമയത്ത് ഞങ്ങളെപ്പോലെ തന്നെ നാടിന്റെ പലഭാഗത്തുനിന്നും പശുക്കളെ കൂപ്പിൽ മേയാനായി കൊണ്ടുവന്നുവിടുന്ന പിള്ളേരും അവിടെ എത്തിയിട്ടുണ്ടായിരുന്നു. അത്തരം വന്നവരെല്ലാം കൂടിച്ചേർന്നപ്പോൾ ഏകദേശം എട്ടു പത്തോളം പേരുണ്ടായിരുന്നു. എല്ലാവരും തമ്മിൽ തമ്മിൽ അറിയുന്നവരും കൂട്ടുകാരുമായിരുന്നു. അവരുടെ എല്ലാവരുടെയും സംഗമസ്ഥലമായിരുന്നു കൂപ്പുമുക്ക് എന്നറിയപ്പെട്ടിരുന്ന ആ സ്ഥലം. അവിടെ വന്നവർക്ക് ചേട്ടന്മാർ എന്നെ പരിചയപ്പെടുത്തി കൊടുക്കുകയും ചെയ്തു. പിന്നീടെല്ലാവരും കൂടി നേരത്തേ പറഞ്ഞുറപ്പിച്ചതുപോലെ വലിയ മൈതാനം ലക്ഷ്യം വെച്ച് നടന്ന് വാശിയേറിയ പല കളികളും കളിച്ചു. പ്രായത്തിൽ എന്നേക്കാൾ എല്ലാവരും വലിയവരായിരുന്നതുകൊണ്ട് എനിക്ക് കൂടി അവരോടൊപ്പം കളിക്കാൻ പറ്റുന്ന തരത്തിലായിരുന്നു കളികൾ ഒരുക്കിയിരുന്നത്. എന്തായാലും കളിക്കിടയിൽ ശരീരം നല്ലതുപോലെ വേദനിക്കുന്ന തരത്തിൽ പന്തുകൊണ്ട് ഇഷ്ടം പോലെ ഏറ് കിട്ടി. പിന്നീടെല്ലാവരും കണ്ടത്തിന്റെ നടുവിൽക്കൂടി ഒഴുകിക്കൊണ്ടിരിക്കുന്ന തോട്ടിലായിരുന്നു കളിയും മുങ്ങിക്കുളിയും.

കളിയും കുളിയുമെല്ലാം കഴിഞ്ഞപ്പോൾ സമയം ഉച്ചയായി കഴിഞ്ഞിരുന്നു. വിശപ്പു പോലുമറിയാതെ പുതിയ കൂട്ടുകാർക്കും ചേട്ടന്മാർക്കുമൊപ്പം കളിച്ച് രസിച്ച എനിക്ക് അവിടങ്ങളിലെ പരിസരവും ചുറ്റുപാടുകളുമൊക്കെ നന്നേ ഇഷ്ടപ്പെട്ടു.

തിരിച്ച് വീണ്ടും പ്ലാവിലവീട്ടിലെത്തിയപ്പോൾ അക്കരയമ്മയുടെ വീട്ടിൽ ചെലവഴിച്ച ആ രണ്ട് ദിവസത്തിന്റെയോർമ്മ എപ്പോഴും എന്റെ മനസ്സിൽ നിറഞ്ഞു നിന്നു. വീണ്ടും തരം കിട്ടിയാൽ അവിടേക്ക് പോകാനായി ഞാൻ കാത്തിരുന്നു

പിന്നീടുള്ള യാത്ര എപ്പോഴെങ്കിലും പ്ലാവില വീട്ടിൽ വരാറുണ്ടായിരുന്ന ഞാൻ തട്ടാൻ മുക്കമ്മയെന്ന് വിളിച്ചിരുന്ന കുപ്പിയുടെ മറ്റൊരു ജ്യേഷ്ഠത്തിയുടെ വീട്ടിലേക്കായിരുന്നു. അതും ഏകദേശം അരമണിക്കൂറോളം സമയത്തിന്റെ ബസ് യാത്രയുണ്ടായിരുന്നു തട്ടാൻമുക്കെന്ന പേരിലറിയപ്പെട്ടിരുന്ന ആ സ്ഥലത്തേക്ക് പോകാൻ. തട്ടാൻമുക്കിൽ നിന്നും ഒന്നര മൈലോളം ദൂരത്ത് ഒരു വലിയ മലയുടെ ഭാഗത്തായിരുന്നു ആ കുടുംബം താമസിച്ചിരുന്നത്. തട്ടാൻമുക്കിൽ എന്നെയും കൊണ്ട് ബസ്സിറങ്ങിയ കുപ്പി വഴി മറന്നിട്ടില്ലെന്നപോലെ അല്പദൂരം

റോഡിൽ കൂടി നടന്നുകൊണ്ട് മലയുടെ മേൽഭാഗത്തേക്ക് നീണ്ട് കിട ന്നിരുന്ന ഇടവഴിയിലൂടെ നടന്നു.

നല്ലവണ്ണം തെളിഞ്ഞ പാതയായിരുന്നില്ല അത്. വളരെ ചുരുക്കം പേർ മാത്രമേ അങ്ങോട്ടുമിങ്ങോട്ടും നടക്കാറുള്ളൂ എന്നതിന്റെ തെളി വായിരുന്നു കാൽപ്പാടുകളേറ്റ് ഭാഗികമായി ചതഞ്ഞ പുല്ലുകൾ.

അവരുടെ വീട്ടിലേക്കു തന്നെയാണ് ആ വഴി പോകുന്നതെന്ന വിധ ത്തിൽ വഴിയെപ്പറ്റി സംശയിക്കാതെ കുപ്പി നടത്തം തുടർന്നു. ഏക ദേശം ഒരു മൈൽ ദൂരം മലമുകളിൽ കൂടി നടന്നപ്പോൾ ചുറ്റുപാടുകളിൽ നിന്ന് വ്യത്യസ്തമായി കുറെ സ്ഥലങ്ങൾ വെട്ടിത്തെളിച്ച് വൃത്തിയാക്കി അതിൽ കൃഷി ചെയ്തിരിക്കുന്നതും ആ സ്ഥലത്തിന്റെ നടുവിലായി ഉയരത്തിൽ കെട്ടിപ്പൊക്കിയ ഒരു വീടും കണ്ടു.

നല്ല പരിപാലനയോടാണ് കൃഷിചെയ്ത് കാത്തുസൂക്ഷിക്കുന്ന തെന്ന് അവിടം കണ്ടാൽ ആർക്കും തോന്നിപ്പോകുമായിരുന്നു. തന്റെ സ്ഥലത്ത് കിളച്ചും കളകൾ പിഴുതും ജോലിയിലേർപ്പെട്ടുകൊണ്ടിരുന്ന തട്ടാൻമുക്കമ്മ ഞങ്ങളെ കണ്ടപാടെ പണിയായുധം അവിടെ ഉപേ ക്ഷിച്ച് അരികിൽ ഓടിയെത്തി കുപ്പിയോട് കുശലാന്വേഷണം ചോദിച്ചു കൊണ്ട് തന്റെ വീട്ടിലേക്ക് ആനയിച്ചു.

പിള്ളേരെല്ലാം പള്ളിക്കൂടത്തിൽ പോയിരിക്കുകയാണെന്നും അച്ചാ യൻ ജോലിക്ക് പോയെന്നുമൊക്കെ പറഞ്ഞുകൊണ്ടവർ തമ്മിൽ സംസാ രിക്കാൻ തുടങ്ങി. അവർ സംസാരിക്കുന്നത് എന്തൊക്കെയാണെന്നെ നിക്ക് കേൾക്കാൻ സമയമില്ലായിരുന്നു. കാരണം വീടിനു ചുറ്റുമുള്ള ഭൂപ്രദേശ ഭംഗിയും മലമുകളിൽനിന്ന് ഒഴുകി അവർ കൃഷി ചെയ്യുന്ന സ്ഥലത്തിനരുകിൽ കൂടിയൊഴുകുന്ന തോടുമെല്ലാം എന്നെ ആകർ ഷിച്ചിരുന്നതുകൊണ്ട് അവിടേക്കിറങ്ങിച്ചെന്ന് ചുറ്റും കാണുവാനായിരുന്നു എനിക്ക് തിടുക്കം. വളരെനേരം ഞാനവിടെ ചുറ്റിത്തിരിഞ്ഞ് നോക്കി ക്കണ്ടുകൊണ്ടിരുന്നു. അതിനിടയിൽ ഉച്ചത്തിൽ തട്ടാൻമുക്കമ്മ കൂകി വിളിച്ചുകൊണ്ടെന്നോട് മോനേ, അങ്ങോട്ടുമിങ്ങോട്ടുമൊന്നും പോക രുത്. കുറുക്കനും കാട്ടുപന്നികളുമൊക്കെ ഇഷ്ടംപോലെയുള്ളതാ. അതുങ്ങള് കണ്ടാലുപദ്രവിക്കും. കയറിവാ ഇങ്ങോട്ട് എന്ന് പറഞ്ഞു.

അതുങ്ങൾ ഉപദ്രവിക്കുമെന്ന് കേട്ടപ്പോൾ ഞാൻ വീട്ടിലേക്കു നടന്നു. അപ്പോഴേക്കും ഉച്ചയൂണ് തയ്യാറായിക്കഴിഞ്ഞിരുന്നു. കുശാലായി ഊണ് കഴിച്ചതിനുശേഷം അവിടെനിന്ന് യാത്ര പറഞ്ഞിറങ്ങുകയും ചെയ്തു.

പിന്നീട് പല വേണ്ടപ്പെട്ടവരുടെ വീടുകളിലേക്കും ഞാൻ കുപ്പി ക്കൊപ്പം പോയി.

കുപ്പിയോടൊപ്പം യാത്ര ചെയ്തിരുന്നപ്പോഴൊക്കെ എനിക്ക് ഭയ മായിരുന്നു. കാരണം പലപ്പോഴും എന്നെ വിട്ട് നടന്നു പോവുകയും ഞാൻ പറയുന്നത് നീ അനുസരിക്കുന്നില്ലെന്ന് പറഞ്ഞുകൊണ്ട് ആൾക്കാരുടെ

മുന്നിൽ വച്ച് എന്നെ പിച്ചുകയും ഉപദ്രവിക്കുകയും ചെയ്യുമായിരുന്നു. യാത്രയ്ക്കിടയിൽ ആരെയെങ്കിലും കണ്ട് പരിചയപ്പെട്ട് സംസാരിക്കാൻ തുടങ്ങിയാൽ പിന്നെ അത് കുറെ സമയം നീണ്ടുനിൽക്കും. പ്രത്യേകിച്ച് നല്ല സുമുഖന്മാരായ ആണുങ്ങളെ കണ്ടാൽ ബസ്സിൽ നിന്നിറങ്ങിയാലും അവരുമായുള്ള സംഭാഷണം റോഡരുകിൽ നിന്നുകൊണ്ട് തുടരും. എനിക്ക് പതിനെട്ട് വയസ്സേ ആയിട്ടുള്ളൂ എന്ന് അവരോട് പറഞ്ഞുകൊണ്ട് അടുത്തുനിൽക്കുന്ന ഞാൻ എന്റെ മകനേ അല്ല എന്ന വിധത്തിലായിരിക്കും സംസാരിക്കാറ്.

എന്നെ സംബന്ധിച്ചിടത്തോളം അയൽപക്കവീടുകളിലും പറമ്പുകളിലുമൊക്കെ ഓടിച്ചാടി കളിച്ച് നടക്കാറുള്ളത് എന്റെയൊരു ശീലമായിരുന്നതുകൊണ്ട് ഞാനതെപ്പോഴും തുടർന്നു. പക്ഷേ, കുപ്പി വന്നതിനുശേഷം അതിനെല്ലാം തടയിട്ടുകൊണ്ട് എന്റെ കാര്യത്തിൽ ഇടപെടാൻ തുടങ്ങി. അതെന്നെ വല്ലാതെ അലട്ടിയിരുന്നു. എവിടേക്കെങ്കിലും ഞാൻ പോയെന്ന് വരികിൽ നാട്ടുകാരെല്ലാം കേൾക്കത്തക്ക വിധത്തിൽ അലറി കൂകി വിളിച്ചു വരുത്തിയശേഷം വീടുവിട്ട് എവിടെയും പോകാതിരുന്ന് പഠിച്ചു കൊള്ളണം എന്ന് പറഞ്ഞു കൊണ്ടെന്നെ അടിക്കുകയും ഉപദ്രവിക്കുകയും ചെയ്തു.

കുപ്പി വരുന്നതിനുമുമ്പ് മാനസികമായോ ശാരീരികമായോ അപ്പച്ചനോ അമ്മച്ചിയോ മറ്റാരും എന്നെ വേദനിപ്പിച്ചിരുന്നില്ല. ആദ്യമൊക്കെ ഞാൻ വിചാരിക്കുമായിരുന്നു എല്ലാ അമ്മമാരും ഇങ്ങനെയൊക്കെ തന്നെയായിരിക്കും മക്കളോട് പെരുമാറുക എന്ന്. പക്ഷേ ദിവസങ്ങൾ കഴിയുന്തോറും ഞാൻ എന്തു ചെയ്താലും അതൊരു കുറ്റമായി കണ്ട് എന്നെ ഉപദ്രവിച്ചുകൊണ്ടിരുന്നു. ആദ്യമൊക്കെ എന്നെ അടിക്കാറുള്ളത് അമ്മച്ചി കാണുമ്പോൾ അത്ര കാര്യമായി എടുത്തിരുന്നില്ല. പിന്നെ പിന്നെ ഉപദ്രവം കൂടിയപ്പോൾ അമ്മച്ചി ഇടപെട്ട് കുപ്പിയുടെ കയ്യിൽ നിന്നും വിടുവിച്ചുവന്നു. അമ്മച്ചി ഇല്ലാത്ത സമയത്ത് മർദ്ദനമെല്ലാം ഏറ്റുവാങ്ങാനായിരുന്നു വിധി. പിന്നീട് വീട്ടിൽ ആരും ഇല്ലെന്ന് വരികിൽ കുപ്പിയുടെ ഉപദ്രവത്തിൽനിന്നും രക്ഷപ്പെടാനായി അവർ വരുന്നതുവരെ അയൽക്കാരുടെ വീട്ടിൽ പോയി ഇരിക്കാൻ തുടങ്ങി. വീട്ടിലെല്ലാവരും വന്നശേഷമേ ഞാൻ തിരിച്ചെത്തിയിരുന്നുള്ളൂ. അതുവരെ കൂക്കി വിളിച്ചാലും പോകാതെ അയൽപക്കവീടുകളിൽ ഭയത്തോടെ കുത്തിയിരിക്കും.

ദിവസങ്ങൾ കടന്നു പോയി. എല്ലാ ദിവസവും പള്ളിക്കൂടത്തിൽ പോയി വരുന്നതുപോലെ ഞാൻ റബ്ബർ തോട്ടങ്ങൾക്കിടയിലൂടെ വീട് ലക്ഷ്യമാക്കി നടന്നുകൊണ്ടിരിക്കുന്നതിനിടയിൽ അസാധാരണമായിട്ടായിരുന്നു രണ്ടുപേർ സംസാരിച്ചുകൊണ്ട് എനിക്കെതിരായി നടന്നുവന്നു കൊണ്ടിരിക്കുന്നത് കണ്ടത്. ആ വഴി പോകുന്നത് അങ്ങേ വീട്ടിലേക്കും പ്ലാവിലവീട്ടിലേക്കും മാത്രമായിരുന്നതുകൊണ്ട് ഞാൻ

വിചാരിച്ചു അപ്പച്ചനെ കാണാനോ അഥവാ അങ്ങേവീട്ടിലേക്കോ മറ്റോ ആയിരിക്കും അവർ വന്നത് എന്ന്. എന്നെ മറികടന്ന് അവർ നടക്കുന്നതിനിടയിൽ അതിലൊരാൾ എന്നോട് ചോദിച്ചു,

''പള്ളിക്കൂടത്തിൽ നിന്നും വരുന്ന വഴിയാണോ മോനേ?'' ഞാൻ അതെയെന്ന് മറുപടി പറഞ്ഞു.

''നിങ്ങൾ ആരുടെ വീട്ടിലേക്ക് വന്നതാ?''

''നിന്റെ വീട്ടിലേക്കാ. നിനക്കെന്നെ അറിയത്തില്ലായിരിക്കാം.''

ദേണ്ടെ അവിടെ അക്കരയിലാ താമസം എന്ന് അക്കരയ്ക്ക് വിരൽ ചൂണ്ടിക്കാണിച്ചുകൊണ്ട് പറഞ്ഞു നടക്കുന്നതിനിടയിൽ കൂടെ നടന്നുകൊണ്ടിരുന്നയാളോട് ഇങ്ങനെ പറയുന്നത് കേട്ടു. നമ്മൾ കൊണ്ടുവന്നാക്കിയില്ലേ ആ ഭ്രാന്തിസ്ത്രീയുടെ മകനാണത് എന്ന്.

ഇത് കേട്ടപാടെ അവർ ആരെ ഉദ്ദേശിച്ചാണ് പറയുന്നതെന്നറിയാൻ ഞാൻ തിരിഞ്ഞു നോക്കി. അപ്പോൾ അവരുടെ നോട്ടമെല്ലാം എന്റെ നേർക്കായിരുന്നു. പെട്ടെന്ന് എന്തെന്നില്ലാത്ത ഭയവും സംഭ്രാന്തിയും എന്നെ പിടികൂടി. അവർ എന്റെ അമ്മയെപ്പറ്റിയാണോ സംസാരിച്ചത്? ഭ്രാന്ത് എന്നു പറയുന്നത് എന്റെ അമ്മയ്ക്കാണോ? എന്താണ് സംഭവിച്ചിരിക്കുന്നത് എന്നോർത്ത് ഞാൻ വേവലാതിയോടെ വേഗത്തിൽ വീട് ലക്ഷ്യമാക്കിയോടി. അപ്പോൾ വീടിന്റെയകത്ത് അയൽക്കാരായ രണ്ട് മൂന്ന് പേരും അപ്പച്ചനും അമ്മച്ചിയും പിന്നെ പിപ്പി അമ്മാച്ചനുമുണ്ടായിരുന്നു. അവരുടെയെല്ലാം നടുവിൽ ഒരു കേന്ദ്രബിന്ദുവായി കുപ്പിയും ഇരിപ്പുണ്ട്. അപ്പോൾ കുപ്പിയുടെ അലക്ഷ്യമായി കിടന്ന മുടിയും വസ്ത്രവും കണ്ടപ്പോൾ എന്തോ സംഭവിച്ചിരിക്കുന്നു എന്ന് എനിക്കു തോന്നി. അവിടെ കൂടിയിരുന്നവരുടെയെല്ലാം ശ്രദ്ധ കുപ്പിയിലായിരുന്നതുകൊണ്ട് ഞാൻ വീടിന്റെ അകത്തേക്കു പ്രവേശിച്ചതുപോലും ആരും ഗൗനിച്ചില്ല. വല്ലാത്തൊരു മൂകതയായിരുന്നു അപ്പോഴവിടെ.

അമ്മയ്ക്ക് ഭ്രാന്തെന്ന അസുഖം കൂടിയപ്പോൾ വീട്ടിൽ നിന്നും ഓടി ദൂരെയുള്ള നദിയുടെ പാലത്തിൽനിന്നും ആത്മഹത്യ ചെയ്യാൻ വേണ്ടി നദിയിലേക്ക് എടുത്തുചാടിയെന്നും അതുകണ്ട് ആൾക്കാർ പിടിച്ചു കയറ്റുകയും പ്ലാവിലകുടുംബവുമായി പരിചയമുള്ള ജെയിംസാണ് വീട്ടിൽ കൊണ്ടാക്കിയതെന്നും പിന്നീട് അവിടെയുള്ളവരുടെ സംസാരത്തിൽ നിന്നെനിക്ക് മനസ്സിലാക്കാൻ കഴിഞ്ഞു.

എന്തായാലും പിന്നീടുള്ള ദിനരാത്രങ്ങളെല്ലാം നാട്ടുകാരുടെയും വീട്ടുകാരുടെയും ഊണും ഉറക്കവും ജോലിയുമെല്ലാം കെടുത്തുന്ന വിധത്തിലായിരുന്നു പോക്ക്. നേരം വെളുക്കുമ്പോൾ തന്നെ അയൽക്കാരൊക്കെ കഴിഞ്ഞദിവസം എന്ത് സംഭവിച്ചിരിക്കുന്നു എന്നന്വേഷിച്ചുകൊണ്ട് വീട്ടിൽ വരും. കുറെയൊക്കെ സംസാരിക്കുന്നതിനിടയിൽ അവരുടേതായ ചില ചികിത്സാരീതികളൊക്കെ വീട്ടുകാരെ പറഞ്ഞു

ധരിപ്പിക്കും. അത്തരത്തിൽ നിത്യവും വീട്ടുവരാന്തയിൽ രണ്ടോ മൂന്നോ പേർ ഇതിനെപ്പറ്റി സംസാരിക്കാൻ ഉണ്ടായിരിക്കും.

ചിലരുടെ വിശ്വാസമനുസരിച്ച് പറഞ്ഞതുപ്രകാരം ക്രിസ്ത്യൻ പള്ളിയിലും മുസ്ലീം പള്ളിയിലും അമ്പലങ്ങളിലും കൊണ്ടുപോയി. പോക്കും വരവുമെല്ലാം മൂന്നു നാലു പേരുടെ അകമ്പടിയോടെ തന്നെയായിരുന്നു. ചിലപ്പോൾ കുപ്പിയെ എല്ലാവരും കൂടി ബലമായി പിടിച്ചു കൊണ്ടുപോകുന്നു. ചിലപ്പോൾ ബലമായി പിടിച്ചു കൊണ്ടുവരുന്നു. അതാണെനിക്ക് കാണാൻ കഴിഞ്ഞത്.

പള്ളികളിലെ ഊഴമെല്ലാം കഴിഞ്ഞിട്ടും പിന്നെയും സുഖക്കേടിന് യാതൊരു കുറവും സംഭവിച്ചില്ല. പിന്നത്തെ ഊഴം ഭ്രാന്ത് പൂജ കൊണ്ട കറ്റുന്ന പേരെടുത്ത പൂജാരിയുടെയടുത്തേക്കായിരുന്നു. അവിടെപ്പോയപ്പോൾ ആറ് കയ്യും ആറ് തലയുമുള്ള ഭ്രാന്തകറ്റാൻ പ്രാപ്തിയുള്ള ഭാവനാത്മകമായ ദേവിയുടെ ഫോട്ടോയും അതിന്റെ മുന്നിലിരുന്ന് ചൊല്ലാൻ മന്ത്രവും പൂജാരി പറഞ്ഞു കൊടുത്തയച്ചു. അപ്രകാരം ആ ഫോട്ടോ കൊണ്ടുവന്ന് വരാന്തയുടെ ഭിത്തിയിൽ തൂക്കിയിട്ടിരുന്ന തിരുക്കുടുംബ ഫോട്ടോയ്ക്കടുത്ത് തൂക്കിയിട്ടു. ദിവസവും അതിരാവിലെ കുളിച്ച് ഫോട്ടോയ്ക്കു മുന്നിൽ സാമ്പ്രാണിത്തിരിയും കത്തിച്ചുവച്ച് കുപ്പി മന്ത്രം ഉരുവിടാൻ തുടങ്ങും. കൂടെയിരുന്ന് അത് ചൊല്ലിക്കൊടുക്കാൻ വിദഗ്ധയായ അയൽക്കാരി സ്ത്രീയും കൂട്ടിനു ചേർന്നു. ഇതൊക്കെ ചെയ്യുന്നതുകണ്ട് അപ്പച്ചനും അമ്മച്ചിയും ദൂരെ മാറി നോക്കിക്കണ്ടു നിൽക്കും.

പള്ളിക്കൂടത്തിൽ പോകാൻ സമയമാകുന്നതുവരെ ഇതിനെല്ലാം സാക്ഷിയായി ഭയത്തോടെ ഞാനും ഒരു മൂലയിൽ നിന്ന് അവിടെ നടക്കുന്ന സംഭവങ്ങളെല്ലാം വീക്ഷിക്കുമായിരുന്നു.

ദിവസങ്ങൾ കഴിയുന്തോറും ചൊല്ലിക്കൊടുക്കുന്ന മന്ത്രങ്ങളെല്ലാം കുപ്പി ഏകദേശം മനപ്പാഠമാക്കി ഉരുവിടാൻ തുടങ്ങി. അതുകൊണ്ടൊന്നും സ്വഭാവത്തിനു മാറ്റം വന്നില്ല. ആയതിനാൽ വേണ്ടപ്പെട്ടവരെല്ലാം വീണ്ടും ഒത്തുകൂടി അഭിപ്രായങ്ങൾ പങ്കുവെച്ചതിനുശേഷം ഒന്നുകൂടി പൂജാരിയെ പോയി കാണാൻ തീരുമാനമെടുത്തു. അദ്ദേഹം ശ്രമിച്ചാൽ അസുഖത്തിന് കുറവ് വരാം എന്ന പ്രതീക്ഷയിൽ.

അങ്ങനെ പൂജാരിയെ പോയിക്കണ്ട് വിവരം ധരിപ്പിക്കാൻ അപ്പച്ചൻ ഇറങ്ങിപ്പുറപ്പെട്ടു. വന്ന വരവിൽ പൂജാരി കൊടുത്തയച്ച കുറിപ്പുമായിട്ടായിരുന്നു വന്നത്. പൂജാരിയെന്ത് പറഞ്ഞു എന്ന വിശേഷമറിയാൻ വേണ്ടി വീട്ടിൽ കാത്തുനിന്നവർക്ക് ആ കുറിപ്പെടുത്ത് അപ്പച്ചൻ വായിച്ചു കേൾപ്പിച്ചു. അതിങ്ങനെയായിരുന്നു.

ആ സ്ത്രീയെ പിടികൂടിയിരിക്കുന്നത് കാവും പുരയിലെ യക്ഷിയാണ്. ഒരു വലിയ പൂജയിലൂടെ മാത്രമേ അതിനെ പുറത്താക്കാൻ

കഴിയൂ. ആ പൂജയ്ക്ക് ആവശ്യസാധനങ്ങളായ ഒരു പറ അരി, ഒരു പറ പഞ്ചസാര, രണ്ട് പിടി സാമ്പ്രാണിത്തിരി, ഒരുപിടി മുല്ലപ്പൂവ്, മൂന്നു റോസാപ്പൂ, മൂന്നു ജമന്തിപ്പൂവ്, ജീവനോടെ രണ്ട് ചെറിയ മീൻ, ജീവനോടെ രണ്ട് വയൽഞണ്ട്, ജീവനോടെ രണ്ട് ചെറിയ തവള, ഒരു തേങ്ങ, ഒരു കിലോ നെയ്യ്, കർപ്പൂരം, കുരുത്തോല, തേങ്ങാക്കൂമ്പ്, ഒരു വലിയ വാഴയില, വലിയ മൂന്ന് ആണി, പിന്നെ ഒരു പൂവൻകോഴി എന്നിവയൊക്കെയാണ്. പൂജാസമയം വെള്ളിയാഴ്ച വൈകുന്നേരം സമയം ആറ് മുപ്പതിനും ഏഴിനും ഇടയ്ക്ക് ഈ പറഞ്ഞ സാധനങ്ങളിൽ ഒന്നും കുറവ് വരുത്തരുത്. കുറഞ്ഞാൽ ഫലിക്കില്ല എന്നിങ്ങനെയായിരുന്നു ആ കുറിപ്പിൽ.

ഇതെല്ലാം വായിച്ചു കേൾപ്പിച്ച ശേഷം ഭിത്തിയിൽ തൂക്കിയിട്ടിരുന്ന കലണ്ടറിൽ കണ്ണോടിച്ചു നോക്കിയശേഷം അപ്പച്ചൻ പറഞ്ഞു, മറ്റന്നാളാണ് വെള്ളിയാഴ്ച. രണ്ട് ദിവസം കൂടി മാത്രമേയുള്ളൂ. അതിനുള്ളിൽ ഈ പറഞ്ഞതൊക്കെ ശരിയാക്കണം. ഇതൊക്കെ ഓടിനടന്ന് ശരിയാക്കാൻ പണ്ടത്തെപ്പോലെ എനിക്കാവില്ല. അതുകൊണ്ട് ബ്രദറിനെ നമ്മൾക്ക് വിളിച്ചു വരുത്താം. അവനിതെല്ലാം ശരിയാക്കിക്കൊള്ളും എന്ന്.

അങ്ങനെ ദൂരെയുള്ള നഗരത്തിൽ ജോലി ചെയ്തുകൊണ്ടിരുന്ന ബ്രദറിനെ അടിയന്തിരമായി ഫോൺ ചെയ്ത് അപ്പച്ചൻ വിളിച്ചുവരുത്തി കാര്യങ്ങൾ ധരിപ്പിച്ചു. ലിസ്റ്റ് അദ്ദേഹത്തിന്റെ കയ്യിൽ ഏൽപ്പിച്ച ശേഷം നാളെത്തന്നെ ഇതിൽ പറഞ്ഞിരിക്കുന്നതെല്ലാം ശരിയാക്കണം എന്ന് പറഞ്ഞു. കുറിപ്പ് വായിച്ചതിനുശേഷം ബ്രദർ സ്വയം പിറുപിറുത്തു. ഇതിലൊക്കെ അദ്ദേഹത്തിന് വിശ്വാസമില്ലായിരുന്നു. പക്ഷേ അപ്പച്ചനാണ് പറഞ്ഞിരിക്കുന്നത്. അതുകൊണ്ട് എതിരഭിപ്രായമൊന്നും അദ്ദേഹത്തിന് പറയാൻ കഴിയില്ലായിരുന്നു. പറഞ്ഞത് അനുസരിക്കുക മാത്രമേ നിവൃത്തിയുണ്ടായിരുന്നുള്ളൂ. പിന്നീട് ബ്രദർ അങ്ങാടിയിൽ നിന്ന് വാങ്ങേണ്ട സാധനങ്ങളെല്ലാം അന്നുതന്നെ വാങ്ങിക്കൊണ്ടുവന്നു. പറമ്പിൽ നിന്നിരുന്ന നല്ല തെങ്ങൊന്ന് മുറിച്ച് അതിന്റെ കൂമ്പും പട്ടയും കുരുത്തോലയുമെടുത്തു. വാഴയും വെട്ടി കൂമ്പും ഇലയുമെടുത്തു. വീട്ടിൽ വളർത്തിയിരുന്ന നല്ല പൂവൻകോഴിയൊന്നിനെ മാറ്റി കെട്ടി നിർത്തി. പിന്നെ വേണ്ടതായ ജീവനുള്ള മീൻ, തവള, ഞണ്ട് എന്നിവയെല്ലാം വയലിൽ നിന്ന് പിടികൂടാൻ സഹായത്തിന് എന്നെയും കൂടെ കൂട്ടി. വളരെ നേരത്തെ പരിശ്രമത്തിനുശേഷം ഇരുവരും ചേർന്ന് അവയൊക്കെ പിടികൂടുകയും ചെയ്തു. അങ്ങനെ പൂജാദിവസമെത്തി. ലിസ്റ്റിൽ പരാമർശിച്ചിട്ടുള്ള സാധനങ്ങളിൽ എന്തെങ്കിലും കുറവ് വരുത്തിയിട്ടുണ്ടോ എന്ന് അപ്പച്ചൻ നോക്കി ഉറപ്പുവരുത്തി. പിന്നീട് വിശാലമായ മുറ്റം അടിച്ചുവാരി വൃത്തിയാക്കി വെള്ളം തളിച്ചൊരുക്കി പൂജാരിയുടെ വരവും പ്രതീക്ഷിച്ചുകൊണ്ട് എല്ലാവരും കാത്തിരുന്നു.

ഏകദേശം ഒരു മണിക്കൂറിന് മുൻപ് തന്നെ അദ്ദേഹം ശിഷ്യന്റെ അകമ്പടിയോടെ കാറിൽ അവിടെവന്നിറങ്ങി. വലിയ തിരക്കിലാണ് തങ്ങൾ എന്നവണ്ണം തിടുക്കത്തിൽ മുറ്റത്തിരുന്നുകൊണ്ട് കരുതി വെച്ചിരിക്കുന്ന സാമഗ്രികൾ ഓരോന്നായി കൊണ്ടുവരാനായി ആവശ്യ പ്പെട്ടു. ആദ്യം നീളത്തിലുള്ള വലിയ വാഴയില നിലത്ത് വിരിച്ചു വെച്ചു. അതിന്റെ നടുക്ക് പറയിൽ അരി വെച്ച് അതിൽ കുരുത്തോല കുത്തി താഴ്ത്തി പഞ്ചസാര ഇലയുടെ ഒരറ്റത്തിട്ടു.

കപ്പിലെ വെള്ളത്തിലുണ്ടായിരുന്ന മീനിനെ ഇലയുടെ ഒരുഭാഗത്ത് വെച്ചു. തവളകളെ രണ്ടിനേയും കൂട്ടിക്കെട്ടി ഇലയുടെ ഒരറ്റത്തും അതേ പോലെ ഞണ്ടിനെയും വെച്ചു. സാമ്പ്രാണിത്തിരി കത്തിച്ച് വാഴപ്പിണ്ടി യിൽ തിരുകി കയറ്റിവെച്ചു.

മുക്കണ്ണ് കാണുന്നവിധം തേങ്ങ ചകിരി കളഞ്ഞ് വൃത്തിയാക്കി മുൻപിൽ വെച്ചിട്ട് അതിന്റെ മേൽ കർപ്പൂരവും കത്തിച്ചുവെച്ചു. പിന്നീട് നെയ്യെടുത്ത് നിലവിളക്കിലൊഴിച്ച് കത്തിച്ചശേഷം അദ്ദേഹം അതിന്റെ മുന്നിലിരുന്ന് മന്ത്രം ഉരുവിടാൻ തുടങ്ങി. അല്പസമയം കഴിഞ്ഞ് കയ്യിൽ കെട്ടിയിരുന്ന വാച്ചിൽ സമയം നോക്കിക്കൊണ്ട് അദ്ദേഹം സമയമാ കാറായി, സ്ത്രീയെ കുളിപ്പിച്ച് ഈറനോടെ കൊണ്ടുവരിക, കൂടെ ബലിക്കോഴിയേയും കൊണ്ടുവരിക എന്ന് കൽപ്പിച്ചു.

അങ്ങനെ എല്ലാവരും ചേർന്ന് കുപ്പിയെ കുളിപ്പിച്ച് ഈറനോടെ ഒരുക്കിവെച്ചിരുന്ന പൂജാസാമഗ്രികളുടെ മുൻപിൽ കൊണ്ടുവന്നിരുത്തി. അപ്പോൾ പൂജാരി കുപ്പിയുടെ ഇടതുവശത്തും വലതുവശത്തും തറ യിൽ ആണിയടിച്ചതിനുശേഷം മുടിപകുത്ത് അതിൽ കെട്ടിവച്ചുകൊണ്ട് നിർത്തിവച്ച മന്ത്രം തുടർന്നു. ഇതിനെല്ലാം സാക്ഷിയായി കുടുംബാം ഗങ്ങളും അയൽപക്കക്കാരുമായ പത്തോളം പേർ അപ്പോഴവിടെയു ണ്ടായിരുന്നു. അദ്ദേഹം മന്ത്രം ഉരുവിടുന്നതിനൊത്ത് കുപ്പിയുടെ ശരീ രവും വിറച്ചു തുള്ളി. അതിനിടയിൽ മുൻപിൽ വെച്ചിരുന്ന തേങ്ങ അദ്ദേഹം മൂന്നു പ്രാവശ്യം കറക്കി ഉച്ചത്തിൽ എന്തോ മന്ത്രിച്ചുകൊണ്ട് തറയിൽ എറിഞ്ഞുടച്ചു. കാലുകൾ ബന്ധിച്ചിരുന്ന കോഴിയുടെ തല കത്തികൊണ്ട് അറുത്തിട്ടു. അത് അവിടെ കിടന്ന് പിടഞ്ഞു ചത്തു. അരിയും പഞ്ചസാരയും കൂടി കൈയിൽ അള്ളിവാരിക്കൊണ്ട് മന്ത്രം ചൊല്ലി കുപ്പിയുടെ മുഖത്തേക്കെറിഞ്ഞു. കപ്പിൽ വെച്ചിരുന്ന മീനും വെള്ളവും നിലത്തൊഴുക്കി. അതും അവിടെ കിടന്ന് പിടഞ്ഞു ചത്തു.

ഏതു നിമിഷവും എന്തും സംഭവിക്കാം എന്ന വിധത്തിൽ എല്ലാ വരും ആകാംക്ഷയോടെ കാത്തുനിന്നു. എന്നാൽ എല്ലാം അലങ്കോല പ്പെടുത്തിയതല്ലാതെ ഒന്നും സംഭവിച്ചില്ല. ഇതൊക്കെ കഴിഞ്ഞപ്പോൾ ഒരു ദയനീയ നോട്ടത്തോടെ പൂജാരി അവിടെ നിന്നും എണീറ്റ് അപ്പ ച്ചൻ കരുതിവെച്ചിരുന്ന കാശും കൈക്കലാക്കി സ്ഥലം വിട്ടു.

എന്റെ ദൃഷ്ടിയിൽ എത്രയോ കാശും സമയവും ചെലവാക്കി,

കഷ്ടപ്പെട്ട് കരുതിക്കൂട്ടി കൊണ്ടുവന്നതെല്ലാം നിമിഷങ്ങൾകൊണ്ട് അയാൾ നശിപ്പിച്ചുകളഞ്ഞല്ലോ എന്നായിരുന്നു.

തവളയും ഞണ്ടും തെങ്ങിൻ കൂമ്പും കത്തിച്ചുവച്ച സാമ്പ്രാണി ത്തിരിയും നിലവിളക്കും പൂവും മാത്രമേ അപ്പോഴവിടെ അവശേഷി ച്ചിരുന്നുള്ളൂ. ആണിയിൽ നിന്നും കുപ്പിയുടെ മുടിയുടെ കെട്ടഴിച്ച് ദേഹത്താകെ പറ്റിപ്പിടിച്ചിരുന്ന അരിയും പഞ്ചസാരയുമെല്ലാം വൃത്തി യാക്കി കുളിപ്പിച്ച് കിടത്തിയപ്പോൾ നിമിഷങ്ങൾകൊണ്ട് പനിപിടിച്ചു വിറച്ചു. അപ്പോഴും കിടക്കയിൽ കിടന്ന് കുപ്പി അറിയാവുന്ന മന്ത്രം ഉരുവിട്ടുകൊണ്ടിരുന്നു.

ഏൽപ്പിച്ച കാര്യമെല്ലാം ഭംഗിയായി നിറവേറ്റിയതിനുശേഷം പിറ്റേന്ന് ബ്രദർ പുറപ്പെടാനായി ഒരുങ്ങിയപ്പോൾ അമ്മച്ചിയോട് താൻ മനസ്സിൽ സൂക്ഷിച്ചുവെച്ചിട്ടുണ്ടായിരുന്നു കാര്യം കൂടി വെളിപ്പെടുത്തി.

താൻ ഒരു പെൺകുട്ടിയെ കണ്ടു വെച്ചിട്ടുണ്ടെന്നും അവളുമായി തന്റെ വിവാഹം നടത്തി തരണമെന്നുമായിരുന്നു അത്. നിനക്ക് വേണ്ട സമയത്ത് ഞങ്ങളെല്ലാവരും കൂടി നടത്തിത്തരാം എന്ന് അമ്മച്ചി അദ്ദേഹ ത്തോട് പറയുകയും ചെയ്തു.

അതുകഴിഞ്ഞതിന്റെ മൂന്നാമത്തെ ദിവസം ഒരു ഞായറാഴ്ച സാധാ രണ ഞായറാഴ്ചകളിൽ പള്ളിയിൽ പോകുന്നത് പോലെ അന്നും ഞാൻ തോമസ് മുതലാളിയുടെ പള്ളിയിൽ പോയി സൺഡേ സ്കൂൾ പഠനവും കളിയുമെല്ലാം കഴിഞ്ഞ് വീട്ടിലെത്തിയപ്പോൾ സമയം ഏകദേശം പത്ത് മണിയോടടുത്തിരുന്നു. അപ്പോഴവിടെ അപ്പച്ചനോ അമ്മച്ചിയോ ഉണ്ടാ യിരുന്നില്ല. പനി വിട്ടുമാറാത്ത കുപ്പി മാത്രം വീടിനകത്ത് കട്ടിലിൽ കിടപ്പുണ്ട്. മറ്റാരും വീട്ടിലില്ലാതിരുന്നതുകൊണ്ട് അല്പം ഭയം എന്നെ പിടികൂടി. അങ്ങേവീട്ടിൽ പോയി അവിടെ നിന്നെന്തെങ്കിലും കഴിച്ച തിനുശേഷം അപ്പച്ചനോ അമ്മച്ചിയോ വീട്ടിൽ തിരിച്ചെത്തുമ്പോൾ വരാമെന്നു കരുതി ഞാൻ അങ്ങേ വീട്ടിലേക്ക് നടന്നു. അവിടെ നിന്നും കിട്ടിയ അല്പം ആഹാരവും കഴിച്ച് അവിടുത്തെ വാതിൽപ്പടിയിൽ നിന്നും കാണാനാകുന്ന പ്ലാവിലവീട്ടിലേക്ക് ഞാൻ അപ്പച്ചന്റെയും അമ്മച്ചിയുടെയും വരവും പ്രതീക്ഷിച്ചുകൊണ്ട് കാത്തുനിന്നു. അപ്പോ ഴാണ് കുപ്പി അടുക്കളവരാന്തയിൽ ധാന്യം കുത്തുന്ന മരത്തിന്മേൽ വന്നിരിക്കുന്നതു കണ്ടത്. മുടിയെല്ലാം അഴിച്ചിട്ട് മുട്ടിന്മേൽ കൈവച്ചു കൊണ്ടുള്ള അവരുടെ ഇരിപ്പുകണ്ടാൽ എന്തോ കല്പിച്ചു കൊണ്ടുള്ള ഇരിപ്പാണെന്ന് ആർക്കും തോന്നുമായിരുന്നു.

അല്പം സമയം കഴിഞ്ഞപ്പോൾ അവിടെ നിന്നും കുപ്പി ചാടിയെ ഴുന്നേറ്റ് എന്തോ തിരിയുവാൻ തുടങ്ങി. വീടിനു ചുറ്റുമുള്ള അവരുടെ തിരച്ചിലിനൊടുവിൽ നീളമുള്ള ഒരു കയർ കൈയിലേന്തിക്കൊണ്ട് വീടിനകത്തേക്ക് പോകുന്നത് ഞാൻ കണ്ടു. ആ പോക്കിൽ എന്തോ പന്തികേടുള്ളതായി എനിക്കു തോന്നി. എന്തിനാണ് കുപ്പി കയറുമായി

അകത്തേക്കു പോകുന്നത്? ഏതായാലും അതൊന്ന് നോക്കിക്കളയാം എന്ന് നിനച്ച് ഞാൻ വീട് ലക്ഷ്യമാക്കി നടന്നു. മുറിക്കകത്തേക്ക് കയറി നോക്കിയപ്പോൾ കണ്ട കാഴ്ച വായിൽ കയറും കടിച്ചുപിടിച്ചുകൊണ്ട് ചിലന്തിയെപോലെ ഭിത്തിയുടെ ജനൽപാളികളിൽ ചവിട്ടിപ്പിടിച്ച് മേൽക്കൂര ലക്ഷ്യമാക്കി കയറിക്കൊണ്ടിരിക്കുന്നു. അതു കണ്ട ഞാൻ ചോദിച്ചു.

''എന്തിനാണമ്മേ കയറുംകൊണ്ട് മേൽപ്പോട്ട് കയറുന്നത്?''

അപ്പോ കുപ്പി പറഞ്ഞ മറുപടി, നിനക്ക് ഊഞ്ഞാലാടി കളിക്കാൻ കയറു കെട്ടാൻ പോവുകയാണ് എന്നായിരുന്നു.

ഇപ്പറഞ്ഞത് ഞാൻ വിശ്വസിച്ചില്ല. എങ്കിലും എന്താണ് ചെയ്യാൻ പോകുന്നതെന്നറിയാൻ ഞാൻ പരിഭവത്തോടെ നോക്കിനിന്നു. അപ്പോൾ ജനൽപാളികളിൽ കയറിനിന്നുകൊണ്ട് കുപ്പി കയറിന്റെ ഒരുഭാഗമെടുത്ത് മരംകൊണ്ടുള്ള മേൽക്കൂരയിൽ വരിഞ്ഞുമുറുക്കിയ ശേഷം നേരത്തെതന്നെ കെട്ടിക്കോർത്ത് വച്ചിരുന്ന കയറിന്റെ മറുഭാഗം കഴുത്തിലണിഞ്ഞു. ഇനിയെന്താണ് സംഭവിക്കാൻ പോകുന്നതെന്ന് മനസ്സിലാക്കിയെടുത്ത ഞാൻ സർവ്വശക്തിയുമെടുത്ത് അയൽക്കാർ കേൾക്കത്തക്കവിധത്തിൽ 'അമ്മേ' എന്നലറി വിളിച്ചു കരഞ്ഞു.

കഴുത്തിൽ കുരുക്കിട്ടുകൊണ്ട് കുപ്പി ചാടിയപ്പോൾ ദ്രവിച്ചിരുന്ന കയർ ഭാരം താങ്ങാനാകാതെ പൊട്ടി. അപ്പോൾ പത്തടിയോളം ഉയരത്തിൽ നിന്നും താഴത്ത് വീണ കുപ്പി ഉടനെ ചാടിയെണീറ്റ് കഴുത്തിൽ തൂങ്ങിക്കിടന്ന കയറിന്റെ പൊട്ടിയ ഭാഗവും കൊണ്ട് ഓടി. ഇനിയെന്താണ് ചെയ്യാൻ പോകുന്നതെന്ന് മനസ്സിലാകാതെ കരച്ചിൽ തുടർന്നു കൊണ്ട് പിറകെ ഓടിയ ഞാൻ നോക്കിയപ്പോൾ താഴെയുണ്ടായിരുന്ന കിണറ്റിലേക്ക് എടുത്തു ചാടുന്നതാണ് കണ്ടത്.

എന്റെ കരച്ചിലിന്റെ ശബ്ദം കേൾക്കാനിടയായ അയൽക്കാർ അപ്പോൾ വീട് ലക്ഷ്യമാക്കി പാഞ്ഞുവരാൻ തുടങ്ങി. അങ്ങനെ പാഞ്ഞു വന്നവരിൽ മുൻപന്തിയിലായിരുന്നു ഞാൻ. അക്കരമാമൻ എന്ന് വിളിച്ചിരുന്നയാൾ അടുത്തോടിവന്ന്, എന്തുപറ്റി എന്നന്വേഷിച്ചു. അദ്ദേഹത്തോട് ഞാൻ കിണറ്റിലേക്ക് വിരൽ ചൂണ്ടിക്കാണിച്ചുകൊണ്ട് പറഞ്ഞു, ''അതാ അമ്മ അതിനകത്ത്.'' നിമിഷങ്ങൾക്കകം അദ്ദേഹം മറ്റൊന്നും നോക്കാതെ കിണറ്റിലേക്കെടുത്തു ചാടി. കിണറ്റിലപ്പോൾ പകുതിയോളം വെള്ളമുണ്ടായിരുന്നു.

മുങ്ങിത്താണുപോയ കുപ്പിയെ അദ്ദേഹം പൊക്കിയെടുത്തു കൊണ്ടുവന്ന് കിണറ്റിൻ പടിയിൽ പിടിച്ചുനിന്നു. അപ്പോഴേക്കും അവിടെ അയൽക്കാരായ പതിനഞ്ചോളം പേർ ഓടിക്കൂടിയെത്തിയിരുന്നു. ഉടനെ അവർ ഏണി സംഘടിപ്പിച്ചു കൊണ്ടുവന്ന് കിണറ്റിൽ താഴ്ത്തിയിറക്കി. ആ ഏണിയിൽ അദ്ദേഹം കുപ്പിയെ തോളിൽ വഹിച്ചുകൊണ്ട് കരയ്ക്കെത്തിച്ചു. അവിടെ ഓടിക്കൂടിയവർ എന്താണ് സംഭവിച്ചതെന്നറിയാൻ വേണ്ടി എന്നെ പൊതിഞ്ഞു. ആ സമയമെല്ലാം അമ്മയ്ക്കെന്താണ്

സംഭവിച്ചിരിക്കുന്നതെന്നായിരുന്നു എന്റെ മനസ്സിൽ. കരയ്ക്കെത്തിച്ച ശേഷം ഓർമ്മ നശിച്ച കുപ്പിയുടെ നനഞ്ഞ തുണികളെല്ലാം മാറ്റി തോമസ് മുതലാളിയുടെ കാർ വരുത്തി അതിൽ ആശുപത്രിയിലേക്ക് കൊണ്ടുപോയി. ഒപ്പം മൂന്ന് നാലുപേരും കൂടെ കൂടി. ഈ സംഭവമെല്ലാം കഴിഞ്ഞതിനുശേഷമായിരുന്നു അപ്പച്ചനും അമ്മച്ചിയും വീട്ടിലെത്തിയത്. സംഭവമറിഞ്ഞ് അവർ എന്നെയും കൊണ്ട് ആശുപത്രിയിലേക്ക് പുറപ്പെട്ടു. ആശുപത്രിയിലെത്തിയ ഞങ്ങൾക്ക് കുപ്പിയുടെ കാൽ ഒടിഞ്ഞിട്ടുണ്ടെന്നും തലയ്ക്കു മാരകമായ മുറിവ് സംഭവിച്ചിട്ടുണ്ടെന്നും അറിയാൻ കഴിഞ്ഞു. അപ്പോഴവിടെ വിവരമറിഞ്ഞ് ബന്ധുമിത്രാദികൾ ഓരോന്നായി മോളെ, മക്കളെ എന്തുപറ്റിയെടീ നിനക്ക് എന്ന് കരഞ്ഞുപറഞ്ഞ് വന്നുകൊണ്ടിരുന്നു. അതിൽ പലരും തമ്മിൽ കണ്ടിട്ട് വർഷങ്ങളായിരുന്നു. ഞാനും അതിൽ പലരെയും അന്നാണ് ആദ്യമായി കണ്ടത്.

അപകടനില തരണം ചെയ്ത കുപ്പിയെ പത്ത് പതിനഞ്ച് ദിവസത്തെ ആശുപത്രി ശുശ്രൂഷയ്ക്കുശേഷം വീട്ടിലേക്കു കൊണ്ടുവന്നു. പിന്നീട് ഒരു മാസം തികയാറായപ്പോൾ കുപ്പൻ അവിടെയെത്തി. കുപ്പിയെ കൊണ്ടുപോകാനുള്ള ഏർപ്പാടുകൾ ചെയ്തു. അങ്ങനെ രണ്ടു മൂന്നു ദിവസം കഴിഞ്ഞപ്പോൾ കുപ്പിയേയും കൊണ്ട് അദ്ദേഹം പോയി.

കുപ്പൻ വന്ന് കുപ്പിയെ കൊണ്ടുപോയതുകൊണ്ട് നാട്ടുകാർക്കും കുടുംബാംഗങ്ങൾക്കും എനിക്കും ഉണ്ടായിരുന്ന ബുദ്ധിമുട്ടുകൾക്കും പ്രയാസങ്ങൾക്കും അല്പം ആശ്വാസം വന്നു എന്നു പറയാം.

സാധാരണ പഴയതുപോലെ എല്ലാവരുടെയും ജീവിതം താളത്തിനൊത്തു നീങ്ങി.

കുറച്ചുദിവസം കഴിഞ്ഞ് ബ്രദർ വീട്ടിൽ വന്നപ്പോൾ എനിക്ക് പുതിയ തുണികളും പഠിക്കാനാവശ്യമായ ബുക്കുകളും അദ്ദേഹം കൊണ്ട് വന്നു തന്നു. താൻ നേരത്തെ അമ്മയോട് സൂചിപ്പിച്ച തന്റെ വിവാഹക്കാര്യം അപ്പച്ചനെയും അറിയിക്കാനായിരുന്നു വന്നത്. എല്ലാം നിന്റെ ഇഷ്ടം പോലെയാകട്ടെ എന്നായിരുന്നു അപ്പച്ചന്റെ മറുപടി. എല്ലാം നേരത്തെ തന്നെ ബ്രദർ തീരുമാനിച്ചുറപ്പിച്ചതുകൊണ്ട് പെണ്ണുകാണൽ എന്ന ചടങ്ങിന് ഞാനടക്കം കുടുംബാംഗങ്ങൾ ആറുപേർ പെണ്ണുവീട്ടിൽ പോയി. നല്ല സുന്ദരിയായ ഒരു സ്ത്രീയായിരുന്നു അവർ. കണ്ടു സംസാരിച്ചപ്പോൾ തന്നെ കാണാൻ വന്നവർക്കെല്ലാം അവരെ നന്നേ ഇഷ്ടപ്പെട്ടു. അന്ന് തന്നെ കല്യാണ ദിവസം നിശ്ചയിച്ചു പിരിഞ്ഞു. പിന്നീട് കല്യാണപ്പന്തൽ ബ്രദർ വീട്ടുപറമ്പിൽതന്നെ അഞ്ചാറുദിവസത്തെ കഠിന പരിശ്രമത്തിനുശേഷം നിർമ്മിച്ചു. കല്യാണത്തിന് വരുന്നവർക്ക് വീട്ടിൽ തന്നെ ആഹാരം പാകം ചെയ്യാൻ വേണ്ടി തോമസ് മുതലാളിയുടെ തോട്ടത്തിൽ നിന്നും വലിയ വിറക് മോഷ്ടിച്ചു കൊണ്ടു വരാൻ ലൈറ്റിന്റെ വെളിച്ചം തെളിയിച്ച് വഴി കാട്ടാൻ രാത്രി പന്ത്രണ്ട്

മണിക്ക് എന്നെയും ബ്രദർ കൂടെ കൂട്ടി. കല്യാണം നിശ്ചയിച്ച ദിവസം തന്നെ നടന്നു. നൂറോളം പേർ മാത്രമേ കല്യാണത്തിനു സംബന്ധിച്ചിരുന്നുള്ളൂ. അതിൽ കൂടുതൽ പേരും സുവിശേഷ സഹായികളായിരുന്നു.

കുറച്ചു ദിവസത്തിനുശേഷം ബ്രദർ തന്റെ ഭാര്യയേയും കൊണ്ട് നേരത്തെ ഒരുക്കിവെച്ചിരുന്ന ജോലിസ്ഥലത്തിനടുത്തുള്ള വീട്ടിലേക്ക് താമസം മാറി പോവുകയും ചെയ്തു.

പിന്നീടങ്ങോട്ട് ഞാൻ അപ്പച്ചന്റെയും അമ്മച്ചിയുടെയും തണലിൽ ഓടിച്ചാടി കളിച്ചും അവരെ ആകുന്നവിധം സഹായിച്ചും പഠിത്തത്തിൽ മിടുക്കനായും വളർന്നു.

ഒരിക്കൽ മുറുക്കാൻ ഇനിമുതൽ തൊടുകയില്ലെന്ന് പറഞ്ഞ അമ്മച്ചി പിന്നീടൊരിക്കലും അത് സ്പർശിച്ചിരുന്നില്ല. അന്നുമുതൽ പ്രാർത്ഥനയിലും ഉപവാസത്തിലും മാത്രം തൽപരയായിരുന്നു അവർ.

മിക്കവാറും ദിവസങ്ങളിൽ വൈകുന്നേരമായാൽ നഗരത്തിൽ നടക്കുന്ന ക്രിസ്തീയ പ്രസംഗം കേൾക്കാൻ അമ്മച്ചി എന്നെയും കൂടെ കൊണ്ടുപോകും. അവിടെ വെള്ള വസ്ത്രധാരികളായ ശ്രോതാക്കൾക്കിടയിൽ എന്റെ പ്രായത്തിലുള്ള ആൺകുട്ടികളും പെൺകുട്ടികളും വന്നിട്ടുണ്ടായിരിക്കും. ഒരു ഭാഗത്ത് പ്രസംഗം തകൃതിയായി നടക്കുമ്പോൾ അവരെയൊക്കെ തിരഞ്ഞുപിടിച്ച് കൂട്ടുകൂടി കാര്യങ്ങൾ തിരക്കുന്നതിലായിരിക്കും എനിക്കിഷ്ടം.

അവർക്കൊപ്പം കളിയും വർത്തമാനങ്ങളുമൊക്കെ കഴിഞ്ഞ് അല്പസ്വല്പമൊക്കെ പ്രസംഗം കേൾക്കാനായി അമ്മച്ചിയുടെ മടിയിലിരുന്നാലും പ്രാസംഗികൻ പറയുന്നതിലെ പൊരുൾ കൂടുതലൊന്നും മനസ്സിലാകാത്തതിനാൽ ഇരുന്ന ഇരിപ്പിൽ അറിയാതെ ഉറങ്ങിപ്പോകും. ആ ഉറക്കം അവിടെ തുടർന്നാൽ പ്രഭാതം കാണുന്നത് വീട്ടിൽ വച്ചായിരിക്കും. അക്കാലയളവിൽ എന്റെ പഠിത്തവും നല്ലതുപോലെ നടന്നു. ബ്രദർ വരുമ്പോഴെല്ലാം എന്റെ ആവശ്യം അറിയിച്ചാൽ ഭാഗികമായെങ്കിലും അദ്ദേഹം നടത്തിത്തരുമായിരുന്നു. അങ്ങനെ നാലു വർഷക്കാലം ഞാൻ നല്ലതുപോലെ പഠിച്ച് ക്ലാസിൽ ഒന്നാമനായി ജയിച്ച് പള്ളിക്കൂടത്തിൽ നിന്നും പിരിഞ്ഞു. പള്ളിക്കൂടം നാലാം ക്ലാസ് വരെയേ ഉണ്ടായിരുന്നുള്ളൂ. ആ നാലുവർഷത്തെ കാലഘട്ടം കടന്നപ്പോൾ എനിക്ക് പതിനൊന്നു വയസ്സ് എത്തിയിരുന്നു. പിന്നീട് തുടർന്ന് പഠിക്കുവാനായി അപ്പച്ചൻ എന്നെ വീട്ടിൽനിന്നും രണ്ടു മൈലോളം ദൂരമുള്ള ഹൈസ്കൂളിൽ കൊണ്ടുപോയി ചേർത്തു.

ആ കഴിഞ്ഞ കാലഘട്ടങ്ങളിലെല്ലാം കുപ്പന്റെയും കുപ്പിയുടേയും സുഖവിവരങ്ങൾ എപ്പോഴെങ്കിലും വീട്ടിലേക്കയയ്ക്കുന്ന കത്തിൽ കൂടി ഞാനറിഞ്ഞിരുന്നു. വിദഗ്ധചികിത്സയിലൂടെ കുപ്പിയുടെ അസുഖം ഏകദേശം ഭേദപ്പെട്ടുവെന്നും ഇരട്ടക്കുട്ടികളുടെ അമ്മയായെന്നും.

കുപ്പൻ ജോലി രാജിവെച്ച് നാട്ടിൽ വന്ന് കുടുംബത്തിൽനിന്നും ഭാഗം കിട്ടിയ സ്ഥലത്ത് വീടുവെച്ച് താമസിക്കാൻ പോവുകയാണെന്നും എനിക്കറിയാൻ കഴിഞ്ഞു. കുപ്പിയുടെ അസുഖം ഭേദമായതുകൊണ്ടും എല്ലാവരും ഒന്നിച്ചു താമസിക്കാൻ പോവുകയാണെന്നും കേട്ടപ്പോൾ എനിക്ക് അല്പം സന്തോഷം തോന്നി. കുറച്ചു ദിവസങ്ങൾ കൂടി കഴിഞ്ഞപ്പോൾ നേരത്തെ എഴുതി അറിയിച്ചിരുന്നതു പോലെ കുപ്പൻ അന്യനാട്ടിൽ നിന്നും ജോലി രാജിവെച്ച് കുപ്പിയേയും ഇരട്ടകളേയും പിന്നെ വീട്ടുപകരണങ്ങളുമെല്ലാം കെട്ടിപ്പെറുക്കി നാട്ടിൽ തിരിച്ചെത്തി.

ഒന്നരവയസ്സു മാത്രമേ എന്റെ അനുജന്മാരായ ഇരട്ടകൾക്ക് അപ്പോൾ പ്രായം ഉണ്ടായിരുന്നുള്ളൂ. നല്ല ചന്തമായിരുന്നു അവരെ കാണാൻ. പള്ളിക്കൂടം വിട്ടാൽ കൂട്ടുകാർക്കൊപ്പം കളി ശീലമാക്കിയിരുന്ന ഞാൻ ഇരട്ടകൾ പ്ലാവിലവീട്ടിൽ വന്നശേഷം സമയം പാഴാക്കാതെ അവരോ ടൊപ്പം കളിക്കാൻ വീട്ടിലേക്ക് ഓടിയെത്തി. കുപ്പിയെപ്പറ്റി പറഞ്ഞാൽ ഒരു കെട്ട് മരുന്നുകളുടെ പിൻബലത്തിലായിരുന്നു ദിവസവും കഴിഞ്ഞു പോയിരുന്നത്. അപ്പോഴും പഴയ സ്വഭാവത്തിന്റെ പകുതിയോളം അവ രിൽ അവശേഷിച്ചിട്ടുണ്ടായിരുന്നു. ഒരു മാറ്റമെന്ന് പറഞ്ഞാൽ എപ്പോഴും ഇരട്ടകളെ കളിപ്പിച്ചുകൊണ്ടിരിക്കുന്നതായിരുന്നു. കാര്യമായി അവരെ കളിപ്പിച്ചുകൊണ്ടിരിക്കുമ്പോൾ അത് കാണുന്നവർ എന്നോട് പറയാ റുണ്ട് ''ദേണ്ടെ, സ്വർണ്ണം പോലത്തെ രണ്ടെണ്ണത്തിനെ നിന്റെ അമ്മ യ്ക്ക് കിട്ടിയിട്ടുണ്ട്. അതുകൊണ്ട് നിന്റെ അമ്മയ്ക്ക് നിന്നെ ഇനി വേണ്ട എന്ന്.'' അപ്പോഴൊക്കെ ഇരട്ടകളോട് എനിക്കസൂയ തോന്നുമായിരുന്നു കുട്ടികളെ മാത്രം പരിചരിച്ചുകൊണ്ട് കുപ്പി സമയം പോക്കുമ്പോൾ എന്നെപ്പറ്റിയുള്ള യാതൊരു അന്വേഷണവും ചിന്തയും അവർക്കില്ലാ യിരുന്നു. പലപ്പോഴും എന്നിൽ കുറ്റങ്ങൾ മാത്രമേ കണ്ടുപിടിക്കാറു ണ്ടായിരുന്നുള്ളൂ. കുപ്പനാണെങ്കിൽ വീട് പണി നേരത്തെയാക്കിയതു കൊണ്ട് അത് നോക്കി നടത്താൻ തന്റെ കുടുംബത്തിലേക്കു പോവുകയും ചെയ്തിരുന്നു. കുറച്ച് ദിവസങ്ങൾക്കകം കുപ്പൻ വീടുപണി പൂർത്തി യാക്കിക്കൊണ്ട് എല്ലാവരെയും കൂട്ടി അവിടെ താമസമാക്കി. ഏകദേശം നല്ലൊരു വീടായിരുന്നു. കുപ്പൻ തന്റെ കുടുംബവീടിനരികിലായി പണി കഴിപ്പിച്ചിരുന്നത് ആ പ്രദേശവും വളരെ മനോഹരമായിരുന്നു.

ഏകദേശം അഞ്ചു മൈലോളം ദൂരമുണ്ടായിരുന്നു പ്ലാവിലവീട്ടിൽ നിന്നും പുതിയ വീട്ടിലേക്കുള്ള ദൂരം. ബസ്സിറങ്ങിയാൽ പിന്നെയും ഒരു മൈലോളം ദൂരം വയൽവരമ്പിലൂടെ നടക്കണമായിരുന്നു ആ വീട്ടി ലെത്താൻ.

കുപ്പന്റെ കുടുംബവീട്ടിൽ എഴുപതോളം വയസ്സ് പ്രായമായ അപ്പനും അമ്മയും അവരുടെ ഇളയ മകനും കുടുംബവുമായിരുന്നു താമസം. കുപ്പനും കൂടിച്ചേർന്നാൽ മൊത്തം അവർക്ക് ആറ് മക്കൾ. ബാക്കി യുള്ള അവരുടെ നാല് മുതിർന്ന മക്കളും ആ ഭാഗത്ത് തന്നെ ഒരു

മൈൽ ചുറ്റളവിൽ അക്കരെയും ഇക്കരയും കുടുംബമായിട്ടായിരുന്നു താമസിച്ചിരുന്നത്. കുപ്പന്റെ ആ സഹോദരങ്ങളുടെ കുടുംബവുമായി ദിവസങ്ങൾക്കകം തന്നെ ഞാനവർക്കൊരു വേണ്ടപ്പെട്ട ചെറുക്കനായി മാറി.

ഇവരെയൊക്കെ മുൻപൊരിക്കലും ഞാൻ കണ്ടിട്ടുണ്ടായിരുന്നില്ല. കാരണം കുപ്പിയുമായോ കുപ്പിയുടെ അപ്പനമ്മ, സഹോദരങ്ങളുമായോ തമ്മിൽ യാതൊരു സഹകരണമോ പോക്കുവരവോ ഉണ്ടായിരുന്നില്ല.

ഒരു തരം പ്രാകൃതസ്വഭാവക്കാരനായിരുന്നു കുപ്പന്റെ അപ്പനും അമ്മയും. ജീവിതം തന്നെ സ്വയം വെറുത്ത് ജീവിക്കുന്നവരെപ്പോലെയായിരുന്നു മക്കളോടും കൊച്ചുമക്കളോടും അവർ പെരുമാറിയിരുന്നത്. സ്നേഹം കാണിച്ചുകൊണ്ട് അവരോടെന്തെങ്കിലും പറയാനോ ചോദിക്കാനോ അടുത്ത് പോവുകയാണെങ്കിൽ ചീറിയെടുത്ത് പേടിപ്പെടുത്തുന്ന രീതിയിലായിരിക്കും സംസാരിക്കാറ്. എപ്പോഴും പിറുപിറുത്തും പ്രാകിക്കൊണ്ടും ഇരിക്കാറുള്ളവരായതുകൊണ്ട് സംസാരിക്കാൻ പോയാൽ പ്രാക്ക് കേൾക്കേണ്ടിവരുമല്ലോ എന്നോർത്ത് ഞാനവരോട് സംസാരിക്കാനടുക്കാറില്ലായിരുന്നു.

അപ്പന്റെയും അമ്മയുടെയും സ്വഭാവത്തിന്റെ പിന്തുടർച്ച മക്കളിലൂടെയെന്നവണ്ണം കുപ്പനും പലപ്പോഴും പിറുപിറുക്കുകയും പ്രാകികൊണ്ടിരിക്കുകയും ചെയ്യുമായിരുന്നു.

പുതിയ വീട്ടിൽ താമസം തുടങ്ങിയതുമുതൽ പള്ളിക്കൂടത്തിൽ പോകുന്നതായിരുന്നു എനിക്കുള്ള ബുദ്ധിമുട്ട്. നാല് മൈൽ ദൂരമുണ്ടായിരുന്നു അവിടെ നിന്നും പള്ളിക്കൂടത്തിലേക്കെത്താനുള്ള ദൂരം. സമയത്തിനെത്തണമെങ്കിൽ അതിരാവിലെ തന്നെ വീട്ടിൽ നിന്നിറങ്ങിത്തിരിക്കണം. പള്ളിക്കൂടത്തിൽ സമയത്തിനെത്തിച്ചേരേണ്ട രണ്ടുമൂന്ന് ബസ് പോയിക്കഴിഞ്ഞാൽ പിന്നെ പിന്നീട് വരുന്ന ബസ് പള്ളിക്കൂടസമയം കഴിഞ്ഞാണെത്തുക. അതുകൊണ്ട് ഈ മൂന്നു ബസുകൾ പോയെന്ന് വരികിൽ പിന്നെ നടന്നാണ് പോകേണ്ടിയിരുന്നത്. ആ ഭാഗത്തുനിന്നുമുള്ള പിള്ളേർ കൂടുതലായൊന്നും ആ പള്ളിക്കൂടത്തിലേക്കില്ലാത്തതുകൊണ്ട് മിക്കവാറും ഒറ്റയ്ക്കായിരിക്കും നടത്തും.

പള്ളിക്കൂടത്തിലേക്ക് പോകാനുള്ള ബസ് കൂലിക്കുവേണ്ടി ദിവസവും രാവിലെ കുപ്പന്റെ മുന്നിൽ ചെന്ന് ഞാൻ കൈനീട്ടും. ചിലപ്പോൾ തരില്ല. നടന്നുപോകാൻ പറയും. ചിലപ്പോൾ ഇനി ചോദിക്കരുത് എന്ന് പറഞ്ഞുകൊണ്ട് രണ്ടോ മൂന്നോ ദിവസത്തേക്കുള്ള യാത്രാക്കൂലി പിറുപിറുത്തുകൊണ്ട് ഒന്നിച്ച് തരും. മിക്കവാറും ദിവസങ്ങളിൽ കുപ്പി എനിക്കു വേണ്ടി എഴുന്നേറ്റ് ആഹാരമൊന്നും ഉണ്ടാക്കിത്തരില്ല. വിചാരിക്കുകയാണെങ്കിൽ രാവിലെയെന്തെങ്കിലും കിട്ടിയെന്നു വരാം. ഞാനെന്ത് കഴിക്കുന്നു, എങ്ങനെ പോകുന്നു എന്നുള്ള യാതൊരു ശ്രദ്ധയും അവർക്കിരുവർക്കുമില്ലായിരുന്നു. കുറ്റങ്ങൾ കണ്ടാൽ മാത്രം ഉപദ്രവിക്കാനായി ഇരുവരും മുൻപന്തിയിൽ നിൽക്കുകയും ചെയ്തു.

പല ദിവസങ്ങളിലും ഉച്ചയ്ക്കൊന്നും കഴിക്കാനില്ലാത്തതുകൊണ്ട് വിശക്കുമ്പോൾ കയ്യിലുണ്ടാകാറുള്ള ബസ് കൂലികൊണ്ട് എന്തെങ്കിലും വാങ്ങിക്കഴിച്ച് വിശപ്പടക്കും. പിന്നീട് ബസ്സിന് പോകാൻ കാശില്ലാത്തതു കൊണ്ട് തിരിച്ചു വീട്ടിലേക്കു നടന്നാകും പോവുക. നടന്നു പോകേണ്ട ആ മൂന്നു മൈൽ ദൂരം റബ്ബർമരങ്ങൾകൊണ്ട് മൂടപ്പെട്ട വിജനമായ പ്രദേശമായിരുന്നു. ആ വഴിയിലായിരുന്നു തട്ടാൻമുക്ക്.

നടന്നുപോകുന്ന വഴി തട്ടാൻമുക്കിൽ എത്തിയാൽ അവിടുത്തെ കള്ളുഷാപ്പിൽ നിന്നും കുടിച്ചു ലക്കുകെടുന്ന ആൾക്കാർ റോഡരികിൽ കിടക്കാറുള്ളതെപ്പോഴും കാണാമായിരുന്നു. വിജനമായിക്കിടക്കുന്ന നീണ്ട റോഡിൽകൂടി തട്ടാൻമുക്കൊക്കെ നടന്നു താണ്ടി വിശന്ന് ക്ഷീണിച്ച് വീട്ടിലെത്തുമ്പോഴേക്കും സൂര്യൻ അസ്തമിക്കാറായിരിക്കും. വീട്ടിലെത്തിയാൽ പിന്നെ താമസിച്ചെത്തിയതിനെ ചൊല്ലിപ്പറഞ്ഞ് കുപ്പൻ ശരീരം നുള്ളി നോവിക്കുകയും വായിൽ വരുന്ന ചീത്തവിളിക്കുകയും ചെയ്യുമായിരുന്നു.

പൂർണ്ണമായും സുഖക്കേട് വിട്ടുമാറാത്ത കുപ്പിയുടെ പിറകെയും ഇരട്ടകളുടെ പിറകെയുമായിരിക്കും കുപ്പനെപ്പോഴും. ''അവനായതുകൊണ്ടാ അവളെ കാര്യമായി നോക്കി പരിപാലിക്കുന്നത് വേറെ ആരെങ്കിലും ആ സ്ഥാനത്തായിരുന്നെങ്കിൽ പെണ്ണിനേയും മക്കളെയുമൊക്കെ കളഞ്ഞിട്ട് എപ്പോഴേ പോയിരുന്നുന്നേനെയെന്ന്'' സ്വന്തക്കാരിൽ ചിലർ പറയാറുള്ളത് ഞാൻ കേട്ടിട്ടുണ്ട്.

ഏകദേശം രണ്ട് മാസത്തോളം കാലം അങ്ങനെ കഴിഞ്ഞു പോയി. ഒരു ദിവസം കുപ്പന് ഒരു ടെലഗ്രാം വന്നു.

ജോലി പിരിഞ്ഞു വന്നപ്പോൾ വേറെ നല്ല വേതനമുള്ള ജോലിക്കായി മറ്റുപല വലിയ കമ്പനികളിലും അപേക്ഷിച്ചിരുന്നതുകൊണ്ട് പെട്ടെന്ന് തന്നെ പുതിയ ജോലിയിൽ പ്രവേശിക്കണമെന്നറിയിച്ചുകൊണ്ടായിരുന്നു വലിയ ഒരു കമ്പനിയിൽ നിന്നുള്ള ടെലഗ്രാം എത്തിയത്. ഉടനെ തന്നെ അദ്ദേഹം വേണ്ടതെല്ലാം ശരിയാക്കി അന്ന് തന്നെ യാത്രയാവുകയും ചെയ്തു.

അദ്ദേഹം പോയ നാൾമുതൽ പിന്നീടുള്ള ഓരോ രാത്രിയും പകലും ആകുലതയോടും ഭയത്തോടും കൂടിയായിരുന്നു ഞാനവിടെ തള്ളിനീക്കിയത്. പെട്ടെന്ന് എന്തിനെങ്കിലും സഹായത്തിന് ആരുംതന്നെ അടുത്തില്ലല്ലോ എന്നോർത്ത് ഞാൻ കൂടുതൽ ആകുലനായി. അവിടെയുള്ള കുപ്പന്റെ ബന്ധുക്കളുമായി കുപ്പി ഇടപഴകാറില്ലാത്തതുകൊണ്ട് ആ വീട്ടിലേക്കാരും വരാറില്ലായിരുന്നു. അവരുടെയൊക്കെ വീട്ടിൽ ഞാൻ പോകുന്നതുപോലും കുപ്പിക്കിഷ്ടമില്ലായിരുന്നു. എന്തിനാണ് പോയത് എന്നു പറഞ്ഞുകൊണ്ട് കുപ്പി എന്നെ ഉപദ്രവിക്കുകയും ചെയ്തിരുന്നു.

നേരം വെളുത്താൽ പള്ളിക്കൂടത്തിൽ പോകുന്നതെനിക്കൊരു പേടി സ്വപ്നമായി മാറി. ഓരോ ദിവസവും നടന്നലഞ്ഞ് പള്ളിക്കൂടത്തിൽ

പോകാൻ വേണ്ടി ഒരുങ്ങിക്കൊണ്ട് ഇന്നെന്തെങ്കിലും കഴിക്കാൻ കിട്ടുമോ അടുപ്പ് പുകയുന്നുണ്ടോയെന്ന് നോക്കിയിരിക്കും. മിക്ക ദിവസങ്ങളിലും ആ അടുപ്പ് പുകയാറില്ലായിരുന്നു. അഥവാ പുകയുന്ന ദിവസമാണെങ്കിൽ രണ്ടുമൂന്ന് മുതിർന്നവർ കഴിക്കുന്നത്ര ആഹാരം എന്റെ മുന്നിലേക്ക് കഴിക്കാനായി വെയ്ക്കും. അത്രയും തന്നെ ആഹാരം ഉച്ചയ്ക്ക് കഴിക്കാൻ കെട്ടിത്തരുകയും ചെയ്യും. മിക്കവാറും ദിവസങ്ങളിൽ പള്ളിക്കൂടത്തിൽ പോകുന്ന വഴിയിൽ കുപ്പന്റെ സഹോദരങ്ങളുടെ അടുത്തേക്ക് ബസ് യാത്രാക്കൂലിയുടെ ആവശ്യവും പറഞ്ഞുകൊണ്ട് സമീപിക്കും. എവിടെനിന്നെങ്കിലും അവർ കാശ് നുള്ളിപ്പെറുക്കി തരുന്നതിനിടയിൽ കുപ്പിക്ക് പിടിപെട്ടിരിക്കുന്ന സൂക്കേടിനെപ്പറ്റി പറഞ്ഞ് കളിയാക്കാറുള്ളതിനാൽ പിന്നീട് അവരുടെയടുത്തേക്ക് കാശ് ആവശ്യപ്പെട്ടു പോയിട്ടുമില്ല. ദിവസവും ബുക്കും പുസ്തകങ്ങളുമൊക്കെ കെട്ടിപ്പെറുക്കി വീടിനടുത്തുള്ള ഇടവഴികൽമതിൽക്കെട്ടിൽ ഇനിയങ്ങോട്ട് ചിലവഴിക്കേണ്ട ദിവസത്തെപ്പറ്റി ഓർത്ത് ഇരുന്നു പോകും. അപ്പോഴും വീട്ടിൽ നിന്നും ഉച്ചത്തിൽ മുഴങ്ങി കേൾക്കാവുന്ന പാട്ടുകളും മന്ത്രങ്ങളും കേട്ട് വഴിയാത്രക്കാരായ പിള്ളേർ എന്നോട് ചോദിക്കാറുണ്ട് ഇത് പള്ളിയോ അമ്പലമോ മറ്റോ ആണോ എന്ന്.

എന്ത് മറുപടിയാണ് അവരോട് പറയേണ്ടതെന്നെനിക്ക് അറിഞ്ഞുകൂടാത്തതുകൊണ്ട് ഒന്നുമറിയാത്തവനെപോലെ ഞാനും വീട്ടിലേക്ക് നോക്കിപ്പറയും, ആവോ, എനിക്കറിയില്ല എന്ന്.

താമസിച്ചാൽ ക്ലാസ് ടീച്ചർ അടിക്കുകയും പുറത്തു നിർത്തുകയും ചെയ്തിരുന്നതിനാൽ വിശപ്പ് സഹിച്ചും മഴയത്ത് ഊറ്റി വാരിയും ഓടുന്നതിനിടയിൽ വീണു കൈകാൽ മുട്ട് മുറിഞ്ഞാലും പള്ളിക്കൂടത്തിൽ സമയത്തിന് എത്തിച്ചേരാൻ ഞാൻ ശ്രമിച്ചു. പലപ്പോഴും ഉച്ചസമയത്ത് കിട്ടുന്ന ഇടവേളയിൽ വിശപ്പടക്കാനായി അമ്മച്ചിയുടെ അരികിലേക്ക് പായും. എന്ത് തിരക്കിലായിരുന്നാലും അമ്മച്ചി ഓടിവന്ന് ഉള്ളത് വിളമ്പി തരും. ഒന്നുമില്ലെങ്കിൽ മരിച്ചീനിയെങ്കിലും ചുട്ടു തന്നിട്ട് പറയും പള്ളിക്കൂടം വിട്ടാൽ മോൻ വേഗം വീട്ടിലേക്ക് പൊയ്ക്കൊള്ളണം. വീട്ടിൽ അവൾ ഒറ്റയ്ക്ക് ഉള്ളൂ എന്ന്.

കുപ്പൻ പോയതിനുശേഷം പത്തിരുപത് ദിവസം കഴിഞ്ഞു കാണും. ഒരു ദിവസം ഞാൻ പള്ളിക്കൂടത്തിലെത്തിയപ്പോൾ മുതിർന്ന പിള്ളേരെല്ലാം കൂടി സ്കൂൾ അധികൃതർക്കെതിരെ സമരം ചെയ്യാൻ പോവുകയാണെന്നറിഞ്ഞു. പള്ളിക്കൂടം തുടങ്ങാനുള്ള ബെല്ലടിച്ചതും സമരം ചെയ്യാൻ വേണ്ടി പിള്ളേർ ഒത്തുകൂടിക്കൊണ്ട് ഇൻക്വിലാബ് എന്ന് വിളിച്ച് ഓരോ ക്ലാസുകളിലും പോയി കുട്ടികളെ അധ്യാപകരുടെ മുന്നിൽ നിന്നും വിളിച്ചിറക്കി കൂടെ ചേർത്തു. അങ്ങനെ കുറെയധികം കുട്ടികൾ സമരത്തിന് കൂടിയപ്പോൾ പഠിത്തം തുടരാൻ കഴിയില്ലെന്നു കണ്ട് നീണ്ട ബെല്ലടിച്ച് പള്ളിക്കൂടം വിട്ടു.

ഇന്നിനി ഇഷ്ടംപോലെ സമയമുണ്ടല്ലോ. ആദ്യം വീട്ടിൽ പോയി ആഹാരം കഴിച്ചതിനുശേഷം സ്വന്തക്കാരുടെ വീടുകളിലൊക്കെയൊന്ന് പോകണം. പിന്നീട് കൂട്ടുകാർക്കൊപ്പം കളിക്കാനും പോകണം എന്ന് നിനച്ച് ഞാൻ വീട് ലക്ഷ്യമാക്കി നടന്നു. നടന്നുകൊണ്ടിരിക്കുന്നതി നിടയിൽ പകുതിയോളം ദൂരം ഒരു സൈക്കിൾ യാത്രക്കാരൻ ലിഫ്റ്റ് തരുകയും ചെയ്തു.

വീട്ടിലെത്തിയ ഞാൻ അടച്ചിട്ടിരുന്ന വാതിലിൽ അമ്മേയെന്ന് പറഞ്ഞുകൊണ്ട് മുട്ടി വിളിച്ചപ്പോൾ കതക് തുറന്നില്ല. പിന്നെയും പിന്നെയും മുട്ടി വിളിച്ചപ്പോഴും വാതിൽ തുറന്നില്ല. കുപ്പിയോടൊപ്പം കഴിയുമ്പോഴെല്ലാം ഭയം കൊണ്ടുനടക്കാറുള്ള എന്റെ മനസ്സിൽ, വാതി ലിൽ കുറേനേരം മുട്ടിയിട്ടും തുറക്കാതായപ്പോൾ ഭയം വർദ്ധിച്ചു. ഇത്രയും മുട്ടി വിളിച്ചിട്ടും വാതിൽ എന്തേ തുറക്കാത്തത്, ആരുടെയും വീട്ടിൽ പോവുകയും ചെയ്യില്ലല്ലോ. ഒരുപക്ഷേ മറുപുറത്തെ അടുക്കള വാതിലിനരികിലിരുന്നാൽ വിളിക്കുന്നത് കേൾക്കില്ല. അതുകൊണ്ട് അടുക്കളഭാഗത്തേക്ക് നടന്നു പോയി നോക്കാം എന്ന് കരുതി ഞാൻ മറുവശത്തെ അടുക്കളവാതിലിനരുകിലേക്ക് നടന്നു. അപ്പോഴെന്റെ മനസ്സിൽ ഭയവും ആകാംക്ഷയും പിടിപെട്ടിട്ടുണ്ടായിരുന്നു. നടന്നു പോകുന്നതിനിടയിൽ ജനൽവഴി വീടിന്റെ അകത്തേക്ക് നോക്കിയപ്പോൾ കണ്ട കാഴ്ച കുപ്പി കയറിൽ തൂങ്ങി നിൽക്കുന്നതാണ്.

ഒരു നിമിഷം ഞാൻ സ്തംഭിച്ചുപോയി. എങ്കിലും അമ്മേയെന്ന് അലറിക്കരഞ്ഞുകൊണ്ട് വാതിൽ തള്ളിത്തുറക്കാൻ പരിശ്രമിച്ചു. പക്ഷേ തുറന്നില്ല. വീണ്ടും വീണ്ടും ഞാൻ സർവ്വശക്തിയുമെടുത്ത് കതക് ആഞ്ഞ് തള്ളിയപ്പോൾ കതകിന്റെ സാക്ഷാ പലക വേർപെട്ട് തുറന്നു. അകത്തുകടന്ന ഞാൻ തറയിൽ നിന്നും രണ്ടടി മാത്രം ഉയരത്തിൽ നിശ്ചലമായിക്കിടന്ന ശരീരത്തിന്റെ ഇരുകാലുകളും കെട്ടിപ്പിടിച്ച് സർവ്വ ശക്തിയോടുകൂടി മുകളിലേക്കുയർത്തി പിടിച്ചുകൊണ്ട് 'ആരെങ്കിലും ഓടിവായേ' എന്ന് ഉച്ചത്തിൽ അലറിവിളിച്ചു. ഇരുകാലുകളും മാറോട് ചേർത്ത് പൊക്കിപ്പിടിച്ച് ഞാൻ നിന്നപ്പോൾ ഉള്ളിൽ തങ്ങിനിന്നിരുന്ന കുപ്പിയുടെ ശ്വാസം ഒരു ഞരക്കത്തോടെ പുറത്തേക്ക് കടന്നുപോകു ന്നതുപോലെ എനിക്കനുഭവപ്പെട്ടു. അപ്പോഴേക്കും മല മൂത്രവിസർജനം ചെയ്തു കഴിയുകയും ശരീരത്തിന്റെ നിറം അല്പം കറുപ്പായി മാറു കയും ചെയ്തിരുന്നു. കാലുകൾ താങ്ങിപ്പിടിച്ചുകൊണ്ട് ഞാൻ വീണ്ടും വീണ്ടും അലറി കൂകിവിളിച്ചപ്പോൾ എന്തുവാടാ മോനേ? എന്നുള്ള ചോദ്യം കേട്ടു. ആ ചോദ്യം കുപ്പന്റെ കുടുംബവീട്ടിൽ താമസിച്ചിരുന്ന അനുജന്റെ ഭാര്യയുടേതായിരുന്നു. ആ ചോദ്യം കേട്ട ഞാൻ പറഞ്ഞു, ''കൊച്ചമ്മ ഇങ്ങോട്ടൊന്നു വന്നേ...''

അപ്പോഴവർ പതുക്കെ മനസ്സില്ലാമനസ്സോടെ വാതിലിലേക്കു വന്ന് എന്റെ കരച്ചിൽ കേട്ട ഭാഗത്തേക്കെത്തി നോക്കി. അപ്പോൾ ശരീരവും

താങ്ങി പിടിച്ചുനിൽക്കുന്ന എന്നെ കണ്ട അവർ ഒരു നിമിഷം സ്തം ഭിച്ചുനിന്നു. ഉടനെ അവർ അവിടെ നിന്നും പോയി അല്പകലെ വീടു പണിയിൽ ഏർപ്പെട്ടുകൊണ്ടിരുന്ന മൂന്നു പേരെ വിളിച്ചു കൊണ്ടുവന്നു. അതിൽ രണ്ടു പേർ കുപ്പിയുടെ ശരീരം താങ്ങി പിടിച്ചുയർത്തുകയും ഒരാൾ കയർ അറുത്ത് കെട്ട് വിടുവിക്കുകയും ചെയ്തു. അപ്പോഴേക്കും സംഭവമറിഞ്ഞ് അക്കരെയും ഇക്കരെയും നിന്നുള്ള സ്വന്തക്കാർ വൈരം മറന്ന് അവിടെ ഓടിയെത്തുകയും നിശ്ചലമായിക്കിടന്ന കുപ്പിയുടെ ശരീരം താങ്ങിപ്പിടിച്ച് ആശുപത്രിയിലേക്ക് കൊണ്ടുപോവുകയും ചെയ്തു. ഈ കോലാഹലത്തിന്റെ ശബ്ദമൊക്കെ കേട്ടാണ് ഇരട്ടകൾ കിടക്കയിൽനിന്നും പതുക്കെ എഴുന്നേറ്റ് വരാൻ തുടങ്ങിയത്. പിന്നീട് കുപ്പന്റ സ്വന്തക്കാർ വീട് പൂട്ടി എന്നെയും ഇരട്ടകളെയും അവരുടെ വീട്ടിലേക്ക് കൂട്ടിക്കൊണ്ടുപോയി. ഈ സംഭവം അവർ പ്ലാവിലവീട്ടിൽ അറിയിച്ചതിനെതുടർന്ന് അപ്പച്ചനും പിപ്പി അമ്മാച്ചനും വാഹനം പിടിച്ചു കൊണ്ടവിടെയെത്തി. അതേ വാഹനത്തിൽ തന്നെ എല്ലാവരും കൂടി ആശുപത്രിയിലേക്ക് പുറപ്പെട്ടു. അവിടെയെത്തിയ ഞങ്ങൾക്ക് കുപ്പി എണീറ്റിരുന്ന് ഡോക്ടർ ചോദിക്കുന്ന ചോദ്യങ്ങൾക്ക് മറുപടി നൽകി ക്കൊണ്ടിരിക്കുന്നതാണ് കാണാൻ കഴിഞ്ഞത്. ഞങ്ങൾ അവരുടെ കുട്ടി കളാണെന്ന് മനസ്സിലാക്കിയ ഡോക്ടർ ഞങ്ങളെ അരികിൽ വിളിച്ചിട്ട് കുപ്പിയെ കാണിച്ചു കൊണ്ട്,

‘‘ഈ നിൽക്കുന്നവർ നിങ്ങളുടെ ആരാണ്?’’

‘‘എന്റെ മക്കൾ.’’

‘‘ഇങ്ങനെയൊക്കെ ചെയ്ത് ചത്താൽ പിന്നീട് ആരിവരെ നോക്കും?’’

അപ്പോൾ കുപ്പിക്ക് ഉത്തരം മൗനമായിരുന്നു. അല്പം കഴിഞ്ഞ പ്പോൾ ഡോക്ടർ അപ്പച്ചനെയും പിപ്പിയെയും മാറ്റിനിർത്തിക്കൊണ്ട് കഴിച്ചുകൊണ്ടിരിക്കുന്ന മരുന്ന് യഥാസമയം കഴിക്കാതിരുന്നാൽ രോഗ ത്തിന്റെ തീവ്രത കൂടി. ഏതായാലും തക്കസമയത്ത് കണ്ടതിനാൽ രക്ഷപ്പെടുത്താൻ കഴിഞ്ഞു. അല്പം കൂടി താമസിച്ചിരുന്നെങ്കിൽ ജീവൻ നഷ്ടപ്പെട്ടുപോകുമായിരുന്നേനേ എന്ന് പറഞ്ഞു.

മണിക്കൂറുകൾക്കുശേഷം ആശുപത്രിയിൽ നിന്നും ഡിസ്ചാർജ് ചെയ്ത് കുപ്പിയെയും ഞങ്ങളെയും കൂട്ടി അപ്പച്ചൻ പ്ലാവിലവീട്ടിലേക്ക് പുറപ്പെട്ടു. സംഭവമറിഞ്ഞ് കഴിഞ്ഞ പ്രാവശ്യത്തെ പോലെ ബന്ധു ക്കളാരും അവിടെത്തിയില്ല.

ഈ സംഭവമെല്ലാം ദൂരദേശത്ത് ജോലി ചെയ്യുന്ന കുപ്പനെ വീട്ടുകാർ വിവരമറിയിച്ചതിനെത്തുടർന്ന് എട്ട് പത്ത് ദിവസങ്ങൾ കഴിഞ്ഞപ്പോൾ അദ്ദേഹം അവിടെയെത്തി. പിന്നീട് അഞ്ചാറ് ദിവസം കൂടി കഴിഞ്ഞ പ്പോൾ കെട്ടിപ്പെറുക്കികൊണ്ടുവന്ന വീട്ടുസാധനങ്ങളെല്ലാം അതേ പോലെ പെറുക്കി കെട്ടിപ്പൊതിഞ്ഞ് കുപ്പിയേയും ഇരട്ടകളേയും കൊണ്ട് കുപ്പൻ പുറപ്പെടാനൊരുങ്ങി

പോകുന്നതിനു മുൻപ് കുപ്പൻ എന്നെപ്പറ്റി അപ്പച്ചനോട് ഈ വർഷം കൂടി ഇവൻ എവിടെ നിന്ന് പഠിക്കട്ടെ. പിന്നീട് ഞാനിവനെ കൊണ്ടു പൊയ്ക്കോളാം എന്ന് പറഞ്ഞു.

കഴിഞ്ഞ കുറേ ദിവസമായി പിടിമുറുക്കിയിരുന്ന എന്റെ പിരിമുറുക്കം കുപ്പി പോയപ്പോൾ അയയുകയും പ്ലാവില വീട്ടിലെത്തിയപ്പോൾ എന്റെ മനസ്സിൽ സന്തോഷം അനുഭവപ്പെടുകയും ചെയ്തു. പ്രത്യേകിച്ച് പള്ളിയിലും അവിടെ വരുന്ന സുഹൃത്തുക്കളെ കാണുന്നതിനും പിന്നെ അങ്ങേലെ വീട്ടിലും മറ്റെല്ലാവരുടെ വീട്ടിലുമൊക്കെ പോകാൻ വീണ്ടും അവസരം ലഭിച്ചല്ലോ എന്നോർത്ത്.

ബുദ്ധിമുട്ടി പള്ളിക്കൂടത്തിൽ പോയിരുന്നതിനിടയിൽ ആലസ്യമായിപ്പോയിരുന്ന പഠിപ്പ് ക്രമേണ പതുക്കെ ഞാൻ വീണ്ടെടുത്തു. പ്ലാവിലയിൽ വന്നശേഷം ആഹാരത്തിന് കുറവൊന്നുമുണ്ടായില്ല. രാവിലെയും ഉച്ചയ്ക്കും ആഹാരം ഉണ്ടാക്കിത്തരുന്ന ജോലി അമ്മച്ചി ഉത്തരവാദിത്തത്തോടെ ഏറ്റെടുത്തു. അഞ്ചാറു മാസങ്ങൾ കടന്നു പോയി.

ആയിടയ്ക്കാണ് അന്യനാട്ടിലെവിടെയോ ജോലി ചെയ്തിരുന്ന ടെറിയും ടോമിയും നാട്ടിൽ വന്നിറങ്ങിയത്. കാറിൽനിന്നും ഇറങ്ങി വീട് ലക്ഷ്യമാക്കി നടന്നുവന്നുകൊണ്ടിരുന്ന അവരെ കണ്ടാൽ അമേരിക്കയിൽനിന്നും വരുന്ന വഴിയായിരിക്കും എന്ന് ആരും കരുതുമായിരുന്നു അങ്ങനെയായിരുന്നു. അവരുടെ വേഷവും ഗമയുമൊക്കെ.

കണ്ടാൽ രണ്ടുപേർക്കും ഒരേ പോലുള്ള കൂളിംഗ് ഗ്ലാസും ഒരേ കളറിലുള്ള ഷർട്ടും ബെൽബോട്ടം പാന്റും കാലിൽ പോളിഷിട്ടു തിളങ്ങുന്ന ഷൂസും പിന്നെ കയ്യിൽ ഒതുക്കി പിടിക്കുന്നതരത്തിലുള്ള സ്റ്റൈലൻ സ്യൂട്ട്കേസുമൊക്കെയായിരുന്നു വേഷം. ഇവർ ആധികാരികമായി വീട്ടിൽ കയറിവന്ന് അമ്മച്ചിയുമായുള്ള സംസാരരീതി കണ്ടപ്പോഴായിരുന്നു വന്നവർ ആരാണെന്നെനിക്ക് മനസ്സിലാക്കാൻ കഴിഞ്ഞത്. അമ്മച്ചിക്കും അവർ ആരാണെന്ന് ആദ്യം മനസ്സിലാക്കാൻ കഴിഞ്ഞിരുന്നില്ല.

പിന്നീട് അവരായിരുന്നു അവിടങ്ങളിലെ ഹീറോകൾ. സംസാരത്തിലും പ്രവർത്തിയിലുമെല്ലാം ഗമയുടെ പരിവേഷം ഇരുവരിലും നിറഞ്ഞു നിന്നിരുന്നു. വസ്ത്രധാരണത്തിലും പോക്കുവരവുമെല്ലാം ഒരേരീതിയിലും ഒന്നിച്ചും ആയിരുന്നു. രണ്ടോ മൂന്നോ വയസ്സിന്റെ പ്രായവ്യത്യാസം മാത്രമേ സുഹൃത്തുക്കളും സഹോദരരുമായ അവരിരുവർക്കും തമ്മിലുണ്ടായിരുന്നുള്ളൂ. കൂട്ടുകാരായാലും നാട്ടുകാരായാലും ആരെങ്കിലുമൊക്കെ അവരെ കാണാനായി ദിവസവും അവിടെയെത്തും. ഇരുവർക്കും വലിയൊരു കമ്പനിയിലായിരുന്നു ജോലി എന്നാണ് എല്ലാവരോടും പറഞ്ഞുവന്നിരുന്നത്. പക്ഷേ സംസാരിക്കുന്നതെല്ലാം വീറും വാശിയോടും കൂടെയുള്ള അടിയുടെയും പിടിയുടെയും

കുത്തലിന്റെയും വെട്ടലിന്റെയും കഥകളായിരുന്നു. അടുക്കളവരാന്തയിലിരുന്നുകൊണ്ട് വീരപരിവേഷത്തോടെ ഇത്തരം കാര്യങ്ങൾ സംസാരിച്ച് ഉച്ചാവസ്ഥയിലെത്തി നിൽക്കുമ്പോൾ ടോമി സിഗരറ്റ് ആഞ്ഞു വലിച്ചു കയറ്റും. അപ്പോഴും ടോമിക്ക് അപ്പച്ചനെ ഭയമുള്ളതുകൊണ്ട് ചുറ്റും നോക്കി അപ്പച്ചനില്ലെന്ന് ഉറപ്പ് വരുത്തിയിട്ടായിരിക്കും വലിക്കാറ്. ടെറിയാകട്ടെ വീടിനകത്തേക്കു പോയി കരുതിവെച്ചിരിക്കുന്ന വിസ്കി അകത്താക്കിയിട്ട് വരും. അതാരും കാണാത്ത വിധം കുടിച്ചിട്ട് ഒന്നുമറിയാത്തവനെ പോലെയായിരിക്കും വരിക.

കഥ പറയുന്നതിന്റെ ആവേശത്തിൽ അത് പല പ്രാവശ്യം തുടരും. പറയുന്നത് പുളുവോ വെടിയോ എന്നറിയില്ല. പക്ഷേ പിന്നീട് നാട്ടുകാർക്കിടയിൽ പുളുവനെന്നും വെടിയനെന്നും ഇരുവർക്കും പേര് വീണു. വെടിയനെന്നാൽ ടെറിയും പുളുവനെന്നാൽ ടോമിയുമായിരുന്നു.

കഥകൾ പറയുന്നതിനിടയിൽ പുളുവൻ സിഗരറ്റുകൾ ഓരോന്നായി വലിച്ചു തീർത്തുകഴിയുമ്പോൾ എന്നെയായിരുന്നു സിഗരറ്റ് വാങ്ങിച്ചു കൊണ്ടുവരുവാൻ ഒരു മൈലോളം ദൂരമുള്ള കടയിലേക്ക് കാശ് തന്ന് പറഞ്ഞയയ്ക്കാറ്. ഓരോ ദിവസവും ഓരോന്നിനായി പല പ്രാവശ്യം ഓടിപ്പോയി വാങ്ങിച്ചുകൊണ്ട് വരേണ്ട ഗതികേട് എനിക്കുണ്ടാകും. അവർ പറയുന്ന കഥകളൊക്കെ ഭാഗികമായി കേട്ടുകൊണ്ട് വീട്ടുജോലിയിൽ ഏർപ്പെട്ടിരിക്കാറുള്ള അമ്മച്ചിക്കാകട്ടെ ഇടയ്ക്കിടെ കാപ്പിയിട്ട് കൊടുക്കേണ്ടിയും വന്നിരുന്നു. ഇക്കഥകളൊക്കെ കേൾക്കാൻ വേണ്ടി കാപ്പിയുടെ പങ്കുപറ്റി ഞാനും ഒരു മൂലയിൽ ഇരിപ്പുറപ്പിക്കും. പ്രത്യേകിച്ച് പിപ്പി അമ്മാച്ചന്റെ ശ്രദ്ധയിൽപ്പെടാതെ.

കാലവും സമയവും നോക്കാതെ എപ്പോഴും ഓരോ സിഗരറ്റിനായി കടയിൽ പോയിട്ട് വരുന്നതിന്റെ ബുദ്ധിമുട്ട് ഞാൻ മനസ്സിലൊതുക്കിയിരുന്നു. നിരാകരിച്ചാൽ അദ്ദേഹത്തിന്റെ സ്വഭാവത്തിനനുസരിച്ച് എന്നെ അടിക്കും എന്നെനിക്കറിയാമായിരുന്നു. ഒരു ദിവസം ഞാൻ പള്ളിക്കൂടം വിട്ട് വിശന്ന് വീട്ടിൽ കയറിവന്നപ്പോൾ ഉടനെ സിഗരറ്റ് വാങ്ങിച്ചു കൊണ്ടുവരാനായി അദ്ദേഹം എന്നോട് നിർദ്ദേശിച്ചു. പിന്നെയും പിന്നെയും പോയിട്ട് വരണമല്ലോ എന്നോർത്ത് ഞാൻ പുളുവനോട്, ‘‘രണ്ടുമൂന്നെണ്ണം ഒന്നിച്ചു വാങ്ങിക്കൊണ്ടുവരാൻ അമ്മാച്ചൻ എനിക്ക് കാശ് തന്നുകൂടെ?’’ അങ്ങനെ പറഞ്ഞതും അദ്ദേഹം എന്റെ തലയുടെ പിറകിൽ ആഞ്ഞടിച്ചുകൊണ്ട് ‘‘എന്നെയാണോടാ നീ പഠിപ്പിക്കാൻ വരുന്നത് റാസ്ക്കൽ?’’ അടികൊണ്ട ഞാൻ വീഴാനായി മുൻപോട്ടാഞ്ഞു. ഇതുകണ്ടുനിന്ന അമ്മച്ചി പുളുവനോട്, എന്തിനാടാ നീ എന്റെ കൊച്ചനെ പാറകൈക്കൊണ്ടടിച്ചത്, അവനെ പൊന്നുപോലെയാ ഞാൻ വളർത്തുന്നത്. ഇനിമേൽ നീ അവനെ തൊട്ടുപോകരുത് എന്നു പറഞ്ഞു. ഇതുകേട്ട പുളുവനാകട്ടെ ഒരു വളിച്ച ചിരിയിലൊതുക്കിത്തീർത്തു. ശക്തമായ അടികൊണ്ട എനിക്കപ്പോൾ ഭയങ്കര സങ്കടം തോന്നി.

എന്നിരുന്നാലും പോയി വാങ്ങിച്ചു കൊണ്ടുവരുന്നതിന് കുറവൊന്നുമുണ്ടായില്ല. പിന്നീടദ്ദേഹത്തെ കാണുന്നത് പോലും എനിക്ക് ഭയമായി.

രണ്ടുപേരുടെയും പ്ലാവില വീട്ടിലേക്കുള്ള വരവിന്റെ ഉദ്ദേശ്യം കുറച്ചു സ്ഥലങ്ങളൊക്കെ വാങ്ങി കൃഷിയോ മറ്റെന്തെങ്കിലും ജോലിയോ ചെയ്ത് കല്യാണവും കഴിച്ച് നാട്ടിൽ തന്നെ കഴിഞ്ഞുകൂടണം എന്നായിരുന്നു. വളരെ കാലം ദൂരദേശത്ത് ജോലിയിൽ ഏർപ്പെട്ടിരുന്ന വെടിയനൊരു ദിവസം താൻ സ്വരൂപിച്ച് കൂട്ടിവെച്ചിരുന്ന കാശെല്ലാം ഒരു വലിയ കെട്ടിൽ പൊതിഞ്ഞ് അപ്പച്ചന്റെ കൈയിൽ കൊടുത്തശേഷം രണ്ടോ മൂന്നോ ഏക്കറോളം സ്ഥലം വാങ്ങാനുള്ള കാശുണ്ട് ഇതിൽ. അതുകൊണ്ട് അടുത്തെവിടെയെങ്കിലും സ്ഥലം വിൽക്കാനുണ്ടെങ്കിൽ വാങ്ങിച്ചു തരണം എന്ന് പറഞ്ഞു. അപ്പച്ചന്റെ അറിവിൽ ആരോ വിൽക്കാൻ വേണ്ടിവെച്ചിരുന്ന സ്ഥലം വാങ്ങാനായി അതിന്റെ ഉടമസ്ഥനെ പോയി കണ്ടു. ഏകദേശം ഒരു മൈലോളം ദൂരമുണ്ടായിരുന്നു പ്ലാവില വീട്ടിൽ നിന്നും വാങ്ങാനായി പോകുന്ന ആ സ്ഥലത്തേക്കുള്ള ദൂരം. രണ്ടുമൂന്ന് ഏക്കറോളമുണ്ടായിരുന്ന വസ്തുവിൽ ഒരു വീടും ഉണ്ടായിരുന്നു. വർഷങ്ങളായി ആരും തന്നെ അവിടെ താമസമുണ്ടായിരുന്നില്ല. ഇടതൂർന്നുനിൽക്കുന്ന വിവിധതരം വലിയ മരങ്ങൾകൊണ്ട് തിങ്ങിനിറഞ്ഞതായിരുന്നു അവിടം. മാങ്ങ, തേങ്ങ, പുളി, മാവ് എന്നിവയുടെ വലിയ മരങ്ങൾ യഥേഷ്ടമുണ്ടായിരുന്നു. അതിൽ ഫലപുഷ്ടിയാർന്ന സ്ഥലം പോയി കണ്ടയുടനെതന്നെ എല്ലാവർക്കും നന്നേ ഇഷ്ടപ്പെട്ടു. പിന്നീട് ഉടമസ്ഥനുമായി വിലയെല്ലാം നീക്കുപോക്കിലൂടെ പറഞ്ഞുറപ്പിച്ചു. ഉണ്ടായിരുന്ന കാശ് തികയാതെയിരുന്നതിനാൽ അറിയുന്നവരുടെ അടുത്തുനിന്നും ബാക്കി തുക കൂടി വാങ്ങി തികച്ച്, മറ്റാരും ആ സ്ഥലം കൈക്കലാക്കാതിരിക്കാൻ ഇടം നൽകാതെ അപ്പച്ചൻ ഉടനെ തന്നെ വെടിയനുവേണ്ടി വാങ്ങിക്കുകയും ചെയ്തു.

പുളുവന് വേറെ സ്ഥലമൊന്നും വാങ്ങേണ്ട ആവശ്യമുണ്ടായിരുന്നില്ല. കാരണം ഇളയമകനായ തനിക്കാണ് കുടുംബത്തിന്റെ അവകാശമെന്ന് അദ്ദേഹത്തിനറിയാമായിരുന്നു. പ്രത്യേകിച്ച് ബാക്കിയുള്ള സഹോദരങ്ങളെല്ലാം അവരുടേതായ വഴി നോക്കി പോയതുകൊണ്ട് ആർക്കും കുടുംബത്തിൽനിന്ന് അവകാശം വേണമെന്നുണ്ടായിരുന്നില്ല. പതുക്കെ പുളുവൻ തന്റെ സ്വാധീനം കുടുംബത്തിലുറപ്പിക്കുവാൻ വേണ്ടി പറമ്പിൽ കൃഷി ചെയ്യാൻ തുടങ്ങുകയും അതിന്റെ വരവു ചെലവു കണക്കുകളൊക്കെ നോക്കി നടത്തുകയും ചെയ്തു. ഇങ്ങനെയൊക്കെ ആയിരുന്നാലും അദ്ദേഹം അപ്പച്ചനുമായി നല്ല രമ്യതയിലായിരുന്നില്ല. അപ്പച്ചനിഷ്ടപ്പെടാത്തതാണ് പുളുവൻ ചെയ്തതെന്ന് വരികിൽ പുളുവൻ പറമ്പിൽ നട്ടുവളർത്തിയ തൈകളൊക്കെ പിഴുതെറിഞ്ഞ് കളഞ്ഞായിരിക്കും അരിശം തീർക്കുക. അപ്പച്ചൻ എത്ര വഴക്ക് പറഞ്ഞാലും എന്തു ചെയ്താലും പുളുവൻ കമായെന്നൊരക്ഷരം പറയില്ലായിരുന്നു. അഥവാ പറയാൻ നിന്നാൽ വീണ്ടും വീട്ടിൽനിന്ന്

ഇറങ്ങിപ്പോകേണ്ടിവരുമല്ലോ എന്നതിനാലായിരിക്കാം ഇരുവരുടെയും സംസാരവും ഇൻഡയറക്ടിലായിരുന്നു. പുളുവന് എന്തെങ്കിലും കാര്യം അപ്പച്ചനെ അറിയിക്കണമെന്നുണ്ടെങ്കിൽ ''അമ്മേ, അപ്പച്ചനോട് ഇന്ന കാര്യമൊന്ന് പറഞ്ഞേ'' എന്ന് പറഞ്ഞുകൊണ്ട് അപ്പച്ചൻ കേൾക്ക ത്തക്കവിധത്തിൽ അമ്മച്ചിയോടായിരിക്കും പറയുക.

വെടിയന്റെയും പുളുവന്റെയും മുന്നോട്ടുള്ള ജീവിതം സാമ്പത്തി കമായി ഒരുവിധം ശരിയായെന്ന് തോന്നിയപ്പോഴായിരുന്നു ഇനി കല്യാണം കഴിക്കണമെന്ന അതിയായ തങ്ങളുടെ ആഗ്രഹം വീട്ടിലറി യിച്ചത്. ഉടനെതന്നെ അപ്പച്ചൻ പരിചയമുള്ള കല്യാണദല്ലാളിനെ പോയികണ്ട് കാര്യം ധരിപ്പിച്ചു.

അങ്ങനെ കല്യാണദല്ലാളിന്റെ ലിസ്റ്റിലുള്ള പെണ്ണുങ്ങളെ വെടി യനും പുളുവനും വേണ്ടി പോയി കാണുവാൻ പുറപ്പെട്ടു. അതിൽ പുളുവനുവേണ്ടി പെണ്ണു കാണാനായിരുന്നു ആദ്യം പുറപ്പെട്ടത്. അപ്പ ച്ചന്റെയും അമ്മച്ചിയുടെയും പുളുവന്റെയുമൊപ്പം എനിക്ക് കൂടെ പോകാനുള്ളയൊരവസരം ലഭിച്ചു. പുളുവന്റെ ചിലവിൽ നാലഞ്ചു മൈലോളം ദൂരമുണ്ടായിരുന്ന പെണ്ണുവീട്ടിലേക്ക് കാറിലായിരുന്നു യാത്ര. ഞങ്ങളുടെ വരവും പ്രതീക്ഷിച്ചുകൊണ്ട് പെണ്ണുവീട്ടുകാരും ഒരുങ്ങി നിൽപ്പുണ്ടായിരുന്നു. പെണ്ണിന്റെ വീട്ടിലേക്ക് പ്രവേശിച്ചതും കെട്ടാൻ പോകുന്ന പെണ്ണിനെ കണ്ട വരൻ നാണം കൊണ്ടും സന്തോഷം കൊണ്ടും പെട്ടെന്ന് അംഗവൈകല്യം പിടിച്ചവനെപ്പോലെ കുണുങ്ങി യാടി. പിന്നീടവർ തമ്മിലുള്ള സംസാരം കണ്ടപ്പോൾ പണ്ടുമുതലേ തമ്മിൽ തമ്മിൽ വലിയ പ്രേമത്തിലായിരുന്നു എന്നപോലെയാണ് എനിക്കു തോന്നിയത്.

പെണ്ണും ചെറുക്കനും തമ്മിൽ കണ്ടു പൊരുത്തപ്പെട്ട സ്ഥിതിക്ക് വരദക്ഷിണയും കല്യാണഉറപ്പും കല്യാണം നടത്തേണ്ട ദിവസവുമെല്ലാം പലഹാരങ്ങളും കാപ്പിയുമൊക്കെ പങ്കിടുന്നതിനിടയിൽ വാക്കാൽ നിശ്ചയിച്ചുറപ്പിക്കുകയും ചെയ്തു.

പിന്നീടുള്ള പെണ്ണുകാണൽ വെടിയനു വേണ്ടിയായിരുന്നു. അവി ടെയും പോകാനെനിക്ക് അവസരം ലഭിച്ചു. സാമ്പത്തികമായി വളരെ ഉന്നതിയിൽ നിൽക്കുന്ന കുടുംബമായിരുന്നു ആ പെണ്ണ് വീട്ടുകാരു ടേത്. ഞങ്ങളുടെ പെട്ടെന്നുള്ള വരവ് അവർ പ്രതീക്ഷിച്ചിരുന്നില്ല. അവ രുടെ അനുജനും അനുജത്തിയും മാത്രമേ അപ്പോൾ വീട്ടിലുണ്ടായി രുന്നുള്ളൂ. സുന്ദരിയായ ആ സ്ത്രീ വീട്ടുജോലിയിലെ തിരക്കിലു മായിരുന്നു. അതിനിടയിൽ അവർ അല്പമൊന്ന് ഒരുങ്ങി ഞങ്ങളെ അകത്തേക്ക് ആനയിച്ചിട്ട് പറഞ്ഞു ''അമ്മയൊരു പ്രാർത്ഥനയ്ക്ക് പോയിരിക്കുകയാണ്. ഇപ്പോൾ വരും. നിങ്ങൾ ഇന്നാണ് വരുന്നതെന്ന റിയില്ലായിരുന്നു. അറിഞ്ഞിരുന്നെങ്കിൽ അമ്മ പോകില്ലായിരുന്നു'' എന്ന്. കുറെ സമയം ഞങ്ങൾ അവരുടെ അമ്മയുടെ വരവും പ്രതീക്ഷിച്ച്

അവിടെയിരുന്നു. അതിനിടയിൽ വെടിയൻ അടുക്കളയ്ക്കകത്തു കയറി ആ സ്ത്രീയോട് കുശലാന്വേഷണം പറയുവാൻ സമയം കണ്ടെത്തി. കുറെ കാത്തിരുന്നിട്ടും അവരുടെ അമ്മ വരാതിരുന്നതിനാൽ എല്ലാവരും അവിടെ നിന്ന് ഇറങ്ങി പുറപ്പെട്ടു. കുറച്ചു ദിവസങ്ങൾ കഴിഞ്ഞപ്പോൾ ആ പെണ്ണിനെ തന്നെയാണ് വെടിയനുവേണ്ടി കല്യാണം ഉറപ്പിച്ചിരിക്കുന്നതെന്ന് എനിക്ക് മനസ്സിലാക്കാൻ കഴിഞ്ഞു. രണ്ടുപേരുടെയും കല്യാണം ഒരുമിച്ച് നടത്തിയാൽ എല്ലാ വകയിലും നല്ല ചെലവ് ചുരുക്കാം എന്ന് വേണ്ടപ്പെട്ടവരെല്ലാം കൂടിയാലോചിച്ച് തീരുമാനമെടുത്തതിനാൽ ഇരുവരുടെയും കല്യാണം ഒരുമിച്ച് നടത്താനായി തീയതിയും നിശ്ചയിച്ചു. കല്യാണത്തിന്റെ മുന്നൊരുക്കത്തിന് വേണ്ടപ്പെട്ടതെല്ലാം ഇരുവരും ഓടിനടന്ന് ചെയ്യാൻ തുടങ്ങി.

വാങ്ങിയ വീടിന്റെ പുതുക്കിപ്പണി വെടിയൻ നേരത്തെ തന്നെ ആരംഭിച്ചിരുന്നു. പുളുവൻ വാതിലുകളൊന്നുമില്ലാത്ത പ്ലാവിലവീടിന്റെ അടുക്കളയുടെ വാതിലുകൾക്കും മുറികൾക്കുമെല്ലാം വസ്തുവിൽ നിന്നുതന്നെ വലിയൊരു മരം മുറിച്ച് ആശാരിയെ കൊണ്ടുവന്ന് അതിനെല്ലാം വാതിലുകളും പൂട്ടുകളും സ്ഥാപിക്കുകയും മഴ വന്നാൽ ചോർന്നൊലിച്ചിരുന്ന മേൽക്കൂരയുടെ പൊട്ടിയ ഓടുകളെല്ലാം മാറ്റി സ്ഥാപിക്കുകയും ചാണകം തളിച്ചിരുന്ന വരാന്തയുടെ തറ കുത്തിയിളക്കി സിമന്റ് ഇട്ടുറപ്പിക്കുകയും വീടിന്റെ മുൻവശമെല്ലാം സിമന്റ് തേച്ച് പെയിന്റ് അടിക്കുകയും എന്നുവേണ്ട വീടിന്റെ എല്ലാ അറ്റകുറ്റപ്പണികളും പൂർത്തിയാക്കി. കഴിയുന്നത്ര മോടിപിടിപ്പിച്ച് പുതുമണവാട്ടിയെ വരവേൽക്കാനായി വീട് അണിയിച്ചൊരുക്കി നിർത്തി.

നിശ്ചയിച്ച കല്യാണം നടത്താനുള്ള ദിവസങ്ങൾ ബാക്കിനിൽക്കെ കല്യാണകർമം നിർവഹിക്കാൻ രണ്ട് മൈലോളം ദൂരമുള്ള കുടുംബപള്ളിയിലെ അച്ചനുമായി സംസാരിച്ചശേഷം അപ്പച്ചൻ വീട്ടിൽ വന്നപ്പോൾ അപ്പോഴും അടുക്കളവരാന്തയിലിരുന്ന് വെടിയും പുളുവും അടിച്ചുകൊണ്ടിരുന്നവർ കേൾക്കാനായി പറഞ്ഞു.

‘‘ഞാനിപ്പോൾ പള്ളിയിൽ പോയിട്ട് വരുന്നവഴിയാ. നിങ്ങൾ രണ്ടെണ്ണത്തിനേം പള്ളിയിലച്ചൻ കണ്ടിട്ട് പോലുമില്ല. അവിടെവച്ച് കല്യാണം നടത്തണമെങ്കിൽ ആദ്യം അച്ചനെ പോയി കാണണം. പിന്നെ കുമ്പസാരിക്കണം. ഇങ്ങനെ പറഞ്ഞതിനുശേഷം അപ്പച്ചൻ, ‘‘പള്ളിയിലോ പോയിട്ടില്ല. പ്രാർത്ഥനയും അറിയത്തില്ല. അതൊക്കെ പോകട്ടെ, കുരിശു വരയ്ക്കാൻ പോലും ഇവനൊന്നും അറിയത്തില്ല. പള്ളീ പോടാ, പള്ളിക്കൂടത്തിൽ പോടാ എന്നു പറഞ്ഞുകൊണ്ട് ചോറും കെട്ടി കൊടുത്തയച്ചപ്പം ഇവനൊക്കെ മരം കയറാനും പെറുക്കിതിന്നാനും പോയി. അവസാനം ഊരെല്ലാം ചുറ്റിത്തിരിഞ്ഞ് പെറുക്കിത്തിന്നിട്ട് എനിക്ക് പെണ്ണുകെട്ടിത്താ എന്നു പറഞ്ഞുകൊണ്ട് കേറിവന്നിരിക്കുവാ. പെണ്ണിനേം കൊണ്ട് പള്ളിയിലോട്ട് കയറിച്ചെന്നാ അവർ കെട്ടിച്ചുതരുമെന്നാണോ

നീയൊക്കെ വിചാരിച്ചിരിക്കുന്നത്? പോ, പോയി ആദ്യം കുമ്പസാരിക്ക്. നീയൊക്കെ ചെയ്തു കൂട്ടിയിട്ടുള്ളത് അതേപടി നേർപറഞ്ഞ് കുമ്പ സാരിച്ചാൽ പള്ളീലച്ചൻ മൂന്നുനാല് ദിവസത്തേക്കെങ്കിലും പേടിച്ചു കിടക്കയിൽ നിന്നെണീക്കില്ല. അത്രേം തന്തേല്ലായ്മയായിരിക്കും നീയൊക്കെ ചെയ്തു കൂട്ടിട്ടുണ്ടാകുക എന്നു പറഞ്ഞതിനുശേഷം വീണ്ടും പിറു പിറുത്തുകൊണ്ടിരുന്നു.

ഇപ്പറഞ്ഞതെല്ലാം കേട്ട് ഒരക്ഷരം പോലും ഉരിയാടാതെ ഇരുന്ന അവർ നീ ആയാലും ഞാനായാലും ഇപ്പറഞ്ഞതൊക്കെ ശരിയാണെന്ന വിധത്തിൽ തമ്മിൽ തമ്മിൽ മുഖത്തോട് മുഖം നോക്കി നിന്നുകൊണ്ടി രുന്നു.

ഇതൊക്കെ കേട്ടുകൊണ്ടിരുന്ന എനിക്ക് ഊറി ഊറി ചിരി ക്കാനാണ് തോന്നിയത്. പക്ഷേ പേടി കാരണം അത് ഉള്ളിലൊതുക്കി പിടിച്ചുനിർത്തി. പിന്നീട് ഇരുവരും സമയമൊന്നും പാഴാക്കാതെ പള്ളി യിലച്ചനെ പോയി കണ്ടു. അപ്പോൾ അദ്ദേഹം കല്യാണസമയത്ത് നിർവഹിക്കേണ്ട കാര്യങ്ങൾ അവർക്ക് പറഞ്ഞ് മനസ്സിലാക്കികൊടു ക്കുകയും പഠിക്കേണ്ട പ്രാർത്ഥനകൾ എഴുതി കൊടുത്തയയ്ക്കുകയും ചെയ്തു. ഭാഗികമായി മാത്രം എഴുതാനും വായിക്കാനും അറിയാവുന്ന പുളുവൻ പറക്കി പറക്കി വായിച്ച് അത്യാവശ്യമായി അറിയേണ്ട കാര്യ ങ്ങൾ അല്പസ്വല്പം മനസ്സിലാക്കിയെടുത്തു. കല്യാണദിവസമെത്തി. നേരത്തെ ബ്രദറിന്റെ കല്യാണപ്പന്തൽ ഒരുക്കിയിരുന്ന അതേ സ്ഥലത്ത് തന്നെയായിരുന്നു ഇരുവരും ചേർന്ന് കല്യാണപ്പന്തൽ ഒരുക്കിയത്. രണ്ടുപേരുടെയും കല്യാണം ഒരുമിച്ചായതിനാൽ പന്തൽ അല്പം കൂടി വലുതും നല്ലവണ്ണം അലങ്കരിക്കുകയും ചെയ്തു.

വധൂവരന്മാരും അവരുടെ വേണ്ടപ്പെട്ടവരുമെല്ലാം നിശ്ചിത സമ യത്ത് തന്നെ പള്ളിയിലെത്തി. പുരോഹിതൻ കല്യാണകർമ്മം ആരം ഭിച്ച് നടത്തുന്നതിനിടയിലാണ് പള്ളിക്കു പുറത്ത് കുറേപ്പേർ കൂട്ടംകൂടി ബഹളം വയ്ക്കുന്നത് കണ്ടത്. അക്കൂട്ടത്തിൽ അപ്പച്ചനുമുണ്ടായിരുന്നു. ഞാനവിടെപ്പോയി നോക്കിയപ്പോൾ ബഹളം ഉന്തിലും തള്ളിലും വരെ യെത്തിയിരുന്നു. അപ്പോൾ മറ്റു ചിലർ വന്ന് എല്ലാവരെയും സമാധാ നിപ്പിച്ച് പള്ളിക്കകത്തേക്ക് പറഞ്ഞയച്ചു. അതിന്റെ കാരണത്തെപ്പറ്റി പിന്നീടെനിക്കറിയാൻ കഴിഞ്ഞത് പുളുവന് വരദക്ഷിണയായി തരാ മെന്ന് വാഗ്ദാനം ചെയ്ത കാശ് മുഴുവനും തരാൻ കഴിയില്ലെന്ന് പെണ്ണുവീട്ടുകാർ പറഞ്ഞതിനാലായിരുന്നു എന്ന്.

കല്യാണ കോലാഹലങ്ങളെല്ലാം കഴിഞ്ഞ് പുതുമണവാട്ടിമാരെ ഒരുക്കിനിർത്തിയിരുന്ന വീട്ടിലേക്ക് എല്ലാവരുംകൂടി ആനയിച്ചു. കുടുംബ ത്തിലേക്കുള്ള ഇരുമണവാട്ടിമാരുടെയും വരവ് എന്നിൽ സന്തോഷമുള വാക്കി. അമ്മയുടെ സ്ഥാനം ഞാനവർക്ക് നൽകിക്കൊണ്ട് വെടിയന്റെ ഭാര്യയെ വലിയമ്മയെന്നും പുളുവന്റെ ഭാര്യയെ കൊച്ചമ്മയെന്നും വിളിക്കാൻ തുടങ്ങി.

കുടുംബവീട്ടിലുള്ള കൊച്ചമ്മയാണെങ്കിൽ ചക്കരനൊത്ത ചക്കിയെ പ്പോലെയായിരുന്നു. കുടുംബത്തിലെ വരവു ചിലവു കണക്കുകളും ആഹാരം പാകം ചെയ്യുന്നതടക്കമുള്ള കുടുംബത്തിന്റെ സർവ്വ ഭാര വാഹിത്വവും ചുരുങ്ങിയ നാളുകൾക്കുള്ളിൽ അവർ ഏറ്റെടുത്തു. കൃത്യ സമയത്തുതന്നെ അപ്പച്ചന് ആഹാരം നിർബന്ധമായതിനാൽ അത് മുടക്കംകൂടാതെ ഉണ്ടാക്കികൊടുക്കുവാനും അവർ നിർബന്ധിതയായി. വീട്ടിൽ എല്ലാം നോക്കി നടത്തുവാൻ ആളുള്ളതുകൊണ്ട് അമ്മച്ചി ഏറെ സമയവും പള്ളിയിലെ പ്രാർത്ഥനയ്ക്കും സുവിശേഷവേലയ്ക്കും പൊയ്ക്കൊണ്ടിരുന്നു. ഈ രീതിയിൽ ദിവസങ്ങൾ കടന്നുപോയി.

ഒരു ദിവസം ഞാൻ പള്ളിക്കൂടത്തിൽ നിന്നും വൈകുന്നേരം വീട്ടി ലെത്തിയപ്പോൾ പുളുവനും കൊച്ചമ്മയും അപ്പച്ചനും അമ്മച്ചിയുമെല്ലാം പതിവില്ലാതെ മൗനത്തിലിരിക്കുന്നത് കണ്ടു. അല്പം കഴിഞ്ഞപ്പോൾ അവരുടെ സംസാരത്തിൽ നിന്നും എനിക്ക് മനസ്സിലാക്കാൻ കഴിഞ്ഞത് വീട്ടിൽ ആരുമില്ലാതിരുന്ന സമയത്ത് വീട് കുത്തിത്തുറന്ന് വിലപിടി പ്പുള്ള ചെമ്പിന്റെ വലിയ കലവും ഉരുളിയും മോഷണം ചെയ്തിരി ക്കുന്നു എന്ന്. വിലപ്പെട്ടതായി ഇത് രണ്ടും മാത്രമേ ആ വീട്ടിലുണ്ടാ യിരുന്നുള്ളൂ. ഏകദേശം മുപ്പത് കിലോയോളം തൂക്കമുണ്ടായിരുന്നു നെല്ല് പുഴുങ്ങുന്ന ആ വലിയ കലത്തിന്. അത്രയുംതന്നെ തൂക്കമുണ്ടാ യിരുന്നു, വലിയ രീതിയിൽ അലുവയടക്കം പാകം ചെയ്യാൻ കഴിയുന്ന വിധത്തിലുള്ള ഉരുളിക്കും. ഇത്തരം മോഷണങ്ങൾ അവിടങ്ങളിൽ ഒരിക്കലും നടന്നിരുന്നില്ല. അല്പം കഴിഞ്ഞപ്പോൾ വീട്ടിലാരെങ്കിലും വന്നത് കണ്ടിരുന്നോ എന്നന്വേഷിക്കാനായി അപ്പച്ചൻ അങ്ങേവീട്ടി ലേക്ക് നടന്ന് ലൗലിയുടെ അമ്മയോടന്വേഷിച്ചു. അപ്പോൾ ബ്രദർ രണ്ടുപേരുമായി വന്നിരുന്നെന്നും ഉരുളിയും കലവും വഹിച്ചുകൊണ്ട് അവർ പോകുന്നത് കണ്ടുവെന്നും മൊഴി നൽകി.

ഇത് പറഞ്ഞിട്ടവർ അപ്പച്ചനോട്; പറയാതെയാണോ അപ്പച്ചാ, ബ്രദർ അത് കൊണ്ടുപോയത്? തന്റെ മോനെ കള്ളനാക്കേണ്ടെന്ന വിധത്തിൽ അപ്പച്ചൻ അവരോട്; അല്ലല്ല അവനത് കൊണ്ടുപോകാൻ വരുമെന്നു പറഞ്ഞിരുന്നു. അവൻ തന്നെയാണോ കൊണ്ടുപോയത് എന്നന്വേഷിക്കാൻ വേണ്ടിവന്നതാ എന്ന് പറഞ്ഞുകൊണ്ട് മടങ്ങി. ബ്രദർ ആണ് അത് കട്ടുകൊണ്ടുപോയതെന്ന് അപ്പച്ചനറിഞ്ഞപ്പോൾ ദുഃഖം കലർന്ന ദേഷ്യത്തോടെ അദ്ദേഹം പിറുപിറുത്തു.

പിന്നീട് അദ്ദേഹത്തിന്റെ സംസാരത്തിലും അത് പ്രകടമായിരുന്നു. ദൈവമേയെന്ന് എപ്പോഴും വിളിച്ചു നടന്നിരുന്ന ബ്രദറാണ് അത് കട്ടു കൊണ്ടുപോയതെന്നറിഞ്ഞപ്പോൾ എനിക്ക് ദുഃഖവും നിരാശയും തോന്നി. സ്വന്തം മകൻ തന്റെ വീട്ടിൽനിന്ന് കട്ടുകൊണ്ടുപോയി. അത വന് വേണമായിരുന്നെങ്കിൽ എന്നോട് ചോദിച്ചാൽ പോരായിരുന്നോ? ഞാനവന് കൊടുക്കുമായിരുന്നില്ലേ എന്ന് അപ്പച്ചനെപ്പോഴും പറയു കയും ചെയ്യുമായിരുന്നു.

ബ്രദറിനോടുള്ള അപ്പച്ചന്റെ ദേഷ്യവും ദുഃഖവും പോയത് ഒരു പക്ഷേ അദ്ദേഹത്തിന്റെ മരണത്തോടൊപ്പമായിരിക്കാം എന്നു കരുതാം.

എല്ലാ വർഷവും വയലിലെ നെല്ല് വിളവെടുപ്പിനുശേഷം വീണ്ടും ഞാറ് നടാനുള്ള തയ്യാറെടുപ്പുകൾക്ക് ജോലിക്കാർക്കൊപ്പം അപ്പച്ചനും ചേരുമായിരുന്നു. പാടത്തിന്റെ നടുവിലൂടെ ഒഴുകുന്ന തോട്ടിലെ വെള്ളം കെട്ടിനിറുത്തി മാറ്റിനടാനുള്ള ഞാറിന്റെ ചുവട് അടിച്ചു കഴുകിയും കണ്ടത്തിലെ ചളിയിൽ ചെറിയ തൂമ്പാകൊണ്ട് കിളച്ചും നടക്കുന്നത് എനിക്കും ഒരു ഹരമായിരുന്നു.

ഒരു ദിവസം പാടത്ത് അപ്പച്ചൻ കിളച്ചുകൊണ്ടിരിക്കുന്നതിനിടയിൽ തൂമ്പ ദിശ തെറ്റി കാലിൽ പതിച്ച് മുറിവുണ്ടായി. ആദ്യമൊക്കെ ആ മുറിവ് അദ്ദേഹം കാര്യമായെടുത്തില്ല. പക്ഷേ ദിവസങ്ങൾ കഴിയുന്തോറും ആ മുറിവിന്റെ തീവ്രത ഏറിക്കൊണ്ടിരുന്നു. മുറിവിൽ മരുന്നുകൾവച്ചു കെട്ടിയിട്ടും മുറിവിന്റെ വ്യാപ്തി ദിനംതോറും കൂടിക്കൊണ്ടിരുന്നു. മുറിവ് കാലുംകൊണ്ടേ പോകൂ എന്നുറപ്പായപ്പോൾ കാൽ മുറിച്ചു മാറ്റാനുള്ള ഏർപ്പാടുകൾ ആശുപത്രിയിൽ ചെയ്തുകൊണ്ടിരിക്കുന്നതിനിടയിലായിരുന്നു അപ്പച്ചൻ ഹൃദയസ്തംഭനംമൂലം മരണമടഞ്ഞത്.

ഉടനെതന്നെ വെടിയനും പുളുവനും അപ്പച്ചന്റെ മൃതശരീരം വീട്ടിൽ കൊണ്ടുവന്നശേഷം വേണ്ടപ്പെട്ടവരെ മരണവിവരമറിയിച്ചു. കട്ടു കൊണ്ടു പോയതിനുശേഷം യാതൊരു വിവരവും ഇല്ലാതിരുന്ന ബ്രദറിനേയും മറ്റൊരാൾ മുഖാന്തരം അപ്പച്ചന്റെ മരണവിവരമറിയിച്ചു. അതിനുശേഷം അടക്കം ചെയ്യേണ്ടതായ കാര്യങ്ങൾ എല്ലാവരും തമ്മിൽ വിശകലനം ചെയ്തുകൊണ്ട് അതിനുള്ള ഏർപ്പാടുകൾ ചെയ്യാൻ വേണ്ടി പള്ളിയിൽ പുരോഹിതനെ പോയി കണ്ടു. അപ്പോൾ അദ്ദേഹം അവരോട്; നിങ്ങളിതുവരെ ആരും ഒരു കുടുംബക്കല്ലറ ഈ പള്ളിയിൽ പണിതിട്ടില്ല. അതുകൊണ്ട് ഉടനെ ഒരു കുടുംബക്കല്ലറ പണിത ശേഷം മാത്രമേ മൃതദേഹം അടക്കാൻ കഴിയുള്ളൂ എന്ന് പറഞ്ഞു. അദ്ദേഹം അതിനുള്ള ചിലവ് എത്രയാകുമെന്നു അവരെ ബോധിപ്പിക്കുകയും ചെയ്തു.

പുളുവനെയും വെടിയനേയും സംബന്ധിച്ചിടത്തോളം കല്ലറ പണിയാൻ വേണ്ടിയുള്ള തുക അല്പം കൂടുതൽ തന്നെയായിരിക്കാം. അവരവരുടെ കയ്യിൽ ഇത്രയേയുള്ളൂ എന്ന് അവർ പരസ്പരം പറഞ്ഞു. എൺപത് ശതമാനത്തോളം തുക ഇനിയും എങ്ങനെയെങ്കിലും കണ്ടെത്താനുണ്ട്. അതിന് എന്താണൊരു പോംവഴി എന്നവർ ആലോചിച്ചപ്പോൾ പുളുവൻ; അത് അപ്പന്റെ മുറിയിൽ അദ്ദേഹം ഭദ്രമായി സൂക്ഷിച്ചു വച്ചിട്ടുള്ള ഒരു മേശയുണ്ടല്ലോ. അത് നമ്മൾക്കൊന്ന് തുറന്നു നോക്കാം. അതിലെന്തെങ്കിലും ഉണ്ടാകാതിരിക്കില്ല എന്ന് പറഞ്ഞു.

അങ്ങനെ അപ്പച്ചന്റെ മുറിയിലുള്ള മേശ ഇരുവരും കൂടി വരാന്തയിൽ വലിച്ചു കൊണ്ടുവന്നിട്ട് തുറക്കാനായി നോക്കി. പക്ഷേ പൂട്ടിയിരുന്ന മേശയുടെ താക്കോൽ അവിടെയൊക്കെ പരതിയിട്ടും അവർക്ക്

കണ്ടെടുക്കാൻ കഴിഞ്ഞില്ല. താക്കോൽ കിട്ടാത്ത സ്ഥിതിക്ക് പൂട്ട് തല്ലിപ്പൊളിക്കാം എന്നിരുവരും തീരുമാനിച്ചു. അങ്ങനെ വലിയൊരു കമ്പിപ്പാര കൊണ്ട് വന്ന് പുളുവൻ മേശ കുത്തിപ്പൊളിക്കാനാഞ്ഞപ്പോൾ വെടിയൻ പറഞ്ഞു, നിൽക്ക് നിൽക്ക്... വരട്ടെ നമ്മളിപ്പോഴിത് കുത്തി പൊളിക്കുന്നത് ശരിയല്ല. എല്ലാവരും ഇങ്ങെത്തട്ടെ. അവരുടെ മുന്നിൽ വച്ച് നമ്മൾക്കിത് പൊളിച്ചാൽ മതി. ഒരുപക്ഷേ നമ്മൾ മറ്റുള്ളവരുടെ സാന്നിദ്ധ്യമില്ലാതെ പൊളിച്ചാൽ പിന്നീടവർ പറയും അപ്പൻ കരുതി വെച്ചിരുന്ന സമ്പാദ്യമെല്ലാം നമ്മൾ തമ്മിൽ തമ്മിൽ പങ്കിട്ടെടുത്തെന്ന്. അതുകൊണ്ട് എല്ലാവരും ഇങ്ങ് എത്തട്ടെ. അതിനുശേഷം പൊളിച്ചാൽ മതി എന്നു പറഞ്ഞു.

അതുകൊണ്ട് മറ്റു സഹോദരങ്ങളുടെ വരവും പ്രതീക്ഷിച്ച് അവർ കാത്തുനിന്നു. അല്പസമയത്തിനകം തന്നെ കുപ്പനും കുപ്പിയും ബ്രദറും ഒഴിച്ച് മറ്റുള്ള അപ്പന്റെ മക്കളും അവരുടെ മക്കളും ഓരോരുത്തരായി കരഞ്ഞുകൊണ്ട് വീട് ലക്ഷ്യമാക്കി എത്തിക്കൊണ്ടിരുന്നു. അല്പസമയ ത്തിനകം നാട്ടുകാരെയും വീട്ടുകാരെയും കൊണ്ട് ആ വലിയ വീട് ദുഃഖസാന്ദ്രതയാൽ നിറഞ്ഞു.

മേശയ്ക്ക് ചുറ്റും കൂടിനിന്ന കുടുംബാംഗങ്ങളുടെ സാന്നിദ്ധ്യത്തിൽ മേശയുടെ പൂട്ട് കമ്പിപ്പാര തുളച്ചുകയറ്റിപ്പൊട്ടിച്ചു. അത് തുറന്നു നോക്കിയപ്പോൾ അവിടെയുണ്ടായിരുന്നവർക്കാർക്കും ആശങ്കയ്ക്കിട നൽകാതെ അതിനുള്ളിൽ പുതിയതും പഴയതും ചെറുതും വലുതു മായി കുറെ നോട്ട് പൊതികൾ കണ്ടു. ആ പൊതികൾക്കൊപ്പം എനിക്ക് തരാൻ വേണ്ടി മറന്നുവെച്ച ഈന്തപ്പഴപ്പൊതിയും പൂപ്പൽ പിടിച്ചിരി പ്പുണ്ടായിരുന്നു. കെട്ടിപ്പൊതിഞ്ഞു വെച്ചിരുന്ന നോട്ടുകളെല്ലാം എല്ലാ വരും കൂടി എണ്ണി തിട്ടപ്പെടുത്തിയപ്പോൾ കല്ലറ ചിലവിന് വേണ്ടി മാറ്റി വെച്ചതിനുശേഷവും കുറെയധികം രൂപ ബാക്കിവന്നു. പിന്നീടത് അവർ തമ്മിൽ തമ്മിൽ ഭാഗിച്ചെടുത്തുവെന്ന് പറയാതിരിക്കുക വയ്യ.

അപ്പച്ചന്റെ മൃതദേഹം കുളിപ്പിച്ച് പുതിയ വസ്ത്രം ധരിപ്പിച്ച് ശവ മഞ്ചത്തിൽ കിടത്തി ചുറ്റും മെഴുകുതിരി കത്തിച്ചു വെച്ചു. പിന്നീട് സമയമായപ്പോൾ ശവമഞ്ചം പള്ളിയിലേക്ക് കൊണ്ടുപോകാനായി എടുത്തപ്പോഴായിരുന്നു ഇനിയൊരിക്കലും അപ്പച്ചനെ ഈ വീട്ടിൽ കാണില്ലല്ലോ എന്ന് ഞാനോർത്തുപോയത്. അദ്ദേഹത്തോടൊപ്പം ചില വഴിച്ച ദിവസങ്ങളും സമയങ്ങളും എന്റെ ഓർമ്മയിൽ മിന്നിത്തിളങ്ങി യപ്പോൾ എന്റെ മിഴികൾ അറിയാതെ കണ്ണീരിൽ കുതിർന്നു. ദുഃഖം വേദനയോടെ തൊണ്ടയിൽ തട്ടിനിന്നു.

നല്ല മരണം. ദൈവത്തിന്റെ അരികിൽ എന്നേക്കാൾ മുൻപേ പോയല്ലോ എന്നായിരുന്നു അമ്മച്ചി അപ്പോൾ പറഞ്ഞത്. പള്ളിയിൽ പുരോഹിതൻ അന്തിമകർമ്മം നിറവേറ്റിക്കഴിഞ്ഞശേഷം മൃതദേഹം പുതുതായി നിർമ്മിച്ച കുടുംബക്കല്ലറയിൽ സംസ്കരിക്കാൻ തുടങ്ങി യപ്പോഴാണ് അപ്പച്ചനെ അവസാനമായി ഒരു നോക്ക് കാണുവാൻ

ബ്രദർ ഓടിക്കിതച്ചെത്തിയത്. മൃതദേഹത്തിനരികിൽ വന്ന് അല്പമൊന്ന് നോക്കിയ ശേഷം ആരോടും ഒരു വാക്കുരിയാടാതെ അദ്ദേഹം പോയിമറയുകയും ചെയ്തു.

മൃതദേഹം അടക്കിയതിനുശേഷം എല്ലാവരും പിരിഞ്ഞു പോയി.

വല്യമ്മയും കൊച്ചമ്മയും വീട്ടിൽ വന്ന് ആറേഴ് മാസം കഴിഞ്ഞതിനു ശേഷമായിരുന്നു അപ്പച്ചന്റെ വേർപാട്. അദ്ദേഹം ഉണ്ടായിരുന്ന കാലമത്രയും വീട്ടിൽ വളരെ അടക്കവും ചിട്ടയുമുണ്ടായിരുന്നു. അദ്ദേഹത്തിന്റെ വേർപാടിനുശേഷം അതെവിടെയോ നഷ്ടപ്പെട്ടുപോയതുപോലെ എനിക്കനുഭവപ്പെട്ടു. കാരണം എല്ലാവരുടെയും തനിസ്വഭാവം പിന്നീടാണെനിക്ക് കാണാൻ കഴിഞ്ഞത്.

എന്തൊക്കെയോ മറച്ചുവയ്ക്കുന്ന സ്വഭാവരീതിയായിരുന്നു കൊച്ചമ്മയുടേത്. തന്റെ ഭർത്താവൊഴിച്ച് ആരോടും അവർ കൂടുതൽ സമ്പർക്കമൊന്നും കാണിച്ചിരുന്നില്ല. വല്യമ്മ അങ്ങനെയായിരുന്നില്ല. കഠിനാദ്ധ്വാനിയും ദൈവവിശ്വാസിയും എല്ലാവരോടും നല്ല സ്നേഹവുമായിരുന്നു. പ്രത്യേകിച്ച് എന്നെ വളരെ സ്നേഹമായിരുന്നു. അവർക്ക് അവരുടേതായ സ്ഥലത്ത് എന്തെങ്കിലും നട്ടുപിടിപ്പിച്ചും കിളച്ചും കൊണ്ടിരിക്കാറുള്ള അവർ എപ്പോഴും നല്ല തിരക്കിലുമായിരുന്നു.

ഓർമ്മ വച്ചനാൾ മുതൽ ഞാൻ കളിച്ചു വളർന്ന വീടായതുകൊണ്ട് മറ്റെല്ലാ വീടിനേക്കാൾ ഏറെ പ്ലാവിലവീടും ആ പരിസരവും എനിക്ക് എല്ലാമെല്ലാമായിരുന്നു. ഒരു ദിവസം പോലും എനിക്കവിടം വിട്ടുപിരിഞ്ഞിരിക്കുവാൻ ഇഷ്ടവുമില്ലായിരുന്നു. എന്നാൽ ദിവസങ്ങൾ കഴിയുന്തോറും ആ വീടും പരിസരവും എന്നെ അന്യനാക്കിക്കൊണ്ടിരിക്കുന്നതുപോലെ അനുഭവപ്പെടാൻ തുടങ്ങി. അങ്ങനെയായിരുന്നു പിന്നീടുള്ള സ്ഥിതിഗതികൾ.

അപ്പച്ചന്റെ മരണത്തിനുശേഷം പുളുവനും കൊച്ചമ്മയുമായിരുന്നു ആ വീട്ടിലെ കാര്യസ്ഥർ. വേറെ ആരുംതന്നെ അവകാശം പറഞ്ഞ് അവിടെ വരികയേ ഇല്ലായിരുന്നു. അമ്മച്ചിയാണെങ്കിൽ തന്റെ മക്കളുടെ യാതൊരു കാര്യത്തിലും എതിരഭിപ്രായം പറയാറില്ലായിരുന്നു. എല്ലാവരോടും സ്നേഹം മാത്രമായിരുന്നു അവർക്ക്. സുവിശേഷവേലയിൽ സംബന്ധിച്ച് ഒന്നോ രണ്ടോ ദിവസത്തിനു ശേഷം കിട്ടുന്ന ഇടവേളകളിൽ പണ്ട് ബ്രദർ വന്നൊരുങ്ങി പോകുന്നതുപോലെ പോകാൻ വന്നാൽ കുടിക്കാൻ ഇഷ്ടപ്പെട്ടിരുന്ന കട്ടൻകാപ്പിയുടെ ആവശ്യം മാത്രമേ അവർക്കുണ്ടായിരുന്നുള്ളൂ. അതിനുപോലും കൊച്ചമ്മയുടെ അനുവാദം വേണ്ടിവന്നു. കാരണം പണ്ട് വാതിലില്ലാതെ കിടന്നിരുന്ന അടുക്കളയ്ക്കു പോലും പിന്നീട് പൂട്ട് വീണിരുന്നതുകൊണ്ട്. എങ്കിലും അമ്മച്ചി നിരാശപ്പെട്ടിരുന്നില്ല.

പല ദിവസങ്ങളിലും പുളുവനും ഭാര്യയും കൂടി വീട് പൂട്ടി എവിടെയൊക്കെയോ യാത്ര പുറപ്പെട്ടുപോകും. അവരുടെ വരവും പ്രതീക്ഷിച്ച്

പല ദിവസങ്ങളിലും അമ്മച്ചി അടുക്കളവരാന്തയിൽ നിസ്സംഗതയോടെ എന്റെ പള്ളിക്കൂടത്തിൽനിന്നുള്ള വരവിനു മുൻപേ അവിടെ ഇരിപ്പുറപ്പിച്ചിട്ടുണ്ടായിരിക്കും. ആ നിസ്സംഗത ഞാനും പങ്കിട്ട് അമ്മച്ചിക്കൊപ്പം അവരുടെ ഉദാസീനതയ്ക്കുവേണ്ടി ഇരുട്ടുന്നതുവരെ കാത്തിരുന്നിട്ടുണ്ട്.

പല ദിവസങ്ങളിലും പള്ളിക്കൂടത്തിൽനിന്നും വൈകുന്നേര സമയത്ത് ഞാൻ വീട്ടിലെത്തിയാൽ അകത്തുനിന്ന് കതക് പൂട്ടിയിരിക്കുന്നതാണ് കാണാൻ കഴിയുക. അകത്ത് അവർ തമ്മിൽ പഴവർഗങ്ങളും പലഹാരങ്ങളുമൊക്കെ തിന്നുകൊണ്ട് തമ്മിൽ കൊഞ്ചിക്കുഴഞ്ഞും ചിരിച്ചും ഉണ്ടാക്കുന്ന ശബ്ദവും കേട്ട് ഞാൻ പുറത്ത് അടുക്കളവരാന്തയിൽ ഏറെനേരം അവർ കതക് തുറക്കുന്നതിന്റെ ഊഴത്തിനായി കാത്തിരിക്കും. കഴിച്ച് കഴിഞ്ഞതിന്റെ അടയാളം അല്പംപോലും എന്റെ ശ്രദ്ധയിൽ പെടാതിരിക്കാൻ അവർ പ്രത്യേകം ശ്രദ്ധിച്ചിട്ടുമാണ് മനസ്സില്ലാമനസ്സോടെ കതക് തുറക്കാറുണ്ടായിരുന്നത്. ദിവസങ്ങൾ കഴിയുന്തോറും ഞാൻ അവരോടോപ്പം കഴിയുന്നത് ഒരു അധികപ്പറ്റായി കണ്ടു. അധികപ്പറ്റെന്നാണ് പുളുവൻ എന്നെ കളിയാക്കി വിളിച്ചിരുന്നതും.

ദിവസങ്ങൾ പോകുന്തോറും പള്ളിക്കൂടത്തിൽ കഴിച്ചിട്ട് പോകുവാനോ ഉച്ചയ്ക്ക് അവിടെ വച്ച് കഴിക്കുവാനോ പോകട്ടെ, ഒരു നേരത്തെ ആഹാരംപോലും വയറുനിറച്ച് കഴിക്കുവാൻ എനിക്ക് സാധിക്കാതെ വന്നു. ദിവസവും എല്ലാവിധ മാംസാഹാരങ്ങളും ചോറിനൊപ്പം അവർക്ക് കഴിക്കാനുണ്ടാകുമെങ്കിലും അത് എന്നിൽ നിന്ന് മറച്ചുവെച്ച് കഴിക്കുവാൻ അവർ പ്രത്യേകം ശ്രദ്ധിച്ചു. എനിക്കെപ്പോഴും തരാറുണ്ടായിരുന്നത് ചോറും ചമ്മന്തിയും മാത്രം. അത് തരാൻ തുനിഞ്ഞാലും കൊച്ചമ്മ രണ്ടുപ്രാവശ്യം എന്നോട് ചോദിക്കും ചമ്മന്തി മാത്രമേയുള്ളൂ. ചോറ് വേണോ വേണ്ടയോ എന്ന്. വിശന്നു നിൽക്കാറുള്ള എനിക്കാണെങ്കിൽ വിശപ്പടക്കാൻ അത് ധാരാളം മതിയാകും. ആ തരുന്നത് കഴിച്ചുകൊണ്ടിരിക്കുമ്പോൾ ഞാൻ ആലോചിക്കാറുണ്ട്, ശരിയായിരിക്കും, ഇറച്ചിയോ മീനോ ഉണ്ടാക്കിയിട്ടില്ലായിരിക്കാം. കൊച്ചമ്മയ്ക്കെന്നോട് ഇങ്ങനെയുള്ള ചെറിയ കാര്യങ്ങൾക്കുവേണ്ടി കള്ളം പറയേണ്ട ആവശ്യവുമില്ലല്ലോ. അഥവാ ഉണ്ടാക്കിയിരുന്നത് തീർന്നുപോയിരിക്കാം എന്ന് വിചാരിക്കും.

എങ്കിലും എന്റെ മനസ്സിൽ ചോദ്യങ്ങൾ പുറത്തുവരാതെ ഉയർന്നിട്ടുണ്ട്. മനസ്സിലുണ്ടായിരുന്ന ആ ചോദ്യം ശരിവയ്ക്കുന്നവിധമായിരുന്നു ഒരിക്കൽ കൊച്ചമ്മ എന്നോട് കാണിച്ചത്.

പള്ളിക്കൂടഅവധിയുള്ള ഒരു ദിവസം രാവിലെ മുതൽ തന്നെ ഞാൻ എന്നാൽ ചെയ്യാൻ കഴിയുന്ന ചെറിയ ജോലികളായ പറമ്പിൽ ഉണങ്ങിക്കൊഴിഞ്ഞ് വീണുകിടന്ന തേങ്ങകളൊക്കെ പെറുക്കിക്കൊണ്ട് കൊടുക്കുകയും ചുള്ളിലും വിറകുകളുമെല്ലാം പെറുക്കി ഒടിച്ചുകൊണ്ട്

കൊടുക്കുകയും കിണറ്റിൽ നിന്ന് വെള്ളം കോരിക്കൊടുത്തും എന്നാലാകുന്ന വിധത്തിലുള്ള ജോലികളൊക്കെ ചെയ്ത് കൊച്ചമ്മയെ സഹായിച്ചു. അതിനിടയിൽ പുളുവൻ മീൻ വാങ്ങിക്കൊണ്ടുവരികയും അത് പാകം ചെയ്തതിന്റെ മണം എന്റെ മൂക്കിൽ തുളഞ്ഞു കയറുകയും ചെയ്തു. അപ്പോൾ ഞാനിങ്ങനെ വിചാരിച്ചു, ഇന്നെന്തായാലും എന്നോടൊന്നും ഒളിച്ചുവെയ്ക്കാൻ കഴിയില്ലല്ലോ. പോരാഞ്ഞിട്ട് ഞാൻ ഉച്ച വരെ ജോലി ചെയ്തതുകൊണ്ട് ആഹാരത്തിനർഹനുമാണ്. കഴിച്ചുകൊണ്ടിരിക്കുന്ന സമയത്ത് കയറിച്ചെന്നാൽ അവർക്ക് എന്നിൽ നിന്നൊന്നും മറച്ചുവയ്ക്കാനും കഴിയില്ല. ഇന്നെന്തായാലും ഒന്ന് പരീക്ഷിച്ചു കളയാം എന്ന് മനസ്സിൽ കരുതിവെച്ചുകൊണ്ട് അവർ കഴിച്ചുകൊണ്ടിരുന്ന സമയം നോക്കി ഞാൻ വീട്ടിലേക്ക് കയറിച്ചെന്നു.

ഫലം എന്റെ കണ്ണുകളെയും മനസ്സിനെ പോലും വിശ്വസിക്കാൻ കഴിയാത്ത വിധമായിരുന്നു അപ്പോഴവർ അവിടെ പ്രവർത്തിച്ചത്. ഞാൻ കഴിക്കാനായി കയറിവരുന്നു എന്ന് കണ്ട അവർ വിശാലമായി മേശപ്പുറത്തുവച്ച് കഴിച്ചുകൊണ്ടിരുന്ന വിഭവങ്ങൾ നിമിഷങ്ങൾക്കകം മുന്നിൽ നിന്നും അപ്രത്യക്ഷമാക്കിക്കൊണ്ട് കൊച്ചമ്മ പതിവുപോലെ എന്നോട് ചോദിച്ചു, ചോറും ചമ്മന്തിയും മാത്രമേയുള്ളൂ. വേണോ വേണ്ടയോ എന്ന്.

അവർ രണ്ടുപേരും കൂടി അപ്പോഴവിടെ കാണിച്ചത് കണ്ടപ്പോൾ ഞാൻ തന്നെയായിരുന്നു ഇളിഭ്യനായിപ്പോയത്. ഇവർ എന്തിനാണ് എന്നെ ഇത്രയും ഭയക്കുന്നത് എന്ന് ഞാനപ്പോൾ ആലോചിച്ചു. അടുത്തുള്ള പിപ്പി അമ്മാച്ചന്റെ വീട്ടിലും വെടിയന്റെ വീട്ടിലും സമയം കിട്ടുമ്പോഴൊക്കെ ഞാൻ പോയിരുന്നെങ്കിലും ആഹാരത്തിനു വേണ്ടിയുള്ള ഉദ്ദേശ്യത്തോടെയായിരുന്നില്ല. പക്ഷേ ദിവസങ്ങൾ കഴിയുന്തോറും എവിടുന്നെങ്കിലും വിശപ്പടക്കാൻ കഴിയുമോ എന്നന്വേഷിച്ചു അവിടെയൊക്കെ ആഹാരസമയത്ത് കയറിച്ചെല്ലുവാൻ തുടങ്ങി. അടുത്തുള്ള പിപ്പി അമ്മാച്ചന്റെ വീട്ടിലേക്കു തന്നെയായിരുന്നു ഏറിയ സമയവും പോകാറുണ്ടായിരുന്നത്. അതിരാവിലെതന്നെ പിപ്പിയും കുടുംബവും ജോലിയിൽ ഏർപ്പെടാൻ തുടങ്ങിയാൽ ഉച്ചയോടെയായിരിക്കും എല്ലാവരും വിശന്ന് വീട്ടിൽ കയറിവരുക. തോമസ് മുതലാളിയുടെ തോട്ടത്തിൽ നിന്നും അവർ ജോലികഴിഞ്ഞ് വീട്ടിൽ മടങ്ങിവരുമ്പോൾ ഒരുനേരം ഉണ്ടാക്കികഴിക്കാനുള്ള ആഹാരപദാർത്ഥങ്ങളും അവരുടെ കയ്യിലുണ്ടായിരിക്കും. ഓരോ നേരത്തെ ആഹാരവും അളവനുസരിച്ച് കൃത്യതയോടെ തന്നെയായിരിക്കും ഉണ്ടാക്കുക. അത് അടുപ്പിൽ വെക്കാൻ തുടങ്ങുന്നതുമുതൽ പാകമാകുന്നതുവരെയും പിപ്പിയുടെ പിള്ളേർ അടുപ്പിന് ചുറ്റും വിശന്ന് കാത്തിരിക്കും.

വിളമ്പിക്കഴിഞ്ഞാൽ കലത്തിൽ മഷിയിട്ടു നോക്കിയാലും വിളമ്പിയതിന്റെ അവശിഷ്ടം അല്പംപോലും അതിൽ കാണാൻ കഴിയുമായിരുന്നില്ല. അവർ കഴിക്കാൻ വിളമ്പുന്നതിന് മുൻപ് ഞാനവിടെ ഉണ്ടായാൽ

അതെന്തു തന്നെയായാലും മറ്റുള്ളവരുടെ പാത്രത്തിലുള്ള ആഹാരത്തെ അപേക്ഷിച്ച് കുറവായിരുന്നാലും അതിലൊരു പങ്ക് എനിക്കും തരുമായിരുന്നു.

ഒരു ദിവസം അവർ ആഹാരം കഴിക്കാൻ വേണ്ടി വിളമ്പുന്ന സമയത്തായിരുന്നു അവിടെ കയറിച്ചെന്നത്. കൃത്യതയോടെ എല്ലാവരുടെയും മുമ്പിൽ വിളമ്പിക്കഴിഞ്ഞ ആഹാരം എന്റെ വരവ് കണ്ടപ്പോൾ മൂത്തമ്മായി ഒരു പാത്രമെടുത്ത് ഓരോ മക്കളുടെയും മുൻപിൽ വിളമ്പിവച്ചിരുന്ന ആഹാരത്തിൽ നിന്നും എനിക്ക് തരാൻ വേണ്ടി അല്പാല്പമെടുത്തു. വിളമ്പിക്കിട്ടിയ തന്റെ ആഹാരപാത്രത്തിൽ നിന്നും ഒരു ഭാഗമെടുത്ത് മാറ്റിയതുകൊണ്ട് മക്കളിലൊരാൾ ദുഃഖിച്ചു പിറുപിറുക്കാൻ തുടങ്ങി. ആഹാരത്തിന്റെ പങ്കുപറ്റാൻ വേണ്ടിയുള്ള എന്റെ കടന്നുവരവ് അവരെ വിഷമപ്പെടുത്താറുണ്ടായിരുന്നുവെങ്കിലും സഹോദരനാണല്ലോ എന്ന് നിനച്ചാകാം അവർ സഹിക്കാറുണ്ടായിരുന്നത്. പക്ഷേ അന്നവരുടെ സകല സഹനവും നഷ്ടപ്പെട്ടുപോയെന്ന് പറയാം.

അതു കണ്ട പിപ്പി അമ്മാച്ചൻ തന്റെ ഭാര്യയോട്; ആരുടെയും പാത്രത്തിൽനിന്ന് ഒട്ടും എടുക്കേണ്ട. ഇത് ഞാനവന് കൊടുത്തു കൊള്ളാം എന്നു പറഞ്ഞുകൊണ്ട് അദ്ദേഹം കഴിച്ചുകൊണ്ടിരുന്ന ആഹാരപാത്രം എന്റെ മുന്നിലേക്ക് നീട്ടിക്കൊണ്ട് നീയിത് കഴിച്ചോ എന്ന് പറഞ്ഞു. രാവിലെ മുതൽ പച്ചവെള്ളം പോലും കുടിക്കാതെ ജോലിചെയ്തു കഷ്ടപ്പെട്ട് വന്ന അദ്ദേഹത്തിന്റെ ആഹാരം മുടക്കി അത് വാങ്ങി കഴിച്ചുകൊണ്ടിരുന്ന എന്റെ മനസ്സ് പറഞ്ഞു ഇനിയെത്ര വിശപ്പായാലും ഇനിമേൽ ആഹാരത്തിനുവേണ്ടി ഇവിടെ കയറിവരരുത് എന്ന്. പിന്നീടൊരിക്കലും ആഹാരസമയത്ത് ഞാനവിടെ കയറിപ്പോയിട്ടില്ല.

പിന്നീടുള്ള പല ദിവസങ്ങളിലും വെടിയന്റെ വീട്ടിലേക്കായിരുന്നു ആഹാരത്തിനുവേണ്ടി പോകാറുണ്ടായിരുന്നത്. അവിടെ പോകുമ്പോഴെല്ലാം പ്ലാവിലവീട്ടിലാരും ഇല്ലാത്തതുകൊണ്ടോ അഥവാ അവിടെ നിന്ന് ആഹാരം കിട്ടാത്തതുകൊണ്ടോ ആയിരിക്കാം ഞാൻ കയറിച്ചെല്ലുന്നതെന്ന് വല്യമ്മയ്ക്കറിയാമായിരുന്നു. എന്റെ വിശപ്പ് അറിഞ്ഞിരുന്ന അവർ ഉള്ളതിൽ പങ്കുതരുകയും പിന്നെ എന്റെ ഓരോ വിശേഷങ്ങൾ അന്വേഷിക്കുകയും ചെയ്തിരുന്നു.

ഒരു വൈകുന്നേരം പതിവിലും കൂടുതൽ കൂട്ടുകാർക്കൊപ്പം കളിച്ചു കുഴഞ്ഞതുകൊണ്ട് എന്തെന്നില്ലാത്ത വിശപ്പ് എനിക്കനുഭവപ്പെട്ടു. സാധാരണപോലെ വല്യമ്മയുടെ വീട്ടിൽ ആഹാരത്തിനുവേണ്ടി കയറിച്ചെന്ന എനിക്ക് അവർ ആഹാരം വിളമ്പിത്തന്നു. തരുന്നത് മാത്രം തിന്നുകൊണ്ട് പൊയ്ക്കൊള്ളണം എന്ന് എന്നോട് അടിവരയിട്ട് ഒരിക്കൽ പറഞ്ഞിട്ടുള്ള വെടിയനമ്മാച്ചന്റെ വാക്കിനുപരിയായി ഞാനന്ന് വല്യമ്മയോട് അല്പംകൂടി ആഹാരം ചോദിച്ചു വാങ്ങി. പെട്ടെന്ന് മുറിക്കകത്തു നിന്നും ഒരു ശബ്ദം മുഴങ്ങുന്നതായി കേട്ടു ആരാണ്

എന്താണെന്നറിയാൻ ഞാൻ ചുറ്റും തിരിഞ്ഞു നോക്കിയപ്പോഴതാ വെടിയൻ മുറിക്കകത്തു നിന്നും എന്റെ അരികിലേക്ക് നടന്ന് വന്നുകൊണ്ടിരിക്കുന്നു. വരുന്ന വരവിൽ അദ്ദേഹം എന്നെ നോക്കിക്കൊണ്ട്; കേട്ടില്ലേ? നിന്നോടാ ഞാൻ പറഞ്ഞത് തിന്നത് മതി, എണീക്കാൻ എന്ന്. തരുന്നതും പോരാ പിന്നെയും പിന്നെയും ചോദിച്ചുകൊണ്ടിരിക്കുന്നോ? ഇതുകേട്ട് ഞാൻ വായിലേക്ക് വെക്കാനായി കയ്യിലേന്തിയ ചോറ് തിരിച്ചുപാത്രത്തിലിട്ട് അക്ഷോഭ്യനായി എഴുന്നേറ്റുനിന്നു. എണീറ്റ് നിന്നുകൊണ്ടിരുന്ന എന്നോട് അദ്ദേഹം; ‘‘ഇതുവരെ തിന്നത് നിന്റെ വയറ്റിൽ എവിടെ വരെയായെന്നറിയാമോടാ?’’ എന്താണുത്തരം പറയേണ്ടതെന്നറിയാതെ പരിഭവത്തോടെ ഞാൻ അദ്ദേഹത്തെ ഒന്നു നോക്കി. അപ്പോഴദ്ദേഹം, എന്നെ നോക്കിക്കൊണ്ട് പറഞ്ഞത് ഇങ്ങനെയായിരുന്നു.

‘‘നീ ഇതുവരെ തിന്നത് വയറ്റിൽ എവിടെ വരെയായെന്ന് അളന്നു നോക്കിയിട്ട് അവിടെ ചുണ്ണാമ്പുകൊണ്ട് വരച്ച് അടയാളമിട്. ബാക്കി വേറൊരു ദിവസം തിന്നാൽ മതി.’’

ഇതുകേട്ട ഞാൻ എന്ത് മറുപടി പറയണമെന്നറിയാതെ തരിച്ചു നിന്നു. ഇപ്പറയുന്നത് കണ്ടും കേട്ടും കൊണ്ട് നിന്നിരുന്ന വല്യമ്മ വെടിയനോട്, ‘‘എന്താ അച്ചായാ, നിങ്ങൾ ആ കൊച്ചിനോട് പറയുന്നത്? ഇങ്ങനെയൊക്കെയാണോ കഴിച്ചുകൊണ്ടിരിക്കുന്നവരോട് സംസാരിക്കേണ്ടത്. അവൻ കൊച്ചനല്ലേ. ഓടിച്ചാടിനടക്കേണ്ട വയസ്സായതുകൊണ്ട് വിശപ്പിച്ചിരി കൂടുതലായിരിക്കും. അതുകൊണ്ട് ഇങ്ങനെയൊക്കെയാണോ സംസാരിക്കേണ്ടത്?’’ തന്റെ പെണ്ണുമ്പിള്ളയോട് തോറ്റു കൊടുക്കാൻ പാടില്ലാത്തതുകൊണ്ട് അദ്ദേഹം വല്യമ്മയെ അടിക്കാനായി കൈ ഓങ്ങിക്കൊണ്ട് നീയൊരക്ഷരം മിണ്ടിപോകരുത്. മിണ്ടിയാൽ നിനക്കിപ്പം കിട്ടും എന്ന് പറഞ്ഞു. ഇതുകേട്ട് അവർ പിന്നീടൊന്നും സംസാരിക്കാൻ തുനിഞ്ഞില്ല

ആക്ഷേപവും ഭയവും പിടിപെട്ട ഞാൻ പ്ലാവിലവീട്ടിലേക്ക് നടക്കുന്നതിനിടയിൽ ആലോചിച്ചു, എനിക്ക് ആഹാരം തരുന്നതിനെപ്പറ്റി ചൊല്ലി ഇനി അവർ വഴക്കു കൂടേണ്ട. അതുകൊണ്ട് ആഹാരത്തിനുവേണ്ടി ഇനിയങ്ങോട്ട് പോകേണ്ട.

എല്ലാ വീടുകളിലേയും സാഹചര്യം മനസ്സിലാക്കിയ ഞാൻ വിശക്കുന്നു, ആഹാരം തരണം എന്നു പറഞ്ഞുകൊണ്ട് പിന്നീട് ആരുടെയും വീടുകളിൽ കയറി ചെല്ലാൻ തുനിഞ്ഞില്ല. കിട്ടിയാൽ കഴിച്ചിരുന്നു എന്നു മാത്രം. പലപ്പോഴും വിശപ്പ് സഹിക്കാൻ കഴിയാതെ വരുമ്പോൾ പറമ്പിൽനിന്നും പുളി പ്രശ്നമാക്കാതെ പച്ചമാങ്ങ, തോട്ടിൻപുളി, പഴുത്ത് താഴെ വീണു കിടക്കുന്ന ചക്ക, പച്ചക്കപ്പ എന്നു വേണ്ട കിട്ടുന്നതൊക്കെ തിന്നു വിശപ്പടക്കി. ഒരു വർഷത്തോളം അങ്ങനെ കടന്നു പോയി. പള്ളിക്കൂടത്തിലെ വർഷാവസാനം കഴിഞ്ഞ് പുതിയ ക്ലാസ്സിലേക്കു

പോകാൻ തുടങ്ങിയപ്പോഴായിരുന്നു ഒരു വർഷം കടന്നു പോയല്ലോ എന്നോർത്തത്. കഴിഞ്ഞ ക്ലാസ്സിലെ പഠിത്തത്തിനുപോലും പഠിക്കാനാവശ്യത്തിനുവേണ്ട ബുക്കും പുസ്തകവും ലഭിച്ചിരുന്നില്ല. ജീവിത സാഹചര്യത്തിനിടയിൽപെട്ട് പഠിത്തത്തിലുള്ള ഉന്മേഷവും ശ്രദ്ധയും എന്നിൽനിന്ന് കൈവിട്ട് പോകാൻ തുടങ്ങിയിരുന്നു. പുതിയ ക്ലാസ്സിൽ പഠിക്കാനാവശ്യമായ ബുക്കും പുസ്തകം വാങ്ങിച്ചു തരുവാൻ ഈ സാഹചര്യത്തിൽ ആരോടാണ് ആവശ്യപ്പെടേണ്ടതെന്ന് എനിക്കറിയില്ലായിരുന്നു. എങ്കിലും പഠിക്കേണ്ടത് ആവശ്യമായതുകൊണ്ട് ബുക്കിന്റെയും പുസ്തകത്തിന്റെയും ആവശ്യം പറഞ്ഞുകൊണ്ട് പുളുവനെ സമീപിക്കാൻ ഞാൻ തീരുമാനിച്ചു.

ഒരു ദിവസം വരാന്തയിൽ സിഗരറ്റ് വലിച്ചുകൊണ്ടിരുന്ന പുളുവനെ സമീപിച്ചുകൊണ്ട് ഭയത്തോടെ ഞാൻ ആവശ്യമറിയിച്ചു. ഇതു കേട്ട് അദ്ദേഹം എന്നോട്, ''എന്താ നീ പറഞ്ഞത്? ഞാൻ കേട്ടില്ല.'' ഞാൻ വീണ്ടും ഭയത്തോടെ ഒരുവിധം പുതിയ ക്ലാസ്സിൽ പഠിക്കാനുള്ള ബുക്കും പുസ്തകം വേണമെന്ന് പറഞ്ഞു. ഇതുകേട്ട അദ്ദേഹം ഊറിയൂറി ചിരിക്കാൻ തുടങ്ങി. അത് കണ്ടും കേട്ടും അടുത്തു നിന്നിരുന്ന കൊച്ചമ്മയും ചിരിയിൽ പങ്കു ചേർന്നു. ചിരിച്ച് ക്ഷീണിച്ച അദ്ദേഹം ഉത്തരത്തിനായി ആകാംക്ഷയോടെ കാത്തു നിന്ന എന്നെ നോക്കിക്കൊണ്ട്; നിനക്കേ, ബുക്കും പുസ്തകം വാങ്ങിച്ചു തരാൻ നിന്റെ തന്ത എന്റെ കയ്യിൽ കാശൊന്നും തന്നിട്ടില്ല. തന്നിരുന്നെങ്കിൽ വാങ്ങിച്ചുതരാമായിരുന്നു. അതുകൊണ്ട് കഴിഞ്ഞ വർഷത്തെ ബാക്കിയുള്ള പുസ്തകങ്ങളൊക്കെക്കൊണ്ട് നീ വേണമെങ്കിൽ പഠിച്ചാൽ മതി. ഞങ്ങൾക്കാർക്കും നീ ഒന്നും പഠിച്ചുണ്ടാക്കിത്തരേണ്ട എന്ന് പറഞ്ഞു. ഇതു കേട്ടപ്പോൾ എന്റെയുള്ളിലുണ്ടായിരുന്ന അല്പം സന്തോഷവും ധൈര്യവും ചോർന്നു പോകുന്നതുപോലെ തോന്നി. പിന്നീട് ബുക്കിന്റേയും പുസ്തകത്തിന്റേയും കാര്യം പറഞ്ഞുകൊണ്ട് ആരെയും സമീപിക്കേണ്ട എന്ന് ഞാൻ തീരുമാനിച്ചു.

കൂട്ടുകാർ പള്ളിക്കൂടത്തിൽ പുതിയ ഉടുപ്പും നിക്കറും ധരിച്ച് ആവശ്യമായ പാഠപുസ്തകവുമായി വരാൻ തുടങ്ങിയപ്പോൾ ഞാൻ മാത്രം അതിൽ നിന്നും വ്യത്യസ്തനായി. പിഞ്ചിപ്പോകാറായ ഉടുപ്പും നിക്കറും ധരിച്ച് പഴയ പാഠപുസ്തകങ്ങളുമായി പോകാനായിരുന്നു വിധി. അദ്ധ്യാപകൻ ക്ലാസ്സിൽ പഠിപ്പിക്കുന്നത് എഴുതിയെടുക്കാൻ പുതിയ ബുക്കുകൾ ഇല്ലാതിരുന്നതുകൊണ്ട് പഴയ ബുക്കുകളുടെ ബാക്കിയുള്ള താളുകളിൽ എഴുതി കുറിച്ചുവച്ചു. പഠിക്കാൻ പുസ്തകമില്ലാതിരുന്നതുകൊണ്ട് അധ്യാപകരുടെ കയ്യിൽനിന്നും അടിയും ശകാരവും ദിവസവും കേൾക്കേണ്ടിവന്നു. ക്ലാസിന്റെ മുൻനിരയിലിരുന്ന് പഠിച്ചിരുന്ന ഞാൻ ദിവസങ്ങൾ കഴിയുന്തോറും അവസാനഭാഗത്തായി ഒതുക്കപ്പെട്ട് തരംതാണു. പ്രതികൂല സാഹചര്യത്തിൽ ദുഃഖവും നിരാശയും ഏകാന്തതയും എന്നെ തീവ്രമായി ബാധിച്ചുകൊണ്ടിരുന്നു.

പ്രയാസങ്ങളും ബുദ്ധിമുട്ടുകളും ആരോട് പറയണമെന്നറിയാതെ ഞാൻ ക്ലേശിച്ചു. ഒരു വർഷം കഴിയുമ്പോൾ എന്നെയും കൂട്ടിക്കൊണ്ട് പോകാമെന്ന് പറഞ്ഞിട്ടു പോയ കുപ്പന്റെ വരവും പ്രതീക്ഷിച്ച് ഓരോ ദിവസവും ഞാൻ കാത്തിരിക്കാൻ തുടങ്ങി. അദ്ദേഹമുണ്ടായിരുന്നെങ്കിൽ ഇത്രയേറെ ബുദ്ധിമുട്ടുകൾ അനുഭവിക്കേണ്ടിവരില്ലായിരുന്നല്ലോയെന്ന് മനസ്സിലോർത്തു. പള്ളിക്കൂടത്തിന്റെ അരികിലൂടെ കടന്നുപോയി അല്പമകലെയുള്ള സ്റ്റേഷനിൽ നിർത്താനായി പോകുന്ന ട്രെയിനിന്റെ ഉള്ളിലേക്ക് ആകാംക്ഷയോടെ നോക്കുമായിരുന്നു. എന്റെ അപ്പൻ അതിനകത്തെങ്ങാനും ഇരിപ്പുണ്ടോ എന്ന്. സ്റ്റേഷനിൽ നിർത്തിയ ട്രെയിനിൽ നിന്നും ഇറങ്ങിപ്പോകുന്ന ആൾക്കാരിൽ അപ്പനുമായി സാമ്യമുള്ളവരെ കാണുമ്പോൾ അപ്പൻ തന്നെയായിരിക്കുമെന്ന് ഓടിപ്പോയി നോക്കിയിട്ടുണ്ട്. അപ്പോഴെല്ലാം ആളുമാറിപ്പോകാറുള്ളതുകൊണ്ട് നിരാശപ്പെട്ടിരുന്നു.

ഒരു ദിവസം എന്റെ ബുദ്ധിമുട്ടുകളെല്ലാം അമ്മച്ചിയോട് പറയുവാനെനിക്ക് അവസരം ലഭിച്ചു. ഇതൊക്കെ കേട്ട അമ്മച്ചി എന്നെ തലോടിക്കൊണ്ട് പറഞ്ഞു,

മോനേ, നിനക്കിവിടെ ബുദ്ധിമുട്ടുണ്ടെന്ന് എനിക്കറിയാം. ഇവരോടൊക്കെ ഞാൻ ഏതുവിധേനയാണ് പറഞ്ഞു മനസ്സിലാക്കേണ്ടതെന്ന് എനിക്കറിയില്ല. ഞാൻ പറഞ്ഞാലും അവർ ഇതൊക്കെ കാര്യമായെടുക്കില്ല. അതുകൊണ്ട് മോനൊരു കാര്യം ചെയ്യ്, നിനക്കിവിടെ നിൽക്കാൻ ബുദ്ധിമുട്ടാണെങ്കിൽ തട്ടാൻമുക്കിലുള്ള നിന്റെ വല്യമ്മയുടെ വീട്ടിൽ പോയി നിൽക്ക്. ഞാനവളോട് അവന്റെ അപ്പനും അമ്മയും വന്നു കൊണ്ടുപോകുന്നതുവരെ അവനിവിടെ നിൽക്കട്ടെ എന്ന് പറയാം. നിനക്കവിടെ പോയി നിൽക്കാൻ ഇഷ്ടമാണോ?''

''ഇഷ്ടമാണ്.''

അങ്ങനെ ഞാൻ ഉള്ള പഴയ ബുക്കും പുസ്തകങ്ങളുമൊക്കെ പെറുക്കിയടുക്കി അമ്മച്ചിയോടൊപ്പം തട്ടാൻമുക്കിലെ വല്യമ്മയുടെ അടുത്തേക്ക് പുറപ്പെട്ടു. വന്ന കാര്യം അമ്മച്ചി തന്റെ മകളോട് പറഞ്ഞിട്ട് അവരുടെ പക്കലെന്നെ ഏൽപ്പിച്ചശേഷം അമ്മച്ചി അവിടെ നിന്നും യാത്ര പറഞ്ഞിറങ്ങി. ഒരു പരിചയവുമില്ലാത്ത ആൾക്കാർക്കൊപ്പം അമ്മച്ചി എന്നെ കൊണ്ടുചെന്നാക്കി മറഞ്ഞപ്പോൾ മനസ്സിൽ സങ്കടം തോന്നി.

ഒരിക്കൽ കുപ്പിയോടൊപ്പം അവിടെ പോയിരുന്നപ്പോൾ അവിടെയുണ്ടായിരുന്നവരാരേയും കാണാൻ കഴിഞ്ഞിരുന്നില്ല. അതുകൊണ്ട് ആരൊക്കെയാണ് അവിടുത്തെ അംഗങ്ങൾ എന്നെനിക്കറിയില്ലായിരുന്നു. ദിവസങ്ങൾ ഒന്ന് രണ്ടു കഴിഞ്ഞപ്പോൾ ആ കുടുംബത്തിലുള്ളവരെയും ആ പ്രദേശത്തുള്ളവരെയുമൊക്കെ മനസ്സിലാക്കിയെടുത്തു. നാല് പെൺമക്കളായിരുന്നു തട്ടാൻമുക്കമ്മയ്ക്കുണ്ടായിരുന്നത്. അതിലേറ്റവും

അവസാനത്തേത് പ്രായത്തിൽ എന്നെക്കാൾ രണ്ടു വയസ്സ് ചെറുപ്പമായിരുന്നു. ബാക്കി മൂന്നു പേരും എന്നേക്കാൾ മൂത്തവരും. അതിലേറ്റവും മൂത്തതിന് പതിനെട്ടോളം വയസ്സ് പ്രായമുണ്ടായിരുന്നു.

എല്ലാ ദിവസവും രാവിലെ തന്നെ അമ്മയും മക്കളും ഒന്നിച്ച് പറമ്പിൽ കിളച്ചും നട്ടും പള്ളിക്കൂടത്തിൽ പോകുന്ന സമയമാകുന്നതുവരെ ജോലിയിലേർപ്പെടും. ജോലിയെല്ലാം കഴിഞ്ഞു പള്ളിക്കൂടത്തിൽ പോകുന്നതിനു മുൻപ് എന്തെങ്കിലും കഴിച്ചാൽ കഴിച്ചു. ഇല്ലെങ്കിൽ ഇല്ല. അത് ഉച്ചയായിരുന്നാലും രാത്രിയായിരുന്നാലും അങ്ങനെ തന്നെയായിരുന്നു.

എന്തെങ്കിലും ഉണ്ടെങ്കിൽ കഴിക്കുന്നു. അല്ലെങ്കിൽ ആർക്കും ഒരു പരാതിയുമില്ല. പ്രവർത്തിയിലും ആശയിലും അമ്മയും മകളും തമ്മിൽ ഒറ്റക്കെട്ടായിരുന്നു. ഇത്തരത്തിലുള്ള അവരുടെ ദൈനംദിനജീവിതത്തിൽ ബുദ്ധിമുട്ടുകളും പ്രയാസങ്ങളും മനസ്സിലൊതുക്കി അനുസരണയുള്ള ഒരു വിരുന്നുകാരനെപ്പോലെ ഞാനും അവരുടെ താളത്തിനൊത്ത് കഴിഞ്ഞു കൂടി. ഞാൻ കണ്ടിടത്തോളം തട്ടാൻമുക്കമ്മ ഒരു കഠിന അദ്ധ്വാനിയും ഭയങ്കര തന്റേടിയുമായിരുന്നു. പകലന്തിയോളം പറമ്പിൽ ജോലി ചെയ്തുകൊണ്ടേയിരിക്കും. ചിലപ്പോൾ പാതിരാത്രി വരെയും അത് നീണ്ടു നിൽക്കും. കിട്ടുന്ന സമയമൊന്നും പാഴാക്കാതെ മക്കളും സഹായത്തിന് അവരോടൊപ്പം ചേർന്നിരുന്നു. ഭർത്താവ് ജോലി ചെയ്തുകൊണ്ടിരുന്ന കമ്പനിയുടെ സ്ഥലത്തായിരുന്നു അവർ കൃഷി ചെയ്തുവന്നത്. കമ്പനിയിൽ നിന്നും ചെറിയ തുകയ്ക്ക് പാട്ടത്തിനെടുത്ത പത്തേക്കറോളമുള്ള ആ സ്ഥലം കമ്പനിയിലെ ജോലി പിരിയുമ്പോൾ തിരിച്ച് വിട്ടുകൊടുക്കേണ്ടിയിരുന്നതുകൊണ്ട് അഞ്ചാറ് വർഷംകൂടി മാത്രമുള്ള ജോലിക്കിടയിൽ എത്രയെല്ലാം ആദായം അതിൽനിന്നെടുക്കാൻ കഴിയുമോ അതിന്റെ പരമാവധി പ്രയോജനപ്പെടുത്തുകയായിരുന്നു ലക്ഷ്യം.

ഇഞ്ചി, കുരുമുളക് എന്നുവേണ്ട എല്ലാത്തരം വിഭവങ്ങളും അവിടെ കൃഷി ചെയ്തിരുന്നു. എങ്കിലും കപ്പയായിരുന്നു കൂടുതലും. മുറ്റത്ത് കുന്നോളം പറിച്ചു കൂട്ടിയിടാറുള്ള കപ്പകൾക്ക് ചുറ്റും എല്ലാവരുമിരുന്ന് മണ്ണെണ്ണ വിളക്കിന്റെ അരണ്ട വെളിച്ചത്തിൽ നാട്ടുകാരുടെയും വീട്ടുകാരുടെയും കഥകളൊക്കെപ്പറഞ്ഞ് തോൽ ചിരണ്ടാൻ തുടങ്ങും. പറിച്ച് കൂട്ടിയിടാറുള്ള കപ്പകൾ താമസിച്ചാൽ നീലനിറം പിടികൂടാറുള്ളതുകൊണ്ട് പാതിരാത്രിയായാലും അതിന്റെയൊക്കെ തോൽ കളഞ്ഞ് അരിഞ്ഞ് വാട്ടിയിട്ടേ ഉറങ്ങാറുണ്ടായിരുന്നുള്ളൂ. പിന്നീട് ഉണക്കി ചാക്കിലാക്കി വിൽക്കുകയായിരുന്നു ചെയ്യാറ്. അവരോടൊപ്പം ആവുന്നവിധത്തിലൊക്കെ കപ്പ ചുരണ്ടിക്കൊണ്ട് പാതിമയക്കത്തിൽ ഇരിക്കാറുള്ള എന്നെ ഉത്സാഹപ്പെടുത്താൻ അത് വാങ്ങിച്ചു തരാം, ഇത് വാങ്ങിച്ചു തരാം എന്ന് പറഞ്ഞു പ്രലോഭിപ്പിക്കും. പക്ഷേ തരാമെന്ന് പറയുന്നതൊക്കെ

അസ്ഥാനത്താണെന്ന് മാത്രം. കപ്പ ചുരണ്ടുന്നതിനിടയിൽ കഥയിലുള്ളവരെയെല്ലാം ഇരട്ടപ്പേര് വിളിച്ചായിരിക്കും വിശേഷിപ്പിക്കുക. എന്നുവച്ചാൽ അടുത്ത് താമസിക്കുന്നവരുടെ കഥകളായിരിക്കും ഏറെയും. സ്പൈഡർമാൻ, മത്തങ്ങ പാമ്പാട്ടി എന്നിങ്ങനെയൊക്കെയായിരുന്നു അടുത്തുതാമസിക്കുന്ന ആൾക്കാരെ വിളിക്കാറ്. ഇത് കേൾക്കുന്നവരാകട്ടെ കേട്ട ഭാവംപോലും കാണിക്കാറില്ല. അഥവാ കേട്ടാലും തമാശയായിട്ടേ എടുക്കാറുണ്ടായിരുന്നുള്ളൂ. കാരണം അവിടെയുള്ള എല്ലാവർക്കും തട്ടാൻമുക്കമ്മയെ വലിയ കാര്യമായിരുന്നു. പ്രത്യേകിച്ച് അവിടെയടുത്തുള്ള സ്ത്രീകൾക്ക് തട്ടാൻമുക്കമ്മ ഒരു റോൾ മോഡലും സ്ത്രീശക്തിയുമായിരുന്നു. കാര്യം നേടാൻ അടിയെങ്കിൽ അടി, തെറിയെങ്കിൽ തെറി. എന്തിനും ഒരു കൂസലും കാണിക്കാതെ എല്ലാത്തിനും തയ്യാറായിരുന്നു അവർ.

അതിൽ നിന്നൊക്കെ വ്യത്യസ്തനായിരുന്നു ഞാൻ മത്തായി പാപ്പൻ എന്നു വിളിച്ചിരുന്ന അവരുടെ കുടുംബനാഥൻ. അടുത്ത് സ്ഥിതി ചെയ്യുന്ന കമ്പനിയിൽനിന്നും വൈകുന്നേരം ജോലി കഴിഞ്ഞാൽ എല്ലാ ദിവസവും വീട്ടിലെത്താറുള്ളത് ഇരുട്ടിക്കഴിഞ്ഞതിനുശേഷമായിരിക്കും. അതും കള്ളു കുടിച്ച് ലക്കുകെട്ട് വർത്തമാനം പോലും പറഞ്ഞാൽ തിരിയാത്ത വിധത്തിൽ വരുമ്പോഴെല്ലാം ഭാര്യയ്ക്കും മക്കൾക്കും വേണ്ടി കഴിക്കാൻ കൈനിറയെ പലഹാരങ്ങളും പഴവർഗ്ഗങ്ങളുമൊക്കെ കൊണ്ടായിരിക്കും വരുക. എത്ര കുടിച്ച് ലക്കുകെട്ട് വന്നാലും വീട്ടിലുള്ളവരെയെല്ലാം മോളേ, മക്കളെ എന്നൊക്കെ വിളിച്ച് സ്നേഹത്തോടെയായിരുന്നു സംസാരിക്കാറ്.

ദേഷ്യമോ അക്രമമോ ഒന്നും വീട്ടിൽ കാണിക്കാറില്ല. പ്രത്യേകിച്ച് തന്റെ ഭാര്യയോട് വലിയ സ്നേഹവും ബഹുമാനവുമായിരുന്നു അദ്ദേഹത്തിന്.

കുടിക്കുന്നതൊഴിച്ചാൽ മറ്റൊന്നും തട്ടാൻമുക്കമ്മ പറയുന്നതിനെതിരായി അദ്ദേഹം പ്രവർത്തിക്കുകയുമില്ലായിരുന്നു. എങ്കിലും കുടിക്കുന്നവരെല്ലാം അക്രമികളാണെന്ന് കേട്ടിട്ടുള്ള എനിക്ക് മാത്രം അദ്ദേഹത്തെ കാണുമ്പോൾ ഭയമായിരുന്നു. അടുത്ത് താമസിച്ച്, കൂടെ ജോലി ചെയ്യുന്നവരായിരുന്നു അദ്ദേഹത്തിന്റെ കൂടെ കുടിക്കുന്ന സുഹൃത്തുക്കളെല്ലാം. ജോലി ചെയ്യുന്ന കമ്പനിയിൽ നിന്നും അല്പമകലെ തട്ടാൻമുക്കിലുള്ള കള്ളുകടയിൽ നിന്നായിരുന്നു കൂട്ടമായി എല്ലാവരും നിത്യേന കുടിക്കാറുണ്ടായിരുന്നത്. ആ കള്ളുകടയുടെ മുൻപിൽ കൂടിയായിരുന്നു ഞാൻ മുൻപ് പള്ളിക്കൂടത്തിലേക്കു പോയിരുന്നത്.

അന്നാളുകളിൽ പള്ളിക്കൂടത്തിൽനിന്നും വീട്ടിലേക്ക് നടന്നു പോകുന്ന വഴി ആ കള്ളുഷാപ്പിന്റെ മുന്നിലെത്തുമ്പോൾ അതിനുള്ളിൽ നിന്നും ഒരാൾ എന്നെ വിളിക്കാറുണ്ടായിരുന്നു. പരിചയമില്ലാത്ത ആൾ. അതും കള്ളുഷാപ്പിന്റെ അകത്തുനിന്നും വിളിക്കാറുള്ളതുകൊണ്ട്

പോകാറില്ലായിരുന്നു. ഒരിക്കൽ എന്നെ കണ്ട അദ്ദേഹം എന്റെ അരികിൽ വന്ന് കൈകളിൽ പിടിച്ചുകൊണ്ട് സ്വയം പരിചയപ്പെടുത്തിക്കൊണ്ട് പറഞ്ഞു. നിനക്കെന്നെ അറിയില്ലേടാ മോനേ? ഞാനാ നിന്റെ മത്തായി പാപ്പൻ. എന്നു വെച്ചാൽ നിന്റെ തട്ടാൻമുക്കമ്മയുടെ അച്ചായൻ. നിന്റെ വല്യപ്പനാ ഞാൻ. നിനക്കെന്നെ അറിയില്ലെങ്കിലും എനിക്ക് നിന്നെ നല്ലതുപോലെ അറിയാം കേട്ടോ എന്നു പറഞ്ഞുകൊണ്ട് വിശന്നു വരാറുള്ള എന്നെ കള്ളുഷാപ്പിൽ നിന്നും നിർബന്ധിച്ച് സോഡാ നാരങ്ങ കുടിപ്പിച്ചിട്ടേ വിടുമായിരുന്നുള്ളൂ. അപ്പോഴൊക്കെ എന്റെ മുഖത്തിനടുത്ത് മുഖം വെച്ച് അദ്ദേഹം സംസാരിക്കുമ്പോൾ ഉള്ളിൽനിന്നും വമിക്കാറുള്ള കള്ളിന്റെ രൂക്ഷഗന്ധം എന്നെ വിഷമിപ്പിച്ചിരുന്നു. അതുകൊണ്ട് പലപ്പോഴും ആ കള്ളുകടയുടെ മുൻഭാഗത്ത് നടന്നെത്തുമ്പോൾ അദ്ദേഹത്തിന്റെ ദൃഷ്ടിയിൽ പെടാതെ ഓടി നീങ്ങുമായിരുന്നു. ആ കള്ളുകടയിൽനിന്നും പറ്റായിട്ടാണ് എല്ലാവരും കുടിക്കാറുള്ളതെന്ന് പിന്നീടെനിക്ക് മനസ്സിലാക്കാൻ കഴിഞ്ഞു.

മാസാവസാനം കമ്പനിയിൽ നിന്ന് ശമ്പളം വാങ്ങിയാൽ അതിന്റെ പകുതിയോളം കാശ് പറ്റായി കുടിക്കാറുള്ള കള്ളിന്റെ തുകയായി കൊടുക്കേണ്ടി വരുമായിരുന്നു. വാങ്ങുന്ന ശമ്പളം വീട്ടിലേക്കു കൊണ്ടുപോയാൽ പിന്നെ കിട്ടില്ലെന്നതിനാൽ കള്ളുകടക്കാരൻ ശമ്പളം കൊടുക്കുന്ന ദിവസം കമ്പനിയുടെ ഗേറ്റിനു മുന്നിൽ പറ്റു കാശ് കൈയോടെ വാങ്ങിച്ചു കൊണ്ടുപോകുവാൻ കാത്തുനിൽക്കും. കള്ളുകടക്കാരൻ ശമ്പളത്തിന്റെ പകുതിയോളം വാങ്ങിച്ച് കൊണ്ടുപോകുവാൻ കമ്പനിയുടെ മുന്നിലെത്തുമെന്നറിയുന്ന കുടിയന്മാരുടെ ഭാര്യമാരും തങ്ങളുടെ ഭർത്താക്കന്മാരുടെ ശമ്പളം പാഴാക്കികളയാതെ കയ്യോടെ വാങ്ങിച്ചു കൊണ്ടുപോകുവാൻ കമ്പനിയുടെ മുന്നിലെത്തും. ഇവർ രണ്ടു കൂട്ടരും അവിടെ തമ്മിൽ കണ്ടുമുട്ടുമ്പോൾ എന്താണ് സംഭവിക്കുകയെന്ന് ഞാൻ കണ്ടിട്ടില്ല. അങ്ങനെയുള്ള കുടിയന്മാരുടെ ഭാര്യമാരിൽ വച്ച് മുൻനിരയിലുള്ള ആളായിരുന്നു തട്ടാൻമുക്കമ്മ.

ശമ്പളം വാങ്ങി കൊണ്ടുവരുന്ന ഭർത്താവിന്റെ തുകയിൽ നിന്നും ഒരു രൂപ പോലും പാഴാക്കുവാനോ കടം കൊടുത്ത് തീർക്കുവാനോ അവർ സമ്മതിക്കില്ലായിരുന്നു. അതെത്ര പ്രതിസന്ധിയിലായിരുന്നാലും അവർക്ക് ലേശംപോലും ഭയം ഉണ്ടായിരുന്നില്ല. അങ്ങനെ ഒരു മാസത്തിന്റെയവസാനം കമ്പനിയിൽ നിന്നും കൊടുക്കുന്ന ശമ്പളത്തിന്റെ ദിവസം മാറിപ്പോയതുകൊണ്ട് കൃത്യസമയത്ത് തൊട്ടാൽ മുക്കമ്മെയ്ക്ക് കയ്യോടെ പോയി ശമ്പളം വാങ്ങിക്കൊണ്ടുവരുവാൻ സാധിച്ചില്ല. അവിചാരിതമായി കിട്ടിയ സന്ദർഭം മുതലെടുത്ത് മത്തായിപാപ്പൻ കയ്യിൽ കിട്ടിയ ശമ്പളക്കാശുകൊണ്ട് കടമെല്ലാം വീട്ടി കുടിച്ചു ലക്കുകെട്ട് വീട്ടിലെത്തിയപ്പോഴാണ് ശമ്പളം കൊടുത്തിരിക്കുന്നു. അതിൽ പകുതിയോളം കാശ് ചെലവാക്കിക്കൊണ്ടാണ് തന്റെ ഭർത്താവ് വന്നിരിക്കുന്നതെന്നറിഞ്ഞത്. ഉടനെതന്നെ മത്തായിപാപ്പനോടൊപ്പം കുടിക്കുന്നവരുടെ

ഭാര്യമാരെയെല്ലാം വല്ല്യമ്മ വീട്ടിൽ വിളിച്ചുകൂട്ടി. അഞ്ചാറ് പേരോളം സ്ത്രീകൾ അപ്പോൾ അക്കൂട്ടത്തിലുണ്ടായിരുന്നു.

മുൻപ് നടന്നതും ഇപ്പോൾ നടന്നതുമായ സംഭവമെല്ലാം വിശദമായി കൂടിയിരുന്ന് അവർ ചർച്ച നടത്തി. നീണ്ട ചർച്ചകൾക്കൊടുവിൽ തട്ടാൻമുക്കമ്മ അവരോട്, നമ്മളെത്ര നോക്കി കാത്തിരുന്നിട്ടും ഇതല്ലേ സംഭവിക്കാറുള്ളത്? അതുകൊണ്ട് ഇനിമേൽ ഇത്തരത്തിൽ ആവർത്തിക്കാതിരിക്കാൻ അതിനൊരു പരിഹാരം കണ്ടേ മതിയാകൂ എന്നു പറഞ്ഞു. അവന്റെ നട്ടെല്ല് കമ്പിപ്പാരകൊണ്ട് അടിച്ചു തകർക്കണം. പിന്നീടവൻ എണീക്കാൻ പാടില്ല എന്ന് വേറൊരാൾ.

ആ കടയങ്ങ് തല്ലിപ്പൊളിച്ചു കളഞ്ഞാൽ മതി മേലാൽ അവനവിടെ കച്ചവടം ചെയ്യാൻ പാടില്ല എന്ന് മറ്റൊരാളും. പിന്നീട് അവിടെ കൂടിയിരുന്നവരെല്ലാം അതാണ് ശരി എന്ന് തീരുമാനിച്ചുറപ്പിച്ചു. രാവിലെ എട്ടുമണിക്കാണ് അവൻ സാധാരണ കട തുറക്കാറുള്ളത്. ആ സമയത്ത് തന്നെ നമ്മൾക്കു പോകാം എന്നുപറഞ്ഞ് സമയവും നിശ്ചയിച്ച് വീണ്ടും വൈകുന്നേരം കാണാമെന്നു പറഞ്ഞുകൊണ്ടവർ പിരിഞ്ഞു.

പിന്നീട് വൈകുന്നേരസമയത്ത് എല്ലാവരും ഒന്നിച്ചുകൂടിയുള്ള ഓപ്പറേഷന് വേണ്ട സാമഗ്രികളായ മുളകുപൊടി, കമ്പിപ്പാര, വടി എന്നിവയെല്ലാം സംഘടിപ്പിച്ചുറപ്പു വരുത്തി പിരിഞ്ഞു.

പിറ്റേ ദിവസം ഞാൻ പള്ളിക്കൂടത്തിലേക്ക് പോകുന്ന വഴിയിൽ കള്ളുഷാപ്പിൽ ആൾക്കാർ കൂട്ടംകൂടി നിൽക്കുന്നതാണ് കണ്ടത്. പിന്നീട് വൈകുന്നേരം പള്ളിക്കൂടം വിട്ട് വീട്ടിൽ വന്നപ്പോൾ അവിടെയുണ്ടായിരുന്ന പൊലീസുകാരുടെ സാന്നിധ്യവും മറ്റുള്ളവരിൽനിന്നുള്ള സംസാരവും കേട്ടപ്പോൾ തലേന്ന് ഉദ്ദേശിച്ചതുപോലെ സ്ത്രീകളെല്ലാം കൂടി കള്ളുകട തല്ലിപ്പൊളിച്ചുവെന്നും ശക്തമായ അവരുടെ അടിയേറ്റ് കള്ളുകട നടത്തിയിരുന്നയാൾക്ക് മാരകമായ മുറിവ് പറ്റിയെന്നും മനസ്സിലായി. എന്തായാലും ഓപ്പറേഷൻ സക്സസ് എന്നു പറയാം. ജീവൻ തിരിച്ചുകിട്ടിയ കള്ളുകടക്കാരൻ പിന്നീടവിടെ കള്ളുകട തുറന്നു പ്രവർത്തിപ്പിച്ചില്ല.

മൂന്നുനാലു മാസം ഏകാന്തതയോടെയായിരുന്നു ഞാൻ അവിടെ തള്ളിനീക്കിയത്. അവിടെയുള്ള പെങ്ങന്മാർ ഒന്ന് തമാശ പറയുവാനോ കളിക്കുവാനോ സമയം കണ്ടെത്തിയിരുന്നില്ല. ഞാനെന്തെങ്കിലും തുടരെത്തുടരെ അവരോട് ചോദിച്ചാലും പറഞ്ഞാലും സഹികെട്ട് മാത്രമേ പ്രതികരിക്കാറുണ്ടായിരുന്നുമുള്ളൂ. കാരണം അവർക്ക് സമയവും ഇല്ലായിരുന്നു. തമാശ പറയുവാനും കളിക്കാനും ആരും ഇല്ലാത്തതുകൊണ്ട് പട്ടിണിയായിരുന്നാലും പ്ലാവിലവീടായിരുന്നു ഇതിനേക്കാൾ ഭേദം. അവിടെ പള്ളിയിലായിരുന്നാലും വീടിന് ചുറ്റുപാടിലായിരുന്നാലും കൂട്ടുകാർക്കൊപ്പം ഓടിച്ചാടിയെങ്കിലും നടക്കാമായിരുന്നല്ലോ എന്ന് പലപ്പോഴും ആലോചിക്കുമായിരുന്നു.

ഏകാന്തതയും പള്ളിക്കൂടത്തിൽ പഠിക്കാനാവശ്യമായ സാമഗ്രികൾ ഇല്ലാത്തതിന്റെയും അഭാവം എന്നെ പഠിത്തത്തിൽനിന്നും അകറ്റിക്കൊണ്ടേയിരുന്നു. പള്ളിക്കൂടത്തിൽ പോകുന്നതു പോലും ആർക്കോ വേണ്ടിയെന്ന നിലയിലായി. ചില ദിവസങ്ങളിൽ ക്ലാസിൽ കയറാതെ സ്കൂൾ ഗ്രൗണ്ടിൽ പിള്ളേരുടെ കളിയും കണ്ട് സമയം പോകുന്നതും നോക്കിയിരുന്നു. വഴക്കും തല്ലുംകൊണ്ട് ക്ലാസ്സിൽ വെറുതെയിരിക്കുന്നതിലും ഭേദം ഇതാണ് നല്ലതെന്ന് കരുതും. ദിവസങ്ങൾ കടന്നുപോയി.

ആയിടയ്ക്കാണ് അക്കരയമ്മ ഒരു ദിവസം അവിടെ വരാനിടയായത്. തന്റെ മകളുടെ വിവാഹക്കാര്യം അറിയിക്കാനായിരുന്നു വന്നത്. അവരെ കണ്ടതും അവിടെ ചെലവഴിച്ച ആ രണ്ട് നല്ല ദിവസത്തെ ഓർമ്മകൾ മനസ്സിൽ ഓടിയെത്തി. അവരുടെ സംസാരമെല്ലാം കഴിഞ്ഞ് പുറപ്പെടാനൊരുങ്ങിയപ്പോൾ ഞാനവരോട് ചോദിച്ചു, ''അക്കരയമ്മേ ഞാനും കൂടി വരട്ടെ?''

അപ്പോഴവർ, വരുന്നെങ്കിൽ വാ എന്ന് പറഞ്ഞു. വീണ്ടും അവിടേക്ക് പോകാനുള്ള ഒരു അവസരത്തിനായി കാത്തിരുന്ന ഞാൻ ഉടനെതന്നെ ഉള്ളതെല്ലാം പെറുക്കി പൊതിഞ്ഞ് അക്കരയമ്മയോടൊപ്പം പുറപ്പെട്ടു. ബസ് യാത്രയ്ക്കുശേഷം മുൻപത്തേതു പോലെതന്നെ എപ്പോഴും രാമായണ പാരായണം ആലപിച്ചുകൊണ്ടിരിക്കാറുള്ള അമ്പലവും വയലും തോടുമെല്ലാം കടന്ന് അക്കരെയെത്തി.

വീടിന്റെ ഭാഗത്തേക്കടുക്കുംതോറും കുടുംബാംഗങ്ങൾ എല്ലാരെയും ഉൾക്കൊള്ളാനാവാത്ത ആ കൊച്ചു വീടും പരിസരവുമായിരുന്നു എന്റെ മനസ്സിൽ. പക്ഷേ അവിടെയെത്തിയ എനിക്ക് കാണാനായത് ആ കൊച്ചുവീട് നിലനിന്നിരുന്ന സ്ഥാനത്ത് അവിടങ്ങളിൽ വെച്ചുള്ള ഏറ്റവും വലിയ വീടായിരുന്നു. കുടുംബാംഗങ്ങളുടെ ഇരട്ടിയിലധികം ആൾക്കാരെ ഉൾക്കൊള്ളാനാകുന്ന വിധത്തിലായിരുന്നു ആ വീട് നിർമ്മിച്ചിരുന്നത്.

അവിടെയെത്തിയ ഞാൻ ആഗ്രഹിച്ചതുപോലെ തന്നെ കളിയും കുളിയുമെല്ലാം ചേട്ടന്മാർക്കൊപ്പവും അവിടങ്ങളിലെ കൂട്ടുകാർക്കൊപ്പവും തകൃതിയായി നടത്തി. ഉറക്കവും പഴയതുപോലെ തന്നെയായിരുന്നു. വലിയ വീടുണ്ടായിരുന്നിട്ടും പുറത്തു കിടന്നുറങ്ങി ശീലമാക്കിയവർ ആരുംതന്നെ വീടിനകത്ത് കിടന്നുറങ്ങാൻ കൂട്ടാക്കിയിരുന്നില്ല.

കിട്ടുന്ന സമയമെല്ലാം ചേട്ടന്മാരെല്ലാവരും എന്തെങ്കിലുമൊക്കെ ജോലിക്കുവേണ്ടി രാവിലെതന്നെ ഇറങ്ങി പോയിരുന്നു. അതൊക്കെ കഴിഞ്ഞ് ഇഷ്ടം തോന്നുമ്പോൾ മാത്രമാണ് പള്ളിക്കൂടത്തിൽ പോയിരുന്നത്. എല്ലാവരും അവരുടേതായ ആവശ്യങ്ങൾക്കു വേണ്ടി സ്വയം സമ്പാദിക്കുന്നവർ അവരിലാരും ഒരാവശ്യത്തിനും അപ്പനേയും അമ്മയേയും

ആശ്രയിച്ചിരുന്നില്ല. ഇളയ ആൾ ദിവസവും രാവിലെ പള്ളിക്കൂടത്തിൽ പോകുന്നതുപോലെ ബുക്കും പുസ്തകവുമായി ഇറങ്ങും. പക്ഷേ, എവിടേക്ക് പോകുന്നു എന്നെനിക്ക് പിടികിട്ടാറില്ല. കാരണം ഞാൻ അദ്ദേഹത്തോടൊപ്പം പള്ളിക്കൂടത്തിലേക്ക് പോകാനിറങ്ങിയാൽ അല്പസമയത്തിനകം എന്നിൽനിന്ന് എങ്ങനെയെങ്കിലും മറഞ്ഞൊളിയും. വട്ടച്ചെലവിനും കൂട്ടുകാർക്കൊപ്പം സിനിമയ്ക്കു പോകുവാനും എപ്പോഴും അദ്ദേഹത്തിന്റെ കൈയിൽ കാശുണ്ടായിരിക്കും. ആദ്യമൊക്കെ അതിന്റെ പങ്ക് എനിക്കും കിട്ടിയിരുന്നു. പിന്നെ പിന്നെ ഞാനദ്ദേഹത്തിനൊരു ബാധ്യതയായതിനാലാകാം എങ്ങനെയെങ്കിലും എന്നെ ഒഴിവാക്കാൻ ശ്രമിച്ചു തുടങ്ങിയത്.

ബുക്കിന്റെയും പുസ്തകത്തിന്റെയും കുറവൊന്നും എനിക്ക് അവിടെ ഉണ്ടായില്ല. കാരണം ചേട്ടന്മാർ പഠിച്ചിരുന്ന എല്ലാ ക്ലാസ്സുകളിലെയും ബുക്കും പുസ്തകവും അവിടെയുണ്ടായിരുന്നു. ചില പുസ്തകങ്ങൾ തുറന്നുപോലും നോക്കിയിട്ടുണ്ടായിരുന്നില്ല. നാലു മൈലോളം ദൂരമുള്ള പള്ളിക്കൂടത്തിലേക്ക് പോകുവാൻ ചേട്ടന്മാരുടെ അടുത്തുപോയി ബസ്സിനു വേണ്ടിയുള്ള കാശ് ചോദിച്ചു കൊണ്ടടുത്താൽ പലപ്പോഴും തരും. അക്കരെയമ്മയോട് ചോദിച്ചാൽ കേട്ട ഭാവം പോലും കാണിക്കാറില്ല. അങ്ങനെ സ്വരൂപിക്കുന്ന കാശുകൊണ്ട് ഞാൻ മിക്ക ദിവസങ്ങളിലും സിനിമയ്ക്കു പോകുകയും കൂട്ടുകാർക്കൊപ്പം ആറ്റിൽ പോയി നീന്താൻ പഠിച്ചും അവർ കൊണ്ടുവരുന്ന സൈക്കിൾ ചവിട്ടി പഠിച്ചും പള്ളിക്കൂടം വിടുന്ന സമയമാകുന്നതുവരെ ചെലവഴിച്ചു നടന്നു. ആദ്യമായി സിനിമയ്ക്ക് കൊണ്ടുപോയതും ചേട്ടന്മാർ തന്നെയായിരുന്നു. പള്ളിക്കൂടം വിടുന്ന സമയമല്ല ഏതു സമയത്ത് വീട്ടിൽ കയറിച്ചെന്നാലും അവിടാരും എവിടെപ്പോയിരുന്നെന്ന് തിരക്കില്ലായിരുന്നു. അവിടുത്തെ ശൈലിയും അങ്ങനെയായിരുന്നു. തോന്നും വിധമായിരുന്നു അവിടെയുള്ള അംഗങ്ങളുടെ പോക്കും വരവും. ആരും ആരോടും എവിടെപ്പോകുന്നു, എന്തിനുപോകുന്നു, എപ്പോൾ വരുന്നു എന്ന് അന്വേഷിക്കാറുമില്ല. അതിൽ ആരെങ്കിലുമൊക്കെ ചിലപ്പോൾ രണ്ടുമൂന്നു ദിവസം കഴിഞ്ഞിട്ടേ വീട്ടിൽ വരുകയുമുള്ളൂ. ഇങ്ങനെയൊക്കെയുള്ള അവിടുത്തെ ശൈലി എനിക്കും നന്നേ ഇഷ്ടപ്പെട്ടു. പഠിപ്പിന്റെയും പള്ളിക്കൂടത്തിന്റെയും കാര്യത്തെപ്പറ്റി ആരും എന്നോട് അന്വേഷിക്കില്ലല്ലോ.

നല്ല രീതിയിൽ അക്കരെയമ്മയെ സഹായിച്ചു കൊണ്ടിരിക്കുന്ന റോസിയുടെ കല്യാണം കഴിഞ്ഞു പോയതിനുശേഷം അക്കരെയമ്മ കൂടുതൽ തിരക്കിലായി. അതുകൊണ്ട് ഭർത്താവിന്റെയോ മക്കളുടെയോ ഒരു കാര്യത്തിലും അവർ ഇടപെടാറില്ലായിരുന്നു. തകൃതിയായി നടക്കുന്ന കച്ചവടം ഉച്ചയോടെ കഴിഞ്ഞാൽ പിന്നെ പിറ്റേദിവസത്തെ കച്ചവടത്തിനാവശ്യമായ കാര്യങ്ങൾ ഒരുക്കുകയായിരിക്കും അവർ ചെയ്യാറ്.

ഭർത്താവിന്റെ ജോലിയെന്ന് പറഞ്ഞാൽ കടയിൽ വന്നിരിക്കുന്ന ഉപഭോക്താക്കളോടൊപ്പം നാട്ടുകാര്യങ്ങളും രാഷ്ട്രീയങ്ങളുമൊക്കെ പറഞ്ഞ് വാഗ്വാദങ്ങളിൽ ഏർപ്പെടുന്നതായിരുന്നു. രാവിലെ കട തുറന്ന് പ്രവർത്തിക്കാൻ തുടങ്ങുന്നതു മുതൽ ഉച്ചയ്ക്ക് കട അടയ്ക്കുന്നതു വരെയും അവിടെ വരുന്നവരോട് അദ്ദേഹം അങ്ങനെ തന്നെയായിരിക്കും. ഇതു കേട്ട് കേട്ട് മടുക്കാറുള്ള അക്കരെയമ്മ അദ്ദേഹത്തോട് നിങ്ങളുടെ നാവ് ഒട്ടും കഴക്കില്ലേ മനുഷ്യാ എന്ന് ചോദിക്കും.

കച്ചവടവുമായി ബന്ധപ്പെട്ട തിരക്കിനിടയിൽ കിട്ടുന്ന സമയം മുതലെടുത്തായിരുന്നു അവിടെയുള്ളവർക്ക് അക്കരയമ്മ ആഹാരം പാകം ചെയ്യാറ്. അങ്ങനെ പാകം ചെയ്തുവെയ്ക്കുന്ന ആഹാരം വേണ്ടുന്നവർ വന്ന് വിളമ്പി കഴിച്ചു കൊള്ളണം. ആർക്കും വിളമ്പിക്കൊടുക്കാറില്ല. സമയക്രമങ്ങളൊന്നുമില്ലാതെ വിശന്നു വിളമ്പിതിന്നാൻ കയറിവരുന്ന ആദ്യത്തെ രണ്ടുമൂന്നു പേർക്ക് കുശാലായി ആഹാരം കിട്ടും. പിന്നീട് വരുന്നവർ അല്പം ആഹാരത്തിനുവേണ്ടി ചട്ടിയും കലവും ചിരണ്ടേണ്ടി വരും. അവസാനം വരുന്ന ഒന്നു രണ്ടു പേർക്ക് ആഹാരം കിട്ടാറുമില്ല. കിട്ടാത്തവർ സങ്കടമൊന്നും പറയാൻ നിൽക്കാതെ വന്നവഴി ഇറങ്ങിപ്പോകും. ഇതൊക്കെ അറിയാവുന്ന ഞാൻ ആദ്യം വിളമ്പിതിന്നാനായി ആഹാരം പാകമാകാൻ വേണ്ടി കാത്തുനിൽക്കും.

ഞാനൊഴികെ മറ്റാരും കടയിൽ കയറിച്ചെന്ന് കഴിക്കാറില്ല. ആദ്യമൊക്കെ ഞാൻ കഴിക്കാനായി കടയിൽകയറി ചെന്നിരുന്നപ്പോഴോക്കെ ആവശ്യത്തിന് ആഹാരം തരുമായിരുന്നു. പിന്നീട് പിന്നീട് ആഹാരത്തിനു വേണ്ടി എത്ര സമയം കാത്തിരുന്നാലും അക്കരയമ്മ എന്നെ കണ്ട ഭാവം പോലും കാണിക്കാറില്ല.

നീണ്ട കാത്തിരിപ്പിനൊടുവിൽ അവസാനം ആഹാരം തരുമ്പോൾ പറയും, നീയും കിട്ടുന്ന സമയത്ത് ഇച്ചിരിയൊക്കെ ജോലി ചെയ്ത് പഠിക്ക്. നോക്ക് ചേട്ടന്മാരൊക്കെ ജോലി ചെയ്യുന്നത്. കിട്ടുന്ന സമയമൊന്നും കളയാതെ അവരോടൊപ്പം പോയി നിന്നെക്കൊണ്ടാകുന്ന ജോലി നീയും ചെയ്യ്. ഒന്നുമില്ലെങ്കിൽ ചേട്ടന്മാർ കൂപ്പിൽ പോകുമ്പോൾ അവരോടൊപ്പം പോയി പശുക്കൾക്കെങ്കിലും പുല്ലു കൊണ്ടുവാ. എനിക്കൊരു സഹായമാകട്ടെ എന്ന്.

ആദ്യമൊക്കെ ഈ പറയുന്നതൊന്നും ഞാൻ ചെവികൊണ്ടിരുന്നില്ല. പിന്നീട് ഞാൻ വിചാരിച്ചു, അക്കരെയമ്മ പറയുന്നത് ശരിയാണ്. എന്നെക്കൊണ്ടാകുന്ന ജോലി അവർക്ക് ചെയ്തുകൊടുത്താൽ അവരുടെ സ്നേഹം സമ്പാദിക്കാൻ കഴിയുമല്ലോ. അതുകൊണ്ട് പശുവിനെങ്കിലും പുല്ലു പറിക്കാൻ ചേട്ടന്മാർക്കൊപ്പം പോയിട്ട് വരാം എന്ന് ആലോചിച്ചു. കൂട്ടുകാർക്കൊപ്പം പുല്ല് പറിക്കാനായി കൂപ്പിലേക്കു പോകാറുള്ള ചേട്ടനോട് ഞാനും കൂടി വരുന്നു എന്ന് പറയുമ്പോഴൊക്കെ വേണ്ടന്നായിരിക്കും മറുപടി.

നീ കൊച്ചു ചെറുക്കനാണ്. തലയിൽ ചുമടെടുത്തുകൊണ്ട് ഓടാൻ കഴിയില്ല, പരിചയമില്ല എന്നൊക്കെയായിരുന്നു കാരണമായി അവരെന്നോട് പറയാറുള്ള ന്യായം. എന്ത് കഷ്ടമായാലും ഞാനേറ്റെടുത്തുകൊള്ളാം എന്ന് പറഞ്ഞാലും അവർ വഴങ്ങാറില്ലായിരുന്നു.

ഒരു ദിവസം അവർ പുല്ലിനായി കൂപ്പിലേക്ക് പോകാനൊരുങ്ങിയപ്പോൾ അവരോടൊപ്പം എന്നെയും കൂടി കൊണ്ടുപോകാനായി അക്കരെയമ്മ അവരോട് നിർദ്ദേശിക്കണമെന്ന് പറഞ്ഞു. എന്നെയും കൂടി കൊണ്ടുപോകണമെന്ന് അക്കരെയമ്മ അവരോട് നിർദ്ദേശിച്ചതുകൊണ്ട് എന്നെ ഒഴിവാക്കാൻ അവർക്കു കഴിഞ്ഞില്ല. ഉടനെ ഓലമടലൊന്ന് വെട്ടിക്കീറി മെനഞ്ഞ് എനിക്കും കൂടി വല്ലമുണ്ടാക്കി കൈയിൽ തന്നശേഷം കൂപ്പ് ലക്ഷ്യമാക്കി വല്ലവും തോളത്ത് തൂക്കിയിട്ട് എല്ലാവരും നടന്നു.

ആറോളം പേരുണ്ടായിരുന്നു ആ സംഘത്തിൽ. ഏകദേശം രണ്ട് മൈൽ ദൂരമുള്ള കൂപ്പിലേക്ക് വയലുകളും മലയും നടന്നു താണ്ടി ആയിരക്കണക്കിന് ഏക്കറോളം റബ്ബർമരങ്ങൾകൊണ്ട് വിശാലമായി കിടന്ന എസ്റ്റേറ്റിന്റെ ഒരു ഭാഗത്തെത്തിയപ്പോൾ കൂടെവന്ന സംഘത്തിലെ ഒരാൾ ആദ്യമായി വന്ന എന്നോട് പാലിക്കേണ്ട നിയമങ്ങൾ ബോധ്യപ്പെടുത്താനായി പറഞ്ഞു.

''ഇത് ഗവൺമെന്റിന്റെ റബ്ബർ എസ്റ്റേറ്റാണ്. ഈ റബ്ബർ തോട്ടത്തിനകത്ത് വാച്ച്മാൻ തോക്കും കൊണ്ട് റോന്ത് ചുറ്റിക്കൊണ്ടിരിക്കും. ആരെങ്കിലും അനധികൃതമായി ഇതിനുള്ളിൽ പ്രവേശിച്ചാൽ വെടിവയ്ക്കാനുള്ള ഉത്തരവ് അവർക്കുണ്ട്. അതുകൊണ്ട് ശ്രദ്ധയോടെയായിരിക്കണം കാര്യങ്ങൾ ചെയ്യേണ്ടത്. വാച്ച്മാനെങ്ങാനും വരുന്നുണ്ടോ എന്ന് ഞാൻ നോക്കി നിൽക്കും. മറ്റുള്ളവർ എത്രയും പെട്ടെന്ന് വന്ന കാര്യം നിർവഹിക്കണം. അഥവാ വാച്ച്മാനെങ്ങാനും ഈ വഴി വരുകയാണെങ്കിൽ ഞാൻ കൂക്കിവിളിച്ച് മുന്നറിയിപ്പ് നൽകും. അപ്പോൾ എല്ലാവരും ഓടി മറയണം.''

വാച്ച്മാൻ, വെടി എന്നൊക്കെ പറയുന്നത് കേട്ടപ്പോൾ എന്റെയുള്ളിൽ വലിയ ഭയം തോന്നി. ദൈവമേ കൂടെ വരേണ്ട എന്നു പറഞ്ഞിട്ടും കേൾക്കാതെ ശാഠ്യം പിടിച്ച് ഇവരോടൊപ്പം വന്നത് കക്കാനായിരുന്നോ എന്ന് ഞാൻ ആലോചിച്ചു പോയി.

മനസ്സിൽ പേടിയുണ്ടായിരുന്നെങ്കിലും എന്തും ചെയ്യാൻ തയ്യാറാണെന്നതുപോലെ അവരുടെ മുന്നിൽ ഞാൻ ധൈര്യം സംഭരിച്ച് നിന്നു. അങ്ങനെ മുൻപ് പറഞ്ഞതുപോലെ എല്ലാവരും ചുറ്റും വീക്ഷിച്ചു കൊണ്ട് പതുക്കെ എസ്റ്റേറ്റിന്റെ അകത്തേക്ക് കയറി. ഞാൻ ചെയ്യേണ്ടതായ ആ ജോലി എങ്ങനെയാണ് ചെയ്യേണ്ടതെന്ന് സംഘത്തിലെ ഒരാൾ എനിക്ക് കാണിച്ചു തരികയുണ്ടായി.

സാധാരണയുള്ള പുല്ലായിരുന്നില്ല അത്. വേനൽക്കാലത്ത് റബ്ബറിന്റെ വേരിന് തണലേകാൻ കരുതലോടെ പരിപാലിച്ചു വളർത്തിയിരുന്ന

വലിയ ഇലകളോടുകൂടിയുള്ള പടർന്ന് പന്തലിച്ച് പോകാറുള്ള ഒരിനം ചെടിയായിരുന്നു അത്. ഇത് കാലികൾക്കിഷ്ടമുള്ള ആഹാരവുമായിരുന്നു. എസ്റ്റേറ്റിനകത്ത് നിലം കാണാത്തവിധം പടർന്നു പന്തലിച്ചു നിന്നിരുന്ന ആ ചെടിയുടെ തണ്ടിൽ പിടിച്ചു വലിച്ചാൽ ആവശ്യമുള്ളിടത്തോളം കൈയിൽ വന്നുകൊണ്ടിരിക്കും. നിമിഷങ്ങൾക്കകം കൊണ്ടുവരുന്ന വല്ലങ്ങൾ നിറയുകയും ചെയ്യും. സാധാരണ പുല്ലാണെങ്കിൽ വല്ലം നിറയ്ക്കാൻ ഒരു ദിവസം മുഴുവൻ കഷ്ടപ്പെടേണ്ടിവരും. ഇതാണെങ്കിൽ അല്പം കള്ളത്തരം, നിറയെ ഫലം.

എസ്റ്റേറ്റിന്റെ അകത്തുകയറിയ എല്ലാവരും അവരവർ കൊണ്ടുവന്ന വല്ലം നിറയ്ക്കാൻ വേണ്ടി ചെടിയുടെ തണ്ടുകളിൽ പിടിച്ചു വലിക്കാൻ തുടങ്ങി. വേരുകൾ പറിഞ്ഞുവന്നുകൊണ്ടിരുന്ന അത് എല്ലാവരും വല്ലത്തിലേക്ക് വലിച്ചിട്ടു കൊണ്ടിരുന്നു. നിമിഷങ്ങൾക്കകം എല്ലാവരുടെയും വല്ലങ്ങൾ പകുതിയോളം നിറയാറായപ്പോൾ പെട്ടെന്നായിരുന്നു 'വാച്ച്മാൻ വരുന്നേ ഓടിക്കോ' എന്ന് കാവൽ നിന്നിരുന്നവന്റെ കൂക്കുവിളി ദൂരത്തു നിന്നും മുഴങ്ങിക്കേട്ടത് ഇത് കേട്ടതും ഉടനെ എല്ലാവരും പകുതിയോളം നിറയാറായ വല്ലവും തലയിലെടുത്തുവച്ച് ജീവനുംകൊണ്ട് തിരിച്ചോടി. അങ്ങനെ ഓടുന്നതിനിടയിൽ എന്റെ കാൽ ചെടിയിൽ കുരുങ്ങി തലയിലുള്ള വല്ലവുമായി ഞാൻ കമിഴ്ന്നടിച്ചുവീണു. വീഴ്ചയിൽ കാൽമുട്ടിന്റെയും കൈവെള്ളയുടേയും തോലുരിഞ്ഞു ചോര പൊടിഞ്ഞു. എങ്കിലും വേദന അടക്കിപ്പിടിച്ച് എണീറ്റ് വല്ലവുമായി ഓട്ടം തുടർന്നു.

തുടങ്ങിയ സ്ഥലത്ത് ഓടി തിരിച്ചെത്തിയപ്പോഴേക്കും കൈയിലൂടെയും കാലിലൂടെയും ചോര ഒലിച്ചിരുന്നു. എന്റെ അവസ്ഥ കണ്ട് കൂടെ വന്നവരുടെ കമന്റ് ഇങ്ങനെയായിരുന്നു. ''തുടങ്ങിയതേയുള്ളൂ. പറഞ്ഞിട്ടും കേൾക്കാതെ കൂടെ വന്നതല്ലേ അനുഭവിക്കുക.''

ഓടിക്കിതച്ച് തിരിച്ചു വന്നവർ ഇരുന്നു ക്ഷീണമെല്ലാം മാറ്റി കഴിഞ്ഞപ്പോഴാണ് വാച്ച്മാൻ വരുന്നെന്ന് കാവൽനിന്നവന് തോന്നിയതാണെന്നറിഞ്ഞത്. അല്പം കഴിഞ്ഞതിനുശേഷം അതിലൊരുവൻ വാച്ച്മാൻ ദൂരെയെങ്ങാനും ഉണ്ടോ ഇല്ലയോ എന്ന് എസ്റ്റേറ്റിന്റെ അകത്ത് കയറി നോക്കി ഇല്ലെന്ന് ഉറപ്പായപ്പോൾ വീണ്ടും എസ്റ്റേറ്റിനുള്ളിൽ പ്രവേശിച്ച് ആവേശത്തോടെ ചെടികൾ വലിച്ചു പറിച്ച് വല്ലങ്ങൾ കുത്തിത്തിരുകി നിറച്ചു. അതിലൊരു ചെറുക്കൻ എന്റെ വല്ലം കുത്തിത്തിരുകി നിറയ്ക്കുകയും തലയിൽ എടുത്തു വച്ച് സഹായിക്കുകയും ചെയ്തു. എനിക്ക് വഹിക്കാവുന്നതിലധികം ഭാരമുണ്ടായിരുന്നു ആ പുല്ല് നിറച്ച വല്ലം. തലയിൽ ചുമടെടുത്ത് മുൻപരിചയമില്ലാത്ത ഞാൻ ഒരുവിധത്തിൽ ഭാരം കൊണ്ട് ആടിയുലഞ്ഞ് വീട്ടിലേക്കുള്ള വഴിയിൽ മറ്റുള്ളവരോടൊപ്പം നടക്കാൻ തുടങ്ങി.

ഏകദേശം പകുതിയോളം ദൂരം പിന്നിട്ടപ്പോൾ രണ്ടു മൂന്നു വലിയ പാറ ഉള്ള സ്ഥലത്ത് വിശ്രമിക്കാനായി എല്ലാവരും ചുമട് താഴെ

ഇറക്കി വച്ചു. അവിടെ എന്റെ ചുമടുംകൂടി ഇറക്കിവച്ചില്ലായിരുന്നു വെങ്കിൽ തുടക്കം മുതലേ ഭാരം കൊണ്ട് ചുമട് താഴെ ഇടണമെന്ന് ആഗ്രഹിച്ച ഞാൻ ഒരടിപോലും മുന്നോട്ടെടുക്കാൻ കഴിയാതെ നില ത്തിട്ട് പോകുമായിരുന്നു. എല്ലാവരും ചുമടിറക്കി വെച്ചതിനുശേഷം പാറയുടെ മുകളിൽ അങ്ങിങ്ങായി സ്ഥാനം പിടിക്കാൻ തുടങ്ങി. ഈ വഴി പോകാറുള്ളപ്പോഴെല്ലാം ഈ പാറക്കൂട്ടമായിരിക്കാം അവർ ഒരിട ത്താവളമായി മാറ്റാറുള്ളതെന്നെനിക്ക് ഒറ്റനോട്ടത്തിൽ കണ്ടപ്പോൾ തോന്നി. അതിലൊരാൾ താൻ ബാഗിൽ കരുതി കൊണ്ടുവന്ന സിഗരറ്റ് പാക്കറ്റും കള്ളും പുറത്തെടുത്തശേഷം ഓരോരുത്തരായി കുടിക്കേണ്ട കള്ളിന്റെ അളവ് ബോട്ടിലിൽ രേഖപ്പെടുത്തിക്കൊണ്ട് അടുത്തിരുന്നവന്റെ അരികിലേക്ക് നീട്ടി. ആദ്യത്തെയാൾ തന്റെ അളവുവരെ ആയോ എന്ന് കുപ്പി നോക്കിനോക്കി കുടിച്ചു. രണ്ടാമത്തെ ഊഴം ചേട്ടന്റേതായിരുന്നു. ഒറ്റയടിക്ക് അദ്ദേഹം തന്റെ പങ്കിനേക്കാൾ അല്പം അധികം കൂടി അകത്താക്കുകയും ചെയ്തു. പിന്നീട് അദ്ദേഹത്തിന്റെ അരികിലിരുന്ന എന്റെ അരികിലേക്ക് ബോട്ടിൽ നീട്ടി. ദൈവമേ എനിക്ക് കുടിക്കാനാണോ ഈ നീട്ടുന്നത്. ഞാനിതെങ്ങനെ കുടിക്കും എന്ന് ശങ്കിച്ച് അനങ്ങാ തിരുന്ന എന്നോട് ചേട്ടൻ,

‘‘ഉം, നിനക്കാ, വേഗം കുടിക്ക്.’’

‘‘എനിക്ക് വേണ്ട.’’

‘‘നീ അല്പമെങ്കിലും കുടിച്ചേ പറ്റുള്ളൂ.’’

അപ്പോൾ ഞാൻ ബോട്ടിൽ ചുണ്ടോടടുപ്പിച്ച് ഒരു കവിൾ അക ത്താക്കി. ചമർപ്പുണ്ടായിരുന്ന ആ കള്ള് ഒരു കവിൾകൂടി, ഒരു കവിൾ കൂടി എന്നുപറഞ്ഞുകൊണ്ട് അവർ എന്നെ പ്രോത്സാഹിപ്പിച്ചു. ആ പ്രോത്സാഹനത്തിൽ ഞാൻ നാലഞ്ചു കവിൾ കള്ള് അകത്താക്കി. പിന്നെയും ബോട്ടിൽ ചുറ്റിവന്നപ്പോൾ അതിലൊരുവൻ പറഞ്ഞു,

‘‘വേണ്ട അവനിനിയും കൊടുക്കേണ്ട. കൊച്ചനല്ലേ കുടിച്ചിവിടെ യെങ്ങാനും ലക്കുകെട്ട് വീണാൽ പിന്നെ എല്ലാംകൂടി നമ്മൾ താങ്ങി ക്കൊണ്ട് പോകേണ്ടിവരും.’’

പിന്നീടവർ എന്നെയൊഴിച്ച് വീണ്ടും രണ്ടു മൂന്നു കുപ്പിയോളം കള്ള് കുടിച്ചുതീർത്തു. കുടിയെല്ലാം കഴിഞ്ഞതിനുശേഷം സിഗരറ്റ് വലിക്കുന്നതിന്റെ ഊഴമായിരുന്നു. ഓരോരുത്തർ തങ്ങളുടെ കൈയിൽ കിട്ടിയ സിഗരറ്റ് നല്ല ശീലമുള്ളവരെ പോലെ ലാഘവത്തോടെ കത്തിച്ചു വലിക്കാൻ തുടങ്ങി. എന്റെ കൈയിൽ കിട്ടിയ സിഗരറ്റ് എന്തുചെയ്യ ണമെന്നറിയാതെ ഞാൻ കൈയിൽ വച്ചു കുഴഞ്ഞു. അപ്പോഴൊരുവൻ, ‘‘ഞങ്ങൾ കത്തിച്ച് വലിക്കുന്നതുപോലെ വലിക്കടാ, നീയെന്തിനാ ശങ്കിച്ചിരിക്കുന്നത്?’’

പിന്നീട് അടുത്തിരുന്ന ചേട്ടൻ സിഗരറ്റ് എങ്ങനെ വലിക്കണമെന്ന് എനിക്ക് കാണിച്ചു തന്നു. അപ്രകാരം ഞാൻ സിഗരറ്റ് കത്തിച്ച് പുക

ഉള്ളിലേക്ക് വലിച്ചുകയറ്റി. പുക അകത്ത് വലിച്ചു കയറ്റിയതും ശ്വാസം മുട്ടി ചുമക്കാൻ തുടങ്ങി. ജീവൻ പോകുന്നതുപോലെയായിരുന്നു അപ്പോഴെനിക്ക് ശ്വാസംമുട്ടലനുഭവപ്പെട്ടത്. പിന്നീട് ഒരു പുകപോലും വലിക്കാൻ കഴിയാത്ത തരത്തിൽ ഞാൻ ചുമച്ചുകൊണ്ടിരുന്നു. ആദ്യ മായി വലിക്കുന്നവർക്ക് ഇങ്ങനെയൊക്കെ തന്നെയായിരിക്കും സംഭ വിക്കുക. ഞങ്ങൾ ആദ്യം വലിച്ചപ്പോൾ ഇങ്ങനെയായിരുന്നു. പിന്നീട് പിന്നീട് നല്ല രസം തോന്നും എന്നാണ് അപ്പോഴവർ എന്നോട് പറ ഞ്ഞത്.

തലയ്ക്ക് മത്ത് പിടിച്ചിരുന്ന എല്ലാവരും വാച്ച്മാൻ വന്നെന്ന് വെറുതെ പറഞ്ഞ് പേടിപ്പിച്ചതിനെപ്പറ്റി പറഞ്ഞ് തർക്കിച്ചും സിനിമയുടെയും കളികളുടെയും കാര്യങ്ങളെപ്പറ്റി പറഞ്ഞും ഏകദേശം രണ്ടു മൂന്നു മണിക്കൂർ സമയം ആ പാറക്കെട്ടിൽ ഇരുന്നു വിശ്രമിച്ചു.

മഴ വരാൻ പോകുന്നെന്ന് കണ്ടപ്പോഴാണ് മഴയ്ക്ക് മുൻപ് വീട്ടി ലെത്തണം എന്ന് പറഞ്ഞുകൊണ്ടെല്ലാവരും പുറപ്പെടാനൊരുങ്ങിയത്. പോകാൻ തുടങ്ങിയപ്പോൾ ചേട്ടനും കൂട്ടുകാരനും കൂടി ചുമട് താങ്ങി പ്പിടിച്ച് എന്റെ തലയിൽ വച്ച് തരുന്നതിനിടയിൽ,

ഇവിടെ കൂടിയിരുന്ന് കള്ളു കുടിച്ചതും സിഗരറ്റ് വലിച്ചതുമൊക്കെ നീ വീട്ടിൽ പറഞ്ഞാൽ ഞങ്ങളെല്ലാവരും കൂടി ചേർന്ന് നിന്റെ കരളും കൂമ്പും ഇടിച്ച് വാട്ടും കേട്ടോടാ എന്ന് പറഞ്ഞു വിരട്ടി.

''ജീവൻ പോയാലും വീട്ടിൽ ആരോടും പറയില്ല ചേട്ടാ.''

അപ്പോൾ കൂടെയുള്ളവരിലൊരുവൻ, ''നീയും ഞങ്ങളുടെ കൂടെ യിരുന്ന് വലിച്ചിട്ടും കുടിച്ചിട്ടുമുണ്ടെന്ന് ഓർമ്മ വേണം. പറഞ്ഞാൽ നിനക്കാ ആദ്യം കിട്ടുന്നത്. പറഞ്ഞേക്കാം.''

തലയിൽ കയറ്റിവച്ച ചുമടിന്റെ ഭാരത്താൽ ആടിയുലഞ്ഞ ഞാൻ മുൻപോട്ട് നടക്കാൻ കഴിയാതെ വല്ലം നിലത്തിട്ടു. ഭാരം എനിക്ക് താങ്ങാവുന്നതിലും അധികമാണെന്ന് മനസ്സിലാക്കിയ അവർ താഴെ കിടന്ന എന്റെ വല്ലത്തിൽനിന്നും കാൽ ഭാഗത്തോളം പുല്ലെടുത്ത് അവ രുടെ വല്ലങ്ങളിൽ ഭാഗിച്ചു തിരുകിക്കയറ്റി. ബാക്കിയുള്ള ചുമടെടുത്ത് നടക്കാൻ എനിക്ക് ബുദ്ധിമുട്ടുണ്ടായില്ല. ചുമടും തലയിൽ വെച്ച് വീട് ലക്ഷ്യമാക്കി നടക്കാൻ തുടങ്ങിയപ്പോഴേക്കും ശക്തമായ കാറ്റും മഴയും. എല്ലാവരും വീടെത്തിയപ്പോൾ മഴയിൽ നനഞ്ഞ് കുളിച്ച് ഊറ്റിവാരി പ്പോയിരുന്നു.

വൈകുന്നേരമായപ്പോൾ എന്റെ ശരീരം തണുത്ത് വിറയ്ക്കാൻ തുടങ്ങി. സമയം പോകുന്തോറും വിറയൽ കൂടി പനിയായി പരിണ മിച്ചു. രാത്രിയായപ്പോൾ പനി അതിന്റെ ഉച്ചാവസ്ഥയിലെത്തി. ഇത് കണ്ട അക്കരെയമ്മ എന്റെ പനി വിട്ടു മാറുവാൻ പല പൊടിക്കൈ മരുന്നുകളും പ്രയോഗിച്ചു. എന്നിട്ടും പനി വിട്ടുമാറാത്തതുകൊണ്ട്

അവർ എന്നെയും കൂട്ടിക്കൊണ്ട് അല്പം അകലെയുള്ള ഒരു ഡോക്ടറുടെ വീട്ടിലേക്ക് പുറപ്പെട്ടു. പനിയുടെ തീവ്രതയും ശരീരത്തിലെ മുറിവും കണ്ടപ്പോൾ അദ്ദേഹം ഉടനെ തന്നെ എന്നെ അവിടെക്കിടത്തി കൈയിൽ ഗ്ലൂക്കോസ് കുത്തിവെച്ചും മുറിവിൽ മരുന്നു പുരട്ടി കെട്ടിയും ശുശ്രൂഷിച്ചു.

ഇതൊക്കെ കണ്ട് അടുത്തുനിന്നിരുന്ന അക്കരെയമ്മയോട് ഡോക്ടർ, നിങ്ങളിപ്പോൾ പൊയ്ക്കോ സഹോദരി, ഇഷ്ടംപോലെ ജോലി ചെയ്തു തീർക്കാനുള്ളതല്ലേ. ഇവനെ ഇന്നെന്തായാലും കൊണ്ടുപോകാൻ കഴിയില്ല. ഇന്നിവിടെ കിടക്കട്ടെ. നാളെ രാവിലെ സമയം കിട്ടുമ്പോൾ നിങ്ങൾ വന്നാൽ മതി എന്ന് പറഞ്ഞു. ഉടനെ അക്കരെയമ്മ അവിടെ നിന്നു പോവുകയും ചെയ്തു.

പിറ്റേ ദിവസം ഉച്ചയായപ്പോൾ എന്റെ പനിയെല്ലാം വിട്ടുമാറിയിരുന്നു. കച്ചവടം കഴിഞ്ഞ് അവിടെയെത്തിയ അക്കരെയമ്മ എന്നെ വീട്ടിലേക്ക് കൂട്ടിക്കൊണ്ട് വന്നിട്ട് പറഞ്ഞു,

''ദേ നോക്ക്, ഉള്ളതും തിന്നിട്ട് വീട്ടിലെങ്ങാനും അടങ്ങിയൊതുങ്ങി കഴിഞ്ഞുകൊള്ളണം. നിന്റെ യാതൊരു സഹായവും എനിക്ക് വേണ്ട. ഇപ്പോൾതന്നെ ഞാൻ രണ്ടുദിവസം കച്ചവടം ചെയ്ത രൂപയാ ചെലവായിരിക്കുന്നത്.''

പിന്നീട് ഞാനവിടെ ജോലിയൊന്നും ചെയ്യാൻ തുനിഞ്ഞില്ല.

അങ്ങനെ ഒരു വിധത്തിൽ ആ വർഷം കൂടി ക്ലാസിൽ നിന്നും ജയിച്ച് അടുത്ത ക്ലാസിലേക്ക് കയറി. ഏകദേശം ഒന്നൊന്നര വർഷം അവിടെ കഴിച്ച് കൂട്ടിയപ്പോൾ ഒരു ദിവസം രാവിലെ കച്ചവടം നടന്നുകൊണ്ടിരുന്ന കടയിൽ നിന്നും ആൾക്കാരുടെ സംസാരത്തിനിടയിൽ എവിടെയോ കേട്ടുപരിചയമുള്ള ശബ്ദം കേൾക്കാൻ ഇടയായപ്പോഴാണ് ഞാൻ കടയിലേക്ക് ശ്രദ്ധിച്ചത്. പള്ളിക്കൂടത്തിൽ പോകാനായി നിന്ന ഞാൻ ആരാണത് എന്ന് നോക്കാനായി കടയിലേക്ക് പോയപ്പോഴതാ പുളുവൻ ടോമി അവിടെയിരുന്ന് ചായ കുടിക്കുന്നതിനിടയിൽ അക്കരെയമ്മയോടും ഭർത്താവിനോടും സംസാരിച്ചുകൊണ്ടിരിക്കുന്നതാണ് കണ്ടത്. അവർ എന്നെപ്പറ്റിയാണ് സംസാരിച്ചുകൊണ്ടിരിക്കുന്നതെന്ന് മനസ്സിലായി. സംസാരവിഷയമായ എന്നെ കണ്ടപാടെ ഒരു വളിച്ച ചിരിയിൽ അക്കരെയമ്മയെ നോക്കിക്കൊണ്ട് പുളുവൻ ദേ ആള് വന്നിരിക്കുന്നു. ഇങ്ങനെ പറഞ്ഞതിനുശേഷം എന്നെ നോക്കിക്കൊണ്ട് എല്ലാം വേഗം പെറുക്കികൊണ്ടുവാ. നിന്നെ കൊണ്ടുപോകാൻ നിന്റെ അപ്പനും അമ്മയും വന്നിട്ടുണ്ട്. അവർക്ക് സമയമില്ലാത്തതുകൊണ്ടാ എന്നെ ഇങ്ങോട്ട് പറഞ്ഞയച്ചത് എന്നു പറഞ്ഞു.

ഒരുപക്ഷേ അക്കരെയമ്മയ്ക്കും എന്നെ എങ്ങനെയെങ്കിലും അവിടെ നിന്ന് പറഞ്ഞയച്ചാൽ മതി എന്നതുകൊണ്ട് പുളുവൻ പറഞ്ഞതിന് പിറകെ അക്കരെയമ്മയും പറഞ്ഞു. എല്ലാം എടുത്തുകൊണ്ട് വേഗം

പൊയ്ക്കോ എന്ന്. ഞാനുടനെ അങ്ങിങ്ങായി ചിതറിക്കിടന്നതും ഉണ്ടായിരുന്നതുമായ പുസ്തകങ്ങൾ തിരഞ്ഞ് പെറുക്കി അടുക്കി കൈയിൽ വഹിച്ചുകൊണ്ട് അദ്ദേഹത്തോടൊപ്പം പ്ലാവിലവീട്ടിലേക്ക് യാത്ര തിരിച്ചു. അവിടെ അപ്പോൾ കുപ്പൻ ഉണ്ടായിരുന്നില്ല. തന്റെ ജോലിയെല്ലാം പൂർത്തിയാക്കി വൈകുന്നേരത്തോടെ വീട്ടിൽ വന്ന എന്നോട് അദ്ദേഹം, നാളെ പള്ളിക്കൂടത്തിൽ പോയി ടി സി വാങ്ങാൻ പോകണം എന്നു പറഞ്ഞു.

അദ്ദേഹം വന്നത് എന്നെ കൊണ്ടുപോകാനാണെന്നും അവിടെ കൊണ്ടുപോയി വേറെ സ്കൂളിൽ ചേർക്കാനാണ് ടിസി വാങ്ങാൻ പോകുന്നതെന്നും എനിക്ക് മനസ്സിലായി. മുഷിഞ്ഞ വേഷം കണ്ട എന്നോട് അദ്ദേഹം, ''മാറിയുടുക്കാൻ നിനക്ക് വേറെ തുണിയില്ലേ?''

കുറെ വാങ്ങിച്ചു തന്നിട്ടുള്ളതുപോലെയായിരുന്നു ചോദ്യം.

''ഇല്ല.''

അപ്പോൾ അവിടെയിരുന്ന കുപ്പി, ഇതെങ്ങാനും ഇട്ടുകൊണ്ട് എങ്ങനെയാ ഇവനെ നമ്മളുടെ കൂടെ മനുഷ്യരുടെ വെട്ടത്തേക്ക് കൊണ്ടുപോകുന്നത്. നാണക്കേടുകൊണ്ട് തോലുരിഞ്ഞു പോകില്ലേ? അതുകൊണ്ട് നിങ്ങളൊരു കാര്യം ചെയ്യ്, ഉടനെ ഒരു ജോടി തുണി വാങ്ങിച്ചുകൊണ്ടുവാ എന്ന് പറഞ്ഞുകൊണ്ട് കുപ്പനെ കടയിലേക്ക് പറഞ്ഞയച്ചു.

പിറ്റേദിവസം രാവിലെ ടി.സി വാങ്ങുവാനായി പുതിയ വസ്ത്രവും ധരിച്ച് ഞാൻ കുപ്പനും കുപ്പിക്കുമൊപ്പം പള്ളിക്കൂടത്തിലേക്കു പുറപ്പെട്ടു. ആ വലിയ പള്ളിക്കൂടത്തിലെ പ്രിൻസിപ്പലിനെ വന്ന കാര്യം അദ്ദേഹത്തിന്റെ ഓഫീസിൽ കയറി ചെന്ന് ഇരുവരും ധരിപ്പിച്ചു. അപ്പോൾ പ്രിൻസിപ്പൽ ഭിത്തി മുഴുവനുമായുള്ള അലമാരയിൽ നിന്നും ക്ലാസ്സുകളുടെയും ഡിവിഷനുകളുടെയും വേർതിരിച്ച് അടുക്കി വെച്ചിരുന്ന ഫയലുകളിൽ നിന്നും എന്റെ സർട്ടിഫിക്കറ്റും തെരഞ്ഞെടുത്ത് മുന്നിൽ കൊണ്ടുവന്ന് വെച്ച് തുറന്നു നോക്കി.

അല്പനേരം പരിശോധിച്ചതിനുശേഷം മുൻപിലിരുന്ന കുപ്പനോടും കുപ്പിയോടും ചോദിച്ചു, ''നിങ്ങളാണോ ഈ കുട്ടിയുടെ രക്ഷകർത്താക്കൾ?'' അതെയെന്ന് ഇരുവരും ഒരേ സ്വരത്തിൽ മറുപടി പറഞ്ഞു. അപ്പോൾ പ്രിൻസിപ്പൽ, നിങ്ങൾ ഇവിടെയല്ലേ താമസിക്കുന്നത്? പാതി ദിവസം പോലും ഈ കുട്ടി ക്ലാസ്സിൽ ഹാജരായിട്ടില്ലല്ലോ? എന്താണ് കാരണം? പോരാഞ്ഞിട്ട് പഠിപ്പിലും വളരെ മോശമാണല്ലോ? വെറുതെ ജയിപ്പിച്ചിട്ടാണ് ഈ വർഷം കയറ്റിവിട്ടത്. പ്രിൻസിപ്പൽ ഇങ്ങനെ പറഞ്ഞപ്പോൾ കുപ്പനും കുപ്പിയും ഞെട്ടിത്തിരിഞ്ഞ് തമ്മിൽ നോക്കി.

ഉടനെ കുപ്പൻ വർദ്ധിച്ച ദേഷ്യത്തോടെ എന്നെ നോക്കിക്കൊണ്ടേയിരുന്നു. ദേഷ്യം മൂത്ത കുപ്പൻ പ്രിൻസിപ്പലിന്റെ മുന്നിൽവച്ച് എന്നെ ഉപദ്രവിക്കുമെന്നായപ്പോൾ കുപ്പി കുപ്പനോട് അടക്കത്തിൽ, ഇപ്പോൾ ഒന്നും ചെയ്യേണ്ട. പുറത്തിറങ്ങിയിട്ടാകട്ടെ എന്ന് പറഞ്ഞു.

സർട്ടിഫിക്കറ്റിൽ ഒപ്പിട്ടശേഷം മുന്നിലേക്ക് നീട്ടിക്കൊണ്ട് പ്രിൻസിപ്പൽ കുപ്പനോട്, എവിടെ പഠിപ്പിക്കാൻ തുനിഞ്ഞാലും ഇതേ ക്ലാസ്സിൽ തന്നെ വീണ്ടും പഠിപ്പിച്ച് ജയിപ്പിച്ചാലേ അടുത്ത ക്ലാസിലേക്ക് കയറാൻ കഴിയുള്ളൂ എന്ന് പറഞ്ഞു

കൈയിൽ കിട്ടിയ ടിസിയും മറുകൈയിൽ എന്റെ കക്ഷത്തിലും പിടിച്ചു നുള്ളിക്കൊണ്ട് കുപ്പൻ പ്രിൻസിപ്പലിന്റെ മുറിയിൽ നിന്നും പുറത്തിറങ്ങി. ഉടനെ നുള്ളിന്റെ ശക്തികൂട്ടി ശരീരം ആട്ടി ഉലച്ചുകൊണ്ട് നിന്നെ ഞാനിന്ന് ശരിയാക്കുമെടാ എന്നു പറഞ്ഞുകൊണ്ട് ആ വലിയ സ്കൂളിന്റെ പുറത്തേക്കു കടന്നു.

തിരക്കുപിടിച്ച വഴിയായിരുന്നതുകൊണ്ട് എന്നെ കരയിപ്പിക്കാതെ വയലുകൾ നടന്ന് താണ്ടുന്നതുവരെയും കക്ഷത്ത് പിടിച്ചു നുള്ളി നടന്നു. പിന്നീട് റബ്ബർ തോട്ടത്തിലൂടെയുള്ള നടത്തത്തിന്റെ തുടക്കത്തിൽ തന്നെ വഴിയരുകിൽ വളർന്ന് നിന്നിരുന്ന ചെടിക്കമ്പ് ഒടിച്ചെടുത്ത് തിടുക്കത്തിൽ അതിന്റെ ശാഖകളെല്ലാം പറിച്ചു കളഞ്ഞ് നീ പള്ളിക്കൂടത്തിൽ പോകാതെ എവിടെയാടാ തെണ്ടാൻ പോയതെന്ന് ചോദിച്ച് തലങ്ങും വിലങ്ങും അടിക്കാൻ തുടങ്ങി. അടിയുടെ ശക്തിയാൽ മുറിഞ്ഞു പൊയ്ക്കൊണ്ടിരുന്ന കമ്പിനെ അദ്ദേഹം ശപിച്ചു. വഴിയരുകിൽ വളർന്നുനിന്നിരുന്ന കമ്പുകൾ പിന്നെയും ഓരോന്നായി അദ്ദേഹം ഒടിച്ചെടുത്തടിച്ചു. വഴിയെ കടന്നു പോകുന്നവരെ കാണുമ്പോൾ അടി നിർത്തും. അവർ കടന്നുപോയതിനുശേഷം വീണ്ടും അടി തുടരും. അങ്ങനെ വീട്ടിലേക്കുള്ള വഴിയത്രയും അദ്ദേഹം എന്നെ അടിച്ചുകൊണ്ടിരുന്നു. കുറ്റബോധം കൊണ്ടും ദേഹോപദ്രവം ഏൽപിക്കുമെന്ന് അറിയാമായിരുന്നതുകൊണ്ടും ഞാൻ അതെല്ലാം ഏറ്റുവാങ്ങിക്കൊണ്ട് കഴിവതും കരച്ചിൽ പുറത്തുവരാതെ പിടിച്ചുനിർത്തി.

വീട്ടിലെത്തിയപ്പോഴേക്കും പുതിയ ഉടുപ്പിന്റേയും നിക്കറിന്റെയും മറവിൽ ശരീരമാകെ അടിയേറ്റ പാടുകൾ തുടുത്തു ചുവന്ന് പൊങ്ങി. വീട്ടിൽ വന്ന ശേഷവും അദ്ദേഹത്തിന്റെ പിറുപിറുപ്പ് വിട്ടുപോയിരുന്നില്ല.

സമയം പോകുന്തോറും വെടിയനും ഭാര്യയും പുളുവനും ഭാര്യയും പിപ്പിഅമ്മാച്ചനും കുടുംബവും പിന്നീട് അമ്മച്ചിയും പ്ലാവിലവീട്ടിലേക്ക് എത്തിക്കൊണ്ടിരുന്നു. രാവിലെ പോകാനൊരുങ്ങുന്ന കുപ്പനേയും കുപ്പിയെയും കാണാനുള്ള വരവിലായിരുന്നു അവർ.

അമ്മച്ചിയെ കണ്ട പാടെ ഞാൻ ഉള്ളിൽ അടക്കി വെച്ചിരുന്ന സങ്കടം അറിയാതെ കണ്ണീരായി പൊഴിഞ്ഞു. പോട്ടെ മോനേ എന്ന് പറഞ്ഞുകൊണ്ട് അമ്മച്ചി എന്നെ തലോടിക്കൊണ്ട് നിന്നെ അവർ അടിച്ചു അല്ലേ, ഞാനുണ്ടായിരുന്നെങ്കിൽ അതിനു സമ്മതിക്കില്ലായിരുന്നു എന്ന് പറഞ്ഞ് സമാധാനിപ്പിച്ചു.

വീട്ടിൽ വന്നവരെല്ലാം ഒരുമിച്ചിരുന്ന് സംസാരിക്കുന്നതിനിടയിൽ ക്ഷീണിച്ചുറങ്ങിപ്പോയിരുന്ന എന്നെ നീ ഇങ്ങോട്ടൊന്നു വന്നേ, ചോദിക്കട്ടെ എന്നു പറഞ്ഞുകൊണ്ട് വെടിയൻ വിളിച്ചുണർത്തി.

മയക്കത്തിന്റെ ആലസ്യത്തിൽ ഞാൻ മുറിയുടെ പുറത്തേക്കു കടന്നു വരാൻ താമസിച്ചതുകൊണ്ട് വരാന്തയിലിരുന്ന വെടിയൻ വീണ്ടും നിന്നോടാ പറഞ്ഞത് ഇങ്ങോട്ട് വരാൻ എന്ന് പറയുന്നതു കേട്ടു.

വരാന്തയിലേക്ക് പതുക്കെ നടന്ന ഞാൻ എല്ലാവരും അവിടെ വട്ടം കൂടിയിരുന്ന് എന്നെപ്പറ്റി പറഞ്ഞുകൊണ്ട് വാദപ്രതിവാദത്തിൽ ഏർപ്പെട്ടിരിക്കുന്നതാണ് കണ്ടത്. വരാന്തഭാഗത്തേക്ക് നടന്നു വന്നു കൊണ്ടിരുന്ന എന്നെ കണ്ട വെടിയൻ അവിടെ വട്ടം കൂടിയിരുന്നവരുടെ മധ്യത്തിലേക്ക് വിരൽ ചൂണ്ടിക്കാണിച്ചുകൊണ്ട്, ഇവിടെ വന്നു നിൽക്കെടാ, നിന്നോടൊന്ന് ചോദിക്കട്ടെ എന്നു പറഞ്ഞു. ചൂണ്ടിക്കാണിച്ച ഭാഗത്തു പോയി അക്ഷമനായിനിന്ന എന്നെനോക്കിക്കൊണ്ട് അവിടെയിരുന്ന പിപ്പി; നീ എന്തിനാടാ പള്ളിക്കൂടത്തിൽ പോകാതിരുന്നത്? നീ നല്ലവണ്ണം പഠിച്ച് ഭാവിയിൽ നല്ലൊരു ഉദ്യോഗമൊക്കെ വാങ്ങി നല്ലനാല് കുടുംബക്കാരുടെ സമൂഹ വെട്ടത്തിൽ അന്തസ്സോടെ ജീവിക്കാനാ നിന്റെ അപ്പനും അമ്മയുമൊക്കെ കഷ്ടപ്പെടുന്നത്. ഞങ്ങളെ നോക്ക് പഠിക്കാത്തതുകൊണ്ടാ ഈ ചെറിയ കൈത്തൊഴിലൊക്കെ ചെയ്ത് തുച്ഛമായ വരുമാനം കൊണ്ട് ജീവിച്ചു പോകുന്നത്. നീ ഞങ്ങളെപ്പോലെ ആകരുത് എന്ന് കരുതിയാ അവർ കഷ്ടപ്പെടുന്നത് എന്നും കൂട്ടിച്ചേർത്തു.

പിപ്പിയുടെ ഊഴം കഴിഞ്ഞപ്പോൾ പിന്നീട് പുളുവന്റെ ഊഴമായിരുന്നു. പുളുവൻ കുപ്പനെ നോക്കിക്കൊണ്ട്, ഞാനിവനെ പൊന്നു പോലെയാ നോക്കിയിരുന്നത്. ഞങ്ങൾ ആഹാരം കഴിച്ചില്ലെങ്കിലും അവനുമാത്രം ഞങ്ങൾ ആഹാരം മുടക്കിയിട്ടില്ല. അവൻ ആവശ്യപ്പെടുന്നതെല്ലാം ഞങ്ങൾ വാങ്ങിക്കൊടുത്തിട്ടുമുണ്ട്. ഇവനൊരു കുറവും ഞങ്ങളിതു വരെ വരുത്തിയിട്ടില്ല. ഇങ്ങനെ പറഞ്ഞുകൊണ്ട് എന്റെ സാക്ഷ്യം മറ്റുള്ളവർ കേൾക്കാൻവേണ്ടി അദ്ദേഹം എന്നോട് അല്ലേടാ? എന്ന് ചോദിച്ചുകൊണ്ടിരുന്നു.

അദ്ദേഹം പറഞ്ഞത് ശരിയാണെന്ന വിധത്തിൽ ഞാൻ 'ഉം' എന്ന് മൂളി. എങ്കിലും അദ്ദേഹം എന്നോട് കാണിച്ചതും പറഞ്ഞതും വാക്കുകളാൽ വിവരിക്കാനാകാതെ മനസ്സിലുണ്ടായിരുന്നു. പിന്നീട് വെടിയനും കുപ്പന്റെ മുന്നിൽ നല്ലവനായി ചമഞ്ഞു. മുതിർന്നവരുടെ വാക്കുകളെ ഖണ്ഡിച്ച് എതിരഭിപ്രായമൊന്നും പറയാതെ ഞാൻ മുറിയിലേക്ക് മടങ്ങിപ്പോയിട്ടും കൂടിയിരുന്ന് വീതംവച്ച് അകത്താക്കിക്കൊണ്ടിരുന്ന മദ്യത്തിന്റെ ലഹരിയിൽ തങ്ങൾ ചെയ്ത നല്ല പ്രവർത്തികളെപ്പറ്റി വളരെനേരം അവർ വാചാലരായിക്കൊണ്ടിരുന്നു.

പിറ്റേന്ന് അതിരാവിലെ യാത്ര പുറപ്പെടാനായി എന്നെ വിളിച്ചുണർത്തി. മിതമായ തണുപ്പേ ഉണ്ടായിരുന്നുള്ളൂവെങ്കിലും അടി

ഏറ്റുവാങ്ങിയ ശരീരം ആ തണുപ്പിനാൽ കൂടുതൽ വേദനിച്ചു. ഉറ്റവരുടെയും ഉടയവരുടെയും വിളിയും സ്പർശവും എന്നിൽ വേദന ഉളവാക്കുന്നതു പോലെ തോന്നി. ഇനിയൊരു വരവ് അടുത്തിടെ ഇല്ലെന്ന പോലെ എല്ലാ സാധനങ്ങളും വീട്ടുകാർ നേരത്തെ തന്നെ പെറുക്കി കെട്ടിവെച്ചിരുന്നു. രാവിലെ പുറപ്പെടാനായി ഒരുങ്ങിനിന്നവരുടെ മുന്നിൽ നിന്ന് അമ്മച്ചി പ്രാർത്ഥിച്ചു. അതിനുശേഷം പെട്ടിയും പ്രമാണങ്ങളും എടുത്തുകൊണ്ട് ഇറങ്ങാറായി നിന്ന കുപ്പന്റെയും കുപ്പിയുടെയും അരുകിൽ പോയിട്ട് അമ്മച്ചി, എന്റെ കൊച്ചനെ നിങ്ങൾ ഉപദ്രവിക്കരുത്. നിങ്ങൾ ഇല്ലാതിരുന്ന ഈ പത്ത് പതിന്നാല് വർഷം ഞാൻ അവനെ പൊന്നുപോലെയാ നോക്കിയിരുന്നത്. അവൻ നല്ല അനുസരണയുള്ള കൊച്ചനാണ്. അങ്ങനെയാണ് ഞാനവനെ വളർത്തി ശീലിപ്പിച്ചത്. അവനോട് പറഞ്ഞു മനസ്സിലാക്കി കൊടുത്താൽ മതി. അവൻ അതേപോലെയേ ചെയ്യുള്ളൂ. ഇവിടെയുള്ള എല്ലാവരെയുംക്കാൾ എനിക്ക് മാത്രമേ അവനെ നല്ലവണ്ണമറിയുള്ളൂ എന്ന് പറഞ്ഞു.

രണ്ടു ദിവസത്തെ ട്രെയിൻ യാത്രയ്ക്കിടയിൽ നീങ്ങി മറഞ്ഞു കൊണ്ടിരുന്ന പ്രകൃതിഭംഗികളൊക്കെ കണ്ട് കഴിഞ്ഞതെല്ലാം മറന്ന് ഞാൻ ലയിച്ചിരുന്നു. പള്ളിയിലുള്ള കൂട്ടുകാരോടും അങ്ങേലെ പെൺപിള്ളാരൊടുമൊക്കെ യാത്ര പറയണമെന്നുണ്ടായിരുന്നു. പക്ഷേ, സമയം അതിനനുവദിച്ചില്ല.

ആ ട്രെയിൻ യാത്രയിൽ അതിന്റെ അവസാനത്തെ സ്റ്റോപ്പായ ഷോബില എന്നു പേര് വിളിക്കുന്ന വലിയ നഗരത്തിൽ എത്തിച്ചേർന്നു. മുപ്പത് ലക്ഷത്തോളം ജനങ്ങൾ തിങ്ങിപ്പാർക്കുന്നതും പല ഭാഷകൾ സംസാരിക്കുന്നതുമായ ആ വലിയ നഗരം ശരീരം മരവിപ്പിക്കുന്ന വിധത്തിലുള്ള തണുപ്പ് അടിച്ചേൽപ്പിച്ചുകൊണ്ടെന്നെ വരവേറ്റു. പിന്നീട് അരമണിക്കൂറോളമുള്ള ടാക്സി യാത്രയ്ക്കൊടുവിൽ നേരത്തെ കുപ്പനും കുപ്പിയും താമസിച്ചുകൊണ്ടിരുന്നെന്ന് പറയപ്പെടുന്ന ഒരു കൊച്ചുവീട്ടിൽ എത്തി.

വീടിനോടു ചേർന്ന് മൈതാനം പോലെ നീണ്ടു പരന്നു കിടന്നിരുന്ന ആ പ്രദേശത്ത് എട്ടോ പത്തോ വീടുകൾ മാത്രമേ ഉണ്ടായിരുന്നുള്ളൂ. വീടുകളേക്കാൾ കൂടുതൽ പൂജാസാമഗ്രികളാൽ അലങ്കരിക്കപ്പെട്ട് അങ്ങിങ്ങായി തലയുയർത്തി നിന്നിരുന്ന സർപ്പപാമ്പിൻപുറ്റുകളായിരുന്നു ഏറെയും. പച്ചപ്പെന്നത് ഇടയ്ക്കിടെ വളർന്നു നിന്നിരുന്ന കാട്ടുമുൾച്ചെടികൾ മാത്രം. വീട്ടിൽ വന്നു കയറിയതും. ആശ്ചര്യത്തോടെ ചുറ്റും നോക്കിനിന്ന എന്നോട് കുപ്പൻ, ''അന്യഭാഷയും അന്യനാടുമാണിത്. പിടിച്ചുപറിയും കൊലയും തട്ടിക്കൊണ്ടുപോകലുമൊക്കെ ഇവിടെ പതിവാ. അതുകൊണ്ട് നാട്ടിലെപ്പോലെ ഓടിച്ചാടി ഇവിടെ നടക്കാൻ പറ്റില്ല. അടങ്ങിയൊതുങ്ങി മര്യാദയ്ക്ക് വീട്ടിലിരുന്നുകൊള്ളണം. പുറത്തിറങ്ങിപ്പോകരുത് എന്നു പറഞ്ഞ് താക്കീത് നൽകി.

ദിവസവും രാവിലെ അടുത്ത് സ്ഥിതി ചെയ്യുന്ന കമ്പനിയിലേക്ക് ജോലിക്കുവേണ്ടി അദ്ദേഹം ഇറങ്ങി പുറപ്പെടുമ്പോഴും ഇങ്ങനെ പറഞ്ഞു.

മൂന്നുനാല് ചുവടുകൾക്കപ്പുറം നടക്കാൻ കഴിയാത്ത, വീടെന്ന് പറയുന്ന രണ്ടു ചെറിയ മുറികൾക്കുള്ളിൽക്കിടന്ന് ഞാൻ വീർപ്പുമുട്ടി. പുറംലോകം കാണണമെന്നു തോന്നുമ്പോൾ ജനലിലൂടെ പുറത്തേക്കു നോക്കും. നോക്കുമ്പോഴെല്ലാം പാമ്പിൻ പുറ്റുകൾക്ക് മുന്നിൽ ഭക്തി പൂർവം നിന്ന് പൂജചെയ്തുകൊണ്ടിരിക്കാറുള്ള ആൾക്കാരെ മാത്രമേ കാണാൻ കഴിയുകയുള്ളൂ.

പരിമിതികൾക്കുള്ളിൽ നിന്നുകൊണ്ട് ഞാൻ ഇരട്ടകൾക്കൊപ്പം കളിച്ചും ചിരിച്ചും ദിവസങ്ങൾ തള്ളിനീക്കി.

സ്കൂൾ തുടങ്ങാനുള്ള വർഷാരംഭമായപ്പോൾ ഏകദേശം ഒന്നര മൈലോളം ദൂരത്തുള്ള ഒരു സ്കൂളിലേക്ക് ചേർത്ത് പഠിപ്പിക്കുവാനായി കുപ്പനും കുപ്പിയും എന്നെ കൊണ്ടുപോയി. സ്കൂൾ പ്രിൻസിപ്പലിന്റെ മുന്നിലിരുന്നിരുന്ന എന്നോട് പ്രിൻസിപ്പൽ കുറേ ചോദ്യങ്ങൾ ഇംഗ്ലീഷിൽ ചോദിക്കുവാൻ തുടങ്ങി. എന്താണദ്ദേഹം ചോദിക്കുന്നതെന്ന് മനസ്സിലാകാതെ ഞാൻ അല്പം നേരം അന്തം വിട്ടിരുന്നു.

എനിക്ക് ഇംഗ്ലീഷറിയില്ല എന്ന് മനസ്സിലാക്കിയ അയാൾ മലയാളത്തിൽ എന്നോട് ഇംഗ്ലീഷ് ഒന്നുമറിയില്ല അല്ലേ? എന്ന് ചോദിച്ചു.

ഞാൻ ഇല്ലെന്ന അർത്ഥത്തിൽ മൂളി.

''പള്ളിക്കൂടത്തിൽ പോകാതെ ചുറ്റിക്കറങ്ങി നടക്കാറുണ്ട് അല്ലേ?''

ഞാൻ ഉത്തരം പറയാനാകാതെ തല കുനിച്ചിരുന്നു.

നിന്റെ നാട്ടിലെ പള്ളിക്കൂടത്തിൽ നടന്നിരുന്നതുപോലെ ഈ സ്കൂളിൽ പറ്റില്ല. ഒരു ദിവസം വന്നില്ലെങ്കിൽ പിറ്റേന്ന് അപ്പനെ കൊണ്ടു വന്നുത്തരം പറയേണ്ടിവരും. അല്ലെങ്കിൽ ക്ലാസിൽ കയറ്റാതെ പറഞ്ഞു വിടും കേട്ടോ? പിന്നെ ഒരു കാര്യം കൂടി പറയാം, ഇത് ഇംഗ്ലീഷ് മീഡിയം സ്കൂളാണ്. എല്ലാം ഇംഗ്ലീഷിലാണ് പഠിപ്പിക്കുന്നത്. മലയാള ഭാഷ സംസാരിക്കുന്ന പിള്ളേരിവിടെയുണ്ടെങ്കിലും അതിവിടാരും സംസാരിക്കാറില്ല. ഇംഗ്ലീഷല്ലാതെ വേറൊരു ഭാഷ ഈ സ്കൂളിൽ സംസാരിക്കാറുമില്ല. പിന്നെ ഇവിടെ ഭയങ്കര ചിട്ടയാണ്. അത് മനസ്സിലാക്കി നിന്ന് പഠിക്കാൻ ശ്രമിക്കണം മനസ്സിലായോ? എന്നിങ്ങനെയൊക്കെ അദ്ദേഹം എന്നോട് പറഞ്ഞുകൊണ്ട് വ്യവസ്ഥകൾ അറിയിച്ചു.

അതിനുശേഷം സ്വകാര്യമായി കുറെ കാര്യങ്ങൾ പ്രിൻസിപ്പൽ കുപ്പനെ മാറ്റിനിർത്തിക്കൊണ്ട് സംസാരിക്കുകയും ചെയ്തു. സ്കൂളിൽ ചേരാനുള്ള ആദ്യപടി കാര്യങ്ങളെല്ലാം കഴിഞ്ഞു വീട്ടിലെത്തിയ എന്നോട് കുപ്പൻ പറഞ്ഞു.

ഞാൻ മൂന്നു മാസം ജോലിചെയ്ത ശമ്പളമാ നിന്നെയൊക്കെ പള്ളിക്കൂടത്തിൽ ചേർക്കാനായി ആദ്യഗഡുവായി കൊടുക്കേണ്ടിവന്നത്. ഇനിയും ബുക്കും പുസ്തകവും യൂണിഫോമൊക്കെ വാങ്ങണം. അതിന് ഇനിയും എത്ര കാശാ ചെലവാക്കേണ്ടിവരുന്നത് എന്നു പറഞ്ഞുകൊണ്ടദ്ദേഹം പിറുപിറുത്തു. കുറച്ചു ദിവസങ്ങൾ കൂടി കഴിഞ്ഞപ്പോൾ സ്കൂളിൽ പോകാനാവശ്യമായ യൂണിഫോമും ബാഗും പുസ്തകങ്ങളുമൊക്കെ ഓരോന്നായി എനിക്കു വേണ്ടി വാങ്ങി സ്വരൂപിച്ചു. യൂണിഫോമെന്നത് നാളിതുവരെ ഞാൻ കാണാത്ത തരത്തിലുള്ളതായിരുന്നു. വെള്ള ഷർട്ടും ക്രീം കളർപാന്റും കറുത്തഷൂസും. പിന്നെ കറുത്ത ടൈയുമൊക്കെയുമായിരുന്നു. ഇങ്ങനെയൊക്കെയുള്ള തുണിത്തരങ്ങൾ അണിയാനുള്ള ഭാഗ്യം കൈവന്നതുകൊണ്ട് ഞാൻ പുളകം കൊണ്ടു. ഒപ്പം വേറിട്ട ഭാഷയും പഠിത്തവും വലിയ ചിട്ടയുമുള്ള പള്ളിക്കൂടം എങ്ങനെ നേരിടണമെന്നുള്ള ഭയവും ആശങ്കയുമുണ്ടായിരുന്നു.

അങ്ങനെ സ്കൂൾ തുടങ്ങാനുള്ള ദിവസങ്ങൾ ബാക്കിനിൽക്കെ സാന്താമരിയ എന്ന ക്രിസ്തീയ തീർത്ഥാടനസ്ഥലത്തേക്ക് പുണ്യം നേടിക്കൊണ്ട് വരുവാനായി എല്ലാവരും യാത്ര പുറപ്പെടാനൊരുങ്ങി. അവിടേക്കുള്ള ആ ദീർഘദൂരം ബസിലായിരുന്നു യാത്ര ചെയ്യേണ്ടിയിരുന്നത്.

പന്ത്രണ്ട് വയസ്സ് തികയാത്ത പിള്ളേർക്ക് പകുതി യാത്രാടിക്കറ്റ് തുകയേ വേണ്ടിയിരുന്നുള്ളൂ എന്നതിനാൽ പതിന്നാല് വയസ്സുള്ള എന്റെ പ്രായവും വളർച്ചയും കണ്ടക്ടറെ കുറച്ചു കാണിപ്പിച്ച് ബോധിപ്പിക്കുവാൻ വേണ്ടി കുപ്പൻ എന്നെ ഇരുന്ന സീറ്റിന്റെ മൂലയിലേക്ക് കുത്തിത്തള്ളി ഞെരുക്കി താഴ്ത്തി. ഞാൻ വളഞ്ഞ് ഒതുങ്ങി കൂനിക്കൂടി ഇരിക്കുന്നത് കണ്ടപ്പോൾ കണ്ടക്ടർ എന്നെ എണീറ്റ് നിൽക്കാനായി ആവശ്യപ്പെട്ടു. അപ്പോൾ എനിക്ക് പന്ത്രണ്ട് വയസ്സിനകത്തേ പ്രായമുള്ളൂ എന്നയാൾക്ക് വിശ്വസിക്കാനായില്ല. കുപ്പൻ അദ്ദേഹവുമായി അല്പം വാദപ്രതിവാദം നടത്തിയിട്ടും ഫലമില്ലെന്നു കണ്ടപ്പോൾ എനിക്കായി മുഴുവൻ ടിക്കറ്റും എടുക്കേണ്ടി വന്നു.

പ്രതീക്ഷിച്ചതിനേക്കാൾ കൂടുതൽ തുക ടിക്കറ്റിനത്തിൽ എനിക്കായി ചെലവായതുകൊണ്ട് എന്റെ ചെവിയിൽ പിടിച്ചുനുള്ളിക്കൊണ്ട് കുപ്പൻ, ‘‘യാതൊരു ഗുണവുമില്ലാത്ത നിന്നെയൊക്കെ കൊണ്ട് ഞങ്ങൾക്കൊരു ഭാരമായിരിക്കുകയാണ്.’’

ദീർഘദൂര ബസ് യാത്രയ്ക്കുശേഷം സാന്താമരിയ എന്ന ആ തീർത്ഥാടന കേന്ദ്രത്തിലെത്തിച്ചേർന്നു. വലിയ ഉത്സവം നടക്കുന്നതുപോലെയുള്ള പ്രതീതിയായിരുന്നു അവിടെയെല്ലാം. അവിടവിടങ്ങളിലായി സ്ഥാപിച്ചിരുന്ന കുരിശുംമൂടുകളിൽ യേശുവിന്റെയും മാതാവിന്റെയും ബിംബങ്ങളുടെ മുന്നിൽ ഭക്തജനങ്ങൾ മുട്ടുകുത്തിയും മുട്ടിഴഞ്ഞും പ്രാർത്ഥിച്ചുകൊണ്ടിരുന്നു.

കടകമ്പോളങ്ങളും ഹോട്ടലുകളുമെല്ലാം അവിടമാകെ തിങ്ങി നിറഞ്ഞിരുന്നു. വിനോദം ആസ്വദിക്കാനുള്ളവർക്കു വേണ്ടി വലിയ ചക്രത്തിലിരുന്നുള്ള കറക്കവും കൂട്ടിനുള്ളിലെ മോട്ടോർബൈക്ക് അഭ്യാസവും എന്നുവേണ്ട എല്ലാത്തരം വിനോദാഭ്യാസങ്ങളും അവിടെയുണ്ടായിരുന്നു. ആ തിരക്കുകൾക്കും ബഹളങ്ങൾക്കുമിടയിൽ കുപ്പൻ എന്റെ കൈയിൽ പിടിച്ചു വലിച്ചുകൊണ്ട് തെക്കോട്ടും വടക്കോട്ടും വേഗത്തിൽ നടന്നു നീങ്ങിക്കൊണ്ടിരുന്നു.

എല്ലാവരും ഇരിക്കുമ്പോൾ അവരോടൊപ്പം ഞാനും ഇരിക്കുന്നു. എല്ലാവരും നടക്കുമ്പോൾ ഞാനും നടക്കുന്നു. എവിടേക്കാണ് പോകുന്നത്? എന്താണ് സംഭവിച്ചുകൊണ്ടിരിക്കുന്നതെന്ന് എനിക്ക് മനസ്സിലാക്കാൻ കഴിഞ്ഞില്ല. വന്ന കാര്യം നിർവഹിച്ചശേഷം തിരിച്ചുപോകാനുള്ള മടക്കയാത്രയ്ക്ക് മുൻപ് ആഹാരം കഴിക്കാനായി ഒരു ഹോട്ടലിൽ കയറി. മറ്റു ഹോട്ടലുകളിൽ നിന്നും വ്യത്യസ്തമായി മേൽക്കൂര ഓല മേഞ്ഞതായിരുന്നു അത്. അതിന്റെ അകത്തൊരു ഭാഗത്ത് അപ്പം ചുട്ടെടുത്തു കൊണ്ടിരിക്കുകയും മറ്റൊരുഭാഗത്ത് ചായ ഉണ്ടാക്കി കൊണ്ടിരിക്കുകയും ചെയ്യുന്നുണ്ടായിരുന്നു. ആ രണ്ടിന്റെയും മണം നല്ല പരിചയമുള്ളതുപോലെ എന്റെ മൂക്കിൽ തുളഞ്ഞു കയറി.

നല്ല തിരക്കായിരുന്നതുകൊണ്ട് അല്പനേരത്തെ കാത്തിരിപ്പിനു ശേഷമായിരുന്നു ഇരിക്കാൻ ഇടം കിട്ടിയത്. ഇരുന്നയുടനെ എന്താണ് കഴിക്കാൻ വേണ്ടതെന്ന് ചോദിക്കാനായി വരുന്നവരെ കണ്ട് ഞാൻ ആശ്ചര്യപ്പെട്ടു. കാരണം അവർ അപ്പച്ചനേയും അമ്മച്ചിയേയും പോലെ വയസ്സിലും മുഖഭാവത്തിലും സാദൃശ്യമുള്ളവരായിരുന്നു. അവർ തന്നെയായിരിക്കുമോയെന്ന് ഞാനൊരു നിമിഷം സംശയിച്ചു പോയി. അടുത്ത് വന്നു നിന്ന അവരെതന്നെ ഞാൻ കണ്ണിമ ചിമ്മാതെ അല്പനേരം നോക്കിയിരുന്നു.

കുപ്പൻ അവരോട് കഴിക്കാനുള്ള ആഹാരത്തെപ്പറ്റി സംസാരിക്കുന്നതിനിടയിൽ അമ്മച്ചിയെപ്പോലെയിരുന്നവർ എന്റെ തലയിൽ തലോടിക്കൊണ്ട് എന്തൊക്കെയോ തമിഴ്ഭാഷയിൽ സംസാരിക്കുകയും ആവശ്യം കണ്ടറിഞ്ഞ് വിളമ്പിത്തന്നുകൊണ്ട് എന്റെ അരികിൽ തന്നെ നിലയുറപ്പിച്ചും നിന്നു. ആഹാരം കഴിച്ചു കഴിഞ്ഞ് അവിടെ നിന്നും മടങ്ങിപ്പോകുന്ന വഴിയിലുടനീളവും തിരിച്ചു വീട്ടിലേക്കുള്ള യാത്രയിലുടനീളവും അവരുടെ മുഖം മാത്രമായിരുന്നു എന്റെ മനസ്സിൽ.

അങ്ങനെ കാത്തിരുന്ന സ്കൂൾ ആരംഭദിവസമെത്തി. സ്കൂളിലേക്ക് എങ്ങനെ നടന്നു പോകണം, പിന്നീട് തിരിച്ച് വീട്ടിലേക്ക് എങ്ങനെ നടന്നു വരണം എന്ന് കൂടെ വന്ന് വഴി കാണിച്ചു തന്ന ശേഷം വൈകുന്നേരം സ്കൂൾ വിട്ടാൽ വീട്ടിൽ തിരിച്ചു വരാൻ പതിനഞ്ച് മിനിറ്റേ സമയമെടുക്കുള്ളൂ. ആ സമയത്തിനകം തന്നെ നീ വീട്ടിലെത്തിയിരിക്കണം.

അല്ലെങ്കിൽ അടിച്ച് ശരിയാക്കിക്കളയും എന്ന് പറഞ്ഞുകൊണ്ട് കുപ്പൻ എനിക്ക് താക്കീതും നൽകി.

യൂണിഫോമെല്ലാം അണിഞ്ഞുകൊണ്ട് സ്കൂളിൽ പോകാൻ തുടങ്ങിയ ഞാൻ വേഷത്തിലും ഭാവത്തിലും ഗമയിലും പുതിയൊരു ചെറുക്കനായി മാറി. സുന്ദരികളായ പെൺപിള്ളേരും ആൺപിള്ളേരും ഒന്നിച്ചിരുന്ന് പഠിക്കുന്ന ക്ലാസ് ആയിരുന്നു അത്. പണത്തിനും പഠനത്തിനും പല ഭാഷകൾ സംസാരിക്കുന്നതിലും മേൽക്കൈ ഉള്ളവരായിരുന്നു പിള്ളേരെല്ലാവരും. ഞാനാണെങ്കിൽ നേരെ മറിച്ചും.

ക്ലാസ്സിൽ പഠിപ്പിക്കുവാൻ വരുന്ന ടീച്ചർമാർ ഇംഗ്ലീഷിൽ പഠിപ്പിക്കുന്നതൊന്നും മനസ്സിലാകാതെ ഞാൻ ബിംബം പോലെ ഇരിക്കാൻ തുടങ്ങി. പഠിപ്പിക്കുന്നതിനിടയിൽ ടീച്ചർ എന്നോട് എന്തെങ്കിലും ചോദ്യം ചോദിച്ചാൽ ഉത്തരമൊന്നും പറയാനാകാതെ എണീറ്റു നിൽക്കാറുള്ള എന്നെ കൂടെ ഇരിക്കുന്നവർ കൂകി കളിയാക്കുകയും കുനിഞ്ഞിരുന്ന് ഊറി ഊറി ചിരിക്കുകയും ചെയ്തു. എങ്ങനെയെങ്കിലും പഠിപ്പും ഭാഷയും അല്പസ്വല്പമെങ്കിലും പഠിച്ചെടുക്കാൻ ഞാൻ വ്യഗ്രതപ്പെട്ടു.

സ്കൂൾ തുടങ്ങി കുറച്ച് ദിവസങ്ങൾ കഴിഞ്ഞപ്പോഴാണ് കൂടെ ക്ലാസ്സിൽ പഠിക്കുന്ന വീരു എന്ന് പേരുള്ള കുട്ടി വീടിന്റെ അടുത്ത് താമസിക്കുന്നവനാണെന്ന് മനസ്സിലായത്. ചിലപ്പോഴൊക്കെ വീട്ടിലേക്കുള്ള വഴിയിൽ അവൻ നടന്നു പോകാറുള്ളത് ഞാൻ കാണുമായിരുന്നെങ്കിലും വീട്ടിൽ സമയത്ത് എത്തണം അല്ലെങ്കിൽ അടിക്കുകയും വഴക്ക് പറയുകയും ചെയ്യുമെന്നുള്ള ഭയംകൊണ്ട് അവന്റെയരുകിൽ പോയി ചങ്ങാത്തം കൂടി കുശലം പറഞ്ഞ് സമയം കളയാൻ ഞാൻ നിൽക്കാറില്ലായിരുന്നു. പിന്നീട് ഒരു ദിവസം ഒന്നിച്ച് പോകുവാനുള്ള അവസരം വന്നപ്പോൾ അവനുമായി ഞാൻ ചങ്ങാത്തം കൂടി.

ഞാൻ പറയുന്നതും സംസാരിക്കുന്നതും ഭാഷാപരമായി അവന് കൂടുതൽ മനസ്സിലാക്കാനാകുമായിരുന്നില്ലെങ്കിലും ഞാൻ പറയുന്നതൊക്കെ അവൻ ഊഹിച്ച് മനസ്സിലാക്കിയെടുത്തിരുന്നു. കുറച്ചു നാളുകൾക്കുള്ളിൽ അവൻ എനിക്കൊരു നല്ല സുഹൃത്തായി മാറി.

കാലക്രമേണ ക്ലാസ്സിൽ പഠിപ്പിച്ചതിനെപ്പറ്റിയും സംശയമുള്ള ഇംഗ്ലീഷ് വാക്കുകളും അവൻ ഓരോന്നായി എനിക്ക് പറഞ്ഞു തന്നു. രാവിലെ ഒന്നിച്ച് സ്കൂളിൽ പോകുവാൻ അവൻ എന്റെ വീട്ടുപടിക്കൽ കാത്തു നിൽക്കുകയും സ്കൂൾ വിട്ടാൽ ഒന്നിച്ച് പോകുവാൻ രണ്ടു പേരിൽ ആരെങ്കിലും കാത്തു നിൽക്കുകയും ചെയ്തു. പിന്നീട് സ്കൂൾ അവധി സമയമെല്ലാം അടുത്ത് താമസിക്കുന്ന സമപ്രായക്കാരായ മറ്റു കൂട്ടുകാർക്കൊപ്പം ഫുട്ബോളും മറ്റ് കളിസാമഗ്രികളുമായി അവൻ വീടിന്റെ മുന്നിൽ വന്ന് എന്നെക്കൂടി കളിയിൽ പങ്കുചേർക്കുവാൻ നീട്ടിവിളിക്കും.

വീടുവിട്ടാൽ സ്കൂളിലേക്കും സ്കൂൾ വിട്ടാൽ വീട്ടിലേക്കും വീട്ടിലായാൽ എപ്പോഴും കതകടച്ച് പാഠപുസ്തകവും തുറന്നുവച്ചിരിക്കാറുള്ള

എനിക്ക് അവരോടൊപ്പം കളിക്കാനുള്ള അവസരം വളരെ ഉന്മേഷമുളവാക്കിയിരുന്നു. പക്ഷേ വീട്ടിൽനിന്നും അനുവാദത്തോടെ കളിക്കാൻ ആരാണ് വിടുക? സാധാരണ വീടിനകത്തിരുത്തി അടിക്കാൻ വടി ഓങ്ങിക്കൊണ്ട് പറയും. എന്തു മാത്രം കാശാണ് നിനക്കുവേണ്ടി സ്കൂളിൽ ചെലവാക്കിയതെന്നോർമ്മവേണം. നിനക്കിതൊക്കെ എങ്ങനെ അറിയാനാ, അതിന്റെ കഷ്ടം. അതുകൊണ്ട് പുറത്തിറങ്ങിപ്പോകരുത്. മര്യാദയ്ക്കിവിടെയിരുന്ന് പഠിച്ചു കൊള്ളണം എന്നു മാത്രം പറയാറുള്ളവരോട് എനിക്ക് മറിച്ചെന്ത് പറയാൻ കഴിയും?

എന്നിരുന്നാലും ആരും വീട്ടിലില്ലാത്ത സമയത്ത് കൂട്ടുകാർ വന്നു വിളിച്ചാൽ നിർദ്ദേശമെല്ലാം അവഗണിച്ച് ഞാൻ അവരോടൊപ്പം കളിക്കാൻ കൂടുമായിരുന്നു. വീറും വാശിയോടെയുമുള്ള എന്റെ കളി മറ്റുള്ളവരിലും വാശിയുളവാക്കിയിരുന്നു. എത്ര വാശിയോടുള്ള കളിയായിരുന്നാലും കളിക്കിടയിൽ എന്റെയൊരു കണ്ണ് എപ്പോഴും കുപ്പൻ വീട്ടിലേക്ക് നടന്നുവരാറുള്ള ഇടവഴിയിലേക്കായിരിക്കും. ദൂരെനിന്നും നടന്നടുക്കുന്ന അദ്ദേഹത്തിന്റെ നിഴൽ കണ്ടാൽ കളി അവിടെ അവസാനിപ്പിച്ചിട്ട് അദ്ദേഹം വീട്ടിലെത്തുന്നതിനു മുൻപ് ഞാൻ വീട്ടിൽ ഓടിയെത്തി അനുസരണക്കേട് കാണിക്കാത്തവനെപ്പോലെയിരിക്കും. കുട്ടികൾ ഞങ്ങളെ തനിച്ചാക്കിയിട്ട് കുപ്പനില്ലാത്ത സമയം നോക്കി അടുത്തും ദൂരെയുമുള്ള വീടുകളിൽ മിക്ക സമയത്തും ചുറ്റിക്കറങ്ങാൻ പോകാറുള്ള കുപ്പിയും കുപ്പനെത്തുന്നതിന് മുൻപ് വീട്ടിലെത്തിയിരിക്കും.

കുപ്പി, താൻ ചെയ്യുന്നത് മറച്ചു വെയ്ക്കാൻ വേണ്ടിയായിരിക്കാം കുപ്പൻ വീട്ടിൽ വന്ന് കയറിയ ഉടനെ ഞാൻ അനുസരണക്കേട് കാണിച്ചുവെന്ന് ഇടതടവില്ലാതെ കുപ്പനോട് കുറ്റം പറയാൻ തുടങ്ങുന്നത്. ഇതുകേട്ട് രോഷാകുലനാകുന്ന കുപ്പൻ കൈയിൽ കിട്ടുന്ന സാമഗ്രികൾ കൊണ്ട് എറിയുകയും കരുതിവച്ചിരിക്കുന്ന കമ്പുകൊണ്ട് ദേഷ്യം തീരുന്നതുവരെ അടിക്കുകയും ചെയ്തുവന്നു. എന്നിരുന്നാലും കളിയിലുള്ള എന്റെ ഉന്മേഷം കൊണ്ട് അടി കിട്ടുമെന്നത് കണക്കിലെടുക്കാതെ വാശിയോടെ വീണ്ടും കളിക്കാനിറങ്ങിപ്പോകും.

കളിയിൽ പങ്കുചേരുന്ന ദിവസമെല്ലാം എനിക്ക് അടി കിട്ടുമെന്ന് മനസ്സിലാക്കിയ കൂട്ടുകാർ പിന്നീടെന്നെ കളിക്കാൻ വിളിക്കാതെയായി. പിന്നീടൊരിക്കൽ അവർ എന്നെ കളിക്കാനായി വിളിക്കാൻ വീട്ടിൽ വന്നപ്പോൾ കുപ്പി അവരെ വഴക്ക് പറഞ്ഞ് ആട്ടിപ്പായിക്കുകയും ചെയ്തു. ഒരിക്കൽ ഞാൻ സ്വയം പോയപ്പോൾ അവരെന്നെ കളിയിൽ പങ്കുചേർക്കാൻ കൂട്ടാക്കിയതുമില്ല. പിന്നീടുള്ള ദിവസമെല്ലാം കളിച്ചുകൊണ്ടിരിക്കുന്നവരെ ജനൽവഴി നോക്കിക്കാണാനേ എനിക്ക് കഴിഞ്ഞിരുന്നുള്ളൂ. കുപ്പി ആട്ടിപ്പായിച്ച കൂട്ടത്തിൽ വീരു ഉണ്ടായിരുന്നെങ്കിലും അവന് എന്നോടുള്ള സൗഹൃദത്തിന് കുറവൊന്നുമുണ്ടായില്ല. പകരം സഹതാപമായിരുന്നു.

ഇടക്കാല പരീക്ഷയിൽ മാർക്ക് ഒന്നും ഇല്ലാതിരുന്നതുകൊണ്ട് സദാസമയവും വീട്ടിലിരുന്ന് പഠിക്കണമെന്നുള്ള നിയമം ശക്തിപ്പെട്ടു. അല്ലെങ്കിലും സ്കൂൾ തുടങ്ങിയ കാലം മുതലേ വീട്ടിൽ വന്നാൽ എപ്പോഴും പഠിച്ചുകൊണ്ടിരിക്കണം. അതായിരുന്നു നിയമം. പരീക്ഷയിൽ മാർക്ക് ഇല്ലാതിരുന്നതുകൊണ്ട് നിയമത്തിന്റെ ശക്തികൂടിയെന്ന് മാത്രം. തുടക്കം മുതലേ പഠിക്കാൻ ഒന്നുമറിയാത്ത ഞാൻ പുസ്തകം തുറന്ന് നോക്കിയിരുന്നാലും എന്തു പഠിക്കാൻ പോകുന്നു? എന്നിരുന്നാലും ഞാൻ വലിയ പഠിത്തത്തിലാണെന്ന് വീട്ടുകാരെ ധരിപ്പിക്കാൻ പുസ്തകം വെറുതെ തുറന്ന് വച്ച് നോക്കിക്കൊണ്ടിരിക്കും. അല്ലെങ്കിൽ അറിയാവുന്ന പാഠം തുടരെത്തുടരെ വായിച്ചുകൊണ്ടേയിരിക്കും. എങ്ങനെയെങ്കിലും സമയം കളയണം എന്നു മാത്രമേ മനസ്സിൽ ഉണ്ടായിരുന്നുള്ളൂ.

ദിവസങ്ങൾ കഴിയുന്തോറും ഞാനറിയാതെ മനസ്സിൽ ആരോടൊക്കെയോ പകയും വാശിയും ഉടലെടുക്കുന്നതുപോലെ തോന്നി. അണിഞ്ഞൊരുങ്ങി ക്ലാസ്സിൽ പോയാലും പഠിത്തത്തിലോ മറ്റെന്തെങ്കിലും വിഷയത്തിലോ മനസ്സിരുത്താൻ എനിക്ക് കഴിയാതെ വന്നു. ആരോ ഉന്തിത്തള്ളി സ്കൂളിൽ വിടുന്നതു പോലെ തോന്നിയിരുന്നതു കൊണ്ട് സമയം തള്ളിനീക്കാൻ വേണ്ടി മാത്രം സ്കൂളിൽ പോയി വന്നു.

വർഷാവസാനത്തെ പരീക്ഷയ്ക്ക് ദിവസങ്ങൾ ബാക്കിയുള്ളപ്പോൾ ഒരു ദിവസം ക്ലാസിലെ ആൺകുട്ടികൾക്കു വേണ്ടി പിറ്റേദിവസം ഒരു ഫുട്ബോൾ കളി നടത്താൻ ടീച്ചർ തീരുമാനിച്ചു. അതുപ്രകാരം ഞാനും കൂടി ഉൾപ്പെടുന്നുണ്ടെന്ന് പറഞ്ഞ് പേരു കൊടുത്തു. നാളെയല്ലേ കളി. അതിനുവേണ്ടി വീട്ടിൽ അനുവാദം ചോദിക്കാം എന്ന് കരുതി ഞാൻ കുപ്പനോട് ക്ലാസ്സിലുള്ള പിള്ളേരെല്ലാംകൂടി നാളെയൊരു കളി നടത്തുന്നുണ്ടെന്നും അതിൽ ഞാനും പങ്കെടുക്കാൻ പേര് കൊടുത്തിട്ടുണ്ടെന്നും ഭയത്തോടെ അറിയിച്ചു. ഇതിനു മറുപടിയായി കുപ്പൻ എന്നോട് പറഞ്ഞത് ഇങ്ങനെ ആയിരുന്നു.

തന്തയില്ലാത്ത മോൻ പറഞ്ഞത് കേട്ടില്ലേ? കളിക്കാൻ പോണമെന്ന്. കളിക്കാൻ തന്തയും തള്ളയും പഠിപ്പിച്ചില്ലെന്ന് നാട്ടുകാർ പറയാതിരിക്കാൻ നാലക്ഷരം പഠിക്കട്ടെ എന്ന് കരുതി ഇല്ലാത്ത കാശു മുടക്കി പള്ളിക്കൂടത്തിൽ വിട്ടപ്പം കളിക്കാൻ പോണമെന്ന്. പോയി കളിച്ചിട്ട് നീയിങ്ങു വാ. നീയൊന്നും ഒരു കാലത്തും ഗുണം പിടിക്കാൻ പോകുന്നില്ല. നിന്റെയൊക്കെ ഗതി അധോഗതിതന്നെ എന്നായിരുന്നു.

ഇത്രയൊക്കെ പറഞ്ഞ് കുപ്പൻ താക്കീത് നൽകിയിട്ടും കളിക്കണമെന്ന് മനസ്സിൽ വാശി ഉണ്ടായിരുന്നതുകൊണ്ട് കളിക്കേണ്ട സമയം അടുത്തപ്പോൾ തലേന്ന് കുപ്പൻ പറഞ്ഞതെല്ലാം ഞാൻ കാര്യമായി എടുത്തില്ല. എന്നോടാണ് താക്കീതായി പറഞ്ഞതെന്നു പോലും എനിക്കാ സമയം ഓർക്കാൻ കഴിഞ്ഞില്ല. ക്ലാസ്സിലുള്ള എല്ലാവരോടുമൊപ്പം

കളിയിൽ പങ്കെടുക്കുവാൻ കിട്ടിയ അവസരം പാഴാക്കി കളയാനെനിക്കാവുകയുമില്ലായിരുന്നു. അങ്ങനെ ആ ദിവസം ക്ലാസ്സിലെ പിള്ളേർക്കൊപ്പം ഞാൻ കളിയിൽ പങ്കെടുത്തു. കളിക്കുന്നവരിൽ രണ്ടു മൂന്നു പേരൊഴികെ മറ്റു കുട്ടികൾക്കെല്ലാം കളിയിൽ ധരിക്കാൻ പ്രത്യേക വസ്ത്രങ്ങളുണ്ടായിരുന്നു. വീറും വാശിയോടുമുള്ള ഫുട്ബോൾ മത്സരത്തിൽ ഞാൻ ധരിച്ചിരുന്ന യൂണിഫോം ഷർട്ടിന്റെ മുൻനിരയിലുള്ള രണ്ട് ബട്ടനുകൾ പൊട്ടിപ്പോകാനിട വന്നു. ഇട്ടിരുന്ന തുണി അഴുക്കും കേടുംപറ്റാതെ ശ്രദ്ധയോടെയിരുന്നിട്ടും കളിക്കിടയിൽ അത് അബദ്ധത്തിൽ സംഭവിച്ചു. കളി അവസാനിച്ചപ്പോൾ വിചാരിച്ചതിലും അധിക സമയമെടുക്കുകയും ചെയ്തു.

അപ്പോഴേക്കും സമയം ആറുമണിയോടടുത്തിരുന്നു. തുണിയിലുള്ള പൊടിയെല്ലാം തട്ടിക്കളഞ്ഞ് വീട്ടിലേക്കു പോകാൻ തുടങ്ങുമ്പോഴായിരുന്നു വീട്ടിലെത്തിയതിനുശേഷമുള്ള അനന്തരഫലത്തെക്കുറിച്ചോർത്ത് ഭയപ്പെട്ടത്. ഷർട്ടിന്റെ ബട്ടൺപോലും പൊട്ടിപ്പോയിരിക്കുന്നു. പോരാതെ ദിവസവും കൂടെ വരാറുള്ള വീരുവും എന്നെ കൂടെകൂട്ടാതെ പോയിരിക്കുന്നു എന്നോർത്തപ്പോൾ എന്റെ ആധി ഇരട്ടിച്ചു. വീട്ടിലെത്തിയാൽ നേരിടാൻ പോകുന്ന പീഡനത്തെപ്പറ്റിയോർത്തപ്പോൾ വീട്ടിൽ പോകാതെ ഇവിടെ എവിടെയെങ്കിലുമിരുന്ന് രാത്രി കഴിച്ചു കൂട്ടാം എന്നു പോലും ഞാൻ ആലോചിച്ചു. എങ്കിലും എവിടേക്കു പോകാൻ? നാട്ടിലായിരുന്നെങ്കിൽ ആരുടെയെങ്കിലും വീട്ടിലേക്കു പോകാമായിരുന്നു. ഇവിടെയിപ്പോൾ വീട്ടിലേക്കു പോകാൻ മാത്രമേ നിവൃത്തിയുള്ളൂ എന്ന് മനസ്സിരുത്തി ഭയത്തോടെ അടിവച്ചടിവച്ച് വീട് ലക്ഷ്യമാക്കി നടക്കാൻ തുടങ്ങി. വീട് അടുക്കുന്തോറും ആധിയും ഭയവും എന്നിൽ ഏറിയേറി വന്നു. വീട്ടിലെത്തുമ്പോൾ കുപ്പൻ അവിടെ ഉണ്ടാകരുതേ ദൈവമേ എന്ന് ഞാൻ അറിയാതെ മനസ്സുരുകി പ്രാർത്ഥിച്ചു. കഴിവതും പതുക്കെ നടന്നിട്ടും വീട്ടിലേക്കുള്ള ദൂരം പോരാ എന്നതുപോലെ തോന്നി. എത്ര നടന്നാലും സാരമില്ല ഇന്ന് വീടെത്തരുതേ എന്ന് ആഗ്രഹിച്ചു. പക്ഷേ വഴിയറിയുന്നുണ്ടോ എന്റെ വ്യാകുലത. അതെന്നെ വീടിനരുകിലേക്ക് അടുപ്പിച്ചു കൊണ്ടേയിരുന്നു.

എന്ത് ഒഴിവുകഴിവുകൾ പറഞ്ഞാലാണ് ഇന്ന് ഉപദ്രവത്തിൽ നിന്ന് രക്ഷപ്പെടാൻ പറ്റുക എന്ന് ഞാൻ തല പുകഞ്ഞാലോചിച്ചു.

എന്നാലും ഞാൻ എന്തുപറഞ്ഞാലുണ്ട് അദ്ദേഹം ശ്രവിക്കാൻ പോകുന്നത്. മുൻപൊരിക്കൽ കൂട്ടുകാർക്കൊപ്പം ചെറിയ കളിയിലേർപ്പെട്ട് വർത്തമാനങ്ങളൊക്കെ പറഞ്ഞ് വീട്ടിലെത്തിയപ്പോൾ താമസിച്ചുപോയിരുന്നു. അന്ന് വിരുന്നുകാർ വീട്ടിലുണ്ടായിരുന്നതുകൊണ്ടാണ് അടിയിൽനിന്നും രക്ഷപ്പെട്ടത്. പിറ്റേന്ന് കുപ്പൻ എന്നോടത് പറയുകയും ചെയ്തിരുന്നു വിരുന്നുകാർ ഉള്ളതുകൊണ്ടാ നീ രക്ഷപ്പെട്ടത് എന്ന്.

ഇന്നെനിക്ക് ഭാഗ്യമുണ്ടെങ്കിൽ അങ്ങനെയും ആയിക്കൂടെന്നില്ല എന്ന് ഞാൻ മനസ്സിൽ ഓർത്തു. ഇത്തരത്തിൽ പലതും ആലോചിച്ചു വീട്ടിലേക്ക് ദൃഷ്ടി ഉറപ്പിച്ച് നോക്കിനടക്കുന്നതിനിടയിൽ ആരോ പ്രതിമ പോലെ വീടിന്റെ മുൻപിൽ നിൽക്കുന്നത് നേർത്ത രൂപത്തിൽ ഞാൻ കണ്ടു. വീടിന്റെ അരികിലേക്കടുക്കുന്തോറും ആ നിൽക്കുന്ന രൂപം കുപ്പന്റേതാണെന്ന് മനസ്സിലാക്കി. പിറകോട്ട് കൈയും കെട്ടി രണ്ടും കൽപ്പിച്ചു കൊണ്ടുള്ള നിൽപ്പ് കണ്ടപ്പോൾ എന്നിലുണ്ടായിരുന്ന അല്പം ധൈര്യംപോലും ചോർന്നുപോയി. മുഖം കൃത്യമായി തമ്മിൽ തമ്മിൽ കാണാവുന്നവിധം എത്തിയപ്പോഴേക്കും ഞാൻ ആകെ ഭയന്നു വിറച്ചു. രോഷാകുലനായി എന്റെ ചലനങ്ങൾ നോക്കി നിന്നിരുന്നയാളുടെ മുന്നിൽ പിന്നീട് ഒരടിപോലും മുൻപോട്ട് വെയ്ക്കാനാകാതെ വിറങ്ങലിച്ച് അറിയാതെ നിന്നു. അങ്ങനെ നിന്ന എന്റെ പൊട്ടിപ്പോയ ഷർട്ട് ബട്ടൺ മുതൽ ഷൂസ് വരെ അദ്ദേഹം കണ്ണോടിച്ചശേഷം പിറകിൽ വച്ചിരുന്ന കൈയോന്നെടുത്ത് കുതറിമാറാൻ കഴിയാത്തവിധം ഷർട്ടിന്റെ കോളറിൽ ശക്തിയോടെ കുത്തിപ്പിടിച്ചുനിർത്തി. പിന്നീട് മറുകൈയിൽ ഒളിപ്പിച്ചുവച്ചിരുന്ന വടി മുൻപോട്ടെടുത്തു. പിടിച്ചപിടിയിൽ പൊക്കി മുഖത്തോട് മുഖം അടുപ്പിച്ചു കൊണ്ട് പറഞ്ഞു. ഇത് നിന്റെ അവസാനത്തെ പോക്കാ എന്ന്.

ഇങ്ങനെ പറയുന്നതിനിടയിൽ അകത്താക്കിയിരുന്ന മദ്യത്തിന്റേയും നാറുന്ന വായുടെയും രൂക്ഷഗന്ധം ഇടകലർന്ന് എന്റെ മൂക്കിൽ തുളച്ചു കയറി. ആ പിടിയിൽ അദ്ദേഹം എന്നെ വീടിന്റെയകത്തേക്ക് വലിച്ചു കൊണ്ടുപോയി കൈയിലുണ്ടായിരുന്ന ആ വലിയ വടികൊണ്ട് തലങ്ങും വിലങ്ങും അടിക്കാൻ തുടങ്ങി. അതിന്റെ പ്രഹരശക്തികൊണ്ടുള്ള വേദന എന്റെ ശരീരം താങ്ങാവുന്നതിലപ്പുറമായിരുന്നു.

അടികളെല്ലാം ഏറ്റുവാങ്ങിക്കൊണ്ടിരുന്ന ഞാൻ വാവിട്ടു നിലവിളിച്ചു കൊണ്ട് കഴിയുംവിധം അടിയിൽ നിന്ന് കുതറിമാറാൻ ശ്രമിച്ചു. അതിനിടയിൽ ആ ചെറിയ മുറിക്കുള്ളിൽ പല സ്ഥലത്തും അടുക്കിവെച്ചിരുന്ന ചെറുതും വലുതുമായ സാധനങ്ങളിൽ പലതും എന്റെ ശരീരസ്പർശത്താൽ സ്ഥാനം തെറ്റി നിലത്തുവീണു. ഒരു വിധത്തിൽ കുതറിമാറി ഞാൻ വീടിന്റെ പുറത്തേക്കോടി. എന്റെ പിറകെ അദ്ദേഹവും ഓടി. കിട്ടുന്ന സ്ഥലങ്ങളിലെല്ലാം മർദ്ദിച്ചുകൊണ്ടേയിരുന്നു. പുറത്ത് നട്ട് പിടിപ്പിച്ചിരുന്ന ചെടികളിൽ പലതും എന്റെയും അദ്ദേഹത്തിന്റെയും ചവിട്ടേറ്റ് ഞെരുങ്ങി താണമർന്നു. ഇതെല്ലാം കണ്ടുകൊണ്ടിരുന്ന ഇരട്ടകൾ പേടിച്ചുവിറച്ച് അനങ്ങാതെ വീടിന്റെ ഒരു മൂലയിൽ ഇരിക്കുന്നുണ്ടായിരുന്നു. അലറിക്കരഞ്ഞുകൊണ്ട് ഞാൻ വീടിനകത്തും പുറത്തുമായി ഓടുന്നതിനിടയിൽ കുപ്പിയുടെ പിറകിൽ ഓടിയൊളിക്കാൻ ശ്രമിച്ചു. പക്ഷേ അപ്പോഴെല്ലാം അവരുടെ കൈകളാൽ തന്നെ എന്നെ അദ്ദേഹത്തിന് മുൻപിലേക്ക് വലിച്ചിഴയ്ക്കപ്പെട്ടുകൊണ്ടിരുന്നു. കൊടുക്കുന്ന

അടിപോരാ ഇനിയും കൊടുക്കുക എന്ന അർത്ഥത്തിൽ. കരച്ചിലിന്റെ ശബ്ദം കേട്ട് അയൽവാസികൾ പുറത്തു വന്ന് നോക്കിക്കണ്ടു നിന്നു. അക്കൂട്ടത്തിൽ വീരുവും ഉണ്ടായിരുന്നു. മതിയാകുവോളം അദ്ദേഹം അന്നെന്നെ അടിച്ചു നിർവൃതി തോന്നിയ അദ്ദേഹം ആ ചെറിയ മുറിയിൽ കിടന്ന് ഒന്നിടവിട്ട് സിഗരറ്റ് കത്തിച്ച് ആഞ്ഞു വലിച്ചുകൊണ്ടേയിരുന്നു. പുറത്തേക്ക് തള്ളിവിട്ടു കൊണ്ടിരുന്ന പുകയുടെ രൂക്ഷഗന്ധം പുറത്തു കടക്കാതെ ആ കൊച്ചു വീട്ടിലുടനീളം തിങ്ങി നിറഞ്ഞുനിന്നു.

സമയം പോകുന്തോറും തലയിലും മുഖത്തും എന്നുവേണ്ട ശരീരമാസകലം അടിയേറ്റ പാടുകൾ ശരീരത്തിൽ പൊങ്ങിവന്നു. മാനസികമായും ശാരീരികമായും ഏറ്റ വേദനയാൽ ഞാൻ കട്ടിലിൽ കിടന്ന് മണിക്കൂറുകളോളം മൂളിക്കരഞ്ഞു. മുൻപിൽ വിളമ്പിക്കൊണ്ടുവന്നുവെച്ച ആഹാരം പോലും വെറുപ്പ് തോന്നിയതുകൊണ്ട് കഴിക്കാൻ കഴിഞ്ഞില്ല. ഉറങ്ങാൻ കിടന്ന എന്നെ ഉറക്കം തെല്ലും തീണ്ടിയതുമില്ല.

ഉറക്കം വരാതെ സമയം നീണ്ടു പോകുന്തോറും നിസ്സഹായാവസ്ഥ, ദുഃഖം, വെറുപ്പ്, വാശി എന്നിവയൊക്കെ ഏതൊക്കെയോ രൂപത്തിലും ഭാവത്തിലും എന്റെയുള്ളിൽ ഉദയം കൊണ്ടു. അതെന്നെ വേറിട്ട വഴിയിലൂടെ ചിന്തിപ്പിച്ചു കൊണ്ടുപോയി.

ഞാൻ ആരാണ്, ഇവരുടെ മകനല്ലേ? ആണെങ്കിൽ പിന്നെ എന്തിനാണ് തരുന്ന ആഹാരത്തിനുപോലും കണക്ക് പറഞ്ഞ് എന്നെ ഉപദ്രവിക്കുന്നത്? അപ്പനും അമ്മയും എന്ന് പറയുന്നവർക്കൊപ്പം കഴിഞ്ഞുകൂടിയ അല്പം നാളുകൾ വേദന മാത്രമല്ലേ സമ്മാനിച്ചത്? ഇങ്ങനെയായാൽ ഇനിയെത്ര നാൾ ഞാനിങ്ങനെ വേദനകൾ സഹിച്ച് ദിവസങ്ങൾ തള്ളിനീക്കും? ഇത്തരം ഉപദ്രവങ്ങളിൽനിന്ന് എങ്ങനെയെങ്കിലും രക്ഷപ്പെട്ടേ പറ്റൂ. അതിനെന്താണൊരു പോംവഴി എന്നു തിരഞ്ഞപ്പോൾ പഠിത്തവും വീടുമെല്ലാം ഉപേക്ഷിച്ച് എവിടേക്കെങ്കിലും ഇറങ്ങിപ്പുറപ്പെട്ട് കളയാം എന്ന തീരുമാനത്തിൽ എത്തിച്ചേർന്നു.

അങ്ങനെ ആരുമറിയാതെ വീട്ടിൽ നിന്നും ഇറങ്ങിപ്പുറപ്പെടാൻ ഞാനാ രാത്രി തീരുമാനമെടുത്തു. പിന്നീടുള്ള ആലോചനയെല്ലാം എവിടേക്കാണ് പോകേണ്ടത്? പോയാലെന്താണ് ചെയ്യേണ്ടത്? എന്നിങ്ങനെയായി. നാട്ടിലുള്ള അമ്മച്ചിയേയും ബന്ധുക്കളെയും പറ്റി ആലോചിച്ചപ്പോൾ ബുദ്ധിമുട്ടി അവരോടൊപ്പം കഴിഞ്ഞുകൂടിയ ദിവസങ്ങൾ എന്റെ ഓർമ്മയിൽ ഓടിയെത്തി. ഒരധികപ്പറ്റായി വീണ്ടും അവിടങ്ങളിലേക്കൊന്നും കയറിച്ചെല്ലേണ്ട. കയറിച്ചെന്നാലും വീണ്ടും എന്നെ ഇവിടേക്ക് തന്നെയല്ലേ കൊണ്ടുവരിക. പിന്നെയെന്താണ് ചെയ്യുക? ഇറങ്ങിപ്പുറപ്പെട്ടാൽ ആരുടെയടുത്തേക്കാണ് പോകേണ്ടത്? വേറെ ആരുണ്ടെനിക്ക് എന്നാലോചിച്ചപ്പോഴാണ് എപ്പോഴും എന്റെ ഓർമ്മയിലും മനസ്സിലും ഉണ്ടായിരുന്നവരായ ആ രണ്ടു പേരെപ്പറ്റി ഓർമ്മ വന്നത്. അത് മറ്റാരുമായിരുന്നില്ല തീർത്ഥാടനവേളയിൽ ആഹാരം കഴിക്കാൻ

കയറിയപ്പോൾ കണ്ട അപ്പച്ചനേയും അമ്മച്ചിയേയും പോലെയിരിക്കുന്നവരെ ആയിരുന്നു. അന്നവർ എന്നോട് കാണിച്ച സ്നേഹത്തെ ഓർത്തപ്പോൾ അവരുടെ അടുത്തേക്ക് പൊയ്ക്കളയാം എന്ന് തീരുമാനിച്ചു. പിന്നങ്ങോട്ടുള്ള ആലോചനയെല്ലാം അവരുടെയടുത്ത് എങ്ങനെയെത്തിപ്പെടാം എന്നായി.

തീർത്ഥാടന സ്ഥലത്തിന്റെ പേര് ഓർമ്മയുണ്ടായിരുന്നെങ്കിലും അവിടെ എങ്ങനെയാണ് എത്തിപ്പെടുക എന്നത് എന്നെ കുഴച്ചു. എന്തായാലും വീടുവിട്ടിറങ്ങിയാൽ അവരുടെയടുത്തേക്ക് മാത്രം ലക്ഷ്യം വച്ചുപോയാൽ മതി എന്ന് ഞാൻ മനസ്സിൽ ഉറപ്പിച്ചു. ഇത്രയൊക്കെ ആലോചിച്ച് തീരുമാനമെടുത്തപ്പോഴേക്കും കോഴി കൂകാൻ തുടങ്ങി. ഒപ്പം കിളികൾ കലപില കൂട്ടുന്ന ശബ്ദവും ഏറിക്കൊണ്ടിരുന്നു. അപ്പോഴാണ് നേരം വെളുക്കാൻ തുടങ്ങിയിരിക്കുന്നെന്ന് ഞാൻ തിരിച്ചറിഞ്ഞത്. ഇനിയും യാത്രയാകേണ്ടതിനെപ്പറ്റി ആലോചിച്ച് തീരുമാനമെടുക്കേണ്ടതുണ്ട്. അത് വീട്ടിൽനിന്നിറങ്ങിയശേഷം മറ്റ് എവിടെയെങ്കിലും പോയി ഇരുന്നിട്ടാകാം എന്ന് മനസ്സിരുത്തിക്കൊണ്ട് സാധാരണ എണീക്കാറുള്ള സമയം നോക്കി കിടക്കയിൽ നിന്ന് എണീറ്റ് പ്രഭാതകർമ്മങ്ങൾ നിർവഹിച്ചശേഷം ഉച്ചയ്ക്ക് കഴിക്കാൻ വേണ്ടി ബോക്സിൽ അടക്കം ചെയ്ത് ടേബിൾമേൽ വെച്ചിരുന്ന ആഹാരവുമെടുത്ത് നടന്നു. സ്കൂളിലേക്കുള്ള വഴിയെ ആയിരുന്നു നടത്തമെങ്കിലും എന്തുതന്നെയായാലും ഇന്ന് മുതൽ സ്കൂളിലേക്ക് പോകുന്നില്ലെന്ന് ഞാനപ്പോൾ തീരുമാനമെടുത്തു. എവിടെയെങ്കിലുമൊന്നിരുന്ന് യാത്രയാകേണ്ടതിനെപ്പറ്റി തീരുമാനിക്കണം എന്ന് കരുതി ഞാൻ നടത്തം തുടർന്നു. നടന്ന് പള്ളിക്കൂടമെത്താറായപ്പോൾ സ്കൂൾ ഗ്രൗണ്ടാണ് അതിനു പറ്റിയ സ്ഥലം. അവിടെയിരുന്നാൽ ആരും തന്നെ കാണുകയുമില്ല. തന്നെയുമല്ല സ്കൂൾ വിടുന്ന സമയംവരെ അവിടെയിരുന്ന് ഇന്നത്തെ ദിവസം തള്ളിനീക്കുകയും ചെയ്യാമല്ലോ എന്നോർത്തു.

അങ്ങനെ സ്കൂളിനടുത്തുള്ള ഗ്രൗണ്ട് ലക്ഷ്യമാക്കി ഞാൻ നടന്നു. ആ സമയം ക്ലാസ്സിലുള്ള ചില കുട്ടികൾ അവിടെ കളിച്ചുകൊണ്ടിരിക്കുന്നുണ്ടായിരുന്നു. എന്നെ കണ്ടാൽ അവർ ടീച്ചറോട് പറയുമെന്നുള്ളതുകൊണ്ട് അവർ ഓരോരുത്തരായി ഗ്രൗണ്ട് വിട്ട് പോകുന്നതുവരെ ഞാൻ മറഞ്ഞുനിന്നു. എല്ലാവരും മൈതാനം വിട്ടുപോയി എന്നുറപ്പുവരുത്തിയതിനുശേഷം ഉള്ളിൽ പ്രവേശിച്ച് കാണികളിരിക്കുന്ന പടിയിലിരുന്ന് നയാപൈസ പോലും കയ്യിലില്ലാതെ അവിടെവരെ എങ്ങനെയെത്തിപ്പെടാം എന്ന ആലോചനയിലാണ്ടു. കള്ള ട്രെയിൻ യാത്രയെന്ന് കേട്ടിട്ടുണ്ട്. ഞാനും അങ്ങനെ യാത്രചെയ്താലെന്താ എന്നാലോചിച്ചു. അങ്ങനെ നാളെ വീട്ടിൽനിന്നും സ്കൂളിലേക്കെന്നപോലെ ഇറങ്ങിത്തിരിച്ച് അതുവഴി പട്ടണത്തിലെ റെയിൽവേ സ്റ്റേഷൻ വരെ നടന്ന് എങ്ങനെയെങ്കിലും ട്രെയിനിൽ കയറിക്കൂടി യാത്ര ചെയ്ത് ഉദ്ദേശിച്ച സ്ഥലത്തെത്താം എന്ന് ഞാൻ തീരുമാനിച്ചു.

അപ്പോഴേക്കും ഉറക്കം എന്നെ വല്ലാതെ പിന്തുടർന്നിരുന്നു. അതെന്നെ കിടക്കാൻ നിർബന്ധിച്ചു. കയ്യിലുണ്ടായിരുന്ന ബുക്കും പുസ്തകവും അടങ്ങിയിരുന്ന ബാഗ് തലങ്ങളിലായിവച്ച് ആ പടിക്കെട്ടിൽ ഞാൻ കിടന്നു നിമിഷങ്ങൾക്കകം ഉറങ്ങിപ്പോവുകയും ചെയ്തു.

പിന്നീട് കുട്ടികൾ കളിക്കുന്ന ശബ്ദം കേട്ടാണ് ഉണർന്നത്. അപ്പോഴേക്കും സ്കൂൾ വിടാൻ സമയമായിരിക്കുന്നുവെന്നറിഞ്ഞു. നല്ല വിശപ്പുണ്ടായിരുന്നതിനാൽ കൊണ്ടുവന്ന ആഹാരം അകത്താക്കിക്കൊണ്ട് കൂടെ പഠിക്കുന്ന പിള്ളേർ കാണാനിട നൽകാതെ തിടുക്കത്തിൽ വീട് ലക്ഷ്യമാക്കി നടന്നു.

അന്നും ഞാൻ താമസിച്ചാണോ വീട്ടിൽ വരുന്നതെന്നറിയാൻ കുപ്പൻ വീടിന് പുറത്ത് നിലയുറപ്പിച്ചിട്ടുണ്ടായിരുന്നു. പതിവുപോലെ ആ സായാഹ്നവും വെറുതെ പുസ്തകം തുറന്നു വച്ച് പഠിക്കുന്നത് പോലെയിരുന്നു കൊണ്ട് ആഹാരം കഴിച്ചുറങ്ങാൻ കിടന്നു. അപ്പോഴൊക്കെ രാവിലെ ഇറങ്ങി പുറപ്പെടേണ്ടതിനെപ്പറ്റിയുള്ള ചിന്ത മാത്രമായിരുന്നു മനസ്സിൽ.

പ്രഭാതമായി. സാധാരണയെന്നപോലെ പ്രഭാതകർമ്മങ്ങളെല്ലാം നിർവഹിച്ച് യൂണിഫോം ധരിച്ചശേഷം പൊതിഞ്ഞു നൽകിയ ആഹാരവും കയ്യിലെടുത്ത് ഞാൻ സ്കൂളിലേക്ക് പോകുന്ന വഴിയിലൂടെ നടന്നു. പട്ടണത്തിലുള്ള റെയിൽവേസ്റ്റേഷനിലേക്കു ഇന്ന ദിശയിലേക്കാണ് പോകേണ്ടത് എന്ന് മനസ്സിൽ ഊഹിച്ച് നടത്തത്തിന്റെ ദിശമാറ്റി റെയിൽവേസ്റ്റേഷൻ ലക്ഷ്യം വെച്ച് നടന്നു. ആ നടത്തം ചെറിയ വാഹനങ്ങൾ നീങ്ങുന്ന റോഡിലൂടെയും പിന്നീട് ഇടതടവില്ലാതെ തലങ്ങും വിലങ്ങും ചെറുതും വലുതുമായ വാഹനങ്ങൾ ഓടിക്കൊണ്ടിരിക്കുന്ന റോഡിലേക്കും എന്നെ കൊണ്ടെത്തിച്ചു.

ഏകദേശം ഒരു മണിക്കൂറോളം നടന്നതിന്റെ അവസാനം നഗരത്തിലെ ഹൃദയഭാഗത്തെത്തിച്ചേർന്നു. അവിടെ തെക്കോട്ടും വടക്കോട്ടും എന്നു വേണ്ട നാനാദിക്കിലേക്കും പോകുന്ന റോഡുകളും ഇടതടവില്ലാതെ ഹോണടിച്ചുകൊണ്ട് പല ഭാഗത്തേക്കും ചീറിപ്പാഞ്ഞുപോകുന്ന വാഹനങ്ങളെയും കണ്ടപ്പോൾ ഇനി ഏതുവഴിക്കാണ് പോകേണ്ടതെന്നറിയാതെ ഞാൻ അല്പനേരം ശങ്കിച്ചു നിന്നു. ഇത്രയും വലിയ നഗരം ആദ്യമായിട്ടായിരുന്നു കാണുന്നത്. വീണ്ടും ഒരു ഊഹത്തോടെ വഴിയോരക്കച്ചവടങ്ങൾകൊണ്ട് തിരക്കു പിടിച്ച റോഡിലൂടെ ഞാൻ നടത്തം തുടർന്നു.

കുറെ നേരത്തെ നടത്തത്തിനുശേഷം ആലോചിച്ചു ഒരുപക്ഷേ തെറ്റായ ദിശയിലൂടെയായിരിക്കാം നടന്നുകൊണ്ടിരിക്കുന്നത്. അതുകൊണ്ട് ആരോടെങ്കിലും വഴി ചോദിച്ചറിയാം എന്ന് മനസ്സിൽ കരുതി. അങ്ങനെ ആ വഴി എതിർദിശയിൽ നടന്നു വന്നുകൊണ്ടിരുന്ന ഒരാളോട് ഞാൻ മലയാളത്തിൽ, സാർ റെയിൽവേ സ്റ്റേഷനിലേക്ക് പോകാനുള്ള വഴിയെങ്ങനെയാണ്? എന്ന് തിരക്കി.

അദ്ദേഹം മറുപടിയായി അദ്ദേഹത്തിന്റെ ഭാഷയിൽ എന്തോ എന്നോട് പറഞ്ഞു. എന്താണദ്ദേഹം പറഞ്ഞതെന്ന് എനിക്കപ്പോൾ മനസ്സിലാക്കാൻ കഴിഞ്ഞില്ല. അപ്പോൾ ഞാനദ്ദേഹത്തോട് ഇംഗ്ലീഷിൽ റെയിൽവേ സ്റ്റേഷൻ എവിടെയാണ് എന്ന് ചോദിച്ചു. പക്ഷേ അതും അയാൾക്ക് മനസ്സിലാക്കാൻ കഴിഞ്ഞിരുന്നുവോ എന്നറിയില്ല. അല്പനേരം എന്നെ നോക്കിക്കൊണ്ടദ്ദേഹം അദ്ദേഹത്തിന്റെ ഭാഷയിൽ എന്തോ പറഞ്ഞു കൊണ്ട് കൂടെ വരൂ എന്ന് ആംഗ്യഭാഷയിൽ കൈ കാണിച്ചുകൊണ്ട് നടക്കാൻ തുടങ്ങി. വഴി കാണിച്ചുതരാനായിരിക്കും അയാൾ കൂടെ വരാൻ നിർദ്ദേശിച്ചതെന്ന് കരുതി ഞാനദ്ദേഹത്തിന്റെ പിറകെ നടന്നു. ഏകദേശം നൂറ് മീറ്റർ നടന്നപ്പോൾ റോഡിനോട് ചേർന്നുണ്ടായിരുന്ന വലിയ ഒരു വ്യാപാര കെട്ടിടസമുച്ചയത്തിലേക്ക് അയാൾ കയറിച്ചെന്ന് അവിടെയുള്ളൊരു കടയിൽ കൂടെച്ചെന്ന എന്നെ ആ കടക്കാരന് കാണിച്ചു കൊണ്ട് എന്തോ പറഞ്ഞതിനുശേഷം അയാൾ അയാളുടെ വഴിക്ക് നടന്നിറങ്ങിപ്പോയി.

വ്യാപാരതിരക്കിനിടയിൽ ആ കടക്കാരൻ എന്നോട്, മലയാളി യാണോ? എന്നു ചോദിച്ചു.

‘‘അതെ.’’ ഞാൻ മറുപടി പറഞ്ഞു.

‘‘ഞാനും മലയാളിയാണ്. കുട്ടി ചോദിച്ചത് മനസ്സിലാകഞ്ഞിട്ടാണ് എന്റെ കൂട്ടുകാരനായ അയാൾ നിന്നെ എന്റെ അരികിലേക്ക് കൊണ്ടു വന്നാക്കിയത്. ആട്ടെ, എന്താണറിയേണ്ടത്?’’

‘‘റെയിൽവേസ്റ്റേഷനിലേക്ക് പോകാനുള്ള വഴി എങ്ങനെയാണ്?’’

‘‘റെയിൽവേസ്റ്റേഷനിലേക്കോ? നിനക്കെവിടെയാണ് പോകേണ്ടത്?’’

അയാളുടെ ചോദ്യത്തിനെന്താണ് ഉത്തരം പറയേണ്ടതെന്നറിയാതെ ഞാൻ അല്പനേരം കുഴഞ്ഞ് മൗനം പൂണ്ടു നിന്നു.

‘‘നിന്റെ വീടെവിടെയാണ്?’’

വീട്ടുപേരും സ്ഥലപ്പേരും കൃത്യമായി അറിയാത്ത ഞാൻ മറുപടി യെന്താണ് പറയേണ്ടതെന്നറിയാതെ വീണ്ടും മൗനം പൂണ്ടു. അപ്പോൾ കടക്കാരൻ എന്നെ അടിമുതൽ മുടിവരെ നോക്കിക്കൊണ്ട് പള്ളിക്കൂട ത്തിൽ പോകാതെ കറങ്ങാനെങ്ങാനും ഇറങ്ങിയതാണോ? മനസ്സിലുള്ള കാര്യം തുറന്നുപറഞ്ഞാൽ പ്രശ്നമാകുമെന്നതുകൊണ്ട് ഞാൻ അതെ യെന്ന അർത്ഥത്തിൽ മനസ്സില്ലാമനസ്സോടെ തലകുലുക്കി.

‘‘റെയിൽവേ സ്റ്റേഷനിലേക്കെന്തിനാണ് പോകേണ്ടത്?’’

‘‘വീട്ടിലേക്ക് പോകാൻ.’’

മറ്റൊന്നും പറയാനെനിക്ക് വാക്കുകളില്ലായിരുന്നു

സാരമില്ല. ഏത് പള്ളിക്കൂടത്തിലാണ് പഠിക്കുന്നതെന്ന് നോക്കട്ടെ. ഞാൻ കൊണ്ടുവിടാം എന്ന് പറഞ്ഞുകൊണ്ട് എന്റെ തോളിൽ തൂക്കിയിട്ടി രുന്ന പുസ്തകങ്ങടങ്ങുന്ന ബാഗ് വാങ്ങിച്ച് അതിലുള്ള ഒരു ബുക്കെടുത്ത്

ആദ്യതാളുകളിലേക്ക് കണ്ണോടിച്ചു അതിൽ ഞാനെഴുതിയിരുന്ന സ്കൂളിന്റെ പേരും വിലാസവും മനസ്സിലാക്കിയതിനു ശേഷം പറഞ്ഞു.

സാരമില്ല, ഈ പള്ളിക്കൂടമെനിക്ക് നല്ലതുപോലെയറിയാം. അതിനടുത്തുതന്നെയാണ് ഞാൻ താമസിക്കുന്നതും. ഞാൻ നിന്നെ സ്കൂളിൽ കൊണ്ടാക്കാം. അതിന് റെയിൽവേസ്റ്റേഷനിലേക്ക് പോകേണ്ട ആവശ്യമില്ല. തന്നെയുമല്ല, റെയിൽവേസ്റ്റേഷനിലേക്ക് പോകണമെങ്കിൽ അഞ്ചാറ് കിലോമീറ്റർ ദൂരവുമുണ്ട് എന്നു പറഞ്ഞുകൊണ്ട് അയാൾ കട നോക്കിക്കോണേ, ഞാനിപ്പോൾ വരാം എന്ന് തന്റെ ജോലിക്കാരനോട് പറഞ്ഞതിനുശേഷം എന്റെ തോളിൽ കയ്യിട്ടുകൊണ്ട് നടക്കാൻ തുടങ്ങി.

പിന്നീട് പള്ളിക്കൂടം ലക്ഷ്യമാക്കി ബസ്സിൽ യാത്രയാരംഭിച്ചു. ഞാനപ്പോൾ സ്നേഹത്തോടെ വളർത്തുന്ന കിളിയെ കൂട്ടിൽ അടയ്ക്കാനായി എടുത്തു കൊണ്ടുപോകുന്നതുപോലെ ആയിപ്പോയിരുന്നു. എങ്കിലും മനസ്സിലെല്ലാം എങ്ങനെയാണ് ഇനിയങ്ങോട്ട് തരണം ചെയ്യേണ്ടതെന്നുള്ള ആധിയായിരുന്നു. അല്പനേരത്തെ ബസ് യാത്രയ്ക്കുശേഷം ബസ് പള്ളിക്കൂടത്തിന്റെ അരികിലുള്ള സ്റ്റേഷനിൽ എത്തിച്ചേർന്നിരിക്കുന്നുവെന്നെനിക്ക് മനസ്സിലാക്കാൻ കഴിഞ്ഞു.

പള്ളിക്കൂടത്തിൽ കൊണ്ടുപോയി അവരുടെ പക്കലെന്നെ ഏൽപ്പിച്ചാൽ അനന്തരഫലം വലുതായിരിക്കുമെന്നറിഞ്ഞ ഞാൻ ഇയാളിൽ നിന്ന് എങ്ങനെയെങ്കിലും രക്ഷപ്പെടണം എന്ന് മനസ്സിൽ കണക്കുകൂട്ടി.

ബസ്സിൽ നിന്നിറങ്ങിയതും അവിടെ നിന്നും കാണാൻ കഴിയുന്ന സ്കൂളിലേക്ക് വിരൽ ചൂണ്ടിക്കാണിച്ചുകൊണ്ട് ഞാനദ്ദേഹത്തോട് പറഞ്ഞു. ദേ, ആ കാണുന്നതാണ് എന്റെ സ്കൂൾ. ഇനിയെനിക്ക് പോകാനറിയാം എന്നു പറഞ്ഞുകൊണ്ട് അയാളിൽനിന്നും മറയാനായി സ്കൂളിലേക്കാണ് പോകുന്നതെന്നവണ്ണം വേഗത്തിൽ നടന്നു നീങ്ങി.

''പതുക്കെ പോകൂ കുട്ടീ, ഞാനും കൂടി നിന്നോടൊപ്പം വരാം.''

ഞാൻ കേട്ടഭാവംപോലും നടിക്കാതെ നടത്തത്തിന്റെ വേഗത കൂട്ടിക്കൊണ്ടിരുന്നു. നടത്തത്തിലയാൾ എന്നേക്കാൾ വളരെ പുറകിലാണെന്നറിഞ്ഞ ഞാൻ പള്ളിക്കൂടത്തിനരികിലെത്തിയപ്പോൾ ഒളിഞ്ഞു നിന്ന് അയാളുടെ നീക്കത്തെ വീക്ഷിച്ചു. എന്നെ തിരഞ്ഞുകൊണ്ട് അഞ്ചാറ് ചുവടുകൂടി മാത്രം മുന്നോട്ടു നടന്ന അയാൾ ഞാൻ പള്ളിക്കൂടത്തിന്റെ അകത്തേക്ക് പ്രവേശിച്ചു കാണും എന്ന് നിനച്ച് പതുക്കെ തിരിഞ്ഞു നടന്നു. അപ്പോൾ പള്ളിക്കൂടം നടന്നു കൊണ്ടിരുന്നതിനാൽ കുട്ടികളാരും പുറത്തുണ്ടായിരുന്നില്ല. അയാൾ പോയെന്നറിഞ്ഞ ഞാൻ പള്ളിക്കൂടം വിടുന്ന സമയം വരെ ഗ്രൗണ്ടിലിരുന്ന് സമയം ചെലവഴിക്കാം എന്ന് നിനച്ച് ഗ്രൗണ്ട് ലക്ഷ്യമാക്കി നടന്നു.

പോകാനായി ഇറങ്ങിത്തിരിച്ചപ്പോൾ കുരുക്കിലകപ്പെട്ടുപോയല്ലോ എന്നോർത്തപ്പോൾ നിരാശ തോന്നി. ഈ സംഭവങ്ങൾ വീട്ടിലറിഞ്ഞാൽ

ഏതു വിധേനയായിരിക്കും അവർ പ്രതികരിക്കുക എന്നോർത്തപ്പോൾ എന്തെന്നില്ലാത്ത ഭയവും വർദ്ധിച്ചു. ഇനിയെന്തായാലും ട്രെയിൻ യാത്ര അസാധ്യമാണെന്ന് തോന്നുന്നു. മറ്റ് ഏത് വിധേനെയാണ് ആരുടെയും കയ്യിലകപ്പെടാതെ അവിടെയെത്തിച്ചേരുക എന്നാലോചിച്ചപ്പോഴാണ് വീട്ടിലുള്ള കുപ്പന്റെ സൈക്കിളിനെപ്പറ്റി ഓർമ്മ വന്നത്. വീട്ടുകാരറി യാതെ ആ സൈക്കിൾ കൈക്കലാക്കി ചവിട്ടി യാത്ര തിരിച്ചാലോ? കൊള്ളാം അത് നല്ലൊരു മാർഗ്ഗം തന്നെ. വേണമെങ്കിൽ പിന്നീട് അതാർ ക്കെങ്കിലും വിറ്റ് കാശാക്കി പണത്തിന്റെ കുറവും പരിഹരിക്കാമല്ലോ എന്നോർത്തപ്പോൾ ആവേശം തോന്നി.

ശരി നാളത്തെ യാത്രയുടെ തുടക്കം അങ്ങനെ തന്നെയാകട്ടെ എന്ന് മനസ്സിലുറപ്പിച്ച് സമയമായപ്പോൾ വീണ്ടും ഞാൻ വീട്ടിലേക്ക് തിരിച്ചു. രാവിലെ ചെയ്യേണ്ട കാര്യം എങ്ങനെ നിർവഹിക്കണമെന്ന് മനസ്സിൽ കരുതിവച്ചുകൊണ്ട് സംശയം തോന്നാത്തവിധം ഒരു രാത്രി കൂടി വീട്ടിൽ തള്ളി നീക്കി.

രാവിലെയായി. പതിവുപോലെ പള്ളിക്കൂടത്തിൽ പോകുന്നതു പോലെ ഒരുങ്ങിയതിനുശേഷം ആഹാരവുമെടുത്ത് അലമാരയുടെ കോണിൽ നിന്നും ആരും കാണാതെ സൈക്കിളിന്റെ താക്കോലും കരസ്ഥമാക്കി. പിന്നീട് പുറത്തുവന്നശേഷം തുറന്നു കിടന്ന ജനൽ അകത്തുനിന്ന് കുപ്പി കാണാത്ത വിധം ചാരി അടച്ചു. അതിനുശേഷം പൂട്ട് തുറക്കുമ്പോൾ ശബ്ദം കേൾക്കാത്തവിധത്തിൽ വിരലുകൾ പ്രയോ ഗിച്ച് സൈക്കിളിന്റെ പൂട്ട് തുറന്നുകൊണ്ട് സൈക്കിളുമായി നാമമാത്ര മായ വീടിന്റെ ഗേറ്റിൽ നിന്നും പുറത്തു കടന്നു. ഉടനെ സൈക്കിളിന്റെ ഗ്യാരേജിൽ പുസ്തകമടങ്ങുന്ന ബാഗ് വച്ചുകൊണ്ട് അതിൽ കയറിയൊരു പാച്ചിലായിരുന്നു. ആരും കാണാതെ എത്രയും വേഗം പോയി മറയ ണമെന്നായിരുന്നു ആദ്യം മനസ്സിലുദിച്ചത്. അതുകൊണ്ട് സകല ശക്തി യുമുപയോഗിച്ച് സൈക്കിൾ ആഞ്ഞ് ചവിട്ടിക്കൊണ്ടിരുന്നു. തലേന്ന് നടന്നുപോയ അതേ പാതയിലൂടെയായിരുന്നു സൈക്കിൾ യാത്രയും. അങ്ങനെ നാലഞ്ചു കിലോമീറ്റർ സൈക്കിൾ ശരവേഗത്തിൽ ചവിട്ടി വലിയ പാതകൾ തുടങ്ങുന്ന സ്ഥലത്തെത്തി. അവിടെ എത്തിപ്പെട്ട ഞാൻ അന്ന് യാത്ര ചെയ്ത ബസ് ഇതുവഴി തന്നെയായിരിക്കാം പോയത് എന്ന ഉദ്ദേശ്യത്തിൽ തലേന്ന് വഴി ചോദിച്ച് അകപ്പെട്ടതു പോലെയാകാതിരിക്കാൻ ആരോടും വഴിയെപ്പറ്റി തിരക്കാൻ തുനിയാതെ ആ വലിയ പാതയിലൂടെ ഞാൻ യാത്രയുടെ ആരംഭം കുറിച്ചു.

കാര്യം സാധിച്ചെടുത്തതിന്റെ ആവേശവും വ്യഗ്രതയും ഭയവും കൂടിക്കലർന്ന നിമിഷങ്ങളായിരുന്നു അപ്പോഴെനിക്ക്. ആ വലിയ പാത യിലൂടെ സൈക്കിൾ ചവിട്ടി ദൂരങ്ങൾ താണ്ടി പോകുന്തോറും റോഡി ലുള്ള ജനങ്ങളുടെ വ്യവഹാരവും തിരക്കും കുറഞ്ഞുകൊണ്ടേയിരുന്നു.

പിന്നീട് ഒരു മനുഷ്യനെപ്പോലും കാണാൻ കഴിയാത്ത പാത മാത്രമായിരുന്നു എന്റെ കൺമുന്നിൽ. ആ വലിയ പാതയിലൂടെ മുൻപോട്ട് പോകുന്തോറും കൂട്ടിൽ അടച്ചിരുന്ന പക്ഷിയെ തുറന്നു വിട്ടതുപോലെയാണ് എനിക്കനുഭവപ്പെട്ടത്. കൈവിട്ടും സീറ്റിൽ കയറിനിന്നും അറിയുന്ന അഭ്യാസങ്ങളോക്കെ കാണിച്ചും ചുറ്റുമുള്ള ഭൂപ്രദേശഭംഗിയൊക്കെ ആസ്വദിച്ചുകൊണ്ട് ആവേശത്തോടെ മതിമറന്ന് ഞാൻ സൈക്കിൾ മുന്നോട്ട് ആഞ്ഞു ചവിട്ടിക്കൊണ്ടേയിരുന്നു.

അപ്പച്ചനേയും അമ്മച്ചിയേയും പോലിരിക്കുന്നവരുടെയടുത്തേക്ക് പോകണമെന്നായിരുന്നു മനസ്സിൽ ലക്ഷ്യം. പക്ഷേ സാന്താമരിയ എന്ന പേരിലറിയപ്പെടുന്ന ആ തീർത്ഥാടനസ്ഥലം എവിടെയാണെന്നോ അതിന്റെ ചുറ്റുവട്ടമുള്ള നഗരങ്ങൾ ഏതൊക്കെയാണെന്നോ അവിടെ എങ്ങനെ എത്തിച്ചേരാനാകുമെന്നോ ഇറങ്ങിപ്പുറപ്പെട്ടാൽ പിന്നീടുള്ള അനന്തരഫലങ്ങൾ എന്തൊക്കെയാണെന്നോ ആലോചിക്കാനുള്ള പ്രാപ്തി അപ്പോഴെനിക്കില്ലായിരുന്നു. വസിക്കാൻ ഇഷ്ടമില്ലാത്ത സ്ഥലത്തുനിന്നും എവിടേക്കെങ്കിലും ഇറങ്ങിപുറപ്പെടണം എന്ന് മാത്രമേ മനസ്സിലുണ്ടായിരുന്നുള്ളൂ എന്നതുകൊണ്ട് മറ്റൊന്നും ചിന്തിച്ചതുമില്ല.

അങ്ങനെ ക്ഷീണമൊന്നും അറിയാതെ എഴുപത് കിലോമീറ്ററോളം ദൂരം താണ്ടിക്കടന്നു റോഡരികിലുള്ള മൈൽക്കല്ലിൽ നോക്കിയപ്പോഴാണ് ഞാനിത്രയും ദൂരം സൈക്കിൾ ചവിട്ടി താണ്ടിയല്ലോ എന്നോർത്തത്. എങ്കിലും ഇതൊരു തുടക്കം മാത്രമല്ലേ ആയിട്ടുള്ളൂ, ഇനിയും എത്രയോ ദൂരം യാത്ര ചെയ്യാനുണ്ട് ലക്ഷ്യസ്ഥാനത്തെത്തിച്ചേരാൻ എന്നോർത്തു. അപ്പോഴേക്കും സമയം ഏകദേശം ഉച്ച കഴിഞ്ഞിരുന്നു. വിശപ്പെന്നെ വല്ലാതെ പിടികൂടിയിരുന്നതിനാൽ സൈക്കിൾ റോഡരികിൽ നിർത്തിയശേഷം പാത്രത്തിലുണ്ടായിരുന്ന ആഹാരം ആർത്തിയോടെ അകത്താക്കി യാത്ര തുടർന്നു. ചെറിയ ചെറിയ ഗ്രാമങ്ങളും വിരലിലെണ്ണാവുന്നത്ര വാഹനങ്ങളും മറികടന്ന് ഞാൻ യാത്ര ചെയ്തു കൊണ്ടേയിരുന്നു. സായാഹ്നമായപ്പോഴേക്കും ക്ഷീണം തോന്നുകയും സൈക്കിൾ യാത്ര മടുത്തതുപോലെ തോന്നുകയും ചെയ്തു. അല്പനേരം വിശ്രമിച്ചതിനുശേഷം വീണ്ടും യാത്രയാകാം എന്നു കരുതി സൈക്കിൾ റോഡരികിൽ നിറുത്തി വിശ്രമിക്കാനായി ഇരുന്നു.

വിശ്രമം അല്പം നീണ്ടുപോയപ്പോഴേക്കും സൂര്യൻ അസ്തമിക്കാൻ തുടങ്ങി. കഴിഞ്ഞകാലമത്രയും എവിടെപ്പോയിരുന്നാലും സൂര്യൻ അസ്തമിക്കുന്നതിന് മുൻപ് വീട്ടിൽ എത്തിച്ചേരാറുള്ളതുകൊണ്ട് ആ സമയം കടന്നുപോയപ്പോൾ സമയം കഴിഞ്ഞു പോയിരിക്കുന്നല്ലോ വീട്ടിൽ പോകേണ്ടേ എന്നറിയാതെ ആലോചിച്ചു. ഇനിമേൽ വീടും വീട്ടുകാരും ബന്ധുക്കളും അമ്മച്ചിയുമെല്ലാം അന്യമാണല്ലോ എന്നോർത്തപ്പോൾ മനസ്സിൽ ദുഃഖം നിറഞ്ഞ് അമ്മേയെന്നറിയാതെ വിളിച്ചുപോയി. സ്ഥിതിഗതികൾ മനസ്സിൽ വിലയിരുത്തിയ ഞാൻ അവിടെ നിന്നെഴുന്നേറ്റ്

വീണ്ടും യാത്ര തുടർന്നു. സമയം പോകുന്തോറും നേരം ഇരുട്ടാൻ തുടങ്ങി. ദൂരങ്ങൾ പിന്നിട്ട് കൊണ്ടിരിക്കും തോറും ഇരുട്ടിന്റെ ശക്തിയും ഏറിക്കൊണ്ടേയിരുന്നു. അല്പം നിലാവെളിച്ചമുണ്ടായിരുന്നെങ്കിലും റോഡിനിരുവശത്തും ഇടതൂർന്ന് നിന്നിരുന്ന മരങ്ങൾ പാതയെ മറച്ചിരുന്നതുകൊണ്ട് യാത്രയെ ദുസ്സഹമാക്കി. പാത നല്ലതുപോലെ കാണാൻ കഴിഞ്ഞിരുന്നില്ലെങ്കിലും ഒരു ധാരണയിൽ ഞാൻ സൈക്കിൾ മുന്നോട്ട് ചവിട്ടിക്കൊണ്ടേയിരുന്നു. യാത്രയ്ക്കിടയിൽ ദൂരത്തു നിന്നും കൂട്ടം കൂട്ടമായി മിന്നിത്തിളങ്ങുന്ന വെളിച്ചം കണ്ടപ്പോൾ അതൊരു ചെറിയ ഗ്രാമമാണെന്ന് തോന്നി. എങ്കിൽ അവിടെവരെ മാത്രം യാത്ര ചെയ്ത് അവിടെയെവിടെയെങ്കിലും ഈ രാത്രി കിടന്നുറങ്ങിയ ശേഷം രാവിലെ വെളിച്ചമാകാൻ തുടങ്ങുമ്പോൾ യാത്ര തുടരാം എന്ന് കരുതി സൈക്കിൾ ചവിട്ടിക്കൊണ്ടേയിരുന്നു. പെട്ടെന്നായിരുന്നു സൈക്കിളിന്റെ മുൻ ചക്രം എവിടെയോ ശക്തമായി ചെന്നിടിച്ചത്. ഇടിയുടെ ആഘാതത്തിൽ ഞാനുടനെ സൈക്കിളുമായി തെറിച്ചുവീണു. വീഴാൻ തുടങ്ങിയപ്പോൾ ശരീരത്തെ തടുത്തു നിർത്തുവാനായി ആഞ്ഞ കൈ ഏതോ പരുപരുത്ത വസ്തുവിനെ മുകളിൽ ഉരഞ്ഞ് തടഞ്ഞു നിന്നു.

എന്താണ് സംഭവിച്ചത് എന്ന് നോക്കാനായി എണീറ്റ് സൂക്ഷിച്ചു നോക്കിയപ്പോഴാണ് വീണത് റോഡരികിൽ പൊട്ടിച്ചു കൂട്ടിയിട്ടിരിക്കുന്ന പാറക്കല്ലുകളിൻ മുകളിലേക്കായിരുന്നു എന്ന് മനസ്സിലായത്. ആ പാറകളിന്മേൽ വീണതുകൊണ്ട് ശരീരത്തിന്റെ പല ഭാഗത്തും അപ്പോഴെനിക്ക് വേദനയനുഭവിച്ചിരുന്നു. ഉടനെ സട കുടഞ്ഞെഴുന്നേറ്റ ഞാൻ അപ്പോഴും അതിനു മുകളിൽ കിടന്ന് നിരങ്ങിക്കൊണ്ടിരുന്ന സൈക്കിളിനെ പൊക്കിയെടുത്തു.

സൈക്കിളിന്റെ പിറകിൽ വച്ചിരുന്ന ബുക്കും പുസ്തകമടങ്ങുന്ന ബാഗും അടുത്തുതന്നെ തെറിച്ചു വീണിരുന്നതിനാൽ അതും പൊക്കിയെടുത്ത് സൈക്കിളിന്റെ ഗ്യാരേജിൽ വെച്ചതിനുശേഷം സൈക്കിൾ മുന്നോട്ട് തള്ളാനായി ആഞ്ഞു. പക്ഷേ സൈക്കിൾ ഒരിഞ്ചുപോലും മുന്നോട്ടു നീങ്ങുന്നില്ല. സൈക്കിളിനെന്ത് പറ്റിയെന്ന് നോക്കാനായി തുനിഞ്ഞപ്പോഴാണ് അകലെ നിന്നും ഒരു വാഹനത്തിന്റെ വെളിച്ചം അടുത്ത് വന്നുകൊണ്ടിരിക്കുന്നത് കണ്ടത്.

നിമിഷങ്ങൾക്കകം ആ വാഹനം എന്റെ മുന്നിൽ വന്നുനിന്നു. അതിന്റെ ലൈറ്റിന്റെ പ്രകാശത്തിൽ ഞാനൊരു നിമിഷം കണ്ണുചിമ്മി. ഉടനെതന്നെ ആ കാറിൽ നിന്നും രണ്ടു പേർ ഇറങ്ങി എന്റെ അരികിലേക്ക് നടന്നുവന്ന് അവരുടെ ഭാഷയിൽ എന്ത് പറ്റിയെന്നെന്നോട് തിരക്കി. ഞാനപ്പോൾ ഇംഗ്ലീഷിൽ അവരോട്; ''ഐ ഫെൽ ഡൗൺ.'' അപ്പോൾ അതിലൊരാൾ അപ്പോഴും എരിഞ്ഞു കൊണ്ടിരുന്ന ലൈറ്റ് വെളിച്ചത്തിൽ എന്താണ് എനിക്കും സൈക്കിളിനും പറ്റിയിരിക്കുന്നതെന്ന് പരിശോധിച്ചപ്പോൾ സൈക്കിളിന്റെ മുൻചക്രം മുൻപോട്ട് ഉരുളാൻ

കഴിയാത്തവിധം വളഞ്ഞിരിക്കുന്നതായും എന്റെ കൈവെള്ള ഉരഞ്ഞ് ചോര പൊടിയുന്നതായും കണ്ടു. സൈക്കിളുമായി എനിക്ക് മുന്നോട്ടു പോകാൻ കഴിയില്ലെന്ന് മനസ്സിലാക്കിയ അവരിലൊരാൾ എന്നോട്, ''വേർ ഈസ് യുവർ ഹോം?'' ഞാൻ ലൈറ്റുകൾ മിന്നിത്തിളങ്ങി നിന്ന ഗ്രാമത്തിലേക്ക് വിരൽ ചൂണ്ടിക്കാണിച്ചുകൊണ്ട് 'ദെയർ' എന്ന് പറഞ്ഞു. അപ്പോൾ അതിലൊരാൾ സ്ഥലപ്പേര് പറഞ്ഞുകൊണ്ട് എന്നോട് ''ഈസ് ദെയർ വെയർ യു ലിവ്'', അപ്പോൾ ഞാൻ അതേയെന്നർത്ഥത്തിൽ തലകുലുക്കി. അപ്പോൾ അതിലൊരാൾ, ഗെറ്റ് ഇൻറ്റു ദ കാർ. വി വിൽ ഡ്രോപ് യു ദെയ്ർ എന്ന് പറഞ്ഞു.

അപ്പോൾ ഞാൻ ആശങ്കയോടെ സൈക്കിളിൽ നിന്നും പുസ്തക മടങ്ങുന്ന ബാഗുമായി കാറിൽ കയറിയിരുന്നു. പിന്നീടവർ സൈക്കിൾ പൊക്കിയെടുത്ത് ആ അംബാസിഡർ കാറിന്റെ ഡിക്കിയിൽ തിരുകി ക്കയറ്റി കെട്ടിവച്ചതിനുശേഷം കാറിൽ എന്നെയും കൊണ്ട് യാത്ര തുടർന്നു. അല്പസമയത്തിനകം മുൻപു കണ്ട ആ ഗ്രാമത്തിൽ എത്തി ച്ചേർന്നപ്പോൾ അടുത്തിരുന്ന ആൾ എന്നോട്, ''ഷോ മി ദ വെ ടു യുവർ ഹോം.'' ഇവിടെയൊന്നുമില്ലാത്ത വീടിന്റെ വഴി ഞാനെങ്ങനെ കാണിച്ചു കൊടുക്കാനാകും എന്നതുകൊണ്ട് ഞാനുത്തരം മുട്ടി പരുങ്ങി യിരുന്നു. അവർ ചോദിച്ചതിന് പകരം കൃത്യമായി മറുപടി എന്നിൽ നിന്നില്ലാതിരുന്നതുകൊണ്ട് ഓകെ, ലെറ്റ് മി സീ ദ അഡ്രസ് ഇൻ യുവർ ബുക്ക് എന്ന് പറഞ്ഞുകൊണ്ട് ബാഗിലുണ്ടായിരുന്ന ഒരു ബുക്കെ ടുത്ത് അടുത്തിരുന്നയാൾ തുറന്നു പരിശോധിച്ച് മൗനമായി വായിച്ചു.

പള്ളിക്കൂടത്തിന്റെ വിലാസം മനസ്സിലാക്കിയ അയാൾ അറിയാ നായി ആകാംക്ഷയോടെ അടുത്ത് കാത്തിരിക്കുന്നവരോട് പള്ളിക്കൂ ടത്തിന്റെ വിലാസം വായിച്ചുകേൾപ്പിച്ചു.

വലിയ നഗരത്തിൽ നിന്നും നൂറ്റിഅൻപതോളം കിലോമീറ്റർ സൈക്കിൾ ചവിട്ടിയാണ് ഞാനിവിടെ എത്തിയതെന്ന് മനസ്സിലാക്കിയ അവർ തമ്മിൽ തമ്മിൽ ആശ്ചര്യം പ്രകടിപ്പിച്ചു. അപ്പോൾ അടുത്തി രുന്നയാൾ എന്നോട്, ''വൈ ഡിഡ് യൂ കം ഹിയർ ആൻഡ് വെയർ ആർ യൂ ഗോയിങ്?'' അവരുടെ ചോദ്യത്തിനു മറുപടി പറയാനാകാതെ മൗനം പൂണ്ടിരിക്കാനേ എനിക്ക് കഴിഞ്ഞുള്ളൂ. വീണ്ടും കാർ ആ ഗ്രാമത്തിൽ നിന്നും മുന്നോട്ടു നീങ്ങി. അതിനിടയിൽ അവർ മൂന്നു പേരും എന്നെപ്പറ്റി എന്തൊക്കെയോ സംസാരിച്ചുകൊണ്ടിരിക്കുന്നുണ്ടാ യിരുന്നു. ഏകദേശം ഒരു മണിക്കൂറോളമുള്ള കാർ യാത്രയിൽ ഒരു വലിയ നഗരം മുന്നിലുണ്ടെന്ന വിധത്തിൽ തിളങ്ങുന്ന ലൈറ്റുകൾ കാണാൻ തുടങ്ങി. ആ നഗരത്തിൽ എത്തുന്നതിനു മുൻപുതന്നെ കാർ ദിശ മാറി നീങ്ങി. ഒരു ചെറിയ ഗ്രാമത്തിലെത്തി. അവിടെയുള്ള ഒരു ഇരുനില വീടിന്റെ മുകളിലത്തെ നിലയിലേക്ക് എന്നെ അവർ കൂട്ടിക്കൊണ്ടു പോയി.

ആ മൂന്ന് പേർ മാത്രമേ അവിടെ താമസിക്കുന്നുള്ളൂവെന്നും ദൂരെയെവിടെയോ ദിവസവും ജോലിക്കു പോകുന്ന അവർ വൈകുന്നേരം ജോലി കഴിഞ്ഞ് മടങ്ങിവരുന്ന വഴിയിലാണ് എന്നെ കണ്ടതെന്നും പിന്നീടെനിക്ക് മനസ്സിലാക്കാൻ കഴിഞ്ഞു. ഇനിയെന്താണ് സംഭവിക്കാൻ പോകുന്നതെന്ന് മനസ്സിലാകാതെ നിന്ന എന്നോടൊരാൾ, ''യൂ സ്ലീപ് ഹിയർ. വി വിൽ സ്പീക് ടുമാറോ.'' ഇങ്ങനെ പറഞ്ഞതിനുശേഷം അതിലൊരാൾ കൈവെള്ളയുടെ മുറിവിൽ മരുന്ന് പുരട്ടി തരുകയും കൊണ്ടുവന്ന ആഹാരത്തിന്റെ ഒരു പങ്ക് കഴിക്കാനായി തരുകയും ചെയ്തു. നീളമുള്ള വരാന്തയിൽ മെത്ത താഴത്ത് വിരിച്ചായിരുന്നു എല്ലാവരും കിടക്കാൻ തുടങ്ങിയത്. ഒരു മെത്ത കൂടി തെരഞ്ഞെടുത്ത് എനിക്കും കിടക്കാനായി വിരിച്ചിട്ട് തന്നു. ആ മെത്തയിൽ ഞാൻ ബുക്കും പുസ്തകവുമടങ്ങുന്ന ബാഗ് തലയ്ക്കടിയിൽ വെച്ച് പരിഭ്രാന്തിയോടെ കിടന്നു.

സൈക്കിളുമായി വീണപ്പോൾ മുതൽ മനസ്സിലാകെ എന്തെന്നില്ലാത്ത ആധി എന്നെ പിടികൂടിയിരുന്നു. വീണ്ടും അകപ്പെട്ടല്ലോ എന്നോർത്തപ്പോൾ നിരാശ തോന്നി. ഒരു കിനാവാണോ ഞാൻ കാണുന്നത് എന്നാലോചിച്ചു പോയി. നാളെ എന്തൊക്കെയോ സംഭവിക്കാൻ പോകുന്നുണ്ട് എന്നുകൂടി ഓർത്തപ്പോൾ മനസ്സിൽ ആധി ഇരട്ടിച്ചു.

എന്തുതന്നെയായാലും ഇനിയൊരു തിരിച്ചുപോക്കിനെപ്പറ്റി എനിക്ക് ചിന്തിക്കാൻ പോലും കഴിയില്ല. അതുകൊണ്ട് എങ്ങനെയെങ്കിലും ഇവരുടെ കയ്യിൽ നിന്നും ഈ രാത്രിയിലോ അതിരാവിലെയോ രക്ഷപ്പെടണമെന്ന് ഞാൻ മനസ്സിൽ കരുതിവെച്ചു.

ഈ വീട്ടിൽ നിന്നും എങ്ങനെ രക്ഷപ്പെടാം എന്ന് ഞാൻ ചുറ്റും വീക്ഷിച്ചപ്പോഴാണ് അപ്പുറവും ഇപ്പുറവുമായി കാറ്റിന് കടന്നു വരുവാൻ വേണ്ടി കതകുകൾ തുറന്നിട്ടിരിക്കുന്നത് കണ്ടത്. കൊള്ളാം ആരും കാണാതെ നേരം വെളുക്കുന്നതിനു മുൻപ് എങ്ങനെയെങ്കിലും ഇതുവഴി പുറത്തു കടക്കണം എന്ന് കരുതിക്കൊണ്ട് ഉറങ്ങിപ്പോകാതിരിക്കാൻ ശ്രദ്ധിച്ച് ഉറക്കം നടിച്ചു കിടന്നു. വളരെ നേരം കഴിഞ്ഞിട്ടും അതിലൊരാൾ പുസ്തകവായനയിൽനിന്നും വിരമിക്കുന്നില്ലെന്ന് കണ്ടു അദ്ദേഹം കൂടി ഉറങ്ങിയതിനു ശേഷമേ തുറന്നിട്ടിരിക്കുന്ന കതകുകൾ വഴി പുറത്തു കടക്കാൻ കഴിയുള്ളൂ എന്നതിനാൽ വീണ്ടും ഞാൻ ഉറക്കം നടിച്ചു കിടന്നു. പക്ഷേ എങ്ങനെയോ അറിയാതെ ഉറങ്ങിപ്പോയി. പിന്നീട് ഒരു സ്വപ്നം കണ്ടാണ് ഞാൻ ഞെട്ടിയുണർന്നത്. ആ കണ്ട സ്വപ്നം ഇങ്ങനെയായിരുന്നു.

പട്ടാളത്തിൽ സേവനമനുഷ്ഠിക്കുന്ന ഞാൻ ശത്രു രാജ്യവുമായുള്ള യുദ്ധത്തിനുവേണ്ടി ആയിരക്കണക്കിന് വരുന്ന സഹപ്രവർത്തകർക്കൊപ്പം സകല യുദ്ധസന്നാഹവുമായി നിരനിരയായി നടക്കുന്നു. പെട്ടെന്നായിരുന്നു ശത്രുസൈന്യത്തിന്റെ കരയിൽനിന്നും ആകാശത്തുനിന്നും

തുരുതുരായുള്ള വെടിയുതിർക്കലും ബോംബാക്രമണവും. ആകാശത്തു നിന്ന് താഴേക്ക് പതിക്കുന്ന ബോംബുകൾ ഞങ്ങളുടെ ഇടയിൽ വീണ് പൊട്ടിച്ചിതറി തീപാറുന്നു. വെടിയുണ്ടകൾ നാലുഭാഗത്തുനിന്നും ചീറി പ്പാഞ്ഞുവരുന്നു. അതിഭയാനകമായ അന്തരീക്ഷം. സഹപ്രവർത്തക രിൽ പലരും വെടിയുണ്ടകളാലും പൊട്ടിച്ചിതറുന്ന ബോംബിലും ഈയ ലുകൾപോലെ മരിച്ചു വീണു. എന്താണ് സംഭവിക്കുന്നത് എന്നറിയാതെ ജീവനുള്ള ഭടന്മാർ നാലുപാടും ചിതറി ഓടുന്നു. പെട്ടെന്ന് എല്ലാം ഒരു നിമിഷത്തേക്ക് ശാന്തമായി. ജീവനോടുള്ള ബാക്കിയുള്ള ഭടന്മാർ എല്ലാവരും ഒന്നിച്ചുകൂടി ഓർഡർ വീണ്ടെടുത്ത് മരിച്ചുവീണവരെയും മുറിവേറ്റു കിടന്നവരെയും ശ്രദ്ധിക്കാതെ കരുതലോടെ തുരുതുരാ നിറ യൊഴിച്ചുകൊണ്ട് ശത്രുപാളയത്തിലേക്ക് നീങ്ങിക്കൊണ്ടിരിക്കുന്നു. അല്പസമയത്തിനുശേഷം വീണ്ടും ശക്തിയോടെയുള്ള ശത്രുസൈ ന്യത്തിന്റെ വൻ ആക്രമണം. അതിൽ ഞാനടക്കം മുൻനിരയിലുണ്ടായിരുന്ന എല്ലാവരും വെടിയേറ്റു വീണു. ഉടനെ എല്ലാം ശാന്തമായി. വിജയിച്ച ശത്രുസൈന്യം മരിച്ചുവീണു ചിതറിക്കിടക്കുന്ന ഞങ്ങളുടെ അരികി ലെത്തി. എല്ലാവരും മരിച്ചിരിക്കണം എന്ന് ഉറപ്പാക്കുവാൻ വേണ്ടി മരിച്ചു കിടക്കുന്നവരുടേയും അല്പം ജീവനുണ്ടായിരുന്നവരുടെയും ദേഹത്ത് വീണ്ടും നിരനിരയായി അവർ നിറയൊഴിച്ചു. അതോടെ അല്പം ജീവനുണ്ടായിരുന്നവരും പിടഞ്ഞു മരിച്ചു. നിറയൊഴിച്ചു കൊണ്ട് അവസാനം അവർ എന്റെ അരികിലുമെത്തി. പക്ഷേ, എന്തോ ഭാഗ്യ വശാൽ വെടിയേറ്റിട്ടും മരിച്ചവനെപ്പോലെ കിടന്ന എന്റെ നേർക്ക് മാത്രം അവർ വെടിയുതിർത്തില്ല.

അല്പസമയത്തിനകം ഒരു വലിയ പട്ടാളട്രക്ക് അവിടെ വന്നു നിന്നു. മരിച്ചു കിടന്ന മൃതദേഹങ്ങൾ ശത്രുഭടന്മാർ ഓരോന്നായി കൈയിലും കാലിലും പിടിച്ചു തൂക്കിയെടുത്ത് ആ ട്രക്കിലേക്ക് എറിഞ്ഞു. അക്കൂട്ടത്തിൽ വേദന സഹിച്ച് മരിച്ചവനെപ്പോലെ കിടന്ന ഞാനും എറിയപ്പെട്ടു. എന്റെ മുകളിലേക്ക് വീണ്ടും വീണ്ടും മൃതദേഹങ്ങൾ വീണുകൊണ്ടിരുന്നു. അങ്ങനെ നിറയെ മൃതദേഹങ്ങളുമായി നീങ്ങിയ ട്രക്ക് വലിയ ഒരു നദിയുടെ പാലത്തിന്റെ മധ്യഭാഗത്ത് നിർത്തി. ശേഷം ശരീരഭാഗങ്ങൾ അടങ്ങിയ ട്രക്കിന്റെ ഭാഗം ഉയർത്തി. അപ്പോൾ മൃത ദേഹങ്ങൾ ഓരോന്നായി ട്രക്കിൽനിന്നും നദിയിലേക്ക് വഴുതിവീണു കൊണ്ടേയിരുന്നു. അക്കൂട്ടത്തിൽ നദിയിലേക്ക് പതിച്ച ഞാനും മറ്റ് മൃതദേഹങ്ങൾക്കൊപ്പം നദിയുടെ താഴെ തട്ടിലേക്ക് ഊളിയിട്ടു താണു. ഇനി മരണത്തിൽ നിന്നെനിക്ക് രക്ഷയില്ല എന്നുറപ്പിച്ച ഞാൻ അമ്മേ യെന്ന് വിളിച്ചുകൊണ്ട് കിടക്കയിൽനിന്നും ചാടി എഴുന്നേറ്റിരുന്നു. വിയർപ്പിൽ കുളിച്ച് എണീറ്റിരുന്ന ഞാൻ അല്പസമയം ആലോചിച്ച പ്പോഴാണ് സ്വപ്നമായിരുന്നു കണ്ടത് എന്നു മനസ്സിലാക്കിയത്.

സ്ഥിതിഗതികൾ വിലയിരുത്തിയ ഞാൻ ചുറ്റും നോക്കിയപ്പോൾ മൂന്നു പേരും നല്ല ഉറക്കത്തിലാണെന്ന് കണ്ടു. ഇതാണ് നല്ല സമയം.

അതുകൊണ്ട് എത്രയും പെട്ടെന്ന് ഇവിടെനിന്ന് പുറത്തു കടക്കണം എന്നു കരുതി ഞാൻ ബുക്കും പുസ്തകവുമടങ്ങുന്ന ബാഗ് കൈയിലേന്തി പതുക്കെ അവിടെ നിന്നും എണീറ്റ് തുറന്നു കിടന്നിരുന്ന വാതിൽ വഴിപുറത്തേക്കു കടന്നു. പടികളിറങ്ങി താഴേക്ക് നടന്നപ്പോൾ അവിടെ നിർത്തിയിട്ടിരുന്ന അംബാസിഡർ കാറിന്റെ ഡിക്കിയിൽ അപ്പോഴും എന്റെ സൈക്കിളിരിപ്പുണ്ടായിരുന്നു. യാത്രയിൽ എന്തൊക്കെയോ കണക്കുകൂട്ടി കൊണ്ടുവന്ന സൈക്കിൾ ഇനിമേൽ ഉതകില്ലെന്ന് ബോദ്ധ്യപ്പെട്ട ഞാൻ വീടിന്റെ അരികിൽ കൂടി പോകുന്ന ചെറിയ റോഡിലൂടെ എത്രയും വേഗം പോയിമറയുവാൻ ഓടാൻ തുടങ്ങി. ഏകദേശം ഒരു കിലോമീറ്ററോളം ദൂരം ഓടിക്കഴിഞ്ഞപ്പോൾ അതാ തേടിയവള്ളി കാലിൽ ചുറ്റിയിരിക്കുന്നു എന്നപോലെ റോഡിനു കുറുകെ ഒരു റെയിൽവേ ക്രോസ്. ഈ റെയിൽപാത വഴി നടന്നുപോയാൽ അടുത്തായിരുന്നാലും ദൂരത്തായിരുന്നാലും സ്റ്റേഷനിലെത്താം എന്നു മനസ്സിൽ തീർച്ചപ്പെടുത്തി ക്കൊണ്ട് ഞാൻ റെയിൽ പാളത്തിലൂടെ നടന്നു. അപ്പോഴേക്കും നേരം വെളുക്കാൻ തുടങ്ങിയിരുന്നു.

വീട്ടിൽ നിന്നിറങ്ങിയ നേരംമുതൽ അപ്പോഴും കൈയിൽ കരുതിയിരുന്ന ബുക്കും പുസ്തകവുമടങ്ങുന്ന ബാഗ് ഇനിയും ചുമക്കുന്നത് എനിക്കൊരു ഭാരം മാത്രമാണെന്ന് തോന്നി. ഏതായാലും എന്റെ പഠിത്തം അവസാനിച്ചിരിക്കുന്നു. പിന്നെയെന്തിനാണിത് മുന്നോട്ട് ചുമക്കുന്നത്. വഴക്കു പറഞ്ഞും പ്രാകിക്കൊണ്ടും വാങ്ങിത്തന്ന ഇതുകൊണ്ട് ഞാനെന്തൊക്കെ നേരിട്ടു. അതുകൊണ്ട് ഇത് ഉപേക്ഷിക്കുന്നതാണ് നല്ലത് എന്നു കരുതി ബാഗ് തോളിൽനിന്നും ഊരി സർവ്വശക്തിയുമെടുത്ത് ചുഴറ്റി വലിച്ചെറിഞ്ഞു. അത് കറങ്ങിക്കറങ്ങി റെയിൽപ്പാതയ്ക്കടുത്തുള്ള നെൽപ്പാടത്തിലെ ചളിയിൽ വീണു പതിച്ചു. കൈയിൽനിന്നും ഭാരം ഒഴിഞ്ഞുകിട്ടിയ നിർവൃതിയോടെ വീണ്ടും ഞാൻ റെയിൽപാളത്തിലൂടെ യാത്ര തുടർന്നു.

അല്പം കൂടി മാത്രം നടന്നപ്പോൾ ദൂരത്ത് നിന്നും റെയിൽവേ സ്റ്റേഷൻ കാണാൻ തുടങ്ങി. വിരലിലെണ്ണാവുന്ന യാത്രക്കാർ മാത്രമേ ആ കൊച്ചു സ്റ്റേഷനിൽ അപ്പോഴുണ്ടായിരുന്നുള്ളൂ. അവിടെ വരാൻ പോകുന്ന ട്രെയിൻ കാത്ത് മറ്റ് യാത്രക്കാരുടെ കൂട്ടത്തിൽ ഞാനും ആകാംക്ഷയോടെ കാത്തു നിന്നു. നീണ്ട കാത്തിരിപ്പിനുശേഷം എത്തിച്ചേർന്ന ട്രെയിനിന്റെ ഉള്ളിലേക്ക് മറ്റ് യാത്രക്കാർക്കൊപ്പം ഞാനും കയറി. നിമിഷങ്ങൾക്കകം ട്രെയിൻ ചൂളംവിളിയുടെ അകമ്പടിയോടെ അവിടെനിന്നും യാത്ര തുടങ്ങി.

എവിടേക്കാണ് ട്രെയിൻ പോകുന്നത്? അഥവാ എവിടെയെത്തിയിട്ടാണ് ലക്ഷ്യസ്ഥാനത്തേക്ക് പോകേണ്ടത് എന്നറിയില്ലായിരുന്നു. എവിടേക്കോ പോകുന്ന ഒരു ട്രെയിൻ വന്നു. അതിൽ കയറികൂടി എന്നു മാത്രം. ട്രെയിനിന്റെ വാതിൽപ്പടിയിൽ നിന്ന് ഞാൻ നീങ്ങിമറഞ്ഞു

കൊണ്ടിരുന്ന ഭൂപ്രദേശങ്ങളും നദികളും വാഹനങ്ങളുമൊക്കെ നോക്കി കണ്ടാസ്വദിച്ച് മതിമറന്നു നിന്നു. അങ്ങനെ ഉച്ചയായി വൈകുന്നേരമായി ഇരുട്ടാനും തുടങ്ങി. ട്രെയിനിൽ കയറിയ നേരം മുതൽ പച്ച വെള്ളം പോലും കഴിക്കാതെയിരുന്നതുകൊണ്ട് നല്ല വിശപ്പ് അനുഭവപ്പെടാൻ തുടങ്ങിയിരുന്നു. ഇനി മുതൽ ഞാൻ തന്നെ എല്ലാം അന്വേഷിച്ചു കണ്ടെത്തണമെന്ന് തോന്നിയ നിമിഷങ്ങളായിരുന്നു അപ്പോൾ.

വാതിലിനടുത്ത് നിന്നും യാത്ര ചെയ്തുകൊണ്ടിരുന്നപ്പോഴാണ് ഒരു കുഷ്ഠരോഗി അടുത്ത് താഴെ ഇരിക്കുന്നത് എന്റെ ശ്രദ്ധയിൽ പെട്ടത്. അയാളുടെ വിരലുകളിൽ പലതും കുഷ്ഠം പിടിപ്പെട്ടിരുന്നതിനാൽ മരുന്ന് വെച്ച് കെട്ടിയിട്ടുണ്ടായിരുന്നു. ആ വിരലുകളാൽ തന്റെ സമ്പാദ്യമായ നോട്ടുകൾ ഒതുക്കി ക്രമപ്പെടുത്താൻ അയാൾ ബുദ്ധിമുട്ടിക്കൊണ്ടിരുന്നു. അത് കണ്ടു നിന്നിരുന്ന ഞാൻ പതുക്കെ അദ്ദേഹത്തിന്റെ അരികിലിരുന്നു. അതിൽനിന്നും ഒരു നോട്ട് കിട്ടിയാൽ ഇന്നത്തെ ആഹാരത്തിന് വഴിയാകും എന്നായിരുന്നു എന്റെ ചിന്ത. അടുത്തിരുന്ന എന്നെ അല്പം സംശയത്തോടെ അയാൾ ഒന്ന് നോക്കി. അല്പം കഴിഞ്ഞപ്പോൾ കൈയിൽ ക്രമീകരിക്കാൻ കഴിയാത്ത നോട്ടുകൾ എന്റെ അരുകിലേക്ക് നീട്ടി കാണിച്ചുകൊണ്ട് എന്നോട് അയാളുടെ ഭാഷയിൽ എന്തോ പറഞ്ഞു. പറഞ്ഞത് നോട്ടുകൾ അടുക്കി തിട്ടപ്പെടുത്തി തരാനായിരിക്കുമെന്ന് മനസ്സിലാക്കിയ ഞാൻ അത് അദ്ദേഹത്തിന്റെ കയ്യിൽ നിന്നും വാങ്ങി ക്രമമായി അടുക്കി അദ്ദേഹത്തിന്റെ കൈയിൽ കൊടുത്തു. പിന്നീടദ്ദേഹം അണിഞ്ഞിരുന്ന മുഷിഞ്ഞ ഷർട്ടിന്റെ ഉൾപോക്കറ്റിൽ കയ്യിട്ട് നോട്ടുകളുടെ വലിയ ഒരു കെട്ട് കഷ്ടപ്പെട്ട് പുറത്തെടുത്തു. അതിന്റെ കൂടെ മുൻപ് ക്രമമായി അടുക്കിയതും വച്ചു കൊടുക്കാൻ ആംഗ്യം കാണിച്ചു. എല്ലാം ക്രമമായി അടുക്കികിട്ടിയ ആ നോട്ടുകെട്ട് അയാൾ വീണ്ടും കഷ്ടപ്പെട്ട് ഷർട്ടിന്റെ ഉൾപോക്കറ്റിൽ തിരുകിക്കയറ്റി വെച്ചു. അതിൽ നിന്നെന്തെങ്കിലും എനിക്ക് തരൂ എന്ന രീതിയിൽ ഞാൻ അയാളുടെ നേരെ കൈനീട്ടി. അപ്പോഴയാൾ തരില്ലെന്ന രീതിയിൽ ആംഗ്യഭാഷയിൽ തലയാട്ടി കാണിച്ചു. വീണ്ടും ഞാൻ കൈ നീട്ടിയിട്ടും അദ്ദേഹം എനിക്കൊന്നും തരുവാൻ തുനിഞ്ഞില്ല. പിന്നെയെങ്ങനെയാണ് ഇന്ന് വിശപ്പടക്കാൻ കഴിയുക എന്നാലോചിച്ചപ്പോൾ കാലിൽ കിടക്കുന്ന ഷൂസ് അദ്ദേഹത്തിന് വിറ്റാലോ എന്നാലോചിച്ചു.

അങ്ങനെ കാലിൽ കിടന്നിരുന്ന ഷൂ ഊരി അദ്ദേഹത്തെ കാണിച്ചുകൊണ്ട് ഇത് നൂറ് രൂപയുടെ ഷൂസാണ്. നിങ്ങൾ ഇതെടുത്തിട്ട് ഇരുപത് രൂപ തരൂ എന്ന് പറഞ്ഞു. അപ്പോഴയാൾ വേണ്ടെന്ന രീതിയിൽ തലയാട്ടി കാണിച്ചു.

ഒരുപക്ഷേ ഞാൻ കൂടുതലായിരിക്കാം പറഞ്ഞത്. അതുകൊണ്ട് അതിൽ പകുതി ചോദിക്കാം എന്ന് നിനച്ച് ഞാനയാളോട്, പോകട്ടെ, പത്ത് രൂപ തന്നാൽ മതി എന്ന വിധത്തിൽ ഇരുകൈകളുടെയും വിരലുകൾ വിടർത്തി കാണിച്ചു.

അപ്പോഴയാൾ ആ ഷൂസ് വാങ്ങി തിരിച്ചും മറിച്ചും നോക്കിയതിനു ശേഷം അഞ്ചു രൂപ തരാം എന്ന രീതിയിൽ കൈ കാണിച്ചു.

ഏതായാലും കിട്ടിയതാകട്ടെ എന്ന് കരുതി ഞാൻ അയാളുമായി കച്ചവടമുറപ്പിച്ചു. ഉടനെ അയാൾ ബാഗിൽനിന്നും അഞ്ചു രൂപയുടെ നോട്ടെടുത്ത് എന്റെ അരികിലേക്ക് നീട്ടി. അതു വാങ്ങി പോക്കറ്റിലിട്ട ഞാൻ അടുത്ത സ്റ്റേഷനെത്തിയാൽ അവിടെ നിന്നും എന്തെങ്കിലും വാങ്ങി കഴിക്കാം എന്ന് നിനച്ച് കാത്തുനിന്നു.

ട്രെയിൻ നിർത്തിയ പാടെ കൈയിലുള്ള രൂപകൊണ്ട് ഞാൻ കടയിലേക്കോടി. പകുതിയോളം രൂപ കൊടുത്ത് ആഹാരം വാങ്ങിക്കഴിച്ച് വിശപ്പടക്കി. അപ്പോഴേക്കും സമയം രാത്രി പതിനൊന്ന് മണിയായിക്കാണും. വിരലിലെണ്ണാവുന്ന യാത്രക്കാർ മാത്രമേ അപ്പോൾ ട്രെയിനിലുണ്ടായിരുന്നുള്ളൂ. പലരും അവിടവിടങ്ങളിലായി ഉറക്കം പിടിച്ചിരുന്നു. വല്ലാത്ത ഉറക്കക്ഷീണം എന്നെയും അലട്ടിയതുകൊണ്ട് ഞാനും ബർത്തിൽ കയറി ഉറങ്ങാനായി കിടന്നു.

ട്രെയിൻ കുറേനേരം കൊണ്ട് നിശ്ചലമായി നിൽക്കുന്നു എന്നറിഞ്ഞു കൊണ്ടാണ് ഞാൻ ഞെട്ടിയുണർന്നത്. ചുറ്റും നോക്കിയപ്പോൾ യാത്രക്കാരാരേയും ട്രെയിനിനുള്ളിൽ കാണാൻ കഴിഞ്ഞില്ല. നേരം നല്ലതുപോലെ വെളുക്കുകയും ചെയ്തിരുന്നു. എന്താണ് എവിടെയാണെന്ന് തിരക്കി ഞാൻ പുറത്തിറങ്ങിയപ്പോൾ തമിഴ്നാട്ടിലെ ഏതോ ഒരു വലിയ സ്റ്റേഷനിലെത്തിപ്പെട്ടെന്നും എത്രയോ സമയത്തിനു മുൻപേ ഈ ട്രെയിൻ ഇവിടെ യാത്ര അവസാനിപ്പിച്ചുകഴിഞ്ഞിരിക്കുന്നെന്നും മനസ്സിലാക്കി.

പ്ലാറ്റ്ഫോമുകളിൽ നിരനിരയായി കിടക്കുന്ന ട്രെയിനുകളിൽ തീർത്ഥാടന സ്ഥലത്തേക്കു പോകാനുള്ള ട്രെയിൻ കിടപ്പുണ്ടോയെന്ന് ഞാൻ തിരക്കി നോക്കി. പക്ഷേ ഒരു ട്രെയിനിലും ആ പേര് എനിക്ക് കാണാൻ കഴിഞ്ഞില്ല. ഇവിടെ നിന്നില്ലെങ്കിൽ മറ്റൊരു സ്റ്റേഷനിൽനിന്നും പോകേണ്ട സ്ഥലത്തേക്കുള്ള ട്രെയിൻ കിട്ടും. പ്ലാറ്റ്ഫോമിൽ വെറുതെ നിൽക്കുന്നതിനേക്കാൾ ഭേദം പുറപ്പെടാനൊരുങ്ങുന്ന ഏതെങ്കിലുമൊരു ട്രെയിനിൽ കയറി യാത്ര തുടരുന്നതല്ലേ നല്ലത്. കാഴ്ചകൾ കണ്ട് ആസ്വദിക്കുകയും ചെയ്യാമല്ലോ എന്നു കരുതി ഞാൻ കൈയിലുണ്ടായിരുന്ന ബാക്കി രൂപ കൊണ്ട് ആഹാരവും വാങ്ങിക്കഴിച്ച് എവിടേക്കോ പുറപ്പെടാനൊരുങ്ങി നിന്ന ട്രെയിനിൽ കയറിക്കൂടി യാത്രതുടർന്നു.

സമയം ഏകദേശം വൈകുന്നേരം ആറുമണിയോടെ അടുക്കാറായിക്കാണും. കാഴ്ചകളൊക്കെ കണ്ടു മടുത്ത് വിശന്നു തളർന്ന് സീറ്റിലിരുന്ന് എവിടേക്കെന്ന് ലക്ഷ്യമില്ലാതെ യാത്ര ചെയ്തുകൊണ്ടിരുന്നപ്പോഴാണ് ഒരറ്റത്തുനിന്നും യാത്രക്കാരുടെ ടിക്കറ്റ് പരിശോധിച്ചുകൊണ്ട് വന്നുകൊണ്ടിരിക്കുന്ന ടിക്കറ്റ് ചെക്കറെ കണ്ടത്. ടിക്കറ്റ് ചോദിച്ചുകൊണ്ട് അയാൾ എന്റെ അരികിൽ വന്നാൽ എന്തു പറയണമെന്നറിയാതെ

ഞാൻ പരിഭ്രാന്തിപ്പെട്ടു. ഭയന്നതുപോലെതന്നെ അയാൾ എന്റെ അരികിലുമെത്തി ടിക്കറ്റ് തിരക്കി. ഞാൻ മൗനം പൂണ്ട് ടിക്കറ്റില്ലെന്ന രീതിയിൽ കൈമലർത്തി. എന്റെ കയ്യിൽ യാത്രാ ടിക്കറ്റില്ലെന്നറിഞ്ഞ അയാൾ എന്റെ കൈയിൽ പിടിച്ചുകൊണ്ട് വാതിലിന്റെ അരികിലുള്ള ഭാഗത്തേക്ക് കൂട്ടിക്കൊണ്ടുപോയി. അപ്പോഴവിടെ എന്റെ പ്രായത്തിലുള്ള മൂന്നു നാല് പിള്ളേരും നിൽപ്പുണ്ടായിരുന്നു. എന്നെയുംകൂടി അവരുടെ കൂട്ടത്തിൽ നിർത്തിയതിനുശേഷം വീണ്ടും അദ്ദേഹം തന്റെ ജോലി നിർത്തിയ സ്ഥലത്ത് നിന്നു തുടങ്ങി. കൂടെ നിൽക്കുന്നവർക്കെല്ലാം എന്നെപ്പോലെ തന്നെ യാത്രാടിക്കറ്റ് ഇല്ലാത്തതുകൊണ്ടാണ് കൊണ്ടുവന്ന് ഒരുമിച്ചുനിർത്തിയിരിക്കുന്നതെന്ന് എനിക്ക് മനസ്സിലായി. ഞാനൊറ്റയ്ക്കല്ല എന്റെ കൂടെ ഇവരും ഉണ്ടല്ലോ എന്നോർത്തപ്പോൾ അല്പം ആശ്വാസം തോന്നി. എന്നിരുന്നാലും ഞങ്ങളെയും കൊണ്ട് അദ്ദേഹം എന്താണ് ചെയ്യാൻ പോകുന്നതെന്ന് ആലോചിച്ചപ്പോൾ മനസ്സിൽ പരിഭ്രാന്തി തോന്നി. അല്പം കഴിഞ്ഞപ്പോൾ ഓടിക്കൊണ്ടിരുന്ന ട്രെയിൻ അടുത്തുകൊണ്ടിരുന്ന സ്റ്റേഷനിൽ നിർത്താൻ വേണ്ടി വേഗത കുറച്ചുകൊണ്ടിരുന്നു. വേഗം നന്നേ കുറഞ്ഞപാടെ കൂടെയുണ്ടായിരുന്ന പിള്ളേർ ഇടത്തും വലത്തുമായി തുറന്നു കിടന്ന വാതിൽ വഴി ശങ്കകൂടാതെ കൂളായി ഇറങ്ങി നടന്നു. ഞാൻ മാത്രം അപ്പോഴവിടെ അല്പം ഭയത്തോടെ ശങ്കിച്ച് നിന്നു. ഞാനും കൂടി അതേപോലെ ഇറങ്ങിനടന്നാലെന്താ. ടിക്കറ്റ് പരിശോധിക്കുന്നയാൾ എന്നെ വീക്ഷിക്കുന്നുണ്ടോ? എന്താണദ്ദേഹം ചെയ്തുകൊണ്ടിരിക്കുന്നത് എന്നു നോക്കിയപ്പോൾ അയാൾ തന്റെ ജോലിയിൽ മുഴുകിയിരിക്കുന്നതായി കണ്ടു. അപ്പോഴേക്കും ട്രെയിൻ പുറപ്പെടാനുള്ള സൈറൺ മുഴക്കി. എന്തുമാകട്ടെ എന്നു നിനച്ച് ഞാൻ മനസ്സിൽ ധൈര്യം സംഭരിച്ച് നീങ്ങാൻ തുടങ്ങിയ ട്രെയിനിൽ നിന്നും ചാടിയിറങ്ങി കിട്ടിയ ഭാഗത്തേക്ക് നടന്നു. അല്പസമയത്തിനുള്ളിൽ ട്രെയിൻ നീങ്ങി മറഞ്ഞപ്പോൾ മറുഭാഗത്ത് സ്റ്റേഷൻ കണ്ടു. ചെറിയ ഒരു റെയിൽവേ സ്റ്റേഷനായിരുന്നു അത്. ഇനി വരുന്ന ഏതെങ്കിലുമൊരു ട്രെയിനിൽ കയറി കൂടി യാത്ര തുടരാം എന്നു കരുതി ഞാൻ പ്ലാറ്റ്ഫോമിലേക്ക് കയറി. നല്ല വിശപ്പ് അനുഭവപ്പെട്ടതിനാൽ പ്ലാറ്റ്ഫോമിലെ പൈപ്പിൽനിന്നും വെള്ളം ആർത്തിയോടെ കുടിച്ചു വയറു നിറച്ചതിനു ശേഷം വരാൻപോകുന്ന ട്രെയിനു വേണ്ടി കാത്തു നിന്നു.

അപ്പോഴാണ് ടിക്കറ്റില്ലാതെ യാത്ര ചെയ്തിരുന്നതുകൊണ്ട് മാറ്റി നിർത്തിയിരുന്നവരിലൊരുവൻ അല്പമകലെ ഇരിക്കുന്നത് കണ്ടത്. അവനോട് സാന്താമരിയയിലേക്കു പോകേണ്ടത് എങ്ങനെയാണ് എന്ന് തിരക്കാം എന്നു കരുതി ഞാൻ അവന്റെ അരികിലേക്ക് നടന്നടുത്തു. പോകേണ്ടിയിരുന്ന സ്ഥലത്തിന്റെ പേര് അവന് മനസ്സിലാകുന്ന വിധത്തിൽ ഞാൻ ബോധിപ്പിച്ചു. അപ്പോൾ അവൻ ട്രെയിനിൽ യാത്ര ചെയ്ത് ഇറങ്ങേണ്ട സ്ഥലവും അവിടെ നിന്ന് പിന്നീടെങ്ങനെ സാന്താമരിയയിൽ

എത്താം എന്നുള്ളതൊക്കെ എനിക്ക് എഴുതിക്കുറിച്ച് തരികയും ചെയ്തു. എന്നിട്ടവൻ എന്നോട് ടിക്കറ്റില്ലാതെയാണോ അവിടെ വരെ യാത്രയാകാൻ പോകുന്നത്? എന്നു ചോദിച്ചു. ഞാൻ അതെ എന്ന രീതിയിൽ തലകുലുക്കി.

അപ്പോഴവൻ, ''സൂക്ഷിച്ചുവേണം റെയിൽവേ പൊലീസുകാർ നിന്നെ കണ്ടാൽ പിടികൂടി ജയിലിൽ കൊണ്ടുപോയി അടയ്ക്കും.'' ഭാഷ അറിയില്ലായിരുന്നുവെങ്കിലും അവൻ പറഞ്ഞതെനിക്ക് മനസ്സിലാക്കിയെടുക്കാൻ കഴിഞ്ഞു. പൊലീസ് ജയിൽ എന്നൊക്കെ പറഞ്ഞത് കേട്ടപ്പോൾ ഞാനല്പം വിരണ്ടു. എന്നോട് സംസാരിച്ചു കൊണ്ടിരുന്നപ്പോഴാഴെല്ലാം അവന്റെ കണ്ണ് പ്ലാറ്റ്ഫോമിലുടനീളം വീക്ഷിച്ചു കൊണ്ടിരിക്കുന്നുണ്ടായിരുന്നു.

പെട്ടെന്നാണ് അവൻ എന്റെ കൈയിൽ പിടിച്ചുവലിച്ചുകൊണ്ട് അല്പമകലെ ചുറ്റുവട്ടമിരുന്ന് ആഹാരം കഴിക്കുകയും കുട്ടികളെ കളിപ്പിക്കുകയും ചെയ്തുകൊണ്ടിരുന്ന വലിയ ഒരു കുടുംബ സംഘത്തിന്റെ കൂടെയിരുന്നത്. ഉടനെ എന്നോട് ആംഗ്യം കാണിച്ചുകൊണ്ട് ഞാനും അവനോടൊപ്പം ഇരിക്കാൻ നിർദ്ദേശിച്ചു.

നിമിഷങ്ങൾക്കകം ആ കുടുംബത്തിലെ ഒരംഗത്തെപോലെ കുട്ടികളോടൊപ്പം കളിച്ചും സംസാരിച്ചും അവൻ ഇരിക്കുവാൻ തുടങ്ങി. അവന്റെ സ്വന്തക്കാരാരെങ്കിലും ആയിരിക്കുമോ എന്ന് ഞാനപ്പോൾ സംശയിച്ചു. ഇതൊക്കെ കണ്ടുകൊണ്ട് ഞാനും അവനോടൊപ്പം ഇരിപ്പുറപ്പിച്ചിരുന്നു. അപ്പോഴും അവന്റെ ശ്രദ്ധയെല്ലാം എതിർദിശയിലേക്കായിരുന്നു.

ഞാനും അവൻ നോക്കിയ സ്ഥലത്തേക്ക് ശ്രദ്ധിച്ചു നോക്കിയപ്പോഴാണ് രണ്ട് റെയിൽവേ പൊലീസുകാർ ഏകദേശം ഞങ്ങളുടെ അതേ പ്രായത്തിലുള്ള ഒരു കുട്ടിയുടെ കൈയിൽ പിടിച്ചുകൊണ്ട് പ്ലാറ്റ്ഫോമിൽ ഇരിക്കുന്നവരെയെല്ലാം സസൂക്ഷ്മം വീക്ഷിച്ച് നോക്കിക്കൊണ്ട് നടന്നടുത്തു കൊണ്ടിരിക്കുന്നതു കണ്ടത്. അവർ ഞങ്ങളുടെ അരികിൽ വന്ന് ഞങ്ങളെയും വീക്ഷിച്ചുകൊണ്ട് കടന്നുപോയി. അപ്പോഴെല്ലാം എന്റെ മനസ്സിൽ ഭയം മിന്നൽപോലെ വന്നുകൊണ്ടിരുന്നു. ഒറ്റയ്ക്കായിരുന്നുവെങ്കിൽ ഞങ്ങളെ അവർ പിടിച്ചുകൊണ്ടുപോയിരുന്നേനെ എന്ന് ഞാൻ മനസ്സിലോർത്തു.

എന്തിനാണ് ഇവൻ എന്നെയും കൊണ്ട് ഓടിവന്ന് ഈ കുടുംബത്തോടൊപ്പം ഇരുന്നത് എന്നെനിക്ക് തുടക്കത്തിൽ മനസ്സിലായില്ലെങ്കിലും പിന്നീട് ഞാൻ മനസ്സിലാക്കിയത് പൊലീസുകാർക്ക് സംശയം തോന്നാത്ത വിധത്തിൽ കുടുംബത്തോടൊപ്പമുള്ളവനാണെന്നാക്കി തീർക്കുവാനാണ് അവൻ പെട്ടെന്ന് ഇത്തരത്തിലുള്ളൊരു ഒരു മാർഗ്ഗം തിരഞ്ഞെടുത്തത് എന്ന്.

അങ്ങനെ ആർക്കും സംശയം തോന്നാത്ത വിധം ആ കുടുംബ ത്തോടൊപ്പം കുറെ സമയം കൂടി ഞങ്ങൾ ഇരുന്നു. അപ്പോഴേക്കും എവിടേക്കോ പോകാനായി ഒരു ട്രെയിൻ അവിടെ വന്നു നിന്നു. നേരത്തെ കണ്ട പൊലീസുകാർ വന്നു നിന്ന ട്രെയിനിന്റെ ഒരറ്റത്തുനിന്നും കമ്പാർട്ട്മെന്റിന്റെ അകത്തുടനീളം തിരഞ്ഞുകൊണ്ട് വന്നുകൊണ്ടി രുന്നു. അവർ തിരഞ്ഞു കഴിഞ്ഞ കമ്പാർട്ട്മെന്റിലേക്ക് അവൻ എന്നെയും കൂടെ കൂട്ടിക്കൊണ്ട് ഓടിക്കയറി. നിമിഷങ്ങൾക്കകം ട്രെയിൻ പുറപ്പെ ടാനും തുടങ്ങി. ഓടിക്കൊണ്ടിരുന്ന ട്രെയിനായതിനാൽ ആശ്വാസം തോന്നി. സ്റ്റേഷൻ വന്നു പൊയ്ക്കൊണ്ടിരുന്നു.

യാത്ര ചെയ്തുകൊണ്ടിരിക്കുന്ന ട്രെയിനിന്റെ അവസാനമാണ് ഇറ ങ്ങേണ്ടതെന്നും നാളെ വൈകുന്നേരമേ അവിടെ എത്തിച്ചേരുകയുള്ളൂ വെന്നും അവിടെനിന്ന് പിന്നെയും ഒരു പകൽ കൂടി യാത്രചെയ്യേണ്ട തുണ്ടെന്നും അവനെനിക്ക് മുൻപോട്ട് ചെയ്യേണ്ട യാത്രയെപ്പറ്റിയുള്ള വിവരം പറഞ്ഞുതന്നു.

ഒന്നുരണ്ട് മണിക്കൂറിന്റെ യാത്രയ്ക്കുശേഷം അതുവരെ കൂടെ യുണ്ടായിരുന്നു സുഹൃത്ത് ഞാൻ ഇറങ്ങേണ്ട സ്റ്റേഷൻ അടുത്തുകൊണ്ടി രിക്കുകയാണ്. ഇവിടെയാണ് എന്റെ മാമന്റെ വീടുള്ളത് എന്ന് പറഞ്ഞു കൊണ്ട് ഇറങ്ങാനായി കാത്ത് നിൽക്കുമ്പോൾ എന്നോട്, ഇങ്ങനെ ഞാൻ മിക്കവാറുമൊക്കെ വന്നു പൊയിക്കൊണ്ടിരിക്കും. ഇതുവരെ പൊലീസുകാരാരും എന്നെ പിടിച്ചുകൊണ്ട് പോയിട്ടില്ല. നീയും പിടി കൊടുക്കാതിരിക്കാൻ കമ്പാർട്ട്മെന്റിന്റെ മധ്യഭാഗത്തിരിക്കണം. ടിക്കറ്റ് പരിശോധിക്കുന്നയാൾ സ്റ്റേഷനിൽനിന്നും ഇടതുഭാഗത്തുനിന്നോ വലതു ഭാഗത്തുനിന്നോ കയറി ടിക്കറ്റ് പരിശോധിച്ചുകൊണ്ടുവരുമ്പോൾ നിനക്ക് കാണാൻ കഴിയും. അപ്പോൾ ഒന്ന് രണ്ടു സ്റ്റേഷൻ വന്നു പോകുന്നതുവരെ കക്കൂസിൽ കയറി ഒളിച്ചിരുന്നാൽ മതി. ഒരുപക്ഷേ പിടികൂടിയാൽ നല്ല ടി ടി ആണെങ്കിൽ സ്റ്റേഷൻ വരുമ്പോൾ ഇറക്കി വിടും. അല്ലെങ്കിൽ അയാൾ നിന്നെ പൊലീസുകാരുടെ കൈയിലേൽ പ്പിക്കും എന്നു പറഞ്ഞു.

അല്പം കഴിഞ്ഞപ്പോൾ അവൻ ഇറങ്ങേണ്ട സ്റ്റേഷനെത്തുകയും ഇറങ്ങിപ്പോവുകയും ചെയ്തു. അവൻ പറഞ്ഞു തന്നതുപോലെ പിന്നീ ടുള്ള എന്റെ യാത്ര കമ്പാർട്ട്മെന്റിന്റെ മധ്യഭാഗത്തിരുന്നു കൊണ്ടായി രുന്നു. പൊലീസുകാരാൽ പിടിക്കപ്പെടാതിരിക്കാൻ സൂത്രങ്ങൾ അവ നെനിക്ക് പറഞ്ഞുതന്നതുകൊണ്ട് മുൻപോട്ടുള്ള എന്റെ യാത്രയ്ക്ക തൊരു മുതൽക്കൂട്ടായി.

സമയം പോകുന്തോറും വിശപ്പ് അതിന്റെ പാരമ്യത്തിലെത്തി. ആഹാരത്തിന് വഴി ഇല്ലാത്തതുകൊണ്ട് വെള്ളം കുടിക്കുക മാത്രമേ നിവൃത്തിയുള്ളൂവെന്ന് ഞാൻ മനസ്സിലാക്കി.

ട്രെയിൻ അടുത്ത് വന്നുകൊണ്ടിരുന്ന സ്റ്റേഷനിലെത്തിയപ്പോൾ കുടിവെള്ളപൈപ്പിന്റെ സ്ഥാനം നോക്കി കണ്ടുവെച്ചതിനുശേഷം പൊലീസുകാർ അവിടെ അടുത്തെങ്ങാനും ഇല്ലെന്നു നോക്കി ഉറപ്പു വരുത്തികൊണ്ട് കണ്ടുവച്ച പൈപ്പിന്റെ അടുത്തേക്ക് ഓടിപ്പോയി വയറു നിറയെ വെള്ളം കുടിച്ച് വീണ്ടും ട്രെയിനിൽ കയറി യാത്ര തുടർന്നു. പിന്നീട് യാത്രയ്ക്കിടയിൽ വയറ് വിശക്കുമ്പോഴെല്ലാം എത്തിക്കൊണ്ടിരിക്കുന്ന സ്റ്റേഷനിൽനിന്നും വെള്ളം കുടിച്ചുകൊണ്ടേയിരുന്നു.

പൈപ്പുകളിൽനിന്ന് മാറി മാറി വെള്ളം കുടിച്ചതുകൊണ്ട് ക്ലോറിന്റെ രൂക്ഷഗന്ധം വയറ്റിലും വായിലും തികട്ടി വന്നു. വെള്ളം മാത്രം ഉൾക്കൊണ്ട വയറ്റിൽ വാൾ കുത്തിക്കയറുന്നതുപോലെ അനുഭവപ്പെട്ടു. അല്പം ആഹാരത്തിനുവേണ്ടി അതിയായി ആശിച്ചു. ചുറ്റിലും ഇരുന്ന യാത്രക്കാർ ആഹാരപ്പൊതി തുറന്ന് കഴിക്കാൻ തുടങ്ങുമ്പോൾ ഒരു പിടി കിട്ടുമോയെന്ന് അറിയാതെ ആശിച്ച് നോക്കിയിരുന്നു. പക്ഷേ അവരെല്ലാം കണ്ട ഭാവം പോലും കാണിക്കാതെ ഭക്ഷണം കഴിച്ചുകൊണ്ടിരുന്നു.

ആ രാത്രിയിലെ ട്രെയിൻ യാത്രയ്ക്കിടയിൽ കരുതലോടെയിരുന്ന് ഞാൻ നേരം വെളുപ്പിച്ചു. ജീവിതത്തിൽ ആദ്യമായി പല്ലു തേക്കാതെയും കുളിക്കാതെയും ആഹാരം കഴിക്കാതെയുമിരുന്ന മൂന്നാമത്തെ ദിവസമായിരുന്നു അന്ന്. ഇട്ടിരുന്ന പാൻസും ഷർട്ടും അഴുക്കുപിടിച്ച് മുഷിഞ്ഞുപോയിരുന്നു. കാലിലുണ്ടായിരുന്ന ഷൂ പോലും ഒരു നേരത്തെ ആഹാരത്തിനുവേണ്ടി നഷ്ടപ്പെടുത്തിയിരുന്നു. ഈ മുഷിഞ്ഞ രീതിയിൽ പൊലീസുകാർ എന്നെ കണ്ടാൽ എവിടെനിന്നോ വീട് വിട്ടോടി വന്ന പയ്യനാണെന്ന് കരുതി പിടികൂടാൻ സാധ്യതയുണ്ട് എന്നു മനസ്സിലാക്കി ഞാൻ കഴിയുന്നത്ര ഒളിഞ്ഞിരുന്ന് യാത്ര തുടർന്നു.

യാത്രയ്ക്കിടയിൽ അവൻ പറഞ്ഞതുപോലെ തന്നെ ടിക്കറ്റ് പരിശോധകൻ ഒരു ഭാഗത്തുനിന്നും യാത്രക്കാരുടെ ടിക്കറ്റ് പരിശോധിച്ച് വന്നുകൊണ്ടിരുന്നു. അത് കാണാനിടയായ ഞാൻ പെട്ടെന്ന് കക്കൂസിൽ പോയി ഒളിച്ചിരിക്കുകയും പിന്നീട് രണ്ടു മൂന്നു സ്റ്റേഷൻ കടന്നുപോകുന്നതു വരെ അവിടെ തുടരുകയും ചെയ്തു.

അങ്ങനെ വൈകുന്നേരത്തോടെ ട്രെയിൻ എത്തിച്ചേരേണ്ട അവസാനത്തെ സ്റ്റോപ്പിലെത്തി. ട്രെയിനിൽ നിന്നും ഇറങ്ങിയ ഉടനെ യാത്രയിൽ കൂടെയുണ്ടായിരുന്ന സുഹൃത്ത് ചെയ്ത് കാണിച്ചു തന്നതുപോലെ ഞാൻ അവിടെ വട്ടമിട്ടിരുന്ന ചെറിയ സംഘകുടുംബത്തിന്റെ അരികിൽ പോയിരുന്നു. അപ്പോഴെല്ലാം എന്റെ നോട്ടം പൊലീസുകാർ അവിടെയെങ്ങാനുമുണ്ടോ എന്നായിരുന്നു. അപ്പോൾ അല്പം അകലെയായി പ്ലാറ്റ്ഫോമിൽ അടുക്കിവെച്ചിരിക്കുന്ന വലിയ പലകപ്പെട്ടിക്കരുകിൽ കുറേ പൊലീസുകാർ കൂട്ടംകൂടി നിൽക്കുന്നതും അതിൽ ചിലർ തങ്ങളുടെ യൂണിഫോം ഊരി ആ പെട്ടിയിലേക്ക് വയ്ക്കുന്നതും മറ്റുചിലർ

അവരുടേതായ പെട്ടിയിൽ നിന്ന് യൂണിഫോം അണിഞ്ഞുകൊണ്ടിരിക്കുന്നതും കണ്ടു. അവർ എന്നെ കണ്ടാൽ സംശയം തോന്നരുതെന്ന് കരുതി കഴിവതും ആ കുടുംബത്തിന്റെ അരികിലേക്കിരുന്ന് അവർ ചെയ്യുന്നത് നോക്കിക്കണ്ടുകൊണ്ടിരുന്നു

ചെറിയ ഒരു റെയിൽവേ സ്റ്റേഷനായിരുന്നു അത്. രാവിലെ അഞ്ചു മണിക്ക് പുറപ്പെടേണ്ടതായ ട്രെയിൻ ഒരു പ്ലാറ്റ്ഫോമിൽ പേരെഴുതി നിർത്തിയിട്ടുണ്ടായിരുന്നു. അത് തുറക്കുമ്പോൾ അതിൽ കയറിപ്പറ്റാം. അതുവരെ ഈ സംഘത്തോടൊപ്പമിരുന്ന് സമയം തള്ളിനീക്കാം എന്ന് മനസ്സിൽ കരുതി. പക്ഷേ അല്പസമയം കഴിഞ്ഞപ്പോൾ ആ കുടുംബം പോകേണ്ട ട്രെയിൻ എത്തിച്ചേരുകയും എല്ലാവരും അതിൽ കയറി യാത്രയാവുകയും ചെയ്തു. അപ്പോഴേക്കും നേരം നല്ലതുപോലെ ഇരുട്ടിയിരുന്നു.

ആ ട്രെയിൻ വന്നുപോയി കഴിഞ്ഞപ്പോൾ വിരലിലെണ്ണാവുന്നത്ര ജനങ്ങൾ മാത്രമേ അവിടെ അവശേഷിച്ചുള്ളൂ. സമയം പോകുന്തോറും സ്റ്റേഷൻ വിജനമായിക്കൊണ്ടിരുന്നു. ഒരു രാത്രി കൂടി പിടിക്കപ്പെടാതെ എവിടെയെങ്കിലും ഇരുട്ടിന്റെ മറവിലിരുന്ന് കഴിച്ചു കൂട്ടാം എന്ന് കരുതി ഞാൻ പ്ലാറ്റ്ഫോമിൽ ഇരുട്ടുള്ള സ്ഥലം അന്വേഷിച്ചു നടന്നു.

തേടിയതുപോലെ ഇരുട്ട് നിറഞ്ഞുനിന്നിരുന്ന സ്റ്റേഷന്റെ ഒരറ്റത്ത് കല്ലുകൊണ്ട് കെട്ടിയുയർത്തിയ ഒരു ബെഞ്ച് കാണുകയും ഉറങ്ങാനായി അതിന്മേൽ കിടക്കുകയും ചെയ്തു. ഉറങ്ങിപ്പോയാൽ ട്രെയിൻ പുറപ്പെട്ടു പോകും എന്ന ആശങ്കയും മനസ്സിലുണ്ടായിരുന്നു. പക്ഷേ നല്ല തണുപ്പായിരുന്നിട്ടും ഞാൻ അറിയാതെയുറങ്ങിപ്പോയി.

ദേഹത്ത് ആരോ സ്പർശിക്കുന്നതുപോലെ തോന്നിയപ്പോഴാണ് ഞാൻ ഉണർന്നത്. ശ്രദ്ധിച്ചപ്പോൾ ഒരാൾ എന്റെ അരികിൽ കിടന്നു കൊണ്ട് ദേഹത്തിലൂടെ സ്ത്രീകളെ തഴുകുന്നതുപോലെ തഴുകിക്കൊണ്ടിരുന്നു. മദ്യത്തിന്റെ രൂക്ഷഗന്ധം അയാൾ പുറത്തുവിടുന്ന ശ്വാസത്തിനൊപ്പം എന്റെ മൂക്കിലേക്ക് അടിച്ചുകൊണ്ടിരുന്നു. ദൈവമേ, ഇയാൾ എന്നെ എന്താണ് ചെയ്യാൻ പോകുന്നത് എന്നോർത്ത് ഞാൻ ഭയന്നു വിറച്ചു. എങ്കിലും ഉറക്കം നടിച്ചു കിടന്നു. ഉടനെ ഒരു ട്രെയിൻ അവിടേക്ക് വരാൻ തുടങ്ങി. അടുത്തുകൊണ്ടിരിക്കുന്ന ട്രെയിനിന്റെ ലൈറ്റ് വെളിച്ചം കണ്ട അയാൾ അവിടെ നിന്നെണീറ്റ് പോകുകയും മുൻപ് കണ്ട പലകപ്പെട്ടികൾക്ക് മുകളിൽ കയറി ഇരിക്കുകയും ചെയ്യുന്നത് കണ്ടു. സമയം എത്രയായി എന്നറിയാൻ കഴിഞ്ഞിരുന്നില്ല. മറ്റാരും അപ്പോൾ ആ സ്റ്റേഷനിൽ ഉണ്ടായിരുന്നുമില്ല.

പിന്നീട് യാത്ര ചെയ്യാൻ പോകുന്ന ട്രെയിൻ കാണത്തക്കവിധം അല്പം മാറി ഞാൻ ഇരുട്ടിന്റെ മറവിൽ ഒരു മൂലയിൽ ഇരിപ്പുറപ്പിച്ചു.

നേരം വെളുക്കാൻ തുടങ്ങിയപ്പോൾ പോകാനുള്ള ട്രെയിനിന്റെ

ബോഗികൾ ഓരോന്നായി തുറന്നുകൊണ്ടിരുന്നു. ആ തക്കം നോക്കി ഞാനും അതിനുള്ളിൽ പ്രവേശിച്ച് ഒരു മൂലയിൽ ഇരിപ്പുറപ്പിച്ചു.

അല്പസമയം കഴിഞ്ഞപ്പോൾ ട്രെയിൻ പുറപ്പെടാൻ തുടങ്ങി. ട്രെയിൻ യാത്രയുടെ നാലാം ദിവസം ആയിരുന്നു അന്ന്. അപ്പോഴേക്കും ഞാനാകെ വിശന്നു തളർന്നിരുന്നു. അതിഭയങ്കരമായ വിശപ്പു കാരണം നിൽക്കാൻപോലും കഴിയാത്ത വിധത്തിലെത്തി. ഒരല്പം ആഹാരത്തിന് എന്താണ് വഴിയെന്നാലോചിച്ച് ഞാനിരുന്നു. അങ്ങനെയിരിക്കെ അടുത്തിരുന്ന യാത്രക്കാരിലൊരാൾ കഴിക്കാനായി ആഹാരപ്പൊതി തുറക്കുന്നത് കണ്ടു. അതിൽ നിന്ന് അല്പമെങ്കിലും കിട്ടിയെന്നുവരാം എന്ന് കരുതി ഞാൻ കഴിക്കാൻ തുടങ്ങിയ അയാളുടെ മുൻപിൽ പോയിരുന്നു.

അയാൾ ഓരോ പിടി ചോറും അകത്താക്കിക്കൊണ്ടിരിക്കുന്നത് ഞാൻ കൊതിയോടെ നോക്കിയിരുന്നു. ആ പൊതിയിൽനിന്നും ആഹാരം കുറഞ്ഞു കൊണ്ടിരിക്കുമ്പോഴെല്ലാം എനിക്ക് കൂടി അതിൽ നിന്ന് തരുമെന്നുള്ള പ്രതീക്ഷ കുറഞ്ഞുകൊണ്ടിരുന്നു. ബാക്കിയുള്ളത് പിടിച്ചുപറിച്ചു കഴിച്ചു കളയാം എന്നു പോലും ഞാനപ്പോൾ ആലോചിച്ചു. എങ്കിലും അതിൽ നിന്നല്പമെങ്കിലും കിട്ടുമെന്നുള്ള പ്രതീക്ഷയിൽ ഞാൻ നോക്കി കാത്തിരുന്നു. അവസാനം അയാൾ എന്നെ അടിമുതൽ മുടിവരെ നോക്കിയ ശേഷം ബാക്കിവന്ന മൂന്നുനാല് പിടിചോറ് മനസ്സില്ലാമനസ്സോടെ എന്റെ മുന്നിലേക്ക് നീട്ടിവെച്ചു. കിട്ടിയപാടെ ഞാനത് ആർത്തിയോടെ വാരിത്തിന്നു.

വിശപ്പിന് അല്പം ശമനമായെന്ന് പറയാം. അതിനുശേഷം വെള്ളം കുടിച്ച് വയറു നിറച്ചു. സമയം വൈകുന്നേരത്തോടടുത്തപ്പോൾ ഇറങ്ങേണ്ട അവസാന സ്റ്റോപ്പിൽ എത്തിച്ചേർന്നു. യാത്രക്കാരായ ആളുകൾക്കൊപ്പം ഞാനും ഇറങ്ങിയതിനുശേഷം പുറത്തേക്ക് പോകാനുള്ള വഴി ലക്ഷ്യം വെച്ച് നടന്നു. അപ്പോഴാണ് അല്പമകലെ പ്ലാറ്റ്ഫോമിൽ നിന്നും പുറത്തേക്ക് കടക്കുന്ന വാതിലിന്റെ കോണിൽ നിന്നൊരാൾ യാത്ര ചെയ്തുവരുന്നവരുടെ ടിക്കറ്റ് വാങ്ങി പരിശോധിച്ച് സ്വരൂപിക്കുന്നത് കണ്ടത്.

അതുവഴി പോയാൽ അയാൾ എന്നിൽനിന്നും ടിക്കറ്റ് ആവശ്യപ്പെടുകയും ഇല്ലാത്തപക്ഷം പിടിക്കപ്പെടുകയും ചെയ്യാം എന്നാലോചിച്ച് അല്പനേരം ഞാൻ പരുങ്ങി നിന്നു. പുറത്തേക്കു കടക്കാൻ മറ്റെന്താണ് വഴി എന്നന്വേഷിച്ചു ചുറ്റും നോക്കിയപ്പോൾ ഒരു ഭാഗം തുറസ്സായി കിടക്കുന്നത് കണ്ടു. ആ ഭാഗത്ത് കൂടി ഞാൻ പുറത്തേക്ക് കടന്നപ്പോൾ തീർത്ഥാടന സ്ഥലത്തേക്കു പോകാനായി പേരെഴുതി നിർത്തിയിട്ടിരുന്ന ബസ് കണ്ടു. ഏത് ദിശയിലേക്കാണത് പോകാൻ ഉദ്ദേശിക്കുന്നതെന്ന് മനസ്സിലാക്കി ഞാൻ ഒരുദ്ദേശ്യം വച്ച് ആ ഭാഗത്തേക്ക് നടന്നു. വിശപ്പ് സഹിച്ച് വെറും കാലിൽ ഏകദേശം രണ്ട് കിലോമീറ്ററോളം നടന്നപ്പോൾ സാന്താമരിയയിൽ എത്തിച്ചേർന്നു.

അപ്പച്ചനേയും അമ്മച്ചിയേയും പോലിരിക്കുന്നവരുടെ ഹോട്ടൽ ആ ഭാഗത്തായിരിക്കാം എന്നു നിനച്ച് ഞാൻ തിരക്ക് പിടിച്ച തെരുവിലൂടെ ഒരുദ്ദേശ്യം വച്ച് നടന്നു ചുറ്റും പല ഹോട്ടലുകളും നിരനിരയായി ഉണ്ടായിരുന്നുവെങ്കിലും മനസ്സിൽ കരുതിവച്ചിരുന്ന രൂപസാദൃശ്യമുള്ള ആ ചെറിയ ഹോട്ടലിന്റെ മുന്നിൽ അവസാനം ഞാനെത്തി.

മനസ്സിൽ കരുതിവെച്ചിരിക്കുന്ന അപ്പച്ചനെയും അമ്മച്ചിയേയും പോലുള്ളവർ ഇവിടെത്തന്നെയായിരിക്കാം എന്ന പ്രതീക്ഷയിൽ അവരെ കാണാനായി പുറത്തുനിന്നും ആ ഹോട്ടലിന്റെ അകത്തേക്ക് ഞാൻ വളരെ നേരം ഉറ്റ് നോക്കി നിന്നു. പക്ഷേ കുറെ സമയം കഴിഞ്ഞിട്ടും അങ്ങനെയുള്ളവരെ അവിടെ എനിക്കു കാണാൻ കഴിഞ്ഞില്ല. എങ്കിലും അപ്പച്ചന്റെ അതേ രൂപത്തിലുള്ള ഒരാൾ അവിടെ ജോലി ചെയ്തുകൊണ്ടിരിക്കുന്നത് ഞാൻ ശ്രദ്ധിച്ചു.

അദ്ദേഹം തന്നെയാണ് മനസ്സിൽ സൂക്ഷിച്ചു വച്ചിരിക്കുന്നവരിലൊരാൾ എന്ന് നിനച്ച് ഞാൻ ഹോട്ടലിനകത്തേക്ക് കയറിക്കൊണ്ട് തിരക്കുപിടിച്ച് ഓടിനടന്നുകൊണ്ടിരുന്ന അദ്ദേഹത്തോട് ഞാൻ പണ്ട് ഇവിടെയിരുന്ന് ആഹാരം കഴിച്ചുകൊണ്ടിരുന്നപ്പോൾ നിങ്ങൾ എന്റെ അരികിൽ വന്നിരുന്ന് സ്നേഹത്തോടെ തലോടിയെന്നും സംസാരിച്ചിരുന്നുവെന്നുമൊക്കെ അറിയാവുന്ന ഭാഷയൊക്കെ കൂട്ടിക്കലർത്തിയും ആംഗ്യം കാണിച്ചും ഇരുന്നിരുന്നെന്ന് കരുതിയ കസേര ചൂണ്ടിക്കാണിച്ചും ഞാനദ്ദേഹത്തെ ഓർമിപ്പിക്കാൻ പരിശ്രമിച്ചു. പക്ഷേ അപ്പോഴെല്ലാം അദ്ദേഹം എന്നെ ആശ്ചര്യത്തോടെ മാത്രമേ നോക്കിക്കണ്ടുള്ളൂ.

ഓടി നടന്ന് ജോലി ചെയ്തുകൊണ്ടിരുന്ന അദ്ദേഹത്തെ പിന്തുടർന്ന് കഴിവതും ഞാൻ പരിചയപ്പെടുത്താൻ ശ്രമിച്ചു നോക്കി. പക്ഷേ അപ്പോഴും ഞാനെന്താണ് പറഞ്ഞുവരുന്നതെന്ന് മനസ്സിലാകാതെ അദ്ദേഹം എന്നെതന്നെ നോക്കിനിന്നു. അവസാനം വിശപ്പു കാരണം ക്ഷീണിച്ചുപോയിരുന്ന ഞാൻ വയറ്റിലും വായിലും കൈകൊണ്ട് ആംഗ്യം കാണിച്ചുകൊണ്ട് 'വിശക്കുന്നു ആഹാരം തരണം' എന്നപോലെ യാചിച്ചു.

ആഹാരത്തിനാണ് എന്റെ പിറകെ നടന്ന് ആംഗ്യം കാണിച്ചും സംസാരിച്ചും പിന്തുടർന്നതെന്ന് കരുതിയ അയാൾ ഉടനെ അപ്പവും കറിയുമെടുത്ത് എന്റെ മുന്നിലേക്ക് കൊണ്ടുവന്ന് വെച്ചു തന്നു. ഞാനത് ആർത്തിയോടെ നിമിഷങ്ങൾക്കകം അകത്താക്കി, അടക്കിപ്പിടിച്ചു വച്ചിരുന്ന നാലഞ്ച് ദിവസത്തെ വിശപ്പിന് അപ്പോൾ ശമനം കിട്ടി.

സ്ഥലം കണ്ടിട്ട് മുൻപരിചയമുള്ളപോലെ തോന്നിയെങ്കിലും തെറ്റായ സ്ഥലത്താണോ വന്ന് കയറിയതെന്ന് ഞാനെപ്പോഴും ആലോചിച്ചുകൊണ്ടിരുന്നു. ഏതായാലും വന്നു കയറി വിശപ്പിന് ആഹാരവും കിട്ടിയല്ലോ. ഇനി മറ്റെവിടേക്കുപോകാൻ? ഇവിടെത്തന്നെ നിന്ന് എന്നാൽ

കഴിയുന്ന ജോലിയൊക്കെ ചെയ്ത് സഹായിച്ച് കഴിഞ്ഞുകൂടാം എന്ന് ഞാൻ മനസ്സിൽ തീരുമാനിച്ചു.

ഉപഭോക്താക്കളെ കൊണ്ട് വളരെ തിരക്കുപിടിച്ച സമയമായിരുന്നു അപ്പോൾ. ആഹാരം കഴിച്ചതിനുശേഷം കുറേനേരം അവർ ചെയ്യുന്ന തൊക്കെ നോക്കിക്കൊണ്ടിരുന്ന ഞാൻ ഓടി നടന്ന് ജോലി ചെയ്തു കൊണ്ടിരുന്ന അപ്പച്ചനെന്നയാളെ ജോലിയിൽ സഹായിച്ചു തുടങ്ങാം എന്ന് നിനച്ച് അവിടെനിന്നും എണീറ്റ് ആരോടും ചോദിക്കാതെ ഉപ ഭോക്താക്കൾക്ക് കുടിക്കാൻ വെള്ളമൊഴിച്ചു കൊടുത്തും കഴിച്ചുകഴിഞ്ഞ പ്ലേറ്റുകൾ പെറുക്കിയെടുത്ത് കഴുകുന്നിടത്ത് കൊണ്ടിട്ടും കൊണ്ട് ഞാൻ പതുക്കെ ജോലിയിൽ ഏർപ്പെടാൻ തുടങ്ങി.

ഇതൊക്കെ ചെയ്തുകൊണ്ടിരുന്ന എന്നെ അവിടെയുള്ളവർ അതി ശയത്തോടെ നോക്കി കണ്ടുകൊണ്ടു നിന്നു. ഒരുപക്ഷേ എവിടെനിന്നോ കയറിവന്ന ഒരു ചെറുക്കൻ ആരോടും ചോദിക്കാതെയും പറയാതെയും തന്നിഷ്ടത്താൽ എന്തൊക്കെയോ ചെയ്തു കൊണ്ടിരിക്കുന്നു എന്ന തിനാലാകാം അവരെന്നെ നോക്കി നിന്നത്. അങ്ങനെ എന്നാൽ കഴി യുന്ന ജോലിയൊക്കെ ചെയ്തുകൊണ്ട് എവിടെനിന്നോ വന്നുകയ റിയ നായക്കുട്ടിയെ പോലെ ഞാനവിടെ കഴിഞ്ഞു കൂടി.

ജോലിയിൽ വലിയ സമയനിഷ്ഠയൊന്നും അറിയാത്തതുകൊണ്ട് തന്നിഷ്ടത്താൽ രസിച്ചായിരുന്നു ജോലി ചെയ്തിരുന്നത്. എല്ലായി ടത്തും കറങ്ങാൻ പോകുമായിരുന്നെങ്കിലും കൂടുതൽ സമയവും ജോലി ചെയ്തുവന്നു. വൈകുന്നേരമാകുമ്പോൾ ഏതെങ്കിലുമൊരു മൂലയിൽ കിടന്നുറങ്ങും. അവിടെയാരും എന്നെ പരിഗണിച്ചിരുന്നില്ല. ദിവസങ്ങൾ കഴിയുന്തോറും അവർ സംസാരിക്കുന്ന ഭാഷ നല്ലവണ്ണം പഠിക്കുകയും ജോലിയിൽ അറിവ് നേടുകയും ചെയ്തു.

മനസ്സിൽ ലക്ഷ്യം വച്ച് വന്നു കയറിയ സ്ഥലം ശരിയോ തെറ്റോ എന്നെനിക്ക് അറിയില്ലായിരുന്നു. കാരണം അമ്മച്ചിയെപോലെയിരി ക്കുന്നവരാരേയും എനിക്കവിടെ കാണാൻ കഴിഞ്ഞില്ല.

ആ ചെറിയ ഹോട്ടലിനോട് ചേർന്നായിരുന്നു ഞാൻ അപ്പച്ചനെന്ന് വിളിക്കുന്നയാളും മകനും മരുമകളും താമസിച്ചിരുന്നത്. മകനും ഭാര്യയും കൂടി രാവിലെ തന്നെ പലതരം ആഹാരസാധനങ്ങളും തയ്യാറാക്കി ദൂരത്തെവിടെയോ കൊണ്ടുപോയി വിൽക്കുകയായിരുന്നു പതിവ്.

തീർത്ഥാടനസ്ഥലമായതുകൊണ്ട് സീസണിൽ മാത്രമായിരുന്നു അവിടെ വലിയ കച്ചവടം നടന്നിരുന്നത്. സീസൺ ദിവസങ്ങൾ കഴി ഞ്ഞാൽ പിന്നെ അവിടുത്തെ നാട്ടുകാരായിരുന്നു ഉപഭോക്താക്കളിൽ ഏറെയും. നാട്ടുകാരായ ആളുകൾക്കുള്ളൊരു ശീലമായിരുന്നു കഴിച്ചു കഴിയുന്ന പ്ലേറ്റിൽ വെള്ളം തുളുമ്പുന്നതുവരെ കൈ കഴുകുന്നത്. ചായ കുടിച്ചു കഴിയുന്ന ഗ്ലാസായാൽ സിഗരറ്റ് കുറ്റിയും അതിൽ കുത്തി

അണച്ച് കൈ കഴുകുകയും ചെയ്യും. ചായ കുടിച്ചുകൊണ്ട് മണിക്കൂറുകളോളം സംസാരിച്ചിരിക്കാറുള്ള ഇവറ്റകൾ മുന്നിലിരിക്കുന്ന പാത്രങ്ങൾ എത്രയധികം വൃത്തികേടാക്കാമോ അതിന്റെ പരമാവധി അവർ വൃത്തികേടാക്കുമായിരുന്നു. ഇത്തരത്തിലുള്ള പ്രവർത്തികൾ എനിക്കിഷ്ടമില്ലാത്ത കാര്യമായിരുന്നു. പലപ്പോഴും വെള്ളം നിറഞ്ഞു കവിയുന്ന പ്ലേറ്റുകൾ എടുത്തുകൊണ്ടുപോകാൻ ബുദ്ധിമുട്ടാകുമെന്ന് വരികയിൽ കൈ കഴുകുന്നതിനുമുൻപ് ഞാനത് എടുത്തു മാറ്റാൻ ശ്രമിക്കും. എന്നിട്ടും കഴുകാൻ ശ്രമിക്കുന്നവരോട് ഞാൻ തട്ടിക്കയറുകയും ചെയ്തിരുന്നു. അവർ കഴുകുന്നെങ്കിൽ കഴുകട്ടെ അവരോടൊന്നും പറയേണ്ട എന്നായിരിക്കും അപ്പച്ചനെന്ന് പറയുന്നയാൾ പറയാറ്. എങ്കിലും ഞാൻ വിട്ടു കൊടുക്കില്ലായിരുന്നു.

ഒരു ദിവസം ഒരാൾ കുടിച്ചു കഴിഞ്ഞ ചായഗ്ലാസ്സിൽ വലിച്ചു കഴിഞ്ഞ സിഗരറ്റുകുറ്റി കുത്തിയിറക്കി തീ അണയ്ക്കുകയും ഗ്ലാസ് തുളുമ്പി വെള്ളം മേശയിൽ വീഴത്തക്കവണ്ണം കൈകഴുകി നിറയ്ക്കുകയും ചെയ്തു. ഇതു കണ്ട ഞാൻ പൊട്ടിത്തെറിച്ച് അയാളോട്, തനിക്ക് ബുദ്ധിയില്ലേടോ, കുടിച്ചു കഴിഞ്ഞ ഗ്ലാസ്സിൽ ഇത്തരത്തിൽ കൈകഴുകാൻ? കൈ മാത്രം എന്തിനാ ആക്കിയത് കാലുകൂടി അതിലങ്ങ് കഴുകിക്കൂടായിരുന്നോ? എന്നു പറഞ്ഞു. ഈ പറഞ്ഞതുകേട്ട് രോഷം പൂണ്ട് പൊട്ടിത്തെറിച്ച അയാൾ ആരോടാടാ നീ പറഞ്ഞത്? ഇപ്പം നിന്നെ ഞാൻ കൊന്നുകളയും എന്ന് പറഞ്ഞുകൊണ്ട് ചാടിയെഴുന്നേറ്റ് എന്റെ ഷർട്ടിന്റെ കോളറിൽ കുത്തിപ്പിടിച്ച് അടിക്കാനായി കൈ ഓങ്ങി. ആ നിമിഷം ഞാൻ പേടിച്ചു വിറങ്ങലിച്ചു നിന്നു.

ഇതുകണ്ട് അവിടെ നിന്നിരുന്നവരെല്ലാം അന്തംവിട്ട് സ്തംഭിച്ചു നിന്നു. എന്തായാലും അയാൾ എന്നെ അടിച്ചില്ല. പകരം അപ്പച്ചനോട് ഇതിനെപ്പറ്റി പറഞ്ഞു തട്ടിക്കയറി വഴക്ക് പറഞ്ഞിട്ടുപോയി.

ഇതൊരു കാരണമായിരിക്കാം പിന്നീട് അവിടെയുള്ളവർ എന്നോട് നീ അകത്തു നിന്ന് പാത്രങ്ങൾ മാത്രം കഴുകിയാൽ മതി എന്ന് പറഞ്ഞത്. അങ്ങനെ എടുക്കാൻ പോലും കഴിയാത്ത ചെറുതും വലുതുമായ പാത്രങ്ങൾ എന്റെ മുന്നിൽ കഴുകാനായി കുന്നു കൂട്ടിയിട്ടു.

പാത്രം കഴുകി പരിചയമില്ലാത്ത എനിക്ക് അപ്പച്ചന്റെ മരുമകൾ അടക്കം പലരും വന്ന് പാത്രം എങ്ങനെ കഴുകണമെന്ന് കാണിച്ചു തരികയുണ്ടായി. ചെയ്യാൻ ബുദ്ധിമുട്ടുള്ളതും അറിയാത്തതുമായ ജോലിയായിരുന്നതുകൊണ്ട് ഞാൻ മനസ്സില്ലാമനസ്സോടെ പാത്രങ്ങളുടെ മുന്നിൽ ഉഴപ്പി കുത്തിയിരുന്നു. പല വിധേനയും കഴുകുന്നതിൽനിന്ന് ഒഴിഞ്ഞു മാറാൻ ശ്രമിച്ചിട്ടും വീണ്ടും അവരെന്നെ നിർബന്ധപൂർവ്വം പാത്രങ്ങൾ കഴുകാനായി പ്രേരിപ്പിച്ചുകൊണ്ടിരുന്നു. കഴുകിയാലേ നിവൃത്തിയുള്ളൂ എന്നതുകൊണ്ട് എങ്ങനെയെങ്കിലും ഞാൻ കഴുകിയൊപ്പിച്ചുകൊണ്ടിരുന്നു. കഴുകുന്നത് വൃത്തിയാകാത്തതിനാൽ വീണ്ടും അവർ അത് കഴുകി കൊണ്ടുപോകുകയായിരിക്കും ചെയ്യാറ്.

ജോലി ചെയ്യുന്നതിനു പകരം ശമ്പളമൊന്നും തരില്ലായിരുന്നു വെങ്കിലും ഇടയ്ക്കൊക്കെ ഉടുതുണി വാങ്ങിത്തരുമായിരുന്നു. ഏകദേശം അഞ്ചാറു മാസങ്ങൾ അവിടെ കടന്നുപോയി. ഒരു ദിവസം അപ്പച്ചന്റെ മകൻ എന്നെ വിളിച്ചിട്ട് പറഞ്ഞു, നാളെ ഞങ്ങൾ ഒരു കല്യാണത്തിന് പോവുകയാണ്. ഞങ്ങൾ വരുന്നതു വരെ നീ എന്റെ കടയിൽ കച്ചവടം നടത്തണം. വാങ്ങാൻ വരുന്ന ആളുകൾക്ക് എങ്ങനെയാണ് അളന്നു കൊടുക്കേണ്ടത്? എത്ര രൂപയാണ് വാങ്ങേണ്ടതെന്നൊക്കെ ഞാൻ നാളെ പറഞ്ഞുതരാം എന്നു പറഞ്ഞു.

പിറ്റേദിവസം രാവിലെ അയാൾ തയ്യാറാക്കിയ ആഹാരസാധനങ്ങളുടെ കൂടെ എന്നെയും കൂട്ടിക്കൊണ്ട് വാഹനത്തിൽ കുറച്ചു ദൂരം യാത്ര ചെയ്ത് വലിയ ഒരു കള്ളുഷാപ്പിന്റെ മുന്നിലെത്തി. നാലു ഭാഗവും തുറന്നു കിടന്നിരുന്ന ഒരു കള്ളുഷാപ്പായിരുന്നു അത്. ചാടിക്കടക്കാൻ തക്കവണ്ണമുള്ള അതിന്റെ മതിലിനകത്ത് കുടിച്ച് ലക്കുകെട്ട് വീണു പോകുന്നവർക്ക് മുറിവേൽക്കാതിരിക്കാനും കുപ്പികൾ താഴെ വീണ് പൊട്ടാതിരിക്കാനും പഞ്ചസാരമണൽ വിരിച്ചിരുന്നു.

അവിടെ പ്രത്യേകം തയ്യാറാക്കിയ ഒരു കോണിൽ വലിയ കലം നിറയെ കള്ളുമായി ഒരാൾ ആവശ്യക്കാർക്ക് ബോട്ടിലിൽ കള്ള് ഒഴിച്ച് നിറച്ച് കൊടുത്തുകൊണ്ടിരിക്കുന്നുണ്ടായിരുന്നു. ആ കള്ളുഷാപ്പിന്റെ തൊട്ടരികിലായിട്ടായിരുന്നു അപ്പച്ചന്റെ മകൻ കച്ചവടം നടത്തിയിരുന്നത്. ചുറ്റും ഓലമേഞ്ഞ് പൊക്കി കെട്ടിയിരുന്ന ആ കടയിൽ തയ്യാറാക്കി കൊണ്ടുവന്ന ആഹാരസാധനങ്ങൾ ഓരോന്നായി അദ്ദേഹം പുറത്തെടുത്ത് ആ കടയുടെ മേശമേൽ നിരത്തിവെച്ചു.

ആ നിരത്തിവെച്ച ആഹാരസാധനങ്ങൾ എന്തൊക്കെയാണെന്ന് മനസ്സിലാക്കിയെടുക്കാൻ എനിക്ക് അല്പസമയം വേണ്ടി വന്നു. അതെന്തൊക്കെയായിരുന്നുവെന്നുവെച്ചാൽ, ആട്ടിൻരക്തം കൊണ്ടുണ്ടാക്കിയ തോരൻ, തവളക്കറി, ആടിന്റെ കുടൽ ഫ്രൈ, ആടിന്റെ തലക്കറി, മീൻ വറുത്തത്, പിന്നെ ഉഴുന്നുവട, പരിപ്പുവട മുതലായവയായിരുന്നു.

ടേബിളിൽ നിരത്തി വച്ചിരുന്നതൊക്കെ കള്ളു കുടിക്കാൻ പോകുന്നവർ ആവശ്യപ്പെട്ടുവന്നാൽ എത്ര വീതം അളന്ന് കൊടുക്കണമെന്നും എത്ര രൂപ വാങ്ങണമെന്നുമൊക്കെ അയാൾ എനിക്കു കാണിച്ചു തന്ന ശേഷം പരീക്ഷണത്തിന് വാങ്ങാൻ വന്ന ഒന്നു രണ്ട് പേർക്ക് എന്നെക്കൊണ്ട് അളന്ന് കൊടുപ്പിക്കുകയും ചെയ്തു. അതിനുശേഷം കല്യാണത്തിന് പോയിട്ട് വരാം എന്നുപറഞ്ഞുകൊണ്ട് അയാളും ഭാര്യയും അവിടെനിന്ന് പോയി.

ഒരു ദിവസത്തേക്കെങ്കിലും ഈ സാധനങ്ങളുടെയൊക്കെ മുതലാളിയാകാൻ എനിക്കവസരം ലഭിച്ചല്ലോ എന്നോർത്തപ്പോൾ മനസ്സിൽ ഗർവ്വ് തോന്നി. പതുക്കെ കൈയിൽ കുപ്പികളുമായി ഓരോ കുടിയന്മാർ ഈ പദാർത്ഥങ്ങളൊക്കെ വാങ്ങാനായി വന്നുകൊണ്ടേയിരുന്നു.

അയാൾ കാണിച്ചു തന്നത് പ്രകാരം ഞാൻ കാശിനനുസൃതമായി അളന്ന് കൊടുത്തു കൊണ്ടിരുന്നു. ഉച്ചയാകും തോറും കുടിയന്മാരുടെ സംഖ്യ ഏറിവരികയും കച്ചവടം പൊടിപൊടിക്കുകയും ചെയ്തു.

മൂക്കുമുട്ടെ കുടിച്ചു കൂപ്പുകുത്തിയവർ കള്ളുഷാപ്പിലെ കൂട്ടിയിട്ട മണ്ണിൽ അവിടവിടങ്ങളിലായി മലർന്ന് വീണുറങ്ങി. അതിൽ ചിലരുടെ ഉടുതുണി പോലും അഴിഞ്ഞുപോയിരുന്നു. ചിലർ നാലുകാലിൽ നടന്ന കന്നു കൊണ്ടിരുന്നു. ഷാപ്പിന് ചുറ്റും ഇങ്ങനെയുള്ളതൊക്കെ കണ്ടു കൊണ്ടിരുന്നപ്പോൾ എന്തെന്നില്ലാത്ത രസം തോന്നി.

കുടിയന്മാരുടെ ആവശ്യപ്രകാരം ഇടയ്ക്ക് ആഹാരപദാർത്ഥങ്ങൾ വാങ്ങിക്കൊണ്ടുപോകാൻ വന്നിരുന്ന എന്റെ പ്രായമുള്ള ഒരു ചെറുക്കനെ ഞാൻ ശ്രദ്ധിച്ചു. അവൻ വാങ്ങാൻ വരുമ്പോഴെല്ലാം എന്നോട് കുശലങ്ങൾ അന്വേഷിക്കുകയും കുടിയന്മാരുടെ രസകരമായ കാര്യങ്ങൾ പറയുകയും ചെയ്തുകൊണ്ടിരുന്നു. ഇടയ്ക്കുള്ള ഒഴിവുസമയത്ത് എന്നോട് സംസാരിക്കാനായി അവൻ ഓടിയെത്തി.

കള്ളുകടയിൽ ജോലി ചെയ്യുന്നവനാണെന്നും അവിടെനിന്നും കിട്ടുന്ന കാശുകൊണ്ടാണ് അമ്മയെയും രണ്ടനുജത്തിമാരേയും പുലർത്തുന്നതെന്നും അവനിൽ നിന്നെനിക്കറിയാൻ കഴിഞ്ഞു. അവൻ അവിടെ വന്ന് എന്നോട് സംസാരിക്കുമ്പോഴെല്ലാം ടേബിളിൽ നിരത്തി വെച്ചിരിക്കുന്ന ആഹാരപദാർത്ഥങ്ങളിലായിരുന്നു എപ്പോഴും കണ്ണ്.

സംസാരിച്ച് സംസാരിച്ച് അവസാനം അവൻ എന്റെ മുന്നിൽ കൈ നീട്ടി കൊണ്ട് ഇതിൽ നിന്ന് എന്തെങ്കിലും അല്പം എനിക്ക് കഴിക്കാൻ തരാമോ എന്നു ചോദിച്ചു. ചോദിച്ചപാടെ ഞാൻ അവൻ ആവശ്യപ്പെട്ട ആഹാരപദാർത്ഥം അതിൽ നിന്നെടുത്തു കൊടുത്തു. നിരത്തിവച്ചിരുന്ന എല്ലാ ആഹാരപദാർത്ഥങ്ങളിൽ നിന്നും പിന്നീട് ഞാനവന് മതിയാകുവോളം കൊടുക്കുകയും ചെയ്തു. ഇത്തരം ആഹാരസാധനങ്ങളൊക്കെ മുൻപ് ഞാൻ കഴിച്ചിട്ടുണ്ടായിരുന്നില്ലെങ്കിലും അല്പം അറപ്പോടെ അവനോടൊപ്പം കഴിക്കാൻ ഞാനും പങ്കുചേർന്നു.

ജോലി ചെയ്യുന്നതിനിടയിൽ അവനെ കാണാൻ വന്ന രണ്ട് അനുജത്തിമാർക്കും പിന്നീട് ഞാൻ അതിൽനിന്നും ആവശ്യമായത് കഴിക്കാൻ എടുത്തുകൊടുത്തു. ഞാനാണല്ലോ ഇതിന്റെയൊക്കെ മുതലാളി. എന്നോട് ആരും ചോദിക്കാനില്ല എന്ന് ഞാൻ സ്വയം ഭാവിച്ചു.

വൈകുന്നേരമായി കച്ചവടം ചെയ്ത രൂപയെല്ലാം പെറുക്കി അടുക്കി എണ്ണിത്തിട്ടപ്പെടുത്തി നോക്കിയപ്പോൾ എല്ലാം കൂടി അറുപതോളം രൂപ ഉണ്ടായിരുന്നു, ഇത്രയും രൂപ മുതലാളിയുടെ കയ്യിൽ കൊടുക്കുമ്പോൾ അദ്ദേഹം എന്നെ ആശ്ലേഷിക്കുകയും പോരാത്തതിന് സത്യസന്ധതയോടെ ജോലി ചെയ്ത എന്നെ അഭിനന്ദിക്കുകയും ചെയ്യുമല്ലോ എന്നോർത്തപ്പോൾ മനസ്സിൽ പ്രൗഢി തോന്നി.

അല്പം സമയം കൂടി കഴിഞ്ഞപ്പോൾ കല്യാണത്തിന് പോയ മുതലാളി തിരിച്ചെത്തി. കല്ലാപെട്ടിയുടെ അരുകിൽ ഇരുന്ന അദ്ദേഹം ടേബിളിന്മേൽ വച്ചിരുന്ന ആഹാരസാധനങ്ങളും ചുറ്റുപാടും ഒന്ന് കണ്ണോടിച്ച് നോക്കിയ ശേഷം കല്ലാപെട്ടി തുറന്ന് അതിൽ ക്രമപ്പെടുത്തി വെച്ചിരുന്ന രൂപ എണ്ണിത്തിട്ടപ്പെടുത്തികൊണ്ട് എന്നോട് അറുപത് രൂപയേ ഉള്ളല്ലോ? ഇത്രയേയുള്ളോ നീ കച്ചവടം ചെയ്തത്? എന്ന് ചോദിച്ചു. ഞാൻ അതെയെന്ന രീതിയിൽ അഭിമാനത്തോടെ തല കുലുക്കി.

മുൻപിൽ കാലിയാവാറായ ആഹാരപാത്രത്തെ നോക്കിക്കൊണ്ട് അദ്ദേഹം പറഞ്ഞു. ''നൂറോളം രൂപയ്ക്ക് കച്ചവടം ചെയ്യാനുള്ള സാധനങ്ങൾ നീ വെറും അറുപത് രൂപയ്ക്ക് തീർത്തിരിക്കുന്നോ? പോരാത്തതിന് രാത്രിവരെ കച്ചവടം ചെയ്യാനുള്ള സാധനങ്ങളുണ്ടായിരുന്നു ഇതിൽ. നീ പറ ഇത്രയും സാധനങ്ങൾ എങ്ങനെ തീർന്നു. വിറ്റെങ്കിൽ അതിന്റെ രൂപയെവിടെ?''

അപ്പോഴാണ് ഞാൻ തിരിച്ചറിഞ്ഞത് കൈ നീട്ടിവന്ന പിള്ളേർക്കെല്ലാം ആവശ്യംപോലെ വിളമ്പിക്കൊടുത്തതുകൊണ്ടും ചിരിച്ചുവന്ന കുടിയന്മാർക്ക് അളവിലും കൂടുതൽ വിളമ്പിക്കൊടുത്തതും കൊണ്ടാണ് ഇത്രയും സാധനങ്ങൾ കുറവാകാൻ കാരണം എന്ന്.

അപ്രതീക്ഷിതമായ ചോദ്യത്തിനു മുന്നിൽ ഉത്തരം മുട്ടിനിന്ന എന്നോട് അദ്ദേഹം, പാത്രം കഴുകാനും കൊള്ളില്ല, കച്ചവടം ചെയ്യാനും കൊള്ളില്ല. പോരാഞ്ഞിട്ട് എല്ലാവരോടും വഴക്കും കൂടും. ഇങ്ങനെയുള്ള നിന്നെക്കൊണ്ട് നഷ്ടമല്ലാതെ ഞങ്ങൾക്ക് യാതൊരു പ്രയോജനവുമില്ല. അതുകൊണ്ട് ഞങ്ങൾക്കിനി നിന്നെ വേണ്ട. വേറെയെവിടെയെങ്കിലും നീ ജോലി അന്വേഷിച്ചുപൊയ്ക്കോ എന്ന് പറഞ്ഞു.

ഓർക്കാപ്പുറത്തുള്ള ഈ വാക്കുകൾ കേട്ടപ്പോൾ എനിക്ക് സങ്കടം തോന്നി. എന്തുചെയ്യണമെന്നറിയാതെ അല്പനേരം ഞാൻ മൗനം പൂണ്ടു നിന്നു. ഈ നടന്നതെല്ലാം കള്ളുഷാപ്പിൽ ജോലി ചെയ്തുകൊണ്ടിരുന്ന പുതിയ കൂട്ടുകാരൻ വീക്ഷിച്ചുകൊണ്ടിരിക്കുന്നുണ്ടായിരുന്നു. അല്പം കഴിഞ്ഞപ്പോൾ അവൻ എന്റെ അരികിൽവന്ന് കൈകൊണ്ട് ആംഗ്യംകാണിച്ച് കൂടെവരാൻ നിർദ്ദേശിച്ചു. അവന്റെ പിറകെ പോയ എന്നെ അയാൾ കാണാത്തവിധം മാറ്റിനിറുത്തിക്കൊണ്ട്, നീയെന്തിനാണ് വിഷമിക്കുന്നത്, അയാൾ ഇനി മുതൽ നിന്നെ ജോലിക്ക് വേണ്ടന്ന് പറഞ്ഞാൽ പോട്ടെ. സാരമില്ല നീ എന്റെ കൂടെ ഇവിടെ ജോലി ചെയ്ത് നിൽക്ക്. നമ്മൾക്കിവിടെനിന്നും കിട്ടുന്ന തുക പങ്കുവച്ചെടുക്കാം. ഇത്രയും നാൾ അവർക്കു ജോലി ചെയ്തിട്ട് ശമ്പളമായി എന്തെങ്കിലും നിനക്ക് തന്നിട്ടുണ്ടോ? എന്നു ചോദിച്ചു. ഞാൻ ഇല്ലെന്ന അർത്ഥത്തിൽ കൈമലർത്തി.

അപ്പോഴവൻ, എനിക്കറിയാം അവർ അഞ്ചുകാശ് പോലും തരില്ലെന്ന്. ആവശ്യപ്പെടുമ്പോഴെല്ലാം അയാൾ എന്നെ കൊണ്ട് കിണറ്റിൽ

നിന്ന് വെള്ളം കോരിപ്പിച്ച് കൊണ്ടുവരുത്തും. എത്രയോ പ്രാവശ്യം കോരിക്കൊണ്ട് കൊടുത്തിട്ടും പ്രതിഫലമായി അയാളിതുവരെ അഞ്ചു കാശ് പോലും തന്നിട്ടില്ല എന്ന് പറഞ്ഞുകൊണ്ട് അവൻ തന്റെ ജോലിയിൽ മുഴുകാൻ തുടങ്ങി.

കുടിയന്മാർ കുടിച്ച് കാലിയാക്കിയ ബോട്ടിലുകൾ കള്ളുഷാപ്പിന്റെ പല കോണുകളിൽനിന്നും അവൻ ഓടിനടന്ന് പെറുക്കി കൊണ്ടു പോകുന്നതിനിടയിൽ കുപ്പിയിൽ മിച്ചമുള്ള കള്ള് ഒരു മൂലയിൽ വച്ചിരുന്ന കലത്തിൽ ഊറ്റിയോഴിച്ചുകൊണ്ടിരുന്നു. അതിന് ശേഷം കുപ്പികൾ കള്ളൊഴിച്ചു കൊടുക്കുന്നയാളുടെ അരികിൽ കൊണ്ടുപോയി അടുക്കി വെച്ചു.

രാത്രിയിൽ കള്ളുകട അടയ്ക്കാറായപ്പോൾ ബോട്ടിലിൽനിന്നും കലത്തിലേക്ക് അല്പാല്പമായി ഊറ്റി ശേഖരിച്ചു വച്ചിരുന്ന ആ കള്ള് ബോട്ടിലുകളിൽ നിറച്ചു. അതേകദേശം മൂന്നു കുപ്പിയോളമുണ്ടായിരുന്നു. അതുമായി അവൻ കള്ളൊഴിച്ചു കൊടുക്കുന്നയാളുടെ അരികെ സമീപിച്ച് അയാളെ ഏൽപ്പിച്ചു. അപ്പോൾ ആ കള്ളുകടക്കാരൻ അത് വാങ്ങി ആ വലിയ കള്ളുകലത്തിലേക്ക് പകർന്നു.

പിന്നീടയാൾ ചില നോട്ടുകൾ എണ്ണി അവന്റെ കയ്യിൽ കൊടുത്തു കാശു വാങ്ങി പോക്കറ്റിലിട്ട അവൻ നാളെ രാവിലെ കാണാം എന്ന് എന്നോട് പറഞ്ഞുകൊണ്ട് അവിടെ നിന്ന് വീട്ടിലേക്ക് യാത്രയായി.

അന്ന് ഞാൻ കള്ളുകടയുടെ ആ മണൽത്തരികളിൽമേൽ കിടന്ന് അന്തിയുറങ്ങി. രാവിലെ ഉറക്കമുണർന്ന് നോക്കിയപ്പോൾ അവൻ കള്ളുകട അടിച്ചു തൂത്തുവാരി വൃത്തിയാക്കികൊണ്ടിരിക്കുന്നുണ്ടായിരുന്നു. അതൊക്കെ പെട്ടെന്ന് നിർവഹിച്ച അവൻ ഇനി മുതൽ കൂടെ ചെയ്യേണ്ടതായ ജോലികൾ എന്നെ ഇങ്ങനെ പറഞ്ഞു മനസ്സിലാക്കി.

കുടിയന്മാർ കുടിച്ച് കഴിയുന്ന ബോട്ടിലുകൾ പെറുക്കുമ്പോൾ അതിൽ മിച്ചംവരുന്ന കള്ള് അല്പം പോലും കളയാതെ മൂലയിൽ വച്ചിട്ടുണ്ടായിരുന്ന കലം ചൂണ്ടിക്കാണിച്ചുകൊണ്ട് ആ കലത്തിലൊഴിക്കണം. രാത്രിവരെ അങ്ങനെ ഒഴിച്ച് ചേർത്തുവെക്കുന്നത് ഏകദേശം മൂന്ന് നാല് ബോട്ടിലുകൾ വരെയുണ്ടാകും. ഭാഗ്യമുണ്ടെങ്കിൽ ചിലപ്പോൾ അതിൽ കൂടുതലും കിട്ടും. അത് നമ്മൾ വിൽക്കുന്നയാളുടെ കയ്യിൽ കൊടുക്കുമ്പോൾ ഓരോ ബോട്ടിലിനും വിൽക്കുന്നത്ര തുക തരും. അതാണ് നമ്മുടെ വരുമാനം. കള്ളുകടക്കാരൻ ശമ്പളമായി മാസം തികയുമ്പോൾ ചില്ലറയെന്തെങ്കിലും തന്നെന്നിരിക്കും. പിന്നെ ആവശ്യമുള്ളവർക്ക് കടയിൽ നിന്ന് എന്തെങ്കിലും വാങ്ങിച്ചു കൊടുത്താൽ ചില്ലറയെന്തെങ്കിലും കിട്ടിയെന്നിരിക്കും എന്നു പറഞ്ഞു.

അങ്ങനെ ഞാനും കുടിയന്മാർ കുടിച്ചു കാലിയാക്കിക്കൊണ്ടിരുന്ന കുപ്പികൾ ഓരോന്നായി പെറുക്കാൻ തുടങ്ങി. കൊണ്ടു പോകുന്നതിനിടയിൽ ബോട്ടിലിൽ മിച്ചം വരുന്ന കള്ള് ഒരു തുള്ളി പോലും ബാക്കി

വെയ്ക്കാതെ കലത്തിലേക്ക് ഊറ്റി പകർന്നുകൊണ്ടിരുന്നു. പലതിലും ഒരു തുള്ളിപോലും മിച്ചം വന്നിരുന്നില്ല. ചിലതിൽ അല്പമൊക്കെ ഉണ്ടായിരിക്കും. അത്തരത്തിൽ ഓരോ തുള്ളി കള്ളും കലത്തിലേക്ക് ഊറ്റി ഒഴിക്കുമ്പോഴെല്ലാം എവിടെവരെയായി എന്ന് ഞാൻ നോക്കി ക്കോണ്ടേയിരുന്നു. ഓരോരുത്തരും കുടിച്ചിട്ട് കുപ്പി താഴെ വയ്ക്കു മ്പോഴെല്ലാം പഹയൻ ഒരല്പംപോലും അതിൽ ബാക്കിവെച്ചില്ലല്ലോ എന്നോർത്ത് നെടുവീർപ്പിട്ടു. കുടിച്ചു കൂമ്പ് തെറ്റിയവരെ കാണുമ്പോൾ ദൈവമേ ഇവന് കുപ്പിയിൽ ബാക്കിയുള്ളത് കുടിക്കാൻ കഴിയാത്ത വിധം ബോധം നഷ്ടപ്പെട്ടുപോകണേ എന്ന് വിചാരിക്കും.

രാവിലെ മുതൽ കള്ളുകട അടയ്ക്കുന്നവരെയും ബോട്ടിലുകളിൽ നിന്ന് ഊറ്റിയൊഴിച്ചിട്ടും മൂന്നു കുപ്പി നിറയാൻ മാത്രമുള്ള ആ കലം നിറഞ്ഞില്ല. ഉള്ളത് കുപ്പിയിൽ ഊറ്റിയൊഴിച്ചപ്പോൾ മൂന്നാമത്തെ ബോട്ടിൽ നിറയാൻ അല്പം കൂടി വേണമെന്നുണ്ടായിരുന്നു. അത് അവൻ വെള്ളമൊഴിച്ച് കുറവ് നികത്തിയ ശേഷം കള്ളുകടക്കാരന്റെ യരികിൽ കൊണ്ടുപോയി കൊടുത്തു. അതയാൾ ആ കള്ള് കലത്തി ലേക്കൊഴിച്ചപ്പോൾ ഞാനാലോചിച്ചു ദൈവമേ എത്ര പേരുടെ എച്ചി ലാണ് അതിൽ കലർത്തിയത് എന്ന്.

കള്ളിന്റെ വിലയായ നാലര രൂപ വാങ്ങിക്കൊണ്ട് അതിന്റെ നേർ പകുതി എനിക്ക് തന്നിട്ടവൻ പറഞ്ഞു. ഇന്ന് വിചാരിച്ചത്ര കള്ള് കിട്ടി യില്ല. നീയില്ലായിരുന്നുവെങ്കിൽ കാശ് പങ്കിടേണ്ടിവരില്ലായിരുന്നു എന്ന്. രാവിലെയും ഉച്ചയ്ക്കും ആഹാരമൊന്നും കഴിക്കാതിരുന്ന ഞാൻ കിട്ടിയ രൂപയും കൊണ്ട് തട്ടുക്കടയിലേക്കോടി ആഹാരം വാങ്ങിക്കഴിച്ച് വിശ പ്പടക്കി.

പിന്നീട് കൈയിൽ മിച്ചംവന്ന ചില്ലറ നോക്കിയപ്പോൾ ഇനിയൊരു നേരത്തെ ആഹാരത്തിനുപോലും കയ്യിലുള്ളതുകൊണ്ട് തികയില്ല എന്നു തോന്നി.

അപ്പോൾ ഞാനാലോചിച്ചു, ദിവസമെല്ലാം ജോലിചെയ്ത് കാത്തി രുന്നിട്ട് ഒരു നേരത്തെ ആഹാരത്തിന് മാത്രമേ സമ്പാദ്യം തികയുള്ളൂ. അതും വൈകുന്നേരം വരെയും ആഹാരം കഴിക്കാനുള്ള കാശിനുവേണ്ടി കാത്തിരിക്കണം. പോരാത്തതിന് കിട്ടുന്നതിന്റെ പകുതി എനിക്കവൻ തരേണ്ടതുകൊണ്ട് വീട്ടിൽ കൊടുക്കാനും അവന് കാശ് തികയില്ല. അതുകൊണ്ട് ഈ ജോലി ചെയ്ത് മുന്നോട്ടു നീങ്ങാൻ കഴിയില്ല എന്ന്.

ഏതായാലും കഴിഞ്ഞത് കഴിഞ്ഞു. നാളെത്തന്നെ അപ്പച്ചന്റെ അരി കിൽ പോയി ഇനിമുതൽ ആരുടെയും കൂടെ വഴക്കുകൂടാതെ നല്ലവണ്ണം നിന്ന് ജോലി ചെയ്യാമെന്ന് പറയാം. തീർച്ചയായും അദ്ദേഹം എനിക്ക വിടെ ജോലി തരാതിരിക്കില്ല എന്ന് മനസ്സിൽ കണക്കു കൂട്ടി.

അങ്ങനെ കള്ളുകടയിൽ ഒരു രാത്രികൂടി ഞാൻ കിടന്നുറങ്ങിയ ശേഷം രാവിലെ ഹോട്ടൽ ലക്ഷ്യമാക്കി നടന്നു. അവിടെയെത്തിയ

എന്നെകണ്ട അപ്പച്ചനെന്നയാൾ എന്നടാ തമ്പീ, കള്ളുകടയിലെ ജോലി യൊക്കെ മതിയാക്കിയോ? എന്നു ചോദിച്ചു. ഞാൻ ഒന്നുമുരിയാടാതെ മൗനം പൂണ്ടു.

"ഇനിയെന്താ നിന്റെ ഉദ്ദേശ്യം?"

അപ്പോൾ ഞാൻ സ്വരം താഴ്ത്തി വിനയത്തോടെ; ഞാനിവിടെത്തന്നെ ആരോടും വഴക്ക് കൂടാതെ നല്ലവണ്ണം ജോലി ചെയ്ത് നിന്നു കൊള്ളാം എന്ന് പറഞ്ഞു.

വേണ്ട, വേണ്ട. ഇവിടെ ജോലിക്കാർ ആവശ്യത്തിനുണ്ട്. പോരാത്ത തിനു സീസനല്ലാത്തതുകൊണ്ട് കച്ചവടവും ഇല്ല. അതുകൊണ്ട് നീയൊരു കാര്യം ചെയ്യ്. ഞാൻ കുറച്ചു കാശ് തരാം. അതുംകൊണ്ട് നീ നിന്റെ വീട്ടിലേക്കു പൊയ്ക്കോ. അങ്ങനെ പറഞ്ഞുകൊണ്ട് അദ്ദേഹം കല്ലാപ്പെട്ടി തുറന്ന് അതിൽ നിന്നും ഇരുപതിന്റെ ഒരു നോട്ടെടുത്ത് എന്റെ നേർക്ക് നീട്ടി. അത് വാങ്ങിക്കാനായി ആഞ്ഞ എന്നോടദ്ദേഹം ഇതുകൊണ്ട് വേറെയെവിടെയും കറങ്ങിത്തിരിയാതെ നീ നിന്റെ വീട്ടി ലേക്ക് തന്നെ പൊയ്ക്കൊള്ളണം എന്നു പറഞ്ഞു

അത്രയും രൂപ കയ്യിൽ കിട്ടിയപ്പോൾതന്നെ എന്റെ കണ്ണുതള്ളി പ്പോയി. ഉടനെ അത് വാങ്ങിച്ചുകൊണ്ട് കാശ് കിട്ടിയല്ലോ എന്ന സന്തോ ഷത്തോടെ അവിടെനിന്നും നടക്കാൻ തുടങ്ങി. കൈയിൽ കിട്ടിയത് ഇരുപതിന്റെ നോട്ട് തന്നെയല്ലേ എന്ന സംശയം തീർക്കാൻ വീണ്ടും ഞാനതെടുത്ത് വിരിച്ചു നോക്കി. അതെ ഇരുപതിന്റെ നോട്ട് തന്നെ യാണ് എന്ന് തിരിച്ചറിഞ്ഞപ്പോൾ മനസ്സിൽ എന്തെന്നില്ലാത്ത സന്തോഷം തോന്നി.

ഇരുപതിന്റെ നോട്ട് എന്നത് എനിക്കൊരു വലിയ തുകയായിരുന്നു. ഇത്രയും തുക ആദ്യമായിട്ടായിരുന്നു കൈയിൽ കിട്ടുന്നതും. ആ നോട്ട് കൈയിൽ കിട്ടിയത് മുതൽ മനസ്സിൽ എന്തെന്നില്ലാത്ത ആഹ്ലാദം തിരയടിച്ചു. ഒരു സിനിമ കാണാൻ ഏറിയാൽ അൻപത്കാശ് മതി. ഒരു ദിവസം ആഹാരം കഴിക്കാനും രണ്ട് രൂപ മതി. ഒരാഴ്ചയെങ്കിലും ഇതുകൊണ്ട് അടിച്ചുപൊളിക്കാം എന്നായിരുന്നു മനസ്സിലപ്പോൾ ഓടിയെത്തിയത്. കയ്യിലുള്ള കാശ് തീർന്നാൽ എന്ത് ചെയ്യണമെന്നോ എവിടെ അന്തിയുറങ്ങണമെന്നോ പിന്നീടെന്ത് ചെയ്യണമെന്നോ മന സ്സിൽ കരുതിവച്ചില്ല. വീട്ടിലേക്ക് പോകണമെന്ന് സ്വപ്നത്തിൽ പോലും വിചാരിച്ചിരുന്നുമില്ല.

കൈയിലുള്ള രൂപകൊണ്ട് ഇഷ്ടപ്പെട്ട ആഹാരസാധനങ്ങൾ വാങ്ങി ക്കഴിച്ച് ഞാൻ സിനിമ കാണാനായി. തിയേറ്റർ അന്വേഷിച്ചുനടന്നു സാന്താമരിയയിൽ സിനിമാതിയേറ്റർ ഇല്ലാതിരുന്നതുകൊണ്ട് അവിടെ നിന്നും നാലഞ്ചു കിലോമീറ്റർ ദൂരമുള്ള ഒരു കൊച്ചു ഗ്രാമത്തിലേക്ക് ബസ്സിൽ യാത്ര ചെയ്ത് അവിടെയുള്ളൊരു സിനിമ തിയറ്ററിൽ സിനിമ

കാണാനായി കയറി. വിരലിലെണ്ണാവുന്ന മലയാള സിനിമയേ മുൻപ് കണ്ടിട്ടുണ്ടായിരുന്നുള്ളുവെങ്കിലും മറുഭാഷയിലുള്ള സിനിമ ആദ്യമായിട്ടായിരുന്നു കാണാൻ കയറിയത്. സിനിമയിലുടനീളം മാറിമാറി വന്നു പൊയ്ക്കൊണ്ടിരുന്ന ദൃശ്യഭംഗിയും തമാശകളും സംഘട്ടനത്തിലൂടെ ജയിച്ചു വരുന്ന വീരനായകനെയൊക്കെ കണ്ട് ഞാൻ ആനന്ദിച്ച് മനംകുളിർത്തിരുന്നു. സിനിമ കണ്ട് പുറത്തിറങ്ങിയപ്പോൾ ഏതോ പരിചയമില്ലാത്ത ലോകത്തേക്ക് നടന്നിറങ്ങുന്നതുപോലെ തോന്നി. പരിചയമില്ലാത്ത ലോകത്തുനിന്നും രണ്ടോ മൂന്നോ മണിക്കൂറുള്ള സിനിമാലോകത്തിൽ മുഴുകിയിരിക്കാമെന്ന് ഞാൻ ആഗ്രഹിച്ചു. അതുകൊണ്ട് ആ ഗ്രാമത്തിൽ വേറെയും സിനിമാ തിയേറ്റർ ഇല്ലാതിരുന്നതു കൊണ്ട് തെരുവീഥിയിലെ ചുമരിൽ ഒട്ടിച്ചിരുന്ന സിനിമാ പോസ്റ്റർ നോക്കി അതിൽ നിന്നും വിലാസം മനസ്സിലാക്കിക്കൊണ്ട് വീണ്ടും സിനിമ കാണാനായി മറ്റൊരു ഗ്രാമത്തിലേക്ക് പുറപ്പെട്ടു. തിയേറ്റർ തിരക്കിപ്പിടിച്ച് എത്തിയപ്പോഴേക്കും അവസാനത്തെ പ്രദർശനം തുടങ്ങാറാകാറായിരുന്നു. അവിടെയും കയറി സിനിമ കണ്ടു.

മുൻപ് കണ്ട സിനിമയെപ്പോലെ ആയിരുന്നില്ല ആ കണ്ട സിനിമ. ആ സിനിമയിലുടനീളം കഥാനായകന് ഒരു ദുരന്തപരിവേഷമായിരുന്നു. അത് കണ്ടിറങ്ങിയ എന്റെ മനസ്സിലും ദുഃഖം തളംകെട്ടി നിന്നു. പാതിരാത്രിയിൽ സിനിമ കണ്ടു കഴിഞ്ഞ് ദുഃഖത്തോടെ പുറത്തിറങ്ങിയ എന്റെ മുന്നിൽ കൂരിരുട്ടിൽ പൂണ്ട് നീണ്ടുകിടന്ന വലിയ പാത മാത്രമേ ഉണ്ടായിരുന്നുള്ളൂ.

ആരും കാണാതെ ഏതെങ്കിലുമൊരു കടത്തിണ്ണയിൽ ഈ രാത്രി കഴിച്ചു കൂട്ടാം എന്ന് കരുതി ഞാൻ അതിനനുയോജ്യമായ സ്ഥലം അന്വേഷിച്ചുകൊണ്ട് ഇരുട്ട് മൂടിക്കിടന്ന പാതയിലൂടെ മുന്നോട്ട് നടന്നു. മുന്നിൽ ഇരുമ്പുരയ്ക്കുന്ന ശബ്ദവും അതിൽ നിന്നുയരുന്ന തീപ്പൊരിയും കണ്ടിട്ടാണ് പെട്ടെന്ന് ഞാൻ നിന്നത്. എന്താണ് അതെന്നറിയാൻ ഞാൻ വീണ്ടും പതുക്കെ മുന്നോട്ടു നടന്നു. അപ്പോഴതാ ഒരാൾ റോഡിന്റെ നടുവിലിരുന്ന് കത്തി റോഡിൽ ഉരച്ച് മിനുസപ്പെടുത്തിക്കൊണ്ടിരിക്കുന്നു. ആളെ കാണാൻ കഴിയാത്ത വിധം അയാൾ കറുത്ത വസ്ത്രം കൊണ്ട് ദേഹമാകെ മൂടിയിരുന്നു. അയാൾ എന്നെ കാണാനിടയായാൽ ഉപദ്രവിക്കാൻ സാധ്യതയുണ്ട് എന്ന് നിനച്ച് ഞാൻ വന്നവഴിയെ തിരിഞ്ഞു നടന്നു. കൂരിരുട്ടിലൂടെ വളരെ നേരം നടന്നുകൊണ്ടിരുന്നപ്പോൾ ഒരു വീടും അതിനോട് ചേർന്നുള്ള ഒരു കടയും കണ്ടു. ഇവിടെക്കിടന്ന് നേരം വെളുപ്പിക്കാം എന്നു കരുതി ഞാൻ കച്ചവടസാധനങ്ങൾ അടുക്കി വയ്ക്കാറുള്ള പലകപ്പെട്ടിയുടെ അടിയിൽ ആരും കാണാത്ത വിധം കിടന്നു ഒരുപക്ഷേ ഇതിന്റെ മുതലാളി എന്നെ കണ്ടാൽ കള്ളനാണെന്ന് കരുതി പൊലീസിൽ ഏൽപ്പിച്ചേക്കാം. അതുകൊണ്ട് ആരും കാണാതെ അതിരാവിലെ തന്നെ എഴുന്നേറ്റ് യാത്രയാകണം എന്ന് മനസ്സിൽ കരുതി വച്ചു.

ആവശ്യത്തിലധികം തണുപ്പുണ്ടായിരുന്ന ആ രാത്രിയിൽ ശരീരത്തിന്റെ ഒരു ഭാഗത്ത് ഇളംചൂട് അനുഭവപ്പെട്ടപ്പോഴാണ് എന്താണതെന്ന് ഞാൻ ശ്രദ്ധിച്ചത്. അപ്പോഴതാ ഒരു ശ്വാനൻ എന്നോട് ഒട്ടിച്ചേർന്നു കിടക്കുന്നു. ഞാൻ കഴിയുംവിധം അവനിൽനിന്ന് നീങ്ങി മാറാൻ ശ്രമിച്ചപ്പോഴെല്ലാം അവൻ കഴിയുംവിധം എന്നോട് ഒട്ടിച്ചേർന്ന് കിടക്കാൻ ശ്രമിച്ചുകൊണ്ടിരുന്നു. എന്റെ ശരീരത്തിലുള്ള ഇളംചൂട് അവനിലേക്കും അവന്റെ ശരീരത്തിലുള്ള ഇളംചൂട് എന്നിലേക്കും പ്രവേശിച്ചതുകൊണ്ട് ആ രാത്രി ഇരുവരും ഒന്നിച്ച് തണുപ്പറിയാതെ കിടന്നുറങ്ങി.

അരികിലുള്ള ഹൈവേ റോഡിൽ കൂടി വാഹനം പാഞ്ഞുപോകുന്നതിന്റെ ശബ്ദം കേട്ടാണ് ഞാൻ രാവിലെ ഉണർന്നത്. അപ്പോൾ നേരം വെളുക്കാൻ തുടങ്ങിയിട്ടേ ഉണ്ടായിരുന്നുള്ളൂ. കൂടെ കിടന്നിരുന്നവൻ എനിക്കു മുന്നേ എണീറ്റ് പൊയ്ക്കഴിഞ്ഞിരുന്നു. കിടക്കയിൽ വസ്ത്രത്തിൽ ഒട്ടിപ്പിടിച്ച കടലാസുകഷണങ്ങളും പൊടിയുമെല്ലാം തട്ടിക്കളഞ്ഞ് ഞാൻ എവിടേക്കെന്നില്ലാതെ ഹൈവേയിൽ കൂടി നടന്നു. അല്പ നടത്തത്തിനുശേഷം അപരിചിതമായ ലോകത്തുനിന്നും മാറി. വീണ്ടും സിനിമാ കണ്ടാസ്വദിച്ചിരിക്കാം എന്നു കരുതി സിനിമ കാണാനായി മറ്റൊരു ഗ്രാമത്തിലേക്ക് പുറപ്പെട്ടു. ആ ഗ്രാമത്തിലുണ്ടായിരുന്ന രണ്ട് മൂന്ന് തിയേറ്ററിൽനിന്നും മുഴുവൻ സമയവും ഞാൻ മാറി മാറി സിനിമ കണ്ടു നടന്നു. കാണുന്ന സിനിമയുടെ കഥകൾക്കനുസരിച്ച് മനസ്സിൽ ദുഃഖം, സന്തോഷം, നിരാശ എന്നിവ നുരഞ്ഞു പൊങ്ങി. ഇനിയും കാണാൻ പോകുന്ന സിനിമ സന്തോഷത്തിൽ കലാശിക്കണമേയെന്ന് ഞാൻ ധ്യാനിച്ചു. പക്ഷേ, മിക്കതും ദുഃഖത്തിലായിരുന്നു കലാശിച്ചത്. ആയതിനാൽ എന്റെ മനസ്സിലും ദുഃഖം ഉറഞ്ഞു കൂടി.

രണ്ടാമത്തെ ദിവസവും മൂന്നാമത്തെ ദിവസവും മുഴുവൻ സമയവും ഗ്രാമങ്ങൾ മാറിമാറി ഞാൻ സിനിമാ കണ്ടതിനുശേഷം കടത്തിണ്ണയിൽ കിടന്നുറങ്ങി. നാലാമത്തെ ദിവസമായപ്പോൾ കൈയിലുണ്ടായിരുന്ന കാശിന്റെ മുക്കാൽഭാഗവും ചിലവായിക്കഴിഞ്ഞിരിന്നു.

ബാക്കിയുള്ള കാശുകൊണ്ട് ഏറിപ്പോയാൽ ഒരു ദിവസത്തേക്ക് കൂടി മാത്രമേ തികയുകയുള്ളൂ എന്നെനിക്ക് ബോദ്ധ്യപ്പെട്ടു. കൈയിലുള്ള കാശ് കൂടി കഴിഞ്ഞാൽ പിന്നീടെന്താണ് ചെയ്യുക എന്ന് അപ്പോഴാണ് ആലോചിക്കാൻ തുടങ്ങിയത്. ഹോട്ടലിൽ ചെയ്യേണ്ട ജോലി എന്തൊക്കെയാണെന്ന് ഏകദേശമറിയാമായിരുന്നതുകൊണ്ട് ഏതെങ്കിലുമൊരു ഹോട്ടലിൽ ജോലി അന്വേഷിക്കാമെന്ന് കരുതിക്കൊണ്ട് ആ ചെറിയ ഗ്രാമത്തിൽ ഹോട്ടൽ എവിടെയുണ്ടെന്നന്വേഷിച്ച് തിരഞ്ഞു നടന്നു. പക്ഷേ അവിടെഎവിടേയും ഒരു നല്ല ഹോട്ടലെന്ന് പറയാവുന്ന തരത്തിലുള്ളത് കാണാൻ കഴിഞ്ഞില്ല. അപ്പോൾ ഞാനാലോചിച്ചു. വലിയ നഗരത്തിലേക്കു പോയാൽ അവിടെ യഥേഷ്ടം ഹോട്ടലുകളുണ്ടാകും. അവിടെ ഏതെങ്കിലുമൊരു ഹോട്ടലിൽ ജോലി അന്വേഷിച്ചു

ചെന്നാൽ കിട്ടാതിരിക്കില്ല എന്ന്. അങ്ങനെ തമിഴ്നാട്ടിൽ തന്നെയുള്ള പേരെടുത്തയൊരു പട്ടണത്തിലേക്ക് ഞാൻ യാത്ര പുറപ്പെട്ടു. ഒരു മണിക്കൂറോളമുള്ള ബസ് യാത്രയ്ക്കൊടുവിൽ ഞാനൊരു വലിയ പട്ടണത്തിലെത്തിച്ചേർന്നു.

അവിടെ തിരക്കുപിടിച്ച വലിയ ഒരു തെരുവിന്റെ ഇരുഭാഗത്തും ചെറുതും വലുതുമായ അനേകം ഹോട്ടലുകളും വലിയ സിനിമശാലകളും കാണാനിടയായി. ജോലി അന്വേഷിക്കാനായി ഹോട്ടൽ തിരക്കി നടന്ന ഞാൻ, കണ്ണാടിയിൽ പൊതിഞ്ഞ ഒരു ഹോട്ടൽ കണ്ടു. അതിന്റെയുള്ളിലേക്ക് നോക്കിയപ്പോൾ എന്റെ പ്രായത്തിലുള്ള പിള്ളേർ യൂണിഫോമൊക്കെ ധരിച്ച് ജോലി ചെയ്തുകൊണ്ടിരിക്കുന്നത് കണ്ടു. അവിടെ ജോലി കിട്ടിയിരുന്നെങ്കിൽ അതിലൊരാളായി എനിക്കും യൂണിഫോമൊക്കെയിട്ട് നിൽക്കാമായിരുന്നു എന്നാഗ്രഹം തോന്നി. ചോദിച്ചാൽ ജോലി കിട്ടിയെന്ന് വരാം എന്നു കരുതി. നന്നേ മുഷിഞ്ഞിരുന്ന ഞാൻ മുടിയൊക്കെ കൈകൊണ്ടൊതുക്കി. വസ്ത്രത്തിലെ ചുരുളുകളും നേരെയാക്കി പൊടിയും തട്ടിക്കളഞ്ഞ് ഹോട്ടലിലെ കല്ലാപെട്ടിക്കരുകിലിരുന്നയാളോട് സാർ ഇവിടെ ജോലി കിട്ടുമോ? എന്ന് ചോദിച്ചു.

അപ്പോഴയാൾ, എന്നെ അടിമുതൽ മുടിവരെ നോക്കിക്കൊണ്ട് എന്തു ജോലി അറിയാം? എന്നു ചോദിച്ചു.

ഞാനപ്പോൾ അവിടെ ജോലി ചെയ്തുകൊണ്ടിരുന്ന പിള്ളേരെ ചൂണ്ടിക്കാണിച്ചുകൊണ്ട് അവർ ചെയ്തുകൊണ്ടിരിക്കുന്ന ജോലിയറിയാം എന്നു പറഞ്ഞു.

‘‘ടേബിൾ ക്ലീനർജോലിയോ?’’

ഞാൻ അതെയെന്നർത്ഥത്തിൽ തലയാട്ടി. അപ്പോഴയാൾ ‘‘നിന്റെ നാട് ഏതാണ്?’’

ഓർക്കാപ്പുറത്തുള്ള ചോദ്യമായതുകൊണ്ട് എന്തുത്തരം പറയണമെന്നറിയാതെ ഞാൻ അല്പമൊന്ന് പരുങ്ങി. എങ്കിലും പരിചയമുള്ള തീർത്ഥാടന സ്ഥലത്തിന്റെ പേര് മനസ്സിൽ ഉള്ളതുകൊണ്ട് ഞാൻ പറഞ്ഞു. ‘‘സാന്താമരിയ.’’

‘‘നിന്റെ പേരെന്താണ്.’’

‘‘ബൈജു.’’

‘‘പേര് കേട്ടിട്ട് നീ ഈ നാട്ടുക്കാരനാണെന്ന് തോന്നുന്നില്ലല്ലോ? നീ മലയാളിയാണോ?’’

ഞാൻ അതെ എന്ന രീതിയിൽ തലയാട്ടി.

‘‘നീ മുൻപ് എവിടെയാണ് ജോലി ചെയ്തിരുന്നത്?’’

‘‘സാന്താമരിയ.’’

‘‘നീ പെട്ടി കൊണ്ടുവന്നിട്ടുണ്ടോ?’’

എന്താണ് അദ്ദേഹം പറഞ്ഞതെന്ന് മനസ്സിലാകാതെ ഞാനദ്ദേഹ ത്തോട് ''സാർ നിങ്ങളെന്താണ് ചോദിച്ചത്?''

''നിന്റെ പെട്ടിയും തുണിയും കൊണ്ടുവന്നിട്ടുണ്ടോ എന്നാണ് ചോദിച്ചത്.''

''അതെന്റെ പക്കലില്ല സാർ.''

പെട്ടിയും തുണിയുമായി വന്നാൽ ഞാനിവിടെ ജോലി തരാം എന്ന് പറഞ്ഞുകൊണ്ട് അയാൾ തന്റെ ജോലിയിൽ മുഴുകി.

ചോദ്യങ്ങൾ ചോദിക്കുന്നതിൽ നിന്നും അയാളെന്നെ വിട്ടാൽ മതി എന്ന് വിചാരിച്ച് ഞാനവിടെനിന്നും പെട്ടെന്ന് നടന്നു നീങ്ങി. അപ്പോൾ ഞാനോർത്തു, ഇങ്ങനെ ജോലി അന്വേഷിച്ച് ചെല്ലുമ്പോൾ അവർ നാടും പേരുമൊക്കെ അന്വേഷിക്കും. അതുകൊണ്ട് ആർക്കും സംശയം തോന്നാത്തവിധം ഉത്തരം പറയാൻ തക്കവണ്ണം ഒരു പേരും നാട്ടുപേരും കരുതിവെയ്ക്കണം. അപ്പച്ചന്റെയരികിൽ ജോലി ചെയ്തുകൊണ്ടിരു ന്നപ്പോൾ ആരും എന്റെ പേര് ചോദിച്ചിരുന്നില്ല. എല്ലാവരും തമ്പിയെ ന്നാണല്ലോ വിളിച്ചിരുന്നത്. അതൊരു പേരല്ല. അതുകൊണ്ട് ഇനിമേൽ എന്റെ പേര് ബാബു എന്നും നാടിന്റെ പേര് സാന്താമരിയ എന്നും ആയിരിക്കട്ടെ എന്ന് തീരുമാനിച്ചുറപ്പിച്ചു

പിന്നെ ജോലി അന്വേഷിച്ച് ചെന്നപ്പോൾ പെട്ടിയും തുണിയുമാണ് ചോദിച്ചത്. അതെന്റെ പക്കലില്ല. അതെന്തിനാണ് ചോദിച്ചത് എന്നറി യില്ല. ഏതായാലും ഇനിയും ഇഷ്ടം പോലെ ഹോട്ടലുകളുണ്ടല്ലോ എവിടെയെങ്കിലും ജോലി കിട്ടാതിരിക്കില്ല. കിട്ടുന്നതുവരെ അന്വേഷിച്ചു കൊണ്ടിരിക്കാം എന്ന് തീരുമാനിച്ച് വീണ്ടും നടക്കാൻ തുടങ്ങി.

ഉടനെ മറ്റൊരു ഹോട്ടൽ ശ്രദ്ധയിൽപ്പെട്ടു. ആ ഹോട്ടലിലെ കല്ലാ യിലേക്ക് നടന്നു ചെന്ന് കല്ലായിലിരിക്കുന്ന ആളെ സമീപിച്ചു കൊണ്ട് ചോദിച്ചു, ''സർ, ടേബിൾക്ലീൻ ചെയ്യുന്ന ജോലി ഒഴിവുണ്ടോ?''

ഉണ്ട് എന്നുത്തരം പറഞ്ഞു. അതിനുശേഷം അയാളെന്നോട് നാടേ താണെന്നും പേരെന്താണെന്നും ചോദിച്ചു. ഞാൻ ശങ്ക കൂടാതെ നാട് സാന്താമരിയ എന്നും പേര് ബാബു എന്നും ഉത്തരം പറഞ്ഞു.

''പെട്ടിയും തുണിയുമായിട്ടാണോ വന്നിരിക്കുന്നത്?''

''അല്ല.''

''അതുകൊണ്ടുവന്നാൽ ഞാൻ നിനക്കിവിടെ ജോലി തരാം.''

''സാർ, എനിക്ക് പെട്ടിയും തുണിയും ഇല്ല. ഒരു ജോലി തന്നാൽ ഞാനിവിടെ നല്ലവണ്ണം ജോലി ചെയ്ത് നിന്ന് കൊള്ളാം.''

''ഞാൻ നിനക്ക് ജോലി തരാമായിരുന്നു. പക്ഷേ നിന്നെപ്പോലെ പല പിള്ളേരും ഇങ്ങനെ ജോലിക്കുവേണ്ടി വന്നു കെഞ്ചും. ജോലി കൊടുത്താൽ ഒന്നോ രണ്ടോ ദിവസം നിന്നിട്ട് ആഹാരവും കഴിച്ച്

മുറിയിൽ കൂടെ കിടക്കുന്നവരുടെ കാശും തുണിയും കട്ടെടുത്ത് കടക്കുകയാണ് ചെയ്യാറ്. പെട്ടിയും തുണിയുമുണ്ടായാൽ അങ്ങനെ പോകില്ല. പോയാലും കണക്ക് തീർത്ത ശേഷമേ പോകാൻ കഴിയുള്ളൂ. അതുകൊണ്ട് പെട്ടിയും തുണിയുമില്ലാതെ ഞാനാർക്കും ജോലി കൊടുക്കില്ല.''

ഇങ്ങനെ പറഞ്ഞതിനുശേഷം ജോലിയിൽ മുഴുകികൊണ്ടിരുന്ന അയാൾ എന്നെ നോക്കിക്കൊണ്ട്, ''വീടുവിട്ട് ഓടി വന്നതാണോ?''

''അല്ല സാർ.''

''നിന്നെ കണ്ടിട്ടങ്ങനെ തോന്നുന്നു. ആഹാരം വല്ലതും കഴിച്ചോ?''

വലിയ വിശപ്പില്ലാതിരുന്ന ഞാൻ പറഞ്ഞു, ''കഴിച്ചു സാർ.''

''വിശക്കുന്നെങ്കിൽ പറഞ്ഞാൽ മതി. ഒരു നേരത്തെ ആഹാരം ഞാൻ തരാം. കഴിച്ചിട്ട് പൊയ്ക്കോ.''

ഞാൻ വേണ്ട എന്നു പറഞ്ഞ് നിരാശയോടെ അവിടെ നിന്നും ഇറങ്ങി നടന്നു. കണ്ണിൽ കണ്ട മറ്റ് മൂന്നു നാല് ഹോട്ടലുകളിൽ കൂടി ജോലി അന്വേഷിച്ചു ചെന്നപ്പോഴെല്ലാം ജോലി ഒഴിവില്ല ഉണ്ടെങ്കിൽ പെട്ടി കൊണ്ടു വന്നാൽ ജോലി തരാം എന്നായിരുന്നു മറുപടി.

അങ്ങനെ ജോലി തേടി നടന്നപ്പോഴാണ് അതുവരെ കാണാത്തത്ര വിധം തിരക്കുപിടിച്ച ഒരു സിനിമ തിയേറ്റർ കാണാനിടയായത്. സൂപ്പർസ്റ്റാറായ നായകൻ വീരപരിവേഷത്തോടെ നിൽക്കുന്നതിന്റെ കട്ടൗട്ട് സിനിമാതിയേറ്ററിന്റെ നാല് മടങ്ങ് വലിപ്പത്തിൽ അടുത്ത് കെട്ടിനിർത്തിയിട്ടുണ്ടായിരുന്നു. അതിൽ നിറയെ പൂമാലകളെ കൊണ്ട് അലങ്കരിച്ചിരുന്നു. ആളുകൾ സൂപ്പർസ്റ്റാറിന്റെ സിനിമ കാണാനായി എത്തിക്കൊണ്ടിരുന്നു. പക്ഷേ ടിക്കറ്റ് മുൻപേ തീർന്നു പോയിരുന്നതുകൊണ്ട് പലരും നിരാശയോടെ മടങ്ങിപ്പൊയ്ക്കൊണ്ടിരുന്നു.

എന്തായാലും ഈ സിനിമ എനിക്കൊന്ന് കാണണം എന്ന് തോന്നി അടുത്ത പ്രദർശനത്തിനു വേണ്ടിയുള്ള ടിക്കറ്റ് കൊടുക്കുന്ന ക്യൂവിൽ ഞാനും നിന്നു. അറുപത് പൈസയായിരുന്നു ടിക്കറ്റിന്റെ വില. കയ്യിലപ്പോൾ ഏകദേശം മൂന്നു രൂപ മാത്രമേ ബാക്കിയുണ്ടായിരുന്നുള്ളൂ.

ഏറിപ്പോയാൽ കഷ്ടിച്ച് ഒരു ദിവസം കൂടി മാത്രമേ ഇതുകൊണ്ട് കഴിഞ്ഞു കൂടാൻ കഴിയുള്ളൂ. കയ്യിലുള്ളത് ചിലവായാലും സാരമില്ല. ഇന്നിത് കണ്ടിട്ട് മതി ബാക്കി കാര്യം എന്ന് നിനച്ച് ഞാൻ ടിക്കറ്റിനായി ക്യൂ നിന്നു. മണിക്കൂറുകളോളം സമയം ക്യൂ നിന്നതിനുശേഷം തള്ളിനിടയിൽ കിടന്ന് സർവ്വശക്തിയുമെടുത്ത് ടിക്കറ്റെടുത്തു. ടിക്കറ്റുമായി പുറത്തുവന്ന ഞാൻ യുദ്ധത്തിൽ ജയിച്ചവനെ പോലെ തോന്നി.

നിമിഷങ്ങൾക്കകം ടിക്കറ്റ് മുഴുവൻ കൊടുത്തു തീർന്നതിനാൽ ഹൗസ്ഫുൾ ബോർഡ് കൗണ്ടറിൽ തൂക്കിയിട്ടു. അടുത്ത പ്രദർശനം കാണാനായി ഞാൻ കാത്തു നിന്നപ്പോൾ ഒരാൾ എന്റെയരുകിൽ വന്ന്

ടിക്കറ്റെല്ലാം കൊടുത്തു തീർന്നോ എന്ന് തിരക്കി. ഞാൻ അതെ എന്ന യാളോട് പറഞ്ഞു.

''തനിക്ക് ടിക്കറ്റ് കിട്ടിയോ?''

''അതെ, എനിക്ക് കിട്ടി.''

''ആ ടിക്കറ്റ് എനിക്ക് തന്നാൽ പകരം മൂന്ന് രൂപ ഞാൻ നിനക്ക് തരാം.''

അപ്പോൾ ഞാനോർത്തു, കൊള്ളാമല്ലോ അഞ്ചു മടങ്ങാണല്ലോ ഇയാളെനിക്ക് ഓഫർ ചെയ്തിരിക്കുന്നത്. അതുകിട്ടിയാൽ ഒരു ദിവസം കൂടി സിനിമയും കണ്ട് ആഹാരവും കഴിച്ചു നടക്കാം എന്ന്. ഉടനെ തന്നെ ഞാനാ ടിക്കറ്റ് അയാൾക്ക് കൊടുത്തിട്ട് ആ കാശ് കൈക്കലാക്കി.

അപ്പോൾ ഞാൻ ആലോചിച്ചു ഇത്തരത്തിൽ ടിക്കറ്റെടുത്ത് വിറ്റാൽ കാശുണ്ടാക്കാൻ നല്ലൊരു മാർഗ്ഗമാണല്ലോ. അതുകൊണ്ട് മൂന്ന് ടിക്ക റ്റെടുക്കാം. അതിൽ ഒരെണ്ണം കൊണ്ട് സിനിമാ കാണുകയും. ബാക്കി രണ്ടെണ്ണം ലാഭത്തിൽ വിൽക്കുകയും ചെയ്യാമല്ലോ എന്ന് കണക്കു കൂട്ടിക്കൊണ്ട് വീണ്ടും മണിക്കൂറുകളോളം ക്യൂവിൽ നിന്നു.

ഒരു വിധത്തിൽ തിരക്കിനിടയിൽ കിടന്ന് മൂന്ന് ടിക്കറ്റുകൾ കൂടി കരസ്ഥമാക്കിയതിനുശേഷം ആരെങ്കിലും വന്ന് ടിക്കറ്റ് ആവശ്യപ്പെടും എന്ന് കരുതി ഞാൻ ടിക്കറ്റുമായി ഒരു മൂലയിൽ കാത്തുനിന്നു. ഏറെ സമയം കഴിഞ്ഞിട്ടും ടിക്കറ്റിനായി ആരും എന്നെ സമീപിച്ചില്ല. സിനിമാ ഷോ തുടങ്ങാനുള്ള സമയമടുക്കുന്തോറും കൈയിലുള്ള ടിക്കറ്റ് എന്തു ചെയ്യണമെന്നറിയാതെ ഞാൻ വിമ്മിഷ്ടപ്പെട്ടു. അപ്പോഴാണ് രണ്ട് മുതിർന്നവർ ചേർന്ന് സെക്കൻഡ് ക്ലാസ്, ടിക്കറ്റ് അഞ്ച് രൂപ സെക്കൻഡ് ക്ലാസ് ടിക്കറ്റ് അഞ്ച് രൂപ എന്ന് വിളിച്ച് പറയുന്നത് കേട്ടത്.

ഉടനെതന്നെ അവർക്ക് ചുറ്റും ആൾക്കാർ കൂട്ടംകൂടി കൊണ്ട് പറഞ്ഞ തുക കൊടുത്ത് അത് വാങ്ങിക്കൊണ്ടുപോകുകയും ചെയ്തു. അങ്ങനെ വിളിച്ചു പറഞ്ഞാൽ എനിക്കും കയ്യിലുള്ള ടിക്കറ്റ് വിൽക്കാൻ കഴിയു മല്ലോ എന്ന് ധരിച്ച് ഞാനും ഗാന്ധിക്ലാസ് മൂന്ന് രൂപ, ഗാന്ധിക്ലാസ് മൂന്ന് രൂപ എന്നു വിളിച്ചു പറഞ്ഞു.

എന്റെ പറച്ചിൽ കേട്ടപ്പോൾ ടിക്കറ്റ് കിട്ടാതെ നിന്നിരുന്ന ആൾക്കാർ എനിക്ക് ചുറ്റും ടിക്കറ്റിനായി തടിച്ചുകൂടി. പെട്ടെന്നായിരുന്നു ആ തിരക്കി നിടയിൽ നിന്നും ആരോ എന്റെ ഷർട്ടിന്റെ കുത്തിൽ കയറിപിടിച്ചു കൊണ്ട് കൈയിലുണ്ടായിരുന്ന ആ മൂന്ന് ടിക്കറ്റ് ബലമായി തട്ടിപ്പറി ച്ചെടുത്തത്. ആരാണതെന്ന് നോക്കിയപ്പോൾ നേരത്തെ ടിക്കറ്റ് വിറ്റു കൊണ്ടിരുന്നവരിൽ ഒരാളാണതെന്ന് മനസ്സിലായി. ഷർട്ടിൽ കയറിപ്പിടിച്ച കൈ ഒന്നുകൂടി മുറുക്കികൊണ്ട് അയാളെന്നോട് ''ആരാടാ നീ?''

പേടിച്ചു വിളറിപ്പോയ ഞാൻ എന്താണുത്തരം പറയേണ്ടതെന്നറി യാതെ ഭയന്ന് വിറച്ചു. അല്പംകൂടി ഷർട്ടിൽ പിടിമുറുക്കി വലിച്ചു

കൊണ്ടയാൾ, ''നിനക്കെത്ര ധൈര്യമുണ്ട് ഞങ്ങളുടെ സ്ഥലത്ത് വന്ന് ഞങ്ങളുടെ മുന്നിൽവെച്ച് ടിക്കറ്റ് വിൽക്കാൻ. പറയടാ ആരാടാ നീ?''

എന്ത് പറയണമെന്നറിയാതെ വിളറി നിന്ന എന്നെ നോക്കിക്കൊണ്ട് അയാൾ, മേലാൽ നിന്നെയിവിടെ കണ്ടു പോകരുത്, കണ്ടാൽ കൊന്നു കളയും എന്നു പറഞ്ഞുകൊണ്ട് ഷർട്ടിൽ പിടിച്ച പിടിയിൽ തീയേറ്ററിന്റെ ഗേറ്റിന് പുറത്തേക്ക് ആഞ്ഞു തള്ളി.

ടിക്കറ്റും കാശും നഷ്ടപ്പെട്ട ഞാൻ പേടിച്ച് തിരിഞ്ഞുപോലും നോക്കാതെ അവരുടെ കയ്യിൽ നിന്നും രക്ഷപ്പെട്ടതിന്റെ ആശ്വാസത്തിൽ കിട്ടിയ ഭാഗത്തേക്ക് ആഞ്ഞു നടന്നു. അങ്ങനെ കുറെ സമയം ലക്ഷ്യമില്ലാതെ ആ വലിയ നഗരവീഥിയിൽ കൂടി നടന്നുകൊണ്ടിരുന്നപ്പോൾ കുറച്ച് ആൾക്കാർ കൂട്ടംകൂടി നിൽക്കുന്നത് എന്റെ ശ്രദ്ധയിൽപ്പെട്ടു. അതെന്താണെന്ന് നോക്കാമെന്ന് കരുതി ഞാൻ ആൾക്കൂട്ടം നിന്നിരുന്നസ്ഥലത്തേക്ക് തിരിഞ്ഞു.

അപ്പോൾ കണ്ടു ഒരാൾ താഴെ വിരിച്ചിരുന്ന തോർത്തുമുണ്ടിന്മേൽ കൈയിൽ കരുതിയിരുന്ന മൂന്ന് ചീട്ട് ചുറ്റും നിൽക്കുന്നവരെ കാണിച്ചുകൊണ്ട് മാറ്റി മാറ്റി കമിഴ്ത്തിയിടുന്നു. അതിലൊന്നിൽ രാജാവിന്റെ പടമുണ്ട്. ബാക്കി രണ്ടിലും ശൂന്യവും. ചുറ്റും നിന്നിരുന്നവർ കമഴ്ത്തിയിട്ടിരുന്ന ചീട്ടിന്മേൽ കാശിടുന്നു. രാജാവിന്മേൽ കാശിടുന്നവർക്ക് ഒന്നിനു പകരം രണ്ട് മടങ്ങായി ലഭിച്ചുകൊണ്ടിരിക്കുന്നു. കിട്ടുന്നവരായിരുന്നു ഏറെയും. നഷ്ടപ്പെടുന്നവർ വിരളവും. കുറേനേരം ഇതൊക്കെ വീക്ഷിച്ചു നിന്ന എനിക്ക് ചീട്ടിന്മേൽ പന്തയം കെട്ടാനുള്ള ആഗ്രഹം തോന്നി. കിട്ടിയാൽ ഇരട്ടിയല്ലേ? കയ്യിലുള്ളത്. ഇരട്ടിപ്പിക്കണം എന്നായിരുന്നു ചിന്ത.

അതുകൊണ്ട് പോക്കറ്റിലുണ്ടായിരുന്ന മൂന്ന് രൂപയെടുത്ത് പന്തയം കെട്ടാനായി കൈയിൽ കരുതിവച്ചു. ചീട്ടിടുന്നയാൾ ചുറ്റും നിൽക്കുന്നവരെ ചീട്ട് മലർത്തി കാണിച്ചുകൊണ്ട് തോർത്തിന്റെ മുകളിൽ കമഴ്ത്തിയിട്ടു. നടുക്കുള്ള ചീട്ട് രാജാവ് തന്നെയാണെന്നുറപ്പിച്ച് ഞാൻ കിട്ടിയ അവസരം പാഴാക്കാതെ അതിന്മേൽ ഒരു രൂപയിട്ടു. വരുവിൻ, വരുവിൻ ഒന്ന് വെച്ചാൽ രണ്ട്, രണ്ട് വെച്ചാൽ നാല് എന്നയാൾ അപ്പോഴും വിളിച്ചുകൊണ്ടേയിരുന്നു. മറ്റാരും ഇനി പന്തയം കെട്ടാനില്ലെന്ന് കണ്ടപ്പോൾ കമഴ്ന്നുകിടന്ന ചീട്ട് അയാൾ ഓരോന്നായി മറിച്ചിട്ടു. അപ്പോൾ എന്റെ മോഹത്തിനു ഭംഗംവരാതെ ഒരു രൂപയ്ക്കു പകരം രണ്ടു രൂപ കിട്ടുകയും ചെയ്തു.

അപ്പോഴെനിക്ക് ആവേശമായി. കൂടെ നിന്നിരുന്നവരെല്ലാം ഒരു ചീട്ടിന്മേൽ രൂപ ഇട്ടപ്പോൾ ഞാനും അവരോടൊപ്പം ആ ചീട്ടിന്മേൽ ഒരു രൂപ പന്തയമിട്ടു. പക്ഷേ അത് നഷ്ടപ്പെടുകയാണുണ്ടായത്. വീണ്ടും ഞാൻ കൂടെ നിൽക്കുന്നവർക്കൊപ്പം ചീട്ടിന്മേൽ പന്തയം വെച്ചു. അതും നഷ്ടപ്പെട്ടു വീണ്ടും പന്തയം വച്ചു വീണ്ടും നഷ്ടപ്പെട്ടു. ബാക്കി

കൈയിലുണ്ടായിരുന്നത് ഒരു രൂപ മാത്രം. സിനിമയ്ക്കും ആഹാര ത്തിനുമായി കരുതിവച്ചിരിക്കുന്ന കാശ് കൈയിൽ നിന്ന് നഷ്ടപ്പെട്ടു പോയല്ലോ എന്നോർത്തപ്പോൾ നിരാശ തോന്നി. ബാക്കിയുള്ള ഒരു രൂപകൊണ്ട് കൃത്യതയോടെ ചീട്ടു നോക്കി. പന്തയം വച്ച് നഷ്ടപ്പെട്ടു പോയ കാശെല്ലാം തിരിച്ചുപിടിക്കണം എന്ന് കണക്കുകൂട്ടി ഞാൻ വീണ്ടും പന്തയം വയ്ക്കാനായി തക്കംപാർത്തു നിന്നു.

ചീട്ടിടുന്നയാൾ വീണ്ടും ചീട്ടിട്ടപ്പോൾ അടുത്ത് നിന്നിരുന്നയാൾ കൈയിലുണ്ടായിരുന്ന പത്തോളം രൂപ ഇതുതന്നെയാണ് രാജാവ് എന്നുറപ്പിച്ച് നടുക്കുണ്ടായിരുന്ന ചീട്ടിന്മേൽ നിക്ഷേപിച്ചു. ആ ചീട്ടിന്മേൽ അയാൾക്ക് ഉറപ്പുള്ളതുകൊണ്ടാണ് ഇത്രയും തുക പന്തയംവച്ചതെന്ന് മനസ്സിലാക്കിയ ഞാൻ അയാൾക്കൊപ്പം അവസാനത്തെ ആ ഒരു രൂപയും പന്തയം കെട്ടാനായി തുനിഞ്ഞു. എങ്കിലും സംശയം തോന്നിയതു കൊണ്ട് അല്പമൊന്ന് മടിച്ചുനിന്നു.

അപ്പോഴയാൾ, സംശയം വേണ്ട. അത് രാജാവ് തന്നെയാണ്. ധൈര്യ മായി അതിൽ കെട്ടിക്കോളൂ എന്നു പറഞ്ഞു. ഇങ്ങനെ പറഞ്ഞതു കേട്ടപ്പോൾ ഞാനയാളുടെ വാക്ക് വിശ്വസിച്ച് കയ്യിൽ കരുതിയിരുന്ന അവസാനത്തെ ഒരു രൂപയും ആ വലിയ തുകയ്ക്കൊപ്പം പന്തയം കെട്ടി. അപ്പോഴും ഒന്ന് വെച്ചാൽ രണ്ട്, രണ്ട് വെച്ചാൽ നാല് എന്ന് ചീട്ടിടുന്നയാൾ വിളിച്ചു കൊണ്ടേയിരുന്നു. ഉടനെ അവിടെ നിന്നിരുന്ന ഒരാൾ കൂടി അതിൽ തന്നെ പന്തയം കെട്ടുകയും ചെയ്തു. ഇനിയും പന്തയം കെട്ടാൻ ആരുമില്ലെന്ന് കണ്ട് ചീട്ടിടുന്നയാൾ ചീട്ടിന്മേൽ കിടന്ന രൂപയെല്ലാം എണ്ണിത്തിട്ടപ്പെടുത്തി മടക്കി ഇത് എനിക്കു തന്നെ യാണെന്ന വിധത്തിൽ കൈയിൽ കരുതിക്കൊണ്ട് ആ ചീട്ടയാൾ മറി ച്ചിട്ടു. ആകാംക്ഷയോടെ കാത്തിരുന്ന എനിക്ക് നിരാശയായിരുന്നു സമ്മാനിച്ചത്. കാരണം മറിച്ചിട്ട ആ ചീട്ട് ശൂന്യമായിരുന്നു.

കൈയിലുണ്ടായിരുന്ന അവസാനത്ത കാശും നഷ്ടപ്പെട്ട എനിക്ക് വലിയ തുകവെച്ച് പന്തയം കെട്ടിയിരുന്നയാൾ ചീട്ടിടുന്നയാളുടെ ആളാ യിരുന്നുവെന്നും അയാൾ ഒന്നും അറിയാത്തവനെപ്പോലെ നിന്ന് പന്തയം കെട്ടിക്കൊണ്ട് മറ്റുള്ളവരെ തെറ്റായ ചീട്ടിലേക്ക് നയിച്ച് പ്രോത്സാഹി പ്പിക്കുകയാണ് ചെയ്യുന്നതെന്നും അവിടെയുണ്ടായിരുന്ന ഒരാളിൽനി ന്നെനിക്ക് മനസ്സിലാക്കാൻ കഴിഞ്ഞു. എന്തായാലും ആഹാരംപോലും കഴിക്കാതെ സൂക്ഷിച്ചുവെച്ചിരുന്ന കാശ് കൈയിൽ നിന്നും നഷ്ടപ്പെട്ടു പോയതുകൊണ്ട് വല്ലാത്ത നിരാശതോന്നി. ഇനി കാണുന്ന ഹോട്ടലിൽ ജോലി അന്വേഷിച്ചു ചെന്നാൽ കിട്ടാൻ സാധ്യതയില്ലായിരിക്കാം എന്നു കൂടി ഓർത്തപ്പോൾ ഉള്ളിലുള്ള നിരാശ ഇരട്ടിച്ചു ഏതായാലും എവി ടെയെങ്കിലും ജോലി ലഭിക്കാതിരിക്കില്ല എന്ന് വിചാരിച്ച് നഗരഭാഗ ത്തുള്ള വലിയ തിരക്ക് പിടിച്ച റോഡിലൂടെ ജോലി നേടാനായി വീണ്ടും ഹോട്ടൽ അന്വേഷിച്ച് നടന്നുകൊണ്ടിരുന്നു. ഒരു നല്ല ഹോട്ടലിൽ കൂടി

ജോലി അന്വേഷിച്ചു ചെന്നെങ്കിലും അവിടെയും തുണി കൊണ്ടുവരണമെന്നായിരുന്നു മറുപടി.

വീണ്ടും നടന്നുകൊണ്ടിരിക്കുന്നതിനിടയിൽ ഹോട്ടൽ കണ്ടിരുന്നെങ്കിലും ജോലി ചോദിച്ചു ചെന്നാൽ കിട്ടുമെന്നുള്ള പ്രതീക്ഷയില്ലായിരുന്നതുകൊണ്ട് ജോലി ചോദിക്കണോ വേണ്ടയോ എന്ന് അല്പനേരം സംശയിച്ച് നോക്കിനിന്നതിനുശേഷം വേണ്ടെന്ന് തീരുമാനിച്ച് നടന്നു നീങ്ങി.

വൈകുന്നേരമായി. പരിസരം ഇരുട്ട് മൂടി തുടങ്ങി. നടക്കും തോറും വിജനമായിക്കൊണ്ടിരുന്ന ആ വലിയ റോഡിലൂടെ ഞാനപ്പോൾ വളരെ ദൂരം നടന്നു താണ്ടിക്കഴിഞ്ഞിരുന്നു. വീണ്ടും നടത്തം തുടർന്നപ്പോൾ ഇരുവശത്തും പരന്നുകിടന്ന നെൽപ്പാടങ്ങളുടെ നടുവിലൂടെ നീണ്ടു പോകുന്ന വലിയ റോഡ് മാത്രമേ കാണാൻ കഴിഞ്ഞുള്ളൂ. അല്പം കൂടിനടന്നാൽ എവിടെയെങ്കിലും ഈ രാത്രി കഴിച്ചുകൂട്ടാനൊരിടം കിട്ടാതിരിക്കില്ല എന്ന് നിനച്ച് നടത്തം തുടർന്നപ്പോൾ മനസ്സിൽ കരുതിയതുപോലെ നെൽപ്പാടങ്ങൾക്കും റോഡിനും ഇടയ്ക്ക് ഒഴിഞ്ഞു കിടന്ന ഒരുകടയും ചായ്പ്പും കണ്ടു. ഇതാണ് നല്ല സ്ഥലം. ഈ രാത്രി ഇവിടെ കഴിച്ചുകൂട്ടി നേരം വെളുപ്പിക്കാം എന്ന് കരുതി ഞാൻ കടയുടെ പലക തട്ടിന് കീഴിൽ കിടന്നുറങ്ങി.

അതിരാവിലെ തണുപ്പ് ഉറക്കം കെടുത്തിയപ്പോഴാണ് ഞാനുണർന്നെണീറ്റിരുന്നത്. അപ്പോൾ നേരം നല്ലവണ്ണം വെളുത്തിരുന്നില്ല. അപ്പച്ചനെന്ന് പറയുന്നയാളിൽനിന്നും കാശ് വാങ്ങിത്തിരിച്ചതിന്റെ അഞ്ചാമത്തെ ദിവസമായിരുന്നു അന്ന്.

ഈ സമയമായിരിക്കാം അമ്മച്ചി പ്രാർത്ഥിക്കാനെണീക്കാറുള്ളത്. ഞങ്ങൾ ബലഹീനരാണല്ലോ നാഥാ. അതുകൊണ്ടീ ദിവസം ഞങ്ങളുടെ ജീവിതം നിന്നിൽ സമർപ്പിക്കുന്നു. കൈപിടിച്ച് നടത്തിയാലും എന്ന് അമ്മച്ചി പ്രാർത്ഥിക്കാറുള്ളത് എന്റെ ഓർമ്മയിൽ ഓടിയെത്തി.

കുപ്പൻ ജോലിക്ക് പോകുന്ന സമയവും ഇതായിരിക്കുമല്ലോ. ഞാൻ വീടുവിട്ടിറങ്ങിയതിനുശേഷം അവരെന്നെ അന്വേഷിച്ച് കാണുമോ? ഞാൻ വീടുവിട്ടുപോയത് അമ്മച്ചിയും ബന്ധുക്കളുമെല്ലാം അറിഞ്ഞു കാണുമോ എന്നിങ്ങനെയൊക്കെ ആ സമയം എന്നെ ഓർമ്മിപ്പിച്ചു കൊണ്ടുപോയി. നേരം വെളുക്കാൻ തുടങ്ങിയപ്പോൾ ഇനി നടത്തം തുടരാം എന്ന് കരുതി നെൽപ്പാടങ്ങൾക്കിടയിലൂടെയുള്ള വലിയ റോഡിലൂടെ ഞാൻ നടന്നു. ഏകദേശം ഒരു മണിക്കൂറോളം നടന്നു കഴിഞ്ഞപ്പോൾ നെൽപ്പാടങ്ങൾക്കും റോഡിനും ഇടയിൽ വെള്ളം കവിഞ്ഞൊഴുകുന്ന ഒരു തോട് കണ്ടു. ആൾക്കാർ ഇറങ്ങി കുളിക്കുകയും നനയ്ക്കുകയും ചെയ്യുന്ന ഒരു സ്ഥലമാണിതെന്ന് അവിടം കണ്ടപ്പോൾ എനിക്കു തോന്നി. നന്നേ മുഷിഞ്ഞിരുന്ന ഞാൻ ഇവിടെത്തന്നെയാണ്

കുളിക്കാനും നനയ്ക്കാനുമുള്ളയൊരു നല്ല സ്ഥലം എന്ന് കരുതി ഇട്ടിരുന്ന ഷർട്ടും നിക്കറും ഊരി ആകുംവിധം കഴുകി. ഉണങ്ങാനായി രാവിലത്തെ ഇളംവെയിലിൽ വിരിച്ചിട്ടശേഷം തോട്ടിൽ മുങ്ങിക്കുളിച്ചു. കുളിക്ക് ശേഷം വിശപ്പടക്കാനായി തോട്ടിൽ നിന്ന് വയറുനിറയെ വെള്ളവും കോരിക്കുടിച്ചു. കുറെനേരം കാത്തിരുന്നിട്ടും ഉണങ്ങാതിരുന്ന ഉടുതുണി ശരീരത്തിൽക്കിടന്ന് പതുക്കെ ഉണങ്ങിക്കൊള്ളും എന്നറിയാവുന്നതുകൊണ്ട് അവ ഈറനോടെയെടുത്തണിഞ്ഞ് വീണ്ടും നടത്തം തുടർന്നു. ഏകദേശം ഒരു മണിക്കൂറോളം സമയം നടന്നു കഴിഞ്ഞപ്പോൾ വലിയ ഒരു ഹൈവേ റോഡ് കുറുകെ കടന്നു പോകുന്നതു കണ്ടു.

അവിടെ ഇരുറോഡുകളും കൂട്ടിമുട്ടുന്നതിന്റെയൊരു ഭാഗത്ത് രണ്ട് മൂന്ന് കടകളും അതിനോടടുത്ത് ഒരു വലിയ ഹോട്ടലും സ്ഥിതി ചെയ്തിരുന്നു. ഈ ഹോട്ടലിൽ ജോലിയന്വേഷിച്ചു ചെന്നാൽ ചിലപ്പോൾ കിട്ടിയെന്നു വരാം എന്നു കരുതി ഞാൻ ആ ഹോട്ടലിനരികിലേക്ക് നടന്നു. അപ്പോൾ അതിനകത്ത് ഉപഭോക്താക്കൾ കഴിച്ചു കഴിഞ്ഞ ധാരാളം ഗ്ലാസ്സുകളും പ്ലേറ്റുകളും ടേബിളുകളിലുടനീളം എടുത്തുമാറ്റാതെ കിടക്കുന്നത് കണ്ടു. ഒരുപക്ഷേ ജോലിക്കാർ കുറവായതുകൊണ്ടായിരിക്കാം ഇതൊക്കെ എടുത്ത് മാറ്റാതെ കിടക്കാൻ കാരണം. അതുകൊണ്ട് ഇവിടെ ജോലി ചോദിച്ചാൽ ചിലപ്പോൾ ഉറപ്പായും കിട്ടിയെന്നുവരാം എന്ന് മനസ്സിൽ കരുതിക്കൊണ്ട് ഞാനാ ഹോട്ടലിലെ കല്ലായിലിരുന്ന് കാശ് വാങ്ങുന്നയാളുടെ അരികിൽ സമീപിച്ചുകൊണ്ട് സാർ ടേബിൾ ക്ലീൻ ചെയ്യുന്ന ജോലി ഒഴിവുണ്ടോ? എന്ന് ചോദിച്ചു. ഉടനെ അദ്ദേഹം ഉണ്ടെന്ന് മറുപടി പറഞ്ഞു. അപ്പോൾ അദ്ദേഹവും ചോദിച്ചു ‘‘തുണി കൊണ്ടു വന്നിട്ടുണ്ടോ?’’

ഞാൻ പറഞ്ഞു ‘‘ഇല്ല.’’

‘‘സാരമില്ല. നല്ലവണ്ണം ജോലി ചെയ്തുകൊണ്ടിവിടെ നിന്നാൽ മതി. അതൊക്കെ ഉണ്ടാക്കാവുന്നതേയുള്ളൂ. ഇപ്പോൾ തന്നെ ജോലി തുടങ്ങിക്കൊള്ളൂ. ഇരുപത് രൂപയാണ് ഒരു മാസത്തെ ശമ്പളം. മാസം തികയാതെ പോകാനൊരുങ്ങിയാൽ ഒരു രൂപപോലും തരില്ല’’ എന്നു പറഞ്ഞു.

ഞാൻ ശരി എന്ന അർത്ഥത്തിൽ മൂളി. ശമ്പളം കിട്ടിയില്ലെങ്കിലും സാരമില്ല ജോലികിട്ടിയാൽ മതിയെന്നായിരുന്നു എന്റെ മനസ്സിലപ്പോൾ. അതിനുശേഷം അദ്ദേഹം എന്നോട് ആഹാരം വല്ലതും കഴിച്ചോ എന്നു ചോദിച്ചു.

‘‘ഇല്ല.’’

അപ്പോഴയാൾ കല്ലാപെട്ടിയുടെ മുകളിലിരുന്ന ബെല്ലിൽ വിരലമർത്തി. അതിന്റെ മുഴക്കം കേട്ടയുടനെ യൂണിഫോമിട്ട ഒരാൾ കല്ലായുടെ അരികിലേക്ക് നടന്നുവന്നു.

അപ്പോൾ കല്ലായിലിരുന്നയാൾ എന്നെ കാണിച്ചുകൊണ്ട് അദ്ദേഹത്തോട്, ഇവന് ആദ്യം ആഹാരം കൊടുത്തിട്ട് ചെയ്യേണ്ട ജോലി കാണിച്ചുകൊടുക്കുക എന്നു പറഞ്ഞു.

കല്ലായിലിരുന്നയാൾ എന്നോട്, അയാളുടെ കൂടെ പോയി ആഹാരം കഴിച്ചതിനുശേഷം ജോലി തുടങ്ങിക്കോളൂ എന്ന് പറഞ്ഞു.

യൂണിഫോമിട്ടിരുന്നയാൾ എന്നെ ഹോട്ടലിനകത്തേക്ക് കൂട്ടിക്കൊണ്ടുപോയി ടേബിളിൽ ഇരുത്തിയതിനുശേഷം മസാലദോശയും കാപ്പിയും മുന്നിൽ കൊണ്ടുവന്ന് വെച്ചുതന്നു. ഞാനത് ആർത്തിയോടെ അകത്താക്കി. അതിനുശേഷം ഞാൻ ചെയ്യേണ്ടതായ ജോലി അയാൾ എനിക്ക് കാണിച്ചു തന്നു. ഞാൻ വിചാരിച്ചത് പോലെതന്നെ ടേബിളിന്മേൽ നിന്നും ഉപയോഗിച്ചുകഴിഞ്ഞ ഗ്ലാസ്സുകളും പ്ലേറ്റുകളും വേറെ വേറെ ബക്കറ്റിൽ പെറുക്കിയിട്ട് പാത്രങ്ങൾ കഴുകുന്ന സ്ഥലത്ത് കൊണ്ടിടണമെന്നായിരുന്നു കാണിച്ചുതന്നത്. ഞാനുടനെ ടേബിളിന്മേൽ കിടന്നിരുന്നതെല്ലാം നിമിഷങ്ങൾക്കകം പെറുക്കി കഴുകാനായി കൊണ്ടിട്ടു. പിന്നീട് ആ ജോലി രാത്രി പതിനൊന്ന് മണിവരെ നിർവഹിച്ചു.

പിറ്റേന്ന് അതിരാവിലെ നല്ല ഉറക്കത്തിലായിരുന്ന എന്നെ ആരോ തട്ടിയുണർത്തി കൊണ്ട് കൂടെവരാൻ നിർദ്ദേശിച്ചു. എന്നെ അയാൾ കൂട്ടിക്കൊണ്ടുപോയത് അടുക്കളയിൽ കുന്നുകണക്കിന് പുഴുങ്ങി കൂട്ടി വച്ചിരിക്കുന്ന ഉരുളക്കിഴങ്ങിന്റെ മുൻപിലേക്കായിരുന്നു. മസാലദോശയ്ക്ക് വേണ്ടി പുഴുങ്ങിവച്ചിരുന്ന ആ കിഴങ്ങ് ഏകദേശം നൂറ് കിലോയോളമുണ്ടായിരുന്നു. അതിന്റെ മുന്നിൽ അയാൾ എന്നെ ഇരുത്തിക്കൊണ്ട് അതിന്റെ തോലുരിക്കാൻ നിർദ്ദേശിക്കുകയും കാണിച്ചു തരികയും ചെയ്തു. അപ്പോഴവിടെ വേറെയും രണ്ട് പിള്ളേർകൂടി കിഴങ്ങ് ഉരിച്ച്കൊണ്ടിരിപ്പുണ്ടായിരുന്നു. അവർ ഓരോ കിഴങ്ങും ഉരിച്ചു കൊണ്ടിരിക്കുന്നതിനിടയിൽ ഉറക്കംതൂങ്ങി വീഴാനായി മുൻപോട്ട് ആഞ്ഞുകൊണ്ടേയിരുന്നു. അപ്പോൾ സമയം എത്രയായിരിക്കാമെന്ന് ക്ലോക്കിലേക്ക് നോക്കിയപ്പോൾ നാലു മണിയേ ആയിട്ടുള്ളൂവെന്ന് മനസ്സിലായി. മുൻപിലുണ്ടായിരുന്ന ഉരുളക്കിഴങ്ങെല്ലാം ഒരുവിധത്തിൽ തോലുരിച്ചു കഴിഞ്ഞപ്പോഴേക്കും സമയം ഏഴ് മണി ആകാറായിരുന്നു. വീണ്ടും ഉടനെ ടേബിൾ ക്ലീൻ ചെയ്യാനുള്ള നിർദ്ദേശവും വന്നു.

അന്നും രാവിലെമുതൽ രാത്രി ഹോട്ടൽ അടയ്ക്കുന്നത് വരെയും ഞാൻ ജോലി ചെയ്തു. പിറ്റേ ദിവസവും അതിരാവിലെ നാലുമണിക്ക് തന്നെ ഉരുളക്കിഴങ്ങിന്റെ തോലുരിക്കാനായി ഉറക്കത്തിൽ നിന്നും എന്നെ നിർബന്ധപൂർവം വിളിച്ചെഴുന്നേൽപ്പിച്ചു.

ഉരിക്കുന്നതിനിടയിൽ ഉറക്കം തൂങ്ങിപ്പോകാറുള്ള എന്നെ പാചകക്കാരൻ തട്ടിയുണർത്തിക്കൊണ്ടിരിക്കുകയും ചെയ്തു. അതുകഴിഞ്ഞപ്പോൾ വീണ്ടും പകലെല്ലാം ജോലി ചെയ്യണമെന്നുള്ള നിർദ്ദേശവും വന്നു. ഉറക്കമില്ലാതെ ഞാൻ പകലെല്ലാം അവശതയോടെ ജോലി

ചെയ്തുകൊണ്ടിരുന്നു. ദിവസവും രാവിലെ നാലുമണിക്ക് തുടങ്ങുന്ന ജോലി ഹോട്ടൽ അടയ്ക്കുന്ന സമയമായ രാത്രി പതിനൊന്ന് മണിവരെയും ജോലി ചെയ്യേണ്ടിവന്നു. ഇടയ്ക്ക് അല്പമൊന്നുറങ്ങാം എന്ന് നിനച്ച് മുറിയിൽ പോയി കിടന്നാൽ വേറെ പിള്ളേരാരുമില്ല എന്ന് പറഞ്ഞുകൊണ്ട് എന്നെ വിളിച്ചുണർത്തി കൊണ്ടുപോകും.

ഓരോ ദിവസവും ഒന്നോ രണ്ടോ പിള്ളേര് വീതം ജോലിക്കായി അവിടെയെത്തുമെങ്കിലും ഇത്തരത്തിലുള്ള കഠിനമായ ജോലിയായതുകൊണ്ട് ഒന്ന് രണ്ട് ദിവസത്തിൽ കൂടുതൽ അവരാരുമവിടെ നിൽക്കാറില്ല. ഒന്നുകിൽ ഉരുളൻകിഴങ്ങ് ഉരിച്ചു കൊണ്ടിരിക്കുന്നതിനിടയിൽ ഇറങ്ങിപ്പോകും. അല്ലെങ്കിൽ പകൽസമയത്ത് ജോലിക്കിടയിൽ ഇറങ്ങിപ്പോകുകയായിരിക്കും ചെയ്യാറ്.

പല പട്ടണങ്ങളെയും ബന്ധിപ്പിച്ചു കടന്നുപോകുന്ന വലിയ ഒരു ഹൈവേയുടെ ഓരത്തായിരുന്നു ഈ ഹോട്ടൽ സ്ഥിതി ചെയ്തിരുന്നത്. ടൂറിസ്റ്റ് ബസ്സുകളിൽ യാത്ര ചെയ്തുവരുന്നവർ മാത്രമായിരുന്നു അവിടുത്തെ ഉപഭോക്താക്കൾ. ഒരു ബസ് ഹോട്ടലിന്റെ മുന്നിൽ വന്നു നിന്നാൽ അതിലുണ്ടാകാറുള്ള മുപ്പത് നാല്പതോളം പേർ ഒരുമിച്ച് ആഹാരം കഴിക്കാനായി വരും. ആ ഹൈവേയിൽ കൂടിയായിരുന്നു സാന്താമരിയ എന്ന തീർത്ഥാടന സ്ഥലത്തേക്ക് പോകേണ്ടിയിരുന്നതും. അവിടെ ആഹാരം കഴിക്കാനായി നിർത്തുന്ന ടൂറിസ്റ്റ് ബസുകളെല്ലാം സാന്താമരിയയിലേക്ക് പോകുന്നവയായിരുന്നു.

സൗത്ത് ഇന്ത്യയുടെ പല ഭാഗത്തുനിന്നും പല ഭാഷകൾ സംസാരിക്കുന്ന ആൾക്കാർ ആഹാരം കഴിക്കാനായി ഇടവിട്ടിടവിട്ട് ബസ്സിൽ അവിടെ വന്നുകൊണ്ടേയിരുന്നു. എവിടെനിന്ന് വരുന്നവരായാലും ഞാനതൊന്നും ഗൗനിക്കാതെ എന്റെ ജോലി നിർവഹിച്ചു പോന്നു.

ജോലി ചെയ്യാൻ തുടങ്ങിയിട്ട് എട്ടു പത്തു ദിവസങ്ങൾ കഴിഞ്ഞുകാണും. ആയിടയ്ക്കാണ് ഒരു കൂട്ടം മലയാളികൾ ആഹാരം കഴിക്കാനായി ഒരു ബസ്സിൽ അവിടെ വന്നിറങ്ങിയത്. അവർ തമ്മിൽ തമാശകളൊക്കെ പറഞ്ഞുകൊണ്ട് ആഹാരം കഴിക്കുന്നതിനിടയിൽ അതിലൊരാൾ അടുത്ത് നിന്നിരുന്ന എന്നോട് കുടിക്കാൻ വെള്ളം വേണം എന്ന് പറഞ്ഞു. അപ്പോൾ അടുത്തിരുന്നയാൾ അയാളോട്, ഇത് കേരളമല്ല. അവന് പറഞ്ഞത് മനസ്സിലാകാൻ അവരുടെ ഭാഷയിൽ തണ്ണി കൊണ്ട് വാങ്കോ എന്ന് പറയണം എന്നു പറഞ്ഞു കൊടുത്തു.

ഇതുകേട്ട ഞാൻ, നിങ്ങൾ എന്നോട് പറഞ്ഞതെനിക്ക് മനസ്സിലായി. ഞാനും മലയാളിയാണ് എന്ന് പറഞ്ഞു.

‘‘മോൻ മലയാളിയാണോ?’’

‘‘അതെ.’’

‘‘മോന്റെ വീടെവിടെയാണ്?’’

എന്ത് പറയണമെന്ന് ഒരു നിമിഷം ആലോചിച്ചുനിന്ന ശേഷം ഞാൻ പറഞ്ഞു. ''സാന്താമരിയ.''

''ആരൊക്കെയുണ്ട് വീട്ടിൽ?''

''അപ്പനും അമ്മയും സഹോദരങ്ങളൊക്കെയുണ്ട്?''

''ഇവിടെയെത്ര രൂപ നിനക്ക് ശമ്പളം കിട്ടും?''

ജോലി ചെയ്യാൻ തുടങ്ങിയിട്ട് ഒരു മാസം തികഞ്ഞിട്ടില്ല. അതുകൊണ്ട് എത്ര രൂപ തരുമെന്നെനിക്കറിയില്ല എന്നു പറഞ്ഞു.

ഒരുപക്ഷേ ഞാൻ ഏത് സാഹചര്യത്തിലാണ് ഇവിടെ വന്നതെന്ന് അവർ മനസ്സിലാക്കിയിരിക്കാം. അതുകൊണ്ടായിരുന്നു നാടിന്റെ പേര് പറഞ്ഞപ്പോൾ മറിച്ചൊന്നും എന്നോട് ചോദിക്കാതിരുന്നത്.

''നീ ഞങ്ങളുടെ കൂടെ നാട്ടിൽ വരുന്നോ? ജോലിയൊന്നും ചെയ്യേണ്ട ഒരു തുണയായി ഞങ്ങളുടെ വീട്ടിൽ നിന്നാൽ മതി. ഞങ്ങൾ നല്ലവണ്ണം നോക്കിക്കൊള്ളാം. നല്ല ശമ്പളം തരുകയും ചെയ്യാം.''

ഞാനുടനെ മറ്റൊന്നും ചിന്തിക്കാതെ വരാമെന്ന് മറുപടി പറഞ്ഞു. അപ്പോഴദ്ദേഹം, ഞങ്ങളിപ്പോൾ സാന്താമരിയയിലേക്ക് പോകുന്ന വഴിയാണ്. അവിടെപ്പോയിട്ട് നാളെ ഉച്ചയ്ക്കുശേഷം ഇതേപോലെ ഇവിടെ വരാം. അപ്പോൾ നിന്നെ ഞങ്ങൾ കൊണ്ടുപൊയ്ക്കൊള്ളാം. പോകാനായി നീ ഒരുങ്ങി നിന്നാൽ മതി. അതുവരെ ആരോടും ഇതിനെപ്പറ്റി പറയരുത് എന്നു പറഞ്ഞു.

ശരി എന്ന് ഞാൻ സമ്മതം മൂളി. അതിനുശേഷം അവർ ആഹാരം കഴിച്ചിട്ട് സാന്താമരിയയിലേക്ക് പുറപ്പെട്ടു പോയി. പിന്നീടെല്ലാം എന്റെ മനസ്സിൽ നാളെ അവരോടൊപ്പം പോകുന്നതിനെപ്പറ്റിയുള്ള ചിന്ത മാത്രമേ ഉണ്ടായിരുന്നുള്ളൂ.

അവർക്കൊപ്പം യാത്രയാകാൻ വേണ്ടി രാത്രിയിൽ ഹോട്ടൽ അടച്ചതിനുശേഷം മുഷിഞ്ഞിരുന്ന തുണിയെല്ലാം കഴുകി ഫാനിന്റെ കാറ്റിൽ ഒരുവിധം ഉണക്കിയെടുത്തു. അപ്പോഴേക്കും ഉരുളക്കിഴങ്ങ് ഉരിക്കാനുള്ള സമയമാകാറായിരുന്നു. ഉറക്കച്ചടവിൽ ക്ഷമയോടെയിരുന്ന് അതും ഒരുവിധം നിർവഹിച്ചു. അപ്പോഴെല്ലാം ഞാൻ വിചാരിച്ചു, ഇന്നു കൂടി മാത്രമല്ലേ ഉരുളക്കിഴങ്ങ് ഉരിക്കേണ്ടതുള്ളൂ. നാളെ ഈ സമയം മറ്റെവിടെയോ ആയിരിക്കുമല്ലോ എന്ന്. പിന്നീട് രാവിലെ മുതലുള്ള ജോലിക്കിടയിൽ സാന്താമരിയയിൽ പോയവരുടെ വരവിനായി ഞാൻ കാത്തിരുന്നു. ഓരോ ബസ് വന്നുനിൽക്കുമ്പോഴും അവരായിരിക്കുമോ വന്നത് എന്ന് നോക്കി കാത്തിരുന്നു. എന്റെ കാത്തിരിപ്പിന് ഭംഗം വരാതെ ഉച്ചയ്ക്കുശേഷം പറഞ്ഞതുപോലെ അവരവിടെ എത്തി.

അവർ വന്നിരിക്കുന്നു എന്നറിഞ്ഞപ്പോൾ എന്റെയുള്ളിൽ എന്തെന്നില്ലാത്ത സന്തോഷം തോന്നി. തലേന്നെന്നോട് സംസാരിച്ചയാൾ

എന്നെ അടുത്ത് വിളിച്ചുകൊണ്ട് അടക്കത്തിൽ, ഞങ്ങൾ ആഹാര മൊന്നും കഴിക്കാനായിട്ടല്ല ഇവിടെ വന്നത്. നിന്നെ കൊണ്ടുപോകാനായി മാത്രമാണ് വന്നത്. ഇത് ഹോട്ടലുകാരറിഞ്ഞാൽ പ്രശ്നമാകും. അതു കൊണ്ട് മോനൊരു കാര്യം ചെയ്യണം എന്നു പറഞ്ഞ് പുറത്ത് അല്പം ദൂരെ നിർത്തിയിട്ടിരുന്ന ബസ് ചൂണ്ടിക്കാണിച്ചുകൊണ്ട് പറഞ്ഞു ഈ ഹോട്ടലിലുള്ളവർ ആരും നിന്നെ കാണാത്തവിധം പോയി ആ ബസ്സി നുള്ളിൽ കയറിയിരിക്കണം. ഉടനെ തന്നെ ഞങ്ങളെല്ലാവരും വരുകയും ചെയ്യാം.

ഞാൻ ചുറ്റും നോക്കിയപ്പോൾ ഹോട്ടലിലുള്ള എല്ലാവരും അവര വരുടേതായ ജോലിയിൽ മുഴുകിയിരിക്കുന്നതാണ് കണ്ടത്. ഇതാണ് നല്ല സമയം എന്ന് മനസ്സിലാക്കിയ ഞാൻ ആരെയും ശ്രദ്ധിക്കാതെ നടന്ന് ചൂണ്ടിക്കാണിച്ചു തന്ന ബസ്സിനുള്ളിൽ കയറിയിരുന്നു. അപ്പോൾ പേരിനു മാത്രം ഹോട്ടലിൽനിന്ന് ഭക്ഷണം കഴിച്ചുകൊണ്ടിരുന്ന അവർ ഓരോരുത്തരായി ബസിന്റെയുള്ളിലേക്ക് കടന്ന് വന്നുകൊണ്ടിരുന്നു. ബസ്സിനുള്ളിൽ കടന്നവരെല്ലാം എന്നെ പുറത്ത് കാണാത്തവിധം കവച മായി നിന്നു. നിമിഷങ്ങൾക്കകം ബസ് സ്റ്റാർട്ട് ചെയ്ത് അവിടെ നിന്ന് നീങ്ങാൻ തുടങ്ങി.

അല്പസമയത്തിനുള്ളിൽ ബസ് അവിടെനിന്ന് നീങ്ങി മറഞ്ഞു. ഹോട്ടലിലുള്ളവർ എന്നെ കണ്ടാൽ പോകാനനുവദിക്കില്ലല്ലോ എന്നോർത്ത് വിഷമിച്ചു നിന്ന എനിക്ക് അപ്പോഴാണ് ആശ്വാസമായത്. പിന്നീട് ബസ്സി നുള്ളിലിരുന്ന് യാത്രയാകുവാൻ നല്ലൊരിരിപ്പിടവും അവർ എനിക്കൊ രുക്കിത്തന്നു. യാത്രയിലുടനീളം അവർ എന്നെ നോക്കിക്കൊണ്ട് തമ്മിൽ ത്തമ്മിൽ എന്തൊക്കെയോ സംസാരിച്ചുകൊണ്ടിരിക്കുന്നുണ്ടായിരുന്നു.

പിറ്റേന്ന് രാവിലെ പത്ത് മണിവരെയും ആ ബസ് യാത്ര തുടർന്നു കൊണ്ടിരുന്നു. മുൻപോട്ടുള്ള യാത്രയിൽ ഓരോരോ കുടുംബാംഗങ്ങളും അവരവർ ഇറങ്ങേണ്ടതായ സ്ഥലങ്ങളിൽ ഇറങ്ങിപൊയ്ക്കൊണ്ടിരുന്നു. അതുപോലെ തന്നെ എന്നെ കൂട്ടിക്കൊണ്ട് വന്ന സാബുച്ചായൻ എന്നു പറയുന്നയാൾ കൈക്കുഞ്ഞ് കയ്യിലേന്തിയ തന്റെ ഭാര്യയെയും എന്നെയും കൂട്ടിക്കൊണ്ട് ബസ്സിൽനിന്നിറങ്ങി വിജനമായ റബ്ബർതോട്ടങ്ങൾക്കിട യിലൂടെ ഏകദേശം അരക്കിലോമീറ്ററോളം നടന്ന് തങ്ങളുടേതെന്ന് പറയപ്പെടുന്ന ഒരു വലിയ വീട്ടിലെത്തി. അവരൊഴികെ മറ്റാരും ആ വീട്ടിൽ താമസമില്ലെന്ന് എനിക്കപ്പോൾ മനസ്സിലായി. അന്നേ ദിവസം തന്നെ എനിക്കായി പുതിയ നിക്കറും ഷർട്ടും ദിനചര്യകൾക്കാവശ്യ മായതെല്ലാം സാബുച്ചായൻ വാങ്ങിക്കൊണ്ട് തന്നിട്ട് പറഞ്ഞു,

''ഇത് നിന്റെ വീടാണെന്ന് കരുതിയാൽ മതി. നിനക്കിവിടെ ജോലി യൊന്നും ചെയ്യേണ്ട ആവശ്യമില്ല. ഇവിടെ ഇഷ്ടംപോലെ ജോലിക്കാ രുണ്ട്. നിനക്കാവശ്യമുള്ളതെല്ലാം (തന്റെ ഭാര്യയെ ചൂണ്ടിക്കാണിച്ചു കൊണ്ട്) മോളി ചേച്ചിയോട് പറഞ്ഞാൽ മതി. നിനക്കത് സാധിച്ചു തരും.

ഞാൻ നാളെ പോകുകയാണ്. കുറച്ചു ദിവസങ്ങൾ കഴിഞ്ഞിട്ടേ മടങ്ങി വരുള്ളൂ. ഇവിടെ വേറെ ആരും ഇല്ലാത്തതുകൊണ്ട് നിന്റെ ചേച്ചിയെപ്പോലെ കരുതി അവൾക്കൊരു തുണയായി നീയിവിടെ നിൽക്കണം.''

ഞാൻ ശരിയെന്ന വിധത്തിൽ മൂളി തലയാട്ടി. പിന്നീട് ആ വീട്ടിൽ അദ്ദേഹം എനിക്കൊരു പ്രത്യേക മുറി തന്ന് ആവശ്യമായതെല്ലാം ഒരുക്കിത്തന്നു. സ്വന്തം ഭാഷ സംസാരിക്കുന്നവർ, സ്വന്തം നാട്, നല്ല സാഹചര്യം ഇതൊക്കെ ഒത്തുകൂടിയപ്പോൾ മനസ്സിൽ എന്തെന്നില്ലാത്ത സന്തോഷം തോന്നി. കുറേ ദിവസത്തെ നല്ല ഉറക്കത്തിനുശേഷം പിറ്റേന്ന് ഞാൻ ഉണർന്നെണീറ്റപ്പോഴേക്കും സാബുച്ചായൻ യാത്ര പുറപ്പെട്ടു കഴിഞ്ഞിരുന്നു

പിന്നീട് പതുക്കെ ആ വീടും പരിസരവുമായി ഞാൻ പൊരുത്തപ്പെടാൻ തുടങ്ങി. പല ഏക്കറോളമുള്ള സ്ഥലത്തിന്റെ നടുവിലായിരുന്നു ആ വീട് സ്ഥിതി ചെയ്തിരുന്നത്. അടുത്തെങ്ങും വീടോ ആളനക്കമോ കാണാനോ കേൾക്കാനോ പറ്റാത്തത്ര ദൂരംവരെ റബ്ബർ മരങ്ങളും മറ്റു കൃഷികൾകൊണ്ടും വിസ്തൃതിയിൽ പരന്നു കിടന്നിരുന്നു അവരുടേതായ ആ സ്ഥലം.

ദിവസവും അമ്പതോളം റബ്ബർ ഷീറ്റുകളും തെങ്ങും വാഴക്കുലകളും എന്നുവേണ്ട മറ്റെല്ലാ കൃഷിഫലങ്ങളും വീടിനോടു ചേർന്നുണ്ടായിരുന്ന വലിയ മുറ്റത്ത് ജോലിക്കാർ കൊണ്ടുവന്ന് കൂട്ടിയിടും. പിന്നീട് അവർ തന്നെ കൊണ്ടുപോയി വിൽക്കുകയാണ് ചെയ്തിരുന്നത്. ഒരു ജോലിയും എനിക്കവിടെ ചെയ്യേണ്ടിയിരുന്നില്ല.

കൃത്യസമയത്ത് മോളിചേച്ചിക്കൊപ്പം നല്ല ആഹാരവും കഴിച്ച് ഞാൻ വീടിനു ചുറ്റും കറങ്ങി നടന്നു. അവർ ഒരനിയനെപ്പോലെയായിരുന്നു എന്നെയും നോക്കിക്കണ്ടിരുന്നത്. ജോലിയൊന്നും എനിക്കവിടെ ചെയ്യാനില്ലായിരുന്നുവെങ്കിലും വെറുതെയിരുന്ന് മടുക്കുമ്പോൾ എന്തെങ്കിലും ജോലിചെയ്യാം എന്ന് വിചാരിച്ച് വൃത്തിയായി കിടക്കാറുള്ള മുറ്റം വീണ്ടും അടിച്ചു വാരിയും റബ്ബർതോട്ടങ്ങൾക്കിടയിൽ ഒടിഞ്ഞു വീണു കിടക്കുന്ന വിറക് പെറുക്കിക്കൊണ്ടുവന്നും പശുക്കൾക്ക് പുല്ല് പറിച്ചു കൊടുത്തും അവിടെ വരുന്ന ജോലിക്കാരെ സഹായിച്ചും അങ്ങനെ എന്നാൽ കഴിയുന്ന ജോലികളൊക്കെ ചെയ്തു വന്നു. അടുത്തൊക്കെ വീട്ടുകാരോ കൂട്ടുകാരോ ഇല്ലായിരുന്നെങ്കിലും അതൊന്നും എനിക്കൊരു കുറവായി തോന്നിയില്ല. മൂന്നുനാല് മാസങ്ങൾ അങ്ങനെ കടന്നു പോയി.

ഒരു ദിവസം വൈകുന്നേരം സാബുച്ചായൻ വീട്ടിൽ തിരിച്ചെത്തി. പിന്നീടുള്ള അദ്ദേഹത്തിന്റെ മൂന്നു നാല് ദിവസത്തെ തിരക്ക് കണ്ടപ്പോൾ അദ്ദേഹവും കുടുംബവും വലിയൊരു യാത്രയ്ക്ക് ഒരുങ്ങുകയാണെന്ന് എനിക്ക് മനസ്സിലായി. വീണ്ടും മൂന്നു നാല് ദിവസങ്ങൾ കൂടി കഴിഞ്ഞപ്പോൾ എന്നെ വിളിച്ചിട്ട് സാബുച്ചായൻ ഞങ്ങളെല്ലാവരും

പേർഷ്യയ്ക്ക് യാത്ര പോവുകയാണ്. ഞങ്ങൾ തിരിച്ചുവരുന്നതുവരെ നീ എന്റെ സഹോദരന്റെ വീട്ടിൽ പോയി നിൽക്ക്. ഞങ്ങൾ വരുമ്പോൾ നിന്നെ ഇങ്ങോട്ട് കൂട്ടിക്കൊണ്ടു വരാം എന്ന് പറഞ്ഞു. ഞാൻ സമ്മതം മൂളി.

അന്ന് വൈകുന്നേരത്തോടെ അദ്ദേഹത്തിന്റെ സഹോദരനെന്ന് പറയുന്നയാൾ അവിടെയെത്തി. എന്നെ കണ്ടപ്പോൾ അയാൾ സ്വയം പരിചയപ്പെടുത്താനായി എന്നോട് ''എന്നെ പരിചയമുണ്ടോ നിനക്ക്?''

''ഇല്ല.''

''ഹോട്ടലിൽ സാബുച്ചായന്റെ കൂടെയിരുന്നത് ഞാനായിരുന്നു. ഞാനും കൂടെയാ നിന്നെ ഇവിടെ കൊണ്ടുവന്നത്.''

പിന്നീട് സാബുച്ചായന്റെ കൂടെയുള്ള അയാളുടെ സംസാരങ്ങളൊക്കെ കഴിഞ്ഞതിനുശേഷം നിന്റെ സാധനങ്ങളൊക്കെ പൊതിഞ്ഞെടുത്ത് കൊണ്ടുവാ നമ്മൾക്ക് പോകാം എന്ന് പറഞ്ഞു. ഞാനുടനെ എന്റെ സാധനങ്ങളെല്ലാം ഒരു പേപ്പറിൽ പൊതിഞ്ഞ് അയാളുടെ കൂടെ പുറപ്പെടാനായി ഒരുങ്ങി നിന്നു. പോകാൻ തുടങ്ങിയപ്പോൾ ഇത്രയും നാൾ എന്നെ കരുതിയ ചേച്ചിയെയും കുഞ്ഞുവാവയെയും പരിചയമാക്കിയെടുത്ത ചുറ്റുപാടും പിരിയാൻ പോകുന്നല്ലോ എന്നോർത്തപ്പോൾ സങ്കടം തോന്നി. എങ്കിലും അവർ തിരിച്ചുവരുമല്ലോ അപ്പോൾ വരാം എന്നോർത്തു.

പിന്നീട് രണ്ടു മൂന്ന് മണിക്കൂറോളം അയാളോടൊത്തുള്ള ബസ് യാത്രയ്ക്കൊടുവിൽ സാബുച്ചായന്റെ വീടിനും പരിസരത്തിനും സമാനമായ ഒരു വീട്ടിലെത്തി. യഥേഷ്ടം ആടുമാടുകളും കോഴികളുമൊക്കെയടങ്ങുന്ന വലിയൊരു കുടുംബപശ്ചാത്തലമാണിതെന്ന് അവിടെ ചെന്ന് കയറിയപ്പോൾ തന്നെ എനിക്ക് മനസ്സിലാക്കാൻ കഴിഞ്ഞു. ആ വീട്ടിലേക്ക് ആനയിച്ചുകൊണ്ട് എന്നെ പുറത്ത് വീടിനോട് ചേർന്നു കിടന്നിരുന്ന നീണ്ട വരാന്തയിലിരുത്തിക്കൊണ്ട് കൊണ്ടുവന്നയാൾ സ്വയം പരിചയപ്പെടുത്തികൊണ്ട് പറഞ്ഞു ''എന്റെ പേര് ടോമിയെന്നാണ്.''

എന്റെയൊരു അമ്മാച്ചന്റെ പേരും ടോമിയെന്നാണല്ലോ എന്ന് ഞാനപ്പോൾ മനസ്സിലോർത്തു. അപ്പോഴേക്കും വീടിനകത്തുണ്ടായിരുന്നവർ ഓരോരുത്തരായി പുറത്തേക്കു വന്ന് ഒരു ജീവി വന്നിരിക്കുന്നു ഒന്ന് കണ്ട് കളയാം എന്ന ഭാവത്തിൽ സ്വയം പരിചയപ്പെടുത്തിക്കൊണ്ട് ഞാൻ ടോമിയുടെ ഭാര്യ എന്നു പറഞ്ഞു. അതിനുശേഷം ടോമിയുടെ അമ്മയെന്ന് പറയുന്നവർ പറഞ്ഞു, ഞാനാ ടോമിയുടെയും സാബുവിന്റെയും അമ്മ. ഞാനാണ് ഇവരുടെയൊക്കെ അപ്പൻ എന്ന് പറഞ്ഞുകൊണ്ട് ടോമിയുടെ അപ്പനും സ്വയം പരിചയപ്പെടുത്തി.

അതിനിടയിൽ എനിക്ക് കൊണ്ടുവന്ന ചായയും പിന്നീട് രാത്രിയിലത്തെ ഭക്ഷണവും കഴിക്കാനായി കൊണ്ടുവെച്ചുതന്നത് വരാന്തയിലായിരുന്നു. രാത്രിയായപ്പോൾ വീടിനുചുറ്റും നീണ്ടുകിടന്ന വരാന്തയുടെ

ഒരു മൂലയിൽ കിടക്കാനായി കട്ടിലും പുതപ്പും ഒരുക്കിത്തന്നു. കൈകളിൽ പൊതിഞ്ഞു കൊണ്ടുവന്ന തുണിയും നിത്യോപയോഗസാധനങ്ങളും കട്ടിലിനടിയിൽ വച്ചു കൊണ്ട് ഞാനാ രാത്രി അതിലുറങ്ങാൻ കിടന്നു. ഇനിയുള്ള എന്റെ നിത്യനിദ്ര പുറത്തുള്ള ഈ കട്ടിലിൽ തന്നെയായിരിക്കും എന്ന് ഞാനപ്പോൾ മനസ്സിലാക്കി.

പിറ്റേ ദിവസം രാവിലെ ഞാൻ കട്ടിലിനടിയിൽ നിന്ന് പൊതിഞ്ഞു വച്ചിരുന്നതിൽനിന്ന് പ്രഭാതകർമ്മങ്ങൾക്കുവേണ്ടത് എടുത്തു കൊണ്ടിരുന്നപ്പോൾ ടോമി വന്ന് ദൂരത്തേക്ക് വിരൽ ചൂണ്ടിക്കാണിച്ചുകൊണ്ട് ദേ, അവിടെ താഴത്ത് നല്ലൊരു അരുവിയും കുളവുമുണ്ട്. പ്രഭാതകർമ്മങ്ങളും കുളിയുമെല്ലാം അവിടെയാണ് നിനക്കിനി നിർവഹിക്കേണ്ടത് എന്ന് പറഞ്ഞുകൊണ്ട് കാണിച്ചു തന്നു.

പിന്നീട് അവിടെയായിരുന്നു എന്റെ പ്രഭാതകർമ്മങ്ങളും കുളിയും നിർവഹിച്ചുപോന്നത്. രണ്ടാമത്തെ ദിവസത്തെ പ്രാതലും വരാന്തയിൽ വച്ചായിരുന്നു കഴിക്കാൻ തന്നത്. പ്രാതൽ കഴിച്ചു കഴിഞ്ഞപ്പോൾ വാ, നമ്മൾക്കിനി ജോലി തുടങ്ങാം എന്ന് പറഞ്ഞുകൊണ്ട് ടോമി ഒരു വലിയ കുട്ട എന്റെ കയ്യിലേൽപ്പിച്ചുകൊണ്ട് കൂടെ വരാൻ നിർദ്ദേശിച്ചു. വീടിനോടുചേർന്ന് അല്പം താഴെയായി വലിയ ഒരു കുഴിയിൽ ഉണക്കി കൂട്ടിവെച്ചിരുന്ന ചാണക കൂനയിലേക്കായിരുന്നു അയാളെന്നെ ആനയിച്ചത്. അതിന്റെ ഒരു ഭാഗത്തുനിന്നും കുട്ടയിലേക്ക് ചാണകം കോരി എന്റെ തലയിൽ വച്ച് തന്നിട്ട് പറമ്പിന്റെ ഓരോ ഭാഗത്തും കൊണ്ടിട്ടിട്ട് വരുവാൻ നിർദ്ദേശിച്ചും കാണിച്ചും തന്നു ചാണകം കൊണ്ടിട്ടിട്ട് വരുന്തോറും അയാളത് കോരി കോരി എന്റെ തലയിൽ വച്ചുകൊണ്ടേയിരുന്നു ആ ദിവസമെല്ലാം ആ ജോലി ഞാൻ തുടർന്നു. പിറ്റേദിവസവും വീണ്ടും അതേപോലെ തന്നെ രാവിലെ മുതൽ വൈകുന്നേരം വരെയും എന്നെക്കൊണ്ട് ചാണകം ചുമപ്പിച്ചു.

എല്ലാ ദിവസവും രാവിലെ പ്രാതൽ കഴിഞ്ഞാൽ അദ്ദേഹം തലയിൽ ഒരു തോർത്തും കെട്ടി എന്നെയുംകൊണ്ട് ചാണകക്കുണ്ടിലേക്കിറങ്ങിത്തിരിക്കും. രാവിലെ മുതൽ വൈകുന്നേരം വരെയും ദിവസവും ഞാനങ്ങനെ ചാണകം ചുമന്നു വന്നു. ഞായറാഴ്ചയൊരു ദിവസമായിരുന്നു ഒഴിവ് കിട്ടാറ്.

ഓരോ ദിവസവും രാവിലെ എഴുന്നേൽക്കുമ്പോഴെല്ലാം പെട്ടെന്ന് ഒൻപത് മണി ആവരുതേയെന്നും ചുമട് ചുമന്നുകൊണ്ടിരിക്കുന്നതിനിടയിൽ പെട്ടെന്ന് വൈകുന്നേരം അഞ്ച് മണി ആവണമേയെന്നും മനസ്സിൽ പ്രാർത്ഥിച്ചു.

അങ്ങനെ ഒരു ദിവസക്കൂലിക്കാരനെപ്പോലെ എന്നെക്കൊണ്ടവർ അവിടെ ജോലി ചെയ്യിപ്പിച്ചു. അതുപോലെയായിരുന്നു എന്നോടവർ പെരുമാറിയിരുന്നതും. ഒരിക്കൽ പോലും അവരുടെ വീടിനുള്ളിൽ കയറാനെനിക്ക് അവസരം തന്നിരുന്നില്ല. അവർ തമ്മിൽ സംസാരിക്കുന്നതു

പോലും ഞാൻ കേൾക്കാത്ത വിധത്തിലായിരുന്നു പലപ്പോഴും അവർ ഇങ്ങനെ പറയുന്നത് ഞാൻ കേട്ടിട്ടുണ്ട്. ''പതുക്കെ പറ ആ ചെറുക്കൻ കേൾക്കും ആ ചെറുക്കന് കൊടുക്കേണ്ട. വീട്ടിനകത്ത് വിളിച്ചു കയറ്റേണ്ട എന്നിങ്ങനെയൊക്കെ.''

ചുമട് ചുമന്നതിനു ശേഷം കുളിക്കാനായി പോയാൽ അടുത്ത് താമസിച്ചിരുന്ന ടോമിയുടെ സ്വന്തക്കാരുടെ കുടുംബത്തിലുള്ള പിള്ളേർ അവിടെയുണ്ടെങ്കിൽ പറയും, ജോലിക്കാരൻ ചെറുക്കൻ വരുന്നുണ്ട്. സംസാരിക്കാൻ നിൽക്കേണ്ട. മാറിനിൽക്ക് എന്ന്. ഒന്ന് സംസാരിക്കാമെന്ന് നിനച്ച് അവരുടെ അടുക്കലേക്കു പോയാൽ അവർ ഒഴിഞ്ഞു മാറുകയായിരിക്കും ചെയ്യാറ്. ആ വേർതിരിവ് എന്നെ വല്ലാതെ വേദനിപ്പിക്കുമായിരുന്നു. കുളത്തിലേക്ക് പോകുന്ന വഴിയിൽ ഒരു കുടുംബം അവിടെ താമസിച്ചിരുന്നു. പോകുമ്പോഴും വരുമ്പോഴുമെല്ലാം ചെറിയ കുശലങ്ങളൊക്കെ അവർ എന്നോട് തിരക്കും. അപ്പോൾ അല്പം ആശ്വാസം തോന്നും. സംസാരിക്കാൻ കിട്ടിയ അവസരം പാഴാക്കാതെ ഞാനവരോട് സംസാരിക്കാൻ തുടങ്ങുമ്പോൾ അവർ പറയും മോൻ പൊയ്ക്കോ, അവരെങ്ങാനും കണ്ടാൽ അവരെപ്പറ്റിയുള്ള കൊതിയും നുണയും പറഞ്ഞു കൊടുക്കുന്നെന്ന് പറഞ്ഞുകൊണ്ട് വഴക്കിനു വരും എന്ന്.

പിന്നീട് അവരും എന്നോട് അകൽച്ച കാണിച്ചു. ഒന്നൊന്നര മാസത്തോളം അങ്ങനെ കടന്നുപോയി ഒരു ഞായറാഴ്ച. വീട്ടിലുള്ളവരെല്ലാം പള്ളിയിൽ പോകാൻ വേണ്ടി കാറിൽ കയറിയിരുന്നു. പോകുന്നതിനു മുൻപ് വീടെല്ലാം പൂട്ടി രണ്ടു പ്രാവശ്യം പരിശോധിച്ചിട്ടേ പോകാറുണ്ടായിരുന്നുള്ളൂ. അങ്ങനെ പരിശോധിച്ച് പോകുന്നതിനിടയിൽ ഞാനെപ്പോഴും 'അപ്പച്ചാ' എന്ന് വിളിച്ചുവന്ന അവരുടെ അപ്പൻ തിണ്ണയിലിരുന്ന എന്നോട്; ''നിനക്ക് പള്ളിയിൽ പോകാൻ ഇഷ്ടമുണ്ടോ?''

''ഇഷ്ടമാണ്.''

റബർ തോട്ടങ്ങൾക്കിടയിലൂടെയുള്ള വഴി ചൂണ്ടിക്കാണിച്ചുകൊണ്ട് ഇഷ്ടമാണെങ്കിൽ ഈ വഴി നടന്നാൽ റോഡിലെത്താം. ആ റോഡിന്റെ ഒരറ്റത്ത് പള്ളിയും കാണാം. കണ്ടില്ലെങ്കിൽ ആരോടെങ്കിലും മാളികപ്പുറത്തെ പള്ളിയെവിടെയാണെന്ന് ചോദിച്ചാൽ പറഞ്ഞു തരും എന്നു പറഞ്ഞു.

ഇങ്ങനെ പറഞ്ഞതിനുശേഷം അവർ അവിടെനിന്ന് കാറിൽ യാത്രയാവുകയും ചെയ്തു. വന്നനാൾ മുതൽ വീടും പരിസരത്തിനുമപ്പുറം കാണാത്ത ഞാൻ പള്ളിവരെ പോയി ചുറ്റുപാടുമൊക്കെയൊന്ന് കണ്ടിട്ട് വരാം എന്ന് വിചാരിച്ച് റബർ തോട്ടങ്ങൾക്കിടയിലൂടെ പള്ളി ലക്ഷ്യമാക്കി നടന്നു. പറഞ്ഞതുപോലെ തന്നെ തോട്ടം അവസാനിക്കുന്നതിന്റെ ഒരു ഭാഗത്ത് വലിയ റോഡിന്റെ അല്പം അകലെയായി, മനോഹരമായ

ആ പള്ളി സ്ഥിതി ചെയ്യുന്നത് കണ്ടു. പതുക്കെ ഞാൻ ആ പള്ളിക്കരു കിലേക്ക് നടന്നു. ആ സമയം ആൾക്കാർ പള്ളിയിലേക്ക് ഓരോരുത്ത രായി എത്തിക്കൊണ്ടിരിക്കുന്നുണ്ടായിരുന്നു. ആരാധന തുടങ്ങാൻ ഇനിയും സമയമുണ്ടല്ലോ. അതുവരെ പുറത്തിരിക്കാം എന്ന് കരുതി ഞാൻ പള്ളിയുടെ മുറ്റത്തെ ബെഞ്ചിലിരിന്നു.

പള്ളിയിൽ കയറിയിട്ട് എത്രയോ കാലമായി. ഉള്ളിൽ കയറി ആൾ ക്കാർ പാട്ടുപാടി പ്രാർത്ഥിക്കുന്നതൊക്കെയൊന്ന് കാണണം, പിന്നെ അറിയുന്നതുപോലെയൊന്ന് പ്രാർത്ഥിക്കണം എന്നിങ്ങനെയൊക്കെ ആലോചിച്ചിരുന്നപ്പോൾ അല്പം അകലെ ഒരു കൂട്ടം പിള്ളേർ എന്നെ നോക്കി എന്തൊക്കെയോ തമ്മിൽ പറഞ്ഞ് ചിരിക്കുന്നത് കണ്ടു. എന്നെ എപ്പോഴും വേർതിരിച്ച് കാണാറുള്ള ടോമിയുടെ സ്വന്തക്കാരൻ ചെറു ക്കനും അക്കൂട്ടത്തിലുണ്ടായിരുന്നു.

എന്നെ നോക്കി അവൻ കൂടെയുള്ളവരോട് വാതോരാതെ എന്തൊ ക്കെയോ സംസാരിച്ചു ചിരിച്ചുകൊണ്ടിരുന്നു. എന്നെ തന്നെയാണോ അവർ കളിയാക്കി സംസാരിക്കുന്നത്? എന്നെ നോക്കി കളിയാക്കാൻ ഇത്രമാത്രം എന്നിലെന്തിരിക്കുന്നു എന്ന് സ്വയം പരിശോധിച്ചപ്പോഴാണ് മനസ്സിലായത് എന്റെ തഴച്ചുവളർന്ന നീണ്ട മുടിയും ധരിച്ചിരിക്കുന്ന പിഞ്ഞിയ വസ്ത്രവുമൊക്കെ കണ്ടിട്ടാവാം അവർ ചിരിക്കുന്നത് എന്ന്. അങ്ങനെ തോന്നിയതുകൊണ്ട് ഞാൻ മുടിയൊക്കെ ഒതുക്കി പിഞ്ഞിയ വസ്ത്രഭാഗം അല്പമൊന്ന് കൈകൊണ്ട് മറക്കാൻ ശ്രമിച്ചു. എങ്കിലും അതൊരു പരിഹാരമായില്ല. ഇതൊക്കെ കണ്ടുകൊണ്ടിരുന്നവരുടെ ചിരി അപ്പോൾ ഇരട്ടിച്ചതേയുള്ളൂ. ഈ സാഹചര്യത്തിൽ എങ്ങനെ യാണ് ഞാൻ ഇവരോടൊപ്പം പള്ളിക്കകത്തിരിക്കുക എന്നോർത്തപ്പോൾ മനസ്സിലുണ്ടായിരുന്നതെല്ലാം കാറ്റിൽ പറന്നു പോയി. പകരം മനസ്സിൽ ദുഃഖം തോന്നിയതുകൊണ്ട് പള്ളിക്കകത്ത് കയറാനാകാതെ വന്ന വഴി യിലൂടെ തിരിഞ്ഞു നടന്നു. പള്ളിയിൽ കയറാൻ കഴിഞ്ഞില്ലല്ലോ എന്നോർത്തപ്പോൾ അപ്പോൾ നിരാശ തോന്നി.

നടക്കുന്നതിനിടയിൽ ഞാനാലോചിച്ചു ചാണകം ചുമക്കാൻ തുടങ്ങി യിട്ട് രണ്ട് മാസത്തോളമായിക്കാണില്ലേ. ശമ്പളമായി ഇതുവരെ ഒന്നും തന്നിട്ടില്ല. കാശ് കിട്ടിയാൽ തുണിയൊക്കെ വാങ്ങിക്കാനാകും. ഏതാ യാലും വീട്ടിൽ പോയി കുറച്ചു കാശ് അപ്പച്ചനോട് ചോദിക്കാം എന്ന് വിചാരിച്ച് വൈകുന്നേരം ചാരുകസേരയിലിരുന്ന അപ്പച്ചന്റെ അരികെ സമീപിച്ചുകൊണ്ട് പറഞ്ഞു ''എനിക്ക് അല്പം കാശ് തരണം. ആദ്യം മുടി വെട്ടണം. പിന്നെ തുണിയും സോപ്പുമൊക്കെ വാങ്ങണം.''

ഞാനിതൊക്കെ പറയുന്നത് കേട്ടുകൊണ്ടിരുന്ന അദ്ദേഹം എന്നെ നോക്കി മന്ദഹസിച്ചുകൊണ്ടിരുന്നു. ഏതായലും ഉത്തരം പിന്നീട് കിട്ടു മെന്നുള്ള പ്രതീക്ഷയിൽ ഞാൻ കാത്തിരുന്നു.

രാത്രിയായി എല്ലാവരും ഭക്ഷണം കഴിക്കാനായി മേശയ്ക്കു ചുറ്റും

കൂടിയിരുന്നു. പതിവുപോലെ എനിക്കും ആഹാരം വരാന്തയിൽ കൊണ്ടു വന്ന് തരുകയും ചെയ്തു.

അവർ മേശയ്ക്ക് ചുറ്റുമിരുന്ന് ആഹാരം കഴിച്ചുകൊണ്ടിരുന്നപ്പോൾ ഞാൻ ആവശ്യപ്പെട്ട കാര്യം അപ്പച്ചൻ മറ്റുള്ളവരെ പറഞ്ഞറിയിച്ചു. അവർ അതിനെന്താണ് മറുപടി പറയാൻ പോകുന്നതെന്ന് കേൾക്കാനായി ഞാൻകാത് കൂർപ്പിച്ചിരുന്നു. ഇത് പറഞ്ഞതും ഒരാൾ ഇങ്ങനെ മറുപടി പറയുന്നത് കേട്ടു.

അടങ്ങിയൊതുങ്ങി ജോലി ചെയ്തുകൊണ്ടിരുന്നയൊരു ചെറുക്കനാ. പള്ളീപോ പട്ടത്തുപോ എന്ന് പറഞ്ഞുകൊണ്ട് ഈ മനുഷ്യനാ നശിപ്പിക്കുന്നത്. ഇത്രയും ദിവസം ഒരു കുഴപ്പവും ഇല്ലായിരുന്നു. ഇനി ഓരോന്നിനും കാശ് കൊടുത്തോട്ടെ എന്നും അവൻ കേൾക്കും. പതുക്കെ പറ എന്ന് മറ്റൊരാളും പറയുന്നത് കേട്ടു.

വന്നനാൾ മുതലേ എന്നോട് കാണിച്ച വിവേചനവും അടിച്ചേൽപ്പിക്കുന്ന കഠിനജോലിയും നിമിത്തം അവരോട് പൊരുത്തപ്പെട്ട് പോകുവാൻ ഞാൻ നന്നേ പ്രയാസപ്പെട്ടുകൊണ്ടിരുന്നു. സാബുച്ചായൻ ഇന്നുവരും നാളെവരും എന്നു വിചാരിച്ച് ദിവസങ്ങൾ തള്ളിനീക്കിയ എനിക്ക് ഈ പറഞ്ഞതുംകൂടി കേട്ടപ്പോൾ പിന്നെയെന്തിന് ഞാനിവിടെ തുടരണം ഇറങ്ങിപ്പുറപ്പെട്ട് പൊയ്ക്കൂടെ എന്ന് തോന്നി.

അങ്ങനെ ആ രാത്രിയിൽ അത് നാളത്തന്നെ ആയാലെന്താ ടോമിക്കെവിടെയോ പോകാനുള്ളതുകൊണ്ട് നാളെ ഉച്ചയ്ക്ക് ശേഷം ചാണകം ചുമക്കേണ്ടതില്ലല്ലോ ആ സമയം ആഹാരവും കഴിച്ച് ഇറങ്ങിപ്പോയ്ക്കളയാം എന്നാലോചിച്ചു

അങ്ങനെ പിറ്റേ ദിവസം ടോമിക്കെവിടെയോ പോകേണ്ടിയിരുന്നതുകൊണ്ട് ചാണകം കോരിത്തരുന്നത് ഉച്ചയോടെ നിർത്തിവെച്ച ശേഷം അയാൾ കുളിച്ചൊരുങ്ങി യാത്ര പുറപ്പെട്ടു.

ഇറങ്ങിത്തിരിച്ചാൽ പിന്നീട് ആഹാരം എപ്പോൾ കിട്ടുമെന്ന് പറയാനാകില്ല. അതുകൊണ്ട് ഉച്ച ആഹാരവും കഴിച്ച് പറയാതെ ഇറങ്ങിപ്പുറപ്പെടാനായി തിണ്ണയിലിരുന്ന എന്റെയരികിൽ അപ്പച്ചൻ വന്ന് അഞ്ച് രൂപ തന്നിട്ട്, ഇത് കയ്യിൽ വച്ചോളൂ കുറച്ചുകഴിഞ്ഞ് ആരെയെങ്കിലും നിന്റെ കൂടെ മുടിവെട്ടാൻ പറഞ്ഞയയ്ക്കാം എന്ന് പറഞ്ഞു. കീറിപ്പറിഞ്ഞിരുന്ന ആ അഞ്ച് രൂപ ഞാൻ തിരിച്ചും മറിച്ചും നോക്കി ഇതാരാണെടുക്കുക എന്നെനിക്കപ്പോൾ തോന്നി. ഏതായാലും തക്കസമയത്ത് ഇതെങ്കിലും കിട്ടിയല്ലോ എന്നോർത്ത് ഞാനത് പോക്കറ്റിൽ സൂക്ഷിച്ചു വെച്ചു.

കൊണ്ടു വന്നു തന്ന ഉച്ചയാഹാരം കഴിച്ചതിനുശേഷം മുടി വെട്ടുന്ന സ്ഥലം ഞാൻ കണ്ടുപിടിച്ച് വെട്ടിയിട്ട് വരാം എന്ന് ഞാനദ്ദേഹത്തോട് പറഞ്ഞുകൊണ്ട് അവിടെനിന്ന് റബ്ബർ തോട്ടങ്ങൾക്കിടയിലൂടെ നടക്കാൻ

തുടങ്ങി അപ്പോൾ വീടിന്റെ അകത്തു നിന്നും എന്തിനാ മനുഷ്യാ ഇപ്പം ആ ചെറുക്കന്റെ കയ്യിൽ രൂപ കൊടുത്തത്? ആരുടെയെങ്കിലും കയ്യിൽ കൊടുത്തയച്ചാൽ പോരായിരുന്നോ? അതും കൊണ്ട് ആ ചെറുക്കൻ കടന്നു കളയത്തില്ലേ. പിന്നെ നമ്മക്കാരെകിട്ടും എന്ന് പറയുന്നത് കേട്ടു.

ഞാൻ മനസ്സിൽ കരുതി വച്ചിരുന്നത് ഇവർക്കെങ്ങനെ മനസ്സിലായി എന്നെനിക്കപ്പോൾ തോന്നിപ്പോയി. പിന്നീട് ഞാൻ തിരിഞ്ഞു പോലും നോക്കാതെ നടത്തം തുടർന്ന് റോഡിലെത്തി. എവിടേക്ക് പോകണമെന്നോ എന്താണ് ചെയ്യേണ്ടതെന്നോ അപ്പോഴുമെനിക്ക് ലക്ഷ്യമൊന്നുമില്ലായിരുന്നു. നഗരഭാഗത്തേക്ക് പോയാൽ അവിടെ റെയിൽവേ സ്റ്റേഷനുണ്ടാകും അതിൽ കയറിക്കൂടി മുൻപ് യാത്ര ചെയ്തതുപോലെ ടിക്കറ്റെടുക്കാതെ യാത്ര ചെയ്ത് ഏതെങ്കിലുമൊരു നഗരത്തിലേക്ക് പോകാം എന്ന് മാത്രമാണപ്പോൾ തോന്നിയത്.

ടോമി വീട്ടിൽ തിരിച്ചെത്തിയാൽ എന്നെ അന്വേഷിച്ച് ഇറങ്ങിയെന്ന് വരാം. അതുകൊണ്ട് പിടികൊടുക്കാതെ എത്രയും വേഗം പോയി മറയണം എന്ന് നിനച്ച് ഞാൻ പള്ളിയും നടന്ന് താണ്ടി വേഗത്തിൽ നടന്നു നീങ്ങിക്കൊണ്ടിരുന്നു. നടക്കുംതോറും ആ പാത വിജനമായിക്കൊണ്ടി രുന്നതേയുള്ളൂ. ഒന്നുരണ്ട് മണിക്കൂറോളം നടന്നിട്ടും വിചാരിച്ചതു പോലെയെനിക്ക് റെയിൽപാതയോ സ്റ്റേഷനോ കാണാൻ കഴിഞ്ഞില്ല. മുന്നിൽ വിജനമായിക്കിടന്ന നീണ്ട പാതയെ മാത്രം കണ്ടപ്പോൾ മന സ്സിൽ പരിഭ്രാന്തി തോന്നി.

ഒരുപക്ഷേ തെറ്റായ പാതയിലൂടെയായിരിക്കാം നടന്നുവന്നത്. ഏതായാലും റെയിൽവേ സ്റ്റേഷൻ അന്വേഷിച്ച് ഇനിയൊരു തിരിച്ചു പോക്ക് വേണ്ട എന്നു തോന്നി. വീണ്ടും എവിടേക്കെന്നില്ലാതെ മുൻപോട്ട് നടത്തം തുടർന്നു. വളരെ ദൂരം നടന്നപ്പോൾ കുറുകെ സമാനമായൊരു പാത കടന്നുപോകുന്നത് കണ്ടു. അതിന്റെയൊരറ്റത്ത് നാൽക്കവല പത്ത് കിലോമീറ്റർ എന്ന് കുറിച്ചു വെച്ചിരുന്ന മൈൽക്കല്ലുമുണ്ടായി രുന്നു. ഇനിയേത് വഴിക്കാണ് യാത്ര ചെയ്യേണ്ടത് എന്നറിയാതെ ഒരു നിമിഷം ഞാൻ ശങ്കിച്ചു നിന്നു. ഏതായാലും അല്പനേരമിരുന്ന് ക്ഷീണമകറ്റി ഏതെങ്കിലുമൊരു വഴിയിലൂടെ വീണ്ടും യാത്ര തുടരാം എന്ന് വിചാരിച്ച് ഞാൻ ആ മൈൽക്കല്ലിന്റെ മുകളിലിരുന്നു. കുറച്ചു നേരമിരുന്നപ്പോൾ അതുവഴി രണ്ട് പിള്ളേർ സൈക്കിൾ ചവിട്ടിക്കൊണ്ട് വരുന്നത് കണ്ടു. അവർ വാശിയോടെ എന്തിനെയൊക്കെപ്പറ്റിയോ വാതോ രാതെ സംസാരിച്ചുകൊണ്ടായിരുന്നു വന്നിരുന്നത് ഇവരുടെ സൈക്കി ളിൽ ലിഫ്റ്റ് ചോദിച്ചാൽ കിട്ടിയെന്ന് വരാം. അവർ പോകുന്നിടംവരെ യാത്രയും ചെയ്യാമല്ലോ എന്ന് തോന്നി ഞാൻ മുൻപിലൂടെ കടന്നു പോകാനൊരുങ്ങുന്നവരോട് ചോദിച്ചു:

''നിങ്ങൾ എങ്ങോട്ടാണ് പോകുന്നത്?''

അപ്പോൾ അതിലൊരാൾ; ''സെന്റ് തോമസ് സ്കൂളിലേക്കാണ്.''

''എന്നെക്കൂടി അവിടെവരെ വിടാമോ?''

''നിനക്കെവിടെക്കാണ് പോകേണ്ടത്?''

കല്ലിൽ എഴുതിവച്ചിരുന്ന സ്ഥലത്തിന്റെ പേര് മനസ്സിലുണ്ടായിരുന്നതുകൊണ്ട്; ''നാൽക്കവലയിലേക്ക്.''

''ഞങ്ങൾ അതിന്റെ പകുതി ദൂരം മാത്രമേ പോകുന്നുള്ളൂ. വേണമെങ്കിൽ അവിടെവരെ വിടാം. കയറിക്കോളൂ.''

ഞാൻ അവരിലൊരാളുടെ സൈക്കിളിനെ പിറകിലിരുന്ന് യാത്ര ചെയ്തു. സൈക്കിൾ ചവിട്ടിക്കൊണ്ടിരിക്കുന്നതിനിടയിൽ അവർ എന്നോട് വീണ്ടും;

''അവിടെവിടെയാണ് നിന്റെ വീട്?''

''റെയിൽവേ സ്റ്റേഷനടുത്തായിട്ടാണ്.'' അവിടെ റെയിൽവേ സ്റ്റേഷൻ ഉണ്ടാകാമെന്നുള്ള ഊഹത്തിൽ പറഞ്ഞു.

''ഇത്രയും ദൂരം നടന്നാണോ പോകാനിരുന്നത്?''

''അല്ല, ബസ്സിനുവേണ്ടി കാത്തിരിക്കുകയായിരുന്നു.''

''അതിന് ഇപ്പോഴൊന്നും ബസ്സില്ലല്ലോ. വൈകുന്നേരം ഏഴ് മണിക്കല്ലേയുള്ളൂ.''

ബസ്സിനും എനിക്കും യാതൊരു ബന്ധവുമില്ലല്ലോ എന്നെനിക്കപ്പോൾ തോന്നി. ഏതായാലും ഊഹം ശരിയാണല്ലോ. ചോദ്യങ്ങൾക്കെല്ലാം പെട്ടെന്ന് മറുപടി പറയാനും കഴിഞ്ഞല്ലോ എന്നോർത്തപ്പോൾ എന്നോടു തന്നെ മതിപ്പു തോന്നി.

ഏകദേശം പത്തിരുപത് മിനിട്ടോളം എന്നെയുംകൊണ്ട് സൈക്കിൾ ചവിട്ടിയ അവർ പറഞ്ഞതുപോലെ ഒരു വലിയ സ്കൂളിന്റെ മുന്നിലെത്തി. അതിനോട് ചേർന്നുള്ള വലിയ മൈതാനത്ത് മറ്റ് എട്ടു പത്തോളം പിള്ളേർ ഇവരുടെ വരവും പ്രതീക്ഷിച്ച് കാത്തിരിക്കുന്നുണ്ടായിരുന്നു.

എല്ലാവരും ഒത്തുകൂടിയത് ഫുട്ബോൾ കളിക്കാനായിരുന്നുവെന്ന് എനിക്കപ്പോൾ മനസ്സിലായി. പരിചയമില്ലാത്ത എന്നെ കണ്ട അവർ എന്നെപ്പറ്റി കൊണ്ടുവന്ന കൂട്ടുകാരോട് തിരക്കി. അവർ അവരോട് കാര്യം വിശദീകരിക്കുകയും ചെയ്തു.

കളി തുടങ്ങാറായപ്പോൾ എത്രയോ ദിവസമായി ഒന്ന് കളിച്ചിട്ട് ഇവരുടെ കൂടെ കളിക്കാനൊരവസരം കിട്ടിയിരുന്നെങ്കിൽ കൊള്ളാമായിരുന്നു എന്നു തോന്നി. കളിക്കാനുള്ള എന്റെ ഇഷ്ടം ഞാനവരെ അറിയിച്ചപ്പോൾ എല്ലാവരും സമ്മതം മൂളി.

അങ്ങനെ ഞാനും അവരോടൊപ്പം കളിയിൽ പങ്കുചേർന്നു. എന്തെന്നില്ലാത്ത സന്തോഷത്തോടെയും ആവേശത്തോടെയും കൂടെ ഞാനവർക്കൊപ്പം തിമിർത്തു കളിച്ചു. കളിയിൽ മുന്തിനിന്ന എന്നെ എല്ലാവരും തുടരെത്തുടരെ അഭിനന്ദിച്ചുകൊണ്ടിരുന്നു. അല്പസമയത്തിനകം എല്ലാവരും എനിക്ക് നല്ല സുഹൃത്തുക്കളായി മാറി. സമയം പോയതറിയാതെ കളിച്ചുകൊണ്ടിരുന്നപ്പോഴാണ് ദൂരെ നിന്നും ബസ് വന്നുകൊണ്ടിരിക്കുന്നത് പിള്ളേരുടെ ശ്രദ്ധയിൽപ്പെട്ടത്.

ഉടനെ എല്ലാവരും കളി നിർത്തിയതിനുശേഷം എന്നോട് ദേ ബസ് വരുന്നു. അതിൽ പൊയ്ക്കോ. പിന്നീട് ബസ്സില്ല എന്ന് പറഞ്ഞു

എനിക്ക് മറിച്ചൊന്നും മറുപടി പറയാനില്ലാതിരുന്നതുകൊണ്ട് ഞാൻ ശരിയെന്നുത്തരം മൂളി. കളി അവിടെ അവസാനിപ്പിച്ചശേഷം എല്ലാവരും എന്നെ ബസ് കയറ്റിവിടാനായി റോഡിലേക്കാനയിച്ചു. അപ്പോൾ അതിലോരോരുത്തരും എന്നോട് പറയുന്നുണ്ടായിരുന്നു, നാളെയും ഈ സമയത്ത് കളിക്കാൻ വരണേ എന്ന്. അല്പസമയത്തിനകം അടുത്ത് വന്നുനിന്ന ബസ്സിനുള്ളിലേക്ക് എല്ലാവരും എന്നെ കയറ്റിയിരുത്തി.

ബസ് അവിടെനിന്ന് നീങ്ങാൻ തുടങ്ങിയപ്പോഴും നാളെയും കളിക്കാൻ വരണേ എന്നവർ വിളിച്ച് പറഞ്ഞുകൊണ്ടിരുന്നു. ബസ്സിൽ കയറിയ നേരം മുതൽ എങ്ങോട്ടാണ് എന്നെയും കൊണ്ടിത് പോകുന്നത്, അതിന് യാത്രക്കൂലി എവിടെയുണ്ട്, എന്നോർത്തു.

അപ്പോഴാണ് കിട്ടിയ അഞ്ച് രൂപ എവിടെയാണ് വെച്ചതെന്ന് പോക്കറ്റിൽ തപ്പിനോക്കിയത്. അപ്പോൾ പോക്കറ്റിന്റെ ഒരു മൂലയിൽ ഒതുങ്ങിക്കൂടി അതിരിക്കുന്നത് കണ്ടു. ഞാനാവേശത്തോടെ അതെടുത്ത് ചുരുളെല്ലാം നിവർത്തി കയ്യിൽ കരുതിവച്ചു. ഇതെടുക്കുമോ യാത്രാക്കൂലിയായി ഇത് മതിയാകുമോ എന്ന ആശങ്കയും ഉണ്ടായിരുന്നു.

ടിക്കറ്റ് കൊടുക്കുന്നയാൾ അടുത്തുവന്ന് എവിടേക്കാണ് പോകേണ്ടതെന്ന് ചോദിച്ചപ്പോൾ ഞാൻ മടികൂടാതെ നാൽക്കവലയിലേക്ക് എന്ന് പറഞ്ഞുകൊണ്ട് ആ രൂപ അയാളുടെ മുന്നിലേക്ക് നീട്ടി. അത് വാങ്ങി അയാൾ തിരിച്ചും മറിച്ചും നോക്കിയ ശേഷം വേറെ ഇല്ലേ എന്ന് എന്നോട് ആരാഞ്ഞു. ഞാൻ ഇല്ലെന്ന വിധത്തിൽ കൈമലർത്തി. അപ്പോൾ മനസ്സില്ലാമനസ്സോടെ അയാളതെടുത്ത് ബാഗിന്റെ ഒരുഭാഗത്ത് വച്ചതിനുശേഷം ചില്ലറയായി നാല് രൂപ തന്നു. കൊള്ളാത്തത് കൊടുത്തപ്പോൾ നല്ലത് മാറിക്കിട്ടിയല്ലോ എന്നോർത്തപ്പോൾ സന്തോഷം തോന്നി.

ഇരുട്ട് മൂടിക്കിടന്ന പ്രദേശത്തുകൂടെ ബസ് ചീറിപ്പാഞ്ഞുകൊണ്ടിരുന്നപ്പോൾ ഏതോ ഒരു ലോകത്തേക്ക് ബസ്സ് എന്നെ കൊണ്ടുപോകുന്നതുപോലെ തോന്നി. അല്പനേരം കഴിഞ്ഞപ്പോൾ റോഡിനിരുവശത്തും ലൈറ്റുകളുടെ എണ്ണവും കൂടിക്കൊണ്ടിരുന്നു ബസ് നഗരത്തിലേക്ക് പ്രവേശിക്കുവാൻ പോവുകയാണെന്ന് അപ്പോൾ മനസ്സിലായി. അല്പം

കൂടി കഴിഞ്ഞപ്പോൾ റെയിൽവേ സ്റ്റേഷൻ ഇറങ്ങേണ്ടവർ വരണം എന്ന് കണ്ടക്ടർ വിളിച്ചുപറയുന്നത് കേട്ടു.

ഏതായാലും റെയിൽവേ സ്റ്റേഷൻ എത്തിയല്ലോ എന്ന ആശ്വാസത്തിൽ ബസ് നിർത്തിയപ്പോൾ അവിടെയിറങ്ങിയ ഞാൻ ചുറ്റും നോക്കിയപ്പോൾ വളരെ ചെറിയ ഒരു നഗരമാണിതെന്ന് തോന്നി.

നന്നേ വിശപ്പുണ്ടായിരുന്നതുകൊണ്ട് കയ്യിലുണ്ടായിരുന്ന പൈസയിൽ നിന്ന് പകുതി കൊടുത്ത് കിട്ടുന്നത് വാങ്ങിക്കഴിച്ചുകൊണ്ട് അടുത്തുതന്നെ കാണാമായിരുന്ന റെയിൽവേ സ്റ്റേഷനിലേക്ക് നടന്നു. വിജനമായിക്കിടന്ന ആ കൊച്ചു റെയിൽവേ സ്റ്റേഷൻ കണ്ടപ്പോൾ ട്രെയിനുകൾ അപൂർവ്വമായേ വരാറുള്ളൂ എന്നു തോന്നി. എപ്പോഴെങ്കിലും വരട്ടെ, അപ്പോഴതിൽ കയറി യാത്ര ചെയ്യാം എന്ന് മനസ്സിൽ വിചാരിച്ചിരുന്നപ്പോഴാണ് ട്രെയിൻ വരുന്നെന്നുള്ള സൂചകമായ മണിമുഴക്കം അല്പം അകലെ നിന്നും കേട്ടത്. അല്പസമയത്തിനകം എവിടേക്കോ പോകാനായി ഒരു ട്രെയിൻ അവിടെയെത്തിച്ചേർന്നു. ആൾക്കാർ നന്നേ കുറവായിരുന്ന ആ ട്രെയിനിൽ ഞാനുടനെ ചാടിക്കയറി ബർത്തിൽ കയറിക്കിടന്നു.

ശൂന്യമായ മനസ്സും ശരീരവുമയി ഞാൻ പെട്ടെന്നുറങ്ങിപ്പോയി.

തമിഴ് സംസാരിക്കുന്ന ആൾക്കാർ ട്രെയിനിനുള്ളിലേക്ക് ഇരച്ചുകയറി ബഹളംകൂട്ടിയപ്പോഴാണ് ഉറക്കമുണർന്നത്. സൂര്യന്റെ പ്രകാശം അതിന്റെ ഉച്ചസ്ഥിതിയിൽ എത്തിയിട്ടുണ്ടായിരുന്നു. തമിഴ്നാട്ടിലെ ഏതോ ഒരു വലിയ നഗരത്തിലാണ് ട്രെയിൻ എത്തിപ്പെട്ടിരിക്കുന്നതെന്ന് ആ വലിയ റെയിൽവേ സ്റ്റേഷൻ കണ്ടപ്പോഴെനിക്ക് മനസ്സിലായി. ഏതായാലും യാത്ര മതിയാക്കി അവിടെയിറങ്ങിക്കളയാം എന്ന് കരുതി ഞാൻ വേഗത്തിൽ ട്രെയിനിൽ നിന്നും മുഖം കഴുകിക്കൊണ്ട് പുറപ്പെടാനായി നീങ്ങാൻ തുടങ്ങിയ ട്രെയിനിൽ നിന്നും ചാടിയിറങ്ങി. പൊലീസുകാരുടെ കയ്യിലകപ്പെടാതിരിക്കാൻ സൂക്ഷിച്ചു നടന്ന് സ്റ്റേഷനിൽനിന്നും പുറത്തിറങ്ങി നടന്നു.

വിചാരിച്ചതുപോലെ വലിയ ഒരു നഗരമായിരുന്നു അത്. വലിയ വലിയ കെട്ടിടങ്ങളും വൈവിധ്യമാർന്ന കടകളുമൊക്കെ കണ്ട് ഞാൻ വളരെനേരം തിരക്കുപിടിച്ച ആ നഗരത്തിലൂടെ നടന്നുകൊണ്ടിരുന്നു. അപ്പോഴെല്ലാം ഏതെങ്കിലുമൊരു ഹോട്ടലിൽ ജോലി സമ്പാദിക്കണം എന്നായിരുന്നു മനസ്സിൽ. അങ്ങനെ കുറേ നേരം നടന്നപ്പോൾ നാല് നിലകളുള്ള ഒരു ഹോട്ടൽ കണ്ടു. ഇവിടെ ജോലി ചോദിച്ചു ചെന്നാൽ ഭാഗ്യമുണ്ടെങ്കിൽ ചിലപ്പോൾ കിട്ടിയെന്നു വരാം. ഏതായാലും ഒന്നന്വേഷിച്ചുകളയാം എന്ന് കരുതി ഇട്ടിരുന്ന ഷർട്ടിന്റെയും നിക്കറിന്റെയും ചുളുങ്ങ് കഴിയുംവിധം നേരെയാക്കി, നീണ്ട തലമുടിയെല്ലാം ഒതുക്കി ജോലി ചോദിക്കാനായി ആ വലിയ ഹോട്ടലിലെ കല്ലായിലിരുന്നയാളെ

സമീപിച്ചുകൊണ്ട് സാർ ക്ലീനർ ജോലി ഒഴിവുണ്ടോ? എന്ന് ചോദിച്ചു. ഉടനെ അയാൾ മുന്നിലിരുന്ന ബെല്ലിൽമേൽ കൈയ്യൊന്നമർത്തി. അപ്പോൾ എന്റെ പ്രായത്തിലുള്ള ഒരു ചെറുക്കൻ കല്ലായുടെ മുന്നിൽ പ്രത്യക്ഷപ്പെട്ടു. അപ്പോൾ കല്ലായിലിരുന്നയാൾ ആ ചെറുക്കനോട് മാനേജരോട് പോയിപ്പറയൂ ഒരു ചെറുക്കൻ ജോലി ചോദിച്ചുകൊണ്ട് വന്നിരിക്കുന്നു എന്ന് പറഞ്ഞു. ഉടനെ ആ ചെറുക്കൻ മാനേജരെ വിവരം അറിയിക്കാനെന്നവണ്ണം അകത്തേക്ക് പോയി.

അല്പസമയത്തിനകം വലിയ മീശയും ഉണ്ടക്കണ്ണുമുള്ള ഒരാൾ കല്ലായുടെ അരികിലേക്ക് നടന്നു വന്നു. അപ്പോൾ കല്ലായിലിരുന്നയാൾ എന്നെ അദ്ദേഹത്തിന് ചൂണ്ടിക്കാണിച്ചു കൊടുത്തു. അപ്പോൾ ആ മാനേജരെന്ന് പറയുന്നയാൾ എന്നെ അടിമുടി നോക്കിക്കൊണ്ട്; തുണിയൊന്നും ഇല്ല അല്ലേ? എന്നും ഇല്ല സാർ എന്ന് ഞാനും.

ജോലി ചെയ്യാനാണോ വന്നിരിക്കുന്നത് അതോ ജോലി ചെയ്യുന്ന രീതിയിൽ നിന്ന് ശാപ്പാടടിച്ചിട്ട് കടന്നുകളയാനാണോ? എന്ന് അയാൾ വീണ്ടും. അല്ല സാർ, ഞാൻ പോകാതെ നിന്ന് നല്ലവണ്ണം ജോലി ചെയ്തു കൊള്ളാം. എന്ന് ഞാനും. ഉടനെ അയാൾ ജോലി ചെയ്തുകൊണ്ടിരുന്ന ഒരു ചെറുക്കനെ അരികിൽ വിളിച്ചിട്ട് ഇവനെ കൊണ്ടുപോയി ആഹാരം കഴിപ്പിച്ചിട്ട് സ്റ്റാഫ്റൂം കാണിച്ചു കൊടുക്ക് എന്ന് പറഞ്ഞു

അതിനുശേഷം മാനേജർ എന്നോട്; ‘‘അവന്റെ കൂടെ പൊയ്ക്കൊള്ളൂ. ആഹാരം കഴിച്ചിട്ട് ഇന്ന് നീ റെസ്റ്റ് എടുത്തോ. നാളെ രാവിലെ മുതൽ ജോലി തുടങ്ങാം എന്ന് പറഞ്ഞു. സസ്യാഹാരം മാത്രമുള്ള ആ ഹോട്ടലിന്റെ അവസാനത്തെ നിലയിൽ ജോലിക്കാർക്ക് വേണ്ടി മാത്രം ആഹാരം കൊടുക്കുന്ന റസ്റ്റോറന്റ് പോലെയുള്ള ഒരു വലിയ സ്ഥലത്ത് അവനെന്നെ കൂട്ടിക്കൊണ്ടുപോയി ഇരുത്തിയതിനുശേഷം ഞാനാവശ്യപ്പെട്ട ആഹാരം കൊണ്ടുവന്നു തന്നു.

അതിനുശേഷം അതിനടുത്തുതന്നെയുള്ള ഒരു കെട്ടിടത്തിൽ ജോലി ചെയ്യുന്നവരുടെ വകുപ്പിനനുസൃതമായി താമസിക്കാൻ പ്രത്യേകം തരം തിരിച്ചിട്ടിരുന്ന മുറികളിലൊന്ന് വിശ്രമിക്കാനായി കാണിച്ചുതരികയും ചെയ്തു. ഇത്രയും നല്ലൊരു ഹോട്ടലിൽ പെട്ടിയും തുണിയുമൊന്നുമില്ലാതെ ജോലി കിട്ടിയല്ലോ എന്നോർത്തപ്പോൾ മനസ്സിൽ സന്തോഷം തോന്നി. ഈ കിട്ടിയ അവസരം നല്ലവണ്ണം വിനിയോഗിച്ച് ഇവിടെത്തന്നെ കുറെക്കാലം നിന്ന് ജോലിചെയ്യണമെന്ന് ഞാൻ മനസ്സിൽ തീരുമാനിച്ചുറപ്പിച്ചുകൊണ്ട് കിടന്നുറങ്ങി.

പിറ്റേദിവസം രാവിലെ നല്ല വസ്ത്രങ്ങൾ ധരിച്ച നാലഞ്ചു പിള്ളേർ എന്നെയും കൂട്ടി താഴത്തെ നിലയിലുള്ള റസ്റ്റോറന്റിലേക്ക് കൊണ്ടുപോയി. അവിടെ റസ്റ്റോറന്റിനേയും അടുക്കളയെയും വേർതിരിക്കുന്ന ഭിത്തിയുടെ ഓരം ചേർന്ന് എല്ലാവരും അണിനിരന്നു നിന്നു. അവരോടൊപ്പം ഞാനും. നിമിഷങ്ങൾക്കകം മാനേജരെന്ന് പറയുന്നയാൾ വരി

വരിയായി നിന്നുകൊണ്ടിരുന്ന ഞങ്ങളുടെ മുന്നിൽ പ്രത്യക്ഷപ്പെട്ട് എല്ലാവരെയും നോക്കി വിലയിരുത്തിയതിനുശേഷം കൈവിരൽ ചൂണ്ടിക്കാണിച്ചുകൊണ്ട് നിങ്ങൾ മൂന്ന്പേർ മുകളിൽ പൊയ്ക്കോ. നിങ്ങൾ രണ്ടുപേരും താഴെ നിൽക്ക് എന്ന് ആജ്ഞാപിച്ചു. ഇത് കേട്ടവർ ഉടനെ അവിടെനിന്ന് പോവുകയും ചെയ്തു. അവസാനം ഞാനും ഒരു കൊച്ചു പയ്യനും മാത്രം ബാക്കിയായി. ഒന്നും മനസ്സിലാകാതെ അപ്പോഴും അവിടെ നിന്നുകൊണ്ടിരുന്ന എന്നെ അയാൾ അടിമുതൽ മുടിവരെ നോക്കിയിട്ട് ആ കൊച്ചുപയ്യനോട്; ഇവനെ കൂട്ടിക്കൊണ്ട് കൊളായിലേക്ക് പൊയ്ക്കോ എന്ന് പറഞ്ഞു. ഉടനെ ആ പയ്യൻ എന്നെയും കൂട്ടിക്കൊണ്ട് അടുക്കളയുടെ ഒരറ്റത്ത് സ്ഥിതിചെയ്യുന്ന പ്ലേറ്റുകൾ കഴുകുന്ന സ്ഥലത്തേക്ക് കൂട്ടിക്കൊണ്ടുപോയി. അവിടെയുണ്ടായിരുന്ന രണ്ട് വലിയ ബേസിനുകളിലൊന്നിൽ അവൻ വേഗം വെള്ളം നിറച്ചു.

നിമിഷങ്ങൾക്കകം ഹോട്ടലിന്റെ ഷട്ടർ തുറക്കുന്ന ശബ്ദം ഞാൻ കേട്ടു. അല്പസമയത്തിനകം നിശ്ചലമായിക്കിടന്ന ഹോട്ടലും പരിസരവും വലിയ ശബ്ദമുഖരിതമായി. അപ്പോഴേക്കും ഒരു ഭാഗത്ത് ചായ, കാപ്പി എന്നിവ സപ്ലയർമാരുടെ ആവശ്യപ്രകാരം ഒഴിച്ചു കൊടുത്തു കൊണ്ടിരുന്നു. മറ്റൊരു ഭാഗത്ത് മസാലദോശ ചുട്ടെടുക്കാൻ തുടങ്ങി. ചുട്ടു പഴുത്ത വലിയ ആ ദോശക്കല്ലിൽ ദോശ ചുടാൻവേണ്ടി വെള്ളമൊഴിച്ച് വൃത്തിയാക്കിയപ്പോൾ അതിൽ നിന്നും ഉയർന്നുവന്ന നീരാവി മേഘം പോലെ ആ പ്രദേശമാകെ തങ്ങിനിന്നു. പിന്നെ മറ്റ് ആഹാരപദാർത്ഥങ്ങൾ ഉണ്ടാക്കുന്ന ശബ്ദവും കൂടി ആയപ്പോൾ ഒരു വലിയ ഫാക്ടറിയിലേക്കാണ് ഞാൻ വന്നുകയറിയതെന്ന പ്രതീതി. ഇതെല്ലാം കണ്ട് ഞാൻ അമ്പരന്നു നിന്നപ്പോൾ ഒരു ബക്കറ്റ് നിറയെ കുടിച്ചു കാലിയാക്കിയ സ്റ്റീലിന്റെ കപ്പും ഗ്ലാസും ഒരു ചെറുക്കൻ കൊണ്ടുവന്ന് കുളായിലേക്ക് തട്ടിയിട്ടശേഷം തിടുക്കത്തിൽ തിരിഞ്ഞുനടന്നു.

കൊണ്ടുവന്ന് തട്ടിയിട്ട് പോയത് എങ്ങനെ കഴുകണമെന്ന് കൂടെയുണ്ടായിരുന്ന കൊച്ചുപയ്യൻ എനിക്ക് കാണിച്ചു തന്നു. ഇരുകൈകളുടെയും വിരലുകളിൽ അത്രയും തന്നെ ഗ്ലാസുകളും കപ്പുകളും ഒതുക്കിപ്പിടിച്ചെടുത്ത് പൈപ്പിൽ നിന്നും ശക്തിയായി ഒഴുകിവരുന്ന വെള്ളത്തിലേക്ക് കാണിച്ചു കൊടുത്താൽ നിമിഷങ്ങൾക്കകം അത് വൃത്തിയാകും. പിന്നീട് തൊട്ടടുത്തുള്ള വെള്ളം നിറഞ്ഞ കൊളായിലേക്ക് നീട്ടി വലിച്ചെറിയണം കൂടെയുള്ള പയ്യൻ അത് പെറുക്കിയെടുത്ത് അതാത് സ്ഥലങ്ങളിൽ കൊണ്ടുവയ്ക്കും.

കഴുകാനായി കൊളായിലേക്ക് കൊണ്ടുവന്ന് തട്ടിയിടുന്നത് കഴുകിത്തീരുന്നതിനു മുൻപ് വീണ്ടും ബക്കറ്റ് നിറയെ നിരനിരയായി എച്ചിൽ പാത്രങ്ങൾ കൊണ്ടുവന്നു തട്ടും. കഴുകലിന്റെ വേഗം അല്പം കുറഞ്ഞാൽ നിമിഷങ്ങൾക്കകം കുളാ നിറഞ്ഞ് കവിയും. സർവശക്തിയുമുപയോഗിച്ച് എപ്പോഴും കഴുകിക്കൊണ്ടിരിക്കണം. ഇത്തരത്തിലായിരുന്നു ജോലി.

മുൻപരിചയമില്ലായിരുന്നതുകൊണ്ട് തുടക്കത്തിലെനിക്ക് ബുദ്ധിമുട്ട് തോന്നിയെങ്കിലും പിന്നീടത് തോന്നിയില്ല. ദിവസവും രാവിലെ ഏഴ് മണിയായാൽ എല്ലാവരും വന്ന് നിരനിരയായി നിൽക്കണം. അപ്പോൾ മാനേജർ വന്ന് നോക്കി വിലയിരുത്തിയശേഷം ഓരോ ജോലിയിൽ നിയമിക്കും. അദ്ദേഹം കൽപ്പിക്കുന്നതുപോലെയായിരുന്നു അവരവർ ജോലിയിൽ ഏർപ്പെടേണ്ടിയിരുന്നത്. നല്ല വസ്ത്രം ധരിച്ചു വരാറുള്ള വരെയായിരുന്നു റസ്റ്റോറന്റിൽ നിയമിക്കാറുണ്ടായിരുന്നത്. വൈകുന്നേരം നാലുമണിവരെയുള്ള എന്റെ ജോലിയിൽ ആഹാരം കഴിക്കാനുള്ള സമയത്ത് മാത്രം പകരം പിള്ളേർ എത്തും. അരമണിക്കൂർ മാത്രം കിട്ടാറുള്ള ആ സമയം വളരെ വിലപിടിപ്പുള്ളതായി തോന്നും. കാരണം ആ സമയമല്ലാതെ മറ്റ് ഒരു നിമിഷംപോലും വെറുതെയിരിക്കാൻ കഴിയുമായിരുന്നില്ല. ഇങ്ങനെയായിരുന്നു ദിവസവും. നിത്യേന വെള്ളത്തിലുള്ള ജോലിയായിരുന്നതിനാൽ കൈകാലുകൾ അഴുകി വെളുത്ത് ചുളുങ്ങി. എനിക്ക് മാത്രമല്ലല്ലോ എന്നെക്കാൾ കൂടുതൽ കൂടെ ജോലി ചെയ്യുന്ന ഈ കൊച്ചുപയ്യനുണ്ടല്ലോ എന്നോർക്കുമ്പോൾ എന്റേത് വലിയ കാര്യമല്ലന്ന് തോന്നിപ്പോകും. കൃത്യം പത്ത് മണിക്കൂർ ജോലി. നല്ല താമസസൗകര്യം. കൃത്യമായി കിട്ടുന്ന നാൽപ്പത് രൂപ ശമ്പളം. പിന്നെ നല്ല കുറേ കൂട്ടുകാർ. ഇതെല്ലാമായപ്പോൾ ദിവസങ്ങൾ കടന്നു പോയതറിഞ്ഞില്ല.

കൂട്ടുകാരിൽ വച്ച് എനിക്കേറ്റവും പ്രിയങ്കരനായിരുന്നു വിനീത് എന്ന് വിളിപ്പേരുള്ളവൻ. മധുരപലഹാരങ്ങൾ ഉണ്ടാക്കുന്ന വിഭാഗത്തിലായിരുന്നു അവന് ജോലി. ഹോട്ടലിന്റെ ആവശ്യത്തിനായി ഏതുതരം മധുരപലഹാരം ഉണ്ടാക്കിയാലും അതിൽനിന്ന് ഒരു കഷണം എനിക്ക് അവൻ കൊണ്ടുത്തരുമായിരുന്നു. അതുകൊണ്ട് എനിക്കവനെ വലിയ ഇഷ്ടവുമായിരുന്നു, അവിടെ ജോലി ചെയ്തുകൊണ്ടിരുന്ന പത്തു പന്ത്രണ്ട് പിള്ളേരിൽ ഒന്നോ രണ്ടോ പേർ എന്നെപ്പോലെ വീടുവിട്ട് ഓടിവന്നവരൊഴിച്ചാൽ ബാക്കിയെല്ലാവരും വീട്ടുകാരുടെ അറിവോടെയായിരുന്നു അവിടെ ജോലിചെയ്തു വന്നിരുന്നത്. ശമ്പളം കൊടുക്കുന്ന ദിവസമെത്തിയാൽ അവരുടെ രക്ഷിതാക്കൾ ഓരോരുത്തരായി മകന്റെ ശമ്പളം കയ്യോടെ വാങ്ങിച്ചുകൊണ്ടുപോകുവാൻ അവിടെയെത്തും.

കുടുംബത്തിലെ രണ്ടും മൂന്നും പേർ അവിടെ ജോലി ചെയ്തു വന്നിരുന്നു. അതിലൊരു കുടുംബമായിരുന്നു എന്റെ കൂടെ പ്ലേറ്റ് കഴുകലിൽ ഏർപ്പെട്ടിരുന്ന ഞാൻ കൂരിപയ്യൻ എന്ന് വിളിക്കാറുണ്ടായിരുന്ന പയ്യന്റെ കുടുംബം.

അവന്റെ അപ്പന് അവിടെ സ്റ്റോർകീപ്പറായി ജോലി. അമ്മയ്ക്ക് ഉച്ചയൂണിന് വേണ്ടിയുള്ള വാഴയില വെട്ടി രൂപപ്പെടുത്തുന്ന ജോലി. മൂത്ത മകൻ മൂന്ന് നിലകളിലുള്ള റസ്റ്റോറന്റിലൊന്നിൽ ജോലി. അമ്മയൊഴിച്ച് മറ്റു മൂന്നുപേരും ഹോട്ടലിലെ സ്റ്റാഫ് റൂമിലായിരുന്നു തങ്ങിയിരുന്നത്.

മൂവരുടെയും ജോലി വൈകുന്നേരത്തോടെ കഴിഞ്ഞാൽ പിതാവ് രണ്ടു മക്കളെയും കുളിപ്പിച്ച് നല്ല വസ്ത്രങ്ങൾ ധരിപ്പിച്ച് തന്റെ മുന്നിലിരുത്തി അഴുകിയ കൈകളിലും കാലുകളിലും മരുന്ന് പുരട്ടിയും എണ്ണ പുരട്ടിയു മൊക്കെ ശുശ്രൂഷിക്കും. ശുശ്രൂഷ കഴിഞ്ഞാൽ പിന്നെ ദേഹോപദ്രവം തുടങ്ങും.

ജോലിക്കിടയിൽ കുറ്റങ്ങൾ ചെയ്തുവെന്ന് മറ്റാരോ പറഞ്ഞത് കേട്ടിട്ടായിരിക്കും ഉപദ്രവം തുടങ്ങുക. ജേഷ്ഠൻ നല്ലപിള്ള ചമഞ്ഞ് അനിയനെതിരെ കുറ്റങ്ങൾ പറഞ്ഞ് അപ്പനെ ധരിപ്പിക്കും. ഇതുകേട്ട് കോപവികാരധീരനാകുന്ന അപ്പൻ അടിക്കാനായി കരുതിവച്ചിരിക്കുന്ന വടികൊണ്ട് തുടരെത്തുടരെ തുടയിൽ അടിച്ചു ചോദിച്ചുകൊണ്ടിരിക്കും. പാവം കൂരിപ്പയ്യൻ മറ്റാരും കേൾക്കാത്തവിധം വിങ്ങിക്കരഞ്ഞുകൊണ്ടി രിക്കും. വൈകുന്നേരമായാൽ ഇത് നിത്യസംഭവം. അത് കാണാറുള്ള ഞാൻ പാവം കൂട്ടുകാരൻ പയ്യൻ പകലെല്ലാം കഷ്ടപ്പെട്ട് ജോലി ചെയ്തു വന്നാൽ വൈകുന്നേരം അപ്പന്റെ ഉപദ്രവം തുടങ്ങും എന്ന് സങ്കട ത്തോടെ ഓർക്കും. പക്ഷേ എത്ര അടി കൊണ്ടാലും പിറ്റേന്ന് രാവിലെ ജോലിക്ക് വരുന്ന അവൻ തന്റെ അപ്പന്റെ ഉപദ്രവത്തിൽ നിന്നും മാറി ക്കിട്ടിയതിന്റെ ആവേശത്തിലായിരിക്കാം. സന്തോഷം അതിരുകവിഞ്ഞ് പ്ലേറ്റുകൾ കഴുകാൻ കൊണ്ടിടുന്ന പിള്ളേരോട് തട്ടിക്കയറിയും എല്ലാ വരോടും ഉച്ചത്തിൽ തമാശ പറഞ്ഞ് കളിയാക്കി ചിരിക്കുകയും ചെയ്യും. അപ്പോഴെല്ലാം ഞാനവനോട് നിന്റെ ചേട്ടൻ ഇതെല്ലാം കാണുന്നുണ്ട്, അവൻ നിന്റെ അപ്പനോട് പറയുമെന്ന് പറഞ്ഞ് ഓർമിപ്പിക്കും. അപ്പോ ഴെല്ലാം അവനെന്നോട് 'പോണാൽ പോകട്ടും പോടാ' എന്നാണ് പറയുക. വൈകുന്നേരമായാൽ വീണ്ടും ഇതിനെപ്പറ്റി ചോദിച്ചുകൊണ്ട് അപ്പന്റെ ഉപദ്രവം തുടങ്ങും. എന്നാലും പിറ്റേന്ന് പയ്യൻ വീണ്ടും പഴയതു പോലെതന്നെ.

രണ്ട് മൂന്നു മാസത്തെ എന്റെ പ്ലേറ്റ് കഴുകലിന്റെയവസാനം മാനേ ജർ എന്നെ റസ്റ്റോറന്റിൽ നിയമിച്ചു. പിന്നീട് പടിപടിയായി ആ ഹോട്ട ലിലെ ഏറെക്കുറെയുള്ള വകുപ്പുകളിൽ എനിക്ക് ജോലി ചെയ്യാനുള്ള അവസരം തന്നു. ഒഴിവ് സമയമെല്ലാം വിനീതിന്റെ കൂടെ നടന്ന് വാടക സൈക്കിളെടുത്ത് നഗരം ചുറ്റിക്കാണുകയും സിനിമ കണ്ടും തുണി ത്തരങ്ങളോക്കെ വാങ്ങിച്ചും കളിച്ചു രസിച്ച് നടക്കുകയും നല്ലരീതിയിൽ ജോലിയും ചെയ്തുവന്നു.

മാസങ്ങൾ കടന്നു പോയി രണ്ട് വർഷത്തോളം കഴിയാറായി. ഒരു ദിവസം വിനീത് എന്നോട്; ഞാനിവിടെ നിന്നും ജോലി വിട്ടുപോവുക യാണ്. എനിക്ക് അടുത്തുതന്നെയുള്ള വേറൊരു ഹോട്ടലിൽ ഒരു നല്ല ജോലി ശരിയായിട്ടുണ്ട്. ആഴ്ചയിലാണ് അവിടെ ശമ്പളം. ഓരോ ആഴ്ച യിലും ഇരുപത് രൂപ വീതം ശമ്പളമായി കിട്ടും. കണക്ക് കൂട്ടിയാൽ മാസം എൺപത് രൂപ കിട്ടും. ഇവിടെ കിട്ടുന്നതിന്റെ ഇരട്ടിയാണത്. അതുകൊണ്ട്

അപ്പനില്ലാത്ത എനിക്ക് അമ്മയെയും പഠിക്കാൻ നല്ല മിടുക്കിയായ ചേച്ചിയെയും അല്പംകൂടി സഹായിക്കാൻ കഴിയും എന്നു പറഞ്ഞു.

ഒന്നു രണ്ടു ദിവസം കൂടി കഴിഞ്ഞപ്പോൾ അവൻ അവിടെനിന്ന് ജോലി വിട്ടുപോയി. സമയം കിട്ടുമ്പോഴൊക്കെ ഞാനവനെ കാണാനായി അവൻ ജോലി ചെയ്തുകൊണ്ടിരുന്ന ഹോട്ടലിലേക്ക് പൊയ്ക്കൊണ്ടിരുന്നു. ഏകദേശം ഒരു മാസം കഴിഞ്ഞപ്പോൾ അവനെന്നോട്; നീയും അവിടെനിന്ന് ജോലിവിട്ട് എന്നോടൊപ്പം ജോലിക്കുചേര്. നമുക്കൊരുമിച്ച് ഇവിടെ ജോലിചെയ്യാം. മാസം എൺപത് രൂപ ശമ്പളമായി കിട്ടുമല്ലോ. പോരാഞ്ഞിട്ടത് ആഴ്ചയിൽ കിട്ടുമല്ലോ'' എന്ന് പറഞ്ഞു

അവൻ പറഞ്ഞതനുസരിച്ച് ഏകദേശം രണ്ടു വർഷത്തോളം ജോലി ചെയ്ത ആ ഹോട്ടലിൽ നിന്നും ഞാൻ ജോലിവിട്ട് പെട്ടിയും തുണിയുമായി പടിയിറങ്ങി. നേരത്തേതന്നെ അവിടെ ജോലി പറഞ്ഞൊരുക്കി വച്ചിരുന്നതിനാൽ പിറ്റേ ദിവസംതന്നെ ഞാനവിടെ ജോലിക്ക് കയറി.

പഴയ ഹോട്ടലിൽ നിന്നും വ്യത്യസ്തമായ സാഹചര്യമായിരുന്നു പുതിയ സ്ഥലത്ത് നേരിടേണ്ടി വന്നത്. ഒരു ചെറിയ ഹോട്ടലായിരുന്നു അത്. അതിനോട് ചേർന്നുള്ള ഒരു ചെറിയ മുറിയിലാണ് ആ ഹോട്ടലിൽ ജോലി ചെയ്തുകൊണ്ടിരുന്ന പത്തുപന്ത്രണ്ട് ജോലിക്കാർ താമസിക്കേണ്ടിയിരുന്നത്.

ആ മുറിയുടെ പകുതിയോളം സ്ഥലം ആയുള്ളവരുടെ പെട്ടികളെയും തുണികളെയുംകൊണ്ട് നിറഞ്ഞിരുന്നു. ജോലി കഴിഞ്ഞാൽ ആ മുറിയൊഴികെ മറ്റെവിടെയും കിടക്കാനിടമില്ലായിരുന്നു. എങ്ങനെയെങ്കിലും ആ മുറിയിൽ കിടക്കാൻ തുനിഞ്ഞാൽ അഞ്ചാറു പേർ അടക്കിവാണിരുന്ന ആ മുറിയിൽ വേറെയാരും കിടക്കാതിരിക്കത്തക്കവണ്ണം അസൗകര്യം അവർ ചെയ്യുമായിരുന്നു.

നേരത്തെ ജോലി കഴിഞ്ഞാലും ഉറങ്ങണമെന്നുണ്ടെങ്കിൽ രാത്രി ഹോട്ടൽ അടയ്ക്കുന്ന സമയമായ പതിനൊന്ന് മണിവരെ കാത്തിരിക്കണം. അതിനുശേഷം മാത്രമേ റസ്റ്റോറന്റിന്റെ മേശയുടെ മുകളിലോ താഴെയോ കിടന്നുറങ്ങാൻ കഴിയുമായിരുന്നുള്ളൂ. അതുകൊണ്ട് എല്ലാ ദിവസവും ഞാനും വിനീതും കൂടി റസ്റ്റോറന്റിലായിരുന്നു കിടന്നുറങ്ങാറ്. ഒന്നുരണ്ടു മാസങ്ങൾ അങ്ങനെ തള്ളിനീക്കി. ആഴ്ചയിൽ കിട്ടിക്കൊണ്ടിരുന്ന കാശെല്ലാം കറങ്ങിയടിച്ചു ചിലവാക്കാതെ ഞാനും വിനീതിനെപ്പോലെ പെട്ടിയിൽ സൂക്ഷിച്ചുവെച്ചു. അങ്ങനെയിരിക്കെ ഒരു ദിവസം എന്നോടൊപ്പം രാവിലെ ഏഴ് മണിക്ക് ജോലിക്ക് കയറേണ്ട വിനീത് എട്ട് മണിയായിട്ടും ജോലിക്കെത്തിയില്ല.

രാത്രി എന്നോടൊപ്പമല്ലേ അവൻ കിടന്നുറങ്ങിയത്? എവിടേക്കെങ്കിലും അവൻ അത്യാവശ്യമായി പോയിക്കാണുമായിരിക്കുമോ? എങ്കിലും അവനെവിടെപ്പോയാലും എന്നോട് പറയുമായിരുന്നല്ലോ? ഏതായാലും

കുറച്ചുകഴിയുമ്പോൾ അവൻ തിരിച്ചെത്തും എന്ന് ഞാൻ കരുതി. സമയം ഒൻപതു മണിയായിട്ടും അവനെത്താതിരുന്നപ്പോൾ ഹോട്ടൽ മാനേജർ എന്നോട്; നിന്റെ കൂട്ടുകാരനെവിടെ? അവനിതുവരെയും ജോലിക്ക് വന്നില്ലല്ലോ? നീ മുറിയിൽ പോയി അവൻ അവിടെയുണ്ടോയെന്ന് നോക്കീട്ട് വാ എന്നു പറഞ്ഞു ഞാനുടനെ അവനവിടുണ്ടോ എന്ന് നോക്കാനായി മുറിയിലേക്ക് പുറപ്പെട്ടു. അപ്പോഴും അവനെ അവിടെ കാണാൻ കഴിഞ്ഞില്ല. അപ്പോൾ പെട്ടിവച്ചിരുന്ന ഭാഗത്തേക്ക് നോക്കിയപ്പോൾ എന്റെ പെട്ടിക്കരുകിൽ വച്ചിരുന്ന അവന്റെ പെട്ടി കാണ്മാനുണ്ടായിരുന്നില്ല. അവനെവിടെ, പറയാതെ കടന്നു കളഞ്ഞോ? എന്ന് ഞാൻ ആലോചിച്ചു. വൈകുന്നേരം ഞാനെന്റെ പെട്ടി തുറന്നപ്പോഴാണ് പെട്ടിയിലുണ്ടായിരുന്ന നല്ല തുണികളും കരുതിവെച്ചിരുന്ന കാശും അവൻ അപഹരിച്ചു കടന്നുകളഞ്ഞിരിക്കുന്നു എന്ന് മനസ്സിലാക്കാൻ കഴിഞ്ഞത്.

അവൻ എന്തിനാണിങ്ങനെ എന്നോട് ചെയ്തത്? അവൻ ആവശ്യപ്പെട്ടിരുന്നെങ്കിൽ എന്തും ഞാൻ കൊടുക്കുമായിരുന്നില്ലേ? എന്ന് ഞാനപ്പോൾ ആലോചിച്ചു. കരുതിവച്ചിരുന്ന കാശും സമ്പാദിച്ച തുണിയും നഷ്ടപ്പെട്ടിട്ടും എനിക്ക് വിഷമമില്ലായിരുന്നു. നല്ലൊരു കൂട്ടുകാരൻ നഷ്ടപ്പെട്ടുപോയല്ലോ, ഇനിയവനെ ഒരിക്കലും കാണാൻ കഴിയില്ലല്ലോ എന്നോർത്തപ്പോഴാണ് വിഷമം തോന്നിയത്.

വിനീത് പോയതിനുശേഷം ഞാനവിടെ ഒറ്റപ്പെട്ടവനെപ്പോലെയായി. ജോലി കഴിഞ്ഞാൽ കുറെയൊക്കെ കറങ്ങിനടക്കും. മതിയാകുമ്പോൾ ഹോട്ടലിന് പുറത്ത് ഏതെങ്കിലുമൊരു മൂലയിൽ ഉറക്കംതൂങ്ങി ഹോട്ടൽ അടയ്ക്കുന്നതും നോക്കി കാത്തിരിക്കും.

ദിവസവും എന്റെ കാത്തിരിപ്പ് കാണാറുള്ള ആ ഹോട്ടലിലെ പ്രധാന പാചകക്കാരൻ തന്റെ വീട്ടിലേക്ക് പോകുന്ന വേളയിൽ എന്നോട് നീയെന്തിനാണ് ദിവസവും ഇവിടെയിരുന്ന് ഉറക്കം തൂങ്ങുന്നത്? അല്പം ദൂരെയുള്ള എന്റെ വാടകവീട്ടിൽ ഞാനോറ്റയ്ക്കാണ് താമസിക്കുന്നത്. നിനക്കിഷ്ടമാണെങ്കിൽ എന്റെ കൂടെ വന്ന് താമസിക്കാം. വാടകയിനത്തിൽ നിനക്കിഷ്ടമുള്ളതെന്തെങ്കിലും തന്നാൽ മതി എന്നുപറഞ്ഞു

ഞാൻ സമ്മതിച്ചു. അദ്ദേഹത്തോടൊപ്പം യാത്രയായി. ഒറ്റക്കിടക്കമുറിയുള്ള ഒരു ചെറിയ വീടായിരുന്നു അത്. താഴത്ത് വലിയ പായ വിരിച്ചായിരുന്നു ഞാനും അയാളും ഉറങ്ങാൻ കിടന്നത്. പിറ്റേദിവസം ജോലിക്കു പോയതും വന്നതും ഒന്നിച്ചുതന്നെയായിരുന്നു.

ഒന്നു രണ്ടു ദിവസം കഴിഞ്ഞ് ഉറക്കത്തിനിടെ തൊട്ടരികിൽ നിന്നും സ്ത്രീയുടെ കുലുങ്ങിക്കുലുങ്ങിയുള്ള ചിരിയും വളകൾ കിലുങ്ങുന്ന ശബ്ദവും കേട്ടപ്പോഴാണ് ഉറക്കമുണർന്നത്. ശ്രദ്ധിച്ചപ്പോൾ അരണ്ട വെളിച്ചത്തിൽ അയാളുടെ തൊട്ടപ്പുറത്ത് ഒരു സ്ത്രീ കിടക്കുന്നതായി ഞാൻ കണ്ടു. ആ സ്ത്രീയെ അയാൾ കൊഞ്ചി ആലിംഗനം ചെയ്തു

കൊണ്ടിരുന്നപ്പോഴെല്ലാം അയാളുടെ ശരീരം എന്റെ ശരീരത്തിൽ സ്പർശിച്ചുകൊണ്ടിരുന്നു. എങ്കിലും ഞാനതൊന്നും കാണുന്നില്ലെന്ന നാട്യത്തോടെ കിടപ്പ് തുടർന്നു. പെട്ടെന്ന് ഞാൻ ഉറങ്ങിപ്പോവുകയും ചെയ്തു.

നേരം പുലർന്ന് എണീറ്റ് നോക്കിയപ്പോൾ ആ സ്ത്രീ അവിടെയുണ്ടായിരുന്നില്ല. പാചകക്കാരൻ മാത്രം അരികത്ത് കിടക്കുന്നത് കണ്ടു. ഒരുപക്ഷേ ഞാൻ സ്വപ്നം കണ്ടതായിരിക്കാം. പിറ്റേ ദിവസവും രാത്രിയിൽ വീണ്ടും ഞാൻ ആ സ്ത്രീയുടെ ശബ്ദം കേട്ടപ്പോഴാണ് ഉണർന്നത്. ഇത് സ്വപ്നമല്ല യാഥാർത്ഥ്യമാണെന്ന് അപ്പോഴാണെനിക്ക് മനസ്സിലായത്. ആ ദിവസം കുറെയൊക്കെ ഞാനവരെ ശ്രദ്ധിച്ചു കിടന്നു. പക്ഷേ വീണ്ടും ഞാൻ പെട്ടെന്നുറങ്ങിപ്പോയി. വീണ്ടും നാലഞ്ചു ദിവസം അത് തുടർന്നു. അവർ ചെയ്യുന്നതൊക്കെ ഞാൻ കാണുന്നുണ്ടെന്ന് അയാൾക്ക് ബോധ്യമുണ്ടായിരുന്നെങ്കിലും ഞാൻ പ്രതികരിക്കാതിരുന്നതുകൊണ്ട് അയാൾ എന്നോട്; ഞങ്ങൾ ചെയ്യുന്നതൊക്കെ നീ കാണുന്നില്ലേ? അതു കാണുമ്പോൾ നിനക്ക് വികാരമൊന്നും തോന്നാറില്ലേ?

നിങ്ങൾ കൊഞ്ചുന്നതൊക്കെ ഞാൻ കാണാറുണ്ട്. അത് നീണ്ടുപോകുമ്പോൾ ഞാനറിയാതെ ഉറങ്ങിപ്പോകും എന്നുപറഞ്ഞു. അപ്പോഴയാൾ; ‘‘അത്രയും വലിയ ഉറക്കമാണോ നിനക്ക്?’’

‘‘അല്ലെങ്കിലും ഞാൻ വികാരം കൊണ്ടിട്ടെന്താ കാര്യം? നിങ്ങൾ തമ്മിൽ സ്നേഹിക്കുന്നവരോ അഥവാ ഭാര്യാഭർത്താക്കന്മാരോ ആയിരിക്കില്ലേ? ഈ ചെറിയ വീട്ടിൽ കിടക്കാൻ വേറെ സ്ഥലമില്ലാത്തതുകൊണ്ടായിരിക്കാം നിങ്ങൾക്ക് എന്റെയരുകിൽ കിടക്കേണ്ടിവരുന്നത്. അതുകൊണ്ട് നാളെ മുതൽ ഞാൻ ഹോട്ടലിൽതന്നെ കിടന്നുകൊള്ളാം എന്ന് ഞാൻ പറഞ്ഞു.

അപ്പോഴയാൾ ചിരിച്ചുകൊണ്ട്; വേണ്ട വേണ്ട. അവളെന്റെ ഭാര്യയോ സ്നേഹിക്കുന്നവളോ ഒന്നുമല്ല. ഒരുപക്ഷേ അവളങ്ങനെ വിചാരിച്ചിരിക്കാം. കൂടെ കിടന്നെന്ന് വെച്ചാൽ ഇതിലേതെങ്കിലുമൊന്നാകുമോ? എനിക്കെന്റെ നാട്ടിൽ സുന്ദരിയായ ഭാര്യയും കുട്ടിയുമുണ്ട്. എപ്പോഴും നീ കാണാറില്ലേ ശരീരം വിൽക്കുന്ന ആ അഞ്ചാറ് സ്ത്രീകൾ ഹോട്ടലിനെ ചുറ്റിപ്പറ്റി നിൽക്കാറുള്ളത്. അതിലൊരുത്തിയായിരുന്നു അവൾ. ഇപ്പോഴെന്റെ ആവശ്യത്തിനുവേണ്ടി മാറിനിൽക്കുന്നെന്നേയുള്ളൂ. ഞാനാവശ്യപ്പെടുമ്പോൾ അടുത്ത് താമസിക്കുന്ന അവൾ ആരും കാണാതെ രാത്രിയിൽ വരും. അതുപോലെതന്നെ നേരം വെളുക്കുന്നതിനുമുൻപ് എണീറ്റ് പോവുകയും ചെയ്യുന്നു. അത്രമാത്രം നീയിതൊന്നും കാര്യമായെടുക്കേണ്ട. ചുമ്മാ ഒരു നേരംപോക്ക്. അത്രമാത്രമേയുള്ളൂവെന്ന് വിചാരിച്ചാൽ മതി. വേണമെങ്കിൽ നിനക്കും അവളോടൊപ്പം ശയിക്കാൻ ഞാനൊരവസരം ഒരുക്കിത്തരാം എന്ന് പറഞ്ഞു.

ഇതു കേട്ടപ്പോൾ ആ സ്ത്രീക്കൊപ്പം ഒന്ന് ശയിച്ചാലെന്താ എന്ന അതിയായ ആഗ്രഹം എന്റെ മനസ്സിലുടലെടുത്തു. അപ്പോൾ ഞാനയാളോട്;

ആ സ്ത്രീക്ക് എന്നെയോ എനിക്കവരെയോ പരിചയമൊന്നുമില്ലല്ലോ. പോയിട്ട് ഇരുട്ടത്ത് വരുന്നതുകൊണ്ട് ഞാനവരെ കണ്ടിട്ടു പോലുമില്ല, പിന്നെയെങ്ങനെയാണത് സാധിക്കുക? എന്ന് ചോദിച്ചു.

''നീ അതിനെപ്പറ്റിയോർത്ത് വിഷമിക്കേണ്ട. എല്ലാ ദിവസത്തേയും പോലെ അവൾ എന്റെയരുകിൽ വന്ന് കിടക്കുമ്പോൾ ഞാൻ നിന്റെ കൈ അവളുടെ നഗ്നമായ മാറിൽ എടുത്തുവയ്ക്കാം. അപ്പോൾ നീ മന്ദംമന്ദം മാറിൽ തഴുകിത്തുടങ്ങിക്കോ. ബാക്കിയെല്ലാം പിന്നീട് നീ നോക്കിക്കണ്ടാൽ മതി. ഞാനിതൊന്നും കാണുന്നില്ലെന്നപോലെ മാറി ക്കിടന്നുകൊള്ളാം' എന്ന് പറഞ്ഞു.

അങ്ങനെ ആ ദിവസം ഞങ്ങൾ രണ്ടുപേരും ഈ വിഷയത്തെപ്പറ്റി സംസാരിച്ച് ഒരു ധാരണയിലെത്തിച്ചേർന്നു.

രാത്രിയായി. ആ സ്ത്രീയുടെ ആഗമനവും കാത്ത് ഞാൻ ഉറങ്ങാതെ കിടന്നു. വിചാരിച്ചതുപോലെതന്നെ അവൾ എപ്പോഴും തുറന്നിട്ടിരി ക്കാനുള്ള വാതിൽ വഴി അകത്ത് പ്രവേശിച്ച് അയാളുടെ അരികിൽ കിടന്നു. അപ്പോൾ അവരുടെ തലയിൽ ചൂടിയിരുന്ന മുല്ലപ്പൂവിന്റെ സുഗന്ധവും വളകൾ കിലുങ്ങുന്നതിന്റെ ശബ്ദവും എന്നെ വല്ലാതെ മഥിച്ചു. ജീവിതത്തിൽ ആദ്യമായി ഒരു സ്ത്രീയുമായി ശയിക്കാൻ പോകു ന്നതിന്റെ ആവേശത്തിൽ ഞാൻ അവസരം വിനിയോഗിക്കാനായി തക്കംപാർത്ത് ഉറക്കം നടിച്ചു കിടന്നു. അല്പസമയത്തെ അയാളുടെ കൊഞ്ചലിന് ശേഷം അടുത്തു കിടന്നിരുന്ന എന്റെ കൈ ഒന്നുമറിയാ ത്തതുപോലെ അയാൾ പൊക്കിയെടുത്ത് ആ സ്ത്രീയുടെ മാറിന്റെ മുകളിലേക്കെടുത്തുവച്ചു.

ഇത് മനസ്സിലാക്കിയ ആ സ്ത്രീ മാറിൽ വച്ചിരുന്ന എന്റെ കൈ പതുക്കെ എടുത്തുമാറ്റി. വീണ്ടും ഒന്നുമറിയാത്തതുപോലെ അയാൾ ആ സ്ത്രീ കാണാതെ എന്റെ കൈ ആ സ്ത്രീയുടെ മാറിലേക്കെടുത്തു വച്ചു. വീണ്ടും ആ സ്ത്രീ തന്റെ മാറിലിരുന്ന എന്റെ കൈ എടുത്തു മാറ്റി. വീണ്ടും ഒരിക്കൽ കൂടി അത് തുടർന്നു. അപ്പോഴേക്കും എന്റെ കണ്ണിൽ നല്ല ഉറക്കം പിടിപെടുകയും ഞാനുടനെ ഉറങ്ങിപ്പോവുകയും ചെയ്തു.

പിറ്റേദിവസം രാവിലെ അയാൾ, ഞാൻ നിന്നെ ഉണർത്താൻ കുറേ ശ്രമിച്ചിരുന്നു. നീയെന്തിനാണ് പെട്ടെന്നുറങ്ങിപ്പോയതെന്ന് ചോദിച്ചു.

നിങ്ങൾ കണ്ടതല്ലേ എന്റെ കൈ അവർ എടുത്തു മാറ്റിയത്? അവർ ക്കിഷ്ടമില്ലാത്തതിനാലാകാം അങ്ങനെ ചെയ്തത് എന്നു ഞാൻ പറഞ്ഞു.

എങ്കിൽ ഇന്ന് രാത്രിയാകട്ടെ. ഞാനവളെ പൂർണനഗ്നയാക്കി നടുക്ക് കിടത്താം. അവളുടെ കണ്ണിൽ ഉറക്കം പിടിപെടുമ്പോൾ നിനക്ക് കൂടു തൽ ബുദ്ധിമുട്ടേണ്ടി വരില്ല. നീ ഉറങ്ങിപ്പോയാലും ഞാൻ നിന്നെ വിളിച്ചു ണർത്താം എന്ന് അയാൾ പറഞ്ഞു.

ശരി, അങ്ങനെയാകട്ടെ എന്ന് ഞാനും.

പിന്നീട് ജോലിയിലുടനീളം കണ്ടുമുട്ടുന്ന സമയമെല്ലാം രാത്രിയിൽ ചെയ്യേണ്ടത് അയാളെന്നെ ഓർമ്മിപ്പിച്ചുകൊണ്ടിരിക്കുകയും പ്രോത്സാഹിപ്പിക്കുകയും ചെയ്തുകൊണ്ടിരുന്നു.

രാത്രിയായി. രണ്ടുപേരും ആ സ്ത്രീയുടെ ആഗമനത്തിനായി കാത്തു കിടന്നു. എന്നത്തെയുംപോലെ മുല്ലപ്പൂ ചൂടിയ മുടിയോടെ ആ സ്ത്രീ മന്ദം മന്ദം വന്ന് അയാളുടെ അരികിൽ കിടന്നു.

അല്പസമയത്തിനകം ആ സ്ത്രീയെ അയാൾ പൂർണനഗ്നയാക്കി പുതപ്പിനുള്ളിൽ കിടത്തി. അപ്പോഴും ഞാൻ ഉറക്കം നടിച്ച് കിടക്കുന്നുണ്ടായിരുന്നു. ഞാൻ ഉറങ്ങിപ്പോയാൽ ഏത് വിധത്തിലെന്നെ ഉണർത്താൻ കഴിയും എന്നയാൾ ഇടയ്ക്ക് തട്ടിനോക്കി പരീക്ഷിച്ചു. വിചാരിച്ചതുപോലെ പെട്ടെന്ന് ഞാനുറങ്ങിപ്പോവുകയും ചെയ്തു.

ശരീരം ശക്തിയായി ഉലഞ്ഞപ്പോഴാണ് ഞാനുണർന്നത്. നോക്കിയപ്പോൾ എന്റെ തൊട്ടടുത്ത് ആ സ്ത്രീ മൂടിപ്പുതച്ച് കിടക്കുന്നതു കണ്ടു. അവൾ ഉറങ്ങിയെന്നും നിന്റെ ദൗത്യം തുടങ്ങാമെന്നും അയാൾ എന്റെ കാതിൽ പതുക്കെ മന്ത്രിച്ചു. നിമിഷങ്ങൾക്കകം വികാരാധീനനായ ഞാൻ പൂർണ്ണനഗ്നയായി ഉറങ്ങിക്കിടന്ന ആ സ്ത്രീയുടെ മാറ് മുതൽ തഴുകാൻ തുടങ്ങി. കൈ താഴോട്ട് തഴുകിക്കൊണ്ട് പോയപ്പോൾ അസാധാരണമായി ഈ സ്ത്രീയുടെ വയറിന് വലിപ്പം കൂടുതലുണ്ടെന്ന് എന്റെ കൈക്കനുഭവപ്പെട്ടു. അല്പം സംശയത്തോടെ വീണ്ടും ഞാൻ വയറ്റിൽ തഴുകി നോക്കിയപ്പോഴാണ് അടുത്തുകിടക്കുന്ന ഈ സ്ത്രീ പൂർണഗർഭിണിയാണെന്ന് ഒരു മിന്നൽപ്പിണർപോലെ ഞാൻ മനസ്സിലാക്കിയത്. ഉടനെ തഴുകിക്കൊണ്ടിരുന്ന എന്റെ കൈ വിറയ്ക്കാൻ തുടങ്ങി.

ദൈവമേ, ഞാനെന്താണ് ഈ ചെയ്യുന്നത്, പൂർണ്ണഗർഭിണിയായ ഒരു സ്ത്രീയെ ശയിക്കാൻ വേണ്ടി തഴുകുകയോ എന്നോർത്തപ്പോൾ എന്റെ വികാരമെല്ലാം പെട്ടെന്ന് തണുത്തുറഞ്ഞു. ശരീരം തളരുന്നതു പോലെ. പിന്നീട് ഞാൻ ആ സ്ത്രീയുടെ അരികിൽ നിന്നും വളരെ ദൂരെ മാറിക്കിടന്നു. അപ്പോഴും അയാൾ ആകാംക്ഷയോടെന്നെ തട്ടിയുണർത്തി എഴുന്നേൽപ്പിക്കാൻ ശ്രമിച്ചുകൊണ്ടിരുന്നു. ആ രാത്രിയിൽ എനിക്കുറങ്ങാൻ കഴിഞ്ഞില്ല.

പിന്നീടുള്ള ദിവസം മുതൽ ഞാൻ അയാൾക്കൊപ്പം വീട്ടിലേക്ക് പോകാതെ അയാളിൽനിന്നും ഒഴിഞ്ഞുമാറി. ഹോട്ടലിൽ കിടക്കാൻ തുടങ്ങി. എങ്കിലും അയാൾ എന്നെ കാണുമ്പോഴെല്ലാം വീട്ടിലേക്ക് വരുവാനായി നിർബന്ധിച്ചുകൊണ്ടിരുന്നു.

ശരീരം വിൽക്കുന്നവരായ കുറേ സ്ത്രീകൾ ഇടയ്ക്ക് ആ ഹോട്ടലിൽ ഒത്തുകൂടി തങ്ങളുടെ അനുഭവങ്ങൾ തമ്മിൽ പറഞ്ഞ് പങ്കുവയ്ക്കാറുള്ളത് ഞാൻ കേൾക്കുമായിരുന്നു. ഇവരുടെ വിശേഷ സംഭാഷണങ്ങളൊക്കെ കേൾക്കാൻ രസമുള്ളതുകൊണ്ട് അത് കേൾക്കാനായി

ടേബിളിൽ എന്തെങ്കിലുമൊക്കെ ചെയ്തുകൊണ്ട് ചിലപ്പോൾ ഞാനും അടുത്തുകൂടും. അപ്പോഴൊക്കെ അവർ ഇങ്ങനെ പറഞ്ഞ് തമ്മിൽ സംസാരിക്കാറുള്ളത് ഞാൻ കേൾക്കുമായിരുന്നു. ഒന്നും അറിയാത്ത ഒരു ചെറുക്കനായിരുന്നു അത്. എനിക്കെല്ലാം അവന് പറഞ്ഞു കൊടു ക്കേണ്ടി വന്നു. അവന്റെ കൂടെ പോയാൽ കഷ്ടപ്പെടുത്തും. അതു കൊണ്ട് അവനെ എല്ലാവരും ഒഴിവാക്കണം. മുൻപെങ്ങും കാണാത്ത മാതിരി ഭയങ്കര ആക്രാന്തമായിരുന്നു അയാൾക്ക് എന്നിങ്ങനെയൊക്കെ അവരുടെ അനുഭവങ്ങൾ പറഞ്ഞുകൊണ്ടിരിക്കും. മുൻപ് അതിലൊ രാളായിരുന്നു പാചകക്കാരന് വേണ്ടി വീട്ടിൽ വരാറുണ്ടായിരുന്ന ആ സ്ത്രീ. വേശ്യാവൃത്തിയിൽ ഏർപ്പെട്ടുകൊണ്ടിരുന്ന അവർ അയാളു മായി നല്ല അടുപ്പത്തിലാകുകയും അയാളുടെ വാഗ്ദാനത്തിൽ ആ സ്ത്രീ വേശ്യാവൃത്തി ഉപേക്ഷിക്കുകയും തന്റെ ജീവിതം അയാൾക്ക് വേണ്ടി മാറ്റിവെച്ചതുകൊണ്ട് അയാളിൽനിന്നും ഗർഭിണിയാകുകയുമാണ് ചെ യ്തതെന്ന് പിന്നീടെനിക്ക് മനസ്സിലാക്കാൻ കഴിഞ്ഞു.

ആയിടയ്ക്കാണ് ഞാനയാളുടെ കൂടെ അകപ്പെട്ടത്. പക്ഷേ എന്തി നാണ് അയാൾ എന്നെ ആ സ്ത്രീയുമായി ശയിക്കാൻ നിർബന്ധിച്ച തെന്ന് എനിക്ക് മനസ്സിലായില്ല. ഞാനാ സ്ത്രീയെ സ്പർശിച്ചപ്പോൾ ഗർഭിണിയാണെന്നറിഞ്ഞ നേരം മുതൽ എന്റെയുള്ളിൽ എന്തൊക്കെയോ ചോദ്യങ്ങൾ നിറഞ്ഞു. ജോലി ചെയ്യുന്നതിനിടയിൽ അയാളെ കാണു മ്പോഴെല്ലാം എന്തൊക്കെയോ ചോദ്യങ്ങൾ എന്നിൽ ഉയർന്നുവന്നു. അപ്പോഴെല്ലാം അയാൾ എന്നോട് പറയുമായിരുന്നു, സാരമില്ല. ഇന്ന് രാത്രിയാകട്ടെ മുറിയിലേക്ക് എന്നോടൊപ്പം വരൂ എന്ന്.

എങ്ങനെയെങ്കിലും ഇയാളിൽനിന്ന് ഒഴിഞ്ഞുമാറണം എന്നാലോ ചിച്ചപ്പോൾ ഇവിടെനിന്ന് ജോലി വിട്ടുപോയാലേ അതിനൊരു പരി ഹാരമാവുകയുള്ളൂ എന്ന് തോന്നി. വേറെയെവിടേക്കാണ് ജോലി തേടി പോകേണ്ടത് എന്നാലോചിച്ചപ്പോൾ പഴയ സ്ഥലമായിരുന്നല്ലോ ഏറ്റവും നല്ലത്. അവിടേക്ക് തന്നെ തിരിച്ചു പോകാം എന്ന് ആലോചിച്ചു.

ഞാൻ പോകുകയാണെന്ന് ഹോട്ടലിൽ പറഞ്ഞുകൊണ്ട് അപ്പോഴും ഹോട്ടലിൽ തന്നെ വച്ചിരുന്ന പെട്ടിയുമെടുത്ത് ആദ്യം ജോലി ചെയ്തി രുന്ന ഹോട്ടലിലേക്ക് പുറപ്പെട്ടു. അവിടെ മാനേജരെ കണ്ട് ജോലി ആവശ്യപ്പെട്ടപ്പോൾ അദ്ദേഹം എന്നോട്; ജോലി വിട്ടിട്ട് പോയി തിരിച്ചു വരുന്നവർക്കാർക്കും ഞാൻ ജോലി കൊടുക്കാറില്ല. നീയൊരു നല്ല ജോലിക്കാരനായതുകൊണ്ട് ഞാൻ നിനക്ക് ജോലി തരാം. പക്ഷേ പഴയ പരിഗണനയൊന്നും തരില്ല. ഒന്നേയെന്ന് തുടങ്ങാൻ സമ്മത മാണെങ്കിൽ നിനക്ക് നാളെ മുതൽ ജോലിക്ക് കയറാം എന്നു പറഞ്ഞു. ഞാൻ സമ്മതിച്ചു.

പിറ്റേദിവസം മാനേജർ പ്ലേറ്റ് കഴുകാനായി എന്നെ നിയമിച്ചു. രണ്ടു വർഷത്തോളം കാലം ജോലി ചെയ്ത ഹോട്ടലും അത്രയും കാലത്തോളം

പരിചയമുണ്ടായിരുന്ന ആൾക്കാരും അവിടെയുണ്ടായിരുന്നെങ്കിലും ഏതോ ഒരു പുതിയ സ്ഥലത്തേക്ക് കയറിവന്നതുപോലെയുള്ള പ്രതീതി യായിരുന്നു എനിക്ക്. ഓരോ മണിക്കൂറും ഞാനവിടെ ബദ്ധപ്പെട്ട് തള്ളിനീക്കിക്കൊണ്ടിരുന്നപ്പോൾ തോന്നി ഇവിടം വിട്ട് മറ്റ് എവിടേ ക്കെങ്കിലുമൊരു വലിയ നഗരത്തിലേക്ക് പുറപ്പെട്ട് പൊയ്ക്കളയാം എന്ന്. അത് വലിയ നഗരമായ മുംബൈയിലേക്ക് ആയിക്കോട്ടെ എന്നാ ലോചിച്ചു. പക്ഷേ അതിന് കുറെ കാശ് വേണമല്ലോ. എങ്ങനെയെങ്കിലും ഒരു മാസം കൂടി ഇവിടെ ജോലി ചെയ്ത് കിട്ടുന്ന ശമ്പളവുമായി പുറപ്പെടാം എന്ന് മനസ്സിൽ തീരുമാനിച്ചുകൊണ്ട് മനസില്ലാമനസ്സോടെ ദിവസങ്ങൾ തള്ളിനീക്കി.

നാലഞ്ചു ദിവസങ്ങൾ കഴിഞ്ഞപ്പോൾ പ്ലേറ്റ് കഴുകിക്കൊണ്ടിരുന്ന എന്നോട് ഒരു ദൂതൻ വന്ന് നിന്നെ കാണാനായി ഒരാൾ കല്ലായുടെ അരികിൽ വന്ന് നിൽക്കുന്നു എന്ന് പറഞ്ഞു.

എന്നെ കാണാനായി ഒരാൾ വന്നിരിക്കുന്നോ? ആരായിരിക്കുമത്? വീട്ടുകാർക്കോ മറ്റു ബന്ധുക്കൾക്കോ ഞാനിവിടെയുണ്ടെന്ന് അറിയി ല്ലല്ലോ. പിന്നെ ആരായിരിക്കും അത്? ഏതായാലും ഒന്ന് നോക്കി ക്കളയാം എന്ന് ഓർത്ത് ആശ്ചര്യത്തോടെ ഞാൻ കല്ലായുടെ അരികി ലേക്ക് നടന്നു. അപ്പോഴതാ പാചകക്കാരൻ കല്ലായുടെ അരികിൽ നിൽക്കുന്നു.

എന്നെ എന്തിനാണ് തിരക്കിവന്നത് എന്ന് ചോദിച്ചു

നിന്നെ ഞാനെവിടെയെല്ലാം തിരക്കി നീയെന്തിനാണ് എന്നോട് പറയാതെ ജോലിവിട്ടു പോയത്? നിനക്ക് അവിടെത്തന്നെ വന്ന് ജോലി ചെയ്തുകൂടെ? നീ ആലോചിക്ക്. ഞാൻ വീണ്ടും വരാം എന്ന് പറഞ്ഞ് അയാൾ അവിടെനിന്ന് കടന്നുപോയി.

വീണ്ടും ജോലി തുടർന്ന എന്നെ എന്തൊക്കെയോ അലട്ടിക്കൊണ്ടേ യിരുന്നു. എനിക്കിഷ്ടമില്ലെങ്കിലും പിന്നെന്തിനാണയാൾ എന്നെ ഇവിടെ തിരക്കിവരുന്നത്? ഇതിൽ എന്തോ ചതിയുണ്ട്? ഇവിടെ നിന്നാൽ അയാ ളെന്നെ വീണ്ടും തിരക്കിവരാം. അതുകൊണ്ട് എത്രയും വേഗം ഇവിടെ നിന്ന് പുറപ്പെട്ട് പോവുകയാണ് നല്ലത് എന്ന് കരുതി.

ജോലി കഴിഞ്ഞതിനുശേഷം മുറിയിലേക്ക് പോയ എനിക്ക് ഉടനെ ഇവിടെ നിന്ന് പോകണം എന്ന ചിന്ത മാത്രമായിരുന്നു. പത്തു പതി നഞ്ചു രൂപയൊഴികെ വേറെയോന്നും കയ്യിലില്ലല്ലോ, പിന്നെ എങ്ങനെ യാണ് പോകുക എന്നാലോചിച്ചപ്പോഴാണ് തുണിയൊന്നുമില്ലാത്ത പെട്ടി ആർക്കെങ്കിലും കിട്ടുന്ന രൂപയ്ക്ക് വിറ്റിട്ട് യാത്രയാകാം എന്ന് തോന്നിയത്.

നൂറ് രൂപയ്ക്ക് വാങ്ങിച്ച എന്റെ നല്ല പെട്ടി മുപ്പത് രൂപയ്ക്ക് ഹോട്ട ലിൽ തന്നെയുള്ള ഒരു ചെറുക്കന് വിറ്റശേഷം ഉണ്ടായിരുന്ന നല്ല തുണി

മാറ്റി അണിഞ്ഞുകൊണ്ട് പുറപ്പെട്ട് പോകുന്ന കാര്യം ഹോട്ടലിൽ ആരെയും അറിയിക്കാതെ പടിയിറങ്ങി.

ടിക്കറ്റെടുക്കാതെ ട്രെയിനിൽ കയറി മുംബൈയിലേക്ക് യാത്രയാകണം. അവിടെവരെയുള്ള ചെലവിന് കയ്യിൽ പൈസയുണ്ടല്ലോ എന്ന് കരുതി സ്റ്റേഷൻ ലക്ഷ്യംവച്ച് ഞാൻ നടന്നു. തിരക്കുപിടിച്ച ആ റെയിൽവേ സ്റ്റേഷനിൽ മുംബൈയ്ക്ക് പോകുവാനുള്ള ട്രെയിനിന്റെ വരവും പ്രതീക്ഷിച്ചുകൊണ്ട് ഞാൻ പല മണിക്കൂറുകളോളം കാത്തിരുന്നു. ഒടുവിൽ ട്രെയിനെത്തിയപ്പോൾ അതിൽ കയറിക്കൂടി.

നീണ്ട ഇടവേളയ്ക്കുശേഷമുള്ള ട്രെയിൻ യാത്രയുടെ ശബ്ദവും ചൂടായ പാളങ്ങളുടെ രൂക്ഷഗന്ധവും ട്രെയിൻ യാത്രയുടെ പ്രാരംഭഘട്ട ഓർമ്മയിലേക്കെന്നെ കൊണ്ടുപോയി. ഈ യാത്രയിൽ ഞാനെവിടേക്ക് പോകുന്നു? എനിക്ക് ആരുണ്ടവിടെ? എന്നാലോചിച്ചപ്പോൾ മനസ്സിൽ ശൂന്യത മാത്രം തോന്നി.

ട്രെയിൻ യാത്രയിൽ നീങ്ങി മറഞ്ഞുപോകുന്ന ദൃശ്യഭംഗി കണ്ടുകൊണ്ട് ഞാൻ കഴിഞ്ഞതെല്ലാം മറന്നിരുന്നു.

ലക്ഷ്യത്തിലെത്തിച്ചേരാൻ രണ്ടുദിവസത്തെ യാത്രയുണ്ടല്ലോ. എങ്ങനെയെങ്കിലും പിടിക്കപ്പെടാതെ അവിടെയെത്തിച്ചേരണം എന്നായിരുന്നു മനസ്സിൽ. രാത്രിയായി. ആഹാരവും വാങ്ങിക്കഴിച്ച് കാലിയായി കിടന്ന ട്രെയിനിന്റെ ബർത്തിൽ ഉറങ്ങാനായി കിടന്നു. ട്രെയിൻ നീങ്ങിക്കൊണ്ടിരുന്നപ്പോൾ ഞാൻ മയക്കത്തിലേക്ക് തെന്നിവീണു.

നല്ല ഉറക്കത്തിനിടയിൽ ആരോ ശക്തിയായി ശരീരത്തിൽ തട്ടിയുണർത്താൻ ശ്രമിച്ചുകൊണ്ടിരിക്കുന്നു എന്ന് തോന്നിയപ്പോഴാണ് ഞാൻ ഉറക്കച്ചടവിൽ തലയുയർത്തി നോക്കിയത്. അപ്പോഴതാ സൂട്ടും കോട്ടുമിട്ട ഒരാൾ താഴത്ത് നിൽക്കുന്നു. ഒരു കൈയിൽ പേനയും മറുകൈയിൽ പാടിൽ പിടിപ്പിച്ച പേപ്പറും ഉണ്ട്. അതിൽ എന്തോ എഴുതിക്കൊണ്ടിരുന്ന അയാൾ ''ടിക്കറ്റ് തരൂ'' എന്ന് എന്നോട് ആജ്ഞാപിച്ചു. ഞാൻ പരിസരം വീണ്ടെടുക്കുന്നതിനിടയിൽ വീണ്ടും അയാൾ എന്നോട് ''ടിക്കറ്റ് തരൂ'' എന്നാജ്ഞാപിച്ചു. അപ്പോഴാണ് ഇയാൾ ടിക്കറ്റ് ചെക്കറാണെന്ന് മനസ്സിലായത്.

എന്താണ് മറുപടി പറയേണ്ടത്, എന്താണ് ചെയ്യേണ്ടത് എന്നറിയാതെ ഞാൻ വിളറി മൗനം പൂണ്ടു. എനിക്ക് യാത്രാടിക്കറ്റില്ലെന്ന് മനസ്സിലാക്കിയ അയാൾ താഴെയിറങ്ങി വരുവാനായി ആവശ്യപ്പെട്ടു.

ഞാൻ മനസ്സില്ലാമനസ്സോടെ താഴെയിറങ്ങി വരുന്നതിനിടയിൽ അയാൾ; ''സാറന്മാരെ ഇങ്ങോട്ട് വരുവിൻ'' എന്ന് നീട്ടിവിളിച്ചു. ഞാൻ താഴെയിറങ്ങിയതും രണ്ട് പൊലീസുകാർ അയാളുടെ സമീപത്ത് വന്നു നിന്നു. പൊലീസുകാരെ സാക്ഷിനിർത്തി വീണ്ടും അയാളെന്നോട് ടിക്കറ്റ് ആവശ്യപ്പെട്ടു. എനിക്കപ്പോൾ ഒന്നും മിണ്ടാൻ കഴിഞ്ഞില്ല. ഉടനെ

കൂടെ നിന്നിരുന്ന പൊലീസുകാർ എന്റെ കയ്യിൽ പിടിമുറുക്കിക്കൊണ്ട് വാതിലിനരുകിലേക്ക് കൂട്ടിക്കൊണ്ടുപോയി. അപ്പോഴവിടെ എന്നെപ്പോലെ രണ്ടുമൂന്ന് പിള്ളേർ നിൽപ്പുണ്ടായിരുന്നു. അവരുടെ കൈകൾ തമ്മിൽ കയറുകൊണ്ട് കൂട്ടിക്കെട്ടിയിട്ടുമുണ്ടായിരുന്നു. അവരോടൊപ്പം നിർത്തിയ എന്നെ വീണ്ടും കെട്ടാനായി ബാക്കിയിട്ടിരുന്ന കയറിൽ എന്റെ കൈകൾ കൂടി അവർക്കൊപ്പം പൊലീസുകാർ കൂട്ടിക്കെട്ടി. കൈകൾ കൂട്ടിക്കെട്ടിയവരുടെ മുഖത്ത് മ്ലാനതയും നിസ്സഹായതയും നിഴലിച്ചുനിന്നിരുന്നു.

കഴിഞ്ഞ കാലമത്രയും ട്രെയിൻ യാത്ര ചെയ്തപ്പോൾ പൊലീസുകാരാൽ പിടിക്കപ്പെടാതെ രക്ഷപ്പെട്ടുപോയിരുന്നു. ഇങ്ങനെ സംഭവിക്കുമെന്ന് മുൻകൂട്ടി കണ്ടിരുന്നെങ്കിൽ എങ്ങനെയെങ്കിലും രക്ഷപ്പെടാമായിരുന്നു. പക്ഷേ ഇപ്പോഴിതാ കൈയോടെ പിടിക്കപ്പെട്ട് കഴിഞ്ഞിരിക്കുന്നു. ഇനി രക്ഷപ്പെടാൻ മാർഗ്ഗമില്ല എന്ന് ഞാനപ്പോൾ ഓർത്തു.

എന്നെയും കൊണ്ട് ഇവർ എന്താണ് ചെയ്യാൻ പോകുന്നത് എന്നോർത്തപ്പോൾ ആധി തോന്നി. അപ്പോഴും ഇരുട്ടിന്റെ മറവിൽ ട്രെയിൻ വേഗതയിൽ പാഞ്ഞുകൊണ്ടിരുന്നു. അൽപം സമയംകൂടി കഴിഞ്ഞപ്പോൾ ട്രെയിൻ ഏതോ ഒരു സ്റ്റേഷനിൽ എത്തിച്ചേർന്നു. ട്രെയിനിൽ നിന്നും ഞങ്ങളുടെ കൂട്ടിക്കെട്ടിയ കയറിന്റെ ഒരൊറ്റത്ത് പിടിച്ചുകൊണ്ട് പൊലീസുകാർ താഴെയിറങ്ങിയതിനുശേഷം ഞങ്ങളെയും കൊണ്ട് വിജനമായിക്കിടന്ന സ്റ്റേഷനിലൂടെ കയറിൽ പിടിച്ചുകൊണ്ട് മുൻപേ നടന്നു. ആരെങ്കിലും രക്ഷപ്പെട്ടു കടന്നുകളഞ്ഞാലോ എന്ന് കരുതി മറ്റേ പൊലീസുകാരൻ കാവലാളായി ഞങ്ങളുടെ പുറകെയും നടന്നു. കുറച്ചു നേരത്തെ ആ നടത്തം അവസാനിച്ചത് റെയിൽവേ പൊലീസ് എന്നെഴുതിയ കെട്ടിടത്തിനകത്തായിരുന്നു. ആ സ്റ്റേഷന്റെ അകത്തുണ്ടായിരുന്ന രണ്ട് ഇരുമ്പഴി മുറികളിലൊന്നിൽ ഞങ്ങളെ കയറ്റിയശേഷം കയ്യിലുള്ള കെട്ടഴിച്ചു. പിന്നീട് ചുവരിൽ തൂക്കിയിട്ടിരുന്ന താക്കോലെടുത്ത് പുറത്തുനിന്നും ഇരുമ്പഴികൾ പൂട്ടിയ ശേഷം കയറുമായി വീണ്ടും ആ പൊലീസുകാർ സ്റ്റേഷനിൽനിന്നും നടന്നകന്നു

അറയ്ക്കുള്ളിൽ കിടക്കുന്ന ഞങ്ങൾ നാലു പേരൊഴികെ സ്റ്റേഷന്റെ വാതിൽക്കൽ തോക്കുമായി കാവൽ നിന്നുകൊണ്ടിരുന്ന ഒരു പൊലീസുകാരൻ മാത്രമേ അപ്പോഴവിടെ ഉണ്ടായിരുന്നുള്ളൂ. അറയ്ക്കുള്ളിൽ കിടന്നുകൊണ്ട് ചെറുക്കന്മാർ ഓരോരുത്തരും ഓരോന്ന് പറഞ്ഞുകൊണ്ട് കരയാൻ തുടങ്ങി. ഒരാൾ എനിക്ക് അമ്മയെ കാണണമെന്ന് കരഞ്ഞു പറയുന്നു. എന്റെ അമ്മയ്ക്ക് സുഖമില്ലാത്തതുകൊണ്ട് മരുന്നു വാങ്ങാനായി വന്നതായിരുന്നുവെന്ന് മറ്റൊരുവൻ കരഞ്ഞ് പറയുന്നു. എന്റെ ചേച്ചിയുടെ കല്യാണം നാളെയാണ് സാർ. സ്വന്തക്കാരെ വിളിക്കാൻ വന്നവഴിയായിരുന്നു എന്ന് മറ്റൊരുവനും കരഞ്ഞു പറഞ്ഞുകൊണ്ടിരുന്നു.

ഇങ്ങനെയൊക്കെ പറഞ്ഞു കരഞ്ഞുകൊണ്ടിരുന്നവരെ കണ്ടപ്പോൾ എനിക്ക് സഹതാപം തോന്നി. ഇത്രയും അത്യാവശ്യം പറഞ്ഞ് കരയുന്നവരെ കണ്ടാൽ ചിലപ്പോൾ വിട്ടയയ്ക്കുമായിരിക്കാം. അതുകൊണ്ട് ഞാനും ഇവരെപ്പോലെ എന്തെങ്കിലുമൊക്കെ അത്യാവശ്യം പറഞ്ഞ് കരഞ്ഞ് രക്ഷപ്പെടാൻ ശ്രമിക്കാം എന്ന് ആധിയോടെ ഓർത്തു.

പക്ഷേ എല്ലാവരുടെയും കരച്ചിൽ കേൾക്കാൻ കാവൽക്കാരനായ പൊലീസുകാരനല്ലാതെ മറ്റാരും അവിടെയുണ്ടായിരുന്നില്ല. ഇതു കുറെയൊക്കെ കേട്ട് സഹികെട്ട കാവൽക്കാരൻ പൊലീസ് ഇരുമ്പഴികളിലേക്ക് കയ്യിലുണ്ടായിരുന്ന തോക്ക് ചൂണ്ടിക്കാണിച്ചുകൊണ്ട് വായെമൂടുങ്കട കമ്മനട്ടി പയ്യലുകളെ, ഇല്ലെന്നാ സുട്ട് തള്ളിടുവേ എന്ന് പറഞ്ഞു. പിന്നീടാരും കമായെന്നൊരക്ഷരം ഉരിയാടിയില്ല.

ആദ്യമായി ഇരുമ്പഴികൾക്കുള്ളിൽ അടയ്ക്കപ്പെട്ട എനിക്ക് മനസ്സിൽ എന്തെന്നില്ലാത്ത ആധി തോന്നി.

എന്തിനായിരുന്നു പാചകക്കാരനെ ഭയന്നിറങ്ങി പുറപ്പെട്ടത്? ഇതിനേക്കാൾ ഭേദം അവിടെനിന്നാൽ മതിയായിരുന്നു. അല്ലെങ്കിൽ കുറച്ചു ദിവസംകൂടി എവിടെയെങ്കിലും ജോലി ചെയ്തിട്ട് ടിക്കറ്റിനുള്ള തുക ഒരുക്കിയ ശേഷം ഇറങ്ങിത്തിരിച്ചാൽ മതിയായിരുന്നു എന്നിങ്ങനെയൊക്കെ അപ്പോൾ ഞാൻ അറിയാതെ ആലോചിച്ചുപോയി. അപ്പോൾ സമയം എത്രയായെന്ന് അറിയാൻ കഴിഞ്ഞിരുന്നില്ല. എല്ലായിടത്തും കൂരിരുട്ട് മാത്രം. ഇനിയെന്താണ് സംഭവിക്കാൻ പോകുന്നതെന്നറിയില്ല. വരുന്നതെന്തും അനുഭവിച്ചേ മതിയാകൂ എന്ന് ഉൾക്കൊണ്ടതുകൊണ്ട് ഞാനും മറ്റുള്ളവരെപോലെ സിമന്റ് തറയിൽ ശൂന്യനായി കുത്തിയിരുന്നു. ആ ഇരിപ്പ് നേരം വെളുക്കുന്നതുവരെ തുടർന്നു. അപ്പോഴേക്കും ഞങ്ങളെ പിടിച്ചുകൊണ്ടുവന്ന പൊലീസുകാർ മറ്റു മൂന്ന് പിള്ളേരെ കൂടി കൈകൾ ബന്ധിച്ച് അവിടെ കൊണ്ടുവന്നു. അവരെയും കൂടി ഞങ്ങൾക്കൊപ്പം ചേർത്തിട്ട് പുറത്ത് നിന്നും ഇരുമ്പഴി പൂട്ടിയശേഷം വീണ്ടും വലിയ ജോലി ഇതിന് നിറവേറ്റാനുണ്ടെന്ന രീതിയിൽ കൊണ്ടുവന്നവരെ അഴിച്ച കയർ ഭിത്തിയിൽ ഭദ്രമായി തൂക്കിയിട്ടശേഷം പൊലീസുകാർ സ്റ്റേഷനിൽ നിന്നും ഇറങ്ങി നടന്ന് റെയിൽവേ പ്ലാറ്റ്ഫോമിൽ അടുക്കിവച്ചിരുന്ന പെട്ടിയിൽ നിന്നും തുണികൾ എടുത്തണിഞ്ഞു. മറ്റ് രണ്ട് മൂന്ന് പൊലീസുകാർ അവരോടൊപ്പം യൂണിഫോം ധരിച്ചുകൊണ്ട് പൊലീസ് സ്റ്റേഷൻ ലക്ഷ്യമാക്കി നടന്നുവന്നുകൊണ്ടിരിക്കുന്നത് ഇരുമ്പഴികൾക്കകത്ത് നിന്നും എനിക്ക് കാണാൻ കഴിഞ്ഞു.

സ്റ്റേഷന്റെയുള്ളിലേക്ക് പ്രവേശിച്ച അവർ നേരെ ഞങ്ങളുടെ മുൻപിലേക്ക് നടന്നുവന്നുകൊണ്ട് തലകൾ എണ്ണിത്തിട്ടപ്പെടുത്തിയ ശേഷം ഇന്ന് രണ്ടുമൂന്നെണ്ണം കൂടുതലുണ്ടല്ലോ എന്ന് തമ്മിൽ പറഞ്ഞു.

അതിനുശേഷം അവർ അവിടെയുണ്ടായിരുന്ന മേശയുടെ മുന്നിൽ സ്ഥാനം പിടിച്ചുകൊണ്ട് അതിന്റെയുള്ളിൽ നിന്നും പേപ്പറുകളും

ഫയലുകളും ഓരോന്നായി പുറത്തെടുത്ത് മേശയുടെ മുകളിൽ വച്ചു. അതിലൊരാൾ ഞങ്ങളുടെ മുറിയുടെ പൂട്ട് തുറന്നുകൊണ്ട് മേശയ്ക്ക് മുന്നിൽ ഇരുന്നിരുന്ന പൊലീസുകാരെ ചൂണ്ടിക്കാണിച്ചുകൊണ്ട് വിളിക്കുമ്പോൾ ഓരോരുത്തരായി അവിടെപ്പോയിനിന്ന് ചോദിക്കുന്നതിനു മാത്രം ഉത്തരം പറയണം. അനുസരിച്ചാൽ ഉടനെ വിട്ടയയ്ക്കുന്നതാണ്. അല്ലാത്തപക്ഷം ഇവിടെത്തന്നെ മാസങ്ങളോളം കഴിയേണ്ടിവരും എന്ന് പറഞ്ഞു.

വിട്ടയയ്ക്കപ്പെടാൻ പോവുകയാണെന്ന് കേട്ടപ്പോൾ എല്ലാവരും ആവേശത്തോടെ ശരി സാർ എന്ന് മൂളിക്കൊണ്ട് ഞാനാദ്യം, ഞാനാദ്യം എന്ന വിധത്തിൽ തിരക്കുകൂട്ടി. പൊലീസുകാരൻ ഓരോരുത്തരെയായി വിളിച്ച് നിർത്തിക്കൊണ്ട് പേര്, വിലാസം, വയസ്സ്, ശരീരത്തിലെ അടയാളം എന്നിവ ഫയലിൽ കുറിക്കാൻ തുടങ്ങി. ഗുളിക വാങ്ങാനായിരുന്നു റെയിൽവേ സ്റ്റേഷനിൽ വരാനിടയായത് എന്ന് പറഞ്ഞ ചെറുക്കൻ വിട്ടയയ്ക്കാൻ പോവുകയാണെന്ന പ്രതീക്ഷയിൽ എഴുതിക്കൊണ്ടിരുന്ന പൊലീസുകാരനോട്; അല്ല സാർ, ഒരു ഗുളിക വാങ്ങാനായിട്ടാണ് ഞാനറിയാതെ പ്ലാറ്റ്ഫോമിൽ കയറിപ്പറ്റിയത്. ഇനി ശ്രദ്ധിച്ചുകൊള്ളാം എന്ന് വികാരത്തോടെ പറഞ്ഞു.

അപ്പോൾ എഴുതിക്കൊണ്ടിരുന്ന പൊലീസുകാരൻ ഒരു നിമിഷം എഴുത്ത് നിർത്തിയിട്ട്; ‘‘റെയിൽവേ സ്റ്റേഷനിൽനിലാണ് ഗുളിക വിൽക്കുന്നതെന്ന് നിന്നോടാരാ പറഞ്ഞത്?’’

ഉടനെ മറുപടിയായി അടുത്തിരുന്നെഴുതിക്കൊണ്ടിരുന്ന പൊലീസുകാരൻ; ‘‘അടുത്ത വീട്ടിലെ ചേട്ടൻ അവന്റെ വീട്ടിൽ വന്നപ്പം അവന്റെ അമ്മ പറഞ്ഞയച്ചതായിരിക്കും. പിന്നെ നിത്യശല്യം ഒഴിവാക്കികിട്ടുമല്ലോ എന്നു വിചാരിച്ചായിരിക്കാം റെയിൽവേസ്റ്റേഷനിലേക്ക് പറഞ്ഞയച്ചത്.’’

ഇപ്പറഞ്ഞതൊന്നും മനസ്സിലാകാതെ ചെറുക്കൻ പരുങ്ങി നിന്നു. അടുത്തത് ചേച്ചിയുടെ കല്യാണത്തിന് ആരെയോ വിളിക്കാൻ വന്ന വഴിയായിരുന്നു എന്ന് പറഞ്ഞവന്റെ ഊഴമായിരുന്നു. അവൻ അതേപോലെതന്നെ എഴുതിക്കൊണ്ടിരുന്ന പൊലീസുകാരനോടായി പറഞ്ഞു. ഇതുകേട്ട പൊലീസുകാരൻ; ഞങ്ങളെ വിളിക്കാൻ ഉദ്ദേശിച്ചാണോ ട്രെയിനിൽ കയറി വരാൻ കാരണം? എന്തായാലും നിന്റെ ചേച്ചിയുടെ കല്യാണം കഴിഞ്ഞു കാണും. പോട്ടെ, സാരമില്ല. അനിയത്തി സുന്ദരിയാണോ എന്ന് ചോദിച്ചു. മറുപടിയായി അടുത്തിരുന്ന പൊലീസുകാരൻ; സൗന്ദര്യം ഉണ്ടെങ്കിലും ഇല്ലെങ്കിലും നമ്മൾക്കെന്താ സാറേ കാര്യം? കണ്ടാൽ പോരേ? മുഖം കാണാൻ കൊള്ളില്ലെങ്കിൽ ഒരു തുണിയിട്ട് മറച്ചാൽ മതി എന്നും പറഞ്ഞു.

പിന്നീടാരും ചോദിക്കുന്നതിന് മറുപടിയല്ലാതെ മറ്റൊന്നും പറയാൻ തുനിഞ്ഞില്ല.

അവസാനം എന്റെ ഊഴംവന്നു.

''പേരെന്താണ്?''

''ബാബു.''

''നാട് ഏതാണ്?''

''സാന്ത മരിയ.''

''അഡ്രസ്?''

''ഓർമ്മയില്ല സാർ.''

അഡ്രസ്സ് അറിയില്ലെന്ന് പറഞ്ഞപ്പോൾ അദ്ദേഹം എന്നെ അടിമുടിയൊന്ന് നോക്കി. പിന്നീട് ശരീരത്തിലെവിടെയെങ്കിലും അടയാളമുണ്ടോ എന്ന് നോക്കി കണ്ടുപിടിച്ച് അതും ഫയലിൽ കുറിച്ചിട്ടു. അവസാനം തള്ളവിരൽ മഷിപ്പാടിൽ മുക്കി വിരലടയാളവും ഫയലിൽ പതിപ്പിച്ചതിനുശേഷം എല്ലാവരെയും നിരനിരയായി നിർത്തിക്കൊണ്ട് പോക്കറ്റിലുള്ള സാധനങ്ങളും കാശുമെല്ലാം പുറത്തെടുത്തു വയ്ക്കാനായി ആജ്ഞാപിച്ചു. ഉടനെ എല്ലാവരും പോക്കറ്റിൽ സൂക്ഷിച്ചുവച്ചിരുന്നതായ കാശ്, ഗോലി, പമ്പരം എന്നിവ മുതൽ ബ്ലേഡ്, കത്തി മുതലായവയെല്ലാം പുറത്തെടുത്ത് പൊലീസുകാരന്റെ കയ്യിലേൽപ്പിച്ചു. ഞാൻ കയ്യിൽ സൂക്ഷിച്ചിരുന്ന കാശും അയാളുടെ കയ്യിലെടുത്ത് കൊടുക്കുകയുണ്ടായി. അതുകഴിഞ്ഞപ്പോൾ പൊലീസുകാരന്റെ വകയായിരുന്നു പരിശോധന.

അയാൾ അറിയുന്നതുപോലെ എല്ലാവരുടെയും വസ്ത്രത്തിലെ മുക്കും മൂലയും അരിച്ചുപെറുക്കി. അതിൽ പലരുടെയും വസ്ത്രങ്ങളുടെ ഉൾപോക്കറ്റിൽ സൂക്ഷിച്ചുവച്ചിരുന്ന കാശും അതോടെ അയാൾ പൊക്കിയെടുത്തു. അത് നഷ്ടപ്പെട്ടവരെല്ലാം വിമ്മിഷ്ടപ്പെട്ടുകൊണ്ട് നിന്നു. അപ്പോഴേക്കും സമയം പന്ത്രണ്ട് മണിയോടടുത്ത് ആകാറായിരുന്നു. അല്പസമയത്തിനകം മഞ്ഞ മസാല കലർന്ന ചോറിന്റെ പൊതി എല്ലാവർക്കും നൽകപ്പെട്ടു. വിശന്നിരുന്ന എല്ലാവരും ആർത്തിയോടതു വാങ്ങി ഭക്ഷിക്കുകയുണ്ടായി.

എല്ലാവരും ഭക്ഷിച്ച് കഴിയാനായി കാത്തിരുന്ന പൊലീസുകാർ ഉടനെ തന്നെ ചുമരിൽ തൂക്കിയിട്ടിരുന്ന കയറെടുത്ത് എട്ടുപേരടങ്ങുന്ന ഞങ്ങളെ ഈരണ്ടായി വേർതിരിച്ച് കൈകൾ കൂട്ടിക്കെട്ടി. ഉടനെ പല ഭാഗവും തുരുമ്പെടുത്ത ഒരു വാൻ പൊലീസ് സ്റ്റേഷന്റെ മുന്നിൽ വന്നു നിന്നു. അതിൽ ഞങ്ങളെയെല്ലാവരെയും കയറ്റിയശേഷം അകമ്പടിയായി ആ രണ്ട് പൊലീസുകാരും ഞങ്ങൾക്കൊപ്പം വാനിൽ കൂടെവന്നു. അതുവരെ വിട്ടയയ്ക്കപ്പെടുമെന്നുള്ള പ്രതീക്ഷ അപ്പോൾ എന്നിൽ നിന്നും വിട്ടകന്നുപോയി. ഇനിയെങ്ങോട്ടാണ് കൊണ്ടുപോകുന്നതെന്നുള്ള ആകാംക്ഷയും അമ്പരപ്പും മാത്രം മനസ്സിൽ ബാക്കിയായി.

ഒന്നു രണ്ടു മണിക്കൂറോളമുണ്ടായിരുന്ന ആ യാത്ര അവസാനിച്ചത് ഇളംചുവപ്പ് പൂശിയ വലിയ ഒരു കെട്ടിടത്തിന്റെ മുൻപിലായിരുന്നു അവിടുത്തെ വ്യവഹാരങ്ങൾ കണ്ടപ്പോൾ ഇതൊരു കോടതിയാണ ന്നെനിക്ക് ബോധ്യപ്പെട്ടു. അവിടെ പുറത്ത് രണ്ട് മൂന്ന് മണിക്കൂറിന്റെ നീണ്ട കാത്തിരിപ്പിനൊടുവിൽ കോടതിയുടെ അകത്ത് പ്രവേശിക്കാ നുള്ള ഉത്തരവ് ദൂതൻ വഴി പൊലീസുകാർക്ക് ലഭിച്ചു.

അകത്ത് പ്രവേശിക്കുന്നതിന് മുൻപ് വരാന്തയിൽ വച്ച് എല്ലാവ രുടെയും കൈകളുടെ കെട്ടുകൾ അഴിച്ചിട്ട് പൊലീസുകാരൻ; ഇത് കോടതിയാണ്. അകത്ത് കയറുന്ന നിങ്ങൾ കൈ ചൂണ്ടിക്കാണിച്ചു കൊണ്ടയാൾ പറഞ്ഞു ദേ, ആ ഭാഗത്ത് നിരനിരയായി നിൽക്കണം. അവരവരുടെ പേര് വിളിക്കുമ്പോൾ ഒരടി മുൻപോട്ട് വന്ന് നിൽക്കണം. ജഡ്ജി എന്തെങ്കിലും ചോദിച്ചാൽ അതേ സാർ, അതേ സാർ എന്ന് മാത്രമേ ഉത്തരം പറയാൻ പാടുള്ളൂ. അതല്ലാതെ മറ്റൊന്നും മിണ്ടി പ്പോകരുത് എന്ന് പറഞ്ഞുകൊണ്ട് അയാൾ ഞങ്ങൾക്ക് താക്കീത് നൽകി. അപ്പോൾ എല്ലാവരും ശരി സാർ എന്നുത്തരം പറഞ്ഞു. പറഞ്ഞതു പോലെ കോടതി മുറിക്കകത്ത് ജഡ്ജിയുടെ മുന്നിൽ ഞങ്ങളെല്ലാവ രെയും നിരനിരയായി നിർത്തി. ജഡ്ജി പേര് വിളിച്ചതനുസരിച്ച് ഓരോ രുത്തരായി മുൻപോട്ട് ചുവടുവച്ച് നിന്നു. എല്ലാവരുടെയും ഊഴം കഴിഞ്ഞപ്പോൾ പൊലീസുകാർ ഞങ്ങളെയുംകൊണ്ട് പുറത്ത് കടന്ന യുടനെ കയറുകൊണ്ട് കൈകൾ വീണ്ടും കൂട്ടിക്കെട്ടിയതിന് ശേഷം കൊണ്ടുവന്ന വാനിൽ കയറ്റിക്കൊണ്ട് യാത്രയാരംഭിച്ചു.

ആ യാത്രയും ഏകദേശം ഒന്നു രണ്ടു മണിക്കൂറോളമുണ്ടായിരുന്നു. അതവസാനിച്ചത് വിജനമായിക്കിടന്ന ഒരു വലിയ സ്ഥലത്ത് നാലു ഭാഗത്തും നാലാൾ പൊക്കത്തിൽ പടുത്തുയർത്തിയ മതിലിന്റെ മുഖ്യ കവാടത്തിനുള്ളിലേക്കായിരുന്നു. അതിനുള്ളിൽ ഇറക്കിയ ഞങ്ങളെ അവിടെയുണ്ടായിരുന്ന പൊലീസുകാർ വീണ്ടും ശരീരമാകെ പരിശോധി ച്ചതിനുശേഷം ഒന്നുരണ്ട് ഗേറ്റുകൾ കൂടി കടത്തി ഉള്ളിലേക്ക് കൊണ്ടു പോയി.

വലിയ തുറസ്സായിക്കിടന്ന അതിനകത്ത് ഏകദേശം ഇരുന്നൂറോളം പേർ വരുന്ന സമപ്രായക്കാരായ പിള്ളേരെ മൂന്നുനാല് സംഘങ്ങളാക്കി തരംതിരിച്ച് അങ്ങിങ്ങായി നിൽക്കുന്ന മരത്തണലിൽ കൂട്ടത്തോടെ താഴെ ഇരുത്തിയിരിക്കുന്നത് കണ്ടു. അവരെല്ലാവരും കാക്കി നിക്കറും നീല ഷർട്ടും യൂണിഫോമായി ധരിച്ചിട്ടുണ്ടായിരുന്നു. അതിൽ ഓരോ സംഘത്തിന്റെയും മുന്നിൽ സംഘത്തലവൻ വലിയ ചൂരലും കയ്യിലേന്തി ക്കൊണ്ട് സ്ഥാനം പിടിച്ചിട്ടുണ്ടായിരുന്നു. അതിലൊരു സംഘത്തിന്റെ പിറകിൽ ഞങ്ങളെ ഇരുത്തിയ ശേഷം പൊലീസുകാർ അവിടെ നിന്ന് കടന്നുപോയി.

സംഘത്തിന്റെ പിന്നിൽ ഇരിക്കാൻ തുടങ്ങിയതും ജയിലിലാണ് എത്തിപ്പെട്ടതെന്നറിഞ്ഞ് കൂടെ വന്നവർ എന്തൊക്കെയോ പറഞ്ഞ് പിറു പിറുത്തു കരയാൻ തുടങ്ങി. എനിക്കും മനസ്സിൽ ആധിയായെങ്കിലും അതെല്ലാം ഉള്ളിലൊതുക്കി മൗനം പൂണ്ടിരുന്നു. കരഞ്ഞും പരിതപിച്ചും സംഘത്തോടൊപ്പം ഇരിക്കാൻ തുടങ്ങിയ ഞങ്ങളെക്കണ്ട് മറ്റുള്ളവർ ഊറിയൂറിച്ചിരിച്ചു. അതിൽ ചിലർക്ക് പുതുതായെത്തിയ ഞങ്ങളോട് കുശലാന്വേഷണങ്ങൾ ചോദിക്കാൻ ആഗ്രഹമുള്ളതുപോലെ തോന്നി. പക്ഷേ അവർ ഇരിപ്പിടത്തിൽ നിന്ന് ചലിക്കാൻ തുടങ്ങിയപ്പോൾ ലീഡർ ഡേയ് എന്നു പറഞ്ഞുകൊണ്ട് ചൂരൽ കാണിച്ച് കണ്ണുരുട്ടി. അല്പ സമയം കൂടി കഴിഞ്ഞപ്പോഴേക്കും നീണ്ട ബെൽ അടിക്കുന്നതിന്റെ ശബ്ദം അകലെ നിന്നും മുഴങ്ങിക്കേട്ടു. ആ ശബ്ദം കേട്ടയുടനെതന്നെ സംഘത്തലവൻ ആജ്ഞാപിച്ചതുപോലെ വേറിട്ടിരുന്ന സംഘങ്ങളെ യെല്ലാം ഒന്നാക്കി അണിനിരത്തി നീളത്തിലുള്ള വലിയൊരു ലൈനാക്കി മാറ്റി.

അതിന്റെ ഏറ്റവും പിറകിൽ ഞങ്ങളെയും അണിനിരത്തി നീണ്ട് നിന്നിരുന്ന ക്യൂവിന് മുന്നിൽ ആഹാരം അടങ്ങിയ വലിയ പാത്രങ്ങൾ കണ്ടപ്പോഴാണ് ആഹാരം തരാൻ വേണ്ടിയായിരുന്നു ബെല്ലടിച്ചതും നിരനിരയായി നിർത്തിയതും എന്ന് മനസ്സിലാക്കിയത്. മുന്നിൽ നിന്നി രുന്നവരോരുത്തരും ആഹാരം വാങ്ങിച്ചുകൊണ്ട് അതിവേഗം മുന്നോട്ടു നീങ്ങിക്കൊണ്ടിരുന്നു. ആഹാരത്തിന് വേണ്ടി മേശപ്പുറത്ത് അടുക്കി വച്ചിരുന്ന പാത്രത്തിലൊന്നെടുത്ത് യൂണിഫോമിട്ട് മുന്നിൽ നിന്നിരു ന്നവൻ എന്റെ കയ്യിൽ തന്നതിനുശേഷം എന്നോട്;

ആഹാരം വാങ്ങുന്നതിനായി കയ്യിലുള്ള പാത്രം ഇരുകൈകൊണ്ടും മുറുക്കിപ്പിടിച്ച് ആഹാരപാത്രത്തിൻമേൽ അറ്റത്ത് വയ്ക്കണം ആഹാരം വിളമ്പി ശക്തിയോടെ പാത്രത്തിലേക്കിടുമ്പോൾ പാത്രത്തിന്റെ സ്ഥാനം തെറ്റി അപ്പുറത്തോ ഇപ്പുറത്തോ വീണെന്ന് വരികിൽ വിളമ്പുന്നവൻ വിളമ്പുതവികൊണ്ട് സ്ഥാനം നോക്കാതെ അടിച്ചെന്ന് വരും. പിന്നെ കിട്ടുന്നത് കൂടുതലോ കുറവോ എത്രയായാലും വാങ്ങിച്ചുകൊണ്ട് ഒര ക്ഷരം പോലും മിണ്ടാതെ മുൻപോട്ട് നീങ്ങിക്കോണ്ടിരിക്കണം എന്ന് പറഞ്ഞു. ഈ കേട്ടത് ഞാനുടനെ പിറകിൽ നിന്നവരെ അറിയിച്ചു. ആഹാരം വാങ്ങാനായി എന്റെ ഊഴമെത്തിയപ്പോൾ കാണിച്ചുതന്ന തുപോലെ പാത്രം ഇരുകൈകൊണ്ടും മുറുക്കിപ്പിടിച്ച് ആഹാരപാത്ര ത്തിന്റെ ഒരറ്റത്ത് വച്ചു വിളമ്പുന്നയാൾ ചോറ് കോരി എന്റെ പാത്ര ത്തിലേക്ക് ആഞ്ഞ് തട്ടിയിട്ട് തവി അതിലുരച്ചുമാറ്റി. മുൻപേ പറഞ്ഞു തന്നില്ലായിരുന്നുവെങ്കിൽ അയാൾ വിളമ്പിയിട്ടതിന്റെ ശക്തിയിൽ പാത്രം കയ്യിൽ നിന്നും വിട്ട് പോയിരുന്നേനേ.

തൊട്ടപ്പുറത്ത് ചോറിലൊഴിക്കാനുള്ള കറി വച്ചിരുന്നു. അവിടെയും ഞാൻ പാത്രം മുറുക്കിപ്പിടിച്ചുനിന്നു. അതയാൾ കോരി രണ്ടടിയോളം

ദൂരത്ത് നിന്നും എന്റെ പാത്രത്തിലേക്ക് അലക്ഷ്യമായി ഒഴിച്ചു. വെള്ളം പോലെയുള്ള അത് പാത്രത്തിലേക്ക് വീണതിന്റെ ശക്തിയിൽ ചോറ് ഒരു ഭാഗത്തേക്ക് തെന്നിമാറി. പിന്നീട് തൊട്ടടുത്ത് പച്ചക്കറികൾ കൂട്ടിക്കുഴച്ചതിന്റെ ഊഴമായിരുന്നു. അതും ശക്തിയോടെ പാത്രത്തിലേക്ക് ആഞ്ഞ് തട്ടിയതിനാൽ പാത്രത്തിലുണ്ടായിരുന്നതെല്ലാം കൂടിക്കുഴഞ്ഞു.

അതിനുശേഷം മധുരപലഹാരമായി ശർക്കരയും കീറ്റ് കടലയും കൂട്ടിക്കുഴച്ച് ഉണ്ട പിടിച്ചതിന്റെ ഊഴമായിരുന്നു. ചിലർ അത് വാങ്ങി കയ്യിൽ കരുതിവെച്ചു. ചിലരത് പോക്കറ്റിലിട്ടു.

നിരനിരയായി താഴെയിരുന്ന് ആഹാരം കഴിച്ച് കഴിഞ്ഞവരെല്ലാം ഒരുഭാഗത്ത് തുറന്നിട്ടിരിക്കുന്ന പൈപ്പിൽ നിന്നും ഒഴുകിവന്നുകൊണ്ടിരുന്ന വെള്ളത്തിൽ പ്ലേറ്റുകൾ കഴുകി യഥാസ്ഥാനത്ത് വെച്ചു കൊണ്ടിരുന്നു. ഉടനെതന്നെ എല്ലാവരും വരിവരിയായി നിൽക്കണമെന്ന് സൂചിപ്പിക്കാൻവേണ്ടി കയ്യിലുണ്ടായിരുന്ന വിസിൽ ലീഡർ ആഞ്ഞ് ഊതി. എല്ലാവരും അണിനിരന്ന് നിന്നപ്പോൾ മുൻപിൽ നിന്നും ലീഡർ തലയെണ്ണി തിട്ടപ്പെടുത്തി കണക്ക് ശരിയാണെന്ന് മനസ്സിലുറപ്പിച്ച് ശേഷം എല്ലാവരും നടക്കാൻ തുടങ്ങണമെന്നവണ്ണം വിസിൽ വീണ്ടും ഊതി. നീണ്ട നിരയായി നടന്ന് എല്ലാവരും ചെന്നെത്തിയത് നീളത്തിൽ നീണ്ടുകിടന്നിരുന്ന ഒരു വലിയ കെട്ടിടത്തിന്റെ ഉള്ളിലേക്കായിരുന്നു ആ കെട്ടിടത്തിന്റെ ഇരുമ്പ് വാതിൽ തുറന്നുകൊണ്ട് ഒരു പൊലീസുകാരൻ അപ്പോഴവിടെ നിലയുറപ്പിച്ചിട്ടുണ്ടായിരുന്നു. അകത്തേക്ക് കയറിക്കൊണ്ടിരുന്ന ഓരോരുത്തരുടെയും തല അയാളും എണ്ണിത്തിട്ടപ്പെടുത്തിക്കൊണ്ടിരുന്നു. എല്ലാവരും അകത്ത് കയറിയെന്ന് ഉറപ്പുവരുത്തിയ അയാൾ ആ ഇരുമ്പ് വാതിലിന് താഴിട്ടു പൂട്ടിക്കൊണ്ട് താക്കോലുമായി കടന്നുപോയി.

അതുവരെ അക്ഷമരായി മൗനം പൂണ്ടിരുന്ന പിള്ളേർ കെട്ടിടത്തിനുള്ളിൽ കടന്നതും സ്വാതന്ത്ര്യം കിട്ടിയ കിളിക്കൂട്ടംപോലെ ചിലയ്ക്കാനും ചിരിച്ചുകളിക്കാനും തുടങ്ങി

കിടന്നുറങ്ങാൻ വേണ്ടി കട്ടിലും തലങ്ങണയും പോലെ സിമന്റ് കൊണ്ട് കെട്ടിപ്പൊക്കിയത് ഈരണ്ടടി വ്യത്യാസത്തിൽ ആ വലിയ കെട്ടിടത്തിനുള്ളിൽ എല്ലായിടത്തും ഉണ്ടായിരുന്നു. അതിന്മേൽ കമ്പിളിപ്പുതപ്പും മടക്കിവച്ചിട്ടുണ്ടായിരുന്നു. അകത്ത് കടന്നവർ പെട്ടെന്ന് കിടക്കകളോരോന്നും കരസ്ഥമാക്കിക്കൊണ്ടിരുന്നു

ചിലർ അത് കരസ്ഥമാക്കാൻ കൈക്കരുത്ത് കാണിച്ചു. ചിലത് ഒഴിഞ്ഞു കിടന്നിട്ടും അത് കരസ്ഥമാക്കാനാരും തുനിഞ്ഞില്ല. കിടക്കയേക്കാൾ അധികം വരുന്നവർ നിലത്ത് കിടന്നുറങ്ങാൻ സ്ഥാനം പിടിച്ചുകൊണ്ട് അവരുടെ പക്കൽ കരുതിയിരുന്ന മധുരപലഹാരം കൂട്ടുകാർക്കൊപ്പം വട്ടമിരുന്ന് സൊള്ള പറഞ്ഞ് ആസ്വദിച്ച് കഴിച്ചുകൊണ്ടിരുന്നു.

ഇതൊക്കെ കണ്ട് എന്തുചെയ്യണമെന്നറിയാതെ ഞാനൊരു മൂല യിൽ നിലയുറപ്പിച്ച് നിന്നു. അല്പം കഴിഞ്ഞപ്പോൾ എന്റെ സമപ്രായ ത്തിലുള്ള ഒരുവൻ എന്റെയരുകിൽ വന്നിട്ട് ആദ്യമായിട്ടുള്ള വരവാ ണല്ലേ? സാരമില്ല. പോകുന്തോറും എല്ലാം ശരിയായിക്കൊള്ളും. കുറച്ചു ദിവസം കഴിഞ്ഞാൽ പുറത്ത് പോയാലും പെട്ടെന്നിവിടെ തിരിച്ചെത്ത ണമെന്ന് തോന്നിപ്പോകും. ആട്ടെ ഏത് കേസ്സിലാണ് പിടിക്കപ്പെട്ടത്? എന്ന് ചോദിച്ചു.

കേസിന്റെ വകുപ്പറിയാത്ത ഞാൻ കൈമലർത്തിക്കൊണ്ട് അറിയില്ല എന്ന് പറഞ്ഞു. പിന്നീടവൻ എന്നെ കൂട്ടിക്കൊണ്ട് താൻ കിടക്കാനായി തയ്യാറാക്കി വെച്ചിരുന്ന സിമന്റ് കട്ടയുടെ മേൽ ഇരിക്കാൻ കൽപ്പിച്ചു. അതിനിടയിൽ തന്റെ സുഹൃത്തുക്കളായ മറ്റ് രണ്ടു മൂന്നുപേർ കൂടി എന്റെ അരികിൽ കൂടി. അവർ ഓരോ ചോദ്യങ്ങൾ എന്നോട് ചോദിച്ചു കൊണ്ടിരുന്നു. ചോദ്യങ്ങളിലുടനീളം ചീത്ത വാക്കുകളെക്കൊണ്ട് അല ങ്കരിച്ചിരുന്നു. ഏതു വകുപ്പിലാണ് ഞാനിവിടെ എത്തിച്ചേർന്നതെന്ന് എല്ലാവർക്കും പ്രത്യേകമായി അറിയണമായിരുന്നു. വകുപ്പറിയാത്ത ഞാൻ പിടിക്കപ്പെടാനുള്ള കാരണം അവരോട് വിശദീകരിച്ചു. അപ്പോൾ അവരെല്ലാം ഒറ്റസ്വരത്തിൽ ഓ, വെറും സന്ദേഹക്കേസാണല്ലേ എന്ന് പറഞ്ഞു.

വലിയ കാര്യമായ കേസ്സല്ലാത്തതുകൊണ്ട് പിന്നീട് ചോദ്യങ്ങളൊന്നും എന്നോട് ചോദിക്കാൻ മുതിരാതെ അരികിൽ നിന്നും എണീറ്റ് പൊയ് ക്കൊണ്ടിരുന്നു. പോകുന്നതിനിടയിൽ എന്നെ കൊണ്ടിരുത്തിയവൻ; നീയിവിടെ കിടന്നോ. ഇതെന്റെ സ്ഥലമാണ്. ഞാൻ ആരാണെന്ന് എല്ലാ വർക്കുമറിയാം. അതുകൊണ്ട് ആരും നിന്നെ ശല്യപ്പെടുത്താൻ വരില്ല. കുറച്ചുകഴിയുമ്പോൾ ഞാനും നിന്റെ കൂടെക്കൂടാം എന്ന് പറഞ്ഞു

അപ്പോഴും കയ്യിൽ കരുതിയിരുന്ന മധുരപലഹാരം അല്പം അല്പ മായി ഞാൻ അകത്താക്കിക്കൊണ്ടിരിക്കുന്നതിനിടയിൽ ആ വലിയ കെട്ടിടത്തിന്റെയുള്ളിൽ നടക്കുന്നതൊക്കെ വീക്ഷിച്ചുകൊണ്ടിരുന്നു

പല ഭാഗത്തും വട്ടമിട്ടിരുന്ന് സൊള്ളപറഞ്ഞ് കൂടിയിരുന്നവരിൽ ചിലർ ഒളിപ്പിച്ചുവച്ചിരുന്ന സിഗരറ്റ് കുറ്റികൾ പുറത്തെടുക്കുന്നു. കത്തി ക്കാത്ത പുതിയ സിഗരറ്റ് പുറത്തെടുക്കുന്നവരെ മറ്റുള്ളവർ പ്രശംസിച്ച് കയ്യടിച്ചാദരിക്കുന്നു. അതൊക്കെ കത്തിച്ച് വലിക്കാനായി തറയിൽ ആണിയുരച്ചുണ്ടാക്കുന്ന തീപ്പൊരി ചകിരി നിറച്ച തകിട് പെട്ടിയിലേക്ക് ആവാഹിക്കുകയും ചകിരിയിൽ വീഴുന്ന തീപ്പൊരി ഊതി ഊതി ആളി ക്കത്തിച്ച് കൈയിൽ കരുതിയിരിക്കുന്ന സിഗരറ്റ് കുറ്റികൾ കത്തിക്കു കയും കത്തിക്കുന്നയാൾ രണ്ടുമൂന്ന് പ്രാവശ്യം പുക ഉള്ളിലേക്ക് ആഞ്ഞ് വലിച്ചതിന്ശേഷം അടുത്ത് ആകാംക്ഷയോടെ കാത്തിരിക്കുന്നവന് കൈമാറുകയും പിന്നീടുള്ളവർ അത് ചുണ്ട് പൊള്ളുന്നത് വരെ വലി തുടർന്ന് നിർവൃതിയടയുകയും ചെയ്തുകൊണ്ടിരിക്കുന്നത് കണ്ടു.

അതിൽ പുതിയ സിഗരറ്റ് വലിക്കാനുള്ള നിയോഗം ലീഡറെന്ന് വിളിക്കുന്നവന് നൽകുകയും പിന്നീടത് കുത്തിയണച്ച് ഭദ്രമായി സൂക്ഷിച്ചു വെക്കുകയും ചെയ്യുന്നുണ്ടായിരുന്നു. അപ്പോഴും സൂര്യനസ്തമിച്ച് കഴി ഞ്ഞിരുന്നില്ല.

ഇതൊക്കെ കണ്ടുകൊണ്ടിരിക്കെ അറിയാതെ ഉറങ്ങിപ്പോയ എന്റെ ശരീരത്തിൽ ആരോ സ്പർശിക്കുന്നെന്ന് തോന്നിയപ്പോഴാണ് ഉറക്ക മുണർന്നത്. ശ്രദ്ധിച്ചപ്പോൾ പുതപ്പിനുള്ളിൽ എന്നെ കെട്ടിപ്പിടിച്ചുകൊണ്ട് ഒരു ചെറുക്കൻ അരുകിൽ കിടക്കുന്നു. തിരിഞ്ഞുനോക്കിയപ്പോൾ മുൻപ് എന്നെ സംസാരിച്ചു കൊണ്ടിരുത്തിയവൻ തന്നെയാണിതെന്ന് മനസ്സിലാക്കി. ഞാൻ ഉറക്കം നടിച്ച് കിടപ്പു തുടർന്നപ്പോൾ വീണ്ടും അവന്റെ കൈ എന്റെ ശരീരത്തിൽ ഉരസിക്കൊണ്ടിരുന്നു. അപ്പോൾ ഞാൻ എന്നെക്കാൾ പ്രായക്കുറവുള്ള ഈ ചെറുക്കൻ എന്താണെന്നെ ചെയ്യാൻ പോകുന്നത് എന്നാലോചിച്ചു.

അപ്പോൾ സമയം രാത്രി എത്രമണിയായിക്കാണുമെന്ന് ഊഹമില്ലാ യിരുന്നു. കിടന്നിരുന്ന പാറയുടെ തണുപ്പ് ശരീരത്തിലേക്ക് ആവാഹി ച്ചതുകൊണ്ടും അസഹ്യമായ ശരീരത്തിലുള്ള സ്പർശവും കാരണം ഉറങ്ങാൻ കഴിയാതെ ഞാൻ എണീറ്റിരുന്നു. അത് കണ്ടുകൊണ്ട് പല ഭാഗത്തുനിന്നും പിള്ളേർ പുതപ്പിനുള്ളിൽ തലമൂടിക്കൊണ്ട് ഊരിയൂറി ചിരിച്ചുകൊണ്ടിരുന്നു. പിന്നീടുള്ള സമയം ഞാൻ ഇരുന്നുറങ്ങാൻ ശ്രമിച്ചു. രാവിലെ അഞ്ച് മണിയായപ്പോൾ ഇടിമുഴക്കത്തോടെയുള്ള മണിയുടെ ശബ്ദം പെടുന്നനെ ആ വലിയ ഹാളിൽ മുഴങ്ങി. ഉടനെ എല്ലാവരും സടകുടഞ്ഞെഴുന്നേറ്റ് പുതപ്പുകളെല്ലാം മടക്കി ഒതുക്കി എവിടേക്കോ പുറപ്പെടാനെന്നവണ്ണം കാത്തുനിന്നു. അതുകണ്ട് ഞാനും അവർക്കൊപ്പം നിന്നു. ഉടനെ തന്നെ ഒരു പൊലീസുകാരൻ ഇരുമ്പ് കവാടവാതിൽ തുറന്നുകൊണ്ട് അവിടെ പ്രത്യക്ഷപ്പെട്ടു. തന്റെ കൈയി ലുണ്ടായിരുന്ന വടികൊണ്ട് അയാൾ ഇരുമ്പ് കവാടക്കമ്പിയിൽ അടിച്ച് ശബ്ദമുണ്ടാക്കിയപ്പോൾ എല്ലാവരും നിരനിരയായി പുറത്തേക്ക് കട ക്കുവാൻ തുടങ്ങി. പുറത്തേക്ക് കടക്കുന്നവരുടെ തലകളും അയാൾ എണ്ണിക്കൊണ്ടിരുന്നു.

പുറത്ത് കടന്നവരെല്ലാം പോകേണ്ടിയിരുന്നത് പ്രാഥമികാവശ്യം നിറവേറ്റാൻ വേണ്ടിയായിരുന്നു. പിന്നീട് വലിയ വിസ്തൃതിയിലുണ്ടാ യിരുന്ന വെള്ളത്തിന്റെ ടാങ്കിനരികിൽ നിന്നും വെള്ളം കോരിയൊഴിച്ചു കുളിക്കണം. ഇതൊക്കെ ഒരു നിശ്ചിത സമയത്തിനകംതന്നെ നിറവേറ്റ ണമെന്നുണ്ടായിരുന്നു. തണുത്ത വെള്ളത്തിലുള്ള കുളി കഴിഞ്ഞപാടെ പുതുതായി വന്നവരുടെ പേരും വിവരങ്ങളും കുറിച്ചെടുത്ത ശേഷം യൂണിഫോം തരുകയും ചെയ്തു.

അങ്ങനെ ഞാനും അവരിലൊരാളായി മാറി. പിന്നീട് സംഘങ്ങളായി തിരിച്ച് മരത്തണലിൽ താഴെയിരുത്തി. അത് വൈകുന്നേരം നാലു

മണി വരെയും തുടർന്നു രാവിലെ ഏഴ് മണിക്ക് ഗോതമ്പു കഞ്ഞി, ഉച്ചയ്ക്ക് പന്ത്രണ്ട് മണിക്ക് പലതരം കളർ മസാല കലർത്തിയ ചോറ്. വൈകുന്നേരം നാലുമണിക്ക് അത്താഴം. അതിനുശേഷം ആ വലിയ കെട്ടിടത്തിനുള്ളിലിട്ട് അടയ്ക്കും. ഇങ്ങനെയായിരുന്നു ദിനചര്യ.

പല സ്ഥലങ്ങളിൽ നിന്നും സംശയകരമായ സാഹചര്യത്തിൽ പിടി കൂടുന്ന പതിനെട്ട് വയസ്സിനു താഴെയുള്ള പിള്ളേരെയായിരുന്നു തമിഴ് നാട് സർക്കാരിന്റെ അധീനതയിലുള്ള അരശ് സിറുസിരുത്തപ്പള്ളി എന്ന് വിളിപ്പേരുള്ള ആ വലിയ ജയിലിൽ പാർപ്പിച്ചിരുന്നത്. മറ്റു പല കുറ്റകൃത്യങ്ങളും ചെയ്ത പിള്ളാരെയും വിചാരണത്തടവുകാരായി ഇവർക്കൊപ്പമായിരുന്നു പാർപ്പിച്ചിരുന്നത്. 15-16 വയസ്സ് മാത്രം പ്രായമുള്ള പിള്ളേരായിരുന്നു ഏറെപ്പേരും. ദിവസവും എട്ടുംപത്തും പിള്ളേർ വീതം അവിടെയെത്തും. അത്രത്തോളം പേർ അവിടെനിന്ന് പോവുകയും ചെയ്തിരുന്നു.

പതിനഞ്ച് ദിവസത്തിലൊരിക്കൽ കോടതിയിൽ ഹാജരാക്കുമ്പോൾ ചിലരെ കോടതി വെറുതെ വിടും. ചിലരെ മാതാപിതാക്കൾ വന്നു കൊണ്ടുപോകും മറ്റു ചിലരെ ശിക്ഷിക്കും. ശിക്ഷാവിധി ലഭിക്കുന്ന വർക്ക് പഠിക്കുവാനും തൊഴിൽ അഭ്യസിക്കുവാനുമുള്ള സാഹചര്യം അവിടെയുണ്ടെന്നറിയാൻ കഴിഞ്ഞു

വിധിയനുസരിച്ച് പിന്നീടവരെ അവിടെ വിവിധഭാഗങ്ങളിലേക്ക് മാറ്റുകയായിരിക്കും ചെയ്യുക. മാസങ്ങളായി വിചാരണ നേരിടുന്ന പിള്ളേരും അവിടെയുണ്ടായിരുന്നു. അവരായിരുന്നു അവിടുത്തെ ലീഡർ മാർ.

മറ്റുള്ളവരേക്കാൾ ഇവർക്ക് പ്രായക്കുറവായിരുന്നാലും അവർക്ക് സീനിയോരിറ്റിയുള്ളതുകൊണ്ട് ലീഡർ സ്ഥാനം അവർക്ക് ലഭിച്ചിരുന്നു. തങ്ങളെ ഇന്നയാൾ ഗൗനിക്കുന്നില്ലെന്ന് കണ്ടാൽ ഇടയ്ക്കിടെ വരാറുള്ള പാറാവുകാരൻ പൊലീസിന്റെ മുന്നിൽവച്ച് ഇവൻ ഇന്ന തെറ്റ് ചെയ്തു എന്ന് കള്ളം പറഞ്ഞുകൊണ്ട് വടികൊണ്ട് തല്ലും. ആയതിനാൽ എല്ലാവർക്കും അവരെ ഭയമുള്ളതുകൊണ്ട് മുന്തിയ പരിഗണന ലഭിച്ചിരുന്നു. ഇങ്ങനെയുള്ള ചിലരെ കോടതി വെറുതെ വിട്ടാലും സ്വയം പിടിക്കപ്പെട്ട് അവിടെ തിരിച്ചെത്തും. അതുകൊണ്ട് ജയിൽ അധികാരികൾ എന്തിന്റെയെങ്കിലും ആവശ്യത്തിനായി അവരെ ധൈര്യമായി പുറത്തേക്ക് പറഞ്ഞു വിടും. വരുന്ന വഴി ഇവർ സിഗരറ്റ് മുതൽ കഞ്ചാവ് വരെ പ്ലാസ്റ്റിക്കിൽ പൊതിഞ്ഞ് ആസനത്തിനുള്ളിലൊളിപ്പിച്ച് കടത്തിക്കൊണ്ട് വരും. പുതുതായി അവിടെയെത്തുന്നവരെ ചൂഷണം ചെയ്യുന്നത് അവരുടെയൊരു വിനോദമായിരുന്നു. കെട്ടിടത്തിനുള്ളിലായാൽ മുട്ടയിൽ നിന്നും വിരിഞ്ഞില്ലെങ്കിലും ശാരീരികമായ ലൈംഗികസുഖത്തിന് അവരെ ഉപയോഗപ്പെടുത്തും. അല്ലെങ്കിൽ മറയില്ലാതെ എല്ലാവരുടെയും മുന്നിൽ വച്ച് സ്വയം തൃപ്തിയടയും. ഇത്തരം വൈകൃത

സ്വഭാവമുള്ള പല പിള്ളേരും തങ്ങളുടെ തനിനിറം കാണിക്കാറുള്ളത് കെട്ടിടത്തിനുള്ളിൽ കടന്നതിനു ശേഷമായിരിക്കും.

പുറത്ത് മരത്തണലിൽ ഇരിക്കുമ്പോൾ എണീറ്റു നിർത്തി പാട്ട് പാടിപ്പിക്കുകയും മോണോആക്ട് ചെയ്യിപ്പിക്കുകയും അടുത്തിരിക്കുന്ന വനുമായി ഗുസ്തി കൂടാൻ നിർദ്ദേശിക്കുകയും ചെയ്യും. ഗുസ്തിയിൽ ജയിക്കുന്ന ആളെ ലീഡർ തന്നോടൊപ്പം മൽപ്പിടുത്തത്തിനായി വെല്ലു വിളിക്കും. പലരും സ്വയം തോറ്റു കൊടുക്കുകയായിരിക്കും ചെയ്യാറ്. അല്ലെങ്കിൽ അനന്തരഫലം വലുതായിരുന്നു. ആ അവസരം എനിക്കും ഒരിക്കലുണ്ടായി സൗഹൃദമത്സരത്തിൽ രണ്ടുപേരെ തോൽപ്പിച്ച എന്നെ തുടക്കം മുതലേ നീരസത്തിലായിരുന്ന ലീഡർ തന്നോടൊപ്പം ഗുസ്തി മത്സരത്തിനായി വെല്ലുവിളിച്ചു. അതിനുവേണ്ടി എഴുന്നേറ്റ എന്നോട് അടുത്തിരുന്നവൻ നീ അവനോട് തോറ്റു കൊടുത്തേര്. അല്ലെങ്കിൽ അനന്തരഫലം വലുതായിരിക്കും എന്ന് പറഞ്ഞു. ആയതിനാൽ ശരീര ഘടനയിലും പ്രായത്തിലും മുതിർന്ന ഞാൻ ചവിട്ടും തൊഴിയും ഏറ്റ് സ്വയം തോറ്റു കൊടുത്തു.

അവരുടെ മറ്റൊരു വിനോദമായിരുന്നു വിളമ്പി കിട്ടുന്ന ആഹാര ത്തിൽ കഴിക്കുന്നയാൾ കാണാതെ ഏതൊക്കെയോ ഗുളിക പൊടിച്ച് കലർത്തുന്നത്. തന്റെ വരുതിയിൽ വരാത്ത ആളുടെ പാത്രത്തിലായി രിക്കും ലീഡർ സൗഹൃദം നാടിച്ചു അടുത്ത് കൂടി കാര്യം സാധിക്കുക.

മരത്തണലിലെ നീണ്ട കുത്തിയിരിപ്പിൽ അടുത്തിരിക്കുന്നവരോ ടൊക്കെ സംസാരിക്കാൻ അവസരം ലഭിച്ചപ്പോൾ കക്കാൻ വേണ്ടി ജ്വല്ല റിയും തുണിക്കടയും കുത്തിത്തുരക്കുന്നവനും അപ്പനെ കുത്തിപ്പരിക്കേൽ പ്പിച്ചവനും കൂട്ടുകാരനെ കൊല്ലാൻ തുനിഞ്ഞവനും കഞ്ചാവ് കടത്തുന്നവൻ വരെ അക്കൂട്ടത്തിലുണ്ടെന്ന് ഞാൻ മനസ്സിലാക്കിയത്.

മുന്നിൽ ശിക്ഷ ഉറപ്പാണെന്ന് വിശ്വസിക്കുന്ന ഇക്കൂട്ടർ എങ്ങനെ യെങ്കിലും ജയിലിൽ നിന്നു രക്ഷപ്പെടാനായി ജയിൽ ചുറ്റുമതിൽ ചുവരു കളുടെ നീളവും അളവും പാറാവ് പൊലീസുകാരൻ നിൽക്കാറുള്ള സ്ഥലവുമെല്ലാം മനസ്സിലാക്കി സഹകരിക്കാൻ ഉദ്ദേശിക്കുന്നവരോട് ഇതൊക്കെപറഞ്ഞ് ബോധിപ്പിക്കും. പക്ഷേ തുനിയാറില്ല എന്നുമാത്രം.

ചിലർ എന്നോട് ഇങ്ങനെ പറഞ്ഞിട്ടുണ്ട്, ജീവിതത്തിൽ മൂന്നു നേരവും കൃത്യമായി ആഹാരം കഴിക്കാൻ അവസരം കിട്ടിയത് ഇവിടെ വന്നതിനുശേഷമാണ്. പുറത്തുപോയി പട്ടിണി കിടക്കുന്നതിനേക്കാൾ ഭേദം ഇവിടെ കഴിയുന്നതാണ് നല്ലത്. അതുകൊണ്ട് എന്നെ കോടതിയിൽ ഹാജരാക്കുമ്പോൾ ഞാൻ ജഡ്ജിയോട് പറയും, എന്നെ ശിക്ഷിക്കൂ സാർ. ഞാൻ ഇവിടെത്തന്നെ നിന്നുകൊള്ളാം എന്ന്.

കുറച്ച് ദിവസം കഴിഞ്ഞപ്പോൾ ഒരു ദിവസം എന്നെ ജയിൽ അധി കാരിയുടെ മുറിയിലേക്ക് വിളിപ്പിച്ചു. അദ്ദേഹത്തിന്റെ മുറിയിൽ ഹാജരായി രുന്ന മറ്റ് നാലഞ്ചുപിള്ളേരുടെ ഫയൽപേപ്പർ പരിശോധിക്കുന്നതിനൊപ്പം

എന്റെ പേരിലുള്ള ഫയലും അദ്ദേഹം പരിശോധിച്ചശേഷം വായിക്കാൻ തുടങ്ങി; പേര് - ബാബു, സ്ഥലം - സാന്തമരിയ, വിലാസം - അറിയില്ല. ഇങ്ങനെ വായിച്ചതിനുശേഷം കുറെ നേരം അദ്ദേഹം എന്നെ നോക്കിയിട്ട് എന്നോട് വീടിന്റെ വിലാസം അറിയില്ലേ? എന്ന് ചോദിച്ചു. ഇല്ല സാർ എന്ന് ഞാനും. അമ്മയും അപ്പനും ജീവിച്ചിരിപ്പുണ്ടോ? എന്ന് അയാൾ. ഉണ്ടായിരിക്കാം സാർ എന്ന് ഞാൻ പറഞ്ഞു. ഇപ്പോഴവർ എവിടെയു ണ്ടെന്നറിയാമോ? എന്ന് വീണ്ടും. ഇല്ല സാർ എന്ന് ഞാൻ പറഞ്ഞു.

ഇങ്ങനെയൊക്കെ ചോദിച്ചതിനു ശേഷം ഒരു ലെറ്റർ എന്റെ കയ്യിൽ തന്നിട്ടദ്ദേഹം; വീടിന്റെയോ ബന്ധുക്കളുടെയോ വിലാസം അറിയാ മെങ്കിൽ ഉടൻ നീ അവർക്ക് ഞാനിവിടെയുണ്ടെന്നും കോടതിയിൽ ഹാജരാക്കുന്ന ദിവസം അവിടെ വന്ന് ബോധിപ്പിച്ച ശേഷം കൂട്ടിക്കൊണ്ടു പോവുകയും ചെയ്യുക എന്നെഴുതുക എന്ന് പറഞ്ഞു. അല്ലാത്തപക്ഷം നീ ഇവിടെത്തന്നെ വളരെക്കാലം തുടരേണ്ടിവരും എന്നും കൂട്ടിച്ചേർത്തു.

കൈയിൽ കിട്ടിയ ലെറ്ററുമായി ഞാൻ തിരിഞ്ഞു നടന്നപ്പോൾ ആലോചിച്ചു എന്തിനാണ് വീട്ടിലേക്കിനി തിരിച്ചു പോകുന്നത്? വേണ്ട ഞാൻ പോകുന്നില്ല. ഇവിടെയാണ് ശിഷ്ടകാലം ജീവിക്കാനെനിക്ക് വിധിയെങ്കിൽ വിധിപോലെയാകട്ടെ എന്ന് കരുതി കയ്യിലുണ്ടായിരുന്ന ആ കത്ത് വലിച്ചുകീറി പോക്കറ്റിലിട്ട് നടന്നു.

മൂന്നുനാലു ദിവസം കൂടി കഴിഞ്ഞപ്പോൾ കോടതിയിലേക്ക് പോകേണ്ട ദിവസമെത്തി. സ്വന്തം തുണികൾ മാറ്റിയണിയിപ്പിച്ച ശേഷം ആറേഴ് പിള്ളേരും കാവൽക്കാരായി രണ്ട് പൊലീസുകാർക്കുമൊപ്പം കോടതി യിലേക്ക് യാത്രയായി. അല്പം കാത്തിരിപ്പിനൊടുവിൽ ഞങ്ങളെ ജഡ്ജിയുടെ മുന്നിൽ ഹാജരാക്കി. ജഡ്ജി പേര് വിളിച്ചതനുസരിച്ച് ഓരോരുത്തരും മുന്നോട്ട് ചുവടുവച്ച് വന്ന് നിന്നുകൊണ്ടിരുന്നു.

ജഡ്ജി വിധിച്ചതെന്താണ് എന്നെനിക്ക് അറിയാൻ കഴിഞ്ഞില്ല. വന്ന ബസ്സിൽ തിരിച്ച് പോകാനായി കയറിയപ്പോൾ വീണ്ടും ജയിലിലേ ക്കാണ് പോകുന്നതെന്ന് അറിഞ്ഞു. അപ്പോൾ ആ ബസ്സിൽ ഞാനും മറ്റൊരു ചെറുക്കനും മാത്രമേ അവശേഷിച്ചിരുന്നുള്ളൂ.

വീണ്ടും പതിനഞ്ച് ദിവസങ്ങൾ കഴിഞ്ഞപ്പോൾ മറ്റ് പിള്ളേർക്കൊപ്പം എന്നെയും കോടതിയിൽ ഹാജരാക്കി. അന്ന് വീണ്ടും ജയിലിലേക്ക് മടക്കിക്കൊണ്ടുവന്നു. ജയിലിൽ കഴിയാൻ തുടങ്ങിയ കാലം മുതൽ അണിയാൻ കിട്ടിയ വസ്ത്രത്താൽ എന്റെ ശരീരത്തിന്റെ പലഭാഗത്തും ചൊറിച്ചിൽ അനുഭവപ്പെടാൻ തുടങ്ങിയിരുന്നു. ചിരങ്ങ് പിടിച്ച പിള്ളേർ അണിയാറുള്ള വസ്ത്രം നല്ല രീതിയിൽ വൃത്തിയാക്കാതെ മാറിക്കിട്ടു ന്നതുകൊണ്ടായിരുന്നു ആ ചൊറിച്ചിൽ. എനിക്കും പിടിപെട്ടത് ദിവസ ങ്ങൾ കഴിയുന്തോറും അതിന്റെ തീവ്രത ഏറിക്കൊണ്ടിരുന്നു. വൃത്തി ഹീനമായ സാഹചര്യവും ഗുളിക പൊടിച്ചിട്ട ആഹാരം കഴിക്കാൻ ഇടയായത് മൂലവും എനിക്ക് പനി പിടിപെട്ടു.

ലീഡറോട് സുഖക്കേടാണെന്നറിയിച്ചപ്പോൾ അവൻ കാര്യമായെടുത്തില്ല. അല്ലേലും പല പിള്ളേരും സുഖക്കേടാണെന്ന് വെറുതെ പറയാറുള്ളതുകൊണ്ട് ആരും ഗൗനിക്കാറുമില്ലായിരുന്നു. പനി പിടിച്ച ഞാൻ സ്വയം സഹിച്ച് ഒന്നു രണ്ടു ദിവസം തള്ളിനീക്കി. മൂന്നാമത്തെ ദിവസം രാവിലെ കിടക്കയിൽ നിന്നും എനിക്കെണീക്കാൻ കഴിഞ്ഞില്ല. എല്ലാവരും പുറത്ത് കടന്നിട്ടും എണീക്കാതിരുന്ന എന്റെ കാലിൽ ലീഡർ അടിച്ചെഴുന്നേൽപ്പിക്കാൻ ശ്രമിച്ചു. അടിയുടെ വേദനകൊണ്ട് ഒരു വിധത്തിൽ ഞാൻ എണീറ്റപ്പോൾ പുറത്ത് നിന്നിരുന്ന പൊലീസുകാരന് എന്റെ രോഗത്തിന്റെ തീവ്രത മനസ്സിലായി. ഉടനെ അവിടെ ത്തന്നെയുള്ള ആശുപത്രിയിൽ എന്നെ കൊണ്ടിട്ടു. രണ്ടുമൂന്നു ദിവസത്തെ ആശുപത്രി ചികിത്സയിൽ ഞാൻ പതുക്കെ ആരോഗ്യം വീണ്ടെടുത്തു. പക്ഷേ അസുഖം പൂർണമായും വിട്ട് മാറിയിരുന്നില്ല.

ആയിടയ്ക്കാണ് മുൻപ് എഴുത്തയയ്ക്കാനായി എന്റെ കയ്യിൽ ലെറ്റർ തന്ന പൊലീസുദ്യോഗസ്ഥൻ ആശുപത്രിയിൽ വരാനിടയായത്. എന്നെകണ്ട അദ്ദേഹം വീട്ടിലേക്ക് എഴുത്ത് എഴുതിയിരുന്നോ എന്ന് തിരക്കി. എഴുതിയിരുന്നു സാർ. കിട്ടിക്കാണുമോ എന്നറിയില്ല എന്ന് കള്ളം പറഞ്ഞു.

ഒന്നുകൂടിയെഴുതുക എന്ന് പറഞ്ഞുകൊണ്ട് ഒപ്പം നിന്നിരുന്ന പൊലീസുകാരനോട് എന്റെ പക്കൽ ഒരു കത്ത് കൂടി കൊടുക്കുവാൻ നിർദ്ദേശിച്ചു. കത്ത് കയ്യിൽ കിട്ടിയപ്പോൾ എഴുതണോ വേണ്ടയോ എന്ന ധർമ്മസങ്കടത്തിൽ ഞാനെത്തിച്ചേർന്നു.

മൂന്നുവർഷം കഴിഞ്ഞില്ലേ വീടുവിട്ട് വന്നിട്ട്. ഞാൻ വീട് വിട്ടതിൽ ഒരുപക്ഷേ അവർക്ക് വിഷമമുണ്ടായിരിക്കാം. പിന്നെ ഇവിടെ നിന്ന് പുറത്തു കടക്കുവാൻ മറ്റു മാർഗ്ഗവുമില്ലല്ലോ എന്നോർത്തപ്പോൾ കയ്യിൽ കിട്ടിയ കത്തിൽ വീട്ടിലേക്കൊന്നെഴുതിക്കളയാം എന്ന് തീരുമാനിച്ചു

വീടിന്റെ വിലാസം അറിയില്ലായിരുന്നുവെങ്കിലും കുപ്പൻ ജോലി ചെയ്തിരുന്ന കമ്പനിയുടെ പേര് അറിയാമായിരുന്നതുകൊണ്ട് കുപ്പന്റെ പേരും കമ്പനിയുടെ വിലാസവും വച്ച് ഞാനിങ്ങനെയൊരു സ്ഥലത്ത് കഴിയുന്നുണ്ടെന്നും മൂന്നാല് ദിവസംകൂടി കഴിയുമ്പോൾ എന്നെ കോടതിയിൽ ഹാജരാക്കുമെന്നും പറ്റുമെങ്കിൽ അവിടെ വന്ന് ഇറക്കിക്കൊണ്ട് പോകണമെന്നും എഴുതി അയച്ചു.

മൂന്നാല് ദിവസത്തിനുശേഷം വീണ്ടും എന്നെ കോടതിയിൽ ഹാജരാക്കാനായി കൊണ്ടുപോയി അപ്പോഴും സുഖക്കേടെന്നെ പൂർണ്ണമായും വിട്ടുമാറിയിരുന്നില്ല

ഞാൻ കോടതി വരാന്തയിലെത്തിയപ്പോഴതാ കുപ്പൻ അവിടെ നിൽക്കുന്നു. എന്നെ കണ്ട അദ്ദേഹം ഒരക്ഷരം പോലും ഉരിയാടാൻ നിൽക്കാതെ എത്രയും വേഗം കോടതികാര്യങ്ങൾ നിർവ്വഹിച്ച് തിരിച്ചു പോകുവാൻ വേണ്ടി തിടുക്കം കാണിച്ച് ഓടിനടന്നു.

അല്പസമയത്തിന് ശേഷം എന്നെ കോടതിയിൽ ഹാജരാക്കി. ഒരു ഭാഗത്ത് കുപ്പനും ഹാജരായി നിൽപ്പുണ്ടായിരുന്നു. ബാബു എന്ന് ക്ലാർക്ക് വിളിച്ചത് പ്രകാരം ഞാൻ മുൻപോട്ട് അടിവച്ച് നിന്നു.

ജഡ്ജ് നിന്റെ പേരെന്താണ് എന്ന് ചോദിച്ചു.

''ബാബു.''

അദ്ദേഹം കുപ്പനെ ചൂണ്ടിക്കാണിച്ചുകൊണ്ട്; ''ആ നിൽക്കുന്നത് നിന്റെ ആരാണ്?''

''എന്റെ അപ്പൻ.''

അപ്പോൾ ജഡ്ജി എന്നെ ചൂണ്ടിക്കാണിച്ചുകൊണ്ട് കുപ്പനോട്; ഇത് താങ്കളുടെ മകനാണോ എന്ന് ചോദിച്ചു. അപ്പോഴദ്ദേഹം അതെ യെന്നുത്തരം പറഞ്ഞു. അപ്പോൾ ജഡ്ജ്; എന്താണതിന് തെളിവ് എന്നും ചോദിച്ചു.

അപ്പോൾ ഞാനയച്ചതും പകുതിയോളം കീറിപ്പോയിരുന്നതുമായ കത്ത് കുപ്പൻ ജഡ്ജിയെ എടുത്തുകാണിച്ചു. ഉടനെതന്നെ ജഡ്ജി അദ്ദേഹത്തിന്റെ മുന്നിലിരുന്ന പേപ്പറിൽ സൈൻ ചെയ്ത് മാറ്റിവച്ചു.

പിന്നീട് കോടതിയിൽ നിന്നും ഞാൻ പുറത്തിറങ്ങിയപ്പോൾ പൊലീസു കാരന്റെ സാന്നിധ്യം അരികിൽ ഇല്ലായിരുന്നതുകൊണ്ട് എന്നെ വിട്ട യച്ചിരിക്കുന്നുവെന്ന് മനസ്സിലാക്കി.

ഉടനെതന്നെ എന്നെയുംകൊണ്ട് കുപ്പൻ ബസ്സ്റ്റാന്റിലേക്ക് തിടുക്ക ത്തിൽ നടന്നു. നീണ്ട യാത്രയ്ക്കായി ബസ്സിൽ കയറിയിരുന്ന എന്നോ ടദ്ദേഹം; കത്തിൽ പേര് ബാബു എന്നെഴുതിയിരുന്നതുകൊണ്ട് പേരു മാറ്റിയാണ് കൊടുത്തിരിക്കുന്നതെന്നെനിക്കറിയാൻ കഴിഞ്ഞു. അല്ലാ യിരുന്നെങ്കിൽ ഞാൻ മാത്രം തിരിച്ചു പോകേണ്ടിവരുമായിരുന്നേനെ എന്ന് പറഞ്ഞു. ബസ് യാത്രയിലുടനീളം എന്നോടൊരു വാക്കുപോലും അദ്ദേഹം ഉരിയാടാതെ പെട്ടെന്ന് വീട്ടിൽ എത്തുവാനുള്ള വെപ്രാള ത്തിൽ വേവലാതി പൂണ്ടിരുന്നു. കാരണം അപ്പോഴും പതിനെട്ട് വയസ്സ് മാത്രം പ്രായമുള്ള സുന്ദരിയായ ഭാര്യയെ വീട്ടിൽ തനിച്ചാക്കിയിട്ടാണല്ലോ വന്നിരിക്കുന്നത്. അവിടെ തന്നെ തിരക്കി ഏതെങ്കിലും കൂട്ടുകാർ വന്നെ ന്നിരിക്കാം എന്നതുകൊണ്ട് എത്രയും പെട്ടെന്ന് അവിടെത്തിച്ചേർന്നാൽ മതി എന്നായിരുന്നു അദ്ദേഹത്തിന്റെ മനസ്സിൽ.

പതിനഞ്ച് മണിക്കൂറോളമുണ്ടായിരുന്ന നീണ്ട ബസ് യാത്രയ്ക്കൊ ടുവിൽ വിട്ടുമാറാതിരുന്ന സുഖക്കേട് പൂർണതോതിൽ എന്നെ പിടി മുറുക്കി. യാത്രയുടെ അവസാനമായപ്പോഴേക്കും നിൽക്കാൻ പോലും കഴിയാത്തവിധം ക്ഷീണിച്ചുപോയിരുന്നു.

പഴയ വീട്ടിലേക്കായിരുന്നില്ല അദ്ദേഹം എന്നെയുംകൊണ്ട് കയറി ച്ചെന്നത്. പകരം അവിടെയടുത്തുതന്നെ പുതുതായി നിർമ്മിച്ച വലിയൊരു

വീട്ടിലേക്കായിരുന്നു. എന്റെ അസുഖത്തിന്റെ തീവ്രത അറിഞ്ഞ ഉടനെ തന്നെ കുപ്പൻ എന്നെ ആശുപത്രിയിൽ പ്രവേശിപ്പിച്ചു. ആശുപത്രിയിൽ കിടന്ന പത്തോളം ദിവസത്തിൽ ടൈഫോയ്ഡ് എന്ന രോഗമായിരുന്നു പിടിപെട്ടിരുന്നതെന്ന് എനിക്ക് മനസ്സിലാക്കാൻ കഴിഞ്ഞു.

അസുഖമെല്ലാം പൂർണ്ണമായും വിട്ടുമാറിയപ്പോൾ ഞാൻ ആശുപത്രിയിൽ നിന്നും വീട്ടിൽ തിരിച്ചെത്തി. മുൻപത്തേതുപോലെ പിന്നീട് കുപ്പനോ കുപ്പിയോ എന്നെ വഴക്കു പറയാനോ വരച്ചവരയിൽ നിർത്താനോ ശ്രമിച്ചില്ല. ഒരുപക്ഷേ ഞാൻ വളർന്ന് ഒരാളായതുകൊണ്ടാകാം അവർ എന്നോട് ഒന്നും പറയാതിരുന്നത് വീട്ടിൽ എല്ലാവർക്കും പ്രത്യേകം മുറികളുണ്ടായിരുന്നു മുറിക്കകത്ത് കയറിയാൽ പിന്നീട് ആരും ആരുമായും യാതൊരു സംഭാഷണമോ സ്നേഹപ്രകടനമോ കാണിക്കാറില്ലായിരുന്നു.

സഹോദരങ്ങൾ സ്കൂളിൽ പോകുന്നു വരുന്നു. തങ്ങളുടെ മുറിക്കകത്ത് കയറിയാൽ പിന്നെ അവർ പുറത്തു വരാറില്ല. കുപ്പൻ ജോലിക്ക് പോകുന്നു വരുന്നു. കുപ്പി വീട്ടുജോലികൾ ചെയ്തുകൊണ്ടിരിക്കുമ്പോഴും ഒന്നും സംസാരിക്കാറുമില്ല.

എപ്പോഴും വലിയ മൂകത പടർന്നു കിടക്കാറുള്ള ആ വീട്ടിൽ ഒന്നും ഉരിയാടാതെ കൊണ്ട് വച്ചു തന്നിട്ട് പോകുന്ന ആഹാരവും കഴിച്ച് ഞാൻ ദിവസങ്ങൾ തള്ളിനീക്കിക്കൊണ്ടിരുന്നപ്പോൾ ആലോചിച്ചു, നാട്ടിലൊന്ന് പോയി അമ്മച്ചിയേയും ബന്ധുമിത്രാദികളേയും കളിച്ചു നടന്ന ആ വയൽ വരമ്പുകളും ഞായറാഴ്ചകളിൽ മുടങ്ങാതെ പൊയ്ക്കൊണ്ടിരുന്ന ആ പള്ളിയും അങ്ങേലെ കൂട്ടുകാരി പെണ്ണുങ്ങളെയുമൊക്കെയൊന്ന് കണ്ട് പിന്നെ പറ്റുമെങ്കിൽ അവിടെയെന്തെങ്കിലും ജോലി ചെയ്ത് കുറച്ചു ദിവസം കഴിഞ്ഞു കൂടാം എന്ന്. പക്ഷേ പോകാൻ വേണ്ടി ചിലവുണ്ട്. മൂന്നു നാല് വർഷത്തിനു ശേഷം പോവുകയാണല്ലോ. വെറുതെ കയ്യും വീശിപ്പോകുന്നത് ശരിയല്ല. ആദ്യം എനിക്കു വേണ്ടി നല്ല തുണിയെടുക്കണം. അമ്മച്ചിക്കൊരു തോർത്ത്മുണ്ടെങ്കിലും വാങ്ങിച്ച് കൊണ്ടുപോകണം. പിന്നെ എല്ലാ വീടുകളിലേക്കും ഓരോ പൊതി മുട്ടായിയെങ്കിലും വാങ്ങി കൊണ്ടുപോകണം.

ഇതൊക്കെ വാങ്ങിക്കൊണ്ട് പോകണമെങ്കിൽ കാശ് വേണം. ഏതായാലും അതൊന്നും ഇപ്പോൾ തൽക്കാലത്തേക്ക് വേണ്ട. എങ്ങനെയെങ്കിലും അവിടെയെത്തി ആദ്യം അമ്മച്ചിയെ ഒന്ന് കണ്ടാൽ മതി. അതിന് ട്രെയിൻ യാത്രാക്കൂലിയെങ്കിലും വേണ്ടേ? ടിക്കറ്റില്ലാതെ ഇനിയൊരു ട്രെയിൻ യാത്ര എനിക്ക് ചിന്തിക്കാൻ പോലും കഴിയില്ല. അതുകൊണ്ട് ട്രെയിൻടിക്കറ്റിനുള്ള യാത്രാക്കൂലിയെങ്കിലും കുപ്പിയോട് ഒന്ന് ചോദിച്ചു നോക്കാം. തരാതിരിക്കില്ല എന്ന് കരുതി ഞാൻ അടുക്കളയിൽ ജോലി ചെയ്തുകൊണ്ടിരുന്ന കുപ്പിയുടെ അരുകിൽ സമീപിച്ചുകൊണ്ട് ഞാൻ കുപ്പിയോട്; ''അമ്മേ...''

''ഹും, എന്താ?''

''എനിക്ക് നാട്ടിലൊന്ന് പോയി അമ്മച്ചിയേയും പിന്നെ എല്ലാവരെയുമൊക്കെയൊന്ന് കാണണമെന്നുണ്ട്.''

കുപ്പി ഇടയ്ക്കു കയറി പറഞ്ഞു, ''നിന്റെ ഏത് അമ്മച്ചി അവിടെയിരിക്കുന്നു? അവരൊക്കെ എന്നേ ചത്തുപോയി.''

അമ്മച്ചി മരിച്ചുപോയി എന്ന് കേട്ടപ്പോൾ മനസ്സിൽ എന്തെന്നില്ലാത്ത സങ്കടം കൊണ്ട് ഞാനൊരു നിമിഷം മൂകനായി. എങ്കിലും സങ്കടം ഉള്ളിലൊതുക്കിക്കൊണ്ട് കുപ്പിയോട്; ''ഏതായാലും എനിക്ക് അവിടെ വരെയോന്ന് പോകണമെന്നുണ്ട്.''

പൊയ്ക്കോ ആരു പറഞ്ഞു വേണ്ടാന്ന്? എന്നു പറഞ്ഞു കുപ്പി.

''പോകാനായി യാത്രാക്കൂലിക്ക് വേണ്ടി കുറച്ച് കാശ് തരണം.''

ഇത് കേട്ടയുടനെ പൊട്ടിത്തെറിച്ച് കുപ്പി, ഏത് കാശിരിക്കുന്നു നിനക്കിവിടെ തരാൻ? സമ്പാദിച്ചതെന്തെങ്കിലും നീയെന്റെ കയ്യിൽ കൊണ്ടുതന്നിട്ടുണ്ടോ? ജയിലിൽ നിന്ന് കൊണ്ടുവരാനും കാശ് ചെലവായി. ഇല്ലാത്തത് ഉണ്ടാക്കിക്കൊണ്ടുവന്ന് കുറെ കാശ് ആശുപത്രിയിലും കൊടുത്തു. പിന്നെ മൂന്നുനേരം ആഹാരവും കൊടുക്കുന്നത്. പോരാഞ്ഞിട്ടിപ്പം കാശും കൊടുത്തോട്ടെ എന്നു പറഞ്ഞു.

ഇത് കേട്ടപ്പോഴെനിക്ക് എന്തെന്നില്ലാത്ത സങ്കടം വന്നു. പിന്നീടൊന്നും സംസാരിക്കാൻ കഴിയാത്തവിധം എന്റെ നാവിറങ്ങിപോകുന്നതുപോലെ തോന്നി. ഇങ്ങനെ പറയുമായിരുന്നെങ്കിൽ ചോദിക്കില്ലായിരുന്നല്ലോ എന്ന് വിചാരിച്ച് ഞാൻ തിരിഞ്ഞുനടക്കാൻ തുടങ്ങിയപ്പോൾ, മൂന്നാലു വർഷം കൊണ്ടുണ്ടാക്കിയില്ലേ? ആ സമ്പാദിച്ചത് എടുത്തുകൊണ്ട് പൊയ്ക്കോ. ഇവിടൊരു രൂപ പോലും നിനക്ക് തരാനില്ല എന്ന് പറയുന്നത് കേട്ടു.

ഒരന്യനോട് സംസാരിക്കുന്ന തരത്തിലുള്ള വാക്കുകളായിരുന്നു കുപ്പിയിൽ നിന്നെനിക്ക് കേൾക്കാനിടയായത്. ഈ കേട്ടതൊക്കെ ഓർക്കുന്തോറും ഒരിക്കൽ കൂടി വീടുവിട്ടിറങ്ങിപ്പോയാലോ എന്ന് തോന്നും. ഇനി പുറപ്പെട്ടു പോയാൽ ഏതു പ്രതിസന്ധിയിലകപ്പെട്ടാലും ഒരിക്കലും തിരിച്ചു വരരുതെന്ന് ആലോചിച്ചു.

എങ്കിലും എവിടേക്കാണ് പോകേണ്ടത് ആരുടെയും സഹായമില്ലാതിരുന്നാൽ പല പ്രതിസന്ധികളും നേരിടേണ്ടിവരുമല്ലോ എന്നോർത്തപ്പോൾ അത് വേണ്ട വഴക്ക് പറഞ്ഞാലും സാരമില്ല. എങ്ങനെയെങ്കിലും ഇവിടെത്തന്നെ കഴിഞ്ഞുകൂടാം. ഒരുപക്ഷേ പൂർണമായും വിട്ടുമാറാത്ത സൂക്കേടിന്റെ പുറത്തായിരിക്കും കുപ്പി എന്നോടിങ്ങനെ പറഞ്ഞത്. എന്റെ കാരണം അവർക്ക് കുറെ കാശ് ചെലവായിക്കാണുമായിരിക്കും. കുറച്ചുദിവസം സ്നേഹത്തോടെ വീട്ടിൽ നിന്നുകൊണ്ട് ഏതെങ്കിലും ഒരു ജോലി സമ്പാദിച്ച് കിട്ടുന്നതിൽ കുറച്ച് വീട്ടിൽ കൊടുത്ത് നിന്നാൽ

അവർക്ക് എന്നോടുള്ള സമീപനത്തിൽ മാറ്റം വരും. അതുകൊണ്ട് ഇനിയൊരിടത്തും ഇറങ്ങിപ്പുറപ്പെട്ട് പോകേണ്ട. ജോലി നേടി കാശു ണ്ടാക്കിയശേഷം പിന്നീട് നാട്ടിലൊക്കെ പോകാം എന്ന് ഞാൻ തീരു മാനിച്ചു.

ആദ്യം എങ്ങനെയെങ്കിലും ഒരു ജോലി തരപ്പെടുത്തണം. അതി നെന്താണ് ഒരു മാർഗ്ഗം എന്ന് ആലോചിച്ചപ്പോഴാണ് കൂട്ടുകാരനായ വീരുവിനെപ്പറ്റി ഓർമ്മ വന്നത് അവനിപ്പോൾ എന്ത് ചെയ്യുന്നു? അവന്റെ പഠിത്തം കഴിഞ്ഞതിനുശേഷം അവൻ മനസ്സിൽ കൊണ്ടുനടന്ന നേവി യിലെ ജോലി ശരിയായിക്കാണുമോ? ഇപ്പോഴവൻ എവിടെയാണ്?

അവൻ ഇവിടെയുണ്ടെങ്കിൽ എനിക്കൊരു ജോലി ശരിയാക്കിത്തരാ തിരിക്കില്ല. അതുകൊണ്ട് അവനെയൊന്ന് കാണാം എന്ന് നിനച്ച് ഞാൻ ഒരു മൈൽ ദൂരമുള്ള വീരുവിന്റെ വീട്ടിലേക്ക് നടന്നടുത്ത് വാതിലിന രികിലുള്ള ബെല്ലിൽ വിരലമർത്തി. അതിന്റെ മുഴക്കം കേട്ട് വാതിൽ തുറന്ന അവന്റെ അമ്മ പുറത്ത് അപരിചിതനായി നിന്നിരുന്ന എന്നോട് ആരാണ്? എന്താണ് വേണ്ടത് എന്ന് ചോദിച്ചു.

ഞാൻ മുൻപ് താമസിച്ചിരുന്ന വീടിന്റെ ഭാഗത്തേക്ക് വിരൽ ചൂണ്ടി ക്കൊണ്ട് ഞാനവിടെ താമസിച്ചിരുന്നതാണെന്നും അവന്റെ കൂട്ടുകാര നാണെന്നും അവരോട് പറഞ്ഞു. ഉടനെ അവർ ഓ, ഇപ്പം മനസ്സിലായി. എപ്പോഴും അടികൊണ്ട് കരയാറുള്ള ആ പയ്യനാ അല്ലേ എന്ന് ചോദിച്ചു. ഞാൻ അതെയെന്ന വിധത്തിൽ തലയാട്ടി.

ഇപ്പോൾ വീരുവിനെ കാണണമെങ്കിൽ മെയിൻ റോഡിനരുകിൽ ഒരു കട നടത്തുന്നുണ്ട്. അവിടെ പോയാൽ കാണാം എന്ന് പറഞ്ഞു കൊണ്ട് കടയുടെ പേരും സ്ഥിതിചെയ്യുന്ന സ്ഥലത്തിന്റെ വിശദാം ശവും അവർ എനിക്ക് പറഞ്ഞു തന്നു. അപ്രകാരം ഞാൻ കട അന്വേ ഷിച്ച് കണ്ടുപിടിച്ചു.

കടയ്ക്കുള്ളിൽ വീരുവിനെ കണ്ടപാടെ എനിക്ക് വലിയ സന്തോഷം തോന്നി. പണ്ടു മുതലേ എന്നോടും വലിയ സ്നേഹമുണ്ടായിരുന്ന അവൻ എന്നെ കണ്ടപാടെ കടയ്ക്കുള്ളിലേക്ക് ആനയിച്ച് അവന്റെ ഇരിപ്പിടത്തിൽ ഇരുത്തി. കടയിൽ ആവശ്യസാധനങ്ങൾക്കായി വരു ന്നവർക്ക് അത് നിറവേറ്റിക്കൊണ്ടിരിക്കുന്നതിനിടയിൽ എന്റെ കഴിഞ്ഞ കാലവിശേഷങ്ങൾ ഓരോന്നായി അവൻ ചോദിച്ചറിയാൻ തുടങ്ങി. ഞാൻ അവനോട് കഴിഞ്ഞതെല്ലാം വിശദീകരിക്കുകയും ചെയ്തു

സാമാന്യം വലിയ ഒരു സ്റ്റേഷനറിക്കടയായിരുന്നു. അത് ബുക്കും പുസ്തകവുമടക്കം പള്ളിക്കൂടസാമഗ്രികൾ അടങ്ങുന്നതും പിന്നെ ചോക്ലേറ്റുകളും ശീതളപാനീയങ്ങളുമൊക്കെ ഉണ്ടായിരുന്നു അവിടെ. കമ്പനിയിൽ ജോലിക്ക് പോകുന്ന പിതാവ് ജോലികഴിഞ്ഞ് കടയിലെ ത്തുന്നതുവരെ വീരുവായിരുന്നു അത് നോക്കി നടത്തിയിരുന്നത്.

ഏറിപ്പോയാൽ ഒരു മാസം കൂടിയേ ഞാനിവിടെ ഉണ്ടാവുകയുള്ളൂ. എന്റെ ജീവിതാഭിലാഷമായ നേവിയിലെ ജോലി എനിക്ക് ലഭിച്ചിരിക്കുന്നു. അതിന്റെ ട്രെയിനിങ്ങിന് പോകാൻ വേണ്ടി ഞാൻ കാത്ത് നിൽക്കുകയാണ് എന്ന് അവൻ എന്നോട് പറഞ്ഞു.

നേവിയിലെ ജോലി ശരിയായെന്ന് കേട്ടപ്പോൾ എനിക്കവനോട് അസൂയ തോന്നി. യൂണിഫോമൊക്കെ അണിഞ്ഞുകൊണ്ട് ഞാൻ നിൽക്കുന്നത് അറിയാതെ മനസ്സിൽ സ്വപ്നം കണ്ടു. യൂണിഫോം എനിക്ക് വലിയ ഇഷ്ടമായിരുന്നു. പക്ഷേ എന്ത് ചെയ്യാൻ? ആ ഭാഗ്യം എനിക്ക് ലഭിച്ചില്ലല്ലോ എന്നോർത്തപ്പോൾ സങ്കടം തോന്നി. എനിക്കും ആ ജോലി ലഭിക്കാൻ എന്താണ് ചെയ്യേണ്ടതെന്ന് അവനോട് ആരാഞ്ഞപ്പോൾ പ്രതീക്ഷയേകുന്ന വാക്കുകളോടെ അവൻ എന്നോട് ഇനിയും രണ്ടു മൂന്നു ക്ലാസുകൾ കൂടി പഠിച്ചു ജയിക്കണം എന്ന് പറഞ്ഞു.

അതിനെന്താ നിനക്കതിനിനിയും ഇഷ്ടംപോലെ സമയമുണ്ടല്ലോ. നീ ശ്രമിച്ചാൽ അത് തീർച്ചയായും നടക്കും എന്നും പറഞ്ഞു.

നിനക്കറിയാമല്ലോ സുഹൃത്തേ, ഞാൻ അതിന്റെ പേരിൽ അനുഭവിച്ചത്. ഇനിയും വീട്ടുകാരെ ബുദ്ധിമുട്ടിച്ച് പഠിക്കാനുള്ളയൊരു സാഹചര്യം എനിക്കില്ല. മാത്രവുമല്ല പഠിപ്പ് എന്ന വിഷയം എന്റെ തലയിൽ കയറുകയുമില്ല എന്ന് പറഞ്ഞു

ഇതൊക്കെ സംസാരിച്ചതിനുശേഷം “അതുപോകട്ടെ നീയെനിക്കൊരു ജോലി ശരിയാക്കിത്തരുമോ? എന്ന് ഞാൻ അവനോട് ചോദിച്ചു.

ഞാൻ ശ്രമിക്കാം എന്ന് അവൻ എന്നോട് പറയുകയും ചെയ്തു. പിറ്റേദിവസവും അവനെ കാണാനായി ഞാൻ അവന്റെ കടയിലേക്ക് നടന്നു.

അകത്തിരുന്ന് ഞാൻ അവനുമായി സംസാരിച്ചുകൊണ്ടിരിക്കുന്നതിനിടയിൽ കടയിൽ സാധനം വാങ്ങാനെത്തുന്നവർ കാത്തുനിൽക്കുന്നത് കണ്ടപ്പോൾ വീരുവിനെ അൽപ്പമൊന്നു സഹായിക്കാം എന്ന് കരുതി ഞാനും ഒപ്പം കൂടിക്കൊണ്ട് വരുന്നവർക്ക് ആവശ്യമുള്ള സാധനങ്ങൾ എടുത്ത് കൊടുക്കുവാൻ തുടങ്ങി. ആ സഹായം ഞാൻ തുടർന്നുകൊണ്ടിരുന്നു. ഒരു ജോലി ലഭിക്കുന്നതുവരെ ദിവസവും വന്ന് വീരുവിനെ സഹായിക്കാം അവനോട് സംസാരിച്ചുകൊണ്ടിരിക്കുകയും ചെയ്യാമല്ലോ എന്നു കരുതി ഞാൻ ദിവസവും കടയിൽ പോയി വീരുവിനെ സഹായിച്ചു കൊണ്ടിരുന്നു.

ഈ സാഹചര്യത്തിലാണ് എന്റെ മനസ്സിൽ നിന്ന് എപ്പോഴും അടർത്തി മാറ്റാൻ കഴിയാത്ത വിധത്തിൽ ഒരു പെൺകുട്ടിയെ പരിചയപ്പെടുന്നത്. ഒരാഴ്ചയിലേറെ വീരുവിനെ സഹായിച്ചുകൊണ്ട് കടയിൽ നിൽക്കുമ്പോഴാണ് സ്കൂട്ടർ ഓടിക്കാൻ പഠിക്കുന്നതിനിടയിൽ എന്തോ ആവശ്യത്തിനായി കടയിൽ നിന്നിരുന്ന എന്നെ അവൾ സമീപിച്ചത്.

ആദ്യമായി തമ്മിൽ കണ്ടപാടെ കണ്ണുകൾ തമ്മിലുടക്കി അല്പനേരം നോക്കി നിന്നു പോയി.

എന്താണ് വാങ്ങാൻ വന്നതെന്ന് മറന്നുപോയ അവൾ അല്പം ആലോചിച്ചശേഷമാണ് ബുക്ക് വാങ്ങാനാണ് വന്നതെന്ന് ഊഹിച്ചെടുത്തത്. അത് വാങ്ങിക്കൊണ്ട് പോകുന്നതുവരെയും അവളുടെ കണ്ണുകൾ എന്നിൽ നിന്നും മാറിയില്ല. കടയിൽ ഇതുപോലെ പല സുന്ദരിപ്പെണ്ണുങ്ങളും ആവശ്യങ്ങൾക്കായി വരാറുള്ളതുകൊണ്ട് ഞാനത് കച്ചവടത്തിന്റെ ഭാഗമായി കരുതി എങ്കിലും ആ പെൺകുട്ടി മാത്രം എന്നെ വളരെയധികം ആകർഷിച്ചു. മണിക്കൂറുകൾക്കുശേഷം പിന്നെയും ആവശ്യം പറഞ്ഞുകൊണ്ടവൾ അവിടെ വന്നു. അപ്പോഴും കണ്ണുകൾ തമ്മിൽ എന്തൊക്കെയോ സംസാരിക്കുന്നതുപോലെ തോന്നി. പിറ്റേദിവസം മുതൽ ഒന്നുംരണ്ടും പ്രാവശ്യം വീതം എന്തെങ്കിലുമൊക്കെ വാങ്ങാനായി അവൾ അവിടെ വരുവാൻ തുടങ്ങി

പതിവില്ലാതെ വരാൻ തുടങ്ങിയ പെൺകുട്ടിയെ കണ്ടപ്പോൾ വീരുവിന് സംശയം തോന്നി. എന്താ കൂട്ടുകാരാ, പതിവില്ലാതെ പെൺകുട്ടിയുടെ ഒരു വരവും നോട്ടവും നിന്നോട്. ആഴ്ചയിൽ ഒന്നോ ഏറിപ്പോയാൽ രണ്ടോ പ്രാവശ്യമേ അവൾ കടയിൽ വരാറുണ്ടായിരുന്നുള്ളൂ. പക്ഷേ ഇപ്പോഴിതാ അവൾ ഇടയ്ക്കിടെ ഓരോ ആവശ്യത്തിനായി വന്നുകൊണ്ടിരിക്കുന്നു എന്ന് വീരു പറഞ്ഞു. അപ്പോൾ ഞാൻ നിനക്കവളെ അറിയുമോ എന്ന് ചോദിച്ചു.

അതെ, എനിക്കവളെയും അവളുടെ ജ്യേഷ്ഠനെയും നന്നായി അറിയാം. അവളുടെ ജ്യേഷ്ഠൻ എന്റെ സുഹൃത്തും കൂടിയാണ് എന്ന് പറഞ്ഞു.

നിനക്കവളെ കണ്ട പരിചയമില്ലേ എന്ന് ചോദിച്ചു.

ഇല്ലെന്ന് ഞാൻ.

വീരു; അവൾ നമ്മുടെ ക്ലാസ്സിലായിരുന്നു പഠിച്ചിരുന്നത്. അല്ലേലും ആറേഴ് മാസം മാത്രം ക്ലാസിൽ വന്ന നിനക്കെങ്ങനെ അറിയാനാ അവളെ എന്ന് തമാശയിൽ എന്നോട് പറഞ്ഞിട്ട് അവൾ നിങ്ങളുടെ നാട്ടുകാരിയാണ്. ഇപ്പോഴവൾ അവളുടെ നാട്ടിൽ കോളേജിൽ പഠിച്ചുകൊണ്ടിരിക്കുകയാണ്. എല്ലാവർഷവും കോളേജ് ഒഴിവുദിവസം ഇവിടെ ജോലി ചെയ്യുന്ന ജ്യേഷ്ഠന്റെ കുടുംബത്തിനൊപ്പം ചേരും. കോളേജ് തുടങ്ങിയാൽ തിരിച്ചുപോവുകയും ചെയ്യും എന്നുപറഞ്ഞു

എന്തോ അറിയില്ല സുഹൃത്തേ, തമ്മിലെന്തോ വലിയ ആകർഷണം തോന്നുന്നു എന്ന് പറഞ്ഞു.

നമ്മളാരും ഇപ്പോൾ കുട്ടികളല്ല. പെൺകുട്ടികളെ കണ്ടാൽ പ്രേമം തോന്നുന്ന വയസ്സാണ്. തമ്മിൽ ഇഷ്ടമാണെങ്കിൽ നടക്കട്ടെ. ഞാൻ നിനക്ക് പിന്തുണ നൽകാം എന്ന് വീരുവും പറഞ്ഞു.

നിനക്കറിയില്ലേ ഞാനവളോട് ആവശ്യങ്ങൾക്കൊഴികെ ഇതുവരെ മറ്റൊന്നും സംസാരിച്ചിട്ടില്ല എന്ന്. എന്ത് സംസാരിച്ചു തുടങ്ങണമെന്ന് എനിക്കറിയുകയുമില്ല എന്ന് പറഞ്ഞു.

വീരു; അതിനെന്താ ഒന്നിച്ച് പഠിച്ചിരുന്ന കാലത്തുള്ള അറിയാവുന്ന കാര്യങ്ങളൊക്കെ പറ. പിന്നീട് പേര് ചോദിക്ക്. നാട് എവിടെയാ, വീട് എവിടെയാ, നീ നല്ല സുന്ദരിയാണെന്നൊക്കെ തട്ടിവിട്ട് അറിയുന്നതു പോലെയോക്കെ സംസാരിച്ച് തുടങ്ങ് എന്ന് തമാശമട്ടിൽ പറഞ്ഞു.

പക്ഷേ ഒരു കാര്യം അറിഞ്ഞോ അറിയാതെയോ നിന്റെ കഴിഞ്ഞ കാല സാഹസിക കഥകളോന്നും നീ അവളോട് പറയരുത്. പഠിത്തം നാട്ടിൽ തുടർന്നു എന്ന് പറഞ്ഞാൽ മതി. നീ അലഞ്ഞുതിരിഞ്ഞ് നടക്കു ന്നവനാണെന്ന് അവൾക്ക് മനസ്സിലായാൽ നിന്നെ ഇഷ്ടപ്പെട്ടെന്ന് വരില്ല. ഇത് മനസ്സിൽ ഓർമ്മവേണം എന്ന് പറഞ്ഞു.

തീർച്ചയായും ഞാനവളോട് ഈ കഥകളൊന്നും പറയില്ല എന്ന് പറഞ്ഞു. എന്തായാലും ഇനിയുള്ള അവളുടെ വരവിൽ ഇതൊക്കെ ചോദിച്ചു പരിചയപ്പെടാം എന്ന് ഞാൻ തീരുമാനിച്ചു.

പിന്നീടവൾ ചോക്ലേറ്റ് വാങ്ങാനായി വന്ന് കുണുങ്ങി നിന്നപ്പോൾ കുട്ടിയുടെ പേരെന്താ എന്ന് ചോദിച്ചു.

അപ്പോഴവൾ ‘‘പേരോ?’’

‘‘അതെ.’’

മറുപടിയായി പേരയ്ക്ക എന്നുത്തരം പറഞ്ഞു.

ഇത് കേട്ട് ഞാൻ അല്പം ഇളിഭ്യനായി. എന്നിരുന്നാലും വിടാൻ താല്പര്യമില്ലായിരുന്നതുകൊണ്ട് നാടെവിടെയാണ് എന്ന് വീണ്ടും ചോദിച്ചു. അപ്പോഴവൾ നാരങ്ങായിൽ എന്ന് കളിയാക്കിയുത്തരം പറയുകയുണ്ടായി. ചോദിക്കുന്നതിനുത്തരമായി കളിയാക്കിപ്പറയുന്ന പെണ്ണിനോട് ഇനിയെന്താണ് ചോദിക്കേണ്ടതെന്നോർത്ത് ഞാൻ അൽപ്പ മൊന്ന് കുഴങ്ങി. അപ്പോഴവൾ പോകാനൊരുങ്ങുന്നതിനിടയിൽ എനിക്കിഷ്ടമാണെങ്കിൽ ഇതൊക്കെ ഞാൻ പിന്നീട് പറയാം എന്ന് പറഞ്ഞുകൊണ്ട് അവിടെനിന്ന് പോകുകയും ചെയ്തു.

പിന്നീടവൾ വീണ്ടും കടയിലെത്തിയപ്പോൾ വേറെ ആരും അടു ത്തില്ലെന്ന് നോക്കി ഉറപ്പുവരുത്തിക്കൊണ്ട് എന്നോട്; എനിക്കിഷ്ടമുള്ളതു കൊണ്ട് പറയുകയാ. എന്റെ പേര് ജാസ്മിൻ എന്നാണ്. ഇങ്ങനെ പറഞ്ഞു കൊണ്ട് അവിടെനിന്ന് കടന്നു പോയി.

എന്നെ ഇഷ്ടമാണെന്ന് പറഞ്ഞനേരം മുതൽ ഞാൻ സ്വയം മതി മറന്ന് പോകാൻ തുടങ്ങി. പിന്നീട് എല്ലായ്പ്പോഴും എന്റെ കണ്ണുകൾ അവളുടെ വരവും പ്രതീക്ഷിച്ച് കാത്തിരുന്നു. ഓരോ പ്രാവശ്യം അവള വിടെ വന്നപ്പോഴെല്ലാം തമ്മിൽ കൂടുതൽ അടുത്തുകൊണ്ടേയിരുന്നു.

അവളുടെ മുഖം രാത്രിയിലും പകലിലും എന്റെ മനസ്സിൽ തെളിഞ്ഞു നിന്നു. അതെന്റെ മനസ്സിനെ വർണ്ണങ്ങളായി വിരിയിച്ചു. മനസ്സും ശരീരവും പൂത്തുലയുന്നതുപോലെ തോന്നി. അവളിലേക്ക് കൂടുതലായി എന്നെ ആകർഷിക്കാൻ വേണ്ടി പതുക്കെ ഞാനറിയാതെ തന്നെ എന്നിൽ വലിയ മാറ്റങ്ങൾ സംഭവിക്കാൻ തുടങ്ങി.

തേക്കാതെ കറ പിടിച്ചിരുന്ന പല്ലുകൾ വലിയ പ്രയത്നത്താൽ തേച്ച് വെളുപ്പിച്ച് വെണ്മയുള്ളതാക്കുകയും അഴുകിയ കൈകാൽ വിരലുകളും വ്രണങ്ങൾ കൊണ്ട് നിറഞ്ഞ ശരീവും മരുന്ന് പുരട്ടി സുഖപ്പെടുത്തുകയും നീണ്ടുവളർന്ന കൈകാൽനഖങ്ങളും മുടിയുമൊക്കെ വെട്ടിയൊതുക്കി ദിവസവും കുളിച്ച് ശരീരം വൃത്തിയാക്കി സൂക്ഷിക്കുകയും ജോലി കിട്ടുമ്പോൾ തിരികെ തരാമെന്ന് പറഞ്ഞ് വീരുവിൽ നിന്നും കാശ് കടം വാങ്ങി പുതിയ വസ്ത്രങ്ങൾ വാങ്ങി അണിയുകയും ചെയ്തു. ഓരോ ദിവസവും ഞാനൊരു പുതിയ മനുഷ്യനായി അവളുടെ മുന്നിൽ പ്രത്യക്ഷപ്പെട്ടു കൊണ്ടിരുന്നു. വീരുപോലും എന്റെ മാറ്റങ്ങൾ കണ്ട് അത്ഭുതപ്പെട്ടു.

അതിനിടയിൽ ഒരു ദിവസം വീരു എന്നെയും കൂട്ടിക്കൊണ്ട് അവളുടെ വീട് കാണിച്ചുതരികയും അവളുടെ സഹോദരനോട് തന്റെ കൂട്ടുകാരനാണെന്ന് പറഞ്ഞ് എന്നെ അയാൾക്ക് പരിചയപ്പെടുത്തുകയും ചെയ്തു.

എന്ത് കള്ളമാണ് അവളുടെ സഹോദരനോട് പറയേണ്ടതെന്ന് മുൻപേ മനസ്സിൽ കരുതിവച്ചിരുന്നതുകൊണ്ട് ഞാനദ്ദേഹത്തോട് നാട്ടിൽ കോളേജിൽ പഠിച്ചുകൊണ്ടിരുന്നതായിരുന്നുവെന്നും ഇനിമുതൽ ഇവിടെ ത്തന്നെനിന്ന് മറ്റൊരു കോളേജിൽ പഠിത്തം തുടരാൻ പോവുകയാണെന്നും പറഞ്ഞു. ഈ പറയുന്നതൊക്കെ ജാസ്മിനും അകത്തുനിന്ന് കാതോർത്ത് കേൾക്കുന്നുണ്ടായിരുന്നു. സംസാരത്തിൽ നിന്നും നല്ലൊരു മനുഷ്യനാണ് അവളുടെ സഹോദരനെന്ന് എനിക്ക് മനസ്സിലാക്കാൻ കഴിഞ്ഞു.

ജാസ്മിന്റെ വീട് കണ്ടനാൾ മുതൽ എന്റെ പോക്കും വരവുമെല്ലാം അവളുടെ വീടിന് മുന്നിൽ കൂടിയാക്കി. അതറിയുന്ന അവൾ എന്റെ വരവും പ്രതീക്ഷിച്ച് വീട്ടുവാതിൽക്കൽ കാത്ത് നിൽക്കാൻ തുടങ്ങി. തമ്മിൽ കാണാനായി വെമ്പൽ കൊണ്ട ഞങ്ങൾ ഒരു സായാഹ്നം പരിസരം മറന്ന് ഒരു നിമിഷം കെട്ടിപ്പുണർന്നു.

അവളുടെ അധരങ്ങളിലും കവിളുകളിലും എന്റെ ചുണ്ടുകൾ പതിഞ്ഞു. പൂത്തുലഞ്ഞ ഞങ്ങളുടെ ഇളംശരീരം തമ്മിൽ കൂട്ടിമുട്ടിയപ്പോൾ ഏതോ ദ്രവ്യസുഗന്ധത്തിന്റെ പരിമളമായ മണം അവിടമാകെ വ്യാപിച്ചു.

തണുത്തുറഞ്ഞ് പോയിരുന്ന എന്റെ ഹൃദയത്തിലേക്ക് സ്നേഹത്തിന്റെ ഇളംചൂടിനൊപ്പം ആ സുഗന്ധത്തിന്റെ അവസ്മരണീയമായ മണവും പ്രവഹിച്ചുകൊണ്ടിരുന്നു അന്നാഴിക മുതൽ ആ സുഗന്ധത്തിന്റെ മണം എന്റെ ശരീരത്തിൽ കുടികൊണ്ടു. പകലും രാത്രിയിലും

ആ പരിമളത്തിന്റെ മണം എന്നിൽവമിക്കുമ്പോഴെല്ലാം അവളെ ഓർത്ത് ഞാൻ മന്ദഹസിച്ചു. പിന്നീട് പല ദിവസങ്ങളിലും കെട്ടിപ്പുണരാൻ ഞങ്ങൾ വെമ്പൽ കൊണ്ടു.

ഏതെങ്കിലുമൊരു ദിവസം അവളുമായി പുറത്തു കറങ്ങാൻ പോയി അവളോടൊത്ത് കുറേനേരം സംസാരിച്ചിരിക്കണമെന്ന് എനിക്ക് തോന്നി. അതിന്റെ ചിലവ് ഞാൻ കണക്ക് കൂട്ടിശേഷം വീരുവിനോട് കടമായി കാശ് വേണമെന്ന ആവശ്യമറിയിച്ചു. ഒരു മടിയും കൂടാതെ അവനെനിക്ക് ചോദിച്ച കാശ് തരുകയും ചെയ്തു.

ജീവിതത്തെക്കുറിച്ച് അറിവും പക്വതയും ഒന്നുമില്ലാത്ത ഞങ്ങൾ നഗരത്തിൽ പോയി സിനിമ കണ്ടും പാർക്കിൽ പോയിരുന്നും ഐസ് ക്രീമും മുന്തിയ ആഹാരങ്ങളുമൊക്കെ വാങ്ങിക്കഴിച്ച് കൈകൾ കോർത്ത് പിടിച്ച് രസിച്ചു നടന്നു.

അതിനിടയിൽ ആരെങ്കിലും ഞങ്ങളെ കാണാനിടവരുമോയെന്ന പരിഭവവും അവൾക്കുണ്ടായിരുന്നു. കുടുംബ കഥകളും കോളേജ് കഥകളുമൊക്കെ എന്നോടവൾ ആവേശത്തോടെ പറഞ്ഞുകൊണ്ടിരിക്കുമ്പോൾ മറിച്ച് എനിക്കത്തരം കാര്യങ്ങളൊന്നും അവളോട് പറയാനില്ലായിരുന്നു. എങ്കിലും കോളേജിനെപ്പറ്റിയും കുടുംബത്തെപറ്റിയുമൊക്കെ ഊഹിച്ചെടുത്ത കള്ളം ഞാനവളോട് പറയുമ്പോഴെല്ലാം എന്റെ കഴിഞ്ഞ കാല കഥകളുടെ അംശം പോലും അറിയാതെ പറഞ്ഞുപോകാതിരിക്കാൻ ഞാൻ നന്നേ ശ്രദ്ധിച്ചു. ആ ദിവസം വൈകുന്നേരം വരെയും ഞങ്ങൾ ആനന്ദിച്ചുല്ലസിച്ച് നടന്നു അവളോടൊത്ത് ചെലവഴിച്ച ഓരോ നിമിഷവും എന്നിൽ ആനന്ദം വിതറിയിരുന്നു

കുറച്ച് ദിവസങ്ങൾ കഴിഞ്ഞപ്പോൾ വീരു എന്നോട്; അല്പമകലെ ഗവൺമെന്റ് വക ഒരു കെട്ടിടം നിർമ്മിച്ച് വരുന്നുണ്ട് അവിടെ വുഡ് വർക്ക് തുടങ്ങാൻ പോവുകയാണ്. തടികൾ അറുക്കാൻ വേണ്ടി ആശാരിയെ സഹായിച്ച് നിൽക്കാനും വലിയ തടികൾ പിടിക്കാനും വിധം ഒരാളെ ആവശ്യമുണ്ടെന്നറിഞ്ഞു. ആഴ്ചയിൽ നൂറ് രൂപ ശമ്പളമായി കിട്ടും. നിനക്ക് ആ ജോലിചെയ്യാനിഷ്ടമാണെങ്കിൽ ഞാനത് എന്റെ കൂട്ടുകാരനോട് പറഞ്ഞ് ശരിയാക്കിത്തരാം എന്ന് പറഞ്ഞു

ഏതെങ്കിലും ജോലികിട്ടിയാൽ വീരുവിൽ നിന്ന് കടമായി വാങ്ങിച്ച കാശെങ്കിലും കൊടുത്തു തീർക്കാനാകുമല്ലോ എന്ന് കരുതി ഞാൻ ആ ജോലി ചെയ്യാൻ സന്നദ്ധമാണെന്ന് വീരുവിനെ അറിയിച്ചു.

പറഞ്ഞതുപോലെ വലിയ തടികൾ മെഷീനിൽ വച്ച് അറക്കാൻ വേണ്ടി പിടിച്ചു സഹായിക്കുവാനും ചുമരുകളിൽ പിടിപ്പിക്കാനായി പാകത്തിന് അറുത്ത തടികൾ ചുമരുകളിൽ പതിപ്പിച്ചതിനുശേഷം പോളിഷിടുന്നതിന് മുന്നോടിയായി തേച്ച് മിനുസപ്പെടുത്തേണ്ടതുമായ ജോലിയുമായിരുന്നു എനിക്കവിടെ ചെയ്യേണ്ടിയിരുന്നത്. ഏകദേശം പത്തോളം

പേർ ഈ ജോലിക്കായി അവിടെയെത്തിയിരുന്നു. ജോലിയിൽ പരിചയമില്ലാത്തവർ പരുപരുത്ത ഭാഗം തേച്ച് മിനുസപ്പെടുത്തി മുന്നോട്ട് നീങ്ങിക്കൊണ്ടിരിക്കണം. അതിന്റെ പിറകെ പരിചയമുള്ളവരുടെ പട്ടികയ്ക്കനുസരിച്ച് മറ്റ് ജോലികൾ ചെയ്ത് വന്നുകൊണ്ടിരിക്കും. രാവിലെ പത്ത് മണിക്ക് തുടങ്ങുന്ന ജോലി വൈകുന്നേരം ആറ് മണിവരെ തുടരും. ശനിയും ഞായറും അവധിയായിരുന്നതിനാൽ വെള്ളിയാഴ്ച വൈകുന്നേരത്തോടെ എല്ലാവർക്കും ശമ്പളം നൽകിയിരുന്നു.

ഓരോ ദിവസവും ഞാനവളുടെ വീടിന്റെ മുന്നിൽ കൂടി ജോലിക്ക് പോകുമ്പോൾ എന്നെ കാണാനായി കാത്തുനിൽക്കാറുള്ള അവൾ പുഞ്ചിരി തൂകി ടാറ്റ പറയും. അതെനിക്കൊരു ഊർജ്ജവുമായിരുന്നു. വൈകുന്നേരം ജോലി കഴിഞ്ഞാൽ ഒരു നിമിഷം പോലും സമയം പാഴാക്കാതെ വീട്ടിലേക്കോടി ശരീരത്തിലുള്ള പൊടിയെല്ലാം തട്ടിക്കളഞ്ഞ് കുളിച്ച് ഉടനെ തന്നെ അവളെ കാണാനായി പുറപ്പെടും. അപ്പോഴേക്കും സമയം വൈകിയിരിക്കും.

ഞങ്ങളുടെ സ്നേഹത്തെപ്പറ്റി വീട്ടുകാർക്കാർക്കും അറിയില്ലായിരുന്നതുകൊണ്ട് വൈകുന്നേരസമയത്ത് അവളുടെ ജേഷ്ഠൻ വീട്ടിലുണ്ടായാൽ അവളെ ഒന്ന് കാണുവാനും സംസാരിക്കാനും വേണ്ടി ഞാൻ മണിക്കൂറോളം ഒളിഞ്ഞ് കാത്ത് നിന്നു.

ജോലിയിൽ പ്രവേശിച്ചതിനുശേഷമുള്ള രണ്ടാമത്തെ ശമ്പള ദിവസമായ വെള്ളിയാഴ്ചയായിരുന്നു. അന്ന് ശമ്പളം കൊടുക്കുന്നയാളുടെ ആഗമനത്തിനായി ജോലി കഴിഞ്ഞിട്ടും ഏകദേശം ഒരു മണിക്കൂറോളം എല്ലാവർക്കും കാത്തിരിക്കേണ്ടിവന്നു.

ശമ്പളം വാങ്ങിക്കൊണ്ട് ഞാൻ വീട്ടിലേക്ക് മടങ്ങും വഴിയിൽ എതിരെ വീരു എന്റെ അരികിലേക്ക് തിടുക്കത്തിൽ നടന്നുവരുന്നത് കണ്ടു.

എന്നെ കണ്ടയുടൻ അവൻ; നീ എന്താണ് ഇത്രയും താമസിച്ചത്? നിന്നെ തിരക്കി ഞാൻ നിന്റെ വീട്ടിൽ വരെ പോയിരുന്നല്ലോ എന്ന് ചോദിച്ചു.

എന്താണ് കാര്യമെന്ന് ഞാൻ വീരുവിനോട് തിരക്കിയപ്പോൾ വീരു പറഞ്ഞു, എന്താണാവോ എനിക്കറിയില്ല ജാസ്മിന്റെ ജ്യേഷ്ഠൻ എന്റെ അരികിൽ വന്നിട്ട് നിന്റെ വീട്ടിലേക്ക് പോകാനുള്ള വഴി തിരക്കി. ഞാൻ പറഞ്ഞു കൊടുക്കുകയും ചെയ്തു. എന്താണ് കാര്യമെന്ന് ഞാനയാളോട് തിരക്കിയപ്പോൾ വിശേഷമൊന്നുമില്ല വെറുതെയൊന്ന് കാണാനാണെന്നാണ് എന്നോട് പറഞ്ഞത്.

പക്ഷേ കുറെ കഴിഞ്ഞപ്പോൾ ജാസ്മിൻ എന്റെയരികിൽ വന്ന് നിന്നെ കാണുമ്പോൾ ഏൽപ്പിക്കണമെന്ന് പറഞ്ഞുകൊണ്ട് ഒരു കത്ത് തന്ന ശേഷം ഉടൻ പോവുകയും ചെയ്തു. എന്തോ പന്തികേടുള്ളതുപോലെ എനിക്ക് തോന്നുന്നു. ഇതാ ആ കത്ത് എന്ന് പറഞ്ഞുകൊണ്ട് ജാസ്മിൻ ഏൽപ്പിച്ച കത്ത് വീരു എന്റെയരികിലേക്ക് നീട്ടി.

ഞാനുടനെ പരിഭവത്തോടെ അത് തുറന്ന് വായിച്ചു. അതിൽ ഇങ്ങനെയായിരുന്നു എഴുതിയിരുന്നത്.

''സ്നേഹം നിറഞ്ഞ ചേട്ടൻ അറിയുന്നതിന്,

എന്താണാവോ കാര്യം എന്നെനിക്കറിയില്ല. പെട്ടെന്ന് എന്റെ ജ്യേഷ്ഠൻ എന്നെയും കൊണ്ട് നാട്ടിലേക്ക് പുറപ്പെടാനായി തയ്യാറെടുത്തു. ഒരു പക്ഷേ നമ്മുടെ സ്നേഹത്തെപ്പറ്റി അറിഞ്ഞതുകൊണ്ട് അതിൽ നിന്നെന്നെ പിന്തിരിപ്പിക്കാനായിരിക്കാം പെട്ടെന്ന് പോകാനായി തിടുക്കം കൂട്ടിയത് എന്ന് ഞാൻ കരുതുന്നു. അപ്പോൾ ഞാൻ എന്റെ ചേട്ടനോട് കോളേജ് തുടങ്ങാൻ ഇനിയും ദിവസങ്ങൾ ബാക്കിയുണ്ടല്ലോ. അതുകൊണ്ട് ഞാനിപ്പോൾ നാട്ടിലേക്ക് വരുന്നില്ല എന്ന് പറഞ്ഞു. എങ്കിലും അതൊന്നും ചെവിക്കൊള്ളാതെ അദ്ദേഹം പോകാനൊരുങ്ങാനായി എന്നെ നിർബന്ധിച്ചപ്പോൾ നമ്മുടെ സ്നേഹത്തെപ്പറ്റി ഞാനദ്ദേഹത്തോട് പറയുകയുണ്ടായി. അവസാനം ഞാൻ പറഞ്ഞു നിങ്ങളെ കണ്ട് സംസാരിക്കാതെ ഞാൻ നാട്ടിലേക്ക് വരില്ല എന്ന്. ഉടനെതന്നെ എന്നെയും കുട്ടി എന്റെ ജേഷ്ഠൻ നിങ്ങളുടെ വീട്ടിലേക്ക് പുറപ്പെട്ടു. നിങ്ങൾ വീട്ടിൽ ഇല്ലെന്ന് കണ്ടപ്പോൾ നിങ്ങളുടെ മാതാപിതാക്കളോട് ജ്യേഷ്ഠൻ കാര്യങ്ങൾ ധരിപ്പിച്ചു. ഇത് കേട്ട നിങ്ങളുടെ അമ്മ; അവന് പതിനെട്ട് വയസ്സ് പോലും ഇതുവരെ തികഞ്ഞിട്ടില്ല. പഠിച്ചു നന്നാകട്ടെയെന്ന് കരുതി നാട്ടിൽനിന്ന് ഇവിടെ കൊണ്ടുവന്ന് ഇല്ലാത്ത കാശ് ചെലവാക്കി പഠിപ്പിക്കാൻ തുടങ്ങിയപ്പോൾ അതെല്ലാം കളഞ്ഞിട്ടവൻ വീടുവിട്ടോടിപ്പോയി. പൊറുക്കികളുടെ കൂടെ അലഞ്ഞുതിരിഞ്ഞ് നടന്നപ്പോൾ പൊലീസുകാർ പിടിച്ച് ജയിലിലാക്കി. പോകട്ടെയെന്ന് കരുതി കുറെ രൂപ ചെലവഴിച്ച് കൊണ്ടുവന്നപ്പോഴിതാ ഇങ്ങനെയും. ഇവനെക്കൊണ്ടൊക്കെ ഞങ്ങൾക്ക് ജീവിക്കാൻ പറ്റാത്ത അവസ്ഥയായിപ്പോയി. അടിസ്ഥാനവിദ്യാഭ്യാസം പോലുമില്ലാതെ പൊറുക്കിത്തിന്ന് നടക്കുന്നവനൊക്കെ ആരൊരു നല്ല ജോലി കൊടുക്കാനാ. അലഞ്ഞുതിരിഞ്ഞ് നടക്കാനേ അവൻ പഠിച്ചിട്ടുള്ളൂ. ദേ, ഇപ്പോഴവൻ എവിടെയോ കൂലി വേലയ്ക്ക് പോയിരിക്കുകയാണ്. ഇനിയുമിങ്ങെത്തിയിട്ടില്ല എന്ന് പറഞ്ഞു.

അതിനുശേഷം എന്നോട് നിങ്ങളുടെ അമ്മ; നിന്നെകൊണ്ടും അവൻ അലഞ്ഞുതിരിയത്തേയുള്ളൂ. ഇങ്ങനെയുള്ളവന്റെയൊക്കെ കൂടെ നടന്ന് നിന്റെ ഭാവി കളയാതിരിക്കാൻ നോക്ക് എന്ന് പറഞ്ഞു.

ഈ പറഞ്ഞതെല്ലാം ശരിയാണോ? ഈ കേട്ടതൊന്നും എനിക്ക് വിശ്വസിക്കാൻ കഴിയുന്നില്ല. കാരണം ഞാൻ നിങ്ങളെ അത്രയ്ക്ക് സ്നേഹിച്ചു പോയി. എന്തിനാണ് എന്നോട് കള്ളം പറഞ്ഞത്? ഇതൊന്നും എനിക്കുൾക്കൊള്ളാൻ കഴിയുന്നില്ല. ഏതായാലും ഞാനെന്റെ ജ്യേഷ്ഠനോപ്പം നാട്ടിലേക്ക് പോകാൻ തീരുമാനിച്ചു കഴിഞ്ഞു. ഇന്ന് രാത്രി ഒൻപത് മണിക്കുള്ള ട്രെയിനിൽ ഞാൻ പുറപ്പെടുകയാണ്. ഇനി നമ്മൾ

തമ്മിലൊരു കൂടിക്കാഴ്ച ഉണ്ടാകുമെന്ന് കരുതുന്നില്ല. ഞാനെല്ലാം മറക്കാൻ ശ്രമിക്കുകയാണ്.

എന്ന് ജാസ്മിൻ

ഈ കത്ത് വായിച്ചു കഴിഞ്ഞപ്പോൾ എന്റെയുള്ളിൽ എന്തെന്നില്ലാത്ത ദുഃഖവും നിരാശയും കൊണ്ട് നിറഞ്ഞു. ജാസ്മിൻ എന്നെ വിട്ടുപിരിയാൻ പോകുന്നല്ലോ എന്നോർത്തപ്പോൾ എനിക്കുൾക്കൊള്ളാൻ കഴിഞ്ഞില്ല.

പോകുന്നതിന് മുൻപ് ജാസ്മിനെ കണ്ട് എന്തെങ്കിലുമൊക്കെ പറഞ്ഞ് സമാധാനിപ്പിച്ചുശേഷം ഭാവിയിൽ വീണ്ടും കൂടിക്കാണുന്നതിനെപ്പറ്റി സംസാരിക്കണം എന്ന് കരുതി ഞാൻ വേഗം റെയിൽവേ സ്റ്റേഷനിലേക്ക് പുറപ്പെടാൻ തീരുമാനിച്ചു. അപ്പോൾ സമയം ഏകദേശം എട്ടു മണിയോടടുത്തിരുന്നു. ട്രെയിൻ പുറപ്പെടാനായി ഇനിയും ഒരു മണിക്കൂർ സമയം മാത്രമേ ബാക്കിയുള്ളൂ. അതിനിടയിൽ എത്രയും പെട്ടെന്ന് സ്റ്റേഷനിൽ എത്തിച്ചേരണമെന്ന് കരുതി ഞാൻ വീരുവിനോടുപോലും സംസാരിച്ച് നിന്ന് സമയം കളയാതെയും ബസ്സിന് കാത്തുനിൽക്കാതെയും റെയിൽവേ സ്റ്റേഷൻ ലക്ഷ്യവച്ച് ഓടി. ഏകദേശം പതിനഞ്ചോളം കിലോമീറ്റർ ഞാൻ നിർത്താതെ ഓടി സ്റ്റേഷനിലെത്തി.

ആ വലിയ സ്റ്റേഷനിൽ നിരനിരയായി നിറുത്തിയിട്ടിരുന്ന ജനസാന്ദ്രതയേറിയ ട്രെയിനുകളിലൊന്നിൽ ജാസ്മിനെ തിരഞ്ഞ് ഞാൻ ഓടിനടന്നു. അവസാനം ഞാനവളെ അവളുടെ ജ്യേഷ്ഠനും ഭാര്യയ്ക്കുമൊപ്പം ട്രെയിനിനുള്ളിൽ ഇരിക്കുന്നത് കണ്ടു.

ജാസ്മിനോട് സംസാരിക്കാനായി ഞാൻ ട്രെയിനിന്റെ അകത്തേക്ക് കയറിയതും അവളുടെ ജ്യേഷ്ഠൻ എന്നെ തടഞ്ഞുനിർത്തി കയ്യിൽ കയറിപ്പിടിച്ചുകൊണ്ട് ട്രെയിനിന്റെ പുറത്തേക്ക് കൊണ്ടുവന്നിട്ട് എന്നോട്; നീ എന്തിനാണിപ്പോൾ ഇവിടെ വന്നത്? അവൾക്ക് നിന്നെ കാണുവാനോ സംസാരിക്കുവാനോ ഇഷ്ടമില്ല. അതുകൊണ്ട് ദയവ് ചെയ്ത് നീ ഞങ്ങളെ ശല്യപ്പെടുത്താതെ ഉടനെ തിരിച്ചു പോകണം എന്ന് പറഞ്ഞു.

ട്രെയിനിന്റെ പുറത്തു നിന്ന് കൊണ്ടിരുന്ന ഞാൻ മറുഭാഗത്തേക്ക് മാത്രം ദുഃഖത്തോടെ നോക്കിയിരുന്ന അവളെ ജാസ്മിൻ... ജാസ്മിൻ... ഒന്നിങ്ങോട്ടു നോക്കൂ എന്ന് വ്യഗ്രതയോടെ വിളിച്ചു പറഞ്ഞുകൊണ്ടിരുന്നു. പക്ഷേ എന്റെ വിളി അവൾ കേട്ടിട്ടും മുഖം തിരിക്കാൻ കൂട്ടാക്കിയില്ല. ആ സമയം അവളുടെ കണ്ണുകൾ ഈറനണിഞ്ഞ് കവിയുന്നത് കണ്ടു. അതുകണ്ട് എന്റെ കണ്ണുകളും ഉള്ളവും ദുഃഖം കൊണ്ട് നിറഞ്ഞു.

ഉടനെ വലിയ സൈറൻ മുഴക്കിക്കൊണ്ട് ട്രെയിൻ പതുക്കെ മുന്നോട്ട് നീങ്ങാൻ തുടങ്ങി. പെട്ടെന്നയാൾ എന്നെ തടഞ്ഞു നിർത്തിക്കൊണ്ട്

ആ ട്രെയിനിലേക്ക് ചാടിക്കയറി. ട്രെയിന്റെ വേഗത കൂടിക്കൊണ്ടേയിരുന്നു. കൺമുന്നിൽ നിന്ന് അതകന്ന് പോകുന്തോറും എന്റെ ഹൃദയവും വേർപ്പെട്ട് പോകുന്നതുപോലെ തോന്നി. അല്പനേരം ഞാൻ സ്തംഭിച്ച് ഒരു ജീവച്ഛവം പോലെ അവിടെ നിന്നു. പെട്ടെന്ന് മനസ്സും ശരീരവും തണുത്തു വിറച്ചു.

എവിടേക്കെന്ന് ലക്ഷ്യമില്ലാതെ മരവിച്ച ശരീരവുമായി ഞാൻ തിരിഞ്ഞു നടന്നപ്പോൾ മനസ്സിൽ കുറ്റബോധവും ദുഃഖവും നിറഞ്ഞ് കവിഞ്ഞ് കണ്ണുകൾ ഈറനണിഞ്ഞു കൊണ്ടിരുന്നു. നല്ല തണുപ്പുണ്ടായിരുന്ന ആ രാത്രിയിൽ ആ വലിയ നഗരത്തിലെ തെരുവിൽ കൂടി എവിടേക്കെന്ന് ലഷ്യമില്ലാതെ നടന്നുകൊണ്ടിരുന്നപ്പോൾ തെരുവോരത്തൊരു ബെഞ്ച് കണ്ടു. അതിലിരുന്ന് ഞാൻ സങ്കടത്തോടെ തല കുനിച്ച് തേങ്ങിക്കരഞ്ഞു. അല്പം സമയം കഴിഞ്ഞപ്പോൾ ആരോ എന്റെ തോളിൽ സ്പർശിക്കുന്നത് പോലെ തോന്നി. പതുക്കെ തലയുയർത്തി നോക്കിയപ്പോളതാ വീരു എന്റെ മുന്നിൽ നിൽക്കുന്നു. പതുക്കെ ബെഞ്ചിലിരുന്ന അവൻ എന്റെ തോളിൽ കൈവെച്ചു കൊണ്ട് ''അവൾ പോയി അല്ലേ?'' ഞാൻ; അതേ എന്ന് മൂളി.

കുറച്ചുനേരം മൗനമായിരുന്ന അവൻ എന്നോട് വരൂ നമുക്ക് പോകാം എന്ന് പറഞ്ഞു.

ഞാൻ ചോദിച്ചു, എവിടേക്ക്?

വീരു: നിന്റെ വീട്ടിലേക്ക്. ഞാൻ നിന്നെ കൊണ്ടു വിടാം.

ഇല്ല ഞാൻ വരുന്നില്ല. ഇനിമേൽ എനിക്ക് അങ്ങനെയൊരു വീടില്ല. ഞാനിനി അനാഥനാണ്. അതുമല്ല ജാസ്മിനില്ലാത്ത ഈ പ്രദേശത്ത് എനിക്കെങ്ങനെയിനി ജീവിക്കാൻ കഴിയും എന്ന് ചോദിച്ചു.

വീരു: പിന്നെയെന്താണ് നിന്റെ ഉദ്ദേശ്യം?

എനിക്കറിയില്ല. ഈ രാത്രി എവിടെയെങ്കിലും കഴിച്ചുകൂട്ടി രാവിലെ തന്നെ മുൻപ് കരുതിയതുപോലെ നാട്ടിലേക്കൊന്ന് പോകണം. പറ്റുമെങ്കിൽ അവിടെയെവിടെയെങ്കിലും എന്തെങ്കിലും ജോലി ചെയ്ത് കുറച്ചു ദിവസം കഴിഞ്ഞു കൂടണം. സാഹചര്യം അനുകൂലമല്ലെങ്കിൽ മറ്റെന്തെങ്കിലും വഴിതേടി അന്വേഷിച്ച് പോകും എന്ന് പറഞ്ഞു.

അവിടെയെത്താൻ യാത്രാക്കൂലിക്ക് നിന്റെ അരികിൽ കാശുണ്ടോ എന്ന് ചോദിച്ചു.

ഉണ്ട്. രണ്ടാഴ്ച ജോലി ചെയ്ത കാശ് എന്റെ കയ്യിലിരിപ്പുണ്ട് എന്ന് പറഞ്ഞു.

അപ്പോഴാണ് അവനിൽ നിന്നും കടം വാങ്ങിച്ച കാശിനെപ്പറ്റി ഓർമ്മവന്നത്. ഞാനുടനെ ഉൾപോക്കറ്റിൽ സൂക്ഷിച്ചുവച്ചിരുന്ന കാശെടുത്ത് അതിന്റെ പകുതി അവന്റെ മുന്നിലേക്ക് നീട്ടിക്കൊണ്ട് ഇനിയെന്റെ

കയ്യിൽ യാത്രാക്കൂലിക്കുള്ള തുക മാത്രമേയുള്ളൂ. ഞാനേതെങ്കിലും കാലത്ത് ബാക്കി തുക നിനക്ക് തന്ന് വീട്ടിക്കൊള്ളാം.

വേണ്ട. നീ തന്നെ വച്ചോളൂ. എന്റെ കൈയ്യിൽ നിന്നും വാങ്ങിച്ച രൂപ കടമായി കരുതേണ്ട ആവശ്യമില്ല. കടയിൽ നീഎന്നെ സഹായിച്ച വകയിൽ നിനക്കർഹതപ്പെട്ടതാണെന്ന് വിചാരിച്ചാൽ മതി എന്നു പറഞ്ഞു.

അതിനു ശേഷം വീരു; നാളെ ഞാൻ ജോലിയുടെ ഭാഗമായ ട്രെയി നിങ്ങിന് വേണ്ടി യാത്രയാകാൻ പോവുകയാണ് പിന്നീട് നമ്മളെപ്പോൾ കാണുമെന്ന് പറയാൻ കഴിയില്ല അതുകൊണ്ട് ഈ രാത്രി എന്റെ വീട്ടിൽ പോയി ആഹാരം കഴിച്ച് കിടന്നുറങ്ങി നിനക്ക് രാവിലെ പുറപ്പെടാം എന്ന് പറഞ്ഞു

അങ്ങനെ സ്കൂട്ടറിൽ വന്ന വീരുവിനോപ്പം ഞാൻ അവന്റെ വീട്ടി ലേക്ക് യാത്ര തിരിച്ചു

പക്ഷേ അവർ കൊണ്ടുവച്ച ആഹാരം കഴിക്കുവാനോ പിന്നീട് ഉറങ്ങുവാനോ എനിക്ക് കഴിഞ്ഞില്ല മനസ്സ് മുഴുവൻ ദുഃഖത്താൽ നിറഞ്ഞ ഞാൻ പ്രഭാതമാകാൻ വേണ്ടി കാത്തു കിടന്നു.

ആ രാത്രി അവന്റെ വീട്ടിൽ കഴിച്ചു കൂട്ടിയശേഷം പ്രഭാതമായ പ്പോൾ ആ നല്ല സുഹൃത്തിന് യാത്രാമംഗളങ്ങൾ നേർന്നുകൊണ്ട് ഞാൻ യാത്ര പറഞ്ഞിറങ്ങി. വീട്ടിലേക്ക് പുറപ്പെട്ടു.

തുണികളും ബാഗും എടുക്കാനായിരുന്നു പോയത്. ഡോർബെ ല്ലിന്റെ ശബ്ദം കേട്ട് വാതിൽ തുറന്ന കുപ്പിയോട് ഒന്നും സംസാരിക്കാൻ മുതിരാതെ കടം വാങ്ങി സ്വരൂപിച്ച തന്റെ തുണികൾ ബാഗിലാക്കി തോളിൽ വഹിച്ചുകൊണ്ട് അവിടെ നിന്നിറങ്ങി നടന്നു.

അപ്പോൾ വീടിന്റെ അകത്തുനിന്നും ഇങ്ങനെ പറയുന്നത് കേട്ടു: ഒരിടത്ത് അടങ്ങിയൊതുങ്ങി കഴിയാൻ നിനക്കറിയില്ല അല്ലേ? എന്ന്.

നടന്നകന്ന് വീട് കൺമുന്നിൽ നിന്ന് മറയുന്നതിനു മുൻപ് ഞാൻ അവസാനമായി വീട്ടിലേക്ക് നോക്കിക്കൊണ്ട്; ഞാൻ പോവുകയാണ്. ഇനി ഒരിക്കലും ഒരു തിരിച്ചുവരവ് നിന്നിലേക്കില്ല എന്ന് മനസ്സിൽ പറഞ്ഞു.

റെയിൽവേ സ്റ്റേഷനിലെത്തിയ ഞാൻ നാട്ടിലേക്കുള്ള ട്രെയിൻ ടിക്കറ്റെടുത്ത ശേഷം ട്രെയിൻ പുറപ്പെടേണ്ട സമയമാകാൻ വേണ്ടി മണിക്കൂറുകളോളം കാത്തിരുന്നു. പിന്നീടുള്ള ട്രെയിൻ യാത്രയിലുട നീളം ജാസ്മിനെ പറ്റിയുള്ള ഓർമ്മ മാത്രം മനസ്സിൽ നിറഞ്ഞതുകൊണ്ട് കണ്ണുകൾ തുളുമ്പിക്കൊണ്ടിരുന്നു.

യാത്രയ്ക്കിടയിൽ ആൾക്കാർ കയറിയിറങ്ങി പോകുന്നതും ഭൂപ്ര കൃതികൾ വന്നുപോയി മറയുന്നതൊന്നും എനിക്ക് നോക്കാനേ കഴി ഞ്ഞില്ല. വിശപ്പ് അറിഞ്ഞതുമില്ല. ട്രെയിനിലുള്ള ഒരേ കുത്തിയിരിപ്പിന്റെ

അവസാനം ഞാൻ നാട്ടിലെത്തിച്ചേർന്നു. അപ്പോൾ നേരം വെളുക്കാൻ തുടങ്ങിയിട്ടേ ഉണ്ടായിരുന്നുള്ളൂ. ട്രെയിനിൽ നിന്നും ഇറങ്ങിയ ഞാൻ പതുക്കെ പ്ലാവില വീട് ലക്ഷ്യമാക്കി നടന്നു നടക്കുന്നതിനിടയിൽ മുൻപ് പഠിച്ച പള്ളിക്കൂടവും അതിന്റെ മൈതാനവുമൊക്കെ കണ്ട പ്പോൾ ഈ മൈതാനത്തിന്റെ ഒരൊറ്റത്തിരുന്ന് എത്രയോ ദിവസം ഞാൻ റെയിൽവേ സ്റ്റേഷനിലേക്ക് നോക്കി കുപ്പന്റെ വരവും പ്രതീക്ഷിച്ച് കാത്തിരുന്നിട്ടുണ്ട് എന്നോർത്തു.

ചെറിയ റോഡിൽ കൂടി നടത്തം തുടർന്ന് കുന്ന് കയറിയിറങ്ങിയ പ്പോൾ ആരോ പുറകിൽ നിന്ന് എന്നെ വിളിക്കുന്നതുപോലെ തോന്നി. ഞാൻ തിരിഞ്ഞു നോക്കിയപ്പോൾ റോഡരികിലുള്ള ഒരു വീട്ടിൽ നിന്നും ഒരാൾ എന്റെ അരികിലേക്ക് നടന്നു വന്നുകൊണ്ടിരിക്കുന്നു. കുറച്ചു നേരം അയാൾ എന്നെ തുറിച്ചു നോക്കിയശേഷം എന്നോട്; ‘‘ആരാ മനസ്സിലായില്ലല്ലോ?’’

ഞാനയാളോട് കൈവിരൽ ചൂണ്ടിക്കൊണ്ട് ദേ ആ വയലിന്റെ അക്കരെയുള്ള പ്ലാവിലവീട്ടിലെ കൊച്ചുമക്കളിൽ ഒരാളാണ് എന്ന് പറഞ്ഞു.

അപ്പോഴയാൾ ഓ... ഇപ്പം മനസ്സിലായി. ഷോബിലയിൽനിന്ന് വരുക യാണല്ലേ എന്ന് ചോദിച്ചു.

ഞാൻ അതെ എന്നും.

‘‘നിന്നെ കുഞ്ഞിലേ കണ്ടിട്ടുള്ളതാ. നീയങ്ങ് വളർന്നുപോയല്ലോടാ കൊച്ചനേ. എന്നെ അറിയാമോ നിനക്ക്?’’

പലപ്പോഴൊക്കെ പ്ലാവില വീട്ടിൽ വരുമ്പോൾ കണ്ടിട്ടുണ്ടായിരു ന്നെങ്കിലും അറിയാത്തതുപോലെ ഞാൻ പറഞ്ഞു. ‘‘ഇല്ല.’’

‘‘ഞാൻ നിന്റെ കുടുംബവീട്ടിൽ വന്നപ്പോഴൊക്കെ നീയെന്നെ കാണാ നിടയായിട്ടില്ലെന്ന് തോന്നുന്നു. ഇപ്പോൾ നിന്റെ അമ്മയ്ക്ക് എങ്ങനെ യിരിക്കുന്നു? സുഖമാണോ?’’

‘‘അതെ സുഖമാണ്.’’

‘‘ഹോ എന്തൊരു സുന്ദരിയാണ് നിന്റെ അമ്മ. ഞാനവളെ ഓർ ക്കാത്ത ദിവസമില്ല. എന്ത് ചെയ്യാനാ. അങ്ങ് ദൂരെയായതുകൊണ്ട് ഒന്നു കാണാൻ പോലും കഴിയുന്നില്ല. പിന്നെ നീ തിരിച്ചു വീട്ടിലെ ത്തുമ്പോൾ നിന്റെ അമ്മയോട് പറയണം ഇല്ലേ റെയിൽവേ പൊലീ സിലെ ജോയി ചോദിച്ചതായിട്ട്. അവൾക്ക് മനസ്സിലായിക്കോളും.’’

വിളഞ്ഞ് നീണ്ടുകിടന്നിരുന്ന നെൽവയലുകളുടെ നടുവിൽ കൂടി ഞാൻ നടത്തം തുടർന്നപ്പോൾ കൂട്ടുകാർക്കൊപ്പം പട്ടം പറത്തി ഓടി ച്ചാടി നടന്നതും ഞാറ് നടുമ്പോൾ ചളിയിൽ കളിച്ച് നടന്നതുമൊക്കെ എന്റെ ഓർമ്മയിൽ ഓടിയെത്തി.

ഓർമ്മവെച്ച നാൾ മുതൽ ശ്വസിച്ച് പരിചയപ്പെട്ടതും അവിടങ്ങളിൽ മാത്രം ചുറ്റിത്തിരിയാറുള്ളതുമായ ഇളംകാറ്റിന്റെ സുഗന്ധം എന്റെ മനസ്സിനെയും ശരീരത്തെയും തഴുകുന്നതുപോലെ തോന്നി. കുറെനേരം ഞാനാ വയലുകളുടെ നടുവിൽനിന്ന് ചുറ്റിക്കറങ്ങിക്കൊണ്ടിരുന്ന ആ ഇളം സുഗന്ധക്കാറ്റിനെ ആവോളം ഉള്ളിലേക്ക് ആവാഹിച്ചുകൊണ്ട് നിന്നു.

വീണ്ടും ഞാൻ അറിയുന്ന വഴിയിൽക്കൂടി നടന്ന് പ്ലാവിലവീടെന്ന കുടുംബവീടിനരുകിലെത്തി. ആൾത്താമസമില്ലാതിരുന്ന ആ വീട് പഴയ പ്രതാപത്തോടെയായിരുന്നില്ല നിലനിന്നിരുന്നത്. നല്ലതെല്ലാം ഇളക്കി മാറ്റി എടുത്തിരുന്നതുകൊണ്ട് ഭിത്തികളുടെ പല ഭാഗവും ഇടിഞ്ഞു പൊളിഞ്ഞ് വീണും തറയെല്ലാം ചിതലെടുത്തും ഓടുകൾ പലതും വീണുടഞ്ഞ് മേൽക്കൂര ഏതുസമയവും നിലം പൊത്താറായ അവസ്ഥയിലുമായിരുന്നു.

തൊട്ടടുത്തായി നാലുഭാഗത്തും ചുറ്റുമതിലുള്ള ഒരു വലിയ മണിമാളികയും കണ്ടു. ഇവിടെ താമസിച്ചിരുന്ന ടോമിയും കുടുംബവും എവിടെയാണിപ്പോൾ? ഒരുപക്ഷേ അവർ വേറെയെവിടെയെങ്കിലുമാണോ താമസിക്കുന്നത്? അല്ലെങ്കിൽ ഈ മണിമാളിക അവരുടേതായിരിക്കുമോ? എന്നാലോചിച്ച് ഞാൻ അല്പനേരം ശങ്കിച്ചു നിന്നു.

അന്നും ഇന്നും യാതൊരു മാറ്റവുമില്ലാതിരുന്ന അങ്ങേലെ ലൗലിയുടെ വീട്ടിലേക്ക് പോയി വിവരം തിരക്കാം എന്ന് കരുതി ഞാൻ നടന്നു, കുറേ വർഷങ്ങളായില്ലേ ലൗലിയെ ഒന്ന് കണ്ടിട്ട്. അവളിപ്പോൾ എങ്ങനെയിരിക്കുന്നു? എത്ര വളർന്നിട്ടുണ്ടായിരിക്കും? പിന്നെ എന്തൊക്കെയുണ്ടായിരിക്കും വിശേഷങ്ങൾ? എന്നറിയാനുള്ള ആകാംക്ഷയും എന്നിലുണ്ടായിരുന്നു.

പണ്ടെപ്പോഴും പകുതി തുറന്നിട്ടിരിക്കാറുള്ള വാതിൽ അപ്പോൾ അടച്ചിട്ടിരുന്നതുകൊണ്ട് ലൗലി... ലൗലി... എന്ന് വിളിച്ചുകൊണ്ട് ഞാൻ വാതിലിൽ മുട്ടി വിളിച്ചു. ശബ്ദം കേട്ട് വാതിൽ തുറന്ന പരിചയമില്ലാത്ത മധ്യവയസ്കയോട് ഞാൻ ലൗലി എവിടെ എന്ന് തിരക്കി.

അപ്പോഴവർ അവർ ഞങ്ങൾക്ക് വീടും സ്ഥലവും വിറ്റിട്ട് വേറെയെവിടെയോ താമസം മാറിപ്പോയി. ഇപ്പോഴെവിടെയാണവർ താമസിക്കുന്നതെന്നറിയില്ല എന്ന് പറഞ്ഞു

''നീ ആരാണെന്ന് മനസ്സിലായില്ലല്ലോ?''

വീഴാറായ കുടുംബവീട് ചൂണ്ടിക്കാണിച്ചുകൊണ്ട് ഞാനവരോട് ''ദേ, ആ വീട്ടിലെ ഒരംഗമാണ്. അങ്ങ് ദൂരെ ഒരു നഗരത്തിൽനിന്നും കുറച്ചു വർഷങ്ങൾക്കു ശേഷം വരുന്ന വഴിയാണ്. അവിടെ താമസിച്ചിരുന്നവരിപ്പോൾ എവിടെയാണ് താമസിക്കുന്നതെന്നറിയാൻ വന്നതാണ്'' എന്ന് പറഞ്ഞു.

അപ്പോഴവർ; ''ഓ ഇപ്പം മനസ്സിലായി. ആ തലയ്ക്കു വെളിവില്ലാത്ത കൊച്ചിന്റെ മകനാണല്ലേ?''

'അതെ' എന്നർത്ഥത്തിൽ തലകുലുക്കി.

ആ മണിമാളിക വീട്ടിലേക്ക് വിരൽ ചൂണ്ടിക്കാണിച്ചുകൊണ്ട് ''ദേണ്ടെ, ആ വീട് അവരുടേതാണ്. അവിടെ ഉണ്ടായിരുന്നവരാണ് അങ്ങോട്ട് താമസം മാറ്റിയിരിക്കുന്നത് എന്ന് പറഞ്ഞു.

അവർ പറഞ്ഞതനുസരിച്ച് ഞാനാ വീട്ടിലേക്ക് നടന്നു. അടുക്കു ന്തോറും അതിന്റെ ആകർഷണം എന്നെ വിസ്മയിപ്പിച്ചുകൊണ്ടിരുന്നു. ആർക്കും കടന്ന് കയറാൻ കഴിയാത്തത്ര വലിയ ചുറ്റുമതിൽ ഘടിപ്പി ച്ചിരുന്ന ഇരുമ്പ് കവാടത്തിലൂടെ ഞാൻ അകം വീക്ഷിച്ചപ്പോൾ ചുറ്റും വലിയ വിസ്തീർണ്ണാകൃതിയിൽ കല്ല് പാകിയ മുറ്റവും വരാന്ത മുതൽ ആ വലിയ വീടിന്റെ ചുറ്റുവട്ടവുമെല്ലാം തിളങ്ങുന്ന വെണ്ണക്കൽ പാകി പൊതിഞ്ഞിരിക്കുന്നതും കണ്ടു. വലിയ വിലപിടിപ്പുള്ള കാർ അതി നായി കെട്ടിയൊരുക്കിയ ഷെഡ്ഡിൽ നിർത്തിയിട്ടിരുന്നു. പതുക്കെ ആ വലിയ ഗേറ്റ് ഞാൻ തള്ളിതുറന്നതും അതിന്റെ ശബ്ദം കേട്ട് കൂട്ടിലട ച്ചിരുന്ന രണ്ട് മുഴുത്തശ്വാനന്മാർ ഇടിമുഴക്ക ശബ്ദത്തിൽ കുരയ്ക്കാൻ തുടങ്ങി. ഞാനൊരു നിമിഷം ഭയന്ന് ഇരുമ്പ് കവാടം തുറന്നതുപോലെ ചാരി.

അപ്പോഴും നിർത്താതെ കുരച്ചുകൊണ്ടിരുന്ന ശ്വാനന്മാരുടെ കുര യുടെ ശബ്ദം കേട്ട് വീടിനകത്ത് നിന്നും വാതിൽ തുറന്ന് പുറത്തുവന്ന കൊച്ചമ്മ എന്നെക്കണ്ട് മനസ്സിലാകാതെ ''ആരാണ്? എന്താണ് വേണ്ടത്?''

''ഞാനാ ബൈജു.''

അപ്പോഴവർ ഓഹോ നീയാണോ? വാ, ഉള്ളിലേക്ക് കടന്ന് വാ. നീയങ്ങ് വളർന്നുപോയല്ലോ? നിന്നെകണ്ടപ്പം എനിക്ക് മനസ്സിലായില്ല എന്ന് പറഞ്ഞു.

ഞാൻ തോളിൽ തൂക്കിയ ബാഗുമായി ഉള്ളിലേക്ക് കടന്നു. എവി ടേയ്ക്കോ പോകാനായി തയ്യാറെടുത്തുകൊണ്ടിരുന്ന അവർ എന്നോട് നീ വരുന്ന വഴിയാണോ എന്ന് ചോദിച്ചു.

''അതെ.''

ദുഃഖവും പേറി ഉറങ്ങാതെ നടന്നു ക്ഷീണിച്ച ഞാൻ ബാഗുമായി അൽപമൊന്നിരിക്കാൻ സ്ഥലമന്വേഷിച്ചു. അവരുടെ ഉത്തരവിന് കാക്കാതെ പതുക്കെ ഞാൻ വെണ്ണക്കൽ പാകിയ വരാന്തയുടെ ഒരൊറ്റത്തിരുന്നു. ഇരിക്കുന്ന ഭാഗത്തെ വെണ്ണക്കൽ പോറിയാൽ അവർ വഴക്ക് പറയുമോ എന്ന് ഞാനപ്പോൾ സംശയിച്ചു.

മുടി ചീകിക്കൊണ്ടിരിക്കുന്നതിനിടയിൽ അവർ; ''കഴിഞ്ഞ പ്രാവശ്യം നിന്റെ അമ്മ ഇവിടെ വന്നപ്പോൾ നീ എവിടെയോ വീടുവിട്ട് ഓടിപ്പോ യെന്ന് പറഞ്ഞു. എവിടെയായിരുന്നു ഇത്രയും നാൾ?''

ഉത്തരമൊന്നും പറയാനാകാതെ ഞാനപ്പോൾ തലകുനിച്ചിരുന്നു.

''എന്തിനാണിപ്പോൾ ഇങ്ങോട്ട് വന്നത്?''

''എല്ലാവരെയുമൊക്കെയൊന്ന് കാണാൻ. എവിടെയാണ് എല്ലാവരും?''

''അച്ചായനിപ്പോൾ പേർഷ്യയിലാണ്. പിന്നെ മോൻ ബോർഡിംഗിൽ നിന്ന് പഠിക്കുന്നു. ഇവിടിപ്പോൾ വേലക്കാരിയും ഞാനും മാത്രമേയുള്ളൂ.''

തുടരെത്തുടരെ ചോദ്യങ്ങൾ ഉന്നയിച്ചുകൊണ്ട് എവിടേക്കോ പോകാനായി തിരക്ക് കൂട്ടിക്കൊണ്ടിരുന്ന അവർ പറഞ്ഞു ''ഇന്ന് ഞായറാഴ്ചയല്ലേ? എനിക്ക് പള്ളിയിൽ പോകാൻ സമയമായി. അതുകൊണ്ട് നീയൊരു കാര്യം ചെയ്യ്. പോയി ബാക്കിയുള്ള സ്വന്തക്കാരെയൊക്കെയൊന്ന് കണ്ട് കുടുംബപള്ളിയിലൊക്കെയോന്ന് പോയിട്ട് വാ. ഏതായാലും ദൂരത്ത് നിന്നും വന്നതല്ലേ. ഒരു ദിവസം ഇവിടെ താമസിച്ചിട്ട് നാളെ പോയാൽ മതി.''

''ആദ്യമെനിക്ക് പള്ളിയിൽപോയി അമ്മച്ചിയുടെ കബറിൽ ഒരു മെഴുകുതിരി കത്തിക്കണമെന്നുണ്ട്. മരിച്ചപ്പോഴോ വരാൻ കഴിഞ്ഞില്ല. കൊച്ചമ്മ ആ വഴിക്ക് പോവുകയാണെങ്കിൽ ഞാനും കൂടി വരട്ടെ?''

''ഞാനിപ്പോൾ ആ പള്ളിയിലേക്കല്ല പോകുന്നത്. ഞങ്ങൾ കുടുംബമായി സ്നാനപ്പെട്ട് മറ്റൊരു കൂട്ടായ്മയിലാണ് പൊയ്ക്കൊണ്ടിരിക്കുന്നത്. യഥാർത്ഥത്തിൽ സ്നാനപ്പെട്ടതിനു ശേഷമാണ് ഞങ്ങക്ക് ക്രിസ്തുവിനെ അറിയാൻ കഴിഞ്ഞത്. നീയും പള്ളിയിലൊക്കെ പോകാറുണ്ടോ?''

''ചിലപ്പോഴൊക്കെ പോകാറുണ്ട്.''

''പള്ളിയിലൊക്കെ പോകണം. ദൈവത്തെ അറിഞ്ഞ് ജീവിക്കണം. അവനിലാണ് രക്ഷ. അവൻ കരുണയുള്ളവനും വിശ്വസ്തനുമാണ്.''

ഇപ്പറഞ്ഞതൊക്കെ കേട്ട് ഞാൻ ശരിയാണെന്ന മട്ടിൽ മൂളി

അവർ തിടുക്കത്തിൽ അകത്തേക്ക് നടന്നു. അവരുടെ മറുവാക്കിന് കാത്തുനിൽക്കാതെ ഞാൻ ബാഗുമായി വീണ്ടും ഇടിഞ്ഞുപൊളിഞ്ഞു കിടന്ന വീടിനരികിലേക്ക് നടന്നു. ഉടനെ മാളിക വീടിന്റെ ഇരുമ്പു കവാടം തുറക്കുന്നതും കാർ സ്റ്റാർട്ടാക്കി പുറപ്പെടുന്നതിന്റെ ശബ്ദവും കേൾക്കാനിടയായി.

ഇടിഞ്ഞുപൊളിഞ്ഞ് വീഴാറായിക്കിടന്ന വീടിനകത്തേക്ക് പ്രവേശിച്ചപ്പോൾ ഓർമ്മകൾ എന്നെ പിറകോട്ട് കൊണ്ടുപോയി.

പല വ്യവഹാരങ്ങൾക്കും സാക്ഷിയായിരുന്ന വലിയ മുറ്റവും ഫലപുഷ്ടിയാൽ നിറഞ്ഞുനിന്ന ചുറ്റുമുള്ള സ്ഥലവും തോമസ് വൈദ്യരുടെ പള്ളിയിലേക്കാനയിച്ചിരുന്ന നടപ്പാതയുമെല്ലാം ഒരല്പംപോലും അടയാളമവശേഷിക്കാതെ കാടുകയറി കിടക്കുന്നതു കണ്ടു. ഓർമ്മവച്ച നാൾ മുതൽ കാണാറുണ്ടായിരുന്നതും ഭിത്തിയിൽ തൂക്കിയിട്ടിരുന്നതുമായ തിരുക്കുടുംബത്തിന്റെ ഫോട്ടോ മുക്കാൽഭാഗവും ചിതലെടുത്ത്

പോയിരുന്നു. അപ്പോഴും അതിനടുത്ത് ആറ് കൈയും ആറ് തലയുമുള്ള ദേവിയുടെ ഫോട്ടോ യാതൊരു കേടുംകൂടാതെയിരിപ്പുണ്ടായിരുന്നു.

അടുക്കളവരാന്തയിൽ നിന്നും കാണാമായിരുന്ന ലൗലിയുടെ വീട് കണ്ടപ്പോൾ അവളെപ്പറ്റിയുള്ള ഓർമ്മ എന്റെ മനസ്സിൽ ഓടിയെത്തി. പള്ളിക്കൂടം കഴിഞ്ഞ് വിശന്നോടിവരുമ്പോൾ അമ്മച്ചി നീട്ടിത്തരാറുള്ള കഞ്ഞി ഞാൻ കുടിച്ചുകൊണ്ടിരിക്കെ അവളുടെ വീട്ടിൽ ആരും ഇല്ലാത്തതുകൊണ്ട് ഞാൻ കഴിച്ചുകൊണ്ടിരിക്കുന്നതിന്റെ ഒരു ഭാഗം കിട്ടുമെന്നതിനാൽ അവൾ എന്റെ അരികിലേക്ക് ഓടിവരാറുള്ളതും അവളുമായി അത് പലപ്പോഴും പങ്കിട്ട് കുടിക്കാറുള്ളതും ഇരുവരും ഈ പ്രദേശമാകെ ഓടിച്ചാടി നടന്നിരുന്നതും രാവിലത്തെ തണുപ്പകറ്റാൻ കരിയില പെറുക്കിക്കൂട്ടി തീയിട്ട് അതിന്റെ ചുറ്റുമിരുന്ന് തീ കാഞ്ഞതുമെല്ലാം ഇന്നലെപോലെ.

ആ കളിക്കൂട്ടുകാരി ഇന്നിവിടെയില്ലല്ലോ എന്നോർത്തപ്പോൾ സങ്കടം ഇരട്ടിച്ചു.

സൂര്യൻ ഉദിച്ചുയർന്ന് നിഴൽ പൊളിഞ്ഞു കിടന്ന അടുക്കളവരാന്തയിൽ വന്നപ്പോൾ പള്ളിയിൽ പോകാനുള്ള സമയമായി എന്ന് അമ്മച്ചി ഓർമ്മപ്പെടുത്താറുള്ളത് ഞാനപ്പോൾ ഓർത്തു.

ചില ഞായറാഴ്ചകളിൽ അപ്പച്ചനൊപ്പം ദൂരത്തുള്ള കുടുംബ പള്ളിയിലേക്ക് പോകാറുള്ളതും ഓർത്തു. എന്തൊരു മനോഹരമാണ് ആ പള്ളി. യേശുവിന് ചുറ്റും പരിമളധൂപക്കുറ്റിയേന്തി നിൽക്കുന്ന സ്വർഗീയ മാലാഖമാരെ ആലേഖനം ചെയ്തിരിക്കുന്ന അൾത്താരയും കുന്തിരിക്ക ധൂപക്കുറ്റി പുരോഹിതൻ വീശുമ്പോൾ അതിൽ നിന്നുയരുന്ന പരിമള ദൂപവും കൂടിയാകുമ്പോൾ ഞാനും ആ മാലാഖമാർക്കൊപ്പം സ്വർഗ്ഗത്തിലാണെന്ന് തോന്നിപ്പോയിട്ടുണ്ട്.

കുറേ ദിവസങ്ങളായില്ലേ ആ പള്ളിയിലൊന്ന് പോയിട്ട്. അപ്പച്ചന്റെ അടക്കത്തിനാണ് അവസാനമവിടെ പോയത്. ആദ്യം അവിടെപോയി അപ്പച്ചന്റെയും അമ്മച്ചിയുടേയും കബറിൽ മെഴുകുതിരി കത്തിച്ച് വച്ച് പ്രാർത്ഥിക്കണം. പിന്നെ കുർബ്ബാന കൂടുന്ന ജനങ്ങൾക്കൊപ്പം കുറച്ചു നേരം നിന്ന് അറിയാവുന്നതുപോലെ കുർബ്ബാന ചൊല്ലണം. അതിനുശേഷം അക്കരയമ്മയുടെ വീട്ടിലും തട്ടാൻമുക്കമ്മെയുടെ വീട്ടിലുമൊക്കെയൊന്ന് പോകാം എന്ന് നിനച്ച് ഞാൻ ബാഗുമെടുത്ത് നടക്കാൻ തുടങ്ങി.

പള്ളിയിലേക്ക് പോകുന്ന വഴിയിൽ താമസിക്കുന്ന വീട്ടുകാർക്കെല്ലാം അപ്പച്ചനെ നല്ല കാര്യമായിരുന്നതുകൊണ്ട് അവരോടൊക്കെ ഒന്നുരണ്ട് വാക്ക് സംസാരിച്ചിട്ടേ അപ്പച്ചൻ നടക്കാറുണ്ടായിരുന്നുള്ളൂ. അതുകൊണ്ട് പ്ലാവിലവീടിനെപ്പറ്റി അവർക്കെല്ലാവർക്കും നല്ല അറിവുണ്ടായിരുന്നു. പള്ളി ലക്ഷ്യമാക്കി നടന്നുകൊണ്ടിരുന്ന എന്നോട് പ്ലാവില വീട്ടിലെ

അച്ചായന്റെ കൊച്ചുമകനല്ലേ? ആ പോകുന്നതെന്ന് ആരോ വിളിച്ചു ചോദിക്കുന്നതുപോലെ തോന്നി.

ഞാൻ ശബ്ദം കേട്ട സ്ഥലത്തേക്ക് നോക്കിയപ്പോൾ ചോദ്യം ഉന്നയിച്ചുകൊണ്ട് ഒരു സ്ത്രീ വീടിനു പുറത്തേക്ക് വന്നുകൊണ്ടിരിക്കുന്നത് കണ്ടു.

''പ്ലാവിലവീട്ടിലെ അച്ചായന്റെ കൊച്ചുമോനാണല്ലേ?''

അതെ എന്നർത്ഥത്തിൽ മൂളി

''നിന്റെ അമ്മയ്ക്കിപ്പോൾ എങ്ങനെയിരിക്കുന്നു സുഖമാണോ?''

''അതെ, സുഖം തന്നെ.''

''ഇപ്പോഴും ആത്മഹത്യക്കൊക്കെ ശ്രമിക്കുമോ?''

എന്നെ അലട്ടിയ ചോദ്യത്തിന് മറുപടി പറയാൻ നിൽക്കാതെ ഞാൻ നടത്തം തുടർന്നു. സംസാരം കേട്ട് തൊട്ടടുത്ത് താമസിക്കുന്ന വീട്ടുകാരും പുറത്തേക്ക് വന്നുകൊണ്ടിരുന്നു. ഞാൻ നടന്നുകൊണ്ടിരുന്നപ്പോൾ തലയ്ക്ക് വെളിവില്ലാത്ത കൊച്ചിന്റെ മോനാ ആ പോകുന്നത്. അവനില്ലായിരുന്നെങ്കിൽ ആ കൊച്ച് എപ്പോഴേ ചത്ത് പൊയിരുന്നേനെ എന്ന് പറയുന്നത് കേട്ടു.

വഴിയിൽ നിന്നും കൈനിറയെ മെഴുകുതിരിയും വാങ്ങിക്കൊണ്ട് ഞാൻ പള്ളിയിലെത്തി. അപ്പോൾ ആൾക്കാർ ഓരോരുത്തരായി അവിടേക്ക് വരാൻ തുടങ്ങിയിട്ടേയുണ്ടായിരുന്നുള്ളൂ. കുന്നിൻമുകളിൽ സ്ഥിതി ചെയ്തിരുന്ന ആ പള്ളിയുടെ അരികിലുള്ള കബറിടത്തിൽ അപ്പച്ചനേയും അമ്മച്ചിയേയും അടക്കിയിരുന്ന കുടുംബക്കല്ലറ അൽപ്പം തിരച്ചിലിന് ശേഷം ഞാൻ കണ്ടുപിടിച്ചു. അതിനുമുന്നിൽ മെഴുകുതിരികൾ കത്തിച്ച് വയ്ക്കാനായി പുല്ലും പായലുമെല്ലാം വൃത്തിയാക്കി മെഴുകുതിരികൾ ഓരോന്നായി കത്തിച്ച് വെച്ചുകൊണ്ടിരുന്നു. ഞാൻ കുരുത്തക്കേട് കാണിക്കാറുള്ളപ്പോഴും വാശിപിടിച്ചിരിക്കുമ്പോഴുമെല്ലാം ചാരെ അണച്ച് സ്നേഹത്തിൽ തലോടികൊണ്ട് ബുദ്ധി പറഞ്ഞുതരാറുണ്ടായിരുന്ന അമ്മച്ചിയെ ഓർത്തപ്പോൾ ഉള്ളിൽ കിടന്ന എന്റെ മനസ്സിലെ ദുഃഖം ഒരു നൊമ്പരത്തോട് പുറത്തുകടക്കാൻ വെമ്പൽ കൊണ്ടുരുണ്ടുകൂടി.

പക്ഷേ പുറത്ത് കടക്കാനാകാതെ അത് തൊണ്ടയിൽ കുരുങ്ങി നിന്നു. നിമിഷങ്ങകൾക്കകം എന്റെ തൊണ്ട വേദനിച്ച് ശ്വാസം മുട്ടി. മുഖം വിങ്ങിച്ചുമന്നു കണ്ണുകൾ നിറഞ്ഞൊഴുകി. ആരോ കഴുത്തിൽ ശ്വാസം വിടാൻ കഴിയാത്ത വിധം വരിഞ്ഞു മുറുക്കുന്നതുപോലെ തോന്നി. അല്പം ശ്വാസം വലിക്കാനായി ഞാൻ സർവ്വശക്തിയും പ്രയോഗിച്ചു. ഉടനെ ഒരു വിധത്തിൽ അവിടെ നിന്നും നടന്ന് പള്ളി മദ്ബഹായുടെ പിറകിൽ ആരും കാണാത്ത സ്ഥലത്തിരുന്ന് ശ്വാസം വലിക്കാനായി കഷ്ടപ്പെട്ടു.

കുറേ സമയത്തിനു ശേഷം ശ്വാസം പൂർണ്ണസ്ഥിതിയിലായപ്പോൾ പള്ളിക്കകത്ത് ആരാധന തുടങ്ങിയെന്ന് മനസ്സിലായി. ഞാനുടനെ ബാഗുമായി പള്ളിക്കകത്ത് കയറി. അപ്പോഴും എന്റെ കണ്ണ് നിറഞ്ഞു കവിഞ്ഞുകൊണ്ടിരുന്നു. പള്ളിക്കകത്ത് കയറിയ എന്റെ മേൽ അതി നകത്തുണ്ടായിരുന്നവരുടെയെല്ലാം കണ്ണുകൾ പതിയുന്നതുപോലെ തോന്നി. എന്നെത്തന്നെയാണോ ചുറ്റും നിൽക്കുന്നവരെല്ലാം വീക്ഷിച്ചു കൊണ്ടിരിക്കുന്നത്? അതോ എനിക്ക് തോന്നുകയാണോ? അക്കാര്യം ഉറപ്പിക്കാൻ വേണ്ടി ഞാൻ ചുറ്റും നോക്കി. അതെ, ചെറിയ മുൻപരി ചയമുള്ളവരും അല്ലാത്തവരുടെയുമെല്ലാം കണ്ണുകൾ എന്നെ തന്നെ യാണ് നോക്കിക്കൊണ്ടിരിക്കുന്നതെന്ന് ബോധ്യപ്പെട്ടു. എന്റെ പരിതാ പകരമായ സ്ഥിതി ആ കണ്ണുകൾ മുതലെടുക്കുന്നതുപോലെ തോന്നി. ഈ കണ്ണുകൾക്കിടയിൽനിന്ന് എങ്ങനെയാണ് ഇവിടെ തുടരാനാകുക എന്നാലോചിച്ചപ്പോൾ ഇറങ്ങിപ്പോവുകയാണ് നല്ലതെന്നോർത്തു. അങ്ങനെ മറ്റുള്ളവർക്കൊപ്പം പള്ളിക്കകത്ത് പൊരുത്തപ്പെട്ട് നിൽക്കാൻ കഴിയാതെ പുറത്തേക്ക് നടന്ന് പള്ളിയുടെ അരുകിൽ അടക്കിയിരുന്ന പ്രമുഖന്റെ കബറിടത്തിന്റെ ചുറ്റുമതിലിൽ ഇരുന്ന് ഒന്നിന് പിറകെ മറ്റൊന്നായി നിരനിരയായി കാണാനാകുന്ന മലനിരകളെ നോക്കിയിരുന്നു. മനസ്സിലു ണ്ടായിരുന്ന ദുഃഖമെല്ലാം ആ മലകളും താണ്ടി കടന്നു പോകുന്നതു പോലെ തോന്നി.

അടുത്തുനിന്ന് ആരോ ഇങ്ങനെ ചോദിക്കുന്നത് കേട്ടു ''ഏതാടാ ആ ചെറുക്കൻ?''

ആ സമയം ഞാൻ തിരിഞ്ഞു നോക്കിയപ്പോൾ അല്പം മുൻപ് പള്ളിക്കകത്ത് അരുകിൽ നിന്നുകൊണ്ടിരുന്ന രണ്ട് മൂന്ന് പിള്ളേരാണ് അതെന്ന് മനസ്സിലായി.

അപ്പോൾ അതിലൊരുവൻ നിനക്കറിയില്ലേ, ആ മരിച്ചുപോയ പ്ലാവില വീട്ടിലെ അച്ചായനെ? എന്ന് ചോദിച്ചു.

അപ്പോൾ മറ്റൊരുവൻ ''ആ അച്ചായന്റെ ആരാ?''

''അച്ചായന്റെ ഭ്രാന്ത് പിടിച്ചയൊരു മോളുണ്ടായിരുന്നില്ലേ, ഇല്ലേ, തൂങ്ങിച്ചാകാൻ പോയതും കയറ് പൊട്ടി വീണതും പിന്നെ കിണറ്റിൽ ചാടുകയുമൊക്കെ ചെയ്തത്? ആ സ്ത്രീയുടെ മോനാ. അത് പണ്ട് ഇടയ്ക്കൊക്കെ ഇവൻ പള്ളിയിൽ വരാറുള്ളത് നീ കണ്ടിട്ടില്ലേ?''

അപ്പോഴെല്ലാവരും 'ഓ ഇപ്പം മനസ്സിലായി' എന്ന് പറഞ്ഞുകൊണ്ട് എന്നെ നോക്കി എന്തൊക്കെയോ സംസാരിക്കാൻ തുടങ്ങി. ഉടനെ മുതിർന്നവരുടെ ഒരു കൂട്ടവും എന്നെ നോക്കി അഭിപ്രായം പറഞ്ഞു കൊണ്ടവിടെ കൂട്ടം കൂടി.

പള്ളിക്കകത്തു നിൽക്കുന്നവർ പുറത്തുവന്നു കൂട്ടം കൂടി സംസാരി ക്കത്തക്കവിധം ഞാനൊരു സംസാരപാത്രമാകേണ്ട എന്ന് കരുതി

അവിടെനിന്നും പടിയിറങ്ങി നടന്നു. എന്തൊക്കെയോ ആലോചിച്ച് പള്ളിയിൽ വന്നതായിരുന്നല്ലോ. തുടരാൻ കഴിതെ പോയല്ലോ എന്നോർത്തപ്പോൾ ദുഃഖവും നിരാശയും തോന്നി

ആദ്യം അക്കരയമ്മയുടെ അടുത്തേക്ക് പോകാം. അവിടെ ജ്യേഷ്ഠൻമാരെല്ലാം പണ്ടേ സമ്പാദിക്കുന്നവരാണല്ലോ. പിന്നെ അവർക്ക് കച്ചവടവും ആടുമാടുകളുമൊക്കെ യഥേഷ്ടമുണ്ട്. അവിടുത്തെ ജ്യേഷ്ഠന്മാർ വിചാരിച്ചാൽ എനിക്കൊരു ജോലി തരപ്പെടുത്തി തരാൻ കഴിയും എന്നൊക്കെ മനസ്സിൽ കരുതി ടൗണിൽ നിന്നും ബസ് കയറിയിറങ്ങി. അമ്പലവും നീണ്ട വയലുകളുമെല്ലാം നടന്നു താണ്ടി അക്കരയമ്മയുടെ ആ വലിയ വീടിനരികിലെത്തി.

മുൻപ് കണ്ടിരുന്നതിൽ നിന്നും യാതൊരു മാറ്റവും ആ വീടിന് സംഭവിച്ചിട്ടില്ലായിരുന്നു. പക്ഷേ പരിസരമാകെ മാറിപ്പോയിരുന്നു. പണ്ട് കച്ചവടം നടത്തിയിരുന്ന ആ കട ഇടിഞ്ഞു വീണ് കിടന്നിരുന്നു. അതിനടുത്തായി ആടുമാടുകളെക്കൊണ്ട് നിറഞ്ഞുനിന്നിരുന്ന എരുത്തിലും വിജനമായി കിടക്കുന്നത് കണ്ടു.

വീട്ടിലേക്ക് കയറിപ്പോകുന്ന ഇടവഴി അടയാളമവശേഷിക്കാതെ കാടുപിടിച്ചു കിടക്കുന്നതും എപ്പോഴും ആൾക്കാർ കയറിയിറങ്ങാറുള്ള വീട് അടച്ചിരിക്കുന്നത് കാണുകയും ചെയ്തപ്പോൾ ഇവിടെയുണ്ടായിരുന്നവരെല്ലാം മറ്റെവിടെയെങ്കിലും താമസം മാറി പൊയ്ക്കാണുമോ എന്ന് സംശയിച്ചു. എങ്കിലും അക്കരെയമ്മേ... അക്കരയമ്മേയെന്ന് ഞാൻ നീട്ടിവിളിച്ചു. ഉടനെ വാതിൽ തുറന്ന് പുറത്തുവന്ന അക്കരെയമ്മയെ കണ്ടപ്പോൾ എന്റെ സംശയം നീങ്ങി.

എന്നെ കണ്ട അവർ അയ്യോ ഇതാരാ വന്നിരിക്കുന്നത് എനിക്കറിയാം നീയിവിടെ വരാതെ പോകില്ലെന്ന്. നിനക്കുവേണ്ടി കാത്തിരിക്കുകയായിരുന്നു ഞാൻ. കൂട്ടായ്മയ്ക്ക് പോയിരുന്നപ്പോൾ നീ വന്നിട്ടുണ്ടെന്ന് കൊച്ചുമ്മ എന്നോട് പറഞ്ഞു. കയറി വന്നാട്ടെ. ദേ, വഴിയിപ്പം അതിലേക്കൂടിയാ എന്നു പറഞ്ഞുകൊണ്ട് വീട്ടിലേക്കുള്ള പുതിയ നടവഴി അവർ ചൂണ്ടിക്കാണിച്ചു തന്നു.

ഞാൻ വീട്ടിലേക്ക് നടന്നു കയറിയതും കുപ്പിയെപ്പറ്റിയുള്ള സുഖവിവരങ്ങൾ അവർ എന്നോട് അന്വേഷിക്കാൻ തുടങ്ങി. മുഖംമിനുക്കിയാണെങ്കിലും ഞാൻ അതിനെല്ലാം മറുപടി പറഞ്ഞുകൊണ്ടിരുന്നു.

കുറെ നേരം കഴിഞ്ഞിട്ടും മറ്റുള്ളവരാരേയും അവിടെ കാണാതിരുന്നതുകൊണ്ട് ഞാനവരോട് എവിടെയാണെല്ലാവരും? ചേട്ടന്മാരാരെയും കാണുന്നില്ലല്ലോ എന്നു ചോദിച്ചു.

നീ അറിഞ്ഞുകാണുമായിരിക്കും അച്ചായൻ മരിച്ചുപോയത്. പിന്നെ മൂത്തവൻ കല്യാണം കഴിച്ച് ഭാര്യയോടൊപ്പം അങ്ങ് ജോലിസ്ഥലത്താ

താമസം. രണ്ടവന്മാർ ഇപ്പോൾ പേർഷ്യയിലാണ്. പിന്നെ ഇളയവൻ പേർഷ്യയിൽ പോകാൻ തയ്യാറെടുത്ത് നിൽക്കുന്നെന്ന് കേട്ടു എന്നു പറഞ്ഞു.

അതെന്താ അക്കരയമ്മയ്ക്കറിയില്ലേ? ചേട്ടൻ ഇവിടെയല്ലേ താമസിക്കുന്നത് എന്ന് ഞാനവരോട് അപ്പോൾ ചോദിച്ചു.

''ഇപ്പോൾ ഇവിടെയൊന്നുമല്ല അവനൊക്കെ താമസിക്കുന്നത്. ഞാൻ ജീവനോടെയിരിക്കുന്ന കാലംവരെ അവനെയൊന്നും ഇവിടെ കയറ്റത്തും ഇല്ല.''

അതെന്താ അക്കരയമ്മേ അങ്ങനെ പറയാൻ കാരണം? എന്ന് ഞാൻ ചോദിച്ചു.

നിനക്കറിയാമോ മോനേ, പെൺകൊച്ചിനെ കല്യാണം കഴിച്ചതിനുശേഷം എനിക്ക് കൂടുതൽ കാലം കച്ചവടം നടത്തിക്കൊണ്ട് പോകാൻ കഴിഞ്ഞില്ല. അവളായിരുന്നു എന്റെ ഏക തുണ. ആൺമക്കളുണ്ടെന്ന് പറഞ്ഞിട്ടെന്താ കാര്യം. അവൾ പോയതിനുശേഷം ഇവന്മാരാരും എന്നെ ഒന്നു സഹായിക്കാനോ നയാപൈസ തരികയോ ചെയ്തില്ല. ജോലിക്കാരെ വച്ചാൽ കിട്ടുന്ന അൽപലാഭമെല്ലാം അവർക്ക് കൊടുക്കാനേ തികയുള്ളൂ. അതുകൊണ്ട് ഞാൻ കച്ചവടം നിർത്തി. റോസിയെ കെട്ടിച്ചയച്ച വകയിൽ കുറച്ചു കാശ് സ്ത്രീധനമായി കൊടുക്കാനുണ്ടായിരുന്നു. വേറെ വരുമാനമാർഗ്ഗം ഇല്ലാത്തതുകൊണ്ട് ഉള്ള വസ്തുവിൽ നിന്ന് കുറച്ചു വസ്തു വിറ്റ് അവൾക്ക് കൊടുക്കാനുള്ള കാശ് കൊടുത്തു തീർക്കാമെന്ന് വിചാരിച്ചപ്പോൾ ഉടനെ ഇളയവൻ തനിക്കവകാശപ്പെട്ട കുടുംബസ്വത്ത് പകുത്ത് തന്നതിനുശേഷം മാത്രം വസ്തു വിറ്റാൽ മതിയെന്ന അവകാശവാദവും പറഞ്ഞുകൊണ്ട് വഴക്കിനുവന്നു. അതേറ്റു പിടിച്ച് മറ്റവന്മാരും രംഗത്ത് വന്നു. കാശുമായി വന്നവർക്ക് വസ്തു വിൽക്കാൻ കഴിയാത്തവിധത്തിൽ വഴക്ക് തുടർന്നപ്പോൾ എന്നാലൊന്ന് കണ്ടു കളയാം എന്ന് പറഞ്ഞ് ഞാൻ ഇവന്മാർക്കെതിരായി പൊലീസ് സ്റ്റേഷനിൽ പോയി കേസ് കൊടുത്തു. പിന്നീട് വിധി എനിക്കനുകൂലമായി വന്നു. വിചാരിച്ചതുപോലെ വസ്തു വിറ്റ് അവളുടെ കാശ് കൊടുത്ത് തീർക്കുകയും ചെയ്തു എന്ന് പറഞ്ഞു

നീയൊന്നു പറ, ഞാൻ കഷ്ടപ്പെട്ടുണ്ടാക്കിയ വസ്തു എനിക്ക് വിൽക്കാൻ അവകാശമില്ലേ? ഇങ്ങനെയുള്ളവന്മാർക്ക് വീടും വസ്തുവുമൊക്കെ തീറെഴുതിക്കൊടുത്താൽ പിന്നീടെല്ലാവരും കൂടി എന്നെ അടിച്ചിറക്കത്തില്ലേ? അപ്പോൾ ഞാനെങ്ങോട്ട് പോകും? ഇവന്മാരെന്നെ നോക്കുമെന്ന് നീ വിചാരിക്കുന്നോ? എന്നെ കുഴിയിൽ കൊണ്ട് വെച്ച ശേഷം ഈ വീടും പറമ്പുമെല്ലാം അവർ പകുത്തെടുത്തോട്ടെ എന്നും പറഞ്ഞു.

ഞാനിതെല്ലാം കേട്ട് വെറുതെ മൂളിക്കൊണ്ടിരുന്നു

''ഉച്ചയാകാറായി. എനിക്കറിയാം നീ വിശന്നിട്ടാണ് വന്നിരിക്കുന്നതെന്ന്. നിനക്കിഷ്ടപ്പെട്ട മീൻകറിയും പയറുതോരനും ചോറുമെല്ലാം ഞാൻ നിനക്കായി ഉണ്ടാക്കിവച്ചിട്ടുണ്ട്. നീ അത് കഴിക്ക്'' എന്ന് പറഞ്ഞുകൊണ്ട് അവർ അടുക്കളയിലേക്ക് പോകുന്ന വഴിയിൽ ഇങ്ങനെ പറഞ്ഞു. ''എന്റെ കയ്യിൽ നയാകാശില്ലായിരുന്നതുകൊണ്ട് അയൽക്കാരിൽ നിന്നും കാശ് കടം വാങ്ങിച്ചാ മീനൊക്കെ വാങ്ങിച്ചത്.''

നേരത്തോട് നേരമായിട്ടും ആഹാരമൊന്നും കഴിക്കാതിരുന്ന ഞാൻ നന്നേ വിശന്നിരുന്നു. അവർ മുന്നിൽ കൊണ്ടുവന്നു വച്ച ആഹാരം ഞാനാർത്തിയോടെ അകത്താക്കിക്കൊണ്ടിരുന്നപ്പോൾ ആലോചിച്ചു, കാശ് കടം വാങ്ങി എനിക്കുവേണ്ടി ഉണ്ടാക്കിവെച്ചതാണല്ലോ. അതുകൊണ്ട് ഉള്ളതിൽ കുറച്ചു കാശ് അക്കരയമ്മയ്ക്ക് കൊടുത്തിട്ട് പോകണം എന്ന്.

ആഹാരം കഴിച്ചു കഴിഞ്ഞ ഞാൻ കൈയിലുണ്ടായിരുന്ന കാശിൽ നിന്ന് ഒരു ഭാഗമെടുത്ത് അവർക്ക് കൊടുത്തിട്ട് പറഞ്ഞു ''ഇത് അക്കരയമ്മ വച്ചോളൂ. എന്റെ കയ്യിലിപ്പോൾ ഇതേയുള്ളൂ. ഇനിയും കുറേ സ്ഥലത്തൊക്കെ പോകാനുണ്ട്. അതിനുള്ള യാത്രാക്കൂലി മാത്രമേ എന്റെ കയ്യിലിനിയുള്ളൂ.

വേണ്ടായിരുന്നല്ലോടാ മോനേ എന്ന് പറഞ്ഞുകൊണ്ടവർ കാശ് സ്വീകരിച്ചുകൊണ്ട് പറഞ്ഞു. ''നിന്നെപ്പോലെ ആരെങ്കിലുമൊക്കെ ഇവിടെ വരുമ്പോൾ തരാറുള്ള കൈനീട്ടം കൊണ്ടാ ഞാൻ ജീവിച്ചു പോകുന്നത്.''

കയ്യിൽ യഥേഷ്ടം കാശുണ്ടായിരുന്നെങ്കിൽ കൂടുതലായി അവർക്ക് കൊടുക്കാമായിരുന്നുവെന്ന് ഞാനപ്പോൾ ആലോചിച്ചു. അല്പസമയത്തിനുശേഷം അവിടെ നിന്ന് ഞാൻ യാത്ര പറഞ്ഞിറങ്ങാൻ തുടങ്ങിയപ്പോൾ അക്കരയമ്മ നീ എങ്ങോട്ടാ ഇനി പോകുന്നത് എന്ന് ചോദിച്ചു.

ടെറിയുടെ അടുത്തേക്കൊന്ന് പോകണം. പിന്നെ തട്ടാൻ മുക്കമ്മയുടെ അടുത്തേക്കും പോകണം എന്ന് പറഞ്ഞു

''ടെറിയുടെ അടുത്തേക്കെന്തിനാ നീയിപ്പോൾ പോകുന്നത്? പെണ്ണുമ്പിള്ള പിണങ്ങി വീട്ടിൽ പോയിട്ടിപ്പം ഒരു വർഷത്തോളമായി. അവിടിപ്പോൾ ആരുമില്ല. പിന്നെ അവൻ പറമ്പിലുള്ള മരമെല്ലാം മുറിച്ചു വിറ്റ് കുടിച്ചോണ്ട് നടക്കുവാ. വിക്കാനായി ഒരു വസ്തുവും ഇനി അവിടില്ല.''

തട്ടാൻമുക്കിലെ മത്തായി മരിച്ചത് നീയറിഞ്ഞോ എന്ന് വീണ്ടും അവർ ചോദിച്ചു.

ഞാൻ പറഞ്ഞു, ഇല്ല.

വീണ്ടും അവിടെ നിന്ന് നടന്നകന്നപ്പോൾ ആലോചിച്ചു, ഇവിടെ യുണ്ടായിരുന്ന ജ്യേഷ്ഠന്മാരിൽ വലിയ പ്രതീക്ഷ വെച്ചിട്ടായിരുന്നു വല്ലോ വന്നത്. പക്ഷേ എന്ത് ചെയ്യാൻ സാഹചര്യം അനുകൂലമായില്ലല്ലോ, ഇനിയെന്താണ് ചെയ്യുക? ആരുടെ അടുത്തേക്കാണിനി പോകേണ്ടത്? എന്നെ ഇഷ്ടമുള്ള വല്യമ്മയും പിണങ്ങി വീട്ടിലേക്ക് പോയിരിക്കുന്നു വല്ലോ, ഏതായാലും വന്നതല്ലേ തട്ടാൻമുക്കമ്മയെയും കൂടിയൊന്ന് കണ്ടശേഷം എവിടേക്കെങ്കിലും യാത്രയാകാം എന്ന് നിനച്ച് ഞാൻ ബസ് കയറി ടൗൺ ബസ്സ്റ്റാൻഡിൽ ഇറങ്ങി. അവിടെ നിന്നും മറ്റൊരു ബസ്സിൽ കയറി തട്ടാൻമുക്കിലേക്ക് യാത്രതിരിച്ചു

തട്ടാൻ മുക്കിലിറങ്ങിയതും പണ്ട് അടിച്ചു പൊളിച്ചു കളഞ്ഞതും അവിടങ്ങളിലെ വലിയ സംസാരവിഷയവുമായിരുന്നു. ആ കള്ളുഷാപ്പ് പുതിയ രൂപത്തിലും ഭാവത്തിലും ഗൗരവത്തോടെ തലയുയർത്തി നിൽ ക്കുന്നു. തട്ടാൻ മുക്കമ്മയുടെ വീട്ടിലേക്ക് പോകാനുള്ള വഴി അറിയാ മായിരുന്നെങ്കിലും ആ പ്രദേശത്തുള്ള മാറ്റങ്ങൾ കണ്ടപ്പോൾ അല്പ മൊന്ന് ശങ്കിച്ചു.

ബസ്സിൽ നിന്ന് ബാഗുമേന്തിയുള്ള എന്റെ ഇറക്കവും അല്പം ശങ്കിച്ചുള്ള നടത്തവുമെല്ലാം വീക്ഷിച്ചുകൊണ്ടൊരാൾ ആ വലിയ കള്ളുഷാപ്പിന്റെ മുന്നിൽ നിലയുറപ്പിച്ചിട്ടുണ്ടായിരുന്നു. നടക്കാൻ തുട ങ്ങിയ എന്റെ അരികെ അയാൾ സമീപിച്ചു കൊണ്ട് ചോദിച്ചു, ''ആരാ മനസ്സിലായില്ലല്ലോ?''

''ഞാൻ മത്തായിപാപ്പന്റെ വീട്ടിലേക്ക് പോവുകയാണ്.''

''നീ മത്തായിയുടെ ആരാണ്?''

''എന്റെയൊരു വല്യപ്പനാണവർ.''

''ഓ ഇപ്പം മനസ്സിലായി പണ്ട് അവരുടെ വീട്ടിൽ കുറച്ചു ദിവസം നിന്നിരുന്നയൊരു പയ്യൻ നീയായിരുന്നു അല്ലേ?''

''അതെ.''

''എന്നെ നീ അറിയുമോ?''

''ഇല്ല.''

''ഞാൻ മത്തായിയുടെ കൂടെ ജോലി ചെയ്തിരുന്നയൊരു അയൽ വാസിയാണ്. മത്തായിയുടെ കുടുംബം ഇപ്പോഴെവിടെയാണ് താമസി ക്കുന്നതെന്ന് നിനക്കറിയാമോ?''

''ഇല്ല.''

അവരിപ്പോ പഴയ കമ്പനി സ്ഥലത്തലത്തൊന്നുമല്ല താമസിക്കു ന്നത് വേണേൽ ഞാൻ കൂടെവന്ന് അവർ താമസിക്കുന്ന സ്ഥലം കാണിച്ചു തരാം എന്ന് അയാൾ പറഞ്ഞു.

അവർ താമസം മാറിയിരിക്കുന്നു എന്നറിഞ്ഞപ്പോൾ അയാളുടെ സഹായം എനിക്കാവശ്യമായിവന്നു

ഞാൻ പറഞ്ഞു: ''ശരി അങ്ങനെയാവട്ടെ.''

അപ്പോൾ അയാൾ ''മോന്റെ കയ്യിൽ ചില്ലറയുണ്ടോ ഒര് പത്ത് രൂപ യെടുക്കാൻ? ഞാൻ വീട്ടീന്ന് രൂപയെടുക്കാൻ മറന്നുപോയി. വീട്ടിലെ ത്തുമ്പോൾ തിരിച്ചു തരാം.''

അയൽവാസിയാണല്ലോ കാശെടുക്കാൻ മറന്നുപോയിക്കാണുമാ യിരിക്കും എന്ന് വിചാരിച്ച് ഞാൻ മടികൂടാതെ പോക്കറ്റിൽ നിന്നും പത്ത് രൂപയെടുത്ത് അയാളുടെ നേർക്ക് നീട്ടി. അത് കൈക്കലാക്കിയ അയാൾ കള്ളുഷാപ്പിന്റെ ഒരറ്റത്തേക്ക് വിരൽ ചൂണ്ടിക്കാണിച്ചുകൊണ്ട് മോനൊരു കാര്യം ചെയ്യ്. ദേണ്ടെ, അവിടെ ഒരഞ്ചു മിനിട്ട് നിൽക്ക്. ഞാനിപ്പം വരാം എന്ന് പറഞ്ഞുകൊണ്ട് തിടുക്കത്തിൽ കള്ളുഷാപ്പി നുള്ളിലേക്ക് നടന്നു.

കയ്യിൽ നിന്നും കാശ് വാങ്ങിച്ചുകൊണ്ടുപോയത് കള്ളുകുടിക്കാൻ തന്നെയാണോയെന്ന് അനുമാനിച്ച് ഞാൻ കള്ള്കടയ്ക്കകത്തേക്ക് നോക്കി. അപ്പോൾ എന്റെ അനുമാനം ശരിയായിരുന്നു. ഞാൻ കൊടുത്ത ആ കാശ് അയാൾ കള്ള് വാങ്ങാനായി നീട്ടിയപ്പോൾ അത് വാങ്ങിച്ചു കൊണ്ട് കള്ള് വിൽക്കുന്നയാൾ ഇന്നും നല്ലൊരു മീനിനെ കിട്ടിയല്ലോ ജോസേട്ടാ എന്ന് ചോദിക്കുന്നതു കേട്ടു.

നീയെന്താ വിചാരിച്ചത് മോനേ, ഇന്നൊന്നും കിട്ടത്തില്ലന്നാണോ? ഈ ജോസ് ചൂണ്ടയിട്ടാൽ പിടിച്ചിരിക്കും എങ്ങനെയെങ്കിലും. പിടി ച്ചിട്ടേ പോകൂ എന്നയാൾ മറുപടിയും പറഞ്ഞു.

വാങ്ങിച്ച കള്ള് അയാൾ ആർത്തിയോടെ അകത്താക്കി നിർവൃതി യടഞ്ഞ ശേഷം പുറത്തു കാത്തുനിന്നിരുന്ന എന്നെയും കൂടെ കൂട്ടി നടക്കാൻ തുടങ്ങി. നടന്നുകൊണ്ടിരുന്നപ്പോൾ ഞാനയാളോട് ഇപ്പോ ഴവർ എവിടെയാണ് താമസിക്കുന്നത്? പഴയ സ്ഥലത്ത് നിന്നും കൂടു തൽ ദൂരമുണ്ടോ എന്ന് ചോദിച്ചു.

''നീ അടുത്തകാലത്തൊന്നും ഇങ്ങോട്ട് വന്നിട്ടില്ലേ?''

''ഇല്ല. അങ്ങ് ദൂരത്ത് താമസിക്കുന്നതുകൊണ്ട് എനിക്കവരെപ്പറ്റി യുള്ള വിവരങ്ങളൊന്നും അറിയില്ല.''

''ദൂരെയൊന്നുമല്ല. റോഡരികിലായിട്ടാണ് താമസം. വാ ഞാൻ കാണിച്ചുതരാം.''

നടക്കുംതോറും നാവും ചുവടും തെറ്റാൻ തുടങ്ങിയ ആയാൾ; ''നിന്റെ മത്തായിപാപ്പൻ ആത്മഹത്യചെയ്തത് നീയറിഞ്ഞോ?''

''ആത്മഹത്യയോ?''

''അതേ, അവൻ ആത്മഹത്യ ചെയ്തു. നിനക്കറിയില്ലെങ്കിൽ ഞാൻ പറയാം. കാരണം അവൻ ജോലി ചെയ്തുകൊണ്ടിരുന്ന കമ്പനിയിൽ സ്ഥിരമായി ജോലിക്ക് പോകാതെ മൂക്കുമുട്ടെ കുടിച്ച് നടന്നതുകൊണ്ട് ജോലിയിൽ നിന്നും അവനെ പിരിച്ചുവിട്ടു. ജോലി പോയതുകൊണ്ട് കുടുംബം താമസിച്ചിരുന്ന കമ്പനിയുടെ ഉടമസ്ഥതയിലുള്ള സ്ഥലത്തു നിന്നും അവരെ പുറത്താക്കി. അവന് കമ്പനിയിൽ നിന്നും പിരിഞ്ഞ വകയിൽ കിട്ടിയ കുറച്ചു കാശ് കടക്കാർ വന്ന് വഴക്കിട്ട് വാങ്ങിച്ചോണ്ടു പോയി. കുടിച്ച വകയിലായിരുന്നു കൂടുതലും കൊടുത്ത് തീർക്കാനുണ്ടായിരുന്നത്. വീടോ സ്ഥലമോ സ്വന്തമായൊന്നും ഇല്ലാത്തതുകൊണ്ട് റോഡരികിലുള്ള പുറമ്പോക്ക് സ്ഥലത്ത് അവർ കുടിൽകെട്ടി താമസിക്കാൻ തുടങ്ങി.

കടക്കാർ അവിടെയും വന്ന് കിട്ടാനുള്ള കാശ് ചോദിച്ച് വഴക്കുണ്ടാക്കാൻ തുടങ്ങിയപ്പോൾ വേറെ ഗത്യന്തരമില്ലാതെ അവൻ കെട്ടിത്തൂങ്ങിച്ചത്തു. മൂത്തമോളുടെ കല്യാണം നേരത്തെ കഴിഞ്ഞു പോയതുകൊണ്ട് അതു രക്ഷപ്പെട്ടു ബാക്കി രണ്ട് ചുണക്കുട്ടികളായ പെൺപിള്ളേർ ഇപ്പോഴെവിടെയാണെന്ന് എനിക്കൊരു പിടിയുമില്ല.''

കുറച്ച് ദൂരം നടന്നപ്പോഴേക്കും മദ്യലഹരിയിൽ അയാളുടെ നാവ് കുഴഞ്ഞും നടത്തത്തിൽ കാലുറയ്ക്കാതെയും ആടിയുലയാൻ തുടങ്ങി മുൻപോട്ട് നടക്കാനാകാതെ നിന്ന അയാൾ അല്പമകലെ റോഡിൽ സ്ഥിതിചെയ്തിരുന്ന ഓലക്കുടിൽ ചൂണ്ടിക്കാണിച്ചുകൊണ്ട്, ദേ അവിടെയാണ് ഇപ്പോഴാ സ്ത്രീ താമസിക്കുന്നത് എവിടെയോ വീട്ടുജോലിക്ക് പോകുന്നെന്ന് കേട്ടു ഏതായാലും ഇനി ഞാനങ്ങോട്ട് വരുന്നില്ല എന്നെ കണ്ടാൽ ആ സ്ത്രീ കമ്പിപ്പാരയുമായി അടിക്കാൻ ചീറിപ്പാഞ്ഞ് വരും അതുകൊണ്ട് ഞാനിനി പോവാ എന്ന് പറഞ്ഞുകൊണ്ടയാൾ തിരിഞ്ഞു നടന്നു

നടക്കുന്നതിനിടയിൽ മനുഷ്യനായാൽ കുടിച്ചു ജീവിക്കണം. പക്ഷേ കുടിക്കാനായി ജീവിക്കരുതായിരുന്നു. പാവം... എന്ന് പറയുന്നത് കേട്ടു.

ദൂരെ നിന്നും കാണാമായിരുന്നു ആ ചെറിയ ഓലക്കുടിൽ കണ്ടപ്പോൾ അയാളിൽനിന്നും കേട്ടതോർത്ത് ഞാൻ അല്പനേരം പകച്ചു നിന്നു

അവരുടെ ഈ അവസ്ഥയിൽ ഞാനെന്ത് പറഞ്ഞുകൊണ്ടാണ് അങ്ങോട്ട് കയറി ചെല്ലേണ്ടത്? ഒരുപക്ഷേ എന്തെങ്കിലും പറഞ്ഞുകൊണ്ട് അങ്ങോട്ട് കയറിച്ചെന്നാൽ ഈ കഴിഞ്ഞ കാലകഥകളായിരിക്കില്ലേ അവർക്കെന്നോട് പറയാനുണ്ടാവുക. അതൊന്നുകൂടി കേൾക്കാനാണോ ഞാനങ്ങോട്ട് കയറിച്ചെല്ലേണ്ടത്? എന്നാലോചിച്ചപ്പോൾ അതിലും ഭേദം വന്നവഴിയേ തിരിഞ്ഞു പോവുകയാണ് നല്ലത് എന്നോർത്തു.

അങ്ങനെ വന്നവഴിയെ ഞാൻ തിരിഞ്ഞു നടന്ന് തട്ടാൻ മുക്കിൽ നിന്നും വീണ്ടും ബസ് കയറി ടൗൺ ലക്ഷ്യമാക്കി യാത്ര ആരംഭിച്ചു. അപ്പോൾ ഞാനാലോചിച്ചു, ഇനി സ്വന്തക്കാരുടെ അരുകിൽ പോയിട്ട് ഒരു കാര്യവുമില്ല. ട്രെയിൻ കയറി ഏതെങ്കിലുമൊരു വലിയ നഗരത്തിൽ പോയി അവിടെ അറിയാവുന്ന ഹോട്ടൽ ജോലി ചെയ്തോ മറ്റെന്തെങ്കിലും ചെയ്തോ കഴിഞ്ഞുകൂടാം എന്ന്.

ടൗണിൽ ബസ്സിറങ്ങിയ ഞാൻ റെയിൽവേ സ്റ്റേഷനിലേക്ക് പുറപ്പെടാനായി മൂന്നുനാല് ചുവടുവച്ച് നടന്നതും ആരോ പുറകിൽ നിന്നും തോളിൽ തട്ടിവിളിക്കുന്നതുപോലെ തോന്നി.

ഞാൻ തിരിഞ്ഞു നോക്കിയപ്പോഴതാ വെടിയൻ എന്റെ മുൻപിൽ നിൽക്കുന്നു. എന്നെക്കണ്ട് സന്തോഷവാനായ അദ്ദേഹം എടാ ബൈജുവേ, എന്തൊക്കെയുണ്ട് വിശേഷം എന്ന് ചോദിച്ചു.

‘‘വിശേഷമൊന്നുമില്ല. എല്ലാവരെയുമൊക്കെയൊന്ന് കാണാനിറങ്ങിയതാണ്.’’

‘‘നീ രാവിലെയേ വന്നിട്ടുണ്ടായിരുന്നെന്ന് ഞാനറിഞ്ഞു എന്നിട്ടെന്താ നീ വീട്ടിലേക്ക് വരാഞ്ഞത്?’’

ഞാനങ്ങോട്ട് വരാൻ പോകുകയായിരുന്നു എന്ന് കള്ളം പറഞ്ഞു.

ഉടനെ അദ്ദേഹത്തിന്റെ കൂടെ നിന്നിരുന്നയാളെ എനിക്ക് പരിചയപ്പെടുത്തിക്കൊണ്ട് ഇത് നമ്മുടെയൊരു സ്വന്തക്കാരനാണ്. നീ അദ്ദേഹത്തെ അറിയത്തില്ല എന്ന് പറഞ്ഞു.

‘‘നീയെന്താ വല്ലാതെയിരിക്കുന്നത്? വല്ലതും കഴിച്ചോ?’’

ഞാൻ പറഞ്ഞു, ‘‘അതെ കഴിച്ചു. എനിക്ക് വിശപ്പില്ല.’’

അല്ല എന്തെങ്കിലും അല്പം നീ കഴിക്ക്. വാ ചോദിക്കട്ടെ. നമ്മൾക്ക് സംസാരിക്കാം എന്നു പറഞ്ഞുകൊണ്ട് എന്റെ കയ്യിൽ പിടിച്ച് ബസ്സ്റ്റാൻഡിൽ നിന്നും അല്പമകലെ സ്ഥിതിചെയ്യുന്ന ഒരു കെട്ടിടത്തിന്റെയുള്ളിലേക്ക് കൊണ്ടുപോയി.

അകത്ത് കയറിയതും അതിന്റെ ഉള്ളിലാകെ തിങ്ങിനിന്നിരുന്ന മദ്യത്തിന്റെ രൂക്ഷഗന്ധം മൂക്കിലേക്ക് തുളഞ്ഞുകയറി ഞാൻ ചുറ്റും നോക്കിയപ്പോൾ കൂട്ടംകൂടിയും ഒറ്റയ്ക്കും കയ്യിൽ മദ്യവും ഏന്തിനിൽക്കുന്നവരെയാണ് കണ്ടത്. വൃത്തിഹീനമായി കിടന്ന അതിന്റെയുള്ളിൽ ചിലർ കുടിച്ച് ലക്കുകെട്ട് വീണു കിടപ്പുണ്ടായിരുന്നു. മൂന്നുപേർക്കും അത്യാവശ്യം ചുരുണ്ടുകൂടിയിരിക്കാൻ മാത്രം കിട്ടിയ മേശയിലേക്ക് വെടിയൻ എന്നെ സന്തോഷത്തോടെ ഇരുത്തിക്കൊണ്ട് പറഞ്ഞു: ‘‘ഇവിടെ എല്ലാത്തിനും നല്ല വിലക്കുറവാ. വലിയ ഹോട്ടലിൽ പോയാൽ കൂടുതൽ കാശ് കൊടുക്കേണ്ടിവരും.’’

ഇങ്ങനെ പറഞ്ഞുകൊണ്ടിരിക്കുന്നതിനിടയിൽ സപ്ലൈയർ എന്ന് പറയുന്നയാൾ നല്ല മുൻപരിചയമെന്നപോലെ വെടിയന്റെയരുകിൽ വന്ന് സൗഹൃദസംഭാഷണത്തിൽ ഏർപ്പെട്ടു.

അതിനുശേഷം അയാളുടെ കാതിൽ വെടിയൻ എന്തോ മന്ത്രിക്കുകയുണ്ടായി. ഉടനെ അയാൾ പോയി മൂന്ന് ക്ലാസുകളിൽ പകർന്ന മദ്യവുമായി ഞങ്ങളുടെ അരികിൽ സമീപിച്ച് മൂന്നുപേരുടെയും മുൻപിലേക്ക് ഓരോ ഗ്ലാസ് വീതം നീട്ടിവച്ചു. ഉടനെ അത് അവർ രണ്ടുപേരും ആർത്തിയോടെ അകത്താക്കി.

കുടിച്ച് വലിയ പരിചയമോ ആ സമയത്ത് കുടിക്കണമെന്ന് പോലും വിചാരിക്കാത്ത ഞാൻ മുൻപിൽ കൊണ്ടുവന്ന് വെച്ച മദ്യം എനിക്കല്ലെന്ന മട്ടിൽ തൊടാൻ തുനിഞ്ഞില്ല. മുൻപിലുള്ള മദ്യം കുറെ നേരം ഞാൻ തൊടാതിരുന്നപ്പോൾ വെടിയൻ ചോദിച്ചു: ''ഹ... എന്താ നീ അത് കുടിക്കാതിരിക്കുന്നത്? നിനക്ക് തന്നെയാണത്.''

''എനിക്കിത് വേണ്ട. ഞാൻ കുടിക്കുന്നില്ല.

''കുറേ ദിവസങ്ങൾക്കുശേഷം നീ വലിയ സിറ്റിയിൽ നിന്നും വന്നതല്ലേ? ഒരു സന്തോഷത്തിന് വേണ്ടിയല്ലേ മക്കളേ, ശങ്കിക്കാതെ നീയതങ്ങ് കുടിക്ക്. നിന്റെ അമ്മാച്ചനല്ലേ പറയുന്നത്.''

അവസാനം അദ്ദേഹത്തിന്റെ നിർബന്ധത്തിനു വഴങ്ങി കമർപ്പ് പിടിച്ച ആ മദ്യം ഒരുവിധത്തിൽ ഞാൻ അകത്താക്കി. പിന്നീട് എനിക്കൊഴികെ അവർക്ക് രണ്ടുപേർക്കും മദ്യം വന്നുകൊണ്ടേയിരുന്നു. ഒപ്പം മീൻ പൊരിച്ചതും കോഴി വറുത്തതും പിറകെ വന്നു. മദ്യം കഴിച്ച എനിക്ക് ലഹരിയല്ല, മറിച്ച് തലവേദനിച്ചു ചുറ്റുന്നതുപോലെയാണ് തോന്നിയത്. ലഹരി തലയ്ക്കു പിടിച്ച വെടിയൻ കൂടെയിരുന്ന സ്വന്തക്കാരനെന്ന് പറയുന്നയാളോട് എന്നെപ്പറ്റി ഇങ്ങനെ പറയാൻ തുടങ്ങി.

''നിനക്കറിയാമോ, ഇവനെ ഞാനാ വളർത്തിയത്. കടം വാങ്ങിച്ചു പോലും ഇവന് പഠിക്കാനായി ബുക്കും പുസ്തകവുമൊക്കെ വാങ്ങിച്ചു കൊടുത്തിട്ടുണ്ട്. അല്പമേയുള്ളൂവെങ്കിലും അവൻ കഴിച്ചതിനുശേഷമേ ഞങ്ങൾ ആഹാരം കഴിച്ചിരുന്നുള്ളൂ. ഇവനൊരു കുറവും ഞങ്ങൾ വരുത്തിയിട്ടില്ല.''

പറയുന്നതിനിടയിൽ അദ്ദേഹം പറയുന്നതൊക്കെ ശരിയാണെന്നാക്കിത്തീർക്കുവാൻ എന്റെ സാക്ഷ്യത്തിനായി അല്ലേടാ. അല്ലേടാ എന്ന് എന്നോട് ചോദിച്ചുകൊണ്ടിരുന്നു. അപ്പോഴെല്ലാം എന്റെ മനസ്സിൽ എന്നോട് കാണിച്ചതെല്ലാം നിങ്ങൾ പരിശോധിക്കേണ്ടിയിരിക്കുന്നു എന്ന് തോന്നി. കുടിയും തീറ്റയും കഴിയാറായപ്പോൾ സപ്ലയർ ബില്ല് കൊണ്ടുവന്ന് എന്റെ മുൻപിലേക്ക് നീട്ടിവച്ചു. ഞാനല്ലല്ലോ അത് കൊടുക്കേണ്ടത് എന്നോർത്ത് അല്പം നേരം ഗൗനിക്കാതെയിരുന്നു.

ഹും എന്തുപറ്റി മോനേ? നീയതങ്ങ് കൊടുത്തേര്. കുറച്ചല്ലേയുള്ളൂ എന്ന് വെടിയൻ പറഞ്ഞു.

ഞാനാ ബില്ല് കയ്യിലെടുത്ത് പരിശോധിച്ചു നോക്കിയപ്പോൾ അതിൽ ഏകദേശം എഴുപതോളം രൂപ കുറിച്ചിട്ടുണ്ടായിരുന്നു. ദൈവമേ ഈ ബില്ലിലുള്ള തുക മുഴുവൻ ഞാൻ കൊടുക്കണമെന്നോ? കയ്യിലുള്ള തുകയുടെ മുക്കാൽ ഭാഗത്തോളം കൊടുത്താൽ മാത്രമേ ബില്ലിൽ എഴുതിയിരിക്കുന്ന തുക തികയ്ക്കുവാനും സാധിക്കുള്ളൂ. കൈയിലുള്ളതെല്ലാം നഷ്ടപ്പെടുത്തിയാൽ പിന്നെ എനിക്ക് എവിടെയിരിക്കുന്നു യാത്രാക്കൂലി എന്നോർത്ത് ഞാനത് കൊടുക്കുവാൻ മടിച്ചിരുന്നു.

വെടിയൻ; ''അതങ്ങ് കൊടുത്തുകള മോനേ. ഞാൻ വീട്ടിൽ നിന്ന് കാശ്ശെടുക്കാനും മറന്നു പോയി.''

അടുത്തിരുന്നയാൾ; ''ശങ്കിക്കേണ്ട നിന്നെ വളർത്തിയ അമ്മാച്ചനല്ലേ പറയുന്നത്? അദ്ദേഹം നിന്നെയോന്ന് കാണാനായി എത്രയോ ദിവസമായി കാത്തിരിക്കുകയായിരുന്നു. നിന്റെ എല്ലാ സഹായത്തിനും അദ്ദേഹം കൂടെയുണ്ടാകില്ലേ?''

അങ്ങനെ അവരുടെ നിരന്തര നിർബന്ധത്തിന് വഴങ്ങി വിഷമത്തോടെ കയ്യിലുണ്ടായിരുന്നതിന്റെ മുക്കാൽ ഭാഗത്തോളം കാശ് എനിക്കവിടെ കൊടുക്കേണ്ടിവന്നു. എല്ലാം കഴിഞ്ഞ് പുറത്തിറങ്ങിയപ്പോൾ വെടിയൻ പറഞ്ഞു. ''ഞങ്ങൾ രണ്ടുപേർക്കും ഒരു സ്ഥലം വരെ പോകാനുണ്ട്. വളരെ വൈകിയേ വീട്ടിലെത്തുകയുള്ളൂ. നിനക്ക് എന്റെ വീട്ടിലേക്ക് പോകാനുള്ള വഴി അറിയാമല്ലോ? നീ അങ്ങോട്ട് പൊയ്ക്കോ. വീടിന്റെ താക്കോൽ കതകിന്റെ നേരെ മുകളിൽ ഉത്തരത്തിൽ വച്ചിട്ടുണ്ട്. പക്ഷേ അവിടെയാരും ആഹാരം വച്ച് വിളമ്പി തരാനില്ലന്നേയുള്ളൂ.''

അപ്പോൾ ഞാൻ ഒന്നും അറിയാത്തതുപോലെ വെടിയനോട്; ''അതെന്താ വല്യമ്മ എവിടെപ്പോയി വീട്ടിലില്ലേ?''

അപ്പോൾ വെടിയൻ പറഞ്ഞു: ''അവൾ രണ്ടാഴ്ചയായി അവളുടെ വീട്ടിലേക്ക് പോയിട്ട്. മൂന്നു നാല് ദിവസംകൂടി കഴിഞ്ഞാലേ വരുള്ളൂ. എന്റെ വീട്ടിൽ നിനക്ക് നിൽക്കാനിഷ്ടമില്ലെങ്കിൽ നീയൊരു കാര്യം ചെയ്യ്. ടോമിയുടെ വീട്ടിൽ പോയി നിൽക്ക്. അവരിപ്പോൾ നല്ല സൗകര്യത്തിലാ.''

'ഒന്നിരിക്കാൻ പോലും പറയാത്തവരുടെ വീട്ടിലേക്കാണോ ഞാൻ കയറിച്ചെല്ലേണ്ടത്' എന്ന് ഞാനപ്പോൾ ഓർത്തു.

ഇങ്ങനെ പറഞ്ഞുകൊണ്ടവർ അവിടെ നിന്ന് നടന്നകലാൻ തുടങ്ങി. അപ്പോഴേക്കും നേരം ഇരുട്ടാൻ തുടങ്ങിയിരുന്നു. ഈ രാത്രി തെരുവിൽ കിടന്നുറങ്ങാതെ വെടിയന്റെ വീട്ടിൽ പോയി കിടന്നുറങ്ങി നാളെ

രാവിലെ യാത്ര തുടരാം എന്ന് കരുതി ഞാൻ വെടിയന്റെ വീട് ലക്ഷ്യമാക്കി നടന്നു. വീടിന്റെ അരികിലെത്തിയ എനിക്ക് ആ പ്രദേശം കണ്ടപ്പോൾ വിശ്വസിക്കാൻ കഴിഞ്ഞില്ല. കാരണം മരങ്ങളാൽ ഇടതൂർന്ന് നിന്നിരുന്ന ആ പ്രദേശം മരുഭൂമിപോലെ പച്ചപ്പില്ലാതെ കിടക്കുന്നത് കണ്ടു. അവിടെയെത്തിയ ഞാൻ പറഞ്ഞതുപോലെ വീടിന്റെ ഉത്തരത്തിൽ നിന്നും താക്കാലെടുത്ത് വീട് തുറന്ന് താഴെ കിടന്നിരുന്ന ഒരു പായയിൽ ബാഗ് വച്ച് അതിന്മേൽ തലചായ്ച്ചു കിടന്നു.

അപ്പോൾ ഏകാന്തതയും ദുഃഖവും നിറഞ്ഞ് എന്റെ മനസ്സ് വിമ്മിഷ്ടപ്പെട്ടു. സ്നേഹിച്ചവളെ ഓർത്തപ്പോൾ കണ്ണുകൾ നിറഞ്ഞു തുളുമ്പി ഇരുകവിളുകളിൽ കൂടി കണ്ണുനീർ ഒഴുകിക്കൊണ്ടിരുന്നു. എന്റെ സ്നേഹമേ, ഒരു വാക്ക് പോലും സംസാരിക്കാതെ നീ പൊയ്ക്കളഞ്ഞല്ലോ? നീ ഉണ്ടായിരുന്നെങ്കിൽ ഞാനിന്നിവിടെ വലിച്ചിഴക്കപ്പെടുമായിരുന്നില്ലല്ലോ.

മണിക്കൂറുകളോളം ഉറങ്ങാതെ ഞാൻ ആ രാത്രി കണ്ണുനീർ വാർത്ത് കിടന്നു. അരണ്ട നിലാവെളിച്ചത്തിൽ ആ പ്രദേശമെല്ലാം ജനൽവഴി എനിക്ക് കാണാമായിരുന്നു. പിന്നീട് കണ്ണ് തുറന്നു നോക്കിയപ്പോൾ നേരം നല്ലതുപോലെ വെളുത്തിരുന്നു. അപ്പോഴും വെടിയൻ വീട്ടിൽ എത്തിയിട്ടില്ലെന്ന് മനസ്സിലാക്കി. എന്താണിനി ചെയ്യേണ്ടത്? എവിടേക്കാണിനി പോകേണ്ടത്? എന്നാലോചിച്ച് അൽപനേരം ഇരുന്നതിനുശേഷം കയ്യിലിനി എത്ര രൂപ ബാക്കിയുണ്ടെന്ന് എണ്ണിനോക്കി. അപ്പോൾ ഏകദേശം ഇരുപത് രൂപയേ ഉണ്ടായിരുന്നുള്ളൂ. ഇതുമായി എവിടേക്കാണ് യാത്ര ചെയ്യാൻ കഴിയുക? ആഹാരത്തിനു പോലും ഇതുകൊണ്ട് തികയില്ലല്ലോ. എവിടേക്ക് പോകണമെന്നിരുന്നാലും ഇതുകൊണ്ട് എങ്ങനെ യാത്രാ ടിക്കറ്റ് എടുക്കാൻ കഴിയും? ടിക്കറ്റില്ലാതെ യാത്ര ചെയ്ത് പിടിക്കപ്പെട്ടാൽ പിന്നീടുള്ള അനന്തരഫലം കഴിഞ്ഞതുപോലെയായിരിക്കുമല്ലോ സംഭവിക്കുക എന്നിങ്ങനെയൊക്കെ ഓർത്തപ്പോൾ നിരാശ തോന്നി.

ഏതായാലും കാശിനിനി മറ്റ് മാർഗ്ഗമില്ല. ടിക്കറ്റില്ലെന്നപേരിൽ പിടിക്കപ്പെട്ടാൽ പിടിക്കപ്പെടട്ടെ. ഇനിയുള്ള ജീവിതം ജയിലിലാണെങ്കിൽ അങ്ങനെ തന്നെയാകട്ടെ എന്ന് കരുതി രണ്ടും കൽപ്പിച്ചുകൊണ്ട് കിടന്നപ്പോൾ ചുളുങ്ങിയ തുണിയെല്ലാം നേരെയാക്കി മുഖം കഴുകി വീട് പൂട്ടി താക്കോൽ യഥാസ്ഥാനത്ത് വച്ചതിനുശേഷം വന്നിറങ്ങിയ ടൗണിലെ റെയിൽവേ സ്റ്റേഷൻ ലക്ഷ്യമാക്കി നടന്നു.

ഏകദേശം ഒരു മണിക്കൂറോളം നടന്ന് റെയിൽവേ സ്റ്റേഷനിലെത്തിയപ്പോഴതാ രണ്ടു ദിവസം മുൻപ് യാത്ര ചെയ്തു വന്നിറങ്ങിയ അതേ ട്രെയിൻ അവിടെ കിടക്കുന്നു. ഞാൻ മറ്റൊന്നും ആലോചിക്കാതെ ഉടനെ ആ ട്രെയിനിൽ കയറിപ്പറ്റി. എനിക്ക് വേണ്ടിയായിരുന്നു ആ ട്രെയിൻ കാത്തു കിടന്നിരുന്നതെന്നപോലെ ഞാൻ കയറിയതും അത്

പുറപ്പെടാൻ തുടങ്ങി. യാത്രയിൽ ടിക്കറ്റില്ലെന്ന കാരണത്താൽ പിടിക്കപ്പെടാതിരിക്കാൻ ഞാൻ നന്നേ ശ്രദ്ധ പുലർത്തിയിരുന്നു.

വസ്ത്രധാരണത്തിലും ഭാവത്തിലുമെല്ലാം മുൻപത്തേതിനേക്കാൾ ഞാനൊരു മാന്യനാണെന്ന് തോന്നുന്നതിനാൽ യാത്രാ ടിക്കറ്റ് ഇല്ലാതെയാണ് യാത്ര ചെയ്യുന്നതെന്ന് ആരും സംശയിക്കില്ല എന്ന് മനസ്സിൽ കരുതിക്കൊണ്ട് ജാഗ്രതയോടെയായിരുന്നു യാത്ര ചെയ്തിരുന്നതെങ്കിലും ജാസ്മിനെപ്പറ്റിയുള്ള ഓർമ്മ എന്നെ മുഴുക്കിക്കളഞ്ഞു.

ആരോ തോളിൽതട്ടി വിളിക്കുന്നതുപോലെ തോന്നിയപ്പോഴാണ് ഞാൻ പരിസരം വീണ്ടെടുത്ത് തിരിഞ്ഞുനോക്കിയത്. അപ്പോഴതാ ടിക്കറ്റ് ആവശ്യപ്പെട്ടുകൊണ്ടൊരാൾ എന്റെ അരികിൽ നിൽക്കുന്നു. എന്തു പറയണമെന്നറിയാതെ ഒരു നിമിഷം ഞാൻ സ്തംഭിച്ചിരുന്നു.

വീണ്ടും അദ്ദേഹം എന്നോട്; ‘‘ടിക്കറ്റ് തരൂ.’’

ഞാൻ പരിഭവത്തോടെ കൈമലർത്തിക്കാണിച്ചു കൊണ്ട് ‘‘ടിക്കറ്റെടുത്തില്ല സാർ’’ എന്നദ്ദേഹത്തോട് പറഞ്ഞു

‘‘എവിടേക്കാണ് നിനക്ക് പോകേണ്ടത്?’’

‘‘ഷോബിലയിലേക്ക്.’’

‘‘എന്തുകൊണ്ട് ടിക്കറ്റ് എടുത്തില്ല?’’

‘‘എന്റെ കയ്യിലുണ്ടായിരുന്ന കാശ് നഷ്ടപ്പെട്ടുപോയി സാർ.’’

‘‘ഈ ട്രെയിൻ ആരംഭിച്ച സ്ഥലത്ത് നിന്നും അവസാനംവരെ പോകേണ്ട സ്ഥലത്തേക്കുള്ള യാത്രത്തുകയായ എഴുപത് രൂപയും ഫൈനും കൂടിച്ചേർന്നാൽ തൊണ്ണൂറു രൂപയാകും. പക്ഷേ നിന്റെ കയ്യിൽ രൂപയില്ലാത്തതുകൊണ്ട് ഞാൻ നിനക്ക് കുറച്ച് ഇളവുതരാം. അതുകൊണ്ട് ട്രെയിൻ ആരംഭിച്ച സ്ഥലത്ത് നിന്നുള്ള ടിക്കറ്റിന്റെ തുക വേണ്ട. പക്ഷേ ഈ സ്ഥലത്ത് നിന്നും പോകേണ്ട ഫൈൻ കൂടാതെയുള്ള അറുപത് രൂപ തന്നാൽ ഞാൻ നിനക്ക് ടിക്കറ്റ് കുറിച്ച് നൽകാം. അല്ലാത്ത പക്ഷം അടുത്ത സ്റ്റേഷനിൽ ട്രെയിൻ എത്തുമ്പോൾ ഇറക്കിവിടും. വീണ്ടും തിരിച്ച് ഇതിൽ കയറിയാൽ ഞാൻ പൊലീസിലേൽപ്പിക്കും.’’

‘‘പാൻസിന്റെ പോക്കറ്റിൽ സൂക്ഷിച്ചിരുന്ന ആ ഇരുപത് രൂപയെടുത്ത് അദ്ദേഹത്തിന്റെ നേരെ നീട്ടിക്കാണിച്ചുകൊണ്ട് എന്റെ കയ്യിൽ ഇത്രയേയുള്ളൂ സാർ’’ എന്ന് പറഞ്ഞു

അത് നോക്കിക്കൊണ്ടയാൾ അത് പറ്റില്ല. അറുപത് രൂപ തികച്ച് തരാതെ നിനക്ക് യാത്രയാകാൻ കഴിയില്ല. അതുകൊണ്ട് അടുത്ത സ്റ്റേഷനിൽ ഇറങ്ങാൻ തയ്യാറായിക്കൊള്ളൂ എന്ന് പറഞ്ഞു.

ഇതെല്ലാം കണ്ടും കേട്ടും എന്റെ ചുറ്റുമിരുന്ന് യാത്ര ചെയ്തുകൊണ്ടിരുന്ന ആൾക്കാരിൽ ഒരാൾ പത്ത് രൂപയെടുത്ത് എന്റെ നേർക്ക് നീട്ടിക്കൊണ്ട് ഇത് വാങ്ങിച്ചോളൂ എന്ന് പറഞ്ഞു.

അല്പം ശങ്കയോടാണെങ്കിലും ഞാനത് സ്വീകരിച്ചു. ഉടനെ എനിക്ക് ചുറ്റുമിരുന്നവരെല്ലാം അഞ്ചിന്റെയും പത്തിന്റെയും നോട്ടുകൾ എടുത്ത് എന്റെ മുന്നിലേക്ക് നീട്ടിക്കൊണ്ടിരുന്നു. ഞാൻ അതെല്ലാം വാങ്ങിച്ച തിൽനിന്നും അറുപത് രൂപ ടിക്കറ്റ് തുകയായി കൊടുത്തിട്ടും പിന്നെയും എഴുപതോളം രൂപ കയ്യിൽ മിച്ചം വന്നു.

ഇങ്ങനെയും സംഭവിക്കുമോ? ഏതായാലും ഈ നല്ല മനുഷ്യർ സഹായിച്ചതുകൊണ്ട് ഇനി ഭയംകൂടാതെ യാത്ര ചെയ്ത് ലക്ഷ്യത്തി ലെത്തിച്ചേരാമല്ലോ എന്നോർത്തു.

നീണ്ട യാത്രയ്ക്കൊടുവിൽ വീണ്ടും ഞാൻ ആ വലിയ നഗരത്തി ലെത്തിച്ചേർന്നു. അപ്പോഴേക്കും സമയം ഇരുട്ടാൻ തുടങ്ങിയിരുന്നു. ഈ വലിയ നഗരത്തിൽ എവിടെ താമസിച്ചാലും വീട്ടുകാർക്കാർക്കും എന്നെ കാണാൻ കഴിയില്ലല്ലോ. അതുകൊണ്ട് ഈ നഗരത്തിൽ തന്നെ തങ്ങി ഏതെങ്കിലും ഒരു ഹോട്ടലിൽ ജോലിസമ്പാദിച്ച് കഴിഞ്ഞുകൂടാം എന്ന് കരുതി റെയിൽവേ സ്റ്റേഷനിൽ നിന്നും ഇറങ്ങി നഗരഹൃദയ ഭാഗത്തെ റോഡിൽകൂടി കണ്ടാൽ ഇഷ്ടപ്പെടാൻ തക്കവണ്ണമുള്ള ഹോട്ടൽ അന്വേഷിച്ച് നടന്നുകൊണ്ടിരുന്നു.

ഏകദേശം മൂന്നു നാല് കിലോമീറ്റർ നടന്ന് താണ്ടിക്കഴിഞ്ഞപ്പോൾ ഒരു ഇരുനില കെട്ടിടത്തിൽ ഹോട്ടൽ എന്നെഴുതിയിരിക്കുന്നത് കണ്ടു. കാഴ്ചയിൽ നല്ലൊരു ഹോട്ടലാണെന്ന് തോന്നുന്നു. ഇവിടെ ജോലി ലഭിച്ചാൽ നല്ലതുതന്നെ എന്ന് കരുതി ഞാൻ ആ ഹോട്ടലിലെ വലിയ കല്ലായുടെ അരികിലിരുന്നയാളെ സമീപിച്ചു കൊണ്ട് സാർ എന്തെ ങ്കിലും ജോലി ലഭിക്കുമോ എന്ന് ചോദിച്ചു

''എന്ത് ജോലി അറിയാം?''

ഞാൻ പ്ലേറ്റ് കഴുകുന്നതും ടേബിൾ ക്ളീനർ ജോലിയും അറിയാം എന്ന് പറഞ്ഞു

''ഇവിടെ രണ്ടാഴ്ചത്തേക്ക് വേണ്ടി മാത്രം പ്ലേറ്റ് കഴുകാനായി ഒരാ ളുടെ ആവശ്യമുണ്ട്. ഇപ്പോഴുള്ളയാൾ നാട്ടിലേക്ക് പോവുകയാണ്. അയാൾ തിരിച്ചു വന്നതിനുശേഷം വേറെയേതെങ്കിലും ജോലി ഒഴിവു ണ്ടെങ്കിൽ നിനക്ക് തുടരാം. അല്ലാത്തപക്ഷം നീ വേറെയെവിടെയെ ങ്കിലും ജോലി അന്വേഷിച്ച് പോകേണ്ടിവരും. സമ്മതമാണോ?''

എവിടെയെങ്കിലും ഒരാശ്രയം കിട്ടിയാൽ മതിയെന്ന് തേടിനടന്ന ഞാൻ കുറച്ചു ദിവസത്തേക്കാണെങ്കിലും ഇത്രയും നല്ലൊരുസ്ഥലത്ത് ജോലി കിട്ടാൻ പോകുന്നല്ലോ എന്നോർത്തപ്പോൾ ഞാനാവേശത്തോടെ സമ്മതമാണെന്നറിയിച്ചു.

''ആഹാരം കഴിഞ്ഞ് പത്തു രൂപയാണ് ഒരു ദിവസത്തെ ശമ്പളം. ജോലി കഴിഞ്ഞാലുടനെ അത് മറക്കാതെ വാങ്ങിച്ചുകൊള്ളണം. ജോലിയിൽ

ഉഴപ്പിയാൽ ഏതുസമയവും പറഞ്ഞയയ്ക്കും. ഇങ്ങനെയൊക്കെയാണി വിടെ. സമ്മതമാണോ? ''

ഞാനുടനെ അതിനും സമ്മതമാണെന്ന് അറിയിച്ചു

അപ്പോഴദ്ദേഹം തന്റെ മുന്നിലുണ്ടായിരുന്ന ബെല്ലിൽ വിരലമർത്തി. ഉടനെ എന്റെ പ്രായം തോന്നിക്കുന്ന ഒരുവൻ ഇവിടെ പ്രത്യക്ഷപ്പെട്ടു. കല്ലായിലിരുന്നയാൾ എന്നെ കാണിച്ചുകൊണ്ട് അവനോട്, പുതിയ ആളാ. ഇയാളെ അടുക്കളയിൽ കൊണ്ടുപോയി പ്ലേറ്റ് കഴുകുന്ന ശങ്കറിനെ കാണിച്ചുകൊണ്ട് നാളെ മുതൽ ചെയ്യേണ്ടതായ ജോലി ഇയാൾക്ക് കാണിച്ചുകൊടുക്കുക എന്ന് പറഞ്ഞു.

അതിനുശേഷം കല്ലായിലിരുന്നയാൾ എന്നോട്; ''നാളെ മുതൽ ചെയ്യേണ്ട ജോലി കണ്ട്പരിചയപ്പെട്ടശേഷം ആഹാരം കഴിച്ച് വിശ്രമി ച്ചോളൂ.''

വിശാലമായിക്കിടന്ന ആ ഹോട്ടലിന്റെ അടുക്കളയിലേക്ക് ഞാൻ പ്രവേശിച്ചതും അവിടെ ജോലിചെയ്യുന്ന ഓരോരുത്തരും പ്രത്യേകം സജ്ജീകരിച്ച സ്ഥലത്ത് ചിട്ടയോടെ ജോലി ചെയ്യുന്നതു കണ്ടപ്പോൾ പ്ലേറ്റ് കഴുകാനാണെങ്കിലും ഇത്രയും നല്ലൊരു സ്ഥലത്ത് ജോലി കിട്ടിയല്ലോ എന്നോർത്തപ്പോൾ അഭിമാനം തോന്നി.

ഇവിടെ നല്ലവണ്ണം ജോലി ചെയ്തുനിന്നാൽ പിന്നീടെനിക്ക് മറ്റൊ രിടത്തും ജോലി അന്വേഷിച്ചു പോകേണ്ടതില്ല എന്ന് മനസ്സിൽ നിനച്ചു. അടുക്കളയുടെയൊരുഭാഗത്ത് അവിടെയുള്ള ജോലിക്കാർക്ക് വേണ്ടി മാത്രം കഴിക്കാനായി ഒരുക്കിയിരുന്ന ടേബിളിൽ എന്നെ ഇരുത്തിയിട്ട് കൊണ്ടുവന്നവൻ പോയി മറഞ്ഞു.

അല്പനേരം കഴിഞ്ഞയുടനെ ഒരാൾ എന്റെ മുൻപിലേക്ക് റൊട്ടിയും മാംസക്കറിയും കഴിക്കാനായി കൊണ്ടുവന്നുതന്നു. അവിടെയുള്ള ജോലി ക്കാർക്ക് വേണ്ടി മാത്രം കഴിക്കാനുണ്ടാക്കിയ ആഹാരമായിരുന്നു എനിക്ക് കൊണ്ടുതന്നതെന്ന് പിന്നീട് ഞാൻ മനസ്സിലാക്കി.

ആഹാരം കഴിഞ്ഞയുടനെ നാളെമുതൽ ചെയ്യേണ്ടതായ ജോലി എങ്ങനെയാണെന്ന് കാണിച്ചുതരുവാൻ വേണ്ടി ശങ്കർ എന്ന്പറയുന്ന യാൾ എന്റെയരികിൽ സമീപിച്ചുകൊണ്ട് ഒരു മൂലയിൽ പ്രത്യേകമായി ഒരുക്കിയിരുന്ന പ്ലേറ്റ് കഴുകുന്ന സ്ഥലത്തേക്കാനയിച്ചു.

ആളുകൾ കഴിച്ചുകഴിഞ്ഞതും വീണാൽപൊട്ടുന്നതുമായ വിലകൂടിയ ആഹാര പാത്രങ്ങൾ അവിടെയൊരു ഭാഗത്ത് കൊണ്ടുവന്ന് വച്ചു കൊണ്ടിരിക്കുന്നുണ്ടായിരുന്നു ആ പ്ലേറ്റുകളിലുണ്ടായിരുന്ന അവശിഷ്ടങ്ങൾ കണ്ടപ്പോൾ മാംസാഹാരം മാത്രമുള്ളയോരു ഹോട്ടലാണിതെന്ന് എനിക്ക് മനസ്സിലായി.

കഴുകുന്നതിനു മുൻപ് പാത്രങ്ങളിലുണ്ടായിരുന്ന റൊട്ടിയുടെയും മാംസങ്ങളുടെയും അവശിഷ്ടങ്ങൾ ശങ്കർ എടുത്ത് അവിടെയടുത്ത് കരുതിവച്ചിരുന്ന ഒരു പ്രത്യേക പാത്രത്തിലേക്കിട്ടുകൊണ്ടിരുന്നു. അതിനുശേഷം പ്ലേറ്റുകളെല്ലാം എങ്ങനെ കഴുകി തുടച്ച് വൃത്തിയാക്കണമെന്നും അളന്നെടുക്കുന്ന റൊട്ടിയുടെ മാവ് എന്തെല്ലാം കലർത്തി പാകത്തിന് കുഴയ്ക്കണമെന്നും രാവിലെയും വൈകുന്നേരവും അടുക്കളയും കക്കൂസും എങ്ങനെ വൃത്തിയാക്കണമെന്നും എനിക്ക് കാണിച്ചും പറഞ്ഞും തരികയുണ്ടായി. പ്ലേറ്റുകൾ സൂക്ഷിച്ച് വേണം കഴുകാൻ. ഉടഞ്ഞാൽ ശമ്പളത്തിൽ നിന്നും പിടിച്ചിരിക്കും എന്നും പറഞ്ഞു. അതിനിടയിൽ അടുക്കളയിൽ നിന്നും പുറത്തേക്ക് കടക്കുന്ന വാതിലിനരികിൽ ഒരാൾ വന്ന് നിൽക്കുന്നത് കണ്ടു.

ഉടനെ ശങ്കർ അയാളുടെ അരികിലേക്ക് സമീപിച്ചു. അപ്പോഴയാൾ രണ്ട് രൂപയുടെ നോട്ടെടുത്ത് ശങ്കറിന്റെ മുന്നിലേക്ക് നീട്ടി. അത് വാങ്ങിച്ച് പോക്കറ്റിലിട്ട ശങ്കർ കൂടിക്കുഴഞ്ഞ് കിടന്നിരുന്ന ആഹാരാവശിഷ്ട പാത്രത്തിൽ നിന്നും രണ്ട് പിടി അള്ളിയെടുത്ത് പൊതിഞ്ഞ് കാത്തുനിന്നിരുന്നയാളുടെ നേർക്ക് നീട്ടി. അതയാൾ ആകാംക്ഷയോടെ വാങ്ങിച്ച് അല്പം മാറിനിന്ന് തുറന്ന് അതിൽനിന്നും ഭക്ഷിക്കുവാൻ തുടങ്ങി.

അത് കണ്ടുനിന്ന എന്നോട് ശങ്കർ ഇതാണ് നമ്മുടെ വരുമാനം. ഇങ്ങനെ ഓരോരുത്തരും കാശുമായി വാതിൽക്കൽ വന്നു നിൽക്കും. അത് വാങ്ങിച്ചുകൊണ്ട് നിനക്കിഷ്ടമുള്ളതുപോലെ ശേഖരിച്ച് മാറ്റി വെച്ചതിൽ നിന്നും എടുത്തു കൊടുക്കണം എന്ന് പറഞ്ഞു.

ഇത് കണ്ട എന്റെ മനസ്സിൽ; പാവങ്ങൾ എച്ചിലുകൾമാത്രം തിന്ന് വിശപ്പടക്കാൻ വിധിക്കപ്പെട്ടവർ. അതും കാശ് കൊടുത്ത് കഴിക്കുന്നു എന്ന് തോന്നിപ്പോയി.

എന്നിരുന്നാലും അത് കൊടുക്കുന്നവനും വാങ്ങിക്കഴിക്കുന്നവനും ആവശ്യമുണ്ടെന്ന് തോന്നി. പിറ്റേദിവസം മുതൽ ഞാൻ ജോലി ആരംഭിച്ചു. ദിവസവും ശമ്പളമായി കിട്ടുന്ന പത്ത് രൂപയേക്കാൾ ഏറെ എച്ചിലാഹാരം വിറ്റ് നേടിക്കൊണ്ടിരുന്നു.

മനോഹരമായ പ്രദേശമായിരുന്നു ഹോട്ടലിന് ചുറ്റും. റോഡുകളുടെ ഇരുവശത്തും തിങ്ങിനിറഞ്ഞുനിന്നിരുന്ന മരങ്ങൾ എവിടെയും കാണാമായിരുന്നു. ഒന്നുരണ്ട് കിലോമീറ്റർ ചുറ്റളവിൽതന്നെ മൂന്നും നാലും സിനിമാതീയേറ്ററുകളും ഇഷ്ടംപോലെ പാർക്കുകളും ആ ഭാഗത്തുണ്ടായിരുന്നുവെങ്കിലും വൈകുന്നേരം ഏഴ് മണികഴിഞ്ഞാൽ ഇടയ്ക്കു ചീറിപ്പാഞ്ഞുപോകാറുള്ള വാഹനങ്ങളും വിരലിലെണ്ണാവുന്ന ആൾക്കാരും മാത്രമേ റോഡിൽ കാണാമായിരുന്നുള്ളൂ. പക്ഷേ വൈകുന്നേരമായാൽ ഹോട്ടൽ ഉപഭോക്താക്കളെക്കൊണ്ട് നിറഞ്ഞുകവിഞ്ഞിരുന്നു.

മനസ്സിലെപ്പോഴും ദുഃഖമുണ്ടായിരുന്നെങ്കിലും അതെല്ലാം ഉള്ളിലൊതുക്കി ചുറ്റിക്കറങ്ങിനടന്നും സിനിമ കണ്ടു രസിച്ചും ഞാൻ സാഹചര്യത്തിനൊപ്പം ഇണങ്ങിച്ചേർന്നു. പറഞ്ഞതുപോലെതന്നെ രണ്ടാഴ്ച കഴിഞ്ഞപ്പോൾ അവധിയിൽ പോയിരുന്ന ശങ്കർ ജോലിയിൽ തിരിച്ചെത്തി. എന്റെ ജോലികളിൽ മതിപ്പുതോന്നിയ ഹോട്ടൽമാനേജർ എന്നെ മുകളിലത്തെ ഗാർഡൻ റസ്റ്റോറന്റിൽ സപ്ലെയറുടെ സഹായിയായി നിയമിച്ചു.

ആ ജോലി ലഭിക്കാൻ വേണ്ടി ഞാൻ വളരെയധികം ആശിച്ച് കാത്തിരുന്നതുമായിരുന്നു. താഴത്തെ റസ്റ്റോറന്റിൽ ഏറെയും ചുറ്റുവട്ടങ്ങളിൽ ജോലി ചെയ്യുന്ന ലോക്കൽ ആൾക്കാരായിരുന്നു. ആഹാരം കഴിക്കാൻ വരാറുണ്ടായിരുന്നത് ഇത്തരക്കാരിൽ ഏറെപ്പേരും മൂക്കിൻതുമ്പത്ത് ദേഷ്യവുമായിട്ടാണ് വരാറ്. ഇവർ വന്നിരുന്ന് ഓർഡർ പറയുന്നയുടനെ കൊണ്ടുപോയി കൊടുത്തിരിക്കണം. അല്ലെങ്കിൽ വാ നിറയെ സപ്ലയറെ ചീത്തവിളിച്ചുകൊണ്ടിരിക്കും. ചീത്തവിളിക്കുന്ന അതേ വായിൽതന്നെ യാതൊരു കൂസലുമില്ലാതെ കഴിക്കുകയും ചെയ്യും. ഇത്തരക്കാരും അല്ലാത്തവരും ആഹാരം കഴിച്ചു കഴിഞ്ഞാലുടനെ പ്ലേറ്റിൽതന്നെയായിരിക്കും കൈകഴുകാറുള്ളത്.

ഗാർഡൻ റസ്റ്റോറന്റ് വളരെ സെറ്റപ്പിലുള്ളതായിരുന്നു. വലിയ ആൾക്കാരായിരുന്നു അവിടെ ആഹാരം കഴിക്കാനും മദ്യപിക്കാനുമായി വരാറുണ്ടായിരുന്നത്. മുസ്ലീമിന്റെ ഹോട്ടലായിരുന്നതിനാൽ അവിടെ മദ്യം വിറ്റിരുന്നില്ല. പക്ഷേ പുറത്തുനിന്നും കൊണ്ടുവരുന്നവർക്ക് അവിടെ കുടിക്കാൻ അനുവദിച്ചിരുന്നു. കുടിക്കുന്നവർ കഴിക്കുന്ന ആഹാരത്തിന്റെ തുക വലുതായിരുന്നതുകൊണ്ട് അത് നിഷേധിക്കുകയും ചെയ്തിരുന്നില്ല. ഒരുപക്ഷേ ആൾക്കാർ കുടിക്കുന്നത് നിർത്തലാക്കാൻ സാധിക്കുകയുമില്ലായിരുന്നിരിക്കാം.

അവിടെ വരുന്നവരിൽ ഏറെപേരും മദ്യം വാങ്ങിക്കൊണ്ട് വരാറില്ലാത്തതിനാൽ ആവശ്യക്കാർക്ക് മദ്യക്കടയിൽ നിന്നും മദ്യംവാങ്ങിക്കൊണ്ടുവന്ന് കൊടുക്കേണ്ടത് എന്റെ ജോലിയുടെയൊരു ഭാഗമായിരുന്നു. ഉപഭോക്താക്കൾ ആവശ്യപ്പെടുന്ന മദ്യം വാങ്ങാൻ അവർ അതിനായിത്തരുന്ന കാശുകൊണ്ട് അരക്കിലോമീറ്റർ ചുറ്റളവിലുള്ള കടകളിലേക്കോടും. ആവശ്യപ്പെട്ട മദ്യം ഒരു കടയിൽ ലഭ്യമല്ലെങ്കിൽ മറ്റൊരു കടയിലേക്കോടും. വിലയിലും ഏറ്റക്കുറച്ചിലുകൾ ഉണ്ടായിരുന്നതുകൊണ്ട് അതിന്റെ ലാഭം എനിക്ക് ലഭിക്കാനായി ദൂരത്തായിരുന്നാലും വിലക്കുറവുള്ളസ്ഥലത്തു പോയി വാങ്ങിച്ച് ലാഭം ഞാനെടുത്തിരുന്നു.

വാങ്ങിച്ചുകൊണ്ടുവന്ന് കൊടുക്കുന്ന വകയിൽ യഥേഷ്ടം ടിപ്പും ലഭിച്ചിരുന്നു. കുറച്ചു ദിവസങ്ങൾ കഴിഞ്ഞപ്പോഴാണ് അവിടെ വരുന്നവരിലേറെയും പേരെടുത്ത ഗുണ്ടകളും അവരുടെ അനുയായികളുമാണെന്ന്

മനസ്സിലായത്. വൈകുന്നേരമായാൽ ഇത്തരക്കാർ അവിടെ സമ്മേളിച്ച് ചെയ്യാൻ പോകുന്നത് ഗൂഢാലോചന നടത്തും. അക്കൂട്ടത്തിൽ ചില പ്പോൾ മുതിർന്ന പൊലീസ് ഉദ്യോഗസ്ഥർവരെ യൂണിഫോമോടും അല്ലാതെയും ഉണ്ടാകാറുണ്ട്. ഇവരുടെയൊക്കെ സംസാരമെല്ലാം കൊള്ള യെപ്പറ്റിയും കൊലയെപ്പറ്റിയും ആയിരിക്കും. എങ്കിലും ഹോട്ടലിലുള്ള വരോട് അവർക്കെല്ലാം കാര്യമായിരുന്നു.

വൈകുന്നേരമായാൽ ഹോട്ടലിനു ചുറ്റും ഭീകരാന്തരീക്ഷമായ സ്ഥിതിയാണ്. പല സായാഹ്നങ്ങളിലും കയ്യിൽ സോഡാ ബോട്ടിലും ഇടുപ്പുകളിൽ വാളുകളുമേന്തി ആരെയൊക്കെയോ നേരിടാനുറച്ച് റോഡിന്റെ വശങ്ങളിൽ നിലയുറപ്പിച്ച് നൽകുന്നതും പതിവായിരുന്നു

ഹോട്ടലിനെ ആധാരമാക്കി നോട്ട് ഇരട്ടിപ്പിക്കുന്നതും ചിലപ്പോ ഴൊക്കെ അവിടെ നടന്നിരുന്നു. എന്നുവച്ചാൽ ഒരുലക്ഷം ഒറിജിനൽ നോട്ടിന് പകരം മൂന്നിരട്ടി കള്ളനോട്ട് നൽകാം എന്ന് വാഗ്ദാനം ചെയ്ത് ഗുണ്ട കച്ചവടമുറപ്പിക്കും. കച്ചവടം ഉറപ്പിക്കുന്ന ആളോട് ഒന്നും ഭയക്കാ നില്ല. തന്റെ ഉടമസ്ഥതയിലുള്ള ഹോട്ടലിൽവച്ച് നമ്മൾക്ക് വ്യവഹാരം നടത്താം എന്ന് തെറ്റിദ്ധരിപ്പിച്ച് ഹോട്ടലിൽ കൊണ്ടുവരും. തന്റെ ഹോട്ട ലാണിതെന്ന് ഇരയെ ധരിപ്പിക്കാൻ വേണ്ടി ഗുണ്ട ഞാനടക്കം അവിടെ യുള്ളവരോടെല്ലാം ആധികാരികമായി സംസാരിക്കുകയും പെരുമാറു കയും ചെയ്യും. ഇതൊക്കെ കാണുമ്പോൾ രൂപയുമായി കള്ളനോട്ട് വാങ്ങാൻ വന്നയാൾക്ക് വിശ്വാസം തോന്നും. അപ്പോൾ കൊണ്ടുവന്ന തുക യാതൊരു മടിയുംകൂടാതെ അയാൾ ഗുണ്ടയെ ഏൽപ്പിക്കും. അത് വാങ്ങിച്ചുകൊണ്ടയാൾ ഇപ്പോൾ കള്ളനോട്ടുമായി തിരിച്ചുവരാം എന്ന് പറഞ്ഞുകൊണ്ട് അടുക്കളവാതിൽ വഴി കടന്നുപോവുകയാണ് ചെയ്യാറ്.

ഹോട്ടലിന്റെ മുതലാളി മൂന്നിരട്ടി കള്ളനോട്ടുമായി ഇപ്പോൾ വരു മെന്ന് വിചാരിച്ച് കാത്തിരുന്ന് മുഷിയുന്ന ഇര ഒടുവിൽ ഹോട്ടൽ മുത ലാളിക്ക് വരാനെന്താ ഇത്ര താമസം, മുതലാളിയെവിടെപ്പോയി, എന്ന ന്വേഷിക്കാൻ തുടങ്ങും. അവസാനം യഥാർത്ഥ ഹോട്ടൽ മുതലാളിയെ കാണുമ്പോഴായിരിക്കും താൻ കബളിപ്പിക്കപ്പെട്ടിരിക്കുന്നുവെന്ന് അയാൾക്ക് മനസ്സിലാകുന്നത്. ഹോട്ടൽ അധികൃതർക്ക് ഇതൊക്കെ അറിയാമെ ങ്കിലും ജീവനിൽ പേടിയുള്ളതുകൊണ്ട് ഒന്നും അറിയില്ലെന്നമട്ടിൽ കൈമലർത്തും. രൂപ നഷ്ടപ്പെടുന്നയാൾ എന്ത് പറഞ്ഞുകൊണ്ടാണ് പൊലീസിൽ പരാതിപ്പെടേണ്ടതെന്നോർത്ത് ശങ്കിച്ച് ദുഃഖവും ദേഷ്യവും ഉള്ളിലൊതുക്കി പോവുകയായിരിക്കും ചെയ്യാറ്.

അഥവാ പൊലീസിൽ പരാതിപ്പെട്ടാലും വാദി പ്രതിയാകുന്ന അവസ്ഥ യായിരുന്നു.

ആധികാരികമായിട്ടായിരുന്നു ഇത്തരക്കാരുടെ പ്രവർത്തനവും. ചോദിച്ച എന്ത് സാധനവും പറ്റായി കൊടുത്തിരിക്കണം. അവിടെ

വരുന്ന ഗുണ്ടകളിൽ ഏറെപ്പേരും കൂടുതലും പറ്റിയിരുന്നത് ഹോട്ടലി നരികിലുള്ള സിഗരറ്റ് കടയിൽ നിന്നായിരുന്നു. കൊടുത്തില്ലെങ്കിൽ വാള്കൊണ്ടായിരിക്കും മറുപടി നൽകുക. അതിന് എനിക്കൊരിക്കൽ സാക്ഷിയാകേണ്ടി വന്നു.

ഒരു ദിവസം ഗുണ്ടാസംഘത്തിലെ ഒരംഗം തന്റെ പേര് കടക്കാര നോട് പറഞ്ഞുകൊണ്ട് കടയിൽനിന്നും ഒരു പാക്കറ്റ് സിഗരറ്റ് വാങ്ങി ക്കൊണ്ട് വരുവാനായി ആ കടയിലേക്ക് എന്നെ പറഞ്ഞയച്ചു. കടക്കാര നോട് ഞാൻ ഇന്നയാൾ സിഗരറ്റ് ആവശ്യപ്പെടുന്നെന്നറിയിച്ചപ്പോൾ എഴുതിവച്ചിരുന്ന പറ്റ് ബുക്ക് നോക്കിയ ശേഷം കടക്കാരൻ എന്നോട് നീ പോയി അയാളോട് പറയൂ പറ്റായി വാങ്ങിയതിൽ വലിയൊരു തുക എനിക്ക് നൽകാനുണ്ട്. അതിൽ പകുതിയെങ്കിലും തന്നാൽ മാത്രമേ ഞാനിനി കടം തരികയുള്ളൂ എന്ന് പറഞ്ഞുകൊണ്ട് തിരിച്ചയച്ചു

ഞാൻ പോയി അപ്രകാരം ആ ഗുണ്ടയെ അറിയിക്കുകയും ചെയ്തു. ഏകദേശം ഒന്ന് രണ്ട് മണിക്കൂർ കഴിഞ്ഞപ്പോൾ എന്നുവച്ചാൽ സമയം രാത്രി പതിനൊന്ന് മണിയോടടുത്തപ്പോൾ കടയുടെ ഭാഗത്തുനിന്ന് ഗ്ലാസുകൾ പൊട്ടിയുടയുന്ന ശബ്ദം കേട്ടപ്പോഴാണ് എല്ലാവരുടെയും ശ്രദ്ധ ആ ഭാഗത്തേക്ക് തിരിഞ്ഞത്. അപ്പോൾ ഞാൻ കാണുന്നത് രണ്ടുപേർ നീളമുള്ള വലിയ വാൾ കൊണ്ട് ആ കടക്കാരന് നേരെ വീശിക്കൊണ്ടിരിക്കുന്നു. അതേൽക്കാതിരിക്കാൻ അയാൾ ഒഴിഞ്ഞു മാറിക്കൊണ്ടിരിക്കുമ്പോൾ വെട്ടേൽക്കുന്ന കണ്ണാടി ഭരണികളും അല മാരയുടെ ഗ്ലാസുകളും ഉടഞ്ഞുകൊണ്ടിരുന്നു. അല്പസമയത്തിനു ശേഷം തങ്ങളുടെ ദൗത്യം നിർവഹിച്ചു കഴിഞ്ഞെന്നവണ്ണം വാളുമായി അവർ ഓടി മറഞ്ഞു. ഒന്നുരണ്ട് നിമിഷത്തിനകം ഇതെല്ലാം സംഭവിച്ചു കഴിഞ്ഞിരുന്നു.

അവർ പോയശേഷം ഇതെല്ലാം കണ്ടുനിന്നവർ കടക്കാരനെന്തു പറ്റി എന്ന് ഓടിക്കൂടിനോക്കിയപ്പോൾ വെട്ടുകളിൽ നിന്നും തലയെ സംരക്ഷിക്കാൻ വേണ്ടി തടഞ്ഞ കടക്കാരന്റെ കൈ അറ്റ് തൂങ്ങി കിട ക്കുന്നതാണ് കണ്ടത്. കടയുടെ മേൽക്കൂരയിൽ വെയിലേൽക്കാതിരി ക്കാൻ താഴ്ത്തി കെട്ടിയിരുന്ന ടാർപ്പാൾ ഷീറ്റ് അപ്പോഴും അഴിച്ചു മാറ്റാതെ കിടന്നിരുന്നതുകൊണ്ട് അയാളുടെ തലയ്ക്കു മീതെ പാഞ്ഞുവന്ന വെട്ടുകളിൽ പലതും അത് തടഞ്ഞു നിർത്തി. അല്ലായിരുന്നുവെങ്കിൽ ശരീരം വെട്ടേറ്റ് ചിന്നഭിന്നമായിപ്പോയിരുന്നേനേ. പിന്നീട് ആ കട അവിടെ തുറന്നു പ്രവർത്തിച്ചില്ല.

ഏകദേശം ഒന്ന് രണ്ട് വർഷക്കാലത്തോളമായി നല്ല രീതിയിൽ അവിടെ ജോലി ചെയ്തു കൊണ്ടിരുന്നപ്പോഴാണ് രാജേഷ് എന്ന് വിളിക്കുന്ന എന്നേക്കാൾ അല്പം പ്രായക്കൂടുതലുള്ള ഒരുവൻ അവിടെ ജോലി ക്കായി എത്തിയത്. ഹോട്ടൽജോലി പരിചയമൊന്നുമില്ലാത്തതിനാൽ

താഴത്തെ റസ്റ്റോറന്റിൽ ക്ലീനർ ജോലിയിലായിരുന്നു അവൻ ഏർപ്പെട്ടിരുന്നത്.

എപ്പോഴും തേച്ചുടയാത്ത നല്ല വസ്ത്രം ധരിച്ച് വെള്ളം നിറഞ്ഞു തുളുമ്പുന്ന പ്ലേറ്റ് അടിവെച്ചടി വെച്ച് താഴെ വീഴാതെ ശ്രദ്ധിച്ചെടുത്തു കൊണ്ടുപോകുന്നത് കാണുമ്പോൾ എനിക്ക് ചിരി വരാറുണ്ട്. കാരണം സാധാരണ ക്ലീനർ ജോലി ചെയ്യാറുള്ളത് പിള്ളേരായിരുന്നു. ഇത്രയും ടിപ്ടോപ്പായി ക്ലീനർ ജോലി ചെയ്യുന്നയാളെ ഞാനാദ്യമായിട്ടായിരുന്നു കണ്ടിരുന്നത്. നല്ല മാന്യമായ അയാളുടെ പെരുമാറ്റവും പള്ളിയിലും അമ്പലത്തിലുംമൊക്കെ പോകുന്നതും കണ്ടപ്പോൾ ഞങ്ങൾ തമ്മിൽ നല്ല സുഹൃത്തുക്കളാകുവാൻ കൂടുതൽ സമയം വേണ്ടിവന്നില്ല. ഒഴിവു സമയങ്ങളിൽ ഇരുവരും ഒന്നിച്ചു സിനിമയ്ക്ക് പോവുകയും ചുറ്റിക്കറങ്ങിനടക്കുകയും ചെയ്തു. അപ്പോഴെല്ലാം രജേഷിന്റെ ചിലവെല്ലാം ഞാനായിരുന്നു വഹിച്ചിരുന്നത്. അവൻ എന്നോട് സംസാരിക്കുമ്പോഴെല്ലാം മുംബൈ എന്ന മഹാനഗരത്തെപ്പറ്റിയായിരുന്നു ഏറെയും പറയുവാനുണ്ടായിരുന്നത്.

ഞാൻ മുംബൈയിലെ കടത്തുസംഘത്തിലെ ഒരംഗമായിരുന്നുവെന്നും യഥേഷ്ടം രൂപകൊണ്ട് കളിച്ച വ്യക്തിയായിരുന്നുവെന്നും ഏതോ ഒരു സാഹചര്യത്തിൽ ഇവിടെവന്ന് പെട്ടുപോയി. ഞാനുടനെ മുംബൈയ്ക്ക്പോയി ആ ഗ്യാങിനൊപ്പം ചേരാൻ പോവുകയാണെന്നും അവൻ എന്നെ പലപ്പോഴും ഓർമ്മിപ്പിച്ചുകൊണ്ടിരുന്നു.

എങ്കിലും ഈ പറഞ്ഞതൊക്കെ ഞാൻ കാര്യമായി ചെവിക്കൊണ്ടിരുന്നില്ല. ഒരു ദിവസം അവൻ എന്നോട് ചോദിച്ചു: ‘‘നീയും എന്റെ കൂടെ മുംബൈക്ക് വരുന്നോ? നിനക്ക് ഞാൻ ആ സംഘത്തിൽ അംഗത്വം വാങ്ങിച്ച് തരാം. എത്ര നാൾ നമ്മളിങ്ങനെ ജീവിതം തള്ളിനീക്കും? ജീവിതത്തിൽ എന്തെങ്കിലുമൊരു ലക്ഷ്യം വേണ്ടയോ? പണവും പെണ്ണും ആർഭാടജീവിതവുമൊക്കെയല്ലേ എല്ലാവർക്കും വേണ്ടത്. അതിന് ഏറ്റവും നല്ല സ്ഥലം മുംബൈ ആണ്. അവിടെ ഒറ്റരാത്രികൊണ്ട് കോടിക്കണക്കിന് രൂപ ഉണ്ടാക്കുന്നവരുമുണ്ട്. നിന്നെപ്പോലെ അവിടാരും പ്രേമിച്ച് വിലപിച്ച് നടക്കാറില്ല. കാശുണ്ടെങ്കിൽ ഇഷ്ടംപോലെ സ്ത്രീകളെ നമ്മൾക്കവിടെ തിരഞ്ഞെടുത്ത് ആസ്വദിക്കാം. പിന്നെ കാറ്, ബംഗ്ലാവ് എന്ന് വേണ്ട അവിടുത്തെയൊരു ജീവിതം ഒന്ന് വേറെ തന്നെ. അതാസ്വദിച്ച എനിക്കേ അറിയുള്ളൂ. നിനക്ക് സമ്മതമാണെങ്കിൽ നമ്മൾക്കുടനെ പുറപ്പെടാം. ഏതായാലും നമ്മൾക്ക് രണ്ടുപേർക്കും സ്വന്തക്കാരെന്നോ ബന്ധുക്കാരെന്നോ ഇല്ലല്ലോ. അതുകൊണ്ട് ആരെയും ഭയക്കേണ്ടതായും ഇല്ല.’’

ഇപ്പറഞ്ഞതൊക്കെ കേട്ടപ്പോൾ സിനിമയിലെന്നപോലെ ഇരുവശത്തും മാറിൽ ചാഞ്ഞ് തലോടിക്കൊണ്ടിരിക്കുന്ന സുന്ദരികളെയും

കാറും ബംഗ്ലാവുമൊക്കെ എന്റെ മനസ്സിൽ മിന്നിത്തെളിഞ്ഞു. ഏതായാലും എനിക്കാരോടും ചോദിക്കാനും പറയാനുമൊന്നുമില്ലല്ലോ. പലപ്പോഴും ഞാൻ മുംബൈയ്ക്ക് പോകാൻ ഉദ്ദേശിച്ചതുമായിരുന്നു. പക്ഷേ കഴിയാതെ പോയി. ഇപ്പോഴിതാ നല്ലയൊരവസരം വന്നിരിക്കുന്നു. ഉടനെതന്നെ അവന്റെ കൂടെ പുറപ്പെട്ട് അവൻ പറഞ്ഞതുപോലെ ആ ഗ്യാങ്ങിനൊപ്പം ചേർന്ന് വലിയ ഒരു ഗ്യാങ്ങ് മെമ്പറായി ജീവിതം അടിച്ചുപൊളിക്കാം എന്ന് കരുതിക്കൊണ്ട് ഞാനവനോട് വരാൻ തയ്യാറാണെന്നു പറഞ്ഞു.

അങ്ങനെ ഇരുവരും കൂടി മുംബൈയ്ക്ക് പുറപ്പെടാനുള്ള ഒരുക്കങ്ങൾ തുടങ്ങി. കാശൊന്നും കയ്യിൽ കരുതിവെക്കാതിരുന്നതുകൊണ്ട് മൂന്നു നാല് ദിവസങ്ങൾ കൂടി ജോലി ചെയ്ത് യാത്രാക്കൂലിക്കും ചില വിനുമുള്ളത് സ്വരൂപിച്ച ശേഷം യാത്ര പുറപ്പെടാം എന്നിരുവരും തീരുമാനിച്ചു. അങ്ങനെ മൂന്നു നാല് ദിവസം കൂടി ജോലിചെയ്ത സമ്പാദ്യം കൂട്ടി നോക്കിയിട്ടും കാശ് മതിയാകുകയില്ലെന്ന് തോന്നി. ഇനിയും കാശ് വേണം. അതിന് വീണ്ടും മൂന്ന് നാല് ദിവസംകൂടി ജോലി ചെയ്ത് സമ്പാദിച്ചിട്ട് പോകാം എന്ന് ഞാനവനോടു പറഞ്ഞപ്പോൾ അവൻ എന്നോട് ''എന്തായാലും നമ്മൾ തീരുമാനിച്ചതുപോലെത്തന്നെ ഇവിടെ നിന്ന് സമയം കളയാതെ നാളെത്തന്നെ പുറപ്പെടാം. ഞാൻ പറയുന്നതുപോലെ നീ ചെയ്താൽ നമ്മൾക്ക് കാശിന് പരിഹാരമുണ്ടാക്കാൻ കഴിയും. അതിന് ഞാനൊരു വഴി പറഞ്ഞുതരാം. നീ മുംബൈയിലെത്തിയാൽ ചെയ്തു തുടങ്ങേണ്ടതായ ജോലി ഇവിടെ ത്തന്നെ ചെയ്തു തുടങ്ങിക്കോ. നിന്റെ സാമർത്ഥ്യം എത്രയുണ്ടെന്ന് കാണിക്കാനുള്ള ഒരവസരം കൂടിയാണ്.''

''നീ പറഞ്ഞുവരുന്നതെന്താണെന്നെനിക്ക് മനസ്സിലാകുന്നില്ല.''

''ഞാൻ ഹോട്ടലിൽ നിന്നും എന്റെ കണക്ക് തീർത്തശേഷം ബാഗും തുണിയുമെടുത്ത് റെയിൽവേ സ്റ്റേഷനിലേക്ക് പുറപ്പെടും. അതിനകത്ത് നിന്റെ ബാഗും തുണിയുംകൂടി ഉൾപ്പെടുത്താം. നീ മാത്രം ജോലി വിടരുത്. ഇങ്ങനെയൊരു യാത്ര പോകുന്നതിനെപ്പറ്റി ആരോടും പറയുകയും ചെയ്യരുത്. രാത്രി പത്തുമണിക്കാണല്ലോ ട്രെയിൻ പുറപ്പെടുന്നത്. ഞാൻ നിനക്കുവേണ്ടി റെയിൽവേ സ്റ്റേഷനിൽ കാത്തിരിക്കാം. നീ സാധാരണയെന്നപോലെ ജോലി ചെയ്തുകൊണ്ടിരിക്കുന്നതിനിടയിൽ സ്റ്റാഫ് റൂമിൽ പോയി അവിടെ ആരുമില്ലാത്ത സമയംനോക്കി അവിടെയുള്ള പെട്ടികളുടെ പൂട്ടുകൾ പൊളിച്ച് അതിലുള്ള പൈസ അപഹരിക്കണം. അതിനുശേഷം ഒന്നും അറിയാത്തവനെപ്പോലെ ജോലി തുടരണം. ആരും നിന്നെ സംശയിക്കില്ല. ജോലി തുടർന്നുകൊണ്ടിരിക്കുമ്പോൾ അവിടെ ഉപഭോക്താക്കൾ മദ്യം വാങ്ങിക്കൊണ്ട് വരുവാനായിത്തരുന്ന പൈസ രണ്ട്മൂന്ന് പേരിൽനിന്നും സ്വരൂപിച്ചശേഷം മദ്യം വാങ്ങിക്കൊണ്ട്

കൊടുക്കാൻ നിൽക്കാതെ ഉടനെ നീ അതുമായി ട്രെയിൻ പുറപ്പെടുന്നതിന് മുൻപ് റെയിൽവേ സ്റ്റേഷനിലെത്തണം അവിടെ നിന്ന് നമ്മൾക്കൊരുമിച്ച് യാത്രയാകാം എന്ന് പറഞ്ഞു.

മാന്യമായി ജോലി ചെയ്തുകൊണ്ടിരിക്കുന്ന സ്ഥലത്ത് നിന്നും ഞാൻ ഇങ്ങനെയൊക്കെ ചെയ്യണമെന്ന് പറഞ്ഞത് കേട്ടപ്പോൾ പരിഭ്രാന്തി തോന്നി. എന്നാലും ചെയ്ത് തുടങ്ങേണ്ടതായ ജോലി ഇങ്ങനെയൊക്കെത്തന്നെയാണല്ലോ. ആയതുകൊണ്ട് ഭയമോ ദാക്ഷിണ്യമോ വിട്ടുവീഴ്ചയോ പാടില്ല എന്നോർത്ത് ഞാൻ ധൈര്യം സംഭരിച്ചുകൊണ്ടവനോട് ശരി, നീ പറഞ്ഞതുപോലെ ഞാൻ ചെയ്യാൻ തയ്യാറാണ് എന്ന് പറഞ്ഞു

എല്ലാം മുൻകൂർ നിശ്ചയിച്ച പ്രകാരം ഹോട്ടലിൽ ചേർത്തുവച്ചിരുന്ന ശമ്പളവും വാങ്ങി തന്റെ ബാഗിൽ എന്റെ ബാഗ് കൂടി ഉൾക്കൊള്ളിച്ച ശേഷം അവൻ റെയിൽവേ സ്റ്റേഷനിലേക്ക് പുറപ്പെട്ടു. പോകുന്നതിനു മുൻപ് എല്ലാം ഭംഗിയായി നിർവഹിച്ച് എത്രയും വേഗം റെയിൽവേ സ്റ്റേഷനിലെത്തണമെന്ന് എന്നോട് അവൻ നിർദ്ദേശിക്കുകയും ചെയ്തു.

അപ്പോൾ സമയം ഏകദേശം വൈകുന്നേരം ആറ് മണിയോടടുത്തിരുന്നു. ഹോട്ടലിൽ താമസിക്കാറുള്ള ജോലിക്കാർ പകൽ ജോലി കഴിഞ്ഞതിനുശേഷം ഒരുങ്ങി ഓരോരുത്തരായി പുറത്ത് പോകാൻ തുടങ്ങി ക്കൊണ്ടിരുന്നു.

എല്ലാവരും മുറിയിൽ നിന്നും പുറത്ത് കടന്നു പോകാൻ വേണ്ടി കാത്തിരുന്ന ഞാൻ കയ്യിൽ ഒളിപ്പിച്ച് കരുതിയ സ്ക്രൂഡ്രൈവറുമായി പതുക്കെ സ്റ്റാഫ് റൂമിലേക്ക് നടന്നു. പക്ഷേ അപ്പോഴുമവിടെ പ്ലേറ്റ് കഴുകുന്ന ശങ്കർ ഉണ്ടായിരുന്നു. ഞാൻ നോക്കുമ്പോൾ അയാൾ തന്റെ പെട്ടി തുറന്ന് എച്ചിൽ വിറ്റ സമ്പാദ്യമെല്ലാം എണ്ണിത്തിട്ടപ്പെടുത്തി പൊതിഞ്ഞ് പെട്ടിക്കകത്ത് വെച്ച് പൂട്ടുന്നതാണ് കണ്ടത്.

അയാൾകൂടി കടന്നു പോയതിനുശേഷം വീണ്ടും വരാം എന്നു കരുതി ഞാൻ അയാൾ അവിടെ നിന്നും പോയി മറയുന്നതിനായി ഒളിഞ്ഞ് കാത്തുനിന്നു.

അല്പംനേരം കഴിഞ്ഞ് അയാൾ അവിടെനിന്നു പോയപ്പോൾ തക്കംപാർത്തിരുന്ന ഞാൻ കയ്യിൽ കരുതിയ സ്ക്രൂഡ്രൈവറുമായി മുറിക്കകത്ത് പ്രവേശിച്ച് പെട്ടികളുടെ സമീപത്തേക്ക് നടന്നു. മറ്റാരും സമീപത്തില്ലെന്ന് ചുറ്റും നോക്കി ഉറപ്പിച്ചശേഷം ശങ്കറിന്റെ പെട്ടിയുടെ പൂട്ട് അല്പം പരിശ്രമത്തിനുശേഷം കുത്തിപ്പൊളിച്ച് അയാൾ എണ്ണിത്തിട്ടപ്പെടുത്തിവച്ച നോട്ട്ചുരുട്ട് എടുത്ത് പോക്കറ്റിൽ ഒളിപ്പിച്ചു. തൊട്ടടുത്തിരുന്ന ഒരു പെട്ടികൂടി ഉടനെ കുത്തിപ്പൊളിച്ചശേഷം അതിൽ കാശിനായി പരതി എങ്കിലും അതിൽനിന്ന് ഒന്നും കണ്ടെടുക്കാൻ കഴിഞ്ഞില്ല.

ഏതായാലും കിട്ടിയത് മതി ഇനിയും പെട്ടി കുത്തിപ്പൊളിക്കുന്ന തിനിടെ ആരെങ്കിലും കാണാനിടയായാൽ പിന്നെ സംഭവിക്കുന്നതൊന്ന് വേറെയാണ് എന്ന് കരുതി ഞാൻ ഒന്നും അറിയാത്തവനെ പോലെ വീണ്ടും ജോലിയിൽ ഏർപ്പെട്ടുകൊണ്ടിരുന്നു.

നേരം സന്ധ്യയാകാൻ തുടങ്ങും തോറും റസ്റ്റോറന്റിൽ ആൾക്കാർ വന്നുകൊണ്ടേയിരുന്നു. അപ്പോൾ ഒരാൾ നൂറ് രൂപയെടുത്ത് മദ്യം വാങ്ങാനായി എന്റെ അരികിലേക്ക് നീട്ടി. വീണ്ടും രണ്ടാമതൊരാളിൽ നിന്നും കാശ് ലഭിക്കുന്നതിന് വേണ്ടി കുറച്ചു നേരം കൂടി എനിക്ക് കാത്തിരിക്കേണ്ടി വന്നു. കിട്ടിയതോ മദ്യത്തിന്റെ തുകയുടെ കണക്ക നുസരിച്ചുള്ളത് മാത്രം. മൂന്നാമതൊരാളിൽ നിന്നും തുക ലഭിക്കുവാ നായി കുറേ നേരം കാത്തിരുന്നപ്പോൾ ആദ്യം കാശ് തന്നയാൾ എന്താണ് ഇത്ര താമസം? വേഗം മദ്യം കൊണ്ടുവന്നാട്ടെ എന്ന് പറഞ്ഞു. മൂന്നാ മതൊരാളിൽ നിന്നും എത്ര നേരം കാത്തിരുന്നാലാണിനി കാശ് ലഭി ക്കുക. പുറത്തുപോയ ശങ്കർ തിരിച്ചു വന്ന് തന്റെ പെട്ടിയുടെ അവസ്ഥ കണ്ട് ആരാണിതിനുത്തരവാദിയെന്ന് തിരയുന്നതിന് മുൻപ് ഇവിടെ നിന്നും പോയി മറയുന്നതാണ് നല്ലത് എന്ന് കരുതി ഞാൻ കിട്ടിയതും കൊണ്ട് റെയിൽവേ സ്റ്റേഷനിലേക്കോടി.

മൂന്നു നാല് കിലോമീറ്ററോളം ഓടി അവിടെയെത്തിയപ്പോൾ എനിക്കു വേണ്ടി കാത്തിരിക്കുന്ന രാജേഷിനെ കാണാൻ കഴിഞ്ഞു. ഉടനെ ഇതാ എന്ന് പറഞ്ഞുകൊണ്ട് കൈയിലുണ്ടായിരുന്ന നൂറ്റിമുപ്പതോളം രൂപ ഞാനവന്റെ കയ്യിലേൽപ്പിച്ചു.

പിന്നീട് വലിയ പ്രതീക്ഷയോടെ ശങ്കറിന്റെ പെട്ടിയിൽ നിന്നെടു ത്തത് തുറന്നു നോക്കിയപ്പോൾ അതിൽ ഒരു രൂപയുടെയും രണ്ടു രൂപ യുടെയും നോട്ടുകൾ മാത്രമടങ്ങിയതാണ് കണ്ടത്. അതെല്ലാം എണ്ണി തിട്ടപ്പെടുത്തിയപ്പോൾ ഏകദേശം അറുപത് രൂപയോളം ഉണ്ടായിരുന്നു. എന്റെ കയ്യിൽ ഉണ്ടായിരുന്നതും കൂടി എണ്ണിതിട്ടപ്പെടുത്തിയപ്പോൾ ഇരുന്നൂറ്റിയമ്പത് രൂപയോളം എന്റേത് മാത്രമായി ഉണ്ടായിരുന്നു. ഇരു വർക്കും യാത്രാ ടിക്കറ്റെടുത്തതിനുശേഷം ഇരുവരുടെയും കൈയി ലുള്ളതെല്ലാം എണ്ണി തിട്ടപ്പെടുത്തിയപ്പോൾ മുന്നൂറോളം രൂപ ബാക്കി യായി വന്നു.

അവിടെ വരെ പോകാനും നാലഞ്ചു ദിവസം അവിടെ കഴിഞ്ഞു കൂടാനും ഇത് ധാരാളം മതി. നിന്റെ കൈയ്യിലിരുന്നാൽ ആരെങ്കിലും അപഹരിച്ചെന്നു വരും. അതുകൊണ്ട് ഞാൻ സൂക്ഷിച്ചു വച്ചുകൊള്ളാം എന്ന് പറഞ്ഞു കൊണ്ടവൻ അൻപത് രൂപ ചിലവിനു വേണ്ടി മാറ്റി എടുത്തു വെച്ചതിനുശേഷം ബാക്കിയുള്ള ഇരുന്നൂറ്റിയമ്പതോളം രൂപ പാൻസിന്റെ ഉൾപോക്കറ്റിൽ ഭദ്രമായി തിരുകിക്കയറ്റിവച്ചു.

ട്രെയിൻ പുറപ്പെടാനായി അപ്പോഴും രണ്ടു മണിക്കൂറോളം സമയം ബാക്കിയുണ്ടായിരുന്നു. മദ്യം വാങ്ങാനായി പുറപ്പെട്ട എന്നെ കാണാത്തതിനാൽ എന്താണവിടെ സംഭവിച്ചിരിക്കുക? ശങ്കറിന്റെ പെട്ടി പൊട്ടിച്ച് കാശ് അപഹരിച്ചുകൊണ്ട് ഞാൻ കരുതിക്കൂട്ടിയാണ് കടന്ന് കളഞ്ഞിരിക്കുന്നതെന്ന് അവർക്കു മനസ്സിലായിക്കാണുമോ? അത് മനസ്സിലാക്കി എന്നെ അന്വേഷിച്ച് റെയിൽവേ സ്റ്റേഷനിലെങ്ങാനും അവർ വരുമോ?

എന്നിങ്ങനെ ഓർത്തപ്പോൾ മനസ്സിൽ പരിഭ്രാന്തി തോന്നി. എത്രയും വേഗം ട്രെയിൻ ഇവിടെനിന്നും പുറപ്പെട്ടാൽ മതിയായിരുന്നു എന്നാശിച്ച് പരിഭ്രാന്തിയോട് നിന്ന് സമയം ചിലവഴിച്ച എനിക്ക് ട്രെയിൻ പുറപ്പെടാൻ തുടങ്ങിയപ്പോഴാണ് ആശ്വാസമായത്.

അങ്ങനെ നീണ്ട യാത്രയ്ക്കൊടുവിൽ മുംബൈ എന്ന മഹാനഗരത്തിൽ ഇരുവരും എത്തിച്ചേർന്നു. അപ്പോൾ സമയം രാത്രി പന്ത്രണ്ട് മണിയോടടുത്ത് ആകാറായിരുന്നു

ആ വലിയ നഗരത്തിൽ ഇറങ്ങിയപ്പോൾ നടുരാത്രിയിലും പകൽ പോലെയുള്ള ജനസാന്ദ്രതയും തുറന്നിട്ടിരിക്കുന്ന വ്യാപാരസ്ഥാപനങ്ങളും ഇടതടവില്ലാത്ത വാഹനങ്ങളുടെ സഞ്ചാരവുമെല്ലാം കണ്ടപ്പോൾ എനിക്കതിശയം തോന്നി. റെയിൽവേ സ്റ്റേഷനിൽ നിന്നും ഇരുവരും പുറത്തിറങ്ങിയതും തെരുവിലുടനീളം ആൾക്കാർ കിടന്നുറങ്ങുന്നത് കണ്ടു. അപ്പോൾ രാജേഷ് പറഞ്ഞു, ''ഈ രാത്രി നമ്മൾക്കും ഇവിടെ കിടന്നുറങ്ങി രാവിലെ യാത്രയാകാം.''

അങ്ങനെ കൂട്ടത്തോടെയും ഒറ്റയ്ക്കും തെരുവിൽ കിടന്നുറങ്ങിക്കൊണ്ടിരിന്ന ആൾക്കാരിൽ നിന്നും അൽപ്പം അകന്നുമാറി നടപ്പാതയോരത്ത് പേപ്പർ വിരിച്ച് ബാഗ് തലയിണയായി വച്ചുകൊണ്ട് ഇരുവരും ഉറങ്ങാനായി കിടന്നു. ഉടനെ ഞങ്ങൾ ഉറങ്ങിപ്പോവുകയും ചെയ്തു.

ഉറക്കമധ്യേ ഞങ്ങളുടെ സമീപത്ത് മറ്റ് ആൾക്കാരും കിടന്നുറങ്ങുന്നുണ്ടെന്ന് തോന്നി. എങ്കിലും അതൊന്നും ഗൗനിക്കാൻ കഴിയാത്ത വിധം ഞാൻ ഗാഢനിദ്രയിലാണ്ടു. കണ്ണിൽ സൂര്യപ്രകാശവും പാഞ്ഞു പോകുന്ന വാഹനങ്ങളുടെ അസഹനീയമായ ഹോണടി ശബ്ദവും ഉറക്കത്തെ ബാധിച്ചപ്പോഴാണ് ഞാൻ കണ്ണുതിരുമ്മി സടകുടഞ്ഞെഴുന്നേറ്റത്.

തലേന്ന് രാത്രി ഇവിടെത്തന്നെയാണോ കിടന്നുറങ്ങിയത്, അഥവാ ഞങ്ങളെ ആരെങ്കിലും ഇവിടെ കൊണ്ടു വന്നിട്ടതാണോ എന്ന് എനിക്കപ്പോൾ തോന്നി. കാരണം ആ നഗരമധ്യത്തിൽ ഞങ്ങളല്ലാതെ മറ്റാരും കിടന്നുറങ്ങുന്നതായി കണ്ടില്ല. നടപ്പാതയിൽ കിടന്നുറങ്ങിക്കൊണ്ടിരുന്നതിനാൽ നടക്കുന്ന ആൾക്കാർക്ക് കാൽ വെയ്ക്കാൻ സ്ഥലമില്ലാതിരുന്നതു കൊണ്ട് നടന്നു പോകുന്നവർ ഞങ്ങളുടെ മേൽ കൂടി കവച്ച്

വച്ച് പിറുപിറുത്തുകൊണ്ട് പൊയ്ക്കൊണ്ടിരുന്നു. അപ്പോഴും കിടന്നുറങ്ങിക്കൊണ്ടിരുന്ന രാജേഷിനെ ഞാൻ പെട്ടെന്ന് തട്ടിയുണർത്തി. സടകുടഞ്ഞെഴുന്നേറ്റ അവൻ കണ്ണുതിരുമ്മിക്കൊണ്ട് തലേന്ന് രാത്രി ഊരി അരികിൽ സൂക്ഷിച്ചുവച്ചിരുന്ന ചെരുപ്പ് അണിയാൻ വേണ്ടി തിരഞ്ഞു. പക്ഷേ അവിടെയെങ്ങും അത് കാണാൻ കഴിഞ്ഞില്ല അപ്പോഴാണ് തന്റെ അരികിൽ അഴിച്ചു സൂക്ഷിച്ചുവച്ചിരുന്ന വിലകൂടിയ ചെരുപ്പിനെ ഞാനന്വേഷിച്ചത്. അതും അവിടെ കാണാൻ കഴിഞ്ഞില്ല.

നമ്മുടെ ചെരുപ്പുകൾ അപഹരിക്കപ്പെട്ടിരിക്കുന്നു എന്ന് അവൻ പറഞ്ഞു.

ഏതായാലും മറ്റു മാർഗ്ഗമില്ല. വെറും കാലിൽ തന്നെ നമുക്ക് നടക്കാം എന്ന് പറഞ്ഞുകൊണ്ട് തലയണയായി ഉപയോഗിച്ചിരുന്ന ബാഗ് താഴെ നിന്നും അവൻ പൊക്കിയെടുത്തപ്പോൾ ഭാരക്കുറവ് അനുഭവപ്പെടുന്നതു പോലെ തോന്നി അല്പം സംശയത്തോടെ അവൻ എന്നെ നോക്കിക്കൊണ്ട് ബാഗിനുള്ളിൽ എല്ലാ തുണികളും ഭദ്രമായുണ്ടോയെന്ന് തിരയാൻ തുടങ്ങി. പക്ഷേ ഇരുവരുടെയും ബാഗിൽനിന്ന് നല്ല തുണികളെല്ലാം അപഹരിക്കപ്പെട്ടിരിക്കുന്നുവെന്ന് ഭയത്തോടെ ഞങ്ങൾ മനസ്സിലാക്കി.

ഉടനെ അവൻ വലിയ സംശയത്തോടെ തന്റെ ഉൾപോക്കറ്റിൽ സൂക്ഷിച്ചുവച്ചിരുന്ന തുക ഭദ്രമായി തന്നെയുണ്ടല്ലോ എന്നുറപ്പിക്കാൻ തപ്പിനോക്കി. പക്ഷേ അതും കാണ്മാനില്ലെന്ന വിധം പോക്കറ്റായ പോക്കറ്റെല്ലാം പരിഭവത്തോടെ തപ്പിതിരഞ്ഞുകൊണ്ടിരുന്നു. രൂപയ്ക്കായി പോക്കറ്റെല്ലാം തപ്പി ക്ഷീണിച്ച അവൻ സംശയത്തോടെ എന്നെ നോക്കിക്കൊണ്ട് ചോദിച്ചു; "നീ പോക്കറ്റിൽ നിന്നും കാശെടുത്തോ?"

ഒരത്ഭുതത്തോടെ ഇതെല്ലാം കണ്ടുകൊണ്ടിരുന്ന ഞാൻ പറഞ്ഞു, "ഇല്ല."

"ഉൾപോക്കറ്റിൽ കാശ് സൂക്ഷിച്ചുവെച്ചിരുന്നത് എനിക്കും നിനക്കും മാത്രമല്ലേ അറിയുള്ളൂ. അതുകൊണ്ട് നീ നേര് പറ. എന്റെ പോക്കറ്റിൽ നിന്നും നീ കാശെടുത്തോ?"

ഞാൻ വീണ്ടും പറഞ്ഞു, "ഇല്ല."

പക്ഷേ സംശയം തീരാത്ത അവൻ ഞാനൊന്നു നോക്കട്ടെ എന്ന് പറഞ്ഞുകൊണ്ട് എന്റെ ഷർട്ടിന്റെയും പേൻസിന്റെയും പോക്കറ്റായ പോക്കറ്റെല്ലാം തപ്പി നോക്കി എങ്കിലും കണ്ടെടുക്കാൻ കഴിഞ്ഞില്ല. ഞാൻ എടുത്തിരുന്നാലല്ലേ എന്റെ പോക്കറ്റിൽ അതുണ്ടാവുകയുള്ളൂ എന്ന് എനിക്കപ്പോൾ തോന്നി. എന്നിരുന്നാലും അവൻ പിന്നെയും എന്റെ മേൽ സംശയത്തിന്റെ കരിനിഴൽ പാകിക്കൊണ്ടിരുന്നു.

ഉറക്കം നടിച്ച് കൂടെക്കിടന്നുകൊണ്ട് ഉൾപോക്കറ്റിൽ സൂക്ഷിച്ചിട്ടുണ്ടായിരുന്ന കാശു പോലും അപഹരിച്ചുകളഞ്ഞല്ലോ ഭയങ്കരം തന്നെ എന്ന് ഞാനപ്പോൾ ആലോചിച്ചുപോയി.

ഏതായാലും മുംബൈയിൽ എത്തിയില്ലേ? വെറും കാലിൽ നടന്നോ ആഹാരം കഴിക്കാതെയോ അല്പം നേരത്തേക്ക് കൂടി മാത്രമല്ലേ കഴിയേണ്ടിവരിക. ഉടനെതന്നെ ആ ഗ്യാങ്ങിനൊപ്പം ചേരാൻ പോവുകയാണല്ലോ എന്നായിരുന്നു മനസ്സിൽ. അങ്ങനെ തുണിയും ചെരുപ്പും കാശും നഷ്ടപ്പെട്ട ഇരുവരും സ്വയം പഴിച്ചുകൊണ്ട് ആ വലിയ മഹാനഗര മധ്യത്തിൽ കൂടി നടക്കാൻ തുടങ്ങി. അപ്പോഴെല്ലാം സംശയനിഴലിലായിരുന്ന എന്നോടവൻ പിന്നീടൊന്നും സംസാരിക്കാൻ തുനിഞ്ഞില്ല.

ഇവനെന്നെ കള്ളനാക്കിയല്ലോ എന്ന് നിരാശയോടെ ഓർത്തുകൊണ്ട് അവന്റെ പിറകെ നടക്കുകയല്ലാതെ എനിക്ക് മറ്റു മാർഗ്ഗമില്ലായിരുന്നു. അങ്ങനെ അവൻ ആ വലിയ നഗരമധ്യത്തിൽ കൂടി മണിക്കൂറുകളോളം നടന്നുകൊണ്ടേയിരുന്നു. എത്തേണ്ട സ്ഥലം ഇപ്പോൾ എത്തും എന്ന് നിനച്ച് ഞാനും പിറകെ നടന്നുകൊണ്ടിരുന്നപ്പോൾ രണ്ടു മൂന്നുപേർ ഞങ്ങളെ വഴിയിൽ തടഞ്ഞു നിർത്തിക്കൊണ്ട് ഇരുവരുടെയും ഷർട്ടിന്റെ കോളറിൽ ബലമായി കയറിപ്പിടിച്ചു.

ആരാണെന്നോ, എവിടെനിന്ന് വരുകയാണെന്നോ, എവിടേക്ക് പോവുകയാണെന്നോ ഒന്നും ചോദിക്കാതെ അവർ ഞങ്ങളെ അടുത്ത് നിർത്തിയിട്ടിരുന്ന ഒരു വലിയ വാനിനകത്തേക്ക് കയറ്റാനായി ഉന്തിത്തള്ളി. അതിനകത്തപ്പോൾ ഏകദേശം പത്ത് പന്ത്രണ്ടോളം സമപ്രായക്കാരായവർ മുതൽ വലിയ മുതിർന്നവർ വരെ തിങ്ങി ഞെരുങ്ങിയിരിക്കുന്നത് കണ്ടു. ഞങ്ങളെ രണ്ടു പേരെയും അകത്തു കയറ്റിയ ഉടനെ അവർ ആ വാനിന്റെ വാതിൽ ശക്തിയായി അടച്ച് താഴിട്ടു. ഉടനെ അത് പുറപ്പെടാനും തുടങ്ങി. ഇരുട്ട് തിങ്ങിനിറഞ്ഞ ആ വാനിനകത്ത് നിന്ന് യാത്ര ചെയ്തു കൊണ്ടിരുന്നപ്പോൾ ഇതു പൊലീസ് വാനാണെന്നും സ്റ്റേഷനിലേക്കാണ് കൊണ്ടുപോകുന്നതെന്നും അടുത്ത് നിന്നിരുന്നവരിൽനിന്ന് ഞാൻ മനസ്സിലാക്കി.

അല്പസമയത്തിനകം പൊലീസ് സ്റ്റേഷനിൽ എത്തിയെന്ന വിധം വാൻ നിർത്തുകയുണ്ടായി. ഉടനെ വാനിന്റെ വാതിൽ തുറക്കുകയും അതിനകത്തുണ്ടായിരുന്ന പത്ത് പന്ത്രണ്ടോളം പേരെ രണ്ടു മൂന്ന് പൊലീസുകാരുടെ അകമ്പടിയോടെ പൊലീസ് സ്റ്റേഷനിന്റെ അകത്തുള്ള വലിയ ഇരുമ്പഴി അറയിലേക്ക് ഉന്തിത്തള്ളി അകത്താക്കിക്കൊണ്ട് വാതിൽ പൂട്ടുകയും ചെയ്തു.

ആ വലിയ മുറിക്കുള്ളിൽ അപ്പോൾ കൊണ്ടുവന്നവരെയും അവിടെയുണ്ടായിരുന്നവരെയും കൂട്ടിയാൽ ഏകദേശം ഇരുപതോളം പേർ ഉണ്ടായിരുന്നു. തിങ്ങിനിറഞ്ഞ ഇരുമ്പഴിക്കുള്ളിൽ പകുതിയോളം പേർ

ഇതൊക്കെ കുറെ കണ്ടതാണെന്ന ഭാവത്തിൽ യാതൊരു ഉത്കണ്ഠയും കൂടാതെ കിട്ടിയ സ്ഥലത്ത് തിങ്ങി ഞെരുങ്ങിയിരുന്നുകൊണ്ട് അവരുടേതായ ലോകത്ത് മുഴുകിക്കൊണ്ടിരുന്നു.

ഞാനും രാജേഷും അടക്കം അതിൽ പകുതിയോളം പേർ വേവലാതി പൂണ്ട് പരിഭ്രാന്തരായി നിന്നു. അതിൽ ചിലർ മേശയ്ക്കരികിൽ ജോലിയിൽ മുഴുകിയിരുന്ന പൊലീസുകാരെ നോക്കിക്കൊണ്ട് ''സാർ, സാർ, ഒന്ന് പറയുന്നത് കേൾക്കൂ എന്ന് പറഞ്ഞുകൊണ്ട് കേണുകൊണ്ടിരുന്നു. പക്ഷേ ഇതൊക്കെ എപ്പോഴും കാണുന്നതും കേൾക്കുന്നതുമാണെന്ന ഭാവത്തിൽ അവർ യാതൊന്നും ഗൗനിക്കാതെ തങ്ങളുടെ ജോലിയിൽ മുഴുകിക്കൊണ്ടിരുന്നതേയുള്ളൂ.

ഏകദേശം ഒന്നുരണ്ട് മണിക്കൂർ കഴിഞ്ഞപ്പോൾ രണ്ട് പൊലീസുകാർ അവിടെയെത്തി. അതിലൊരാൾ എല്ലാവരെയും അടച്ചിട്ടിരുന്ന ഇരുമ്പ് ഗേറ്റ് തുറന്ന് ഇടതടവില്ലാതെ കേണപേക്ഷിച്ചുകൊണ്ടിരുന്ന നാലഞ്ചു പിള്ളേരെ തിരഞ്ഞു പുറത്തേക്ക് കടത്തി നിർത്തി.

അവരെ വിട്ടയയ്ക്കാൻ പോകുന്നു എന്ന് ധരിച്ചു സാർ എന്നെയും കൂടി സാർ എന്നെയും കൂടി എന്ന് മറ്റുള്ളവരും ഉച്ചത്തിൽ കേണപേക്ഷിച്ചു. ഉടനെ ഞാനും രാജേഷും ആ കേണപേക്ഷിക്കുന്നവരോടൊപ്പം ചേർന്നു. ഇങ്ങനെയുള്ള പത്ത് പന്ത്രണ്ട് പേരെ തിരഞ്ഞെടുത്ത് പുറത്ത് നിർത്തിയിട്ടും എന്നെയും രാജേഷിനെയും അവർ അക്കൂട്ടത്തിൽ പരിഗണിച്ചില്ല. ഈ തടവറയിൽ കിടന്ന് ജീവിതം കഴിക്കേണ്ടിവരുമോ എന്ന് ഭയന്ന് ഇരുവരും ചേർന്ന് സാർ ഞങ്ങളെയും സാർ ഞങ്ങളെയും എന്ന് ഉച്ചത്തിൽ വീണ്ടും വിളിച്ച് കേണപേക്ഷിച്ചു. ഇതുകേട്ട് സഹികെട്ട പൊലീസ് ഉദ്യോഗസ്ഥർ ഇരുമ്പ് വാതിൽ തുറന്ന് ഞങ്ങളെയും പുറത്തുകൊണ്ടുവന്ന് മാറ്റിനിർത്തിയിരുന്നവരുടെ കൂട്ടത്തിലുൾപ്പെടുത്തി.

അങ്ങനെ ആ നിന്നവരുടെ പേരും വയസ്സും ശരീരത്തിലുള്ള അടയാളവുമെല്ലാം പെട്ടെന്ന് പെട്ടെന്ന് പൊലീസുകാർ വലിയ ഫയലിൽ കുറിച്ചെടുത്തു. എല്ലാവരും സന്തോഷത്തോടെ പേര് വിവരങ്ങൾ നൽകാനായി തിടുക്കം കൂട്ടുകയും ചെയ്തു. മുറിക്കുള്ളിൽ കിടന്ന ബാക്കിയുള്ളവരാകട്ടെ ഇതൊന്നും ഞങ്ങളെ ഒട്ടും അലട്ടുന്നില്ലന്നവണ്ണം യാതൊരു ഒച്ചയും ബഹളവും കൂട്ടാതെ പഴയപോലെ തന്നെ ഇരിപ്പുതുടർന്നു

പേര് വിവരങ്ങൾ ശേഖരിച്ച് മാറ്റിനിർത്തിയിരുന്നവരെയെല്ലാം പുറത്ത് കാത്തു നിന്നിരുന്ന വാനിന്റെ അകത്തേക്ക് കയറ്റി. കയറുന്നതിനിടെ സംശയം പൂണ്ട അതിലൊരുവൻ ചോദിച്ചു, ''സാർ, ഞങ്ങളെ എങ്ങോട്ടാണ് ഈ കൊണ്ടുപോകുന്നത്?''

ഇത് കേട്ട പൊലീസുകാരൻ മറുപടിയായി പറഞ്ഞു, ''നിങ്ങൾക്ക് ആഹാരം തന്നശേഷം പിടിച്ച സ്ഥലത്ത് കൊണ്ടുപോയി വിടാൻ'' എന്ന്.

പക്ഷേ വാനിന്റെ അകത്ത് കയറിയിരുന്നവരുടെയെല്ലാം മുഖത്ത് ദുഃഖം നിഴലിക്കാൻ തുടങ്ങി. എല്ലാവരെയും കയറ്റിക്കഴിഞ്ഞതിനുശേഷം പുറത്തുനിന്ന് വാനിന്റെ ഡോർ താഴിട്ട് പൂട്ടുകയും ചെയ്തു പെട്ടെന്ന് വാൻ സ്റ്റാർട്ടാക്കി പുറപ്പെടാൻ തുടങ്ങിയപ്പോൾ പൊലീസ് സ്റ്റേഷന്റെ അകത്ത് കിടന്നിരുന്നവർ ഓരോരുത്തരായി പുറത്തേക്ക് പോകുന്നത് വാനിന്റെ അകത്തിരുന്ന് ഞങ്ങൾ കാണുകയുണ്ടായി. അപ്പോഴാണ് ഓർത്തത് അവരോടൊപ്പം വെറുതെ ഇരുന്നിരുന്നെങ്കിൽ അവരുടെ കൂട്ടത്തിൽ വിട്ടയയ്ക്കപ്പെട്ടിരുന്നേനേ എന്ന്. ഞങ്ങളെയും കൊണ്ട് ആ വാൻ നഗരമധ്യത്തിലൂടെ നീങ്ങിക്കൊണ്ടിരുന്നു. ഏകദേശം അരമണിക്കൂർ കഴിഞ്ഞപ്പോൾ ഇരുനിലയിലുള്ളൊരു പാർപ്പിട കെട്ടിടസമുച്ചയത്തിന്റെ അകത്തേക്ക് അത് പ്രവേശിച്ചു. ഉടനെ ആ കെട്ടിടത്തിന്റെ ഇരുമ്പ് കവാടം അടയ്ക്കപ്പെട്ടു.

അകത്ത് പ്രവേശിച്ച വാനിന്റെ അകത്തുനിന്നും എല്ലാവരെയും പുറത്ത് വരിവരിയായി നിറുത്തിയശേഷം മുകളിലത്തെ പാർപ്പിടസമുച്ചയത്തിലേക്ക് നടക്കുവാനായി പൊലീസുകാർ ആജ്ഞാപിച്ചു. അവിടെ നീണ്ടു കിടന്നിരുന്ന വലിയ ഒരു മുറിയുടെ ഇരുമ്പ് കവാടത്തിനരികിൽ ഒരു പൊലീസുകാരൻ മേശയ്ക്കരികിലിരുന്നുകൊണ്ട് വന്നുകൊണ്ടിരിക്കുന്നവരോരുത്തരുടെയും പക്കലുള്ള സാധനങ്ങൾ വാങ്ങി കുറിച്ചെടുത്തുകൊണ്ടിരിക്കുന്നുണ്ടായിരുന്നു. പിന്നീട് അദ്ദേഹത്തിന്റെ സഹായിയുടെ വക ദേഹപരിശോധനയും കഴിഞ്ഞയുടനെ ആ ഇരുമ്പ് കവാടം തുറന്ന് അതിനകത്തേക്ക് കടത്തിവിട്ടു കൊണ്ടിരുന്നു.

അങ്ങനെ ഞങ്ങളുടെ ബാഗിലുള്ളതും പുറത്തെടുത്ത് പേരുവിവരങ്ങളടക്കം ബുക്കിൽ കുറിച്ചെടുത്തശേഷം ദേഹപരിശോധനയും കഴിഞ്ഞ് ആ ഇരുമ്പ് കവാടം തുറന്ന് അതിനുള്ളിലേക്ക് കടത്തി അടയ്ക്കപ്പെട്ടു. അപ്പോഴാണ് ഞങ്ങൾ ജയിലറയ്ക്കുള്ളിൽ അടയ്ക്കപ്പെട്ടു കഴിഞ്ഞിരിക്കുന്നുവെന്ന് മനസ്സിലായത്.

നീളത്തിലുള്ള വലിയ ഒരു തടവറയായിരുന്നു അത്. മുതിർന്നവരും എന്നേക്കാൾ പ്രായക്കുറവുള്ളവരും ചേർന്നാൽ ഏകദേശം നാല്പതോളം പേർ ആ അറയ്ക്കുള്ളിൽ അപ്പോഴുണ്ടായിരുന്നു. അതിനുള്ളിൽ തന്നെ പ്രത്യേകമായി കെട്ടി വേർതിരിച്ച മുറിക്കുള്ളിൽ വലിയ കുറ്റവാളികളെയും പാർപ്പിച്ചിരുന്നു. ഞങ്ങളെപ്പോലെ കൊണ്ടുവന്നടയ്ക്കപ്പെട്ടവരെ വേറെ പ്രത്യേക കേസുകളൊന്നുമില്ലെങ്കിൽ പതിനഞ്ച് ദിവസം കഴിയുമ്പോൾ വിട്ടയയ്ക്കപ്പെടുമെന്ന് മറ്റുള്ളവരിൽ നിന്നും അറിയാൻ കഴിഞ്ഞു.

ദിവസവും അഞ്ചും ആറും പേർ അവിടെ പുതുതായിവന്നുകൊണ്ടിരുന്നു. അത്രയും പേരോ അഥവാ ചില ദിവസം അതിൽ കൂടുതലും

പേരോ അവിടെ നിന്നും പൊയ്ക്കൊണ്ടിരിക്കുകയും ചെയ്തു. ഓരോരുത്തർക്കായി കിടക്കയോ മറ്റൊരു സൗകര്യമോ അതിനകത്തുണ്ടായിരുന്നില്ല. തരുന്ന പരിപ്പും ചോറും കഴിച്ചുകൊണ്ട് നിലത്ത് എവിടെയെങ്കിലും കിടന്നുറങ്ങണം. അങ്ങനെയായിരുന്നു സ്ഥിതി. പലതരം കുറ്റകൃത്യങ്ങളും ചെയ്തു പിടിക്കപ്പെട്ട് അവിടെ കൊണ്ടുവന്നിടുന്നവർക്കൊപ്പം ഞങ്ങളും ചുരുണ്ടുകൂടിയിരുന്ന് ചീട്ടു കളിച്ചും സൊള്ള പറഞ്ഞും പകൽ തള്ളിനീക്കി. അപ്പോഴെല്ലാം രാജേഷ് എന്റെ കൂടെ ഉണ്ടാകാറുണ്ടെങ്കിലും എന്തിനു വേണ്ടി എന്നെ കൊണ്ടുവന്നു എന്ന കാര്യത്തെപ്പറ്റിയോ ജയിലിൽ നിന്ന് വിട്ടയയ്ക്കപ്പെടുമ്പോൾ പിന്നീട് എന്ത് ചെയ്യണമെന്നോ എന്നോട് പറയാൻ അവന് യാതൊന്നുമില്ലായിരുന്നു. മുംബൈയെപ്പറ്റിയുള്ള വീമ്പുപറച്ചിലൊന്നും പിന്നീട് ഞാൻ അവനിൽനിന്ന് കേട്ടതുമില്ല.

ഏകദേശം പത്ത് പതിനഞ്ച് ദിവസം കഴിഞ്ഞപ്പോൾ അഞ്ചാറ് പേർക്കൊപ്പം വിട്ടയയ്ക്കപ്പെടുവാനുള്ള ലിസ്റ്റിൽ ഞങ്ങളുടെ പേരും പൊലീസുകാരൻ വായിച്ചുകേൾപ്പിച്ചു. അതിനുശേഷം അയാൾ; ഈ പേര് വിളിച്ചവരെല്ലാം നിങ്ങൾ ഏൽപ്പിച്ച സാധനങ്ങളും വാങ്ങിക്കൊണ്ട് പോകാം എന്ന് പറഞ്ഞു.

എഴുതിക്കുറിച്ച് വാങ്ങിച്ച സാധനങ്ങളെല്ലാം ബാഗിനുള്ളിൽ ഭദ്രമായി ഉണ്ടോയെന്ന് നോക്കിക്കോ എന്നുപറഞ്ഞുകൊണ്ട് ബാഗ് തിരിച്ചു തരുന്നതിനിടയിൽ പൊലീസുകാരൻ, ചെരുപ്പ് പോലും ഇല്ലാതെ അലഞ്ഞുതിരിഞ്ഞു നടക്കുന്നതിനിടയിൽ വീണ്ടും പിടിക്കപ്പെട്ടാൽ പിന്നീട് പോകേണ്ടത് മറ്റൊരു സ്ഥലത്തേക്കായിരിക്കും. അതുകൊണ്ട് എത്തേണ്ട സ്ഥലത്തേക്ക് വേഗം പൊയ്ക്കോ. ഇന്നത്തെ ദിവസം ആരെങ്കിലും പിടിച്ചാൽ ഇത് കാണിച്ചാൽ മതി എന്ന് പറഞ്ഞുകൊണ്ട് കൈക്ക് പുറത്ത് സീൽ പതിപ്പിച്ചു തന്നു.

അവിടെനിന്ന് ബാഗും വാങ്ങിച്ചുകൊണ്ട് കൂടുതലൊന്നും നടക്കാൻ തുനിയാതെ അല്പം ദൂരെയുണ്ടായിരുന്ന റെയിൽവേ സ്റ്റേഷനിലേക്ക് ഇരുവരും നടന്നു. പോകേണ്ടതായ സ്ഥലത്തിന്റെ പേര് രാജേഷിന് അറിയാമായിരുന്നുവെങ്കിലും ഒന്നിന് പിറകെ ഒന്നായി വന്നുകൊണ്ടിരുന്ന ട്രെയിനുകളിൽ ഏതിൽ കയറി പോകണമെന്നറിയാതെ രാജേഷ് വായും പൊളിച്ച് നോക്കി നിന്നു. അപ്പോഴും ഞാൻ ആഗ്രഹം കൈവിടാതെ അവനിൽ ആശ്രയിച്ച് കൂടെ നിന്നു.

യാത്രക്കാരെ കൊണ്ട് തിങ്ങി നിറഞ്ഞ ആ സ്റ്റേഷനിൽ അതാ കണ്ടെത്തിയിരിക്കുന്നു എന്ന വിധത്തിൽ ഒരു പൊലീസുകാരൻ ഞങ്ങളുടെ അരികിലേക്ക് നടന്നുവന്നു.

ദൈവമേ, അതാ പൊലീസ് വീണ്ടും ജയിലിൽ എന്ന് ഞാൻ അറിയാതെ ആലോചിച്ചു പോയി. ഞങ്ങളുടെ അരികെ സമീപിച്ച

ആ പൊലീസുകാരൻ യാത്രാടിക്കറ്റ് എവിടെ കാണിക്കൂ എന്നാവശ്യപ്പെട്ടു. അപ്പോൾ രാജേഷ് കൈമലർത്തിക്കൊണ്ട് ആ പോലീസുകാരനോട് കഴിഞ്ഞ സംഭവങ്ങളെല്ലാം വിവരിക്കുകയും കയ്യിൽ പതിപ്പിച്ചിരുന്ന സീൽ അദ്ദേഹത്തെ കാണിക്കുകയും ചെയ്തു. കാശില്ലാത്തതിനാൽ യാത്രാടിക്കറ്റ് എടുക്കാൻ കഴിഞ്ഞില്ലെന്നും അദ്ദേഹത്തെ അറിയിച്ചു.

ഇതൊക്കെ കേട്ട ആ പൊലീസുകാരൻ രാജേഷിന്റെ തലയിൽ കൈ വച്ചമർത്തി കുനിച്ചു പിടിച്ചുനിർത്തിക്കൊണ്ട് തന്റെ കയ്യൊന്നു നേരെയാക്കിയിട്ട് കുറേസമയമായെന്നവണ്ണം കൈപ്പത്തി കൊണ്ട് മുതുകിൽ ആഞ്ഞടിച്ചുകൊണ്ട്, ഓഹോ ഇവിടെ പൊറുക്കിതിന്നാൻ ആളില്ലാത്തതുകൊണ്ട് മലബാറിൽ നിന്നും കെട്ടിയെടുത്തോണ്ട് വന്നതാണല്ലേ എന്ന് പറഞ്ഞു.

അവനോടുള്ള പൊലീസുകാരന്റെ ഊഴം കഴിഞ്ഞപ്പോൾ രണ്ടാമത്തെ അടിക്ക് പൊലീസുകാരൻ എന്റെ മുതുക് തിരഞ്ഞെടുത്തു. ഏതായാലും അടിക്ക് ശേഷം പൊലീസുകാരൻ ഞങ്ങൾക്ക് പോകേണ്ട ട്രെയിനിന്റെ വിവരം പറഞ്ഞുതന്നു. ഉടനെ ട്രെയിൻ അവിടെയെത്തുകയും അതിൽ കയറി രണ്ട് പേരും യാത്ര ആരംഭിക്കുകയും ചെയ്തു.

ഏകദേശം ഒരു മണിക്കൂറിനു മുകളിൽ യാത്ര ചെയ്ത ശേഷം ഞാൻ ഉദ്ദേശിച്ച സ്ഥലത്ത് വന്നെത്തിയതുപോലെ എന്നെയും കൊണ്ട് അവൻ ട്രെയിനിൽ നിന്ന് ഇറങ്ങി നടക്കാൻ തുടങ്ങി. റെയിൽവേ സ്റ്റേഷനിൽ നിന്നും പുറത്ത് കടന്ന് പോകുന്നത് വരെയും പൊലീസെന്ന ഭയം എന്നെ ഗ്രസിച്ചുകൊണ്ടിരുന്നു. ട്രെയിനിൽ നിന്നും വന്നിറങ്ങിയ ആ സ്ഥലം നഗരഹൃദയഭാഗത്ത് നിന്നും ഏറെമാറി മറ്റൊരു കോണിലേക്കാണെന്ന് എനിക്ക് തോന്നി. വീണ്ടും എന്നെയും കൊണ്ടവൻ ഏകദേശം അരമണിക്കൂറോളം നടന്ന് വലിയ, നീളത്തിൽ കിടക്കുന്ന ഒരു പാർപ്പിടസമുച്ചയത്തിന്റെ ചുറ്റുമതിലിനുള്ളിലേക്കാനയിച്ചു. അതിൽ ഓരോ കെട്ടിടത്തിലും പത്തിരുപതോളം വീടുകൾ അങ്ങനെ നിരനിരയായി മുപ്പതോളം കെട്ടിടങ്ങൾ ആ ചുറ്റുമതിലിനുള്ളിൽ ഉണ്ടായിരുന്നു. അതിലൊരു കെട്ടിടത്തിന്റെ താഴത്തെ നിലയിൽ ഒരു ചെറിയ മുറിയുടെ ഭാഗത്തേക്കെന്നെ കൂട്ടിക്കൊണ്ടുപോയി.

ആ ചെറിയ മുറിക്കുള്ളിൽ ഇടത്തും വലത്തുമായി മേൽക്കൂര മുട്ടുന്നതുവരെ തട്ട് തട്ടായിട്ടുള്ള കിടക്കകൾ ഉണ്ടായിരുന്നു. അതിലൊന്നിൽ കയറിക്കിടന്നാൽ കഷ്ടിച്ച് കുനിഞ്ഞ് എഴുന്നേൽക്കാനേ സാധിക്കുമായിരുന്നുള്ളൂ. കിടക്കയിൽ നിന്നും എഴുന്നേറ്റ് താഴെ നിന്നാൽ ഒന്നുകിൽ കക്കൂസിലേക്ക് പോകണം. അല്ലെങ്കിൽ പുറത്തേക്ക് കടക്കണം. അതല്ലാതെ ഒരടിപോലും ചുറ്റും നിന്നുതിരിയാൻ അവിടെ സ്ഥലമുണ്ടായിരുന്നില്ല. തുണി മാറുന്നതുപോലും കട്ടിലിൽ കുനിഞ്ഞിരുന്നു വേണമായിരുന്നു ചെയ്യേണ്ടിയിരുന്നത്.

പകുതിയോളം കിടക്കകളിൽ ആൾക്കാർ അപ്പോഴവിടെ കിടന്നുറങ്ങിക്കൊണ്ടിരുന്നു. അതിലൊരാൾ രാജേഷിനെ കണ്ടപാടെ ഹാ, രാജേഷേ. നീ എപ്പോഴാണ് വന്നത് എന്തൊക്കെയുണ്ട് വിശേഷം? എന്ന് തിരക്കിക്കൊണ്ട് കിടക്കയിൽ നിന്നും എഴുന്നേറ്റ് പുറത്തുവന്ന് സൗഹൃദ സംഭാഷണത്തിൽ ഏർപ്പെട്ടു. അല്പനേരത്തെ സംഭാഷണത്തിന് ശേഷം ഞാൻ കേൾക്കാൻ പാടില്ലെന്ന് ഉറപ്പുവരുത്തി അല്പം ദൂരെ മാറി നിന്നുകൊണ്ട് രാജേഷ് അയാളോട് എന്തോ അടക്കത്തിൽ സംസാരിച്ചു. അതിനുശേഷം രാജേഷ് എന്റെ അരികിൽ വന്നിട്ട്; എനിക്കൊരാളെ ഉടനെ കാണാനുണ്ട്. പോയിട്ട് ഞാൻ പെട്ടെന്ന് വരാം എന്നു പറഞ്ഞുകൊണ്ട് നടന്നകന്നു. അപ്പോൾ രാജേഷിന്റെ സുഹൃത്തെന്ന് പറയുന്നയാൾ ആ മുറിക്കകത്തുള്ള മുകളിലത്തെ ഒരു കിടക്ക കാണിച്ചു തന്നിട്ട് എന്നോട് ആ ബാഗ് ആ കിടക്കയുടെ ഒരറ്റത്ത് വച്ചിട്ട് അതിൽ കിടന്നുറങ്ങികൊള്ളൂ എന്ന് പറഞ്ഞു.

അപ്പോഴേക്കും സമയം ഇരുട്ടാൻ തുടങ്ങിയിരുന്നു. അതിരാവിലെ ഞാനെഴുന്നേറ്റ് ചുറ്റും നോക്കിയപ്പോൾ എല്ലാ കിടക്കയിലും ആളുണ്ട്. പക്ഷേ രാജേഷിനെ മാത്രം അവിടെ കണ്ടില്ല. ഉച്ചയായി, വൈകുന്നേരമായി. ആഹാരത്തിനു പോലും വകയില്ലാതെ ഞാൻ രാജേഷിനെയും കാത്ത് ചുരുണ്ടുകൂടി കിടന്നു. രണ്ടാമത്തെ ദിവസവും രാജേഷിനെ കാണാതായപ്പോൾ അവന്റെ സുഹൃത്തെന്ന് പറയുന്നയാളോട് പോയിട്ട് വരാതിരുന്ന രാജേഷിനെപ്പറ്റി ഞാൻ തിരക്കി.

അവൻ അവന്റെ കാമുകിയുടെ അടുത്തേക്കായിരിക്കും പോയിരിക്കുക. എപ്പോൾ വരുമെന്ന് എനിക്കറിയില്ല എന്ന് പറഞ്ഞിട്ട് ഞാൻ രാജേഷിന്റെ ആരാണെന്നും എവിടെ നിന്നാണ് വരുന്നതെന്നും തിരക്കി.

അപ്പോൾ ഞാൻ കഴിഞ്ഞ സംഭവങ്ങളൊക്കെ അയാളോട് വിശദീകരിച്ചു.

‘‘ഓഹോ അങ്ങനെയൊക്കെ പറഞ്ഞുകൊണ്ടാണോ നിന്നെ അവൻ ഇവിടെ കൊണ്ടുവന്നത്? എനിക്കവനെപ്പറ്റി അറിയുന്നിടത്തോളം കാലം ചെറിയ തരികിട പരിപാടികളൊക്കെ ചെയ്താണ് ഇവിടെ നടക്കുന്നത്. ഇവിടെ നിന്നും മുങ്ങിയാൽ പിന്നീട് വേറെ എവിടെയെങ്കിലുമായിരിക്കും അവൻ പൊങ്ങുക. നിന്നെയുംകൊണ്ട് അവനെന്തോ പ്ലാനുണ്ടായിരിക്കും. അതുകൊണ്ടാണ് നിന്നെ ഇവിടെ കൊണ്ടുവന്നതെന്ന് കരുതുന്നു. സൂക്ഷിച്ചു നിന്നാൽ നിനക്ക് നല്ലത്. പക്ഷേ എപ്പോഴാണ് അവൻ ഇവിടെ പൊങ്ങിവരുന്നതെന്ന് എനിക്കറിയില്ല’’ എന്ന് അയാൾ പറഞ്ഞു

എന്റെ സ്ഥിതി മനസ്സിലാക്കിയ അയാൾ പിന്നീടെനിക്ക് ആഹാരം വാങ്ങിത്തരുകയും ചെയ്തു. എനിക്ക് സംഭവിച്ച ഗതികേട് ഓർത്തപ്പോൾ സങ്കടം തോന്നി. എന്തൊരു മോഹനവാഗ്ദാനങ്ങളായിരുന്നു

അവനെപ്പോഴും എന്നോട് പറഞ്ഞുകൊണ്ടിരുന്നത്? നല്ല രീതിയിൽ സന്തോഷത്തോടെ ജോലി ചെയ്തുകൊണ്ടിരുന്ന എന്നെ പലതും പറഞ്ഞ് പ്രലോഭിപ്പിച്ച് കള്ളനാക്കി കൊണ്ട് വന്നതിനുശേഷം ഉപേക്ഷിച്ച് കടന്ന് കളഞ്ഞല്ലോ ഇനിയെന്താണ് ചെയ്യുക?

പാവം ശങ്കർ. എച്ചിൽ വിറ്റ് സൂക്ഷിച്ചുവച്ചിരുന്ന പൈസപോലും ഞാൻ കട്ടെടുത്തു. പോരാഞ്ഞിട്ട് അവന്റെ പെട്ടി കുത്തിപ്പൊട്ടിക്കുകയും ചെയ്തു. ഈ കിട്ടുന്ന പൈസ കൊണ്ടാണ് എന്റെ മകളുടെ പഠിപ്പിന്റെ ചെലവ് നടത്തുന്നതെന്ന് പലപ്പോഴും അവനെന്നോട് പറയാറുണ്ടായിരുന്നു. അത് പോരാതെ മദ്യം വാങ്ങാൻ തന്ന പൈസ കൊണ്ടാണല്ലോ ഞാൻ കടന്നുകളഞ്ഞത്. എന്തായിരിക്കും അവിടെ സംഭവിച്ചിരിക്കുക? പൈസ നഷ്ടപ്പെട്ടയാൾ അത് തിരിച്ചു കിട്ടാൻവേണ്ടി തീർച്ചയായും ഹോട്ടൽകാരോട് വഴക്ക് കൂടിക്കാണുമായിരിക്കില്ലേ? ഇങ്ങനെയൊക്കെ ചെയ്തു കടന്നുകളഞ്ഞ ഞാൻ എങ്ങനെ തിരിച്ചവിടെ പോകാൻ കഴിയും? ഒരുപക്ഷേ പോയാൽ അവരെന്നെ കള്ളനാണെന്ന് മുദ്രകുത്തിക്കൊണ്ട് പൊലീസിലേൽപ്പിക്കില്ലേ? ഇനി ഏതായാലും അവിടേക്കൊരു തിരിച്ചുപോക്ക് അസാധ്യമാണ്. അത്രയ്ക്കും വഞ്ചനയാണ് ഞാനവരോട് കാണിച്ചത്. ഏതായാലും ഈ മഹാനഗരത്തിൽ വന്നുപെട്ടില്ലേ? ഇവിടെ എവിടെയെങ്കിലും ജോലിചെയ്ത് ശിഷ്ടകാലം കഴിച്ചു കൂട്ടാം എന്ന് ഞാൻ ആലോചിച്ചു.

ആ മുറിയിൽ താമസിച്ചിരുന്നവരെല്ലാം ഗൾഫ് രാജ്യത്തേക്ക് പോകാൻ വേണ്ടി കേരള നാടിന്റെ നാനാഭാഗത്തുനിന്നും വന്നെത്തിച്ചേർന്നവരായിരുന്നു. ഇവർ ട്രാവൽ ഏജൻസിക്കാർക്ക് വൻ തുക നൽകിയതിനുശേഷം വീസയ്ക്ക് വേണ്ടി കാത്തിരിക്കും. ശരിയായാൽ ഉടനെ വിമാനം കയറി പുറപ്പെടേണ്ടതുകൊണ്ട് ഏതു സമയത്തും പോകാൻ സജ്ജരായി താമസിക്കുന്നവരായിരുന്നു എല്ലാവരും.

ചിലർക്ക് വന്ന് മൂന്നു നാല് ദിവസത്തിനകം തന്നെ പോകാനുള്ളത് ശരിയാകും. ചിലർക്ക് അഞ്ചും ആറും മാസങ്ങൾ കഴിയും ചിലർ വർഷങ്ങളായി വിസാ ഇന്നു വരും നാളെവരും എന്ന് പ്രതീക്ഷിച്ചുകൊണ്ട് കാത്തിരിക്കും. ഇത്തരത്തിലുള്ളവർ ഇതേപോലെ നൂറിലധികം ചെറിയ ചെറിയ മുറികളിൽ അവിടെയുള്ള കെട്ടിടങ്ങളിൽ തിങ്ങിപ്പാർത്ത് കഴിഞ്ഞിരുന്നു. ഒരു കിടക്ക ഒഴിഞ്ഞാൽ ഉടനെ മറ്റൊരാൾ അവിടെ വന്നിരിക്കും. ഒരിക്കലും കിടക്ക ഒഴിവ് വരാറില്ല. ഇങ്ങനെയൊക്കെയുള്ളവരിൽ ചിലർ നിത്യേനയുള്ള ചെലവിന് ഹോട്ടൽ ജോലി മുതൽ കൂലിപ്പണികളിൽ വരെ ഏർപ്പെട്ടിരുന്നു. ചിലർക്ക് നല്ല ജോലി കിട്ടിയെന്ന് വരികിലും ഗൾഫിൽ പോകാനുള്ള ലക്ഷ്യം മാത്രം മനസ്സിലുള്ളതുകൊണ്ട് താൽക്കാലിക ജോലിയിലായിരുന്നു ഏർപ്പെട്ടിരുന്നത്.

ഞാൻ താമസിച്ചുകൊണ്ടിരുന്ന മുറിയിൽ ഒന്ന് രണ്ട് പേർ രാത്രി പത്ത് മണി മുതൽ രാവിലെ അഞ്ച്മണിവരെ വരുന്ന പൈപ്പിലെ വെള്ളം

കന്നാസിൽ നിറച്ചുകൊണ്ട് വീടുകളിൽ അവർ ആവശ്യപ്പെടുന്ന കണക്കു പ്രകാരം കൊണ്ടുപോയി ഒഴിക്കുന്ന ജോലിയിൽ ഏർപ്പെട്ടിരുന്നു.

മുറിയിലുള്ളവർ വാങ്ങിത്തരുന്ന ഭക്ഷണവും കഴിച്ചുകൊണ്ട് മൂന്നാല് ദിവസമായി വെറുതെയിരുന്ന എനിക്ക് ഏതെങ്കിമൊരു ജോലി കിട്ടിയാൽ മതിയായിരുന്നു എന്ന് നിനച്ചിരിക്കുമ്പോഴായിരുന്നു വെള്ളം കൊണ്ടുപോയി ഒഴിക്കുന്ന ജോലി ഒഴിവുണ്ട്. ഇഷ്ടമുണ്ടെങ്കിൽ ചെയ്യാമെന്ന ഓഫർ ലഭിച്ചത്. ഞാനത് ചെയ്യാമെന്ന് ഏൽക്കുകയും ചെയ്തു.

ഓഫർ ചെയ്തയാൾ അഞ്ച് വീടുകൾ കാണിച്ചു തന്നുകൊണ്ട് എന്നോട് ഈ വീടുകളിൽ ഓരോന്നിലും ഇരുപത് ലിറ്ററിന്റെ പത്ത് കന്നാസ് വെള്ളം വീതം ദിവസവും രാത്രി ഒഴിക്കണം. ഓരോ കന്നാസിനും ഒരു രൂപയാണ് പ്രതിഫലം എന്ന് പറഞ്ഞു.

കന്നാസൊന്നിന് ഒരു രൂപ പ്രതിഫലമാകുമ്പോൾ പത്ത് കന്നാസ് വെള്ളം ഒരു വീട്ടിലൊഴിച്ചാൽ പത്ത് രൂപ കിട്ടും. എല്ലാം കൂടി ചേർത്താൽ അഞ്ചു വീട്ടിൽ നിന്നും ദിവസവും അൻപത് രൂപ പ്രതിഫലം. ആ അൻപത് രൂപ കൊണ്ട് രണ്ടു മൂന്നു ദിവസത്തേക്ക് നല്ല ആഹാരം വാങ്ങിച്ച് കഴിക്കാൻ പറ്റും. ദിവസവും ജോലിയുള്ളതുകൊണ്ട് ബാക്കിയുള്ളത് ചേർത്ത് വെക്കാനും കഴിയുമല്ലോ എന്ന് ഞാൻ മനസ്സിൽ കണക്കു കൂട്ടി.

വേഗം വേഗം വെള്ളം വീടുകളിൽ ഒഴിച്ചശേഷം ഓടിവരണമെന്നും ഓട്ടത്തിന്റെ വേഗം കുറഞ്ഞാൽ പൈപ്പിൻചുവട്ടിൽ നിറയാനായി വച്ചിരിക്കുന്ന മറുകന്നാസ് നിറഞ്ഞുതുളുമ്പിക്കൊണ്ടിരിക്കുമെന്നും അങ്ങനെ വെള്ളംപോയാലും സാരമില്ലെന്നുവച്ച് സമയം കളഞ്ഞാൽ അഞ്ചു മണിക്ക് വെള്ളം അടയ്ക്കുന്നതിന് മുൻപ് എല്ലാ വീടുകളിലും ഒഴിച്ചു തീർക്കാൻ കഴിയില്ലെന്നും ജോലി ഓഫർ ചെയ്തയാൾ എന്നോട് പറഞ്ഞ് താക്കീത് നൽകി.

അങ്ങനെ ഞാൻ ജോലി ആരംഭിച്ചു. ഇരുപത് ലിറ്റർ വെള്ളം നിറച്ച കന്നാസ് തോളിൽ ചുമന്നുകൊണ്ട് നൂറും ഇരുന്നൂറും മീറ്റർ ദൂരമുള്ള വീടുകളിലേക്ക് വേഗത്തിൽ പാഞ്ഞു. പത്തിരുപത് കന്നാസ് വെള്ളം ചുമന്നപ്പോഴും വലിയ ഭാരവും ബുദ്ധിമുട്ടും തോന്നിയില്ല. പിന്നീട് പിന്നീട് ഇത് വലിയ കഷ്ടപ്പാടുള്ളൊരു ജോലിയാണെന്ന് എനിക്ക് ബോധ്യപ്പെട്ടു. എങ്കിലും രൂപയെ ഓർത്ത് ജോലി തുടർന്ന് ആദ്യത്തെ ദിവസം മുഴുമിപ്പിച്ചു.

അത് കഴിഞ്ഞപ്പോഴേക്കും തോളും ശരീരവും അസഹ്യമായ വേദന അനുഭവപ്പെടാൻ തുടങ്ങിയിരുന്നു. എങ്കിലും ആ വേദനയൊന്നും വകവെയ്ക്കാതെ രണ്ടാമത്തെ ദിവസവും ഞാൻ ജോലി ആരംഭിച്ചു. ഒരു വിധത്തിൽ രണ്ടാമത്തെ ദിവസം മുഴുമിപ്പിച്ചപ്പോൾ ശരീരവേദന അതിന്റെ

പാരമ്യത്തിൽ എത്തി മൂന്നാമത്തെ ദിവസമായപ്പോൾ കിടക്കയിൽ നിന്നും എണീക്കാൻ കഴിയാതെ വന്നു. അങ്ങനെ ആ ജോലി പാതിവഴിക്ക് എനിക്കുപേക്ഷിക്കേണ്ടിവന്നു.

അടുത്തുള്ള വീടുകളിൽ വെള്ളമൊഴിക്കുന്നത് ജോലി ഓഫർ ചെയ്തയാൾ തിരഞ്ഞെടുത്തുകൊണ്ട് ദൂരെയുള്ള വീടുകളാണ് എനിക്ക് നൽകിയതെന്ന് പിന്നീടെനിക്ക് മനസ്സിലായി. പിന്നീടുള്ള ഒന്നുരണ്ട് ദിവസം ശരീരവേദന കാരണം എനിക്കെണീക്കാൻ കഴിഞ്ഞില്ല. അപ്പോൾ ആലോചിച്ചു, ഹോട്ടൽ ജോലി തന്നെയാണ് ഏറ്റവും നല്ലത് അതാണെങ്കിൽ മൂന്നുനേരം ആഹാരവും കഴിച്ചുകൊണ്ട് അവർ തരുന്ന മുറിയിൽ പാർക്കുകയും ചെയ്യാമല്ലോ. കൂടാതെ ശമ്പളവും കിട്ടും. അങ്ങനെ ഹോട്ടൽ ജോലി അന്വേഷിക്കാനായി ഞാൻ ഇറങ്ങിപ്പുറപ്പെട്ടു.

അവിടെ നിന്നും ഹോട്ടൽ അന്വേഷിച്ച് കൂടുതൽ ദൂരമൊന്നും എനിക്ക് പോകേണ്ടിവന്നില്ല. ഹോട്ടലിലെ ജോലി ഏറെക്കുറെ അറിയുന്നതുകൊണ്ട് ആദ്യം അന്വേഷിച്ച ഹോട്ടലിൽതന്നെ ജോലി ലഭിച്ചു. പകൽപോലെ രാത്രിയിലും തുറന്നു പ്രവർത്തിച്ചിരുന്ന ആ ഹോട്ടലിൽ രാത്രി പത്തു മണിമുതൽ രാവിലെ ആറ് മണിവരെയുള്ള സമയത്ത് ജോലി ചെയ്യാനായിരുന്നു എന്നെ നിയോഗിച്ചത്. എന്തൊക്കെ ചെയ്യണമെന്ന് രണ്ടുമൂന്നുദിവസം എനിക്ക് കാണിച്ചു തരികയും ചെയ്തു.

രാത്രി പതിനൊന്ന് മണി കഴിഞ്ഞാൽ ഹോട്ടൽ ജോലിക്കാരെല്ലാവരും തങ്ങളുടെ പാർപ്പിടങ്ങളിലേക്ക് പോകാൻ തുടങ്ങും. പിന്നീട് ഹോട്ടലിൽ രാവിലെ ആറ് മണിവരെ ഞാനും അടുക്കളയിൽ ജോലിക്ക് വരുന്ന ജോഷി എന്ന പേര് വിളിക്കുന്നയാളും മാത്രമേ ഉണ്ടാവുകയുള്ളൂ.

പതിനൊന്ന് മണികഴിഞ്ഞാൽ പിന്നെ ഇടയ്ക്ക് ചായയോ കാപ്പിയോ കുടിക്കാൻ വരുന്ന ആൾക്കാർ മാത്രം ആഹാരം കിട്ടുമോ എന്നാരെങ്കിലും തിരക്കിവന്നാൽ ഇതേ ഉള്ളൂ എന്ന് പറഞ്ഞുകൊണ്ട് പാത്രത്തിൽ ബാക്കിയിരിക്കുന്നത് ചിരണ്ടിയും വടിച്ചും കൊടുക്കും. അതുമില്ലെങ്കിൽ എന്തൊക്കെ ബാക്കിയിരിക്കുന്നുവോ അതെല്ലാം കൂട്ടിക്കലർത്തി ഒരു പരുവത്തിലാക്കി കൊണ്ടുകൊടുക്കും.

പാതിരാത്രിയിൽ വന്നാൽ ഇങ്ങനെയൊക്കെയേ കിട്ടുകയുള്ളൂ എന്നറിയുന്നവർ ഇത് കഴിച്ചു കഴിഞ്ഞശേഷം കുറ്റമൊന്നും പറയാറില്ല. രാത്രിയിൽ കൂടുതൽ കച്ചവടം നടത്തിയാൽ രാവിലെ വരുന്ന മുതലാളിയെ പ്രീതിപ്പെടുത്താൻ സാധിക്കുമല്ലോ എന്നതുകൊണ്ട് കഴിക്കാനൊന്നുമില്ലെന്ന് പറഞ്ഞ് ആരെയും തിരിച്ചയയ്ക്കാറുമില്ലായിരുന്നു. രാവിലെ രണ്ടു മണിമുതൽ എല്ലാം കഴുകാനും വൃത്തിയാക്കാനും തുടങ്ങും. അത് രാവിലെ ആറ് മണിവരെയും ചെയ്യാനുള്ളതുണ്ടായിരിക്കും.

എന്നെപ്പോലെ തന്നെ അടുക്കളയിൽ ജോഷി പാത്രങ്ങളൊക്കെ കഴുകി വൃത്തിയാക്കുകയും രാവിലത്തേക്കാവശ്യമായ ചില ആഹാര പദാർത്ഥങ്ങൾ ഉണ്ടാക്കിവയ്ക്കുകയും ചെയ്യുമായിരുന്നു. എന്നേക്കാൾ അല്പം പ്രായക്കൂടുതലുള്ള അയാൾ മിക്ക സമയങ്ങളിലും ചുണ്ടിൽ കത്തിച്ചുവച്ച സിഗരറ്റുമായിട്ടായിരിക്കും ജോലിയിൽ ഏർപ്പെട്ടുകൊണ്ടിരിക്കുക. ജോലിക്കിടയിൽ ഒരു മൂലയിൽ മാറിനിന്നുകൊണ്ട് സിഗരറ്റിന്റെ പുകയില കയ്യിൽ തട്ടിയിട്ട ശേഷം ഏതോ ഒന്ന് തീപ്പെട്ടിയുരച്ച് ചൂടാക്കി തിരുമ്മിപ്പൊടിച്ച് പുകയിലയ്ക്കൊപ്പം കൂട്ടിക്കുഴച്ച് വീണ്ടും സിഗരറ്റ് കുറ്റിയിലേക്ക് തിരുകിക്കയറ്റി കത്തിച്ച് വലിക്കാറുള്ളത് ഞാൻ കാണുമായിരുന്നു. കഞ്ചാവാണ് അത്തരത്തിൽ വലിക്കാറുള്ളതെന്ന് എനിക്കറിയാമായിരുന്നെങ്കിലും അതിൽ നിന്നുമൊക്കെ വ്യത്യസ്തമായിരുന്നു അത്.

ഒരു ദിവസം ഇങ്ങനെ ചെയ്തുകൊണ്ടിരുന്നപ്പോൾ ഞാൻ അദ്ദേഹത്തോട്; ''അതെന്താണ് ചേട്ടാ കഞ്ചാവാണോ?''

''കഞ്ചാവിന്റെ ജ്യേഷ്ഠനാണിത്. പേര് ചരസ് എന്ന്പറയും.''

ഇങ്ങനെ പറഞ്ഞിട്ടെന്നോട്; ''നീ മുൻപ് ഇത് വലിച്ചിട്ടുണ്ടോ?''

''ഇല്ല.''

''എന്നാൽ ഇതിന്റെ രണ്ട് കവിൾ പുക നീയൊന്ന് വലിച്ചു നോക്ക്. അപ്പോഴറിയാം ഇതിന്റെ ഗുണം'' എന്ന് പറഞ്ഞുകൊണ്ട് തെറുത്തെടുത്ത അത് കത്തിച്ചശേഷം എന്റെ മുന്നിലേക്ക് നീട്ടി. സിഗരറ്റ് പോലും വലിച്ച് വലിയ പരിചയമില്ലാത്ത ഞാൻ അല്പം മടിയോടെ അത് വാങ്ങിച്ച് അറിയുന്നതുപോലെ വലിക്കാൻ തുടങ്ങി.

അപ്പോഴദ്ദേഹം വലിയ കാശ് കൊടുത്താ ഇത് വാങ്ങിച്ചു കൊണ്ട് വരുന്നത്. അങ്ങനെ വെറുതെ വലിച്ചു പുക കളയാതെ ഇങ്ങ് താ. എങ്ങനെ വലിക്കണമെന്ന് ഞാൻ കാണിച്ചുതരാം എന്ന് പറഞ്ഞുകൊണ്ട് അത് എന്റെ കയ്യിൽ നിന്നും വാങ്ങി ഇതാ നോക്കിക്കോ എന്നു പറഞ്ഞുകൊണ്ട് ആഞ്ഞ് വലിച്ച് പുക വായിൽ നിറച്ച ശേഷം ശ്വാസത്തിനൊപ്പം ഉള്ളിലേക്ക് വലിച്ചുകയറ്റിക്കൊണ്ട് പത്ത് സെക്കൻഡ് സമയം ശ്വാസം വിടാതെ പിടിച്ചുനിന്നു. പിന്നീട് ശ്വാസം വിട്ടപ്പോൾ പുകയുടെ അല്പ അംശം പോലും പുറത്തേക്ക് വന്നില്ല. അത്തരത്തിൽ രണ്ടുമൂന്നു പ്രാവശ്യം വലിച്ച് കാണിച്ചുതന്നതിനു ശേഷം ഇങ്ങനെയാണ് ഇത് വലിക്കേണ്ടത് എന്ന് പറഞ്ഞുകൊണ്ട് അത് എന്റെ മുൻപിലേക്ക് നീട്ടി. അത്തരത്തിൽ വലിച്ച് പരിചയമില്ലാത്ത ഞാൻ കാണിച്ച് തന്നതുപോലെ ചെയ്യുവാൻ പരമാവധി ശ്രമിച്ചു. പുക ഉള്ളിൽ പിടിച്ചുനിർത്തിയ എനിക്ക് നിമിഷങ്ങൾക്കകം മത്ത് പിടിച്ചു.

ഇതൊരു തുടക്കമായിരുന്നു. പിന്നീട് ജോഷി എന്റെ മുൻപിൽ വച്ച് അത് തെറുത്ത് വലിക്കുമ്പോഴെല്ലാം എന്റെ മുൻപിലേക്കും നീട്ടും. ചിലപ്പോൾ ഞാനത് നിരസിക്കുകയും ചെയ്തിരുന്നു.

ദിവസങ്ങൾ പോകുന്തോറും ഇരുവരും നല്ല സുഹൃത്തുക്കളായി മാറി. ഒഴിവുസമയത്ത് ഇരുവരും ചേർന്ന് ചരസ് എന്ന ലഹരി പദാർത്ഥം വാങ്ങാൻ പോകുകയും നഗരത്തിൽ ചുറ്റി സഞ്ചരിക്കുകയും ചെയ്തു.

വാറ്റുചാരായമോ ചരസ്സോ എന്നല്ല എല്ലാത്തരം ലഹരിപദാർത്ഥങ്ങളും ഓരോ മുക്കിലും മൂലയിലും അവിടെ ലഭ്യമായിരുന്നു. ആരെയും ഭയക്കാതെ, ഏതു സമയത്ത് വേണമെങ്കിലും ഇതൊക്കെ ആവശ്യപ്പെട്ടുകൊണ്ട് എവിടെയും കയറിച്ചെല്ലാം. സിനിമ കാണുന്നതിലായിരുന്നു എനിക്ക് ഏറ്റവും ഇഷ്ടമുള്ളതെന്നതിനാൽ ആദ്യമായി അതിനുവേണ്ടി ഞാൻ പോയത് ഓർക്കുന്നു.

വലിയ പേരെടുത്ത ഒരു ചേരിയിലേക്കായിരുന്നു സിനിമ കാണുവാനായി ടാക്സി പിടിച്ച് പുറപ്പെട്ടത്. അനേകം ചെറിയ ഹാളുകളിൽ വീഡിയോ വഴി സിനിമ അവിടെ പ്രദർശിപ്പിച്ചിരുന്നു. സിനിമാതിയേറ്ററിൽ കൊടുക്കുന്നതിന്റെ നാലിലൊന്ന് കാശ് കൊടുത്താൽ മതിയെന്നതിനാൽ ധാരാളം ആൾക്കാർ കാണാനുണ്ടാകും. പ്രദർശിപ്പിക്കുവാൻ പോകുന്ന സിനിമകളുടെ വലിയ പോസ്റ്ററുകളും അതിന്റെ മുൻപിലുണ്ടായിരിക്കും. അതിലൊന്നിൽ എനിക്കിഷ്ടമുള്ള സിനിമയാണ് പ്രദർശിപ്പിക്കുവാൻ പോകുന്നതെന്ന് പോസ്റ്റർ കണ്ട് അകത്തു കയറിയ എനിക്ക് പകരം സെക്സ് വീഡിയോ ആയിരുന്നു കാണാൻ കഴിഞ്ഞത്. ഇത് കണ്ട് അറച്ച ഞാൻ ചുറ്റും നോക്കിയപ്പോൾ കൊച്ചുപിള്ളേർ മുതൽ വയസ്സന്മാർവരെ ഒന്നിച്ചിരുന്ന് യാതൊരു കൂസലുമില്ലാതെ ആസ്വദിച്ച് കണ്ടുകൊണ്ടിരിക്കുന്നു. ഇങ്ങനെയൊക്കെയുള്ളതായിരുന്നു എല്ലായിടത്തും പ്രദർശിപ്പിച്ചിരുന്നത്. പുറത്തുവച്ചിരിക്കുന്ന പോസ്റ്ററിനനുസൃതമായ സിനിമതന്നെയാണോ കാണിക്കാൻ പോകുന്നതെന്ന് മുൻകൂർ ചോദിക്കേണ്ടിവരും. അത്തരത്തിൽ കാണിക്കുന്നതാകട്ടെ വളരെ വിരളവും.

വലിയ ഒരു ലോകം തന്നെ ആ ചേരിക്കകത്തുണ്ടായിരുന്നു. എന്നു വച്ചാൽ ചീട്ടുകളിക്കുന്ന ക്ലബ്ബുകൾ. തെരുവുതോറും കാശു കൊണ്ടുള്ള മുച്ചീട്ട് കളികൾ. എവിടെയും സുലഭമായി ലഭിക്കുന്ന ലഹരിപദാർത്ഥങ്ങൾ. ശരീരം വിൽക്കുന്ന സ്ത്രീകൾ. നഗരത്തിലെ പലഭാഗത്തുനിന്നും മോഷ്ടിച്ചു കൊണ്ടുവരുന്ന സാധനങ്ങൾ വലിയ വിലക്കുറവിന് വിൽക്കുന്ന തെരുവോരങ്ങൾ. പിന്നെ കണക്കില്ലാത്ത വീഡിയോ സിനിമാശാലകൾ ആര് എന്ത് ചെയ്യുന്നു, എവിടെനിന്നു വരുന്നു എന്നാരും ശ്രദ്ധിക്കാറില്ല. കുറ്റകൃത്യങ്ങൾ നിറഞ്ഞതും മോഷ്ടിച്ച എല്ലാത്തരം വസ്തുക്കളും കൊണ്ടുവന്ന് വിൽക്കുന്ന സ്ഥലവുമാണെന്ന് അധികൃതർക്ക് അറിയാമെങ്കിലും അതിനകത്തു വന്ന് അന്വേഷിക്കണമെങ്കിൽ

ആലോചിച്ച് സന്നാഹത്തോടൊപ്പം വരേണ്ടിവരും. എന്തൊക്കെയായി രുന്നാലും തിന്നും കുടിച്ചും അവിടെയൊക്കെ ചുറ്റി തിരിഞ്ഞു നടക്കു ന്നത് ഒരു രസം തന്നെയായിരുന്നു.

കറങ്ങുന്ന കൂട്ടത്തിൽ ആദ്യമായി റെഡ് ലൈറ്റ് സ്ട്രീറ്റ് എന്ന് പേരുള്ള വേശ്യാതെരുവിൽ പോയതും ഞാനോർക്കുന്നു. മുൻപ് സാധാരണ അവിടെ പോകാറുള്ള ജോഷി എന്നെയും കൂട്ടിക്കൊണ്ട് അവിടേക്ക് യാത്രയായി. കിലോമീറ്ററോളം നീണ്ടു കിടന്നിരുന്ന ആ സ്ട്രീറ്റിന്റെ ഇരുവശത്തും തിങ്ങിനിറഞ്ഞു നിന്നിരുന്ന സ്ത്രീകൾ ഉപഭോക്താക്കളെ കാത്തു നിൽപ്പുണ്ടായിരുന്നു. റോഡിൽ കൂടി നടന്നു പോകുന്നവരെ അവരിൽ ചിലർ മാടിമാടി വിളിക്കുകയും ചെയ്തുകൊണ്ടിരുന്നു.

ഞാനാദ്യമായി പോയതുകൊണ്ട് അതിശയത്തോടെ ഇവരെയൊക്കെ വീക്ഷിച്ച് ജോഷിയുടെ പിറകെ റോഡിന്റെ ഒരറ്റത്തുകൂടി നടന്നുകൊണ്ടി രുന്നു. പെട്ടെന്ന് പുറകിൽ നിന്നും ഷർട്ടിന്റെ കോളറിൽ ആരോ ബലമായി കയറിപ്പിടിച്ച് പിറകോട്ട് വലിക്കാൻ തുടങ്ങി. ഞാൻ അമ്പരന്ന് തിരിഞ്ഞു നോക്കിയപ്പോഴതാ രണ്ട് ഹിജഡകൾ എന്നെ ബലമായി പിടിച്ചു വലിച്ചു കൊണ്ട് എങ്ങോട്ടോ പോകാൻ ശ്രമിക്കുന്നു. എന്താണ് സംഭവിച്ചു കൊണ്ടിരിക്കുന്നതെന്ന് മനസ്സിലാകാതെ ഞാൻ ഭയന്ന് വിറച്ചു. ഉടനെ അപകടം മണത്തറിഞ്ഞ ഞാൻ ജോഷിയെ 'ജോഷിയേ' എന്ന് കൂക്കി വിളിച്ചു. ഇതൊന്നുമറിയാതെ മുൻപോട്ട് നടന്നുകൊണ്ടിരുന്ന ജോഷി എന്റെ വിളി കേട്ട് പെട്ടെന്ന് തിരിഞ്ഞു നോക്കിയപ്പോൾ എന്നെ പിടിച്ചു വലിച്ചു കൊണ്ടുപോകുന്നതാണ് കണ്ടത്. ഉടനെ ജോഷി ഓടി അരി കിൽ എത്തിയിട്ട് അവരോട് വിടവനെ. അവൻ എന്റെ ആളാണ് എന്ന് പറഞ്ഞു. ഉടനെ അവർ എന്നിൽ നിന്ന് പിടിവിടുകയും ചെയ്തു. ഏതോ ഭാഗ്യത്തിന് ജീവൻ തിരിച്ചു കിട്ടിയതുപോലെ എനിക്കപ്പോൾ തോന്നി. ഇനിയും ഇങ്ങനെ ആവർത്തിക്കരുത് എന്ന് കരുതി ഞാൻ പിന്നീട് ജോഷിക്കൊപ്പം തൊട്ടുരുമ്മി നടന്നു.

അപ്പോൾ ഞാൻ ജോഷിയോട് എന്തിനാണ് അവരെന്നെ അങ്ങനെ പിടിച്ചുകൊണ്ടുപോകാൻ ശ്രമിച്ചത് എന്ന് ചോദിച്ചു.

ഇത് കേട്ട് ജോഷി ചിരിച്ചു കൊണ്ട് പറഞ്ഞു, ''നിന്റെ നോട്ടവും ഭാവവുമൊക്കെ കണ്ടപ്പോൾതന്നെ നീ ആദ്യമായിട്ട് വരുന്ന വായി നോക്കിയാണെന്ന് അവർക്ക് മനസ്സിലായിക്കാണും. ഏതായാലും ഞാൻ കാണാനിടയായത് ഭാഗ്യം. അല്ലായിരുന്നുവെങ്കിൽ അവർ നിന്നെ പിടിച്ചു കൊണ്ടു പോയതിനുശേഷം വിടാതെ പതുക്കെ അവരുടെയൊരു അംഗ മാക്കിയെടുത്തേനേ.''

ദൈവമേ കഷ്ടിച്ചാണല്ലോ രക്ഷപ്പെട്ടത് എന്ന് ഞാനപ്പോൾ ഓർത്തു. അവിടെനിന്നും ജോഷി എന്നെയുംകൊണ്ട് കുറച്ചു കൂടി നടന്ന് നാലഞ്ച്

നിലയുള്ള ഒരു വലിയ പാർപ്പിട സമുച്ചയത്തിന്റെ രണ്ടാമത്തെ നില യിലേക്ക് കൂട്ടിക്കൊണ്ടുപോയി. നടന്നുകൊണ്ടിരുന്നപ്പോഴെല്ലാം മുറി കൾക്ക് പുറത്തും പടിക്കെട്ടുകളിലുമായി സൊള്ള പറഞ്ഞുകൊണ്ടിരുന്ന അനേകം സ്ത്രീകളെയും കാണാമായിരുന്നു. അവിടെ വലിയ ഒരു മുറിയിലേക്ക് പ്രവേശിച്ചു കൊണ്ട് വരുന്നവർക്ക് ഇരിക്കാനായി ഒരുക്കി യിരുന്ന സോഫയിൽ ഇരുവരും ഇരുന്നു. ഞാൻ ചുറ്റും നോക്കിയപ്പോൾ ആറേഴു സ്ത്രീകൾ ആ മുറിയുടെ പല ഭാഗത്തുമായിരുന്ന് എന്തൊ ക്കെയോ ജോലികൾ ചെയ്തുകൊണ്ടിരിക്കുന്നുണ്ടായിരുന്നു. അതിൽ ചിലർ മേക്കപ്പിട്ട് കൊണ്ടിരിക്കുകയും ചിലർ ആഹാരം തയ്യാറാക്കാ നുള്ള തിരക്കിലുമായിരുന്നു. പത്തിരുപത് വയസ്സ് മുതൽ അൻപതോളം വയസ്സ് പ്രായം തോന്നിക്കുന്ന സ്ത്രീകൾ വരെ അക്കൂട്ടത്തിലുണ്ടായി രുന്നു. ആ ഹാളിൽ തന്നെ നാലഞ്ച് കട്ടിലുകളും ആ കട്ടിലുകൾ ഓരോന്നും പ്രത്യേകം വേർതിരിച്ച് മറയ്ക്കുവാൻ നാലുഭാഗത്തും ഒതുക്കിയിട്ടിരുന്ന സ്ക്രീനും കാണാമായിരുന്നു. അൽപം കഴിഞ്ഞ യുടനെ അവിടുത്തെ കാര്യസ്ഥയെന്ന് പറയുന്ന ഒരു തടിച്ച സ്ത്രീ ജോഷിയുടെ അരികിൽ വന്നിരുന്ന് നല്ല മുൻപരിചയമുള്ളതുപോലെ സംഭാഷണത്തിൽ ഏർപ്പെട്ടു. അല്പം കഴിഞ്ഞപ്പോൾ അവർ അവിടെ നിന്ന് എവിടെക്കോ ഇറങ്ങിപ്പോയി.

അപ്പോൾ ജോഷി എന്നോട് നോക്കൂ ഇവിടെ ഇരിക്കുന്നതിൽ ഏതെ ങ്കിലുമൊന്നിനെ നീ തെരഞ്ഞെടുക്ക് എന്ന് പറഞ്ഞു. അല്പം മുൻപ് തന്നെ മേക്കപ്പിട്ട് കൊണ്ടിരുന്നവളെ കണ്ടുവച്ചിരുന്ന ഞാൻ ദേണ്ടേ അവൾ എന്ന് ചൂണ്ടിക്കാണിച്ചുകൊണ്ട് ആംഗ്യഭാഷയിൽ പറഞ്ഞു.

ഇതെല്ലാം കണ്ടുകൊണ്ടിരുന്ന അവൾ അല്പം കഴിഞ്ഞപ്പോൾ അതിലൊരു കട്ടിലിന്മേൽ വന്നിരുന്നുകൊണ്ട് വരൂ എന്നെന്നോട് ആംഗ്യ ഭാഷയിൽ കൈകൊണ്ട് കാണിച്ചു. ഞാനുടനെ അവളുടെ അരികിലേക്ക് അല്പം പരിഭവത്തോടെ നടന്ന് ഒപ്പം കട്ടിലിൽ ഇരുന്നു. പിന്നീട് അവൾ നാലുഭാഗത്തും ഒതുക്കിയിട്ടിരുന്ന തുണി നീട്ടിവലിച്ചിഴച്ചുകൊണ്ട് ആ കട്ടിൽ മറച്ചു. അതിനുശേഷം ഞാൻ അവളോടൊപ്പം ശയിച്ചു.

എല്ലാം കഴിഞ്ഞപ്പോൾ കട്ടിൽ മറച്ചിരുന്ന തുണികൾ വീണ്ടും പഴയതുപോലെ മാറ്റി ഇടുന്നതിനിടയിൽ അവൾ എന്നോട് ആദ്യമായി ട്ടല്ലായിരുന്നോ? ഗുരുദക്ഷിണ മറക്കാതെ വച്ചിട്ട് പോകണം എന്ന് പറഞ്ഞു.

ഞാൻ പോക്കറ്റിൽ നിന്നും നല്ലൊരു തുകയെടുത്ത് അവൾക്ക് ഗുരുദക്ഷിണയായി കൊടുക്കുകയും ചെയ്തു. മറ്റൊരു കട്ടിലിലേക്ക് പോയ ജോഷിയും അല്പസമയത്തിനുശേഷം തിരിച്ചെത്തി. പിന്നീട് അവൻ കാര്യസ്ഥയായ സ്ത്രീയുമായി കണക്ക് തീർത്തുകൊണ്ടിരി ക്കുന്നതിനിടയിൽ മറ്റ് രണ്ട് മൂന്നു പേർ കൂടി ആ സോഫയിൽ വന്നി രിക്കുന്നത് കണ്ടു.

അവിടെ നിന്നും ഇരുവരും ഇറങ്ങി നടന്നുകൊണ്ടിരുന്നപ്പോൾ നമ്മൾക്ക് പൈസയുണ്ടെങ്കിൽ ഏത് സ്ത്രീയെ വേണമെങ്കിലും തെരഞ്ഞെടുത്ത് ആസ്വദിക്കാം എന്ന് രാജേഷ് മുൻപ് എന്നോട് പറഞ്ഞിരുന്നത് ഇത് കണക്കിലെടുത്തുകൊണ്ടായിരിക്കാം എന്ന് ഓർത്തു.

വീണ്ടും റെഡ് ലൈറ്റ് തെരുവിൽ കൂടി ഞങ്ങൾ തിരിഞ്ഞുനടന്നുകൊണ്ടിരുന്നപ്പോൾ ജോഷി പറഞ്ഞു, ''ദേണ്ടെ, ഈ നിൽക്കുന്നതൊക്കെ നല്ല ചീപ്പാണ്. പക്ഷേ, ഇതിനെയൊക്കെ അടുത്തുപോയാൽ സിഫിലിസ് അടക്കം പല രോഗവും പിടിക്കുമെന്നുറപ്പാണ്.''

പിന്നീട് പല ദിവസങ്ങളിലും അന്ന് പോയ കെട്ടിടത്തിന്റെ ഏറെക്കുറെ എല്ലാ നിലകളും ഞങ്ങൾ സന്ദർശിച്ചു. വാടകയ്ക്കെടുക്കുന്ന സ്ത്രീയോടൊപ്പം ചിലവിടുന്ന സമയത്തിനനുസൃതമായി തുകയിൽ ഏറ്റക്കുറച്ചിലും ഉണ്ടായി. ഓരോ മുറികളിലും എട്ടും പത്തും സ്ത്രീകൾ വീതം ഉണ്ടായിരുന്നു. ഇത് കണ്ടിട്ട് ഞാൻ ആലോചിച്ചിട്ടുണ്ട്, ഓരോ മുറികളിലും ഇത്രയധികം സ്ത്രീകൾ ഉണ്ടെന്ന് വരികിൽ ഈയൊരു കെട്ടിടത്തിൽ മാത്രം എത്രയധികം തന്നെ ഉണ്ടായിരിക്കില്ല എന്ന്.

കുടുംബത്തോടെ വേശ്യാവൃത്തി തൊഴിലാക്കിയവരും ഭർത്താവിനൊപ്പം തന്റെ കുട്ടിയെ കളിപ്പാട്ടം കൊടുത്തിരുത്തിയ ശേഷം വേശ്യാവൃത്തിയിൽ ഏർപ്പെടുന്ന സ്ത്രീകളെയും നാളെ രാവിലെ എന്റെ കല്യാണമാണെന്ന് പറഞ്ഞുകൊണ്ട് ഒരുങ്ങുന്നതിനിടയിൽ മറ്റൊരാൾക്കൊപ്പം ശയിക്കാൻ പോകുന്നതും എല്ലാം തികഞ്ഞവർ. ഞാനൊരുത്തി ഇവിടെ നിന്നുകൊണ്ടിരുന്നപ്പോൾ അതു പരിഗണിക്കാതെ രണ്ട് പെറ്റ സ്ത്രീയോടൊപ്പം നിങ്ങൾ ശയിച്ചിട്ട് വന്നില്ലേ എന്ന് പറയുന്നവരെയും ഞാനവിടെ കണ്ടിട്ടുണ്ട്. ഇതൊക്കെ അവിടുത്തെ വ്യവഹാരത്തിൽ ചിലതു മാത്രം.

ദിവസങ്ങൾ കഴിയുന്തോറും ചേരിയിൽപോയി അടിച്ചുപൊളിച്ചു സമയം പോക്കുന്നതും പെണ്ണും പിന്നെ ലഹരിപദാർത്ഥങ്ങളുമൊക്കെ എനിക്ക് നഗരജീവിതത്തിന്റെയൊരു ഭാഗമായി മാറി. അങ്ങനെയിരിക്കെ ഏകദേശം ഒന്ന് ഒന്നര വർഷം കഴിഞ്ഞപ്പോൾ നാട്ടിൽ പോവുകയാണെന്ന് പറഞ്ഞുകൊണ്ട് ജോഷി അവിടം വിട്ടുപോയി.

ഞാൻ മാത്രം എവിടേക്ക് പോകാൻ? ജീവിതത്തിൽ മറ്റ് ലക്ഷ്യങ്ങളൊന്നുമില്ലാതെ അവിടെത്തന്നെ ഞാൻ ജോലി തുടർന്നു. എന്റേതായ ജോലികളെല്ലാം കൃത്യസമയത്ത് ചെയ്തുതീർക്കാറുള്ളതുകൊണ്ട് ആരും അവിടെന്നെ കുറ്റം പറയാറില്ലായിരുന്നു. പ്രത്യേകിച്ച് രാത്രിയിൽ ജോലി ചെയ്യുവാനുള്ള താല്പര്യം മറ്റാരും കാണിക്കാത്തതുകൊണ്ട് എന്റെ കാര്യത്തിൽ ആരും ഇടപെടാറുമില്ല. പകലിനെക്കാൾ രാത്രിയെ ഞാനിഷ്ടപ്പെടുകയും ചെയ്തു. ജോഷി പോയിക്കഴിഞ്ഞതിനുശേഷം

വീണ്ടും ഏകദേശം ഒരുവർഷം കൂടി തികയാറായിക്കാണും. ഒരു ദിവസം രാത്രി പന്ത്രണ്ട് മണി സമയത്തോടടുത്ത് സൂട്ടും കോട്ടുമൊക്കെ ധരിച്ച് വലിയ ഓഫീസർ എന്നു തോന്നിക്കുന്ന വിധത്തിലുള്ള ഒരാൾ ചായ ആവശ്യപ്പെട്ടുകൊണ്ട് അവിടെ വരികയുണ്ടായി. ഏകദേശം ഒരു മണിക്കൂറോളം സമയം അയാൾ അവിടെയിരുന്ന് ചിലവഴിച്ചുകൊണ്ട് മൂന്നു നാലു ചായയോളം കുടിക്കുകയും അത്രത്തോളം സിഗരറ്റുകൾ വലിച്ചു തീർക്കുകയും ചെയ്തു. ചായ ആവശ്യപ്പെടുമ്പോൾ കൊണ്ട് കൊടുക്കുമ്പോഴൊക്കെ താങ്ക്സ് പറഞ്ഞുകൊണ്ടിരുന്നു. ആദ്യമായിട്ടായിരുന്നു താങ്ക്സ് എന്ന വാക്ക് ഞാനവിടെ കേട്ടത്. സാധാരണ ആൾക്കാർ ഇത്രത്തോളം സമയമിരുന്ന് ഇത്രയൊക്കെ ചായകൾ കുടിക്കാറില്ലാത്തതുകൊണ്ട് ഞാൻ അദ്ദേഹത്തെ പ്രത്യേകം ശ്രദ്ധിച്ചു. പോകാറായപ്പോൾ ചായയുടെ വിലതരുകയും അതിന്റെ ഇരട്ടിയിലധികം രൂപ ടിപ്സിനത്തിൽ തരുകയുംചെയ്തു.

ചായയുടെ കാശ് പോലും കൃത്യമായി തരാത്ത അവിടെ ടിപ്സ് ലഭിച്ചതും ആദ്യമായിട്ടായിരുന്നു. പിറ്റേദിവസവും തലേന്ന് രാത്രി വന്ന സമയത്തുതന്നെ അദ്ദേഹമവിടെ വരികയുണ്ടായി. ചായ ആവശ്യപ്പെട്ടുകൊണ്ട് സിഗരറ്റ് കത്തിച്ച് വലിക്കാൻ തുടങ്ങുകയും ചെയ്തു. ഞാൻ ചായ അദ്ദേഹത്തിന്റെ മുന്നിലേക്ക് ചെന്ന് കൊണ്ട് വെച്ചപ്പോൾ അദ്ദേഹം എന്നോട് താങ്ക്സ് പറഞ്ഞതിന്ശേഷം എന്നെ നോക്കിക്കൊണ്ട് ചോദിച്ചു; ''വാട്ട്സ് യുവർ നെയിം?''

''മൈ നെയിം ഈസ് ബാബു.''

''യു ലുക്ക് വെരി സ്മാർട്ട്.''

ഞാനപ്പോൾ ഒന്നും മിണ്ടിയില്ല.

''സ്വയം പരിചയപ്പെടുത്തിക്കൊണ്ട് എന്നോട് മൈ നെയിം ഈസ് ജോണി. ഡു യു സ്പീക്ക് ഇംഗ്ലീഷ്?''

''എസ് ലിറ്റിൽ.''

''ആർ യു ഫ്രം കേരള?''

''യെസ്.''

അപ്പോൾ മലയാളത്തിൽ ജോണി; ''ഞാനും കേരളത്തിൽ നിന്നു തന്നെയാണ്.''

''സാർ ഇവിടെ അടുത്തെങ്ങാനുമാണോ താമസിക്കുന്നത്?''

''അല്ല ഞാനൊരു ആവശ്യത്തിനുവേണ്ടി ഇവിടെ വന്നതാണ്. ഒരാഴ്ച കഴിഞ്ഞാൽ തിരിച്ചു പോകും.

''ഇവിടെ നിങ്ങൾ എത്ര നാളായി ജോലി ചെയ്യുന്നു?''

''ഏകദേശം ഒന്ന് രണ്ട് വർഷമായി.''

''സച് എ ലോങ്ങ് ടൈം.'' ഇങ്ങനെ പറഞ്ഞതിനു ശേഷം പറഞ്ഞു. ''ഇങ്ങനെയുള്ള ലോക്കൽ ഹോട്ടലിൽ ജോലി ചെയ്യുന്നതിനേക്കാൾ നല്ലതല്ലേ വലിയ ഹോട്ടലിൽ ജോലി കിട്ടിയാൽ ചെയ്യുന്നത്?''

''അതിനു വേണ്ടി അന്വേഷിച്ചിട്ടില്ല. അതിനെപ്പറ്റി ഒന്നും അറിയുകയും ഇല്ല.''

''അങ്ങനെ ഒരു ജോലി കിട്ടിയാൽ താങ്കൾ ചെയ്യാൻ തയ്യാറാണോ?''

''കിട്ടിയാൽ ചെയ്യാം.''

''താങ്കൾ കേട്ടിട്ടുണ്ടോ സ്റ്റുവാർഡ് ക്യാപ്റ്റൻ റസ്റ്റോറന്റ് മാനേജർ എഫ് & ബി മാനേജർ എന്നൊക്കെ?''

''ഇല്ല.''

''ഞാൻ വലിയ ഫൈവ് സ്റ്റാർ ഹോട്ടലിൽ ഇങ്ങനെയൊക്കെയുള്ള ജോലി ചെയ്തിരുന്നു. ഇപ്പോൾ രണ്ട് ടൂറിസ്റ്റ് കേന്ദ്രങ്ങളിൽ റസ്റ്റോറന്റ് നടത്തിക്കൊണ്ടിരിക്കുകയാണ്. വെള്ളക്കാരായ ടൂറിസ്റ്റുകൾ മാത്രമേ അവിടെ വരാറുള്ളൂ. സീസൺ തുടങ്ങാറായിട്ടേയുള്ളൂ. ഇഷ്ടമാണെങ്കിൽ ഞാൻ താങ്കൾക്കൊരു ജോലി അവിടെ നൽകാം.''

''എനിക്ക് അതിനെപ്പറ്റി ഒന്നും അറിയില്ല.''

''അതു സാരമില്ല. എല്ലാം ഞങ്ങൾ കാണിച്ചും പഠിപ്പിച്ചും തരാം. താൽപര്യമാണെങ്കിൽ നാളെത്തന്നെ പോകാൻ ഒരുങ്ങിക്കോളൂ.''

അദ്ദേഹത്തിന്റെ ഓഫർ കിട്ടിയപ്പോൾ ഞാൻ അല്പം ശങ്കിച്ചു. രാജേഷ് ഇങ്ങനെയൊക്കെയുള്ള വാഗ്ദാനങ്ങൾ നൽകിയാണല്ലോ എന്നെയിവിടെ കൊണ്ടുവന്നത്. അതുപോലെയെങ്ങാനും ആകുമോ എന്ന് ഞാൻ സംശയിച്ച് നിന്നുകൊണ്ടിരുന്നപ്പോൾ അദ്ദേഹം പറഞ്ഞു:

''തിങ്ക് എബൗട്ട് ഇറ്റ് ആൻഡ് ടെൽ മി ടുമാറൊ.''

ഞാൻ 'ഓക്കേ സാർ' എന്ന് പറഞ്ഞുകൊണ്ട് എന്റെ ജോലിയിൽ മുഴുകാൻ തുടങ്ങി.

ഞാൻ ചെയ്തുകൊണ്ടിരുന്ന ജോലികളൊക്കെ വീക്ഷിച്ചുകൊണ്ട് ചായ കുടിച്ചും സിഗരറ്റ് വലിച്ചും കുറച്ചുനേരംകൂടി അദ്ദേഹം അവിടെയിരുന്നു. അതിനുശേഷം ചായയുടെ കാശും ടിപ്പും നൽകിയതിനുശേഷം കടന്നുപോയി.

ടൂറിസ്റ്റായി വരുന്ന ഫോറിനേഴ്സിനൊപ്പം ജോലിചെയ്യാൻ നല്ലൊരു അവസരമാണല്ലോ കൈവന്നിരിക്കുന്നത്. വേണ്ടെന്നു വയ്ക്കാതെ ഉടനെ അത് ചെയ്യാൻ റെഡിയാണെന്ന് നാളെ വരുന്ന അദ്ദേഹത്തെ അറിയിക്കുന്നതാണ് നല്ലത് എന്ന് മനസ്സിൽ തീരുമാനിച്ചുകൊണ്ട് എന്റെ സമ്മതം അറിയിക്കാനായി ഞാൻ പിറ്റേദിവസം അദ്ദേഹത്തിന്റെ വരവും കാത്തിരുന്നു.

അന്ന് രാത്രിയും പറഞ്ഞതുപോലെ അദ്ദേഹം അവിടെ ചായ കുടിക്കാനായി വന്നിരുന്നപ്പോൾ ഞാനെന്റെ സമ്മതം അദ്ദേഹത്തെ അറിയിച്ചു. അപ്പോഴദ്ദേഹം; ''വെരി ഗുഡ്. എന്നാൽ പിന്നെ നാളെ തന്നെ പോകാൻ തയ്യാറെടുത്തുകൊള്ളൂ.''

''ഇവിടെ നിന്നും വളരെ ദൂരമുണ്ടോ അവിടേക്ക് പോകുവാൻ?''

അതെ ഇവിടെ നിന്നും നല്ല ദൂരമുണ്ട്. വാസിക്കോ എന്ന് വിളിപ്പേരുള്ള വലിയ നഗരത്തിലാണത്. കുറെയധികം ബീച്ചുകളുള്ള അവിടെ ലോകത്തിന്റെ നാനാഭാഗത്ത് നിന്നും ടൂറിസ്റ്റുകൾ വരുന്ന സ്ഥലംകൂടിയാണ്. അവിടുത്തെ സീസൺ തുടങ്ങാൻ പോകുന്നതേയുള്ളൂ. അവിടേക്കാണ് നീ പോകേണ്ടത്. പോകേണ്ട വിലാസവും ഒരു കത്തും പിന്നെ ഹോട്ടലിലേക്ക് ആവശ്യമായ കുറച്ച് സാധനങ്ങളടങ്ങുന്ന ഒരു ബാഗും ഞാൻ നിന്റെ പക്കൽ തന്നയയ്ക്കാം. ബസ്സിറങ്ങിയാൽ അവിടെ എങ്ങും തിരക്കി പോകേണ്ട ആവശ്യമില്ല. നീ അവിടെ ബസ്സിറങ്ങുമ്പോൾ തന്നെ നിന്നെ കൂട്ടിക്കൊണ്ടുപോകാനായി ഞാനൊരാളെ ഏർപ്പാട് ചെയ്തുതരാം. പിന്നെ ബസ് യാത്രക്കൂലിയെപ്പറ്റിയോ ചെലവിനെപ്പറ്റിയോ നീ ആശങ്കപ്പെടേണ്ട. അതെല്ലാം ഞാൻ തന്നെ വഹിച്ചുകൊള്ളാം എന്ന് ജോണി പറഞ്ഞു. ചിലവിന് കൂടി കാശ് തരാം എന്ന് പറഞ്ഞത് കേട്ടപ്പോൾ എന്റെ ആത്മവിശ്വാസം ഇരട്ടിച്ചു

അങ്ങനെ നാട്ടിൽ പോവുകയാണെന്ന് ഹോട്ടലിൽ കള്ളം പറഞ്ഞുകൊണ്ട് ഞാൻ യാത്രയാകുവാനുള്ള ഒരുക്കങ്ങൾ ചെയ്തു. ഒരു മൂലയിൽ ഉപേക്ഷിച്ചിരുന്ന പഴയ ബാഗ് പൊടി തട്ടിയെടുത്ത് അതിൽ ഉണ്ടായിരുന്ന കൂറത്തുണികളെല്ലാം പെറുക്കിയിട്ട് അദ്ദേഹം വന്നുനിൽക്കാൻ പറഞ്ഞ സ്ഥലത്ത് പോയി ഞാൻ കാത്തുനിന്നു. അല്പം കഴിഞ്ഞപ്പോൾ തന്നെ അദ്ദേഹവും കൂടെ എന്റെ വയസ്സ് പ്രായം തോന്നിക്കുന്ന ഒരുവനും അവിടെ പ്രത്യക്ഷപ്പെട്ടു. കൂടെ വന്നവനെ എനിക്ക് പരിചയപ്പെടുത്തിക്കൊണ്ട് ജോണി; ''ഇത് ഗണേശ്. ഇവൻ നിനക്ക് പോകാനുള്ള എല്ലാ ഏർപ്പാടും ചെയ്ത് തരും.''

എനിക്കൊരു സ്ഥലംവരെ പോകാനുണ്ട്. അതുകൊണ്ട് ഞാനല്പം തിരക്കിലാണ്. നമ്മൾക്ക് വീണ്ടും കാണാം എന്ന് പറഞ്ഞുകൊണ്ട് ഉടനെ ടാക്സി പിടിച്ച് പോയി.

അപ്പോൾത്തന്നെ ഗണേശ് മറ്റൊരു ടാക്സി പിടിച്ച് അതിൽ എന്നെയും കൂടെയിരുത്തിക്കൊണ്ട് ബസ്സ്റ്റാൻഡ് ലക്ഷ്യമാക്കി യാത്ര ചെയ്തു. അല്പസമയത്തിനകം ബസ് സ്റ്റാൻഡിലെത്തിയപ്പോൾ അവിടെയുണ്ടായിരുന്ന ഒരു ബസ്സിൽ ഗണേശ് കൈചൂണ്ടിക്കാണിച്ചുകൊണ്ട് ദേണ്ടെ ആ കിടക്കുന്നതാണ് നിനക്ക് പോകേണ്ട ബസ്. അതിൽ കയറിക്കോളൂ എന്ന് പറഞ്ഞു.

ഞാനതിൽ കയറിയപ്പോൾ നേരത്തെ എടുത്തുവച്ചിരുന്ന ബസ് ടിക്കറ്റും ഹോട്ടലിലെ സാധനങ്ങൾ അടങ്ങുന്നതെന്ന് പറയുന്ന ഒരു ബാഗും എഴുത്തും പിന്നെ ചെലവിനായി നല്ലൊരു തുകയും എന്റെ കയ്യിൽ തന്നുകൊണ്ട് ഗണേഷ് എന്നോട് അവസാനത്തെ സ്റ്റോപ്പിലേ ഇറങ്ങാൻ പാടുള്ളൂ. അവിടെയിറങ്ങുമ്പോൾ മനു എന്ന പേര് വിളിക്കുന്ന ഒരുവൻ വന്ന് നിന്നെ കൂട്ടിക്കൊണ്ടുപോകും. നിന്നെപ്പറ്റിയുള്ള അടയാളമെല്ലാം ഞാൻ മനുവിനെ അറിയിക്കാം. ഞാനും അവിടെയാണ് ജോലി ചെയ്യുന്നത്. ഞാനും സാറും കൂടി അഞ്ചാറു ദിവസം കഴിയുമ്പോൾ അവിടെയെത്തും. നമ്മൾക്ക് വീണ്ടും അവിടെവച്ച് കാണാം എന്ന് പറഞ്ഞു

അൽപം കഴിഞ്ഞയുടനെ ബസ് അവിടെനിന്ന് യാത്ര ആരംഭിച്ചു. ഏകദേശം പത്ത്പതിനേഴ് മണിക്കൂറിന്റെ നീണ്ട യാത്രയ്ക്കൊടുവിൽ ബസ് അവസാനത്തെ സ്റ്റോപ്പായ വാസിക്കോയിലെത്തിച്ചേർന്നു ബസ്സിൽ നിന്നും ഇറങ്ങിയപാടെ ഒരുവൻ എന്നെ സമീപിച്ചു കൊണ്ട് ചോദിച്ചു:

‘‘മുംബൈയിൽനിന്നും ജോണി സാർ പറഞ്ഞയച്ച ബാബു എന്നു പറയുന്നയാൾ താങ്കളാണ് അല്ലേ?’’

‘‘അതെ.’’

‘‘മനു എന്നയാൾ താങ്കളാണോ?’’

‘‘അതെ’’ എന്നവൻ മറുപടി പറഞ്ഞുകൊണ്ട് എന്നെകൂടെ കൂട്ടിക്കൊണ്ട് അടുത്തുതന്നെ നിർത്തിയിട്ടിരുന്ന ബൈക്ക് സ്റ്റാർട്ടാക്കി അതിന്റെ പുറകിൽ ഇരുത്തിക്കൊണ്ട് യാത്രയാകാൻ തുടങ്ങി. ഏകദേശം മുക്കാൽ മണിക്കൂറോളം യാത്ര ചെയ്തതിനുശേഷം അദ്ദേഹത്തിന്റേതെന്ന് പറയപ്പെടുന്ന ഒരു കൊച്ചുവീട്ടിൽ എത്തുകയുണ്ടായി. ജോണി തന്നയച്ച ഹോട്ടൽ സാധനങ്ങളും എഴുത്തും എന്റെ കൈയിൽ നിന്നും മനു വാങ്ങിച്ചുകൊണ്ട് ബാഗ് ഒരു മൂലയിൽ വച്ചതിനുശേഷം എഴുത്ത് മൗനമായി വായിച്ചു.

അതിനുശേഷം, ഞാനും ജോണിസാറിന്റെ കൂടെത്തന്നെയാണ് ജോലി ചെയ്യുന്നത്. ടൂറിസ്റ്റുകളൊക്കെ വരാൻ തുടങ്ങുന്നതേയുള്ളൂ. ജോണിസാർ വന്നതിനുശേഷമേ റസ്റ്റോറന്റിന്റെ ജോലി തുടങ്ങുകയുള്ളൂ. വരൂ, നമ്മൾക്കതൊക്കെയൊന്ന് കണ്ടിട്ട് വരാം എന്ന് പറഞ്ഞുകൊണ്ട് എന്നെയും കൂട്ടി മനു നടക്കാൻ തുടങ്ങി. അല്പം നടന്നതും കടൽ തിരമാലയുടെ ശബ്ദം എന്റെ കാതിൽ അലയടിച്ചു. ആകാംക്ഷയോടെ അല്പം കൂടി നടന്നപ്പോൾ അതിമനോഹരമായ കടലും തീരവും എന്റെ മുന്നിൽ പ്രത്യക്ഷപ്പെട്ടു.

കണ്ണുകൾ എത്താത്ത ഇളം നീലക്കടലിനെയും അലയടിച്ച് തീരത്തേക്കണയുന്ന തിരമാലകളെയും കണ്ടപ്പോൾ എന്റെ ഉള്ളാകെ കുളിർത്തു

പോയി. കുറേനേരം വിസ്മയം പൂണ്ട് ഞാനാ കടലിനെ നോക്കി നിന്നു. വീണ്ടും മനു എന്നെ നടത്തിക്കൊണ്ട് കടൽത്തീരത്തിനടുത്തായി പൊക്കിക്കെട്ടിയിരുന്ന ഇടിഞ്ഞുപൊളിഞ്ഞു വീഴാറായ അർദ്ധനഗ്നകെട്ടിടത്തിനടുത്തേക്ക് ആനയിച്ചുകൊണ്ട് 'ഇതാണ് നമ്മുടെ റസ്റ്റോറന്റ്' എന്ന് പറഞ്ഞു. അതു കണ്ടപ്പോൾ ഞാൻ അതിശയം പൂണ്ടു.

കാരണം അതിന്റെ ഓലമേഞ്ഞ മേൽക്കൂരയുടെ പകുതിയോളം പാറിപ്പറന്നും അല്പം മാത്രമുള്ള മൺകട്ടഭിത്തിയുടെ പകുതിയോളം ഇടിഞ്ഞുവീണും പോയിരുന്നു. പിന്നെ അതിനുള്ളിലെ തെരുവുനായ്ക്കളുടെ സാന്നിദ്ധ്യവും കൂടി കണ്ടപ്പോൾ ഇതാണോ വലിയ ഫോറിനറൊക്കെ വന്ന് കഴിക്കുന്ന വലിയ റസ്റ്റോറന്റ് എന്ന് പറയുന്നത്? ഇതിനേക്കാൾ ഭേദം കാലിത്തൊഴുത്താണല്ലോ എന്ന് ഞാൻ ആലോചിച്ചു. എങ്കിലും അഭിപ്രായമൊന്നും കൂടെ നിന്നിരുന്ന മനുവിനോട് ചോദിക്കാൻ തുനിഞ്ഞില്ല.

വീണ്ടും കടൽത്തീരത്തുകൂടി നടന്നു കൊണ്ടിരുന്നപ്പോൾ അർദ്ധനഗ്നരായ ഫോറിൻ സ്ത്രീകൾ കടൽത്തീരത്ത് വെയിൽ കാഞ്ഞു കൊണ്ട് കിടക്കുന്നത് കണ്ടു. അതു കണ്ടപ്പോൾ അതിലൊരുവളെ ഓടിപ്പോയി കെട്ടിപ്പിടിച്ച് പുണരണമെന്ന് തോന്നി.

എങ്കിലും ആഗ്രഹം ഉള്ളിലൊതുക്കി അവരുടെ അർദ്ധനഗ്ന ശരീരഭംഗി അൽപനേരം പരിസരം മറന്ന് നോക്കി ആസ്വദിച്ചു നിന്നു. ഇത് കണ്ടുകൊണ്ടിരുന്ന മനു എന്റെ തോളത്ത് തട്ടിക്കൊണ്ട് ആദ്യമായിട്ടാണല്ലേ ഇങ്ങനെയൊക്കെ കാണുന്നത് എന്നു ചോദിച്ചു.

അതെ എന്ന് ഞാൻ പറഞ്ഞു.

അപ്പോൾ മനു അങ്ങനെയൊന്നും അവരെ നോക്കി നിൽക്കരുത്. അതവർക്ക് ഇഷ്ടപ്പെടുന്നതല്ല. അങ്ങനെ നോക്കുന്നവരെ വിവേകശൂന്യരാണെന്ന് കരുതും. സഹികെട്ടാൽ ചിലർ അടിക്കാനായി ഓടിവരും എന്നു പറഞ്ഞു.

ഇപ്പറഞ്ഞത് കേട്ടപ്പോൾ ഞാൻ പെട്ടെന്ന് കണ്ണുകൾ മാറ്റി നടക്കാൻ തുടങ്ങി. എങ്കിലും എന്റെ മനസ്സെല്ലാം അവരുടെ ശരീരത്തിലൂടെ ഇഴയുകയായിരുന്നു. നടന്നുകൊണ്ടിരുന്നപ്പോൾ മനു എന്നോട് ഇത് കണ്ടപ്പോൾ തന്നെ താങ്കളുടെ പിടിവിട്ടു പോയിക്കാണും അല്ലേ? എങ്കിൽ ഇതൊന്നുമല്ല ഇതിലും വലുത് കാണാൻ കിടക്കുന്നതേയുള്ളൂ എന്ന് പറഞ്ഞു.

പിന്നീടുള്ള ദിവസങ്ങളിൽ കടൽത്തിരയിൽ ചാടിക്കളിച്ചും അവിടങ്ങളിൽ ചുറ്റിത്തിരിയുമ്പോഴും ഇത്തരത്തിൽ കിടക്കുന്നവരെ ഞാൻ നോക്കാൻ തുനിഞ്ഞില്ല. മുൻപ് കണ്ടിട്ടുള്ള സ്ഥലങ്ങളിൽനിന്നും വ്യത്യസ്ത ചുറ്റുപാടായിരുന്നു അവിടം. ഇംഗ്ലീഷ് റോക്ക് സംഗീതങ്ങൾ

അലയടിക്കുന്ന തെരുവുകൾ. ഏതൊരു പെട്ടിക്കടയിലും ചോദിച്ചാൽ ലഭിക്കുന്ന ബിയറും വൈനും. ഇവ തെരുവോരത്തിരുന്നു പോലും കുടിക്കുന്ന ആൾക്കാർ. പിന്നെ എവിടെയും അർദ്ധനഗ്നരായി നടക്കുന്ന ആൾക്കാരും. ഇതൊക്കെ അവിടുത്തെ ഒരു പ്രത്യേകതയായിരുന്നു.

ഏകദേശം എട്ട് പത്ത് ദിവസങ്ങൾ കഴിഞ്ഞപ്പോൾ മുംബൈയിൽ നിന്നും ജോണിയും ഗണേശും അവിടെയെത്തി. ഉടനെ തന്നെ പൊട്ടിപ്പൊളിഞ്ഞു കിടന്നിരുന്ന സാഗർ റസ്റ്റോറന്റ് എന്ന് പറയുന്ന ആ കെട്ടിടത്തിന്റെ പുനരുദ്ധാരണം അദ്ദേഹം ഏറ്റെടുത്തു.

ജോലിക്കാരെ വച്ചുകൊണ്ട് പുതിയ മേൽക്കൂര പണിയുകയും ഇടിഞ്ഞുപൊളിഞ്ഞ ഭിത്തിയെല്ലാം പുതിയ മൺകട്ടകൾ വച്ചുപിടിപ്പിച്ചും പല വർണ്ണങ്ങളിലുള്ള ബൾബുകൾ ചുറ്റും പിടിപ്പിക്കുകയും ചൂരൽ കൊണ്ടുള്ള ചെയർ, ടേബിൾ, കസേര എന്നിവ കൊണ്ടുവന്നിടുകയും എന്ന് വേണ്ട റസ്റ്റോറന്റിലേക്കാവശ്യമായ എല്ലാ സാധനങ്ങളും എട്ട് പത്ത് ദിവസത്തിനകം എല്ലാവരും കൂടി ഒരുക്കി. ഇതൊക്കെ കഴിഞ്ഞപ്പോൾ അവിടങ്ങളിൽ ഉള്ളതിൽ വെച്ച് ഏറ്റവും മനോഹരമായ ഒരു റസ്റ്റോറന്റ് ആയി അത് മാറി.

മിനുക്കുപണികളെല്ലാം പൂർത്തിയായിക്കഴിഞ്ഞപ്പോൾ യൂണിഫോം എന്ന് പറഞ്ഞുകൊണ്ട് ജോണി പുതിയ ഷർട്ടും പാൻസും ഷൂസുമൊക്കെ എനിക്ക് വാങ്ങിത്തരുകയും അതിഥികൾ വരുമ്പോൾ എന്തു പറഞ്ഞുകൊണ്ട് സ്വീകരിക്കണമെന്നും ആഹാരസാധനങ്ങൾ ട്രേയിൽ വച്ചുകൊണ്ട് പോയി എങ്ങനെ സർവ്വ് ചെയ്യണമെന്നുമൊക്കെയുള്ള സർവീസ് ബാലപാഠങ്ങൾ അദ്ദേഹം എനിക്ക് പറഞ്ഞും കാണിച്ചും തരികയുണ്ടായി.

റസ്റ്റോറന്റ് തുറന്നതിനു ശേഷം ടൂറിസ്റ്റുകളെ ആകർഷിക്കാനായി മസാല പുരട്ടിയ വലിയ ഞണ്ടും മീനും കൊഞ്ചും മുതലായവയൊക്കെ പാത്രത്തിൽ വഹിച്ചുകൊണ്ട് ജോണി കടൽക്കരയിൽ വെയിൽ കാഞ്ഞ് കിടക്കുന്നവരുടെ അടുത്തും നടന്നുപോകുന്നവരുടെ അടുത്തുമൊക്കെ പോയി റസ്റ്റോറന്റിലേക്ക് കൈ ചൂണ്ടിക്കാണിച്ചുകൊണ്ട് ''അവിടെ ഞങ്ങളുടെ റസ്റ്റോറന്റിൽ വന്നാൽ ഇതെല്ലാം നല്ല വിലക്കുറവിനും നല്ല രീതിയിൽ പാകം ചെയ്തും തരാ''മെന്ന് പറഞ്ഞ് ആൾക്കാരെ റെസ്റ്റോറന്റിലേക്ക് വശീകരിച്ചു. അത്തരത്തിൽ ദിവസംതോറും ആൾക്കാരെ ആകർഷിക്കാൻ തുടങ്ങിയപ്പോൾ ദിവസങ്ങൾ കൊണ്ട് റസ്റ്റോറന്റിൽ ടൂറിസ്റ്റുകളെക്കൊണ്ട് നിറയാൻ തുടങ്ങി.

വരുന്നവരുടെയടുത്ത് മെനുവുമായിപോയി അവർക്ക് വേണ്ടതെല്ലാം കുറിച്ചെടുക്കുന്നത് ജോണി തന്നെയായിരുന്നു. സപ്ലയർമാരായി ഞാനും ഗണേശും പിന്നെ മനുവും. മൂന്നുപേർക്കും പ്രത്യേകം പ്രത്യേകമായി സർവ്വ് ചെയ്യുന്നതിന് ടേബിളും തരംതിരിച്ച് നൽകിയിരുന്നു.

രാവിലെ ഏഴ് മണിക്ക് റസ്റ്റോറന്റ് എല്ലാം വൃത്തിയാക്കിക്കൊണ്ട് ജോലി തുടങ്ങിയാൽ പന്ത്രണ്ട് മണിക്ക് ഗണേശും മനുവും വന്നതിനുശേഷം നാലഞ്ചു മണിക്കൂറോളം വിശ്രമം. മൂന്നുപേരും മാറിമാറിയായിരുന്നു രാവിലത്തെ ജോലി ചെയ്തിരുന്നത്. പിന്നെ വൈകുന്നേരത്തോടെ ജോലി തുടങ്ങിയാൽ ചിലപ്പോൾ രാത്രി ഒരു മണി വരെ നീളും. പതിനൊന്ന് മണിക്ക് എല്ലാം അടയ്ക്കുമെങ്കിലും ചിലർ കുടിച്ചും വലിച്ചും അതുവരെ ഇരിക്കുകയായിരിക്കും ചെയ്യാറ്.

ദിവസങ്ങൾ കഴിയുന്തോറും ടൂറിസ്റ്റുകൾ കഴിക്കുന്ന ആഹാര സാധനങ്ങളെപ്പറ്റി പഠിക്കുകയും കിട്ടുന്ന സമയം കഴിവതും പ്രയോജനപ്പെടുത്തി ടൂറിസ്റ്റുകളോടൊപ്പം സംസാരിച്ച് ഞാൻ ഇംഗ്ലീഷ് നല്ല വശമാക്കുകയും ചെയ്തു.

സർവ്വ് ചെയ്തുവന്ന ആഹാര സാധനങ്ങളെല്ലാം പ്രത്യേകതയുള്ളതിനാൽ അതൊക്കെ ഭുജിച്ച് നോക്കണമെന്ന് ഇഷ്ടം തോന്നും. അതുകൊണ്ട് ഉപഭോക്താക്കളുടെ ഓർഡർ പ്രകാരം തയ്യാറാക്കിക്കൊണ്ട് പോകുന്നതിനിടയിൽ അതിൽ നിന്ന് ഒന്നും രണ്ടും കഷണങ്ങളൊക്കെ അടിച്ചു മാറ്റി ഒളിപ്പിച്ചുവയ്ക്കും. അടുക്കളയിൽ പാചകക്കാരൻ കണ്ടാൽ പിറുപിറുക്കുമെന്നതിനാലും പുറത്തു കടന്നാൽ ഉപഭോക്താക്കൾ കാണുമെന്നതിനാലും ഇതിന്റെ ഇടയിൽ വച്ചായിരിക്കും അടിച്ചുമാറ്റുക.

ഒരു പ്ലേറ്റിൽ എത്ര കഷണം കൊണ്ട് തരുമെന്ന് പ്രത്യേകം ചോദിച്ചു വാങ്ങുന്നവരുടെ പ്ലേറ്റിൽ നിന്ന് മാത്രം ഒന്നും എടുക്കാൻ കഴിയില്ല. കാരണം കൊണ്ടുവന്ന് വച്ച പ്ലേറ്റിൽ കണക്ക് ശരിയുണ്ടോയെന്ന് എണ്ണി നോക്കുന്നവരും ഉണ്ടായിരുന്നു. ഈ അടിച്ചുമാറ്റുന്നതൊക്കെ എപ്പോഴും തിന്നും കുടിച്ചും നടക്കുന്നതിനാൽ സമയത്തുള്ള ലോക്കൽ ആഹാരം കഴിക്കാറുമില്ല. ചിലപ്പോൾ തിരക്ക് കാരണം അതിന് കഴിയുമായിരുന്നില്ല.

ജോണിയും മനുവും ഗണേശും തമ്മിൽ വലിയ കൂട്ടുകെട്ടായിരുന്നു. ഒരു സ്ഥലത്തുള്ള നാലോ അഞ്ചോ മാസം മാത്രമുള്ള ടൂറിസ്റ്റ് സീസൺ കഴിഞ്ഞാൽ മൂന്നുപേരും കൂടി മറ്റൊരിടത്ത് തുടങ്ങാൻ പോകുന്ന ടൂറിസ്റ്റ് കേന്ദ്രങ്ങളിലേക്ക് പുറപ്പെടും. അവിടങ്ങളിലും ഇതേപോലെ ജോണി റസ്റ്റോറന്റ് എടുത്ത് നടത്തുന്നുണ്ടെന്ന് ഞാനറിഞ്ഞു.

റസ്റ്റോറന്റ് നടത്തുന്ന ലാഭത്തേക്കാൾ ലഹരിപദാർത്ഥങ്ങൾ വിറ്റുണ്ടാക്കുന്ന കാശായിരുന്നു അവർക്ക് പ്രാധാനം. റസ്റ്റോറന്റ് നടത്തുന്നത് അതിനെ മറയാക്കാൻ വേണ്ടിമാത്രം എന്നെനിക്ക് അവരുടെ ഇടപാടുകൾ കണ്ടപ്പോൾ മനസിലായി.

റസ്റ്റോറന്റിൽ വരുന്ന ടൂറിസ്റ്റുകളുടെ അരികെ മെനുവുമായി സമീപിക്കുന്ന ജോണി അവർക്ക് ആവശ്യമുള്ളത് കുറിച്ചെടുക്കുമ്പോൾ ചരസ്സ് വലിക്കുന്നവർക്കിടയിൽ പറഞ്ഞറിയപ്പെടുന്ന പേരായ സ്റ്റഫ് വേണോ

എന്ന് അവരോട് ആരായും. ഇങ്ങനെ ചോദിക്കുന്നത് കേൾക്കുമ്പോൾ എന്തിനെപ്പറ്റിയാണ് പറഞ്ഞതെന്ന് പരിചയമുള്ളവർ മനസ്സിലാക്കിയെടുക്കും. അല്ലാത്തവർ അതെന്താണെന്ന് ചോദ്യമുന്നയിക്കും. സംശയത്തോടെ ചോദിക്കുന്നവരോടാകട്ടെ പിന്നീട് അതിനെപ്പറ്റി സംസാരിക്കാറില്ല. ആളെ നോക്കി വിലയിരുത്തി തന്നെയായിരിക്കും ചോദിക്കുകയും ചെയ്യാറ്.

സ്റ്റഫ് വേണമെന്ന് അവർ ആവശ്യപ്പെട്ടാൽ ഉടനെ ഗണേശിനെയോ മനുവിനെയോ ജോണി വിവരമറിയിക്കും. പിന്നീട് ഒരു കൈക്ക് ഇരുകൈ അറിയാതെ അവരിൽ ആരെങ്കിലും അത് കൊണ്ടുകൊടുത്ത് വ്യവഹാരം നടത്തും. ഇതു വേണ്ടവർക്ക് മനുവിനെയോ ഗണേശിനെയോ ജോണി മുൻകൂർ പരിചയപ്പെടുത്താറുള്ളതുകൊണ്ട് ഒരിക്കൽ വന്നിരുന്നവരുടെയരുകിൽ രണ്ടാമതൊരിക്കൽകൂടി ജോണി മെനുവുമായി സമീപിക്കാറില്ല. വാങ്ങുന്നവർ വീണ്ടും ആവശ്യപ്പെട്ട് വരുന്നത് മനുവിന്റെയും ഗണേഷിന്റെയും അരുകിലായിരിക്കും.

മുന്തിയ ഇനം സ്റ്റഫ് ആയതുകൊണ്ട് ആവശ്യക്കാരും ഏറെയായിരുന്നു. ഇങ്ങനെയായിരുന്നു അവരവിടെ വിൽപ്പന നടത്തിയിരുന്നത്. ഈ സ്റ്റഫ് എന്ന് പറയുന്ന ലഹരിപദാർത്ഥം ഹിമാലയതാഴ്വരയിൽ നിന്നും കിലോക്കണക്കിന് ഏതെങ്കിലുമൊരു വഴിയിൽ കൂടി ആവശ്യമുള്ളിടത്ത് എത്തിച്ചശേഷം ചില്ലറയായി തൂക്കി തരംതിരിച്ച് വിൽക്കുകയായിരുന്നുവെന്ന് പിന്നീടെനിക്ക് മനസ്സിലാക്കാൻ കഴിഞ്ഞു. മുംബൈയിൽനിന്നും ഹോട്ടൽ സാധനങ്ങളാണെന്ന് പറഞ്ഞുകൊണ്ട് എന്റെ കയ്യിൽ തന്നയച്ച സാധനങ്ങൾക്കൊപ്പം ഇതും അടങ്ങിയിരിക്കാമെന്ന് ഞാൻ ശക്തമായി അനുമാനിക്കുന്നു.

ഇത് വിൽക്കുന്നതിനെപ്പറ്റി എനിക്കറിയാമായിരുന്നുവെങ്കിലും അതൊക്കെ കണ്ടഭാവംപോലും ഞാൻ കാണിക്കാറില്ലായിരുന്നു. ഇവരുടെ വ്യവഹാരത്തിൽ തലയിടാതെയിരിക്കുന്നതാണ് നല്ലതെന്ന് ഞാനും കരുതും. റസ്റ്റോറന്റിൽ നടക്കുന്നതെല്ലാം അറിയാവുന്ന എന്നിൽനിന്നും അതൊന്നും മറച്ചുവെയ്ക്കാനും സാധ്യമല്ലായിരുന്നു. എങ്കിലും അതിനെപ്പറ്റി സൂചിപ്പിച്ച് അവരോട് ചോദിക്കാൻ തുടങ്ങിയാൽ അതെന്താണെന്ന് പോലും ഞങ്ങൾക്കറിയില്ലെന്ന മട്ടിൽ ഒഴിഞ്ഞു മാറുകയായിരിക്കും ചെയ്യാറ്. ജോണിയാണ് ഇവരുടെ ഗുരു എന്നെനിക്കറിയാമെങ്കിലും അദ്ദേഹത്തോടുള്ള എന്റെ ബഹുമാനത്തെ ഞാൻ കുറച്ചു കണ്ടിരുന്നുമില്ല.

വൈകുന്നേരമായാൽ റസ്റ്റോറണ്ടിൽ വരുന്ന നല്ലൊരു ശതമാനത്തോളം ആൾക്കാരും ഗ്രൂപ്പായും അല്ലാതെയുമിരുന്ന് ലഹരിപദാർത്ഥങ്ങളൊക്കെ തൊറുത്ത് വലിച്ചുകൊണ്ട് സംഗീതത്തിനൊപ്പം നൃത്തം ചവിട്ടി തിന്നും കുടിച്ചും വർത്തമാനങ്ങൾ പറഞ്ഞുകൊണ്ട് ദീർഘ

സമയമിരിക്കാറുള്ളത് അവിടുത്തെയൊരു സ്ഥിരം കാഴ്ചയായിരുന്നു. രാത്രി പതിനൊന്ന് മണിക്ക് റെസ്റ്റോറന്റ് അടച്ച് കഴിഞ്ഞാലും പിന്നെയും കുടിച്ചും വലിച്ചും ഇരിക്കാറുള്ളവരോടൊപ്പം കുശലാന്വേഷണങ്ങളോക്കെ അന്വേഷിച്ചുകൊണ്ട് ഞാനും കൂടും.

ഒരു ചുറ്റ് അവർ സ്റ്റഫ് വലിച്ചു വരുമ്പോൾ അടുത്തിരിക്കാറുള്ള എന്റെ അരികിലേക്കും നീട്ടും. അവരോടൊപ്പം കമ്പനി കൊടുക്കേണ്ട തുകൊണ്ട് ഞാനത് നിരസിക്കാറില്ലായിരുന്നു. മുൻപ് ജോഷിയോടൊപ്പം വലിച്ചതിൽ നിന്നും വളരെ വ്യത്യസ്തമായിരുന്നു ടൂറിസ്റ്റുകൾക്കൊപ്പം വലിച്ചപ്പോൾ എനിക്കനുഭവപ്പെട്ടത്. തലയെ മത്തുപിടിപ്പിച്ചുകൊണ്ട് മറ്റേതോ മാസ്മരികലോകത്തേക്ക് അത് കൊണ്ടുപോകും. ഏതോ ഒരു നിശ്ചല ലോകത്തായിരിക്കുന്നതുപോലെയുള്ള സ്തംഭനാവസ്ഥയായി രിക്കും. പിന്നീട് ആരെന്ത് പറയുന്നുവോ അത് മനസ്സിലുൾക്കൊണ്ട് വിലയിരുത്തി ഉടൻ ഉത്തരം പറയാനാകാതെ കേട്ടത് ഉള്ളിൽ കിടന്ന് എക്കോപോലെ അലയടിച്ചുകൊണ്ടേയിരിക്കും. അതിനിടയിൽ പറയാ നുദ്ദേശിക്കുന്ന ഉത്തരങ്ങൾ മാറിമറിയുകയും ചെയ്യും. കുറച്ചുസമയം കഴിഞ്ഞതിനുശേഷം ഉത്തരം പറയുന്നതോ ചിലപ്പോൾ പരസ്പര വിരുദ്ധവുമായിരിക്കും. എന്തിനെപ്പറ്റിയെങ്കിലും ആലോചിക്കാൻ തുടങ്ങി യാൽ ഒന്നിന് പിറകെ മറ്റൊന്ന് ആലോചിച്ചുകൊണ്ടിരിക്കും. വലിയ അളവിൽ വലിക്കുകയാണെങ്കിൽ അതിന്റെ തോതും വർദ്ധിച്ചിരിക്കും. ഇങ്ങനെയാണ് ഞാൻ വലിച്ചപ്പോഴുണ്ടായ അനുഭവം.

പാതിരാത്രിവരെ അവിടെയിരുന്ന് ഒന്നിന് പിറകെ ഒന്നായി വലിച്ചിട്ടും മതിയാകാത്തവർ മറ്റ് സ്ഥലങ്ങളിൽ ഒത്തുകൂടി രാവിലെ സൂര്യനുദി ക്കുന്നതുവരെയും കാതടപ്പിക്കുന്ന വിധത്തിൽ നിർത്താത്ത സംഗീത ത്തിനൊപ്പം വലിച്ചും കുടിച്ചും ദേഹം മറന്ന് നൃത്തമാടും. അതിന് നൈറ്റ് പാർട്ടിയെന്നാണ് അറിയപ്പെട്ടിരുന്നത്.

അവിടെനിന്നും പാർട്ടിക്ക് പോകുന്നവരോടൊപ്പം പലപ്പോഴും ഞാനും പോകുമായിരുന്നു. അവിടെയെല്ലാം ഇങ്ങനെ ഒത്തുകൂടുന്ന വർ വലിച്ചു പുറംതള്ളുന്ന ലഹരി പദാർത്ഥത്തിന്റെ അവശിഷ്ടം മഞ്ഞിൽ കലർന്ന് അന്തരീക്ഷത്തിൽ തങ്ങി നിൽക്കുന്നതുകൊണ്ട് അത് വലിക്കാത്തവർക്കുപോലും തല മത്തുപിടിച്ച് പോയിരുന്നു. അത്തരം പാർട്ടികളിലെല്ലാം ഗണേഷിനെയും മനുവിനെയും ഞാനവിടെ കാണാ റുണ്ടായിരുന്നുവെങ്കിലും അവർ എന്നിൽ നിന്ന് ഒഴിഞ്ഞുമാറുകയായി രിക്കും ചെയ്യാറ്.

രണ്ടുമൂന്നു മാസം കടന്നു പോയി. ക്രിസ്തുമസും പുതുവത്സരവും ആഘോഷിക്കാനായി ടൂറിസ്റ്റുകൾ രാജ്യത്തിന്റെ നാനാഭാഗത്തുനിന്നും അവിടേക്കൊഴുകിക്കൊണ്ടിരുന്നു. ദിവസങ്ങൾ കഴിയും തോറും ആ പ്രദേശത്ത് ടൂറിസ്റ്റുകളുടെ എണ്ണവും ഏറിവന്നു. അവിടങ്ങളിൽ

അവരുടെയൊക്കെ വ്യവഹാരം കാണുമ്പോൾ ഞാനേതോ ഫോറിൻ രാജ്യത്താണെന്ന് തോന്നിപ്പോയിട്ടുണ്ട്. രാത്രിയായാൽ പാർട്ടികൾ യഥേഷ്ടം പലഭാഗത്തും തിമിർത്തു നടന്നു.

രാത്രി പകലൊന്നില്ലാതെ കടലോരത്ത് കെട്ടിപ്പിടിച്ചു ചുംബിച്ചു മറിയുന്ന കമിതാക്കളെയും പിന്നെ കറുത്തു മെലിഞ്ഞ മുക്കുവചെറുക്കന്മാർക്കൊപ്പം കറങ്ങിനടക്കുന്ന സുന്ദരികളായ ഫോറിൻ യുവതികളെയും അവിടെയൊക്കെ കാണാമായിരുന്നു. ഇത് കാണുമ്പോൾ അസൂയ തോന്നാറുണ്ട്.

ഒരു ദിവസം രാവിലെ എന്റെ ക്ലീനിങ് ജോലികളൊക്കെ കഴിഞ്ഞ് കുളിച്ചൊരുങ്ങി റസ്റ്റോറന്റിൽ വന്നപ്പോൾ അവിടെയതാ രണ്ട് സുന്ദരികളായ ഫോറിൻ യുവതികളിരിക്കുന്നു. ടേബിൾ വിരിപ്പു മുതൽ പെപ്പർ സാൾട്ട് വരെ ടേബിളിന്റെ മുകളിൽ ഒരുക്കേണ്ടതായ ജോലി ബാക്കിയുണ്ടായിരുന്നതുകൊണ്ട് ഞാനതൊക്കെ ചെയ്തുകൊണ്ട് ജോലി തുടർന്നു. അടുക്കളയിൽ അപ്പോഴും ആരും വന്നിട്ടുണ്ടായിരുന്നില്ല. അല്ലെങ്കിലും നേരത്തേ വരുന്നവരെ കൂടുതൽ ഇരുത്തിപ്പിക്കാതെ അവർക്കാവശ്യമുള്ളത് കുറിച്ചെടുത്തശേഷം ചായയോ കാപ്പിയോ തയ്യാറാക്കിക്കൊടുത്ത് പാചകക്കാരൻ വരുന്നതുവരെ ഇരുത്തും. അയാൾ കൂടുതൽ താമസിച്ചാൽ വരുന്ന ഗസ്റ്റിന് ബ്രേക്ക്ഫാസ്റ്റ് ഞങ്ങൾ തന്നെയായിരുന്നു ഉണ്ടാക്കി കൊടുക്കാറുണ്ടായിരുന്നത്.

രാത്രിയിൽ പാർട്ടികൾക്കൊക്കെ പോയി കുടിച്ച് ലക്ക് കെടാറുള്ള പാചകക്കാരൻ ഉറങ്ങിയെണീറ്റ് ഹാങ്ങോവർ ഒക്കെ പോയതിനുശേഷം പതുക്കെയേ വരാറുണ്ടായിരുന്നുള്ളൂ.

വന്നവരെ കൂടുതൽ ഇരുത്തേണ്ട എന്ന് നിനച്ച് ഞാൻ ആ സുന്ദരികളുടെ അരികിൽ മെനുവുമായി ഗുഡ്മോർണിംഗ് പറഞ്ഞുകൊണ്ട് സമീപിച്ചു. അപ്പോൾ അതിലൊരാൾ ''വി ജെസ്റ്റ് അറൈവ്ഡ് നൗ സൊ വി കം ടു സീ ദി ബീച്ച് ഫസ്റ്റ് ഇറ്റ്സ് വെരി നൈസ് ഹിയർ'' ഇങ്ങനെ പറഞ്ഞതിനുശേഷം അതിലൊരുവൾ സ്വയം പരിചയപ്പെടുത്തിക്കൊണ്ട് എന്നോട്; ''മൈ നെയിം ഈസ് ഡബ്ര.''

അതിനുശേഷം അടുത്തിരുന്ന തന്റെ സുഹൃത്തിനെ കാണിച്ചുകൊണ്ട്, ദിസ് ഇസ് മൈ ഫ്രണ്ട് സാറ എന്നും പറഞ്ഞു

അപ്പോൾ ഞാൻ മൈ നെയിം ഇസ് ബാബു എന്ന് പറഞ്ഞുകൊണ്ട് അവർക്ക് പരിചയപ്പെടുത്തി.

ഡബ്ര: നൈസ് നെയിം എന്ന് പറഞ്ഞു കൊണ്ട് മെനു നോക്കുന്നതിനിടയിൽ ഫസ്റ്റ് ഫോർ അസ് എ ബിഗ് പൊട്ട് ഓഫ് ടീ എന്ന് ഓർഡർ ചെയ്തു.

ഡബ്ര: ''വാട്ട് ക്യാൻ യൂ റെക്കമെന്റ് മി ഫോർ ബ്രേക്ഫാസ്റ്റ്?''

ഞാൻ: ''അസ് യൂ ലൈക്.''

ഡബ്രാ: ''വാട്സ് യുവർ ഫേവറിറ്റ് ബ്രേക്ഫാസ്റ്റ്?''

ഞാൻ: ''വെജിറ്റബിൾ ചീസ് ഓംലറ്റ് വിത്ത് ടോസ്റ്റ്.''

ഡബ്രാ: ''ഓ, ഇറ്റ്സ് നൈസ് മൈ ഫേവറിറ്റ് ടൂ ക്യാൻ യു ബ്രിങ് മി ദാറ്റ്?''

ഞാൻ ഓക്കേ എന്ന് പറഞ്ഞുകൊണ്ട് എഴുതി എടുക്കുന്നതിനിടയിൽ അടുത്തിരുന്ന സാറയും പറഞ്ഞു, മി ടൂ ദ സെയിം എന്ന്.

അങ്ങനെ രണ്ടു പേർക്കും കൂടി ഇതൊക്കെ ഉണ്ടാക്കിക്കൊടുക്കുവാൻ ഞാൻ അടുക്കളയിലേക്ക് പ്രവേശിച്ചു. ആദ്യം വെള്ളം ചൂടാക്കി പോട്ടിൽ ഒഴിച്ചശേഷം രണ്ടുമൂന്നു ടീ ബാഗും അതിനുള്ളിലിട്ട് പഞ്ചസാരയും ചൂടാക്കിയ പാലും വേറെ എടുത്ത് കപ്പും അവരുടെ മുന്നിൽ കൊണ്ടു വച്ചു. അവർ കുടിച്ചുകൊണ്ടിരിക്കുന്നതിനിടയിൽ ബാക്കിയുള്ളത് തയ്യാറാക്കിക്കൊടുക്കാനായി വീണ്ടും ഞാൻ അടുക്കളയിലേക്ക് പ്രവേശിച്ചുകൊണ്ട് ഫ്രിഡ്ജിൽ പുഴുങ്ങിവച്ചിരുന്ന വെജിറ്റബിൾ ആവശ്യത്തിന് അരിഞ്ഞു മാറ്റിവെച്ച് ടോസ്റ്ററിൽ ബ്രഡ്ഡ് ഇട്ട് ഓംലെറ്റിനുവേണ്ടി മുട്ട പൊട്ടിച്ച് അടിച്ച് ഗ്യാസ് കത്തിച്ച് അടുപ്പിൽ വച്ച് ഫ്രൈ പാൻ ചൂടാക്കിക്കൊണ്ടിരിക്കുന്നതിനിടയിൽ ഡബ്രാ അടുക്കളയുടെ അകത്തേക്ക് കയറിവന്നു.

ഞാൻ പാചകം ചെയ്യാൻ പോകുന്നത് കണ്ട് നിന്ന എന്നോട് ആർ യു കുക്കിങ് ഫോർ മി എന്ന് ചോദിച്ചു.

''യെസ്.''

''ഓ, വെരി നൈസ്'' എന്നു പറഞ്ഞുകൊണ്ട് ഡബ്രാ നോക്കിക്കണ്ടു നിന്നു.

എല്ലാം ഉണ്ടാക്കിയശേഷം കൊണ്ട് കൊടുക്കാനായി ക്രമമായി ട്രേയിൽ എടുത്തു വെച്ചപ്പോൾ അതിൽ പിടിച്ചുകൊണ്ട് ഡബ്രാ എന്നോട് ''ഐ വിൽ ക്യാരി ഇറ്റ് മൈ സെൽഫ്'' എന്നു പറഞ്ഞുകൊണ്ട് ട്രേ എടുത്ത് നടക്കാൻ തുടങ്ങി.

ഇത് കണ്ടപ്പോൾ എനിക്ക് ആശ്ചര്യമായി. കാരണം, വരുന്നവരെല്ലാം പേര് വിവരങ്ങളൊക്കെ തിരക്കി അങ്ങോട്ടുമിങ്ങോട്ടും വിശേഷങ്ങളൊക്കെ ചോദിച്ചറിഞ്ഞ് പരിചയപ്പെടാറുണ്ടെങ്കിലും ഇതെനിക്കൊരു പുതിയ അനുഭവമായിരുന്നു.

പിന്നീട് ഗസ്റ്റുകൾ ഓരോരുത്തരായി റസ്റ്റോറന്റിൽ വരാൻ തുടങ്ങിയപ്പോൾ ഞാൻ എന്റെ ജോലിയിൽ മുഴുകുകയും ചെയ്തു.

ഞാൻ ഉണ്ടാക്കിക്കൊടുത്തത് ഇരുവരും കഴിക്കുന്നതിനിടയിൽ എന്നെ നോക്കിക്കൊണ്ട് തമ്മിലെന്തൊക്കെയോ സംസാരിക്കുകയും

ചെയ്തുകൊണ്ടിരുന്നു. അവർ കഴിച്ചു കഴിഞ്ഞയുടനെ ഞാൻ ബില്ല് കൊണ്ടുപോയി കൊടുത്തപ്പോൾ ഞാനുണ്ടാക്കിക്കൊടുത്തതിന്റെ മഹിമയെപ്പറ്റിപ്പറഞ്ഞ് എന്നെ നന്ദി കൊണ്ട് മൂടി.

അല്പം കഴിഞ്ഞപ്പോൾ തിരക്കുപിടിച്ച് ഓടിനടന്ന എന്റെ അരികിൽ ഡബ്രം വന്ന് 'സീ യൂ സൂൺ' എന്ന് പറഞ്ഞുകൊണ്ട് കടന്നുപോയി. ഏകദേശം പത്ത് പതിനൊന്ന് മണിയായപ്പോൾ കടൽക്കരയിൽ നിന്നും അർദ്ധനഗ്നയായി ഡബ്ര റസ്റ്റോറന്റിലേക്ക് കയറിവന്നു. എന്നെ കണ്ടപാടെ 'ഹായ് ബാബു നൈസ് ടു സീ യൂ എഗൈൻ' എന്നു പറഞ്ഞ് ഇരുന്നശേഷം ലെമൺ സോഡാ വേണമെന്ന് ആവശ്യപ്പെട്ടു കൊണ്ട് തന്റെ ബാഗിൽ നിന്നും നോവലെടുത്ത് വായിക്കുവാൻ തുടങ്ങി.

ഗ്ലാസ്സിൽ പിഴിഞ്ഞെടുത്ത നാരങ്ങായും സോഡയും ഡബ്രയുടെ അരികിൽ കൊണ്ടുപോയി സോഡാ ഓപ്പൺ ചെയ്ത് ഗ്ലാസിൽ പകർന്നു കൊണ്ടിരുന്നപ്പോൾ എന്റെ കണ്ണുകൾ ഡബ്രയുടെ അർദ്ധനഗ്നശരീരത്തിലൂടെ ഇഴഞ്ഞുകൊണ്ടിരുന്നു. പിന്നീട് ഡബ്ര പുസ്തകം വായിച്ചു കൊണ്ട് അത് കുടിക്കുന്നതിനിടയിൽ ജോലിയിൽ മുഴുകിയിരുന്ന എന്നെ ഇടയ്ക്ക് നോക്കിക്കൊണ്ടിരിക്കുകയും ചെയ്തു.

മറ്റ് ആൾക്കാരെ പരിചയപ്പെടുന്നതിലധികം ആശയവിനിമയങ്ങളും താത്പര്യവും എനിക്കും ഡബ്രയ്ക്കുമിടയിൽ നടക്കുന്നതുപോലെ തോന്നി. ജോലി ചെയ്യുന്നതിനിടയിൽ കൂടുതൽ അടുപ്പം കാണിച്ച് ഡബ്രയുടെ അരികിൽ ചുറ്റിപ്പറ്റി നിന്നാൽ ജോണിയും മറ്റുള്ളവരും ശ്രദ്ധിക്കുമെന്നതിനാൽ പിന്നീട് ഞാൻ ഡബ്രയുടെ അരികിലേക്ക് പോയതുമില്ല. പക്ഷേ എന്റെ കണ്ണുകളെല്ലാം ഡബ്രയിൽ തന്നെയായിരുന്നു.

ഉച്ചയ്ക്ക് പന്ത്രണ്ട് മണിക്ക് ഗണേശും മനുവും എനിക്ക് പകരക്കാരായി വന്നപ്പോൾ ഞാൻ ഡബ്രയുടെ അരികിൽ പോയി. സീ യു ലേറ്റർ'' എന്ന് പറഞ്ഞുകൊണ്ട് വിശ്രമത്തിനായി പോയി. അപ്പോഴും അവിടെത്തന്നെ ഇരിപ്പ് തുടർന്നിരുന്നു.

വൈകുന്നേരം വീണ്ടും ആറുമണിയോടെ ഞാൻ ജോലിയിൽ പ്രവേശിച്ച് ജോലി തുടർന്നുകൊണ്ടിരുന്നപ്പോഴെല്ലാം എന്റെ കണ്ണുകൾ ഡബ്രയെ കാണാൻ കാത്തിരിന്നു. ഏകദേശം എട്ട് മണിയോടടുത്തപ്പോൾ അപ്പോഴതാ ഡബ്ര റസ്റ്റോറന്റിലേക്ക് കടന്നുവരുന്നു. കാതിൽ കമ്മലൊക്കെയണിഞ്ഞ് മനോഹരമായ വസ്ത്രവും ധരിച്ചായിരുന്നു വരവ്. ഇരുവരും തമ്മിൽ കണ്ടയുടനെ കണ്ണുകളുടക്കി.

നിമിഷങ്ങൾക്കകം എന്റെ കണ്ണുകളും മനസ്സും വിടർന്നു തിരക്കു പിടിച്ച് ഓടിനടന്ന് ഞാൻ സർവ്വ് ചെയ്യുന്നതിനിടയിൽ മറവി ബാധിച്ചവനെപ്പോലെ അങ്ങോട്ടും ഇങ്ങോട്ടും വെറുതെ നടന്നു. തിരക്കിനിടയിൽ ഗണേശിന്റെ ടേബിളിലിരുന്ന ഡബ്രയുടെ അരുകിലേക്ക് ഞാൻ ഹായ്

ഡബ്ര എന്നു പറഞ്ഞ് വിഷ് ചെയ്തുകൊണ്ടടുത്തപ്പോൾ എന്നെ വിഷ് ചെയ്തു കൊണ്ട് ഡബ്ര പറഞ്ഞു: ''മൈ ഫ്രെണ്ട് ഈസ് ഗോയിങ് ടു പാർട്ടി വിത് ഹർ ബോയ്ഫ്രെണ്ട് ഐ ആൾസോ ലൈക്ക് ടു ഗോ ടു ദി പാർട്ടി വിത് തെം ഡു യു വാണ്ട് കം വിത് മി.''

പെട്ടെന്നെനിക്ക് വിശ്വസിക്കാൻ കഴിഞ്ഞില്ല. മറ്റൊന്നും ചിന്തിക്കാനില്ലായിരുന്നതുകൊണ്ട് ഞാൻ ഡബ്രയോട് ഷുവർ, ഐ ക്യാൻ കം വിത് യൂ എന്ന് പറഞ്ഞു.

''വെരി നൈസ് ഐ ഹാവ് എ ബൈക്ക് വി ക്യാൻ ഗോ ബൈ ബൈക്ക്.''

''ബട്ട് ഐ ക്യാൻ കം ഒൺലി ആഫ്റ്റർ മൈ വർക്.''

''ഷുവർ നോ പ്രോബ്ലം. ഐ ക്യാൻ വെയിറ്റ് ഫോർ യു.''

ഇത് കേട്ടപ്പോൾ മുതൽ എന്റെ മനസ്സ് പറഞ്ഞു എത്രയും പെട്ടെന്ന് ജോലിയെല്ലാം തീർത്തുകൊണ്ട് ഡാബ്രയോടൊപ്പം പാർട്ടിക്ക് പോകണം എന്ന്.

പിന്നീട് വൈൻ കുടിച്ചും ആഹാരം കഴിച്ചും ഡബ്ര എനിക്ക് വേണ്ടി അവിടെ കാത്തിരുന്നു. രാത്രി പതിനൊന്ന് മണിയായപ്പോൾ റസ്റ്റോറന്റിൽ ഇരുന്നിരുന്ന ഉപഭോക്താക്കൾക്കെല്ലാം ബില്ലു കൊണ്ടുപോയി കൊടുത്ത് കാശ് വാങ്ങിച്ച ശേഷം റെസ്റ്ററന്റിലെ ജോണിയടക്കമുള്ള ജോലിക്കാരെല്ലാവരും പോവുകയും ചെയ്തു.

രാവിലെ ജോലി തുടങ്ങുന്നവരാണ് രാത്രിയിലും ടേബിളുകളിൽ നിന്നെല്ലാം എടുത്ത് ക്ലിയർ ചെയ്ത് മാറ്റിവയ്ക്കേണ്ടതെന്നതിനാൽ ഞാനായിരുന്നു അത് ചെയ്യേണ്ടിയിരുന്നത്. ഇരിപ്പ് തുടരുന്നവരെല്ലാം റസ്റ്റോറന്റിൽ നിന്ന് എണീറ്റുപോയാലേ അതൊക്കെ ചെയ്യാൻ സാധിക്കുമായിരുന്നുള്ളൂ. എത്രയും വേഗം ഇതൊക്കെ ചെയ്ത് തീർത്തുകൊണ്ട് ഡബ്രയ്ക്കൊപ്പം പോകണമെന്നതിനാൽ എണീറ്റ് പോകാതെ സൊള്ള പറഞ്ഞ് ഇരിപ്പ് തുടരുന്നവരെ എണീപ്പിക്കാൻവേണ്ടി ഞാൻ ലൈറ്റുകളെല്ലാം ഓരോന്നായി ഓഫ് ചെയ്തു. ഉടനെ ഓരോരുത്തരായി എണീറ്റ് പോകാനും തുടങ്ങി. അപ്പോൾ ഞാൻ ടേബിളുകളിൽ നിന്ന് ബിയർ ബോട്ടിലുകളെല്ലാം എടുത്ത് മാറ്റി അടുക്കിപ്പറക്കാൻ തുടങ്ങിയപ്പോൾ അത് കണ്ടുകൊണ്ടിരുന്ന ഡബ്രയും അതുപോലെ ചെയ്തുകൊണ്ട് എന്നെ സഹായിക്കാൻ തുടങ്ങി. അങ്ങനെ ഇരുവരും കൂടിച്ചേർന്ന് പെട്ടെന്ന് ജോലികളെല്ലാം പൂർത്തിയാക്കിയശേഷം കടൽതീരത്തിനടുത്തന്നെയുള്ള ഡബ്രയുടെ വീട് ലക്ഷ്യമാക്കി നടന്നു

അപ്പോൾ വെട്ടിത്തിളങ്ങുന്ന ചന്ദ്രന്റെ പ്രകാശം പകൽപോലെ അവിടമാകെ തെളിഞ്ഞ് കാണാമായിരുന്നു. നടക്കുന്നതിനിടയിൽ ഇരുവരുടെയും ശരീരം തമ്മിൽ ഉരഞ്ഞപ്പോൾ കൈകൾ തമ്മിൽ അറിയാതെ

കോർത്തുപോയി അത് ഇരുവരുടെയും കെട്ടിപ്പിടുത്തത്തിൽ തുടങ്ങിക്കൊണ്ട് ചുംബന മത്സരത്തിൽ ചെന്നെത്തി. ഡബ്രയുടെ ശരീരത്തിൽ നിന്നുള്ള ബോഡി ലോഷന്റെ മണം എന്നെ കൂടുതൽ ഉന്മേഷഭരിതനാക്കുകയും ചെയ്തു.

അൽപസമയത്തിന് ശേഷം വീണ്ടും ഞങ്ങൾ നടക്കാൻ തുടങ്ങിയപ്പോൾ ആകാശത്തേക്ക് വിരൽ ചൂണ്ടിക്കാണിച്ചുകൊണ്ട് ഡബ്ര പറഞ്ഞു: ''ലുക് അറ്റ് ദി മൂൺ ഇറ്റ്സ് സോ ബ്രൈറ്റ് യു നോ ടുഡെ ഈസ് ഫുൾ മൂൺ.''

ഇത്തരത്തിൽ വെട്ടിത്തിളങ്ങുന്ന ചന്ദ്രനെ പല ദിവസങ്ങളിലും കാണാറുണ്ടായിരുന്നെങ്കിലും അതിനൊരു പേരും പ്രത്യേകതയും അന്നാണ് എനിക്കറിയാൻ കഴിഞ്ഞത്. അല്പം കൂടി നടന്ന് ഡബ്രയുടെ വീട്ടിലെത്തിയപ്പോൾ ഐ തിങ്ക് മൈ ഫ്രണ്ട് ഹാസ് ഗോൺ ആൾറെഡി സൊ വി ക്യാൻ ഗോ ടുഗതർ വിത് ദിസ് ബൈക്ക് എന്നു പറഞ്ഞുകൊണ്ട് വീടിന്റെ മുന്നിൽ നിർത്തിയിട്ടിരുന്ന ബൈക്കിന്റെ താക്കോൽ ഡബ്ര എന്റെ കയ്യിൽ തന്നു.

ബൈക്കോടിച്ച് മുൻപരിചയമില്ലായിരുന്നെങ്കിലും എങ്ങനെയാണ് ഓടിക്കേണ്ടതെന്ന ധാരണ ഉണ്ടായിരുന്നതുകൊണ്ട് ഞാനതെടുത്ത് സ്റ്റാർട്ട് ചെയ്തു. ഉടനെ ഡബ്ര പിറകിൽ കയറി ഇരുന്നു. അല്പം ഓടിച്ചുകൊണ്ട് പോകുന്നതിനിടയിൽ ബൈക്കിനെ ഞാനെന്റെ നിയന്ത്രണത്തിലാക്കി. അന്തരീക്ഷത്തിൽ തിങ്ങിനിറഞ്ഞ മഞ്ഞിനെ ഭേദിച്ചുകൊണ്ട് ബൈക്ക് മുന്നോട്ടു നീങ്ങിക്കൊണ്ടിരുന്നപ്പോൾ പിറകിലിരുന്ന ഡബ്ര എന്നെ ബലമായി കെട്ടിപ്പുണർന്നിരിപ്പുണ്ടായിരുന്നു. അൽപ്പദൂരയാത്രയ്ക്ക് ശേഷം ഞങ്ങൾ പാർട്ടി നടക്കുന്ന സ്ഥലത്ത് എത്തിച്ചേർന്നു.

ഫുൾ മൂൺ പാർട്ടിയെന്ന പേരിൽ കടൽത്തീരത്ത് തകൃതിയായി നടന്നുകൊണ്ടിരുന്ന ആ പാർട്ടിയിൽ ഉച്ചത്തിൽ മുഴങ്ങുന്ന സംഗീതത്തിനൊപ്പം ജനങ്ങൾ ദേഹം മറന്ന് ആടിക്കൊണ്ടിരുന്നു. അതിലൊന്നുമല്ലായിരുന്നു അപ്പോൾ ഞങ്ങളുടെ മനസ്സും ശരീരവും. പാർട്ടി ഞങ്ങൾക്കൊരു ശല്യമായി തോന്നിയതുകൊണ്ട് ഇരുവരും അവിടെ നിന്നും തിരിച്ചു പോകാനായി തയ്യാറെടുത്തു.

രാവിലെ മൂന്ന് മണിയോടടുത്ത് തിരിച്ചെത്തിയപ്പോഴേക്കും ഇരുവരുടെയും ശരീരം പിരിയാൻ കഴിയാത്തവിധം അടുത്തുപോയ്ക്കഴിഞ്ഞിരുന്നു. അതിന്റെ തുടർച്ചയെന്നോണം ഞാൻ ഡബ്രയുടെ വീട്ടിലേക്ക് പോയി അവൾക്കൊപ്പം കിടക്കയിൽ തുടർന്നു. രാവിലെ സൂര്യൻ ഉദിക്കാൻ തുടങ്ങിയപ്പോഴായിരുന്നു ഞാൻ തളർന്നുറങ്ങാൻ തുടങ്ങിയത്. ഉറക്കമുണർന്നു നോക്കിയപ്പോൾ എനിക്കായി പ്രാതൽ കൊണ്ടുവന്ന് വച്ച് കാത്തിരിക്കുന്ന ഡബ്രയെ ആണ് മുന്നിൽ കണ്ടത്.

ഞാനുടൻ സടകുടഞ്ഞെഴുന്നേറ്റ് സമയം നോക്കിയപ്പോൾ ഏക ദേശം രണ്ടു മണിയോടടുത്തിരിക്കുന്നു എന്ന് മനസ്സിലായി. പന്ത്രണ്ട് മണിക്ക് ജോലിക്ക് കയറേണ്ടിയിരുന്ന ഞാൻ ഇത്രയും താമസിച്ചു പോയാൽ ഏതായാലും ജോണിയുടെ വായിൽ നിന്നും വഴക്ക് കേൾക്കു മെന്നുറപ്പാണ് എന്നോർത്തു.

പുതുമണവാട്ടിയെപ്പോലെ അടുത്തിരുന്ന ഡബ്രയെ കണ്ടപ്പോൾ പിരിയാനുള്ള മനസ്സോ ജോലിക്ക് പോകണമെന്നുള്ള ആഗ്രഹമോ തോന്നിയതുമില്ല. എന്തുമാകട്ടെ ഈ ദിവസമെല്ലാം ഡബ്രയോടൊപ്പം മധുവിധു ആഘോഷിച്ചിട്ട് നാളെയേ ജോലിക്ക് പോകുന്നുള്ളൂ എന്ന് തീരുമാനിച്ചു. അങ്ങനെ ഞാൻ നല്ലൊരു കുളിയെല്ലാം കഴിഞ്ഞ് ഡബ്ര എനിക്കായി കൊണ്ടുവന്നു വച്ച തണുത്തുപോയ പ്രാതൽ അകത്താക്കി ക്കൊണ്ട് രാവിലെ നിർത്തിവച്ച മധുവിധു ആഘോഷത്തിന്റെ ബാക്കി പത്രം തുടർന്നു.

മുറിക്ക് പുറത്തിറങ്ങിയാൽ ജോണിയോ കൂടെ ജോലിചെയ്യുന്ന മറ്റാരെങ്കിലും കാണാനിടയായാൽ പ്രശ്നമാകും എന്നോർത്ത് ആ ദിവസമെല്ലാം ഞാൻ വീട്ടിൽ നിന്നും പുറത്തിറങ്ങാതെ ഡബ്രയ്ക്കൊപ്പം ആവോളം മധുവിധു ആഘോഷിച്ചു.

ഇതൊക്കെ മനസ്സിലാക്കിയെടുത്ത ഡബ്ര വൈൻ മുതൽ രാത്രി യിലേക്ക് ഇരുവർക്കും വേണ്ട ആവശ്യമുള്ള ആഹാരം കൊണ്ടുവരി കയും ചെയ്തു. ഒരു വലിയ മധുവിധു ആഘോഷം തന്നെയായിരുന്നു ഇരുവരും ചേർന്ന് നടത്തിയത്.

പിറ്റേദിവസം ഞാനിവിടെയൊന്നും ആയിരുന്നില്ല. മറ്റെങ്ങോ നിന്നാണ് വരുന്നതെന്നപോലെ ജോലിക്കായി പുറപ്പെട്ടു.

ജോണിയെ കണ്ടപാടെ ഞാൻ പെട്ടെന്ന് ഒരാവശ്യത്തിനായി എവി ടെയോ പോകാനുണ്ടായിരുന്നു. അതുകൊണ്ട് പറഞ്ഞിട്ട് പോകാൻ കഴിഞ്ഞില്ല എന്ന് കള്ളം പറഞ്ഞു. അങ്ങനെയൊരു അത്യാവശ്യം എനിക്കില്ലന്നറിയുന്ന ജോണി എന്നോട് എനിക്കറിയാത്ത എന്തൊരു അത്യാവശ്യമാണ് നിനക്കുള്ളത് എന്നു ചോദിച്ചു.

നീ ഇല്ലായിരുന്നതുകൊണ്ട് ഞങ്ങൾ എത്ര ബുദ്ധിമുട്ടിയെന്നറി യമോ? കൂടാതെ പതിവിലധികം തിരക്കായിരുന്നു ഇന്നലെ റസ്റ്റോ റന്റിൽ. ഏതായാലും പോകട്ടെ ആദ്യത്തെ പ്രാവശ്യമായതുകൊണ്ട് ഞാൻ ക്ഷമിക്കുന്നു ഇനി ഇത്തരത്തിൽ ആവർത്തിച്ചാൽ നിനക്ക് പകരം ഞാൻ വേറെ ആളെ നോക്കേണ്ടിവരും എന്ന് പറഞ്ഞുകൊണ്ട് എനിക്ക് താക്കീത് നൽകി.

പിന്നീട് ഞാൻ ജോലി തുടർന്നുകൊണ്ടിരുന്നപ്പോഴെല്ലാം ഡബ്ര യെപ്പറ്റിയുള്ള ചിന്ത മാത്രമായിരുന്നു മനസ്സിൽ. ജോലിക്കിടയിൽ കിട്ടുന്ന

ഒഴിവുസമയം കൂടുതൽ ഉണ്ടായിരുന്നില്ലെങ്കിലും ഉള്ള സമയം ഞാൻ പരമാവധി പ്രയോജനപ്പെടുത്തി ഡബ്രയ്ക്കൊപ്പം ബൈക്കിൽ സഞ്ചരിച്ച് ചുറ്റിക്കറങ്ങുകയും പോകുന്നതിനിടയിൽ വലിയ ഹോട്ടലുകളിൽ നിന്ന് ആഹാരം കഴിക്കുകയും അകലെയുള്ള പല ബീച്ചുകളിലും പോയി കടൽത്തിരകളിൽ ഗുസ്തി പിടിച്ചും കളിച്ചുരസിച്ചും നടന്നു. എല്ലാ ദിവസവും വൈകുന്നേരമായാൽ ഡബ്ര റസ്റ്റാറൻഡിൽ വന്ന് ആഹാരം കഴിച്ചുകൊണ്ട് എനിക്ക് വേണ്ടി കാത്തിരിക്കും. അതെനിക്കൊരൂർജ്ജമായിരുന്നു. എനിക്കുവേണ്ടിയാണ് ഡബ്ര കാത്തിരിക്കാറുള്ളതെന്ന് ജോണിക്ക് അറിയാമായിരുന്നെങ്കിലും അത് ശരിയാണോ എന്ന് ഉറപ്പിക്കാൻ വേണ്ടി ഒരിക്കൽ ഡബ്രയോട് ''ബാബുവിനുവേണ്ടിയാണോ കാത്തിരിക്കുന്നതെന്ന് ചോദിച്ചു. തീർച്ചയായും എനിക്ക് വേണ്ടിയാണ് കാത്തിരിക്കുന്നതെന്ന് ഡബ്ര ഉത്തരം പറയുകയും ചെയ്തു. മിക്ക രാത്രികളിലും ഡബ്രയുടെ കൂട്ടുകാർ ഒത്തുചേർന്ന് നടത്താറുള്ള ഗെറ്റുഗദർ പാർട്ടികളിൽ എന്നെയും കൂടെ കൊണ്ടുപോകുമായിരുന്നു. അവരോടൊപ്പം അൽപസ്വൽപമൊക്കെ കുടിച്ചും വലിച്ചും ഞാൻ ഇരിക്കുമെങ്കിലും ഉറക്കം താങ്ങാനാകാതെ ഇരിക്കുന്നിടത്തിരുന്ന് ഉറങ്ങിപ്പോവുകയാണ് ചെയ്യാറ്. പാർട്ടി കഴിഞ്ഞ് പോകാനായി ഡബ്ര എന്നെ വിളിച്ചുണർത്തുമ്പോൾ ലക്കുകെട്ട് നിൽക്കാറുള്ള ഡബ്രയെ ആണ് എനിക്ക് കാണാൻ കഴിയുക. പിന്നീട് ഞാൻ താങ്ങിപ്പിടിച്ചുകൊണ്ടായിരിക്കും വീട്ടിലേക്ക് കൊണ്ടുപോകുന്നത്.

എന്നെക്കാൾ മൂന്നു നാലു വയസ്സിലധികം പ്രായക്കൂടുതലുണ്ടായിരുന്നു ഡബ്രയ്ക്ക്. പത്തോ പന്ത്രണ്ടോ ദിവസത്തെ ടൂർ യാത്രയ്ക്കായിരുന്നു അവൾ അവിടെയെത്തിയത്. പലസ്ഥലങ്ങളിലും ചുറ്റിക്കറങ്ങാൻ പോകണമെന്ന ആഗ്രഹം ഡബ്രയ്ക്കുണ്ടായിരുന്നുവെങ്കിലും പിന്നീട് അതൊക്കെ വേണ്ടെന്നു വെക്കുകയാണുണ്ടായത്.

എനിക്ക് ഡബ്ര എന്നത് വലിയ കാര്യമായിരുന്നു. മൂന്നാംകിട ജീവിതരീതിയിൽ മാത്രം നാളുകൾ കഴിച്ചുകൂട്ടിയ എനിക്ക് എല്ലാം കൊണ്ടും മുന്തിയ ജീവിത നിലവാരം പുലർത്തിയിരുന്ന ഡബ്ര എനിക്കൊരു കനി പോലെയായിരുന്നു. കൂടെ നടക്കുന്നത് പോലും എനിക്ക് അഭിമാനമായി തോന്നി. നല്ല ബഹുമാനത്തോടെയായിരുന്നു ഞാൻ ഡബ്രയെ കണ്ടിരുന്നതെന്നതിനാൽ ഡബ്രയ്ക്കും എന്നെ വളരെ സ്നേഹമായിരുന്നു.

എപ്പോഴും കുറെ വിശേഷങ്ങളൊക്കെ എന്നോട് പറഞ്ഞുകൊണ്ടിരിക്കും. പറയുന്നതിലേറെയും ഭാഷാപരമായി വലിയ രീതിയിലെനിക്ക് മനസ്സിലാകാറുമില്ലായിരുന്നു. ഞാനും അതേപോലെ എന്തെങ്കിലുമൊക്കെ സംസാരിക്കാൻ തുടങ്ങുമെങ്കിലും എന്താണ് പറഞ്ഞുവരുന്നതെന്ന് മനസ്സിലാകാത്ത ഡബ്ര എന്റെ മുഖത്തേക്ക് തന്നെ നോക്കിയിരിക്കും.

ഞാനെന്താണ് പറഞ്ഞു വരുന്നതെന്ന് പിന്നീട് മനസ്സിലാക്കിയെടുക്കുന്ന അവൾ ''ഇറ്റ്സ് ഓകെ'' എന്ന് പറഞ്ഞുകൊണ്ട് എന്നെ കെട്ടിപ്പുണരും.

ഏകദേശം പത്ത് പന്ത്രണ്ട് ദിവസം കഴിഞ്ഞ് ഡബ്രെ യാത്രയാകേണ്ട ദിവസമടുത്തപ്പോൾ എന്നോട്; ''ലുക്ക് അറ്റ് മി ബാബു യൂ നോ ഐ ആം ലീവിങ് ഡേ ആഫ്റ്റർ റ്റുമാറോ സൊ ഐ നീഡ് യു വിത് മി എ ഹോൾ ഡെ റ്റുമാരോ'' എന്ന് പറഞ്ഞു

അതുകൊണ്ട് ഞാൻ ജോണിയുടെ അരികിൽ ലീവ് ചോദിക്കാനായി അടുത്തപ്പോൾ ജോണി പറഞ്ഞു: ''നീയെന്താണ് പറയാൻ ഉദ്ദേശിക്കുന്നതെന്ന് എനിക്കറിയാം. ഡബ്രെ എന്നോടെല്ലാം പറഞ്ഞു കഴിഞ്ഞു. അതുകൊണ്ട് ഞാൻ നിനക്ക് ലീവ് തന്നിരിക്കുന്നു. തരാതിരുന്നാൽ ഞാൻ നിങ്ങളുടെ സ്വർഗ്ഗത്തിലെ കട്ടുറുമ്പാകില്ലേ?'' എന്നിട്ട് പറഞ്ഞു. പ്രത്യുപകാരമായിട്ട് നിങ്ങളെന്തൊക്കെ ചെയ്തെന്ന് പിന്നീടെന്നോട് പറഞ്ഞാൽ മതി എന്നും കൂട്ടിച്ചേർത്തു.

പിറ്റേ ദിവസം ഇരുവരും ഉറങ്ങിയെണീറ്റപ്പോൾ തന്നെ സമയം ഏകദേശം പന്ത്രണ്ട് മണിയോടടുത്തിരുന്നു എന്തൊക്കെയാണ് ആ ദിവസം ചെയ്യേണ്ടതെന്ന് മുൻകൂട്ടി കരുതിവച്ചിരുന്ന ഡബ്രെ എന്നോട് ഞാനൊന്ന് പറയട്ടെ ബാബൂ, ഈ ദിവസം നമ്മുടെ ജീവിതത്തിൽ ഒരിക്കലും മറക്കാൻ കഴിയാത്തയൊരു ദിവസമായി നമ്മൾക്ക് മാറ്റണം. എന്തൊക്കെ ചെയ്യണമെന്ന് ഞാൻ മുൻകൂട്ടി കരുതിവച്ചിട്ടുണ്ട്. ആദ്യം നമ്മൾക്ക് ഏറ്റവും മുന്തിയ ഒരു ഹോട്ടലിൽ ഉച്ചഭക്ഷണം കഴിച്ചശേഷം പിന്നീട് ചന്തയിൽ പോയി പാകം ചെയ്യാത്ത ആഹാരസാധനങ്ങളും വൈനുമെല്ലാം വാങ്ങിക്കൊണ്ട് ആൾക്കാരാരും വരാത്ത ഒരു ബീച്ചിലേക്ക് പുറപ്പെട്ട്, ഞാനത് കണ്ടു വച്ചിട്ടുണ്ട് കൊണ്ടുപോകുന്ന ആഹാര സാധനങ്ങൾ അവിടെവച്ച് ചുട്ട് വേവിച്ച് കഴിച്ചും കുടിച്ചും നമ്മൾക്ക് ഈ രാത്രി അവിടെ കഴിച്ചുകൂട്ടാം എന്നു പറഞ്ഞു.

ഇപ്പറഞ്ഞത് കേട്ടപ്പോൾത്തന്നെ എനിക്കാവേശമായി. അങ്ങനെ ഇരുവരും വലിയ ഹോട്ടലിലേക്ക് ആഹാരത്തിന് പോകാൻ വേണ്ടി നല്ല വസ്ത്രമൊക്കെ ധരിച്ച് നാലഞ്ചു കിലോമീറ്റർ ദൂരത്തുള്ള ഒരു വലിയ ഹോട്ടലിലേക്ക് ബൈക്കിൽ യാത്രയായി. അവിടെ നിന്ന് ആഹാരം കഴിച്ചതിനുശേഷം പറഞ്ഞതുപോലെ ചന്തയിൽ പോയി കൊഞ്ചും മീനും പച്ചക്കറികളും മസാലയും പിന്നെ മൂന്നു നാല് ബോട്ടിൽ മുന്തിയ യിനം വൈനുമെല്ലാം വാങ്ങി തിരികെ വീട്ടിലേക്ക് വന്നു.

അവിടെ വച്ച് വീണ്ടും തുണികൾ മാറ്റിയണിഞ്ഞശേഷം വാങ്ങിയ സാധനങ്ങളും ടെന്റുമെല്ലാം ഒരു ബാഗ് പായ്ക്കിലാക്കി. യാത്രയാകാൻ വേണ്ടി ഞാൻ ബൈക്ക് സ്റ്റാർട്ട് ചെയ്തപ്പോൾ, ഞാനോടിക്കാം എന്നു പറഞ്ഞുകൊണ്ട് എന്റെ കയ്യിൽ നിന്നും ഡബ്രെ ബൈക്ക് വാങ്ങി എന്നെ

പിറകിലിരുത്തിയശേഷം കെട്ടിപ്പിടിച്ചിരുന്നാൽ മാത്രം മതിയെന്ന വ്യവസ്ഥ വെച്ചുകൊണ്ട് ഓടിക്കാൻ തുടങ്ങി.

പറഞ്ഞതുപ്രകാരം ഡബ്ര ബൈക്ക് ഓടിച്ചുകൊണ്ടിരുന്നപ്പോൾ ഞാൻ പിറകിലിരുന്ന് ഡബ്രയെ മുറുക്കി കെട്ടിപ്പിടിച്ചിരുന്നു. എന്റെ കെട്ടിപ്പിടുത്തത്തിന് അല്പം അയവ് വരുമ്പോഴെല്ലാം 'പ്ലീസ് ഹോൾഡ് മി ടൈറ്റ്' എന്നു പറഞ്ഞ് എന്നെ ഓർമ്മിപ്പിക്കുകയും ചെയ്തുകൊണ്ടിരുന്നു.

അങ്ങനെ ഞങ്ങൾ മനോഹരമായ പ്രദേശത്തുകൂടി മാറിമാറി ബൈക്ക് ഓടിച്ചുകൊണ്ടിരുന്നു. അവസാനം ഒരു വലിയ മലഞ്ചെരുവിലുള്ള സുന്ദരമായ ഒരു ചെറിയ ബീച്ചിൽ എത്തിച്ചേർന്നു. ആൾക്കാരാരും കടന്നു വരാത്ത ഒരു ചെറിയ ബീച്ചായിരുന്നു അത്. അവിടെ അർദ്ധനഗ്നരായ ഞങ്ങൾ കടൽത്തിരകളിൽ ചാടി മറിയുന്നതിനിടയിൽ ഇടയ്ക്കിടെ വൈൻ കുടിച്ചും ഓടിയും ചാടിയും പിന്നെ മറ്റാരും ഇല്ലാതിരുന്ന അവിടെ ഞങ്ങൾ എന്തൊക്കെ ചെയ്തതെന്ന് ഊഹിക്കാവുന്നതേയുള്ളൂ.

ഇരുട്ടാൻ തുടങ്ങിയപ്പോൾ മലഞ്ചെരിവിലെ ഒരുഭാഗത്ത് അനുയോജ്യമായ സ്ഥലം കണ്ടെത്തി കിടക്കാനായി ടെൻഡ് അടിച്ചശേഷം വിറകുകൾ പെറുക്കി ശേഖരിച്ച് കൂട്ടിയിട്ട് തീ കത്തിച്ച് അതിന്റെ ഒരറ്റത്തിരുന്നുകൊണ്ട് കൊണ്ടുവന്ന മീനും കൊഞ്ചുംമെല്ലാം മസാല പുരട്ടി സിൽവർ ഫോയിൽ പേപ്പറിൽ പൊതിഞ്ഞ് തീയിലിട്ട് ഓരോന്നായി ചുട്ടെടുത്ത് വൈനിനൊപ്പം ഇരുവരും ഭക്ഷിച്ചു.

വീണ്ടും വീണ്ടും കടലിൽ ഇറങ്ങുകയും വൈൻ കുടിക്കുകയും തിന്നുകയും തീ കായുകയും ചെയ്തുകൊണ്ട് തുടർന്നു. രാത്രി ഏകദേശം പന്ത്രണ്ട് ഒരുമണിവരെ അങ്ങനെ തുടർന്നു. പിന്നീട് ഇരുവരും ഒരുക്കിയിരുന്ന ടെന്റിന്റെ അകത്ത് കിടന്നുറങ്ങി. അതിരാവിലെ എണീറ്റ് വീണ്ടും തീ കൂട്ടി കാഞ്ഞുകൊണ്ട് ബാക്കിയുണ്ടായിരുന്ന വൈനും അകത്താക്കിക്കൊണ്ട് രാത്രിയിൽ നിർത്തിവച്ചതിന്റെ ബാക്കിപത്രം തുടർന്നു.

സൂര്യൻ ഉദിക്കാൻ തുടങ്ങിയപ്പോൾ ചിതറിക്കിടന്നിരുന്ന അവശിഷ്ടങ്ങളെല്ലാം ഉപേക്ഷിക്കാനായി ബാഗിൽ പെറുക്കിക്കൂട്ടിക്കൊണ്ട് അവിടെ നിന്നും വീട് ലക്ഷ്യമാക്കി ഇരുവരും ബൈക്കിൽ മടക്കയാത്ര ചെയ്തു.

വീട്ടിലെത്തിയ ഉടനെ ഉച്ചയ്ക്കുശേഷം യാത്ര ചെയ്യേണ്ടിയിരുന്ന ഡബ്ര സാധനങ്ങൾ ഓരോന്നായി പെട്ടിയിൽ അടുക്കിപ്പെറുക്കി വച്ചുകൊണ്ടിരിക്കുന്നതിനിടയിൽ ദുഃഖം നിഴലിച്ച് മുഖം ചുവന്നുതുടുത്ത് കണ്ണുനീർത്തുള്ളികൾ പൊഴിച്ചു. അത് കണ്ട എന്റെ കണ്ണുകളും കണ്ണുനീരാൽ നിറഞ്ഞു.

ഉടനെ ഡബ്ര എന്നെ കെട്ടിപ്പിടിച്ചുകൊണ്ട് നിന്നിൽനിന്നകന്ന് പോകുവാൻ പോവുകയാണെന്നെനിക്ക് വിശ്വസിക്കാൻ കഴിയുന്നില്ല. നിനക്കും അങ്ങനെ തോന്നുന്നില്ലേ എന്നു ചോദിച്ചു.

എന്റെ മനസ്സിലുണ്ടായിരുന്ന ദുഃഖം ഉരുണ്ടുകൂടി തൊണ്ടയിൽ തട്ടി നിന്നുകൊണ്ട് മറുപടിയായി അതെ എന്ന് പറയാൻ ഞാൻ ബുദ്ധിമുട്ടി. അപ്പോൾ ഡബ്ര നിനക്കറിയാമോ എന്റെ ജീവിതത്തിലെ ഏറ്റവും നല്ല ദിവസങ്ങളായിരുന്നു നിന്നോടൊപ്പം ഞാൻ ചിലവഴിച്ചത്. ഇത് എനിക്കൊരിക്കലും മറക്കാൻ കഴിയില്ല. തീർച്ചയായും ഞാൻ എത്രയും പെട്ടെന്ന് തിരിച്ചുവരും. നീയിവിടെയുണ്ടാകില്ലേ എന്നു ചോദിച്ചു.

ഞാനല്പം ഇടറിയ സ്വരത്തിൽ തീർച്ചയായും. നിനക്ക് വേണ്ടി ഞാൻ കാത്തിരിക്കാം. ഇനിയുള്ള ഒന്ന് രണ്ടു മാസത്തെ സീസൺ കഴിഞ്ഞാൽ എവിടേക്ക് പോകണമെന്നെനിക്കറിയില്ല. ഒരുപക്ഷേ ഞാൻ ജോണിയോടൊപ്പമായിരിക്കാനാണ് സാധ്യത എന്ന് പറഞ്ഞു

അപ്പോൾ ഡബ്ര എവിടെയായിരുന്നാലും എനിക്ക് കത്തെഴുതണം. എല്ലാ കാര്യങ്ങളും എന്നെ അറിയിക്കുകയും ചെയ്യണം. ചെയ്യില്ലേ? എന്നുപറഞ്ഞുകൊണ്ട് പേപ്പറിൽ മുൻകൂർ എഴുതി തയ്യാറാക്കിവച്ചിരുന്ന അഡ്രസ് എന്റെ അരികിലേക്ക് നീട്ടി. ഉടനെ ഞാനത് വാങ്ങി സൂക്ഷിക്കുകയും ചെയ്തു.

പിന്നീട് ഡബ്ര സാധനങ്ങളെല്ലാം അടുക്കിപ്പെറുക്കി വെച്ചതിനുശേഷം വീടിന്റെയും ബൈക്കിനെയും കാശിന്റെ കണക്ക് തീർത്തുകൊണ്ട് റസ്റ്റോറന്റിൽപോയി ജോണിയോടും അറിയാവുന്ന മറ്റുള്ളവരോടും യാത്ര പറഞ്ഞുകൊണ്ടുവരികയുണ്ടായി. അൽപം കഴിഞ്ഞയുടനെ എയർപോർട്ടിലേക്ക് പോകാനായി മുൻപേ പറഞ്ഞുവച്ചിരുന്ന ഒരു ടാക്സിയും അവിടെയെത്തിച്ചേർന്നു.

അങ്ങനെ ഡബ്രയെ എയർപോർട്ടിലേക്ക് യാത്രയയക്കാനായി ഞാനും ആ ടാക്സിയിൽ ഡബ്രയോടൊപ്പം പുറപ്പെട്ടു. ആ യാത്രയിലുടനീളം ഡബ്രയുടെ കണ്ണ് നിറഞ്ഞുകൊണ്ടിരുന്നു. എയർപോർട്ട് അടുക്കുന്തോറും അതിന്റെ തീവ്രത ഏറിക്കൊണ്ടിരുന്നു. അവിടെയെത്തി അകത്തേക്ക് കടക്കുന്നതുവരെയും അവൾ കണ്ണുനീർ പൊഴിച്ചു.

പിന്നീട് എന്റെ കൺമുന്നിൽ നിന്ന് ഡബ്ര പോയി മറയുന്നതും വിമാനം പറന്നുയർന്ന് പോകുന്നതുമെല്ലാം ഞാൻ ദുഃഖത്തോടെ നോക്കിനിന്നു. തിരിച്ചെത്തിയ എന്റെ മനസ്സിൽ അഗാധമായ ദുഃഖവും ശൂന്യതയും അനുഭവപ്പെട്ടതിനാൽ ഡബ്രയെ ഓർത്ത് ദുഃഖത്തോടെ മണിക്കൂറുകളോളം കടൽത്തീരത്തിരുന്ന് നീലക്കടലിന്റെ അഗാധതയിലേക്ക് നോക്കിയിരുന്നു.

ഒരു ദിവസത്തിനു പകരം രണ്ടു ദിവസം ലീവെടുത്ത എന്നെ ജോണി വഴക്കൊന്നും പറഞ്ഞില്ല. പകരം ഞങ്ങൾ എവിടെയൊക്കെ

പോയിരുന്നുവെന്നും എന്തൊക്കെ ചെയ്തുവെന്നും അറിയാനായിരുന്നു അയാൾക്ക് ആഗ്രഹം.

ഞാനതൊക്കെ ഒരു കൂട്ടുകാരനെ പോലെ ജോണിയോട് വിവരിക്കുകയും ചെയ്തു. അപ്പോൾ ജോണി, എന്തായാലും ഞാൻ നിന്നെ സമ്മതിച്ചു തന്നിരിക്കുന്നു എന്ന് പറഞ്ഞു.

''അതെന്താ ജോണീ അങ്ങനെ പറഞ്ഞത്?''

''വെള്ളക്കാരെപ്പറ്റി ഒരു കേട്ടുകേൾവിപോലുമില്ലാത്ത നീയിവിടെ വന്ന് ചുരുങ്ങിയ ദിവസത്തിനുള്ളിൽ തന്നെ ഒരു സുന്ദരിയെ ഇത്രത്തോളം വശീകരിച്ചുകളഞ്ഞല്ലോ? വർഷങ്ങളോളം ഞാൻ സൂട്ടും കോട്ടുമിട്ട് ടൂറിസ്റ്റ് കേന്ദ്രങ്ങളിലെല്ലാം നടന്നിട്ടും ഇത്തരത്തിലൊരെണ്ണത്തിനെ എനിക്കണഞ്ഞിട്ടില്ല. എനിക്കതിൽ നിന്നോട് അസൂയയുണ്ട്. അവൾ എന്നോട് പോലും എനിക്ക് നിന്നെ വിട്ടുപിരിയാൻ മനസ്സ് തോന്നുന്നില്ലെന്ന് വന്ന് പറഞ്ഞു.''

''ആകട്ടെ, പോയപ്പോൾ അവൾ എന്തൊക്കെ പറഞ്ഞു? അവളുടെ രാജ്യത്തേക്ക് നിന്നെ കൊണ്ടുപോകാമെന്നെങ്ങാനും പറഞ്ഞോ?''

''ഇല്ല.''

''എടാ മണ്ടാ, എന്നെയും കൂടി നിന്റെ രാജ്യത്തേക്ക് കൊണ്ടുപോകാമോ എന്ന് നീ അവളോട് ചോദിച്ചുകൂടായിരുന്നോ? അങ്ങനെ പോകാനൊരു ചാൻസ് കിട്ടിയിരുന്നെങ്കിൽ നീ രക്ഷപ്പെട്ടു പോകുമായിരുന്നില്ലേ? അങ്ങനെപോയി രക്ഷപ്പെട്ട പല മുക്കുവച്ചെറുക്കന്മാരെപ്പോലും എനിക്കറിയാം. ശരി അതൊക്കെ പോകട്ടെ, അവൾ ഗർഭിണിയാണോ എന്നറിയാമോ?''

''അങ്ങനെയാകാൻ സാധ്യതയില്ല. അതെന്താ ജോണീ അങ്ങനെ ചോദിച്ചത്?''

''അല്ല ഗർഭിണിയായിരുന്നെങ്കിൽ അവൾ നിന്നെ തീർച്ചയായും കൊണ്ടുപോകുമായിരുന്നേനെ. ഏതായാലും വീണ്ടും വരാമെന്ന് പറഞ്ഞിട്ട് പോയവൾ വന്നാൽ കാണാം എന്ന് നീ വിചാരിച്ചാൽ മതി. ഞാനിതൊക്കെ കുറേ കണ്ടിട്ടുള്ളതാ. അതുകൊണ്ടാ പറഞ്ഞത്.''

ഡബ്ര അവളുടെ രാജ്യത്ത് എത്തിച്ചേർന്നയുടനെതന്നെ എനിക്ക് റസ്റ്റോറന്റ് മേൽവിലാസത്തിൽ കത്തുകളയയ്ക്കാൻ തുടങ്ങി. എഴുതുന്നത് അല്പമായിരുന്നെങ്കിലും ഞാനും അതിനെല്ലാം മറുപടി അയച്ചുകൊണ്ടിരുന്നു. പിന്നീട് ആഴ്ചകൾ തോറും മറക്കാതെ എനിക്ക് ഡബ്ര വിശേഷങ്ങളെല്ലാം അറിയിച്ചുകൊണ്ട് കത്ത് അയച്ചുകൊണ്ടിരുന്നു. അതിനുവേണ്ടി ഞാൻ ആകാംക്ഷയോടെ കാത്തിരിക്കുകയും ചെയ്ത് വന്നു.

ഡബ്ര അയയ്ക്കാറുണ്ടായിരുന്ന കത്തുകളിലെ പ്രധാന ഉള്ളടക്കമെല്ലാം ഇങ്ങനെയായിരുന്നു.

ടൂറിസ്റ്റ് കേന്ദ്രങ്ങളിൽ ജോലി ചെയ്യുന്ന സ്ഥിതിക്ക് എന്നെപ്പോലെ പലരെയും നിനക്ക് കണ്ടു പരിചയപ്പെടാൻ സാധ്യത കൂടുതലാണ്. പക്ഷേ നിനക്ക് വേണ്ടി കാത്തിരിക്കുന്ന ഒരുവൾ ഇവിടെയുണ്ടെന്ന് ഓർമ്മ വേണം. എനിക്കായി കാത്തിരിക്കുകയും വിശേഷങ്ങളെല്ലാം എന്നെ എഴുതി അറിയിക്കുകയും ചെയ്യണം എന്നായിരുന്നു.

ജോലി ചെയ്യുന്നതിനിടയിൽ പലരുമായും ഞാൻ പരിചയപ്പെട്ട് അവർക്കൊപ്പം പാർട്ടികളൊക്കെ പോയി കുടിച്ചും വലിച്ചുമൊക്കെ ഇരിക്കുമായിരുന്നെങ്കിലും ഡബ്രയെപ്പറ്റിയുള്ള ഓർമ്മ എന്റെ മനസ്സിൽ എപ്പോഴുമുണ്ടായിരുന്നു.

അങ്ങനെ ഒന്നുരണ്ട് മാസം കൂടി കഴിയാറായപ്പോൾ ടൂറിസ്റ്റുകൾ റസ്റ്റോറന്റിൽ പ്രതിദിനം കുറഞ്ഞു വന്നു. പിന്നീട് ടൂറിസ്റ്റുകൾ നന്നേ കുറഞ്ഞതിനാൽ അവസാനം ജോണി റസ്റ്റോറന്റ് അടച്ചു.

ജോലിയിൽ നല്ല അറിവ് സമ്പാദിക്കുകയും ഉത്സാഹത്തോടും കൃത്യനിഷ്ഠയോടും കൂടി ജോലി ചെയ്തുവന്ന എന്നെ ജോണിക്ക് നന്നേ ഇഷ്ടമായിരുന്നു. ആദ്യമൊക്കെ വലിയ സീരിയസോടെയായിരുന്നു എന്നോട് സംസാരിക്കാറുണ്ടായിരുന്നെങ്കിലും പിന്നീട് തമാശകളൊക്കെ പറഞ്ഞു ചിരിക്കുന്ന തരത്തിൽ ഇരുവരും സുഹൃത്തുക്കളായി മാറി.

റസ്റ്റോറന്റ് അടച്ചു കഴിഞ്ഞപ്പോൾ ജോണി എന്നോട് ഹിമാലയ താഴ്വരയിൽ സ്ഥിതിചെയ്യുന്ന ഒരു ചെറിയ ടൂറിസ്റ്റ് നഗരത്തിൽ ഒരു ഫൈവ്സ്റ്റാർ ഹോട്ടലുണ്ട്. നിനക്കവിടെപ്പോയി ജോലി ചെയ്യാനിഷ്ടമാണെങ്കിൽ ഞാനൊരു ലെറ്റർ തന്നയയ്ക്കാം. അവിടെ എന്റെ സുഹൃത്തായ ഹോട്ടൽ മാനേജരെ ഈ ലെറ്റർ കാണിച്ചാൽ മതി. നിനക്കവിടെ ഉറപ്പായും ജോലി ലഭിക്കും എന്ന് പറഞ്ഞു.

പിന്നെ അവിടെ സീസനെന്നോ ഓഫ് സീസനെന്നോ ഇല്ല. ഹോട്ടൽ അടയ്ക്കാറുമില്ല. എത്ര വർഷം വേണമെങ്കിലും നിനക്കവിടെ തുടർച്ചയായി ജോലിയിൽ തുടരാം. എനിക്കും ആ ചെറിയ നഗരത്തിലൊരു റസ്റ്റോറന്റ് ഉണ്ട്. മൂന്നു നാല് മാസം കൂടി കഴിഞ്ഞാൽ മാത്രമേ അത് തുറന്നു പ്രവർത്തിക്കാനാവുകയുള്ളൂ. രണ്ടോ മൂന്നോ മാസത്തേക്ക് മാത്രമേ അത് പ്രവർത്തിപ്പിക്കാനും കഴിയുള്ളൂ. പക്ഷേ അവിടെ ഇത്രയും ആൾക്കാരുടെ ആവശ്യമില്ല. ഇവിടുത്തെ പോലെ അവിടെ കച്ചവടം ഇല്ലാത്തതുകൊണ്ട് നീ അവിടെത്തന്നെ നിന്ന് ജോലി ചെയ്യ്. സമ്മതമാണോ? സമ്മതമാണെങ്കിൽ ഞാൻ ലെറ്റർ തന്നയയ്ക്കാം എന്നും പറഞ്ഞു.

ഞാനുടനെ സമ്മതമാണെന്ന് ജോണിയോട് പറഞ്ഞു.

''ഇവിടുത്തെ കാലാവസ്ഥ പോലെയല്ല ഭയങ്കര തണുപ്പാണവിടെ. അതിനെ നേരിടാൻ നല്ല ഷൂസും സ്വെറ്ററുമൊക്കെ വാങ്ങിക്കരുതിക്കൊണ്ടേ പോകാവുള്ളൂ.''

ഈ പറഞ്ഞ പ്രകാരം ഞാൻ പുതിയ ഷൂസും സ്വെറ്ററുമൊക്കെ വാങ്ങി ജോണിയുടെ കൈയിൽ നിന്ന് ലെറ്ററും പോകേണ്ട നഗരത്തിന്റെ പേരും ഹോട്ടലിന്റെ മേൽവിലാസവുമെല്ലാം വാങ്ങിക്കുറിച്ചെടുത്തുകൊണ്ട് ട്രെയിനിൽ യാത്ര പുറപ്പെട്ടു.

രണ്ടു ദിവസത്തെ ട്രെയിൻ യാത്രയ്ക്ക് ശേഷം പിന്നെയും ഒരു ദിവസത്തെ ബസ് യാത്ര കൂടി ബാക്കിയുണ്ടായിരുന്നു. ട്രെയിൻ യാത്രയ്ക്ക് ശേഷം ബസ് യാത്ര തുടങ്ങാറായപ്പോൾതന്നെ ഹിമാലയ പർവ്വതത്തിന്റെ തണുത്ത കാലാവസ്ഥ ആരംഭിക്കാൻ തുടങ്ങിയിരുന്നു. യാത്രയിൽ മണിക്കൂറുകൾ താണ്ടി പോകുന്തോറും തണുപ്പിന്റെ തീവ്രത ഏറിക്കൊണ്ടിരുന്നു.

പത്തിരുപത് മണിക്കൂറിന്റെ നീണ്ട ബസ് യാത്രയ്ക്കൊടുവിൽ എല്ലാവരും ഇവിടെ ഇറങ്ങി നടന്നു പൊയ്ക്കൊള്ളണം. മെയിൻ ബസ്സ്റ്റാൻഡിലേക്ക് പോകാൻ ഇനിയും രണ്ടു മൂന്നു കിലോമീറ്ററോളം ദൂരമുണ്ട്. റോഡിൽ മഞ്ഞുള്ളതിനാൽ ഇനി ബസ് മുൻപോട്ട് പോകില്ല എന്ന് കണ്ടക്ടർ വിളിച്ചു പറഞ്ഞു

ഇപ്പറയുന്നത് കേട്ടപ്പോൾ ആകപ്പാടെ ബസ്സിലുണ്ടായിരുന്ന ഏഴെട്ട് പേർ ഇറങ്ങി നടക്കാൻ തുടങ്ങി. ഞാനും നടക്കാനായി പുറത്തിറങ്ങിയപ്പോൾ റോഡേതെന്നോ വഴിയേതെന്നോ കാണാൻ കഴിയാത്തവിധം ആ പ്രദേശമാകെ മഞ്ഞുകൊണ്ട് മൂടിക്കിടക്കുന്നതാണ് കണ്ടത്. ഏതോ ഒരു അജ്ഞാത ലോകത്തേക്ക് വന്നിറങ്ങിയതുപോലെ എനിക്കിപ്പോൾ തോന്നിപ്പോയി.

മുന്നോട്ടാണ് റോഡ് പോകുന്നതെന്നവണ്ണം ബസ്സിൽ നിന്നിറങ്ങിയവരെല്ലാം മഞ്ഞിൻമുകളിൽ കൂടി നടത്തം തുടങ്ങി. അവരോടൊപ്പം ഞാനും നടന്നു. അല്പം നടന്നപ്പോഴേക്കും കൂടെ നടന്നുവന്നവരെല്ലാം ഇടത്തേക്കും വലത്തേക്കും പോകുന്ന ചെറിയ റോഡുകളിൽ കൂടി നടന്നു മറഞ്ഞു.

ഇരുവശത്തും ഇടവിട്ട് ഇടവിട്ട് കാണാമായിരുന്നു. കെട്ടിടങ്ങൾക്ക് നടുവിൽ റോഡ് തന്നെയാണെന്ന് മനസ്സിലുറപ്പിച്ച് ഓരോ ചുവടുകൾ വയ്ക്കും തോറും മഞ്ഞിൽ പുതഞ്ഞുപോകുന്ന കാലുകൾ അടിവച്ചടിവച്ച് കൊണ്ട് ഞാൻ നടത്തം തുടർന്നു.

അപ്പോഴേക്കും കഠിനമായ തണുപ്പെന്നെ പൊതിയാൻ തുടങ്ങി. അങ്ങനെ ബദ്ധപ്പെട്ട് രണ്ടു മൂന്നു കിലോമീറ്ററോളം നടന്നപ്പോഴേക്കും

നേരമിരുട്ടാൻ തുടങ്ങി. എങ്കിലും മഞ്ഞിന്റെ പ്രകാശത്താൽ അവിട മെല്ലാം പകൽപോലെ കാണാമായിരുന്നു.

നടത്തത്തിനൊടുവിൽ നഗരത്തിന്റെ ഹൃദയഭാഗത്തെന്നപോലെ തോന്നിക്കുന്ന സ്ഥലത്തെത്തിയപ്പോൾ ജോലി തേടി പോകേണ്ടതായ ഹോട്ടലിലേക്ക് എങ്ങനെയാണ് പോകേണ്ടതെന്ന് ആരോടെങ്കിലും ചോദിച്ചറിയാം എന്ന് കരുതി ആൾക്കാരെ അന്വേഷിച്ച് ചുറ്റും നോക്കി. പക്ഷേ ഒരു മനുഷ്യനെപ്പോലും ആ പ്രദേശത്തെനിക്ക് കാണാൻ കഴി ഞ്ഞില്ല. ഇനിയെന്താണ് ചെയ്യേണ്ടതെന്ന് ആലോചിച്ച് അന്തിച്ച് നിൽക്കുന്നതിനിടയിൽ ശരീരം തണുത്ത് മരവിച്ച് കൈകൾ വിറച്ചു. ഏതെങ്കിലും ഒരു കെട്ടിടത്തിന്റെ വാതിൽ തട്ടുകയല്ലാതെ മറ്റു വഴിയി ല്ലെന്ന് ആലോചിച്ച് ഞാൻ കൺമുന്നിൽ കണ്ട ഒരു കെട്ടിടത്തിന്റെ മുന്നിൽ പോയി ഗ്ലാസുകൾ കൊണ്ടുള്ള വാതിലിൽ മുട്ടി വിളിച്ചു.

അപ്പോൾ കണ്ടാൽ ചൈനക്കാരനെപ്പോലെ തോന്നിക്കുന്ന ഒരാൾ വാതിൽ തുറന്നതും ഞാൻ കയ്യിൽ കരുതിയിരുന്ന ഹോട്ടലിന്റെ അഡ്രസ് പേപ്പർ അദ്ദേഹത്തിന്റെ മുൻപിലേക്ക് നീട്ടിക്കാണിച്ചു. ഉടനെ അയാളത് വാങ്ങിച്ചുകൊണ്ട് വായിച്ച് മനസ്സിലാക്കിയ ശേഷം അടിമുടി വിറച്ചു കൊണ്ട് നിന്നിരുന്ന എന്നോട് അകത്തേക്ക് വരൂ എന്ന വിധത്തിൽ കൈകൊണ്ട് ആംഗ്യം കാണിച്ചു. അകത്ത് പ്രവേശിച്ച എന്റെ ശരീര ത്തിലേക്ക് തീ കത്തിക്കൊണ്ടിരിക്കുന്ന ബുഖാരിയുടെ ചൂട് പ്രവഹിച്ചു.

അപ്പോൾ ആ ബുഖാരിയുടെ ചുറ്റും മൂന്നുനാല് പേരിരുന്ന് തണു പ്പകറ്റി കൊണ്ടിരിക്കുന്നതും കണ്ടു. ഞാനുടനെ മറ്റൊന്നും നോക്കാതെ തണുത്ത് മരവിച്ചുപോയ എന്റെ കൈകൾ ആ ബുഖാരിയുടെ മുൻപി ലേക്ക് നീട്ടി. അല്പസമയത്തിനകം അതിന്റെ ചൂടേറ്റ് കൈയുടെ മര വിപ്പ് മാറിക്കൊണ്ടിരുന്നു.

അപ്പോൾ അകത്തേക്ക് ആനയിച്ചയാൾ എന്നോട്;

‘‘ആദ്യമായിട്ടാണല്ലേ ഇവിടേക്ക് വരുന്നത്?’’

‘‘അതെ.’’

‘‘ഇവിടുത്തെ തണുപ്പ് എത്രയുണ്ടെന്നറിയാതെ ധരിച്ചിരിക്കുന്ന തുണികൾ കണ്ടാൽ ആർക്കും തോന്നിപ്പോകും ആദ്യമായിട്ട് വരുന്നാ ളാണ് എന്ന്.’’

ഈ ഇട്ടിരിക്കുന്നതൊന്നും പോരാ. ഇതാ ഇവിടെ നോക്കൂ എന്ന് പറഞ്ഞുകൊണ്ട് അയാൾ അണിഞ്ഞിരുന്ന ജാക്കറ്റ് എന്നെ കാണിച്ചു കൊണ്ട് ഇങ്ങനെയൊക്കെയുള്ളതണിഞ്ഞാൽ മാത്രമേ ഇവിടുത്തെ തണുപ്പിനെ പിടിച്ചുനിർത്താൻ കഴിയുള്ളൂ എന്ന് പറഞ്ഞു.

‘‘എന്തിനാണിപ്പോൾ ഈ ഹോട്ടലിലേക്ക് പോകേണ്ട ആവശ്യം?’’

‘‘ജോലി നേടാൻ.’’

''ഈ ഹോട്ടലിനെപ്പറ്റി എങ്ങനെയറിയാം? ആരെങ്കിലും പറഞ്ഞയച്ചതാണോ?''

ജോണിയെന്നയാളോടോപ്പമായിരുന്നു ജോലി ചെയ്തുകൊണ്ടിരുന്നതെന്നും അയാൾക്കൊരു റസ്റ്റോറന്റ് ഇവിടെയും ഉണ്ടെന്നും അയാളുടെ നിർദ്ദേശപ്രകാരമാണ് ഞാനിവിടെ ജോലി അന്വേഷിച്ചു വന്നതെന്നും അവരോട് വിശദീകരിച്ചു

ഇതൊക്കെ അവരോട് പറയുന്നതിനിടയിൽ കൈയുടെ തണുപ്പകറ്റിയ ഞാൻ ശരീരം കൂടി അൽപം ചൂടാക്കിക്കളയാം എന്ന നിനച്ച് ബുഖാരിയുടെ ചുറ്റുമിരുന്നവരെ പതുക്കെ ഞെരുക്കി കഴിവതും അതിന്റെ അരികിലേക്ക് ഇരിക്കാൻ ശ്രമിച്ചു. ഇതു മനസ്സിലാക്കിയ അടുത്തിരുന്നവർ എനിക്ക് കൂടി ബുഖാരിയുടെ അടുത്തിരിക്കാനായി ഒതുങ്ങിക്കൂടി സ്ഥലം ഒരുക്കിത്തന്നു.

ജോണിയെപ്പറ്റി പറഞ്ഞത് കേട്ടപ്പോൾ അവർ തമ്മിൽ പറഞ്ഞു ''ഈ ജോണിയെന്ന് പറയുന്നയാൾ ജോണിസ് പ്ലേസ് എന്ന പേര് വിളിക്കുന്ന റസ്റ്റോറന്റ് നടത്തുന്ന ആളെങ്ങാനുമാണോ?''

അപ്പോൾ അതിലൊരാൾ; ''ശരിയായിരിക്കും. അയാൾ തന്നെയാകാനാണ് സാധ്യത.''

അവർ വിചാരിക്കുന്ന ജോണി തന്നെയാണോ എന്ന് തീർച്ചപ്പെടുത്തുവാനായി ജോണിയുടെ രൂപഭാവമെല്ലാം എന്നോട് ചോദിച്ചറിഞ്ഞു. അപ്പോൾ അതിലൊരാൾ ശരിയാണ് അയാൾ തന്നെയാണ് എന്ന് പറഞ്ഞുകൊണ്ട് ശരിവച്ചു.

അപ്പോൾ എന്നെ അകത്തേക്ക് ക്ഷണിച്ചയാൾ; ''ഈ ജോണിയെന്ന് പറയുന്നയാളെ ഞങ്ങൾക്കറിയാം. ഇവിടെ നിന്നും അല്പമകലെ സിയാസ് നദിയുടെ അരികിലായി ജോണിസ്പ്ലേസ് എന്ന പേരിലറിയപ്പെടുന്ന ഒരു റസ്റ്റോറന്റ് അയാൾക്കുണ്ട്. എല്ലാ വർഷവും മൂന്നു നാല് മാസം മാത്രമേ അത് തുറന്നു പ്രവർത്തിക്കാറുള്ളൂ. ഇപ്പോൾ ഫെബ്രുവരി കഴിയാറായതല്ലേയുള്ളൂ. ഒന്നു രണ്ടു മാസം കൂടി കഴിഞ്ഞാലേ അത് തുറക്കുകയുള്ളൂ.''

അതിനുശേഷം അയാൾ സ്വയം പരിചയപ്പെടുത്തിക്കൊണ്ട് പറഞ്ഞു: ''എന്റെ പേര് ടെൻസിൻ എന്നാണ്. ഇതും ഒരു റസ്റ്റോറന്റ് ആണ്. തൽക്കാലത്തേക്ക് അടച്ചിട്ടിരിക്കുന്നതുകൊണ്ട് കണ്ടാൽ തോന്നുകയില്ല അല്ലേ? അതാ നോക്കൂ'' എന്ന് പറഞ്ഞുകൊണ്ട് ടേബിളുകളും കസേരകളും ഒരു മൂലയിൽ ഒതുക്കി കൂട്ടിയിട്ട് മൂടിവച്ചിരിക്കുന്നത് എന്നെ ചൂണ്ടിക്കാണിച്ചു.

അതിനുശേഷം താങ്ങളുടെ കൂടെ ഇരിക്കുന്നവരെല്ലാം ഇവിടെത്തന്നെ പല ജോലികളും ചെയ്യുന്നവരാണ് എന്നു പറഞ്ഞുകൊണ്ട്

ബുഖാരിയുടെ മുൻപിലിരുന്നവരെയെല്ലാം പേര് പറഞ്ഞുകൊണ്ട് എനിക്ക് പരിചയപ്പെടുത്തി.

അപ്പോഴും കയ്യിൽ കരുതിയിരുന്ന ഹോട്ടലിന്റെ അഡ്രസ്സ് കുറിച്ചിരുന്ന പേപ്പർ നോക്കിക്കൊണ്ട് ടെൻസിൻ എന്നോട് മലമുകളിലുള്ള ഈ ഹോട്ടലിലേക്ക് പോകുവാൻ ഇവിടെനിന്ന് നാലഞ്ച് കിലോമീറ്ററോളം ദൂരമുണ്ട്. റോഡെല്ലാം മഞ്ഞുമൂടിക്കിടക്കുന്നതുകൊണ്ട് ഇപ്പോൾ പോകാൻ കഴിയില്ല. ഹോട്ടലുകാർ അവരുടെ മഞ്ഞ്മാന്തിയന്ത്രം കൊണ്ട് റോഡിലുള്ള മഞ്ഞ് മാറ്റിയാൽ മാത്രമേ പോകാൻ കഴിയുള്ളൂ. ഹോട്ടലിൽ താമസിക്കുന്നവരാരെങ്കിലും വാഹനം കൊണ്ടുപോകേണ്ടിവരുമെങ്കിൽ മാത്രമേ മണ്ണ് മാറ്റുകയുള്ളൂ. തന്നെയുമല്ല, നേരം ഇരുട്ടാൻ തുടങ്ങിയിരിക്കുന്നു. ഇനിയെന്തായാലും പോകാൻ കഴിയില്ല. വേണമെങ്കിൽ ഇവിടെ തങ്ങിക്കൊണ്ട് നാളെ പോകാൻ ശ്രമിക്കാം എന്നു പറഞ്ഞു.

നല്ല മനുഷ്യൻ യാതൊരു മുൻപരിചയവുമില്ലാതെ അകപ്പെട്ടുപോയ എനിക്കൊരു അഭയംതന്നല്ലോ എന്നോർത്തപ്പോൾ ടെൻസിനോട് അഭിമാനം തോന്നി.

ഇങ്ങനെ പറഞ്ഞതിനുശേഷം ടെൻസിൽ താൻ വീട്ടിലേക്ക് പോവുകയാണെന്ന് പറഞ്ഞുകൊണ്ട് അവിടെ നിന്നു പോയി. അതിനുശേഷം ഞാൻ അവിടെക്കൂടിയിരുന്നവരുമായി സൗഹൃദസംഭാഷണത്തിൽ ഏർപ്പെട്ടു. അവരിൽ നിന്നും പിന്നീടെനിക്ക് ഞാൻ വന്നുകയറിയത് ആ ചെറിയ ടൂറിസ്റ്റ് നഗരത്തിലെ ഏറ്റവും കൂടുതലറിയപ്പെടുന്ന റസ്റ്റാറന്റിലേക്കാണെന്നും ടിബറ്റ് വംശജനായ ടെൻസിൽ തന്നെയാണ് ഇതിന്റെ മുതലാളിയെന്നും മനസ്സിലായി.

അങ്ങനെ കുറെ നേരം ബുഖാരിയുടെ ചൂടേറ്റ് ഞാനവിടെയിരുന്നു. പിന്നീടവർ കഴിക്കാനുണ്ടാക്കിയ ഭക്ഷണത്തിൽ നിന്നും എനിക്ക് കൂടി തരുകയും ബുഖാരിയുടെയടുത്ത് ചൂടേറ്റ് കിടന്നുറങ്ങാനായി സ്ഥലവും പുതപ്പുമെല്ലാം ഒരുക്കിത്തരുകയും ചെയ്തു.

പിറ്റേദിവസം ഹോട്ടലിലേക്ക് പോകാനായി നോക്കിയപ്പോൾ പുറത്ത് മഞ്ഞു പെയ്തുകൊണ്ടിരിക്കുന്നതാണ് കണ്ടത്. അന്നത്തെ ദിവസമെല്ലാം ഇടവിട്ടിടവിട്ട് മഞ്ഞ് പെയ്തുകൊണ്ടിരുന്നു. അങ്ങനെ പുറത്തിറങ്ങാൻ കഴിയാതെ ഒരു ദിവസം കൂടി എനിക്കവിടെ കഴിയേണ്ടി വന്നു. മൂന്നാം ദിവസം ഹോട്ടലിലേക്ക് പോകാനുള്ള വഴി കൃത്യമായി അന്വേഷിച്ച് മനസ്സിലാക്കിക്കൊണ്ട് ടെൻസിനോട് നന്ദി പറഞ്ഞതിനുശേഷം ഹോട്ടലിലേക്ക് പുറപ്പെടാൻ തുടങ്ങിയപ്പോൾ ടെൻസിൽ എന്നോട് സീസണിൽ ഞങ്ങൾക്കിവിടെ ഒന്നുരണ്ടു പേരെക്കൂടി ജോലിക്കാവശ്യമുണ്ട്. തനിക്ക് ഇഷ്ടമാണെങ്കിൽ ഇവിടെ ജോലി ചെയ്യാനുള്ളയൊരവസരം ഞാൻ തരാം എന്നു പറഞ്ഞു.

ഞാൻ ശരി എന്ന് പറഞ്ഞുകൊണ്ട് അവിടെനിന്ന് മഞ്ഞിൻമുകളിൽ കൂടി അടിവച്ചടിവച്ച് ഹോട്ടൽ ലക്ഷ്യമാക്കി നടന്നു. ഭാഗ്യവശാൽ ഹോട്ടലിൽ നിന്നും പ്രധാന റോഡിലേക്ക് പോകുന്ന വഴിയുടെ മുക്കാൽ ഭാഗത്തോളം മഞ്ഞ് മാറ്റിക്കൊണ്ട് വാഹനം അപ്പോൾ കടന്നുവന്നുകൊണ്ടിരുന്നു.

നടക്കാനെളുപ്പമായ റോഡിൽ കൂടി ഞാൻ ഹോട്ടൽ ലക്ഷ്യം വെച്ച് നടന്ന് കൊണ്ടിരുന്നപ്പോൾ മലമുകളിലുള്ള മനോഹരമായ ആ വലിയ ഹോട്ടൽ പകുതിയോളം മഞ്ഞിൽ പൊതിഞ്ഞു കിടക്കുന്നത് കണ്ടു.

നന്നേ തണുപ്പനുഭവപ്പെട്ടെങ്കിലും നടന്നുകൊണ്ടിരുന്നതിനാൽ ശരീരം മരവിച്ചു പോയില്ല. ഹോട്ടലിലെത്തിയ ഞാൻ മാനേജരെ കാണണമെന്ന് അഭ്യർത്ഥിച്ചുകൊണ്ട് ജോണി തന്നെയച്ച ആ കത്ത് റിസപ്ഷനിലുണ്ടായിരുന്നയാളെ കാണിച്ചു. ഉടനെ അയാൾ ഫോൺ ചെയ്ത് ആരാഞ്ഞതിനുശേഷം മാനേജരുടെ മുറിയിലേക്കെന്നെ കൂട്ടിക്കൊണ്ടുപോയി. അത് തുറന്ന് വായിച്ച മാനേജർ എന്നോട് ജോണി പറഞ്ഞയച്ച ആളാണല്ലേ എന്നു ചോദിച്ചു.

''യെസ് സാർ.''

''Resume കൊണ്ടുവന്നിട്ടുണ്ടോ?''

''നോ സാർ.''

അപ്പോഴദ്ദേഹം തന്റെ മുൻപിലുണ്ടായിരുന്ന നാലഞ്ച് ഫോണുകളിലൊന്നിന്റെ റിസീവർ കൈയിലെടുത്ത് അതിന്റെ ഒറ്റനമ്പറിൽ വിരലമർത്തി. അപ്പോൾ മറുഭാഗത്ത് ഫോണെടുത്തയാളെ ഓഫീസിലേക്ക് വരുവാനായി നിർദ്ദേശിച്ചു.

അല്പം കഴിഞ്ഞയുടനെ സൂട്ടും കോട്ടും ടൈയ്യുമൊക്കെ ധരിച്ച ഒരാൾ അവിടെ പ്രത്യക്ഷപ്പെട്ടു.

അപ്പോൾ മാനേജർ എന്നെ ചൂണ്ടിക്കാണിച്ചുകൊണ്ട് അദ്ദേഹത്തോട് ഈ നിൽക്കുന്ന ആളെ ജോണി പറഞ്ഞയച്ചതാണ്. Resume എഴുതി വാങ്ങിച്ചതിനുശേഷം ട്രെയിനിങ് കൊടുത്ത് വേണ്ടിടത്ത് നിയോഗിച്ചോളൂ എന്ന് പറഞ്ഞു.

ഇങ്ങനെ പറഞ്ഞതിനുശേഷം മാനേജർ എന്നോട് ദിസ് ഈസ് യുവർ ക്യാപ്റ്റൻ. അദ്ദേഹത്തിന്റെ കൂടെ പൊയ്ക്കൊള്ളൂ ബാക്കിയെല്ലാം അദ്ദേഹം പറയും എന്ന് പറഞ്ഞു

Resume എഴുതി പരിചയമില്ലാത്ത എനിക്ക് എങ്ങനെയെഴുതണമെന്ന് ക്യാപ്റ്റൻ നിർദ്ദേശിച്ചുതന്നു. അതുപ്രകാരം പേരും വിവരങ്ങളുമെല്ലാം അതിലെഴുതി മറ്റൊരു അഡ്രസ്സും എനിക്കില്ലാത്തതുകൊണ്ട് നേരത്തെ ജോലി ചെയ്തിരുന്ന ജോണിയുടെ റസ്റ്റോറന്റിന്റെ മേൽ

വിലാസവും അതിലെഴുതിച്ചേർത്ത് പൂർത്തിയാക്കി ക്യാപ്റ്റന്റെ കയ്യി ലേൽപ്പിച്ചു. പിന്നീട് ക്യാപ്റ്റൻ എനിക്ക് താമസിക്കാനുള്ള ഗംഭീരമായ സ്റ്റാഫ് റൂം കാണിച്ചുതരികയും തണുപ്പിനെ പ്രതിരോധിച്ച് ജോലി ചെയ്യേണ്ടവിധത്തിലുള്ള യൂണിഫോം സ്റ്റോറിൽനിന്ന് വാങ്ങിത്തരുകയും ചെയ്തു.

പിന്നീട് അദ്ദേഹത്തിന്റെ നിർദ്ദേശപ്രകാരം പോലെ ജോലിയാരം ഭിച്ചു. ക്ലാസ്സുകളും പ്ലേറ്റുകളും വെള്ളം തുടച്ചു മാറ്റി ചെറിയ ചൂടുള്ള ഓവനിൽ വയ്ക്കുക, നാപ്കിൻ പല ഡിസൈനുകളിലും മടക്കി ടേബി ളിൽ വച്ച് ടേബിളൊരുക്കുക, KOT- Kitchen Order Ticketൽ കുറിച്ച് തരുന്നത് പ്രകാരം അടുക്കളയിൽ നിന്നും എല്ലാ ആഹാരസാധനങ്ങളും കൊണ്ടുവന്ന് കൊടുത്ത് സഹായിക്കുക... ഇങ്ങനെയൊക്കെയുള്ള ജോലികളായിരുന്നു ആദ്യമൊക്കെ എനിക്കദ്ദേഹം നൽകിയിരുന്നത്. നൂറ്റി അൻപതോളം മുറികളുണ്ടായിരുന്ന ആ ഹോട്ടലിൽ പകുതിയിൽ താഴെ മാത്രമേ അപ്പോഴവിടെ ഗസ്റ്റുകൾ താമസിച്ചിരുന്നുള്ളൂ. അതി ലേറെയും ഹണിമൂൺ ആഘോഷിക്കാനായി എത്തിയവരായിരുന്നു. മാസങ്ങളായി താമസിച്ചുവരുന്നവരും അക്കൂട്ടത്തിലുണ്ടായിരുന്നു. അതല്ലാതെ ലോകത്തിന്റെ നാനാഭാഗങ്ങളിൽ നിന്നും ഹിമാലയത്തിന്റെ മഞ്ഞിൽ ഹെലിസ്കീയിങ്ങിന് വന്ന പത്തു പതിനഞ്ചോളം പേരും ആ ഹോട്ടലിൽ താമസിച്ച് വരുന്നുണ്ടായിരുന്നു.

അഴിച്ചു പൊതിഞ്ഞു കൊണ്ടുവരുന്ന ഹെലികോപ്റ്റർ ഹോട്ടലിൽ കൊണ്ടുവന്ന് പഴയ രൂപത്തിലാക്കി ഇവരെയെല്ലാം സ്കിയിങ്ങിന് വേണ്ടി ദൂരത്തേക്ക് കൊണ്ടുപോകുകയായിരുന്നു ചെയ്തിരുന്നത്. രാവിലെ പോകുന്നവർ വൈകുന്നേരത്തോടെ മാത്രമേ തിരിച്ചുവരാ റുള്ളൂ. ഇടയ്ക്ക് ലഞ്ച് കൊണ്ടുപോകുവാനോ ആർക്കെങ്കിലും തിരിച്ചു പോകണമെന്നോ തോന്നിയാൽ മാത്രമേ ഹെലികോപ്റ്റർ ഹോട്ടലിൽ തിരിച്ചുവരാറുണ്ടായിരുന്നുള്ളൂ.

ഹോട്ടലിൽ ജോലിക്ക് കയറിയപ്പോൾത്തന്നെ ഇങ്ങനെയുള്ളൊരു സ്ഥലത്താണ് ജോലി ചെയ്യുന്നതെന്നുള്ള വിവരങ്ങൾ ഞാൻ ഡബ്രയെ എഴുതിയറിയിച്ചു. പിന്നീട് ഡബ്രയുടെ മറുപടികൾ ഹോട്ടലിന്റെ മേൽ വിലാസത്തിൽ എനിക്ക് വന്നുകൊണ്ടിരുന്നു.

ഏകദേശം ഒരു മാസം കഴിഞ്ഞപ്പോഴേക്കും മഞ്ഞുവീഴ്ച കുറയു കയും ഹോട്ടലിൽ ഗസ്റ്റുകൾ ഏറിവരികയും ചെയ്തു. പഴയ ഹോട്ടൽ ജോലിക്കാർ ഓരോരുത്തരായി തിരിച്ചു വരാൻ തുടങ്ങിയപ്പോൾ ക്യാപ്റ്റൻ എന്നെ റൂം സർവീസിലേക്ക് നിയമിച്ചു. റൂം സർവ്വീസെന്നാൽ ചുമട്ടു തൊഴിൽ പോലെയായിരുന്നു. അവിടെ അടുക്കളയിൽ നിന്നും ഏറ്റവും അവസാനത്തെ മുറിയിലേക്കെത്തണമെങ്കിൽ അരക്കിലോമീറ്ററോളം ദൂരമുണ്ടായിരുന്നു. പോരാതെ അതിലേറെയും പടികൾ അടുക്കളയിൽ

നിന്നും ആദ്യത്തെ മുറിയിലേക്കെത്തണമെങ്കിൽപ്പോലും ഏകദേശം നൂറോളം പടികൾ കയറണം. അവസാനത്തെ മുറിയിലേക്കെത്താൻ അതിന്റെ ഇരട്ടിയും.

രണ്ടു പേർ താമസിക്കുന്ന റൂമിലേക്ക് ഓർഡർ പ്രകാരം ആഹാര സാധനങ്ങൾ കൊണ്ട് കൊടുക്കുമ്പോൾ നാപ്കിൻ മുതൽ അച്ചാർ വരെ കരുതിയിരിക്കണം. കറി പദാർത്ഥങ്ങളെല്ലാം നല്ല ചൂടോടെയിരിക്കാൻ വേണ്ടി പ്രത്യേക തരമുള്ള ചെറിയ അടുപ്പിൽ തീയിട്ട് അതിൽ വച്ച് കൊണ്ടായിരിക്കും കൊണ്ടുപോകാറ്. കൊണ്ടുപോകുന്നതിനിടയിൽ ഏതെങ്കിലുമൊന്ന് മറന്നാൽ പിന്നീടുടനെ നൂറോളം പടികൾ കയറിയിറങ്ങണം. നാലു പേർക്കുള്ള ആഹാരമെല്ലാമൊരുക്കി ട്രേയിൽ വച്ചാൽ അത് ഏകദേശം ഇരുപത് കിലോയോളം വരും. അത് അടിതെറ്റാതെ തോളിൽ ചുമന്നുകൊണ്ട് അടുക്കളയിൽ നിന്നും പടികയറിക്കൊണ്ട് കൊടുക്കുമ്പോൾ ചിലർ പറയും മൂന്നു നാലു റൊട്ടികൂടി വേണമെന്ന്. പറയാൻ മറന്നുപോയി അല്ലെങ്കിൽ മറ്റെന്തെങ്കിലും കൂടി കൊണ്ടുവരാനായി ആവശ്യപ്പെടും. ഇതു കേൾക്കുമ്പോൾ ദേഷ്യം തോന്നും. പക്ഷേ എന്ത് ചെയ്യാൻ? പറയുന്നത് കേൾക്കുക മാത്രമേ അപ്പോൾ നിവൃത്തിയുള്ളൂ. പതുക്കെപ്പോയിട്ട് വരാമെന്ന് കരുതിയാലോ, പിന്നെ കംപ്ലെയ്ന്റും അതിൽ ചിലർ തങ്ങളുടെ നിസ്സഹായാവസ്ഥ മുതലെടുത്ത് ആധികാരികമായി സംസാരിക്കുകയും ചെയ്യുമായിരുന്നു.

എന്നെപ്പോലെ ഏഴെട്ടു പേർ കൂടി റൂംസർവീസിൽ ഉണ്ടായിരുന്നെങ്കിലും അവരെല്ലാം മടിയന്മാരായിരുന്നു. ഒരു റൂമിലേക്കുള്ള ഓർഡർ അവർ എടുക്കുകയാണെങ്കിൽ പാട്ടൊക്കെ പാടിക്കൊണ്ട് കഴിയുന്നത്ര പതുക്കെ ചെയ്തുകൊണ്ടായിരിക്കും കൊണ്ട് കൊടുക്കാറ്. കൊടുത്തു കഴിഞ്ഞാൽ പിന്നെ ഒന്നുരണ്ട് മണിക്കൂറോളം ആളെ കാണുകയുമില്ല. സിനിമാ ഷൂട്ടിംഗിനായി വരുന്ന പേരെടുത്ത നടീനടന്മാരും ആ ഹോട്ടലിൽ താമസിക്കാൻ വന്നിരുന്നു. ആരായിരുന്നാലും ടിപ്സ് ആയിരുന്നു എല്ലാവർക്കും പ്രധാനം. നല്ല ടിപ്സ് തരുന്ന ഗസ്റ്റാണെന്നറിഞ്ഞാൽ അയാളെന്തെങ്കിലും ആവശ്യപ്പെടുന്നുണ്ടോ എന്ന് റൂം സർവീസിന്റെ ക്യാബിനിൽ വരുന്ന ഫോണിലേക്ക് ഏതു റൂമിൽ നിന്നാണ് വിളി വരുന്നതെന്നറിയാൻ കാതുകൂർപ്പിച്ചിരിക്കും. അഥവാ വന്നാലും ഓർഡറെടുക്കുന്ന റൂം സർവീസ് ക്യാപ്റ്റനോട് ഇന്ന റൂമിലെ ഓർഡർ വന്നാൽ എനിക്ക് തരണം എന്ന് മുൻകൂർ പറഞ്ഞുവയ്ക്കാറുള്ളതു കൊണ്ട് ചിലപ്പോൾ ക്യാപ്റ്റൻ അയാൾക്കേ കൊടുക്കാറുണ്ടായിരുന്നുള്ളൂ. ഒന്നും കിട്ടാൻ വഴിയില്ലാത്ത റൂമിൽനിന്നാണ് വിളിയെങ്കിൽ ഉടനെ വയറിളക്കവും വയറുവേദനയുമൊക്കെ പലർക്കും പിടിപെടാൻ തുടങ്ങും.

സ്വയം കഴിക്കാനുള്ള ആഹാരത്തിന് യാതൊരു പഞ്ഞവും ഞങ്ങൾക്കാർക്കും ഉണ്ടായിരുന്നില്ല. എന്ത് ആഹാരം വേണമെങ്കിലും K O T

വഴി കൊടുത്ത് റൂമിലേക്കാണെന്ന വിധം അടുക്കളയിൽ നിന്നും എല്ലാം ഒരുക്കിക്കൊണ്ട് ഏതെങ്കിലുമൊരു മൂലയിൽ വച്ച് കഴിക്കും. കൂടെയുള്ളവർ ആരെങ്കിലും കാണുകയാണെങ്കിൽ അവരും കൂട്ടിനു ചേരും. ഇങ്ങനെ കഴിക്കുന്നതിൽ എല്ലാവരും ഒറ്റക്കെട്ടായിരുന്നു. ക്യാപറ്റേറിയയിൽ കഴിക്കാൻ പോകുന്ന ചരിത്രം ആർക്കും തന്നെ ഉണ്ടായിരുന്നില്ല. കൂടെയുള്ളവർ ചെയ്യുന്നത് കണ്ടുകൊണ്ടാണ് ഞാനും പഠിച്ചത്. ബിയർ പോലും ഇങ്ങനെ അടിച്ചുമാറ്റി കുടിക്കുമായിരുന്നു.

ജോലിയിലുടനീളം കുടിച്ചും സ്റ്റഫ് വലിച്ചും ജോലിചെയ്യുന്നവരും അക്കൂട്ടത്തിലുണ്ടായിരുന്നു. പലരും ടൂറിസ്റ്റ് സീസണിലേക്ക് മാത്രമായി ജോലിക്ക് വരുന്നവരാകയാൽ ജോലി നഷ്ടപ്പെട്ടു പോകുമെന്ന ഭയമോ ആശങ്കയോ ആർക്കുമില്ലായിരുന്നു. കാരണം ആ ഭാഗത്ത് കൂടുതലാൾക്കാരെ ജോലിക്ക് ലഭിക്കാത്തതിനാൽ എവിടെപ്പോയാലും നല്ല ശമ്പളത്തോടെ ജോലി ലഭിക്കുമെന്നുറപ്പായിരുന്നു.

ജോലിക്കിടയിൽ കിട്ടുന്ന സമയമെല്ലാം ഞാൻ മനോഹരമായ താഴ്വരകളിൽ ചുറ്റിക്കറങ്ങിനടക്കുന്നത് പതിവാക്കി. ചിലപ്പോൾ കൂടെ ജോലിചെയ്യുന്ന സുഹൃത്തുക്കളിൽ ആരെങ്കിലുമുണ്ടായിരിക്കും. നഗരഭാഗത്ത് പോകുമ്പോൾ ടെൻസിനെക്കണ്ട് വിശേഷങ്ങളൊക്കെപ്പറഞ്ഞ് സംഭാഷണത്തിലേർപ്പെട്ടു വന്നു.

അവിടെയെനിക്ക് ഏറ്റവും ഇഷ്ടപ്പെട്ടയൊന്നായിരുന്നു ഹോട്ട് സ്പ്രിങ് വാട്ടർ ബാത്ത്. ഹോട്ടലിൽ നിന്നും നാലഞ്ചു കിലോമീറ്റർ ദൂരത്ത് മനോഹരമായ ഒരു താഴ്വരയിലായിരുന്നു ഈ ഹോട്ട് വാട്ടർ സ്വിമ്മിംഗ് പൂൾ സ്ഥിതി ചെയ്തിരുന്നത്. ഭൂമിക്കടിയിൽ നിന്നും തിളച്ചു പൊങ്ങി വരുന്ന വെള്ളം വലിയ സ്വിമ്മിംഗ് പൂൾ പോലെ കെട്ടിപ്പൊക്കിയതിലേക്ക് ശേഖരിച്ചിരുന്നു. പുറത്ത് തണുപ്പ് കൂടുംതോറും ആ ഒഴുകി വന്നുകൊണ്ടിരിക്കുന്ന വെള്ളത്തിന്റെ ചൂടും കൂടുമായിരുന്നു. പുറത്ത് കൊടുംതണുപ്പായതുകൊണ്ട് ചൂടുവെള്ളത്തിൽ മണിക്കൂറുകളോളം കിടക്കുന്നതൊരു സുഖം തന്നെയായിരുന്നു.

സ്വിമ്മിംഗ് പൂളിലെ മണിക്കൂറുകളോളമുള്ള മുങ്ങിക്കുളി കഴിഞ്ഞാൽ പിന്നെ അവിടെയടുത്തുതന്നെയുള്ള മൂന്നുനാല് ചെറിയ റസ്റ്റോറന്റിൽ ഏതെങ്കിലുമൊന്നിൽ പോയി അവിടെക്കൂടിയിരുന്ന് സ്റ്റഫ് വലിച്ചു കൊണ്ടിരിക്കാറുള്ള ടൂറിസ്റ്റുകളായ ഹിപ്പികളുടെയും അല്ലാത്തവരുടെയുമൊപ്പം എന്തെങ്കിലുമൊക്കെ അന്വേഷിച്ചുകൊണ്ട് ഞാനും ഇരിക്കും. അപ്പോഴവർ വലിച്ചുകൊണ്ടിരിക്കാറുള്ള സ്റ്റഫ് എന്റെ മുമ്പിലേക്കും നീട്ടും. അങ്ങനെ ഞാനത് വാങ്ങി വലിക്കുകയും ചെയ്തു വന്നു.

ഹിപ്പികളുടെയും അല്ലാത്തവരുടെയും സ്റ്റഫ് വലിക്കുന്നയൊരു കേന്ദ്രമായിരുന്നു അവിടം. യാതൊരു മറയുമില്ലാതെ ഇത് അവിടുത്തെ

സാധാരണക്കാരും വെള്ളക്കാരായ ടൂറിസ്റ്റുകളുമെല്ലാം തെരുവോരത്തിരുന്നുപോലും വലിക്കാറുള്ളത് അവിടുത്തെയൊരു കാഴ്ചതന്നെയായിരുന്നു. ഈ ചരസ്സ് എന്ന് വിളിക്കുന്ന ലഹരിപദാർത്ഥം അവിടെ ഇഷ്ടംപോലെ ലഭിക്കുന്നയൊന്നായിരുന്നു. കാലാവസ്ഥ അനുകൂലമായതിനാൽ ആരും വളർത്താതെ തന്നെ അതിന്റെ ചെടികൾ എല്ലായിടത്തും സ്വയം പൊട്ടിമുളച്ച് വളർന്നു നിൽക്കുന്നതും അവിടെയെവിടെയും കാണാമായിരുന്നു. ഇതിന്റെ ഇലകൾ ഇരുകൈകളുംകൊണ്ട് ഞെരടുമ്പോൾ കൈവെള്ളയിൽ ഒട്ടിപ്പിടിക്കാറുള്ള അതിന്റെ പച്ചനിറത്തിലുള്ള കറ കാറ്റ് ഏൽക്കുമ്പോൾ നിമിഷങ്ങൾക്കുള്ളിൽ കറുപ്പായി പരിണമിക്കും.

അത് കൈകൊണ്ട് തിരുമ്മി ഒന്നിച്ചു കൂട്ടും അതാണ് ചരസ്സായി പരിണമിക്കുന്നത് ആ ഇലയിൽ നിന്ന് എടുക്കാറുള്ളതിൽ ഇത് പല രീതികളിൽ ഒന്നുമാത്രം. ഈ ചെടികൾ കച്ചവട ആവശ്യത്തിനായി വലിയ അളവിൽ വളർത്തിക്കൊണ്ട് പല രൂപത്തിലും ഭാവത്തിലും വേർതിരിച്ച് വലിയ അളവിൽ വിൽക്കുന്നത് അവിടുത്തെ ആൾക്കാരുടെയൊരു വരുമാനമാർഗ്ഗമായിരുന്നു. ഇത് വലിക്കുന്നവരുടെയിടയിൽ പ്രശസ്തമായി അറിയപ്പെടുന്ന മനാല എന്ന പേരിലറിയപ്പെടുന്നതിന്റെ ഉറവിടവും അവിടെ നിന്ന് തന്നെയായിരുന്നു. ഇത് അവിടെ വന്ന് വലിക്കാനും വലിയ അളവിൽ വാങ്ങി ടൂറിസ്റ്റ് കേന്ദ്രങ്ങളിൽ കൊണ്ടുപോയി അവർക്കിടയിൽ വിൽക്കാനുമായി വാങ്ങിക്കൊണ്ടു പോകാറുള്ള ഹിപ്പികളും ധാരാളമുണ്ട്.

രണ്ടുമൂന്ന് മാസങ്ങൾ കടന്നു പോയി. ശമ്പളമല്ലാതെ മറ്റ് വരുമാനമാർഗ്ഗമൊന്നുമില്ലാത്ത ഹോട്ടലിൽ നിന്നും ജോലി മാറണമെന്നെനിക്ക് തോന്നി. അങ്ങനെ ടെൻസിനെ പോയിക്കണ്ട് ജോലിക്ക് വരാമെന്നുള്ള സന്നദ്ധതയറിയിച്ചു. അദ്ദേഹം അന്നേരംതന്നെ എനിക്കവിടെ ജോലി നൽകി. ടൂറിസ്റ്റുകൾക്കിടയിൽ നല്ലതുപോലെ അറിയപ്പെടുന്നയൊരു റസ്റ്റോറന്റ് ആയിരുന്നെന്നതിനാൽ എപ്പോഴും നല്ല തിരക്കായിരുന്നു.

വൈകുന്നേരമായാൽ ടേബിൾ കിട്ടാൻ വേണ്ടി ടൂറിസ്റ്റുകൾ പുറത്ത് കാത്തുനിൽക്കാറുള്ളതും അവിടെ പതിവായിരുന്നു. ടിപ്സിനത്തിൽ ത്തന്നെ ദിവസവും നല്ലൊരു തുക എനിക്കവിടെ ലഭിച്ചു. അങ്ങനെ ഉത്സാഹത്തോടെ ഞാനവിടെ ജോലി ചെയ്തു വന്നു.

ഏകദേശം ഒരു മാസത്തോളമാകാറായപ്പോൾ ഒരു ദിവസം ജോണി എന്നെ കാണാനായി അവിടെ വരികയുണ്ടായി.

എന്നെ കണ്ടപ്പോൾ ജോണി നിന്നെത്തിരക്കി ഞാൻ ഹോട്ടലിൽ പോയിരുന്നപ്പോൾ നീ ഇവിടെയാണ് ജോലി ചെയ്യുന്നതെന്നറിയാൻ കഴിഞ്ഞു. ഞാൻ വന്നിട്ടിപ്പോൾ മൂന്നാല് ദിവസമായി. എന്റെ റസ്റ്റോറന്റ് തുറന്നു പ്രവർത്തിക്കുവാനുള്ള ഒരുക്കങ്ങളെല്ലാം പൂർത്തിയായി

വരുന്നുണ്ട്. മൂന്നു നാല് ദിവസങ്ങൾ കൂടിക്കഴിഞ്ഞാൽ അത് പൂർത്തിയാകും. ഇത്രയും നല്ലൊരു സ്ഥലത്ത് നിനക്ക് ജോലി ലഭിച്ചതുകൊണ്ട് നീ ഇത് വിട്ട് എങ്ങോട്ടും പോകേണ്ട എന്ന് പറഞ്ഞു.

ഞാൻ ശരി എന്നു പറഞ്ഞു.

പിന്നീട് എട്ട് പത്ത് ദിവസങ്ങൾ കഴിഞ്ഞപ്പോൾ ജോണിയുടെ ജോണീസ് പ്ലേസ് എന്ന് വിളിക്കുന്ന റസ്റ്റോറന്റ് എങ്ങനെയുണ്ടെന്ന് കാണുവാനായി പോയി. വിചാരിച്ചതുപോലെതന്നെ ജോണിയോടൊപ്പം ഗണേശും മനുവും ഉണ്ടായിരുന്നു. മലഞ്ചരുവിലായി മഞ്ഞുരുകി വരുന്ന സിയാസ് എന്ന് പേര് വിളിക്കുന്ന നദിയോരത്തായിരുന്നു ജോണീസ് പ്ലേസ് എന്ന റസ്റ്റോറന്റ് സ്ഥിതിചെയ്തിരുന്നത്. അവിടെ വരുന്നവരിലേറെയും സ്റ്റഫ് വലിക്കാൻ വരുന്നവരായിരുന്നു. ഇവർ പല ഗ്രൂപ്പായുമിരുന്ന് വലിച്ചുകൊണ്ട് ബാക്ക് ഗെയിം, ചെസ്സ് എന്നിവ കളിച്ചുകൊണ്ട് ഉച്ചത്തിൽ മുഴങ്ങുന്ന പാട്ടുകളും കേട്ട് മണിക്കൂറുകളോളം ഇരിക്കും. ഇടയ്ക്കിടെ ചൂടുള്ള ആഹാരപാനീയങ്ങൾ മാത്രമേ കഴിക്കാറുള്ളൂ. അവിടെ വരാറുള്ള എല്ലാവരും അങ്ങനെ തന്നെയായിരുന്നു. നല്ല രീതിയിലൊന്നും ആരും അവിടെ നിന്ന് ആഹാരം കഴിക്കാത്തതുകൊണ്ട് ആഹാരപദാർത്ഥങ്ങൾ വിറ്റുള്ള വരുമാനം ജോണിക്ക് കുറവായിരുന്നു. എങ്കിലും സ്റ്റഫിന്റെ വിറ്റവരവായിരുന്നു അയാൾക്ക് പ്രധാനം.

വൈകുന്നേരമായാൽ നദിയോരത്ത് വലിയ അളവിൽ തീകൂട്ടി ബോൺഫയർ പാർട്ടിയെന്ന പേരിൽ പാർട്ടിയും നടത്തിവന്നു. ചില ദിവസങ്ങളിൽ രാവിലെ വരെയും ആ പാർട്ടി തുടർന്നുകൊണ്ടിരിക്കും. നല്ല കച്ചവടം പ്രതീക്ഷിച്ചായിരുന്നു ഇത്തരം പാർട്ടി നടത്താറുണ്ടായിരുന്നത്. ഇതൊക്കെയായതുകൊണ്ട് അവിടെ വരാറുള്ള ടൂറിസ്റ്റുകൾക്കിടയിൽ ജോണിസ് പ്ലേസ് നല്ല രീതിയിലറിയപ്പെട്ടു.

ഞാൻ ജോലി ചെയ്തിരുന്ന സ്ഥലത്ത് പോലും ടൂറിസ്റ്റുകൾ ആഹാരം കഴിച്ചതിനുശേഷം പറയുമായിരുന്നു ഇന്ന് ജോണീസ് പ്ലേസിൽ ഫോൺ ഫയർ പാർട്ടിയുണ്ട്. ഞങ്ങൾ അവിടേക്ക് പോവുകയാണ് എന്ന്. പോകാനറിയാത്തവർ എങ്ങനെയാണ് പോകേണ്ടതെന്ന് എന്നോട് വഴിയന്വേഷിക്കുകയും ചെയ്തിരുന്നു. ഒന്നു രണ്ടു ദിവസം ജോണിയെ സഹായിച്ചുകൊണ്ട് ഞാനും ആ പാർട്ടിയിൽ പങ്കെടുത്തിരുന്നു.

കുറച്ചു ദിവസം കഴിഞ്ഞു ജോലി ചെയ്തു കൊണ്ടിരിക്കുന്നതിനിടയിൽ 'ഹായ് ബാബു' എന്ന് വിളിക്കുന്നത് കേട്ടാണ് തിരിഞ്ഞു നോക്കിയത്. അപ്പോഴതാ ഒരു സുന്ദരി. എവിടെയോ കണ്ട മുൻപരിചയമുള്ളതുപോലെ എനിക്ക് തോന്നി. ഞാൻ സർവ്വ് ചെയ്യുന്ന ടേബിൾ അല്ലായിരുന്നെങ്കിലും ഞാനവളുടെ അരുകിലേക്ക് നടന്നു. അപ്പോൾ

അൽപം അത്ഭുതത്തോടെ എന്നെ നോക്കിച്ചിരിച്ചുകൊണ്ടവൾ 'ഡു യു നോ മീ? ഐ ആം നിഖിത.'' ഞാനല്പനേരം ആലോചിച്ചപ്പോൾ ജോണിയുടെ സാഗർ റസ്റ്റോറന്റിൽ വച്ചിട്ടായിരുന്നു കണ്ടിട്ടുള്ളതെന്ന് മനസ്സിലാക്കി. ഞാനുടൻ ''യെസ്, ഐ നോ യു'' എന്നുത്തരം പറഞ്ഞു. അപ്പോൾ നിഖിത ''ഐ ജസ്റ്റ് അറൈവ്ഡ് ടുഡെ. ഐ വാസ് വർക്കിങ് സം പ്ലേസ്, ദിസീസ് മൈ ലാസ്റ്റ് ട്രിപ്പ് ഐ ആം ലീവിംഗ് ടു മൈ കൺട്രി ഡേ ആഫ്റ്റർ ടുമാറോ.'' ഇങ്ങനെ പറഞ്ഞതിനുശേഷം നികിത; ''ഡു യു നോ വേർ ഈസ് ജോണീസ് പ്ലേസ്?''

ഞാൻ; ''യെസ്, ഐ നോ.'' അപ്പോൾ നികിത ''ഐ വാണ്ട് ടു ഗോ ദെയർ ടു സീ ജോണി.''

ഞാൻ സമയം നോക്കിയപ്പോൾ എനിക്ക് റസ്റ്റിനു പോകേണ്ട സമയം ഏകദേശം ആകാറായിരുന്നു. ഏതാനും നിമിഷം കൂടി കഴിഞ്ഞാൽ പ്പിന്നെ നാലഞ്ചു മണിക്കൂറോളം റസ്റ്റുണ്ട്. അതുകൊണ്ട് ജോണീസ് പ്ലേസ് കാണിക്കാൻ വേണ്ടി നികിതയോടൊപ്പം ഞാൻ കൂടി പോയാലോ എന്നാലോചിച്ചശേഷം നിഖിതയോട്; ''ഇഫ് യു കാൻ വെയ്റ്റ് ഫോർ മി സം ടൈം ഐ കാൻ ആൾസോ കം വിത്ത് യു.''

അപ്പോൾ നിഖിത; ''ഓഫ്കോഴ്സ്, ഐ കാൻ വെയ്റ്റ് ഫോർ യു.''

അങ്ങനെ നിഖിത എനിക്കുവേണ്ടി അല്പം നേരം കൂടി അവിടെ കാത്തിരുന്നു. പിന്നീട് ഞങ്ങളിരുവരും ജോണീസ് പ്ലേസ് ലക്ഷ്യമാക്കി നടക്കാൻ തുടങ്ങി. നടക്കുന്നതിനിടയിൽ നിഖിത ഏതെല്ലാം ടൂറിസ്റ്റ് കേന്ദ്രങ്ങൾ പോയി കണ്ടുവെന്നും എവിടെയായിരുന്നു ജോലിചെയ്തിരുന്നതുമെല്ലാം എന്നോട് വിശദീകരിച്ചുകൊണ്ടിരുന്നു. അവസാനം ''ജോണി ഹാവ് വെരി ഗുഡ് സ്റ്റെഫ് ഐ വാണ്ട് ബൈ ഫ്രം ഹിം.'' എന്നു പറഞ്ഞു.

അൽപസമയത്തിനുശേഷം ഇരുവരും ജോണീസ് പ്ലേസിലെത്തിച്ചേർന്നു. രണ്ടുമൂന്നു മണിക്കൂറോളം ഞാനവിടെ ചെലവഴിച്ച ശേഷം ഇറങ്ങാറായപ്പോൾ ജോണി എന്നോട് ഞാൻ നിന്നോടൊരു കാര്യം പറയട്ടെ? നോക്ക്, നല്ല സ്റ്റഫ് കൊടുത്താൽ ആൾക്കാർ തിരക്കിവരും. നിനക്കും ഇത് ജോലിക്കിടയിൽ വിറ്റ് അല്പം കാശുണ്ടാക്കിക്കൂടെ? ഇഷ്ടംപോലെ ടൂറിസ്റ്റുകൾ വരുന്നയൊരു റസ്റ്റോറന്റിലാണല്ലോ നീ ജോലി ചെയ്യുന്നത്? അതുകൊണ്ട് ഇതവിടെ വിൽക്കാനും എളുപ്പമാണ്. നീയൊന്ന് പരിശ്രമിച്ച് നോക്ക്. ഞാൻ രണ്ടെണ്ണം നിന്റെ കയ്യിൽ സാമ്പിളായിട്ട് തരാം എന്ന് പറഞ്ഞുകൊണ്ട് ഓരോ തോല വീതം വേർതിരിച്ച എന്നുവച്ചാൽ പന്ത്രണ്ട് ഗ്രാം വീതമുള്ള രണ്ട് പൊതി എന്റെ നേർക്ക് നീട്ടി.

വെണ്ണപോലിരിക്കുന്ന ഇത് ഇവിടങ്ങളിൽ കിട്ടാവുന്നതിൽ വച്ച് ഏറ്റവും നല്ലയൊന്നാണ്. സിഗരറ്റിന് പുറത്ത് പുരട്ടുന്ന ഇത് ഒരിക്കൽ

വാങ്ങിക്കുന്നവർ വീണ്ടും ആവശ്യപ്പെട്ടുകൊണ്ട് വരും. നിനക്ക് കൊടുക്കാൻ കഴിയില്ലെങ്കിൽ നീയെന്റെ അരികിലേക്ക് പറഞ്ഞയച്ചാൽ മതി. ബാക്കിക്കാര്യം ഞാൻ നോക്കിക്കൊള്ളാം. നീ വിൽക്കുന്നതിൽ നിന്ന് എനിക്ക് ലാഭമൊന്നും തരേണ്ട. അതിന്റെ യഥാർത്ഥ തുക തന്നാൽ മാത്രം മതി എന്നു പറഞ്ഞു.

പിന്നീട് എത്ര തുകയ്ക്കാണത് വിൽക്കേണ്ടതെന്ന് ജോണി എന്നോട് പറയുകയും ചെയ്തു.

ശരി ഞാൻ ശ്രമിക്കാം എന്ന് പറഞ്ഞുകൊണ്ട് അത് ജോണിയുടെ കയ്യിൽ നിന്നും വാങ്ങിക്കരുതി റസ്റ്റോറന്റിലേക്ക് നടന്നു.

കൈയിൽ കരുതിയ സ്റ്റഫ് വിൽക്കാൻ മുതിരാതെ ഒന്നുരണ്ടു ദിവസം കൈയിൽ കൊണ്ടു നടന്നു. പിന്നീട് ആലോചിച്ചു, സിഗരറ്റ് പോലും വലിക്കാൻ അനുവാദമില്ലാത്ത റസ്റ്റോറന്റിൽ ഞാൻ എന്തു പറഞ്ഞു കൊണ്ടാണിത് വിൽക്കേണ്ടത് അഥവാ എപ്പോഴും കൂടെ നടന്നു സഹായിക്കുന്ന ടെൻസിന് ഞാനിത് വിൽക്കാൻ ശ്രമിക്കുന്നുണ്ടെന്ന് മനസ്സിലായാൽ എന്നെ ജോലിയിൽ നിന്നും പറഞ്ഞു വിടില്ലേ? ഇങ്ങനെയൊക്കെ ആലോചിച്ചപ്പോൾ ഏതായാലും ഇതിവിടെ വിൽക്കാൻ ശ്രമിക്കേണ്ട എന്ന് തീരുമാനിച്ചു.

അന്ന് രാത്രിയായപ്പോൾ നിഖിത ആഹാരം കഴിക്കാനായി റസ്റ്റോറന്റിലെത്തി ആഹാരം കഴിച്ചുകൊണ്ടിരുന്നതിനിടയിൽ നിഖിത എന്നോട്; ''ഡു യു വാണ്ട് കം ടു മൈ റൂം ഫോർ സം സ്മോക്ക്?'' ഞാനുടനെ നിഖിതയുടെ ഓഫർ സന്തോഷത്തോടെ സ്വീകരിച്ചുകൊണ്ട് 'ഷുവർ' എന്ന് പറഞ്ഞു

റസ്റ്റോറന്റ് അടച്ചതിനുശേഷവും എനിക്കായി കാത്തിരുന്ന നിഖിതയോടൊപ്പം ഹോട്ടൽ റൂം ലക്ഷ്യമാക്കി ഞാൻ പുറപ്പെട്ടു. അവളുടെ മുറിക്കകത്തുള്ള കോരിത്തരിപ്പിക്കുന്ന തണുപ്പിൽ കരണ്ടിൽ പഴുത്ത് ചുമന്ന ഹീറ്ററിന്റെ മുൻപിൽ ഇരുവരുമിരുന്ന് തണുപ്പകറ്റിക്കൊണ്ടിരിക്കുമ്പോൾ ജോണിയുടെ കയ്യിൽ നിന്നും നിഖിത വാങ്ങിച്ചുകൊണ്ടുവന്ന ലഹരിവസ്തു സിഗരറ്റിന്റെ പുറംപേപ്പറിൽ പുരട്ടി കത്തിച്ച് എന്റെ നേർക്ക് നീട്ടി. അത് വലിച്ച ഞാൻ നിമിഷങ്ങൾക്കകം മത്തുപിടിച്ച് മാസ്മരിക ലോകത്തേക്കാണ്ടുപോയി.

മുൻപ് ഞാൻ വലിച്ചിരുന്നതിൽ നിന്നും വളരെ വ്യത്യസ്തമായിരുന്നു അത്. വലിക്കാൻ തുടങ്ങിയത് മുതൽ അതിന്റെ ലഹരി എന്നെ കീഴ്പ്പെടുത്തിക്കളഞ്ഞു. അങ്ങനെ ഒന്നുരണ്ടു മണിക്കൂറോളം ഇരുവരും സംസാരിച്ചുകൊണ്ടിരിക്കുന്നതിനിടയിൽ പഴുത്ത് ചൂടായ ഹീറ്ററിന്റെ മേൽ ഉണ്ടായിരുന്നതായ ചായ ചൂടാക്കി കുടിച്ചു കൊണ്ടിരിക്കുകയും ചെയ്തുകൊണ്ടിരുന്നു പിന്നീട് ആ രാത്രി ഇരുവരും ഒരു പുതപ്പിൻ കീഴിൽ ശയിച്ചു. അങ്ങനെ ഒന്നു രണ്ടു ദിവസം ഞാൻ നിഖിതയോടൊപ്പം താഴ്വരകൾ കറങ്ങാൻ പോകുകയും രാത്രിയിൽ അവളോടൊപ്പം വലിക്കുകയും കിടക്കുകയും ചെയ്തു.

പറഞ്ഞതുപോലെ മൂന്നു ദിവസം കഴിഞ്ഞപ്പോൾ നിഖിത പുറപ്പെട്ടു പോയി. ജോണിയുടെ കയ്യിൽനിന്നും നിഖിത വാങ്ങിക്കൊണ്ടുവന്ന ലഹരി പദാർത്ഥം എന്നെ വളരെയധികം ആകർഷിച്ചതുകൊണ്ട് വിൽക്കാനായി കയ്യിൽ തന്നയച്ചതിൽ നിന്നും ഞാനെടുത്ത് വലിക്കാൻ തുടങ്ങി.

അതല്ലാതെ റസ്റ്റോറന്റിൽ വരാറുള്ള ടൂറിസ്റ്റുകൾക്കൊപ്പം കൂട്ടുകൂടി അവർ രാത്രിയിൽ എവിടെയൊക്കെ സ്റ്റഫ് വലിക്കാൻ പോകുന്നുവോ അവിടെയൊക്കെ അവരോടൊപ്പം ഞാനും ജോലി കഴിഞ്ഞതിനുശേഷം പോയി. അങ്ങനെ പോയതിൽ എന്നെ വളരെയധികം ആകർഷിച്ച ഒരു സ്ഥലമായിരുന്നു ബം ബോലോ എന്നറിയപ്പെട്ടിരുന്ന സ്ഥലം. വലിയ വനത്തിനകത്ത് കൂടി ഒഴുകിപ്പോകുന്ന സിയാസ് നദിക്കരയിലായിരുന്നു ഈ ബം ബോലെ.

ആ വനത്തിനകത്ത് ഒറ്റപ്പെട്ട നിലയിൽ പെട്ടെന്നാർക്കും കണ്ടുപിടിക്കാൻ കഴിയാത്തവിധമായിരുന്നു ആ കുടിൽ സ്ഥിതി ചെയ്തിരുന്നത്. ചുറ്റുഭിത്തിയിലെല്ലാം ധ്യാനനിഷ്ഠനായിരിക്കുന്ന ശിവന്റെ ഛായാചിത്രം ആലേഖനം ചെയ്തിരുന്നു. അവിടത്തെ വലിയ മുറ്റത്തിന് നടുവിലായിത്തന്നെ ഹോമകുണ്ഡം പോലെയൊന്ന് കെട്ടിപ്പൊക്കി നടുക്ക് വലിയ ത്രിശൂലവും കുത്തിവച്ചിരുന്നു. ആ ഹോമകുണ്ഡത്തിൽ വലിയ അളവിൽ വിറകിട്ട് തീ കത്തിച്ച് അതിന്റെ ചുറ്റുമിരുന്ന് തീ കാഞ്ഞുകൊണ്ട് സ്ത്രീയും പുരുഷനുമടങ്ങുന്ന പത്ത് പന്ത്രണ്ടോളം ഹിപ്പികളും ഇരിപ്പുണ്ടായിരുന്നു. ചിലർ ശിവനെപ്പോലെ ധ്യാനനിഷ്ഠയിലിരുന്നുകൊണ്ട് ഓം എന്ന് ഉരുവിട്ടു കൊണ്ടിരിക്കുകയും ചെയ്യുന്നുണ്ടായിരുന്നു.

ആദ്യമായി അവിടെയെത്തിയ ഞാൻ കൂടെപ്പോയവർക്കൊപ്പം കഴിവതും തീയുടെ ചൂട് ശരീരത്തിലേക്ക് ലഭിക്കാവുന്നവിധമിരുന്ന് സ്ഥാനമുറപ്പിച്ചപ്പോൾ ഒന്നിന് പിറകെ മറ്റൊന്നെന്നവണ്ണം വലിച്ച് കൈമാറിക്കൊണ്ട് വന്നിരുന്ന ലഹരി നിറച്ച ചിലം എന്റെ മുന്നിലേക്കും നീട്ടി. മുൻപിലിരുന്നവർ എങ്ങനെ പിടിച്ചാണ് ചിലം വലിക്കുന്നതെന്ന് കണ്ട് മനസ്സിലാക്കിയെടുത്ത ഞാനും മറ്റുള്ളവർ ചെയ്തതുപോലെ വലിച്ചു. പിന്നീട് ഒന്നിനു പിറകെ ഒന്നായി വന്നുകൊണ്ടിരുന്ന ചിലം ഞാൻ ആഞ്ഞുവലിച്ചതിനുശേഷം അടുത്തിരുന്നവർക്ക് കൈമാറിക്കൊണ്ടിരിക്കുകയും ചെയ്തു.

ചിലം നിറച്ച് കൈമാറിയിരുന്നത് ആ കുടിലിലെ അന്തേവാസിയായ ബാബുജി എന്ന് അവിടെ വരുന്ന ഹിപ്പികൾ വിളിക്കുന്നയാൾ തന്നെയായിരുന്നു. ജട പിടിച്ച മുടിയും കയ്യിലും കഴുത്തിലുമെല്ലാം രുദ്രാക്ഷമാലയണിഞ്ഞ് നെറ്റിയിൽ തേച്ച ഭസ്മവും കണ്ടാൽ അദ്ദേഹം ഒരു ശിവഭക്തനായ സാധുവാണെന്ന് ആർക്കും തോന്നിപ്പോകും.

അവിടെ വരുന്നവരിൽ നിന്നും പ്രതിഫലമായി ബാബുജി കാശൊന്നും വാങ്ങിയിരുന്നില്ല. എല്ലാവർക്കും കാണാവുന്ന വിധത്തിൽ വച്ചിരിക്കുന്ന വഞ്ചിക്കുറ്റിയിൽ ഇഷ്ടമുള്ളത് നിക്ഷേപിക്കുക എന്ന് മാത്രം. ആരും നിക്ഷേപിക്കാതെ പോകാറുമില്ലായിരുന്നു. ടൂറിസ്റ്റുകളായ ഹിപ്പികളല്ലാതെ മറ്റുള്ളവരെ അവിടെവന്നിരുന്ന് ചിലം വലിക്കാനായി അദ്ദേഹം പ്രോത്സാഹിപ്പിച്ചിരുന്നില്ല. ടൂറിസ്റ്റുകൾക്കൊപ്പമായിരുന്നു ഞാൻ പോയതെന്നതിനാൽ എന്നെ അത് ബാധിച്ചില്ലെന്ന് പറയാം.

വരുന്നവർക്ക് കാപ്പിയോ ചായയോ അത്യാവശ്യത്തിന് ആഹാരമോ സ്വയം ഉണ്ടാക്കിക്കഴിക്കുവാനുള്ള സാഹചര്യവും അവിടെയൊരുക്കിയിരുന്നു. രാത്രിയിൽ പോകാനിഷ്ടമില്ലാത്തവർക്ക് അവിടെത്തന്നെ കിടന്നുറങ്ങാനായി സ്ലീപ്പിങ് ബാഗും അദ്ദേഹം കരുതിയിരുന്നു.

ഓരോ ദിവസം കഴിയുന്തോറും ലഹരി എന്നെ കൂടുതൽ പിടിമുറുക്കാൻ തുടങ്ങി. ജോലി ചെയ്തുകൊണ്ടിരുന്ന സമയത്തുപോലും ഞാനിപ്പോൾ വരാമെന്ന് പറഞ്ഞുകൊണ്ട് കുളിമുറിയിൽ പോയി അത് വലിക്കുകയും ചെയ്തു. ലഹരിക്കടിമപ്പെടുംതോറും ഞാനറിയാതെ തന്നെ എന്റെ സ്വഭാവത്തിലും മാറ്റം വന്നു.

റെസ്റ്റോറന്റിൽ ആഹാരം കഴിക്കാൻ വരുന്ന മാന്യന്മാരായവരെ മര്യാദയ്ക്കിരുന്ന് കഴിച്ചിട്ട് പൊയ്ക്കൊള്ളണം എന്നുദ്ദേശിച്ച് അവരോട് ഗർവ്വായി സംസാരിക്കുകയും ചിലപ്പോൾ ഭക്ഷണം മാറിക്കൊണ്ട് കൊടുക്കുകയും ചെയ്തു. ഈ ആഹാരസാധനമല്ല ഞാൻ പറഞ്ഞത് എന്ന് പറയുമ്പോൾ നിജസ്ഥിതി എന്താണെന്ന് മനസ്സിലാക്കാൻ കഴിയാതെ തെറ്റ് നിങ്ങളുടെ ഭാഗത്താണെന്ന് പറഞ്ഞ് സ്വയം ന്യായീകരിച്ച് അവരുമായി വാഗ്വാദത്തിൽ ഏർപ്പെടുകയും ചെയ്തു. ഒരിക്കൽ ചെയ്ത ജോലി ചെയ്തില്ല എന്ന് തെറ്റിദ്ധരിച്ച് വീണ്ടും അത് ചെയ്യാൻ തുടങ്ങുകയും സംസാരത്തിൽ പരസ്പരവിരുദ്ധമായി സംസാരിക്കുകയും എന്താണ് ചെയ്തുകൊണ്ടിരിക്കുന്നതെന്ന് മനസ്സിലാക്കാൻ കഴിയാതെ പലപ്പോഴും സ്തംഭിച്ചുപോവുകയും ചെയ്തു.

സാധാരണ സ്വഭാവത്തിന് വിരുദ്ധമായി ഞാനിങ്ങനെയൊക്കെ പ്രവർത്തിച്ചപ്പോൾ ഇതൊക്കെ കാണുന്നവർ എന്നെ സംശയത്തോടെ വീക്ഷിച്ചു. അപ്പോഴെല്ലാം എന്റെ മനസ്സിൽ ഞാൻ ചെയ്യുന്നതെല്ലാം ശരിയാണ്, എന്നെ സംശയത്തോടെ വീക്ഷിക്കുന്നവർക്കാണ് പിശകെന്ന് ഞാൻ തെറ്റിദ്ധരിച്ചു.

ദിവസങ്ങൾ ഓരോന്ന് കഴിയുംതോറും എന്റെ പ്രവർത്തികളെ നല്ലവണ്ണം വീക്ഷിച്ചുകൊണ്ടിരുന്ന ടെൻസിൻ എന്നെ ജോലിയിൽ നിന്നും പുറത്താക്കി. ജോലി നഷ്ടപ്പെട്ട ഞാൻ എവിടെ ജോലിയന്വേഷിച്ച് പോകണമെന്നോ ഭാവിയിലെന്ത് ചെയ്യണമെന്നോ ജോലി നഷ്ടപ്പെടാൻ കാരണമെന്താണെന്നോ ഉൾക്കൊണ്ട് മനസ്സിലാക്കാൻ

കഴിയാത്ത വിധം ലഹരിക്കടിമപ്പെട്ടുപോയി. എവിടെപ്പോയാൽ കൂടുതൽ ലഹരി ആസ്വദിക്കാം എന്ന ചിന്ത മാത്രമേ അപ്പോൾ എന്റെ മനസ്സിലുണ്ടായിരുന്നുള്ളൂ.

ജോണി വിൽക്കാൻ തന്നതിൽ നിന്നും എടുത്തു വലിക്കാൻ തുടങ്ങിയിട്ട് പത്തിരുപത് ദിവസങ്ങൾ മാത്രമേ അപ്പോൾ ആയിട്ടുണ്ടായിരുന്നുള്ളൂ. ഏതായാലും ജോണിയുണ്ടല്ലോ. ജോലിചെയ്യാനും വലിക്കാനും ഏറ്റവും നല്ല സ്ഥലം ജോണീസ് പ്ലേസ് തന്നെയാണ്. അതുകൊണ്ട് അവിടേക്ക് തന്നെ പോകാം എന്ന് നിനച്ച് ഞാൻ ജോണീസ് പ്ലേസിലേക്ക് പുറപ്പെട്ടു. അവിടെയെത്തിയ എന്നെ കണ്ടപാടെ ജോണി ഞാൻ തന്ന സ്റ്റഫ് നീ വിറ്റോ എന്നു ചോദിച്ചു.

''ഇല്ല.''

''എന്നാൽപ്പിന്നെ ആ സ്റ്റഫ് ഇങ്ങ് താ.''

''അതിപ്പോൾ എന്റെ കൈവശമില്ല.''

''അതു പറ്റില്ല. അതിന്റെ വിലയെത്രയാണെന്ന് നിനക്കറിയാമല്ലോ?' നിന്റെ ഒരുമാസത്തെ ശമ്പളംപോലും മതിയാവില്ല അത് വാങ്ങിക്കാൻ. അതുകൊണ്ട് ഞാൻ തന്ന സാധനം നീ തിരിച്ചു തരണം. അല്ലെങ്കിൽ അതിന്റെ കാശ് തരണം.''

''അത് രണ്ടും ഇപ്പോഴെന്റെ കൈവശമില്ല. പിന്നീട് ഞാൻ കാശ് തന്ന് വീട്ടിക്കൊള്ളാം. ഞാൻ ജോലി വിട്ടു. അതുകൊണ്ട് എനിക്കിവിടെയൊരു ജോലിതരണം.''

''ഇവിടെ കച്ചവടമൊന്നുമില്ലെന്ന് നിനക്കറിയാമല്ലോ. ഗണേശിനും മനുവിനും പോലും ഞാൻ ശമ്പളം കൊടുക്കുന്നില്ല. നിന്നെക്കൂടി ജോലിക്ക് വച്ച് ശമ്പളം തരാൻ കഴിയാത്തതുകൊണ്ടായിരുന്നു ഞാൻ നിനക്ക് ഫൈവ് സ്റ്റാർ ഹോട്ടലിൽ ജോലി വാങ്ങിച്ചുതന്നത്. അവിടെയും ജോലി വിട്ട് ഇവിടെയും ജോലി വിട്ടാൽ എനിക്കൊന്നും ചെയ്യാൻ കഴിയില്ല. തൽക്കാലമെനിക്ക് ആരെയും ജോലിക്കാവശ്യമില്ല. ഇഷ്ടംപോലെ മറ്റു സ്ഥലങ്ങളുണ്ട്. എവിടെയെങ്കിലും നീ ജോലി അന്വേഷിച്ചു ചെല്ല്. എത്രയും വേഗം എന്റെ കാശ് കിട്ടിയാൽ മതി.''

ഇങ്ങനെ പറഞ്ഞത് കേട്ടപ്പോൾ എനിക്കെന്തെന്നില്ലാത്ത ദേഷ്യം ജോണിയോട് തോന്നി. എങ്കിലും ഒന്നിനെപ്പറ്റിയുള്ള ആശങ്കയും എനിക്കില്ലായിരുന്നു. വിശാലമായൊന്നിരുന്ന് ലഹരിനുരയണം എന്നായിരുന്നു മനസ്സിൽ. അതുകൊണ്ട് റസ്റ്റോറന്റിൽ കൂടിയിരുന്ന് വലിച്ചുകൊണ്ടിരുന്നവരുടെ കൂട്ടത്തിൽ ഞാനും ചേർന്നു.

അങ്ങനെ അവരോടൊപ്പം വലിച്ചും കുടിച്ചും കൊണ്ട് ഞാൻ രാത്രി വരെ അവരോടൊപ്പമിരുന്നു. തന്റെ ഉപഭോക്താക്കളോടൊപ്പം ഇരിക്കുന്നതുകൊണ്ടും സ്റ്റഫ് തിരികെ കൊടുക്കാതിരുന്നതുകൊണ്ടും

ജോണിക്കെന്നോട് വളരെ നീരസമുണ്ടായിരുന്നു. അത് ഇടയ്ക്കിടയ്ക്ക് പ്രകടമാകുകയും ചെയ്തു.

അന്ന് ജോണീസ് പ്ലേസിൽ ഫയർ പാർട്ടി ഇല്ലാതിരുന്നതുകൊണ്ട് എപ്പോഴും ബോൺ ഫയർ പാർട്ടിയുള്ള ബാംബോലെയിലേക്ക് കൂടെയിരുന്നവർ പോകാൻ തുടങ്ങിയപ്പോൾ അവരോടൊപ്പം ഞാനും പുറപ്പെട്ടു. അവിടെയെത്തിയപ്പോൾ പത്ത് പതിനഞ്ചോളം ഹിപ്പികൾ ചിലം വലിച്ചുകൊണ്ട് തീക്ക് ചുറ്റും ഇരിപ്പുറപ്പിച്ചിട്ടുണ്ടായിരുന്നു. അവരോടൊപ്പം ഞങ്ങളും ഇരുന്ന് വന്നുകൊണ്ടിരുന്ന ചിലം വലിച്ച് കൈമാറിക്കൊണ്ടിരുന്നു.

സമയം രാത്രി ഏകദേശം ഒരു മണിയോടടുത്തപ്പോൾ ഓരോരുത്തരായി അവിടെനിന്നും പൊയ്ക്കൊണ്ടിരുന്നു. എനിക്കെവിടെയും പോകാനില്ലായിരുന്നതുകൊണ്ട് ഞാനാ തീക്കുണ്ഡത്തിന്റെ മുൻപിൽ ഇരിപ്പു തുടർന്നു. അവസാനം ഒരു ഹിപ്പിയും ബാബുജിയും ഞാനും മാത്രം അവിടെ ബാക്കിയായി. ഞങ്ങൾ പോകുന്നില്ലെന്ന് കണ്ട ബാബുജി ഞങ്ങൾക്ക് കിടന്നുറങ്ങാനായി ഓരോ സ്ലീപ്പിഗ് ബാഗ് തരികയുണ്ടായി. അങ്ങനെ ഞാനാ സ്ലീപ്പിങ് ബാഗിനുള്ളിൽ അവിടെക്കിടന്നുറങ്ങി.

പിറ്റേദിവസം രാവിലെ എഴുന്നേറ്റപ്പോഴേക്കും സമയം ഏകദേശം ഒൻപതു മണിയോടടുത്താകാറായിരുന്നു. തണുപ്പിന്റെ തീവ്രത കൂടുതലായിരുന്നതുകൊണ്ട് അതുവരെയും അണയാതെയിരുന്ന കുണ്ഡത്തിലെ തീയുടെ മുൻപിലിരുന്ന് ഞാൻ ചൂട് കാഞ്ഞു. അല്പം കഴിഞ്ഞപ്പോൾ ബാബുജിയെഴുന്നേറ്റ് അദ്ദേഹത്തിന് ചെയ്യേണ്ടിയിരുന്ന ജോലികൾ ഓരോന്ന് ചെയ്യാൻ തുടങ്ങി. അത് കണ്ട് ഞാനും അദ്ദേഹത്തെ സഹായിക്കാനായി അടുത്തുകൂടി. പിന്നീട് മുറ്റം അടിച്ചു വാരാനും തീയിടാൻ വേണ്ടി വിറകുകൾ ശേഖരിച്ച് കൊണ്ടുവരാനും ചൂടുപാനീയങ്ങൾ ഉണ്ടാക്കിക്കുടിക്കുവാനും ഞാനദ്ദേഹത്തെ സഹായിച്ചു.

പിന്നീട് അദ്ദേഹം ചെയ്യാനായി തുടങ്ങുന്ന ഓരോ ജോലിയിലും ഞാനദ്ദേഹത്തെ സഹായിച്ചുകൊണ്ടിരുന്നു. അങ്ങനെ ഞാനവിടെ അദ്ദേഹത്തിന്റെയൊരു ശിഷ്യനെപ്പോലെയായി മാറി. കുറച്ചു ദിവസങ്ങൾ കഴിഞ്ഞപ്പോൾ ബാബുജിയും മലയാളിവേരുള്ള ആളാണെന്ന് അറിയാൻ കഴിഞ്ഞു. എങ്കിലും സംസാരിക്കാൻ അറിയില്ലായിരുന്നു.

പിന്നീടുള്ള എന്റെ ഊണും ഉറക്കവും അവിടെത്തന്നെയായി. ദിവസവും രാവിലെ ഒൻപത് മണിയായാൽ കുണ്ഡത്തിൽ വിറക് കൂട്ടി തീയിടാൻ തുടങ്ങും. അതിനുമുൻപേ തന്നെ ചിലർ ചിലം വലിക്കാനായി അവിടെയെത്തുകയും ചെയ്യാറുണ്ടായിരുന്നു.

ആ കുണ്ഡത്തിലെ തീ ഒരുസമയത്തും അണഞ്ഞിരുന്നില്ല. പാതിരാത്രി കഴിഞ്ഞാൽ തീയുടെ തോത് കുറയുമെന്നു മാത്രം. ആൾക്കാർ വരുകയും പോവുകയും ചെയ്തുകൊണ്ടിരുന്നാലും പത്ത് പന്ത്രണ്ടോളം

പേർ എപ്പോഴുമവിടെ ഉണ്ടായിരിക്കും. ചിലർ പിറ്റേദിവസമായിരിക്കും പോകുക.

അവിടെ വരുന്നവർക്ക് ചിലം നിറച്ച് കത്തിച്ചു കൊടുക്കേണ്ട ജോലി ഞാനും ബാബുജിയും മാറിമാറി ഏറ്റെടുത്തു. ഇരുവർക്കും സ്വയം ആഹാരം പാകം ചെയ്ത് കഴിക്കാനല്ലാതെ കച്ചവട ഉദ്ദേശ്യം വച്ച് മറ്റുള്ളവർക്ക് ഉണ്ടാക്കിക്കൊടുക്കുകയില്ലായിരുന്നു. വരുന്നവരിൽ ചിലർ ഞങ്ങൾക്കുവേണ്ടി ചെറിയ രീതിയിലുള്ള ആഹാരം കൊണ്ടുവരിക യും ചെയ്തിരുന്നു.

അങ്ങനെ അവിടെ വരുന്ന ഹിപ്പികൾക്കൊപ്പം സദാസമയവും ചെസ്, ബാക്ഗൈമൻ എന്നിവ കളിച്ചും സൊള്ള പറഞ്ഞ് ചിരിച്ചും ചിലം വലിച്ചും ആ വനത്തിനുള്ളിൽ ഞാൻ ജീവിതം തള്ളിനീക്കി. പുറംലോകവുമായി വലിയ ബന്ധമൊന്നുമുണ്ടായിരുന്നില്ല. ബാബുജി യുടെ നിർദ്ദേശപ്രകാരം അത്യാവശ്യസാധനങ്ങളെന്തെങ്കിലും വാങ്ങാൻ വേണ്ടി പ്രധാന നഗരഭാഗത്ത് പോകുമായിരുന്നു എന്നു മാത്രം.

ഡബ്രയുമായുള്ള എഴുത്തിടപാടുകൾ പോലും വലിയ ഹോട്ടലിൽ നിന്നും ജോലി വിട്ടപ്പോൾത്തന്നെ നിലച്ചുപോയിരുന്നു. അങ്ങനെ രണ്ട് മൂന്ന് മാസംത്തോളംകാലം ഞാനവിടെ ചിലവഴിച്ച് കഴിഞ്ഞപ്പോഴക്കും ശൈത്യകാലം തുടങ്ങാറായി. അപ്പോഴേക്കും പുറംസമൂഹത്തിനൊപ്പം പൊരുത്തപ്പെട്ടുപോകുവാൻ കഴിയാത്തവിധം ഞാനാകെ മാറിപ്പോയി രുന്നു. താടിയും മുടിയും നഖങ്ങളുമെല്ലാം നീണ്ടു വളർന്നു ശരീര ത്തിൽ നിന്ന് ഊരാത്ത തുണികൾ പോലും അഴുക്കുപിടിച്ച് നാറിയും കണ്ടാൽ ഞാനുമൊരു ഹിപ്പിയാണെന്ന വിധത്തിലുമായി.

ഒപ്പം ദുഃഖം, നിരാശ, ദേഷ്യം ആരോടൊക്കെയോ പക എന്നിവ യെല്ലാം മനസ്സിൽ അടിഞ്ഞുകൂടി. അതെന്റെ സംസാരത്തിലും നോട്ട ത്തിലും ഭാവത്തിലുമെല്ലാം പ്രകടമായിരുന്നു അവസാനം എല്ലാം മടു ക്കുന്നതുപോലെ എനിക്ക് തോന്നി.

ഇനിയും കൂടുതൽ ദിവസം ഇവിടെ നില്ക്കാൻ കഴിയില്ല. മറ്റെവി ടേക്കെങ്കിലും പുറപ്പെട്ടു പൊയ്ക്കളയാം. പക്ഷേ എവിടേക്ക് പോണ മെങ്കിലും കൈയിൽ കാശ് വേണമല്ലോ. കയ്യിൽ കാശില്ലാതെ എവി ടേക്കാണ് പോകേണ്ടതെന്നെങ്ങനെയാണ് തീരുമാനിക്കുക. പോരാ ഞ്ഞിട്ട് സീസണും അവസാനിക്കാറായിരിക്കുന്നു. ഇവിടെ നിന്ന് പോകാ നെങ്ങനെയെങ്കിലും പൈസ കണ്ടെത്തണം. അതിനെന്താണ് മാർഗ മെന്നലോചിച്ചപ്പോൾ മാർഗമായി കണ്ടെത്തിയ വഴി മോഷണം ചെയ്തിട്ടോ ആവശ്യമെങ്കിൽ കൊന്നിട്ടോ കണ്ടെത്താം എന്നായിരുന്നു.

പിന്നീടുള്ള എന്റെ ആലോചനയെല്ലാം എവിടെ നിന്ന് മോഷ്ടി ക്കാമെന്നായി. ബാബുജിയുടെ വഞ്ചിക്കുറ്റിയുടച്ചാൽ കാര്യമായൊന്നും

ലഭിക്കുകയില്ല. പുറത്തുനിന്നും സ്റ്റഫ് വാങ്ങിക്കാനും കഷ്ടിച്ച് ആഹാരത്തിനുള്ളതും മാത്രമേ അതിലുണ്ടായിരിക്കുകയുള്ളൂ. അങ്ങനെ ആലോചിച്ചു വന്നപ്പോൾ അതിനേറ്റവും പറ്റിയ സ്ഥലം ജോണീസ് പ്ലേസ് തന്നെയാണെന്ന് എനിക്ക് തോന്നി.

അവിടെ കച്ചവടം ചെയ്യുന്ന കാശ് രാവിലെ ജോണി വരുമ്പോൾ മാത്രമേ എടുക്കാറുള്ളൂവെന്നും കല്ലായുടെ താക്കോൽ അതിലൊരു ഡ്രോയിലാണ് സൂക്ഷിക്കാറുള്ളതെന്നും എനിക്കറിയാമായിരുന്നു. അങ്ങനെ ജോണീസ് പ്ലേസിൽ പോയി കാശ് കക്കാൻ ഞാൻ തീരുമാനിച്ചു.

ഗണേശും മനുവുമടക്കം മൂന്നുനാലു പേർ അവിടെത്തന്നെ കിടന്നുറങ്ങാറുണ്ട്. കക്കുന്നതിനിടയിൽ ഞാൻ പിടിക്കപ്പെട്ടാൽ കായികമായി അവരെ എതിർത്ത് തോൽപ്പിച്ചുകൊണ്ട് അവിടെനിന്ന് രക്ഷപ്പെടണം. അതിനുവേണ്ടി ഒരു കത്തി കയ്യിൽ കരുതണം. ആവശ്യമെങ്കിൽ പിടിക്കാൻ വരുന്നവർക്ക് നേർക്ക് അത് പ്രയോഗിച്ചു രക്ഷപ്പെടാം എന്നിങ്ങനെയൊക്കെ ആലോചിച്ചതിനു ശേഷം ഞാൻ നല്ലൊരു ബട്ടൺ കത്തി വാങ്ങി കയ്യിൽ കരുതി.

കവർച്ചയ്ക്ക് മുന്നോടിയായി ഒന്ന് രണ്ട് ദിവസം കത്തി ഫയറ്റിപ്പടിച്ച് കായികമായി പരിശീലനത്തിലേർപ്പെട്ടു. അങ്ങനെ രണ്ടുമൂന്നു ദിവസം കഴിഞ്ഞപ്പോൾ ഞാൻ കക്കാൻ തയ്യാറെടുത്തുകൊണ്ട് രാത്രി പന്ത്രണ്ട് മണിയോടടുത്ത് ജോണീസ് പ്ലേസ് ലക്ഷ്യമാക്കി നടന്നു.

അവിടെയെത്തിയപ്പോൾ ബോൺഫയർ പാർട്ടി ഏകദേശം അവസാനിക്കാറായിരിക്കുന്നു എന്ന് മനസ്സിലാക്കി ഉള്ളവരെല്ലാം അവിടെ നിന്നും പോകട്ടെ എന്ന് കരുതി ഞാൻ ഒളിഞ്ഞ് കാത്തുനിന്നു. ഏകദേശം ഒരു മണിക്കൂർ കഴിഞ്ഞപ്പോൾ ആൾക്കാർ ഒഴിഞ്ഞുപോവുകയും ലൈറ്റുകളെല്ലാം അണഞ്ഞ് റസ്റ്റോറണ്ട് നിശ്ചലമാവുകയും ചെയ്തു.

വീണ്ടും തക്കസമയത്തിന് വേണ്ടി ഒരു മണിക്കൂറോളം കാത്തു നിന്നതിനുശേഷം അടുത്താരുംതന്നെയില്ലെന്ന് നോക്കി ഉറപ്പ് വരുത്തിക്കൊണ്ട് പതുക്കെ റസ്റ്റോറന്റിലേക്ക് നടന്ന് പൂട്ടാതെയിട്ടിരുന്ന വാതിൽ പതുക്കെ തള്ളിത്തുറന്ന് അകത്തുകയറി. അപ്പോഴവിടെ മൂന്നുനാലു പേർ കിടന്നുറങ്ങുന്നുണ്ടെന്ന് അരണ്ട വെളിച്ചത്തിലെനിക്ക് കാണാൻ കഴിഞ്ഞു. ഞാനകത്ത് കടന്നതും ആ കിടന്നുറങ്ങിക്കൊണ്ടിരുന്നവരിലൊരാൾ തലയുയർത്തി നോക്കുന്നത് കണ്ടു. പെട്ടെന്ന് ഞാൻ ഉറങ്ങുന്നതുപോലെ നടിച്ച് നിലത്ത് കിടന്നു. ആ കിടപ്പ് വീണ്ടും ഏകദേശം ഒരു മണിക്കൂറോളം സമയം തുടർന്നു.

വീണ്ടും പതുക്കെ തലയുയർത്തി നോക്കിയപ്പോൾ എല്ലാവരും ഉറങ്ങിക്കഴിഞ്ഞെന്ന് എനിക്ക് ബോധ്യപ്പെട്ടു. അപ്പോൾ ഞാൻ കുനിഞ്ഞ് കല്ലാപ്പെട്ടി ലക്ഷ്യമാക്കി നടന്ന് അതിന്റെ ഏത് ഡ്രോയാണ് തുറന്നിരിക്കുന്നതെന്നറിയാൻ വേണ്ടി ഓരോന്നും വലിച്ചു നോക്കി. അപ്പോൾ

അതിലൊന്ന് തുറന്നുവന്നു. അതിനകത്ത് താക്കോലിന് വേണ്ടി പരതി നോക്കിയപ്പോൾ വിചാരിച്ചതുപോലെ തന്നെ ഒരുകുത്ത് താക്കോൽ കയ്യിൽ തടഞ്ഞു.

ഞാനതെടുത്ത് ഓരോ താക്കോലും കാശ് ഉള്ളതെന്ന് കരുതുന്നതിൽ തിരുകിക്കയറ്റി തുറക്കാൻ ശ്രമിച്ചു മൂന്നാമത്തെ ശ്രമത്തിൽ ഞാനത് തുറന്നു. ഡ്രോയർ തുറന്ന ഞാൻ അതിൽ അടുക്കിക്കെട്ടി വച്ചിരുന്ന പൈസയെടുത്ത് ഇട്ടിരുന്ന ജീൻസിന്റെ പോക്കറ്റിൽ തിരുകിക്കയറ്റി പൈസയുടെ തൊട്ടടുത്ത് വച്ചിരുന്ന സ്റ്റഫുകളിൽ നിന്നും ഒരുപിടി അള്ളി കയ്യിൽ വഹിച്ചുകൊണ്ട് പഴയതുപോലെ ഡ്രോയർ പൂട്ടി താക്കോൽ യഥാസ്ഥാനത്ത് വച്ചതിനുശേഷം ഞാനവിടെ നിന്നും പതുക്കെ പുറത്തിറങ്ങി നടന്നു. നടക്കുന്നതിനിടയിൽ കയ്യിൽ കിട്ടിയ സ്റ്റഫ് സോക്സിലേക്ക് തിരുകിക്കയറ്റിവച്ചശേഷം കട്ടെടുത്ത പൈസ എത്രയുണ്ടെന്ന് ആവേശത്തോടെ എണ്ണിനോക്കി. അപ്പോഴതിൽ ഏകദേശം മൂവായിരത്തോളം രൂപയുണ്ടായിരുന്നു. വലിയ ഒരു തുകയാണല്ലോ കിട്ടിയത് എന്നോർത്തപ്പോൾ മനസ്സിൽ സന്തോഷം തോന്നി. ഏതായാലും ആവശ്യത്തിന് രൂപയുണ്ട്. ഇന്നുതന്നെ ഇതുകൊണ്ട് എവിടേക്കെങ്കിലും പുറപ്പെടണം എന്ന് മനസ്സിൽ കരുതിക്കൊണ്ട് ബംബോലെ ലക്ഷ്യമാക്കി നടന്ന് സ്ലീപ്പിങ് ബാഗിനുള്ളിൽ കയറിക്കൂടി കിടന്നു.

പതിവുപോലെ രാവിലെ എഴുന്നേറ്റ ഞാൻ രാത്രിയിൽ യാതൊന്നും സംഭവിച്ചില്ലെന്നമട്ടിൽ ഞാനെന്റെ പ്രവർത്തനത്തിൽ മുഴുകി. സമയം ഏകദേശം പത്ത് മണിയോടടുത്തപ്പോൾ അവസാനത്തെ ചിലം വലിച്ചുകൊണ്ട് പുറപ്പെടാം എന്ന് നിനച്ച് പുറത്ത് പോയാലും വലിക്കാൻ വേണ്ടി എപ്പോഴും കയ്യിൽ കരുതാറുള്ള പുകയില പായ്ക്കറ്റും റോളിങ്ങ് പേപ്പറും ലൈറ്ററും ഭദ്രമായി പോക്കറ്റിൽ തിരുകിക്കയറ്റിവച്ചുകൊണ്ട് ചിലം ഒരുക്കാൻ തുടങ്ങി. അപ്പോഴതാ രണ്ടുമൂന്നു പേർ ബംബോലെ ലക്ഷ്യമാക്കി നടന്നു വന്നുകൊണ്ടിരിക്കുന്നു.

നടന്നടുത്ത് വന്നുകൊണ്ടിരിക്കുന്നവരെ ഞാൻ സൂക്ഷിച്ചുനോക്കിയപ്പോൾ അത് ജോണിയും ഗണേശും മറ്റൊരു ആളുമാണെന്ന് മനസ്സിലാക്കി. എന്തിനാണ് അവർ ഇവിടെ വരുന്നത്?

ഞാനാണ് അവിടെനിന്നും സ്റ്റഫും രൂപയും അപഹരിച്ചിരിക്കുന്നതെന്ന് ജോണിക്ക് മനസ്സിലായിക്കാണുമോ? എന്നോർത്തപ്പോൾ എന്റെ ഉള്ളൊന്ന് പാളി. എങ്കിലും ധൈര്യം സംഭരിച്ച് ഒന്നും അറിയാത്തവനെപ്പോലെ ഞാൻ ഇരിപ്പ് തുടർന്നു.

കൂടെ കൊണ്ടുവന്നവരെ അല്പം അകലെ മാറ്റി നിർത്തിയശേഷം ജോണി എന്റെ അരികിൽ സമീപിച്ചിട്ട് പറഞ്ഞു:

''ബാബു ഇങ്ങോട്ടൊന്നു വരൂ. നമ്മൾക്ക് കുറച്ച് സംസാരിക്കാനുണ്ട്.''

ഇത് കേട്ട് ഞാൻ ഒന്നും അറിയാത്തവനെപ്പോലെ ജോണിയോട്, ''എന്തൊക്കെയുണ്ട് ജോണി വിശേഷം? എന്താണ് എന്നോട് സംസാരിക്കാനുള്ളത്?''

''നീയെന്റെ റസ്റ്റോറന്റിൽ വന്നിട്ട് പോയത് ആർക്കും അറിയില്ലെന്ന് കരുതിയോ? എന്നോട് സഹകരിച്ചാൽ നമ്മൾക്ക് കാര്യം രമ്യമായി പരിഹരിക്കാം. അല്ലാത്തപക്ഷം എനിക്ക് ബലം പ്രയോഗിക്കേണ്ടിവരും. പിന്നെ ഇവിടെ ഇരിക്കുന്നവർക്ക് അത് അലസോരമാകുകയും ചെയ്യും.''

ഞാനാണ് കാശും സ്റ്റഫും കട്ടെടുത്തിരിക്കുന്നതെന്ന് ജോണി എങ്ങനെയോ മനസ്സിലാക്കിയിരിക്കുന്നു. എന്തുതന്നെയായാലും സമ്മതിച്ചു കൊടുക്കാൻ പാടില്ല എന്ന് ഞാൻ മനസ്സിൽക്കരുതിക്കൊണ്ട് എണീറ്റ് ജോണിയുടെ പിന്നാലെ നടന്നു.

ദൂരെ മാറി നിന്നിരുന്ന മറ്റ് രണ്ടുപേരുടെ അടുത്തേക്ക് എന്നെ ആനയിച്ചുകൊണ്ട് ജോണി: ''നീ ഇന്നലെ രാത്രി എന്റെ റസ്റ്റോറന്റിൽ വന്നിരുന്നോ?''

''ഇല്ല.''

നീ കള്ളം പറയരുത്. നീ അവിടെ രാത്രിയിൽ വന്നിരുന്നത് ദേണ്ടെ ഗണേശ് കണ്ടതാണ് എന്ന് പറഞ്ഞുകൊണ്ട് അടുത്തു നിന്നിരുന്ന ഗണേഷിനെ ജോണി ചൂണ്ടിക്കാണിച്ചു.

അപ്പോൾ ഗണേശ്: ''നീയാണ് റസ്റ്റോറന്റിൽ വന്നതെന്ന് അറിഞ്ഞു കൊണ്ടാ ഞാൻ കാര്യമായി എടുക്കാഞ്ഞത്. നീ വന്ന് കിടക്കുന്നത് കണ്ടപ്പോൾ ഉറങ്ങാൻ വന്നതായിരിക്കാമെന്നാണ് ഞാൻ ധരിച്ചത്. നീ ഇങ്ങനെയൊക്കെ ചെയ്യുമെന്ന് ഞാനറിഞ്ഞില്ല.''

ജോണി: ''നീയെന്താണ് വിചാരിച്ചത് നിന്നെ കണ്ടാൽ ആർക്കും മനസ്സിലാകില്ലെന്ന് കരുതിയോ? നീ ഇവിടെയാണെന്ന് എനിക്ക് നേരത്തേ അറിയാമായിരുന്നു. നിന്നോടുള്ള സ്നേഹം കൊണ്ട് പറയുകയാണ് നീയെടുത്ത കാശും സ്റ്റഫും എനിക്കിപ്പോൾ തന്നെ തിരിച്ചു കിട്ടണം.''

''നീ എന്താണ് പറയുന്നതെന്ന് എനിക്ക് മനസ്സിലാകുന്നില്ല. ഞാനവിടെ വന്നിട്ടുമില്ല. നിന്റെ യാതൊന്നും എടുത്തിട്ടുമില്ല.''

''നീയപ്പോൾ രണ്ടുംകൽപ്പിച്ചിരിക്കുകയാണ് അല്ലേ? നീ തന്നില്ലെങ്കിൽ എനിക്കെടുക്കാനറിയാം'' എന്നുപറഞ്ഞുകൊണ്ട് ജോണി എന്നെ ബലമായി പിടിക്കാനാഞ്ഞു.

ഉടനെ കൂടെയുണ്ടായിരുന്ന മറ്റ് രണ്ടുപേർ കൂടി ജോണിയോടൊപ്പം ചേർന്ന് എന്നെ ബലമായിപ്പിടിച്ചു നിർത്തിക്കൊണ്ട് പോക്കറ്റിൽ നിന്നും

പൈസ ബലമായി എടുക്കാനായി ശ്രമിച്ചു. അവർ എന്താണ് ചെയ്യാൻ ഉദ്ദേശിക്കുന്നതെന്ന് മനസ്സിലാക്കിയ ഞാൻ വിട്ടുകൊടുക്കാൻ ഉദ്ദേശ്യമില്ലായിരുന്നതുകൊണ്ട് കുതറിമാറി ശരീരത്തിൽ പിടിമുറുക്കാൻ തുടങ്ങിയവരെ തള്ളിമാറ്റി.

വീണ്ടും അവരെന്നെ പിടിക്കാനാഞ്ഞപ്പോൾ ഞാൻ പെട്ടെന്ന് പോക്കറ്റിൽ സൂക്ഷിച്ചുവച്ചിരുന്ന കത്തി പുറത്തെടുത്ത് ബട്ടനമർത്തി.

ഞൊടിയിടയിൽ അത് നിവർന്നു. ഇത് കണ്ടിട്ടും എന്നെ കീഴ്പ്പെടുത്താനായി അടുത്തുകൊണ്ടിരുന്ന ഒരുവന്റെ നേർക്ക് ഞാൻ കത്തി ആഞ്ഞുവീശി. അത് ഏറ്റ് അയാൾ ഇട്ടിരുന്ന ലെതർ ജാക്കറ്റ് കീറിക്കൊണ്ട് കൈത്തണ്ട മുറിച്ചു. ഉടനെ കൈത്തണ്ടയിൽ നിന്നും രക്തം ചീറ്റാൻ തുടങ്ങി. അതുകണ്ട് അമ്പരന്ന് നിന്ന ജോണിയുടെ ഷർട്ടിന്റെ കോളറിൽ ശക്തിയായി കുത്തിപ്പിടിച്ച് കത്തി കഴുത്തിൽ വച്ചുകൊണ്ട് ഞാൻ പറഞ്ഞു:

''ഇനി ആരെങ്കിലും എന്നെ പിടിക്കാൻ തുനിഞ്ഞാൽ നിന്റെ കഴുത്ത് ഞാൻ അറക്കും.'' ഇങ്ങനെ പറഞ്ഞു കൊണ്ട് ഞാനയാളെ ആഞ്ഞു തള്ളി. ആ തള്ളിന്റെ ശക്തിയിൽ പിറകോട്ട് ആഞ്ഞടിച്ചു വീണ ജോണിയുടെ തലയുടെ പിൻഭാഗത്ത് നിന്നും രക്തം പൊടിഞ്ഞു. ഇത് കണ്ടുകൊണ്ട് ഭയന്ന് മാറി നിന്നുകൊണ്ടിരുന്ന ഗണേഷിന്റെ നേർക്ക് കുത്താൻ പോകുന്ന വിധത്തിൽ ഭാവിച്ചു. ഉടനെ എല്ലാവരും ഭയന്ന് തിടുക്കത്തിൽ അവിടെനിന്ന് വന്നവഴി നടന്നകലാൻ തുടങ്ങി. ഞാൻ തിരിഞ്ഞുനോക്കിയപ്പോൾ ബാബുജിയടക്കം ബംബോലെയിലുണ്ടായിരുന്ന ആറേഴ് പേർ ഇതൊക്കെ കണ്ട് അന്ധാളിച്ചു നോക്കി നിൽക്കുന്നതാണ് കണ്ടത്.

പ്രശ്നം വളരെ സങ്കീർണ്ണമായിരിക്കുന്നു. ഇനി ജോണിയെന്നെ വെറുതെ വിടുമെന്ന് കരുതുന്നില്ല. പോരാഞ്ഞിട്ട് അയാൾക്കിവിടെ നല്ല പിടിപാടുമുണ്ട്. അതുകൊണ്ട് ഇവിടെ നിന്ന് നഗരഭാഗത്തേക്ക് പോയി അവിടെ നിന്ന് കിട്ടുന്ന വാഹനത്തിൽക്കയറി എത്രയും വേഗം പോയിമറയണം എന്ന് മനസ്സിൽ കണക്കുകൂട്ടി.

എനിക്ക് മുൻപേ പോയ ജോണിയും സംഘവും പോയി മറയട്ടെ. ഞാൻ നഗര ഹൃദയഭാഗത്തേക്കാണ് പോകുന്നതെന്ന് അവരറിഞ്ഞാൽ പ്രശ്നമാകും. അതുകൊണ്ട് അവർ കാണാത്തവിധം പതുക്കെ നടന്നു പോകാം എന്ന് കരുതി ഞാൻ നഗരഹൃദയഭാഗം ലക്ഷ്യംവെച്ച് ജാഗ്രതയോടെ നടക്കാൻ തുടങ്ങി.

അങ്ങനെ ഞാൻ പതുക്കെ വനത്തിൽ കൂടി നടന്ന് പ്രധാന റോഡിലേക്കെത്തറായപ്പോഴതാ ജോണിയും സംഘവും മൂന്നുനാല് പൊലീസുകാർക്കൊപ്പം എതിരെ നടന്നു വന്നുകൊണ്ടിരിക്കുന്നു. ഇത് കണ്ട

ഞാൻ എന്തു ചെയ്യണമെന്നറിയാതെ ഒരു നിമിഷം പതറിപ്പോയി നിന്നു. അപ്പോൾ എന്നെക്കണ്ട ജോണി കൂടെ വന്ന പൊലീസുകാർക്ക് എന്നെ ചൂണ്ടിക്കാണിച്ചു. ഉടനെ ആ മൂന്ന് പൊലീസുകാർ എന്നെ പിടിക്കാനെന്നവണ്ണം എന്റെ നേർക്ക് പാഞ്ഞു വരാൻ തുടങ്ങി. ഇത് കണ്ട് ഞാൻ അവർക്ക് പിടികൊടുക്കാൻ പാടില്ലെന്ന് കരുതി തിരിഞ്ഞോടി. എന്റെ പിറകെ ആ പൊലീസുകാരും. എങ്കിലും എന്റെ ഓട്ടത്തിന്റെ വേഗതയുടെ അടുത്തെങ്ങും അവർക്കെത്താനായില്ല.

അൽപ്പദൂര ഓട്ടത്തിന് ശേഷം ബംബോലെയുടെ അടുത്തെത്താറായപ്പോൾ ഞാൻ വഴിമാറി കാട്ടിനുള്ളിൽ കൂടി ഓട്ടം തുടർന്നു. ആ ഓട്ടം എന്നെ തടഞ്ഞു നിർത്തിയത് സിയാസ് നദിയായിരുന്നു. ഞാൻ തിരിഞ്ഞു നോക്കിയപ്പോൾ പതുക്കെയാണെങ്കിലും അവരെന്നെ പിന്തുടരുന്നുണ്ടെന്ന് മനസ്സിലാക്കി. ഈ നദിക്കക്കരെയെത്തിയാൽ അവർക്കെന്നെ പിടികൂടാനാവില്ല. അതുകൊണ്ട് ഈ നദിക്കക്കരെ കടക്കാം എന്ന് കരുതി ഞാൻ യാതൊന്നും ചിന്തിക്കാൻ നിൽക്കാതെ ഐസ് ഉരുകിവന്നുകൊണ്ടിരുന്ന സിയാസ് നദിയിലേക്കെടുത്തുചാടി. അതികഠിനമായ തണുത്ത വെള്ളത്തിൽ ഞാൻ ഒഴുക്കിനൊപ്പം നീന്തി അക്കരെ എത്താൻ പരിശ്രമിച്ചു.

നീന്തുന്നതിനിടയിൽ ശരീരത്തിന്റെ എല്ലാഭാഗവും പാറമേൽ ശക്തമായി ഇടിച്ചുരസിക്കൊണ്ടിരുന്നു. അവസാനം അല്പസമയത്തെ നീന്തലിനൊടുവിൽ കഷ്ടപ്പെട്ട് കരയ്ക്കണഞ്ഞു. ഐസ് വെള്ളത്തിൽ മുങ്ങിക്കുളിച്ച ഞാൻ തണുത്തു വിറച്ചെങ്കിലും രക്ഷപ്പെടാനുള്ള വെപ്രാളത്തിനിടയിൽ അതൊന്നും കാര്യമായെടുത്തില്ല. കരയ്ക്ക് കയറിയ ഞാൻ ഓടിക്കൊണ്ടുവന്ന ഭാഗത്തേക്ക് നോക്കിയപ്പോൾ പിറകെ ആരുമില്ലെന്ന് ബോധ്യപ്പെട്ടു

അപ്പോൾ രൂപയടക്കം എല്ലാം പോക്കറ്റിൽ ഭദ്രമായിത്തന്നെയുണ്ടല്ലോയെന്ന് തപ്പിനോക്കി ഉറപ്പുവരുത്തിയശേഷം ഉൾവനം ലക്ഷ്യമാക്കി നടന്നു. കുറച്ചു നേരത്തെ നടത്തത്തിനുനൊടുവിൽ ഒരു ചെറിയ പാറക്കൂട്ടം കാണാനിടയായി. ഇതാണ് ഒളിച്ചിരിക്കാൻ നല്ല സ്ഥലം. ഇവിടെയിരുന്ന് ഈ പകലും രാത്രിയും കഴിച്ചുകൂട്ടി അതിരാവിലെ നഗരത്തിലെത്തി അവിടെനിന്ന് ആദ്യത്തെ ബസ്സിൽ തന്നെ കയറി ആ ബസ്സ് എവിടേക്ക് പോകുന്നുവോ അവിടേക്ക് യാത്രയാകാമെന്ന് നിനച്ച് പാറക്കെട്ടിന്റെ ഒരറ്റത്ത് പുറത്തെല്ലാം കാണാവുന്നവിധത്തിലും എന്നെ ആർക്കും കാണാൻ കഴിയാത്തതുമായ സ്ഥലത്തിരുന്നുകൊണ്ട് സോക്സിനുള്ളിൽ കരുതിയിരുന്ന സ്റ്റഫ് എടുത്ത് അത് പുകയിലയ്ക്കൊപ്പം കൂട്ടിക്കുഴച്ച് റോളിംഗ് പേപ്പറിൽ ചുരുട്ടി കത്തിച്ച് വലിച്ചു.

ഒന്നിനുപിറകെ മറ്റൊന്നായി ഞാനത് തെറുത്ത് വലിച്ചുകൊണ്ടിരുന്നു. അൽപസമയം കഴിഞ്ഞപ്പോൾ വന്യജീവികൾ അലറിക്കരയുന്ന ശബ്ദത്തോട് പരിസരം എന്നെ ചുറ്റിക്കറങ്ങുന്നതുപോലെ തോന്നി.

പതുക്കെ വെളിച്ചവും ആ ചുറ്റിക്കറങ്ങികൊണ്ടിരുന്ന വനവുമെല്ലാം എന്റെ കൺമുന്നിൽ നിന്നും മറഞ്ഞകന്നു. പിന്നീട് അതികഠിനമായ തണുപ്പ് ശരീരത്തിലേറ്റ് തണുത്തുവിറച്ചപ്പോഴാണ് കണ്ണ് തുറന്നത്. നോക്കിയപ്പോൾ പരിസരമെല്ലാം ഇരുട്ടായിക്കഴിഞ്ഞിരുന്നു. സ്ഥാനം തെറ്റിക്കിടന്ന പുകയില പാക്കറ്റുകളും ലൈറ്ററുമെല്ലാം തപ്പിപ്പെറുക്കിയെടുത്ത് വീണ്ടും ഞാനത് തെറുത്ത് വലിച്ചു.

അപ്പോഴും കൺമുന്നിൽ നിന്ന് പരിസരം മാഞ്ഞു പോകാൻ തുടങ്ങി. വീണ്ടും ശരീരത്തിൽ അസഹ്യമായ തണുപ്പനുഭവപ്പെട്ടപ്പോഴാണ് ഞാൻ കണ്ണ് തുറന്ന് നോക്കിയത്. അപ്പോൾ നേരം വെളുക്കാൻ തുടങ്ങിയിരിക്കുന്നെന്നറിഞ്ഞു. ആ സമയം അണിഞ്ഞിരുന്ന തുണിയുടെ പകുതിയോളം ഉണങ്ങിയിട്ടുണ്ടായിരുന്നു.

ഏതായാലും നേരം വെളുക്കാറായല്ലോ. എത്രയും വേഗം ഇവിടെ നിന്നും പുറപ്പെടാം എന്ന് നിനച്ച് ഞാൻ ഒന്നുകൂടി തെറുത്ത് വലിച്ചുകൊണ്ട് നദിക്കക്കരെ എങ്ങനെ നനയാതെ കടക്കാം എന്നമ്പേഷിച്ച് കുറച്ചു ദൂരം നദിയോരത്തുകൂടി നടന്നു.

അല്പം നടന്നപ്പോൾ ഇടുങ്ങിയൊഴുകുന്ന നദിസ്ഥലത്ത് അപ്പുറം കടക്കാനായി വലിയ രണ്ട് മരങ്ങൾ കുറുകെ വച്ചിരിക്കുന്നത് കണ്ടു. അതിലൂടെ അക്കരെ കടന്ന് ബംബോലയും മറികടന്ന് ഞാൻ അര ക്കിലോമീറ്റർ മാത്രം ദൂരമുള്ള നഗരഹൃദയഭാഗത്തുള്ള ബസ്സ്റ്റാൻഡിലേക്ക് നടന്നു.

നടക്കുന്നതിനിടെ ജോണിയുടെ സംഘത്തെയോ പൊലീസുകാരെയോ കാണാനിടയായാൽ പെട്ടെന്ന് രക്ഷപ്പെടണമെന്ന് നിനച്ച് ചുറ്റും വീക്ഷിച്ചുകൊണ്ട് കരുതലോടെയായിരുന്നു നടന്നത്.

അങ്ങനെ ബസ് സ്റ്റാൻഡിലെത്തിയപ്പോഴവിടെ പുറപ്പെടാനായി സ്റ്റാർട്ട് ചെയ്തു നിറുത്തിയിരുന്ന ഒരു ബസ് നിൽക്കുന്നത് കണ്ടു. അതിനകത്ത് അപ്പോൾ പകുതിയോളം യാത്രക്കാരും ഇരിപ്പുണ്ടായിരുന്നു. ഞാനുടനെ ആ ബസ്സിൽ ചാടിക്കയറിയിരുന്നു. സമയം രാവിലെ ആറ് മണിയോടടുത്തേ ആകാറായിരുന്നുള്ളൂ. ബസ്സിനുള്ളിലിരുന്ന എന്റെ മനസ്സിൽ എത്രയും വേഗം ബസ് ഇവിടെനിന്നും പുറപ്പെട്ടാൽ മതി എന്നായിരുന്നു.

വിചാരിച്ചതുപോലെതന്നെ അൽപസമയത്തിനകം ബസ് പുറപ്പെടാനായി അവിടെനിന്നും മുന്നോട്ട് നീങ്ങി. ഏകദേശം അൻപത് മീറ്ററോളം അത് മുന്നോട്ട് നീങ്ങിയപ്പോൾ പെട്ടെന്നാണ് ബസ് ബ്രേക്കിട്ട് നിറുത്തിയത്. നിർത്തിയ ഉടനെ അതിന്റെ മുൻവാതിൽ കൂടിയും പിൻവാതിലിൽ കൂടിയും ഈരണ്ട് പൊലീസുകാർ വീതം എന്റെ അരികിലേക്ക് പാഞ്ഞടുത്തുവന്ന് അനങ്ങാൻ കഴിയാത്തവിധം എന്നെ പിടിമുറുക്കി.

ഞൊടിയിടയിലിത് സംഭവിച്ചതുകൊണ്ട് ഇരിപ്പിടത്തിൽ നിന്നെ നിക്ക് എണീക്കാൻ പോലും സാധിച്ചില്ല. ബലമായി പിടിമുറുക്കിക്കൊണ്ട് അവർ എന്നെ ബസ്സിൽനിന്ന് ഇറക്കിയശേഷം ടെൻസിന്റെ റസ്റ്റോറന്റിന്റെ മുന്നിൽ നിർത്തിയിട്ടിരുന്ന പൊലീസ് ജീപ്പിനകത്തേക്ക് ഉന്തിത്തള്ളി. ഇതുകണ്ട് ആൾക്കാർ അതിശയത്തോടെ റോഡിനിരുവശത്തും നോക്കി നിൽപ്പുണ്ടായിരുന്നു. പൊലീസ് ജീപ്പ് എന്നെയും കൊണ്ട് സ്റ്റേഷനി ലേക്ക് പുറപ്പെട്ടു. പത്ത് മിനിറ്റിനുള്ളിൽത്തന്നെ സ്റ്റേഷനിൽ എത്തി ച്ചേരുകയും ചെയ്തു.

ആ സ്റ്റേഷന്റെ അകത്തുണ്ടായിരുന്ന മൂന്നുനാല് ഇരുമ്പഴി മുറികളി ലൊന്നിൽ എന്നെ കയറ്റി. ഒപ്പം അകത്തുകടന്ന അവർ എന്റെ പോക്ക റ്റിലുള്ളതെല്ലാം പുറത്തെടുത്ത് ടേബിളിൽ മേൽ വയ്ക്കാനാവശ്യപ്പെട്ടു. അപ്പോൾ ഞാൻ പോക്കറ്റിൽ സൂക്ഷിച്ചിരുന്ന ബട്ടൺകത്തിയും പകുതി യിലേറെയും നനഞ്ഞിരുന്ന പൈസയും പുകയില പാക്കറ്റുമെല്ലാം പുറത്തെടുത്തു വച്ചു.

അവസാനം പൊലീസുകാർ വക എന്നെ പരിശോധിച്ചപ്പോൾ സോക്സിനകത്ത് സൂക്ഷിച്ചു വച്ചിട്ടുണ്ടായിരുന്ന രണ്ട് മൂന്ന് പായ്ക്കറ്റ് സ്റ്റഫും പുറത്തെടുക്കുകയുണ്ടായി.

ആ സമയം ഇൻസ്പെക്ടറെന്ന് തോന്നിക്കുന്ന വിധം യൂണിഫോം ധരിച്ചിരുന്നയാൾ അവിടെയെത്തി. അപ്പോൾ ടേബിളിന് മുകളിൽ നിരത്തിവച്ചിരുന്ന സാധനങ്ങൾ കൂടെ നിന്നിരുന്ന പൊലീസുകാർ അദ്ദേഹത്തിന് കാണിച്ചുകൊടുത്തു.

ഇത് കണ്ട അയാൾ ഷൂസിട്ട കാലുകൊണ്ട് എന്റെ വയറ്റിൽ ആഞ്ഞു ചവിട്ടി. അതിന്റെ ശക്തിയാൽ ഞാൻ പിറകോട്ടാഞ്ഞ് ഭിത്തിയിലിടിച്ചു നിന്നു. വീണ്ടും അയാൾ എന്റെ മുഖത്തും ശരീരത്തുമെല്ലാം മുഷ്ടി ചുരുട്ടി ഇടിക്കാൻ തുടങ്ങി. അരമണിക്കൂറോളം അയാൾ എന്നെ മർദ്ദിച്ചു കൊണ്ടിരുന്നിട്ടും വലിയ വേദനയൊന്നും എനിക്കനുഭവപ്പെടുന്നില്ലെന്ന് അയാൾക്ക് തോന്നിയതുകൊണ്ട് എന്റെ നീളമുള്ള മുടി കുത്തിപ്പിടിച്ച് തല ചുവരിൽ ചേർത്തുവച്ചിടിച്ചു.

അത്തരത്തിൽ നാലഞ്ചു പ്രാവശ്യം തലചുവരിൽ വച്ചിടിച്ചുകൊണ്ടി രുന്നപ്പോൾ അതിലൊരു പൊലീസുകാരൻ ഇൻസ്പെക്ടറോട് വേണ്ട സാർ. ഇനി അങ്ങനെ ചെയ്യേണ്ട. ചത്തുപോകില്ലേ എന്നു ചോദിച്ചു.

അപ്പോൾ ഇൻസ്പെക്ടർ; ''നോക്കടാ ഇവന്റെ ശരീരം കല്ലു പോലെയിരിക്കുന്നു. ഇത്രയൊക്കെ ചെയ്തിട്ടും ഇവന് വേദനയൊന്നും തോന്നുന്നില്ല. എന്റെ കയ്യാണ് വേദനിക്കുന്നത്.''

ഇങ്ങനെ പറഞ്ഞുകൊണ്ട് വീണ്ടും അയാൾ എന്നെ കൈകൊണ്ട് സകലശക്തിയോടെയും മർദ്ദിക്കാൻ തുടങ്ങി. അപ്പോൾ ആ പൊലീസുകാരൻ

എന്നെ ഉപദ്രവിക്കുന്നതിൽ നിന്നും അദ്ദേഹത്തെ തടയാനെന്ന രീതിയിൽ വേണ്ട സാർ, മതി എന്ന് പറഞ്ഞുകൊണ്ട് ഇൻസ്പെക്ടറെ തടയാൻ ശ്രമിച്ചു.

അപ്പോൾ എന്നെ മർദ്ദിക്കുന്നതിൽ നിന്ന് പിന്തിരിഞ്ഞ ഇൻസ്പെക്ടർ അവിടെനിന്നിരുന്ന മറ്റു പൊലീസുകാരോട് എന്തോ ആംഗ്യം കാണിച്ചുകൊണ്ട് കടന്ന് പോയി.

ഇൻസ്പെക്ടർ പൊയ്ക്കഴിഞ്ഞപ്പോൾ അവിടെയുണ്ടായിരുന്ന പൊലീസുകാർ എന്നെ വിവസ്ത്രനാക്കി നീളമുള്ള വലിയ കയർ കൊണ്ടുവന്ന് കൈകൾ പിറകിൽ കൂട്ടിച്ചേർത്ത് വച്ച് കെട്ടിയശേഷം ആ കയറിന്റെയറ്റം ഉത്തരത്തിലൂടെ കയറ്റിയിറക്കി, കയർ കഴിയാവുന്നത്ര വലിച്ചുമുറുക്കി ജനലിന്റെ കമ്പിയിൽ കെട്ടിവച്ചു. പിറകിൽ നിന്നും കൈകൾ പൊങ്ങി തലകുനിഞ്ഞ് അടിതെറ്റാറായി നിന്ന എന്നെ അതേപടി കെട്ടിനിറുത്തിയ ശേഷം പൊലീസുകാരെല്ലാവരും അവിടെ നിന്നും പോയി. മറഞ്ഞു അടിതെറ്റിയാൽ കൈകൾ രണ്ടും ഒടിഞ്ഞു തൂങ്ങുമെന്നവിധത്തിൽ നിന്ന ഞാൻ, അനങ്ങാൻ കഴിയാതെ വേദനകൊണ്ടു പുളഞ്ഞു. ഏതോ ഒരു മൃഗത്തെ കെട്ടിയിട്ടിരിക്കുന്നു ഒന്ന് കണ്ടുകളയാം എന്ന പോലെ ഇടയ്ക്കിടയ്ക്ക് ഓരോ പൊലീസുകാർ എന്നെ വന്നെത്തി നോക്കിക്കൊണ്ടിരിക്കുന്നുണ്ടായിരുന്നു.

വൈകുന്നേരത്തോടടുത്തപ്പോഴാണ് തടസ്സം പിടിക്കാൻനിന്ന പൊലീസുകാരൻ ആ സെല്ലിനകത്ത് വന്ന് കയറിന്റെ കെട്ടഴിച്ചത്. അപ്പോഴേക്കും കൈകൾ രണ്ടും പൊക്കാൻ കഴിയാത്ത അവസ്ഥയിലായിപ്പോയിരുന്നു.

വസ്ത്രം ധരിച്ചുകൊള്ളൂ എന്നു പറഞ്ഞുകൊണ്ട് പുറത്തുനിന്നും സെൽ പൂട്ടിക്കൊണ്ടുപോയ അയാൾ പിന്നീട് അരമണിക്കൂർ കഴിഞ്ഞപ്പോൾ കയ്യിൽ ആഹാരവും ഏന്തിക്കൊണ്ടായിരുന്നു വന്നത്.

ഇതാ കഴിച്ചോളൂ എന്ന് പറഞ്ഞുകൊണ്ട് കൊണ്ടുവന്ന ആഹാരം എന്റെ കയ്യിൽ തന്നതിനുശേഷം എന്നോട്;

''തന്റെ പേര് ബാബു എന്നാണല്ലേ?''

''അതെ.''

''താൻ ടെൻസിന്റെ ഹോട്ടലിൽ ജോലി ചെയ്തിരുന്നോ?''

''ചെയ്തിട്ടുണ്ട്.''

''ഞാനിടയ്ക്ക് ഒന്ന് രണ്ട് പ്രാവശ്യം ടെൻസിനെ കാണാനായി അവിടെ വന്നപ്പോൾ തന്നെ ഞാനവിടെ കണ്ടിരുന്നു. ടെൻസിൻ എന്നോട് തന്നെപ്പറ്റി പറഞ്ഞിരുന്നു. ഞാൻ സസ്പെൻഷനിലായിരുന്ന ഒരു വർഷത്തോളം കാലം അവിടെയായിരുന്നു ജോലി ചെയ്തിരുന്നത്. താങ്കളുടെ നാടെവിടെയാണ്?''

''എനിക്കോർമ്മയില്ല.''

''താങ്കളുടെ മാതാപിതാക്കളോ?''

''എനിക്കാരുമില്ല. ഞാൻ അനാഥനാണ്.''

''താനെന്തിനാണ് ജോണീസ് പ്ലേസിൽ നിന്നും കട്ടത്? പോരാതെ രമ്യമായി പരിഹരിക്കാൻ വന്നയാളെ കത്തികൊണ്ട് കുത്തുകയും ചെയ്തത്?''

ഞാൻ ഉത്തരംമുട്ടി തലകുനിച്ചിരുന്നു.

അൽപനേരം എന്നെ നോക്കിക്കൊണ്ട് മൗനത്തോടെ നിന്ന അദ്ദേഹം ഞങ്ങളുടെ സാർ പതിവിലധികം കുടിച്ചിട്ടുണ്ടായിരുന്നു. ഞാനുള്ളതു കൊണ്ടാണ് തന്നെ കൂടുതലുപദ്രവിക്കാനനുവദിക്കാതിരുന്നത്. അല്ലായിരുന്നുവെങ്കിൽ എല്ലാവരും കൂടി തന്നെ കൊല്ലാതെ കൊല്ലുമായിരുന്നു എന്നും പറഞ്ഞു.

ഇങ്ങനെ പറഞ്ഞുകൊണ്ട് അദ്ദേഹം തന്റെ പേരിൽ രണ്ടു കേസുകളാണ് ചാർജ് ചെയ്തിരിക്കുന്നത്. ഒന്ന് കട്ടതിനും രണ്ടാമത്തേത് കുത്തിയതിനും. കേസ്സിന്റെ ഗൗരവം അൽപമെങ്കിലും ഞാൻ കുറയ്ക്കാൻ ശ്രമിക്കാം എന്നു പറഞ്ഞുകൊണ്ടദ്ദേഹം അവിടെ നിന്നു പോവുകയും ചെയ്തു.

പിറ്റേ ദിവസം കോടതിയിൽ എന്നെ ഹാജരാക്കി അപ്പോൾ കോടതി വിചാരണത്തടവുകാരനാക്കി വലിയ ജയിലിലേക്കയച്ച് അവിടെ ഇരുമ്പഴികൾക്കുള്ളിൽ പാർപ്പിച്ചു. ഏകദേശം ആറുമാസം കഴിഞ്ഞപ്പോൾ നാലു വർഷത്തേക്ക് കോടതി എന്നെ ശിക്ഷിക്കുകയും പിന്നീട് ആ ജയിലിൽ തന്നെ മാറ്റിപ്പാർപ്പിക്കുകയും ചെയ്തു.

കുറ്റകൃത്യങ്ങൾ ചെയ്തവരുടെ പ്രതീകമാണ് ജയിലെങ്കിൽ അവിടെ എനിക്ക് മാറ്റത്തിന് വേദിയായി. ആദ്യമൊക്കെ കുറേ പീഡനങ്ങൾ സഹതടവുകാരിൽ നിന്ന് അനുഭവിക്കേണ്ടി വന്നെങ്കിലും ആ കഥകളൊന്നും ഞാനിപ്പോൾ വെളിപ്പെടുത്തുന്നില്ല.

ജയിലിൽ ശിക്ഷ അനുഭവിക്കാൻ തുടങ്ങിയപ്പോൾ ജീവിതം എന്ന തീർത്ഥാടന സ്ഥലത്തേക്ക് ഇറങ്ങി പുറപ്പെട്ട എനിക്ക് എവിടെയാണ് പാത തെറ്റിയതെന്ന് ഞാൻ ചികഞ്ഞു നോക്കി. കഴിഞ്ഞ കാലമെല്ലാം കുരുടർ എന്നെ നയിച്ചതിനാൽ ഞാനും കുഴിയിലേക്ക് അറിയാതെ വീണുപോയി. നല്ല പാതയിൽ കൂടി എനിക്ക് യാത്ര തുടരണം. പോകുന്ന വഴിയിൽ പാപപങ്കിലമായ മനസും ശരീരവുമായി അനാഥനായി. എതെങ്കിലും തെരുവിൽ കിടന്ന് ജീവിതം അവസാനിപ്പിക്കാതെ ഒരു നല്ല യാത്രക്കാരനായി ഈ സമൂഹത്തോടൊപ്പം യാത്ര തുടരണം. അതെങ്ങനെയാണ് സാധ്യമാകുക? ആരാണെനിക്ക് ഒരു നല്ല വഴി കാണിച്ചു

തരിക എന്ന് ചികഞ്ഞു നോക്കിയപ്പോൾ ചെറുപ്പകാലത്ത് അറിയാതെ കൈവിട്ടു പോയ ദൈവത്തെ അന്വേഷിച്ചു കൂടെ കൂട്ടാം എന്ന് തീരുമാനിച്ചു

അങ്ങനെ നല്ല പാതയിൽ കൂടി എനിക്ക് യാത്ര ചെയ്യേണ്ടതുകൊണ്ട് ഇനി ഒരിക്കലും ലഹരിവസ്തുക്കൾ ഉപയോഗിക്കുകയില്ലെന്ന ദൃഢനിശ്ചയമെടുക്കുകയും മ്ലേച്ഛപ്രവർത്തികളിൽ നിന്ന് അകന്നു നിൽക്കുകയും എല്ലാ പ്രവർത്തികളും ദൈവത്തിൽ സമർപ്പിക്കുകയും ചെയ്തു. സന്തോഷിക്കാൻ സാഹചര്യങ്ങളില്ലാതെ വേദന പേറിയ മനസ്സുമായി അലഞ്ഞു നടന്നപ്പോൾ അതിന്റെ പാർശ്വഫലമായി ദുഃഖം, നിരാശ, വിദ്വേഷം എന്നിവ മനസ്സിൽ പെരുകി. ആയതിനാൽ സ്നേഹം, ക്ഷമ, തീക്ഷ്ണത എന്നീ ദൈവിക നിയമങ്ങൾ മനസ്സിൽ ഉൾക്കൊള്ളാൻ കഴിഞ്ഞില്ല. അതിനോട് പുച്ഛവും പരിഹാസവുമായിരുന്നു എങ്കിലും ജീവനിലേക്കുള്ള വഴി ഇടുങ്ങിയതാണെന്ന് മനസ്സിലാക്കിയപ്പോൾ ആദ്യമൊക്കെ നാട്യഭാവത്തോടെയാണെങ്കിലും ദൈവിക നിയമങ്ങൾ ഞാൻ സഹതടവുകാരുമായി പങ്കുവച്ചു. അങ്ങനെ എന്നെ ഉപദ്രവിച്ച വലിയ കുറ്റവാളികൾ പോലും എന്നോട് സ്നേഹത്തോടെ പെരുമാറാൻ തുടങ്ങി. മാനസിക സമ്മർദ്ദത്തിൽ തകർന്നു പോകുമ്പോഴെല്ലാം ദൈവത്തിൽ സമർപ്പിച്ചു മനസ്സുരുകി പ്രാർത്ഥിച്ചു. അപ്പോഴെല്ലാം സംഘർഷത്തിൽ വീർപ്പു മുട്ടി നിന്ന എന്റെ ഹൃദയത്തിൽ ആശ്വാസത്തിന്റെ നീർച്ചാൽ തുള്ളികൾ ഇറ്റു വീണുകൊണ്ടിരുന്നു. നാശത്തിലേക്കുള്ള പാതയിൽ നിന്നും മാറി സഞ്ചരിക്കണം എന്ന് ദൃഢമായി മനസ്സിൽ നിശ്ചയിച്ചിരുന്നതുകൊണ്ട് ജയിലിലെ വലിയ പ്രതിസന്ധികളിൽ അകപ്പെട്ടെങ്കിലും അതിനെ ഒരവസരമാക്കി ഞാൻ മാറ്റി ദിവസങ്ങൾ കഴിയുന്തോറും ഞാനൊരു പുതിയ മനുഷ്യനായി മാറിക്കൊണ്ടിരുന്നു.

അങ്ങനെ നാലു വർഷത്തെ ജയിൽവാസം പൂർത്തിയാക്കി കഴിഞ്ഞപ്പോൾ എവിടേക്ക് പോകണമെന്നോ എന്ത് ചെയ്യണമെന്നോ അറിയില്ലായിരുന്നു. എങ്കിലും കുറേ ദിവസമായില്ലേ പുറംലോകം കണ്ടിട്ട്. ആദ്യം ഡബ്രയോടൊപ്പം കളിച്ചുല്ലസിച്ചു നടന്ന ആ നീലക്കടലും പരിസരവുമൊക്കെയൊന്ന് കാണാം, അവിടെയായിരുന്നല്ലോ ജീവിതത്തിൽ അല്പമെങ്കിലും ഉല്ലസിച്ചു നടന്നത്. കഴിയുമെങ്കിൽ അവിടെ എവിടെയെങ്കിലും ഒരു ജോലി നേടി ജീവിതം മുൻപോട്ട് നീക്കാം എന്ന് മനസ്സിൽ കരുതിക്കൊണ്ട് ജയിലിൽ നിന്നും കിട്ടിയ കുറച്ച് രൂപയുമായി ഞാൻ യാത്ര പുറപ്പെട്ടു. നീണ്ട യാത്രയ്ക്ക് ശേഷം വാസിക്കോയിലെത്തി.

കണ്ണെത്താത്ത നീലക്കടലിനെ കണ്ടപ്പോൾ എന്റെ മനമാകെ കുളിർത്തു. അല്പമകലെ ജോണിയുടെ പൊട്ടിപ്പൊളിഞ്ഞ റസ്റ്റോറന്റും

കാണാമായിരുന്നു, അപ്പോൾ ഓർത്തു, മയക്കു ലഹരിവസ്തുവിന്റെ സാന്നിധ്യത്തിൽ ഞാൻ എന്തൊക്കെയോ അയാളോട് തെറ്റ് ചെയ്തു പോയി. എങ്കിലും എന്നെ അതിലേക്ക് അടുപ്പിക്കുവാൻ അയാൾക്ക് വലിയ പങ്കുണ്ടായിരുന്നുല്ലോ എന്ന്. സ്വാർത്ഥലാഭത്തിനു വേണ്ടി ലോകത്തെ നശിപ്പിക്കുന്നവരുടെ ഗണത്തിൽപെടുന്നവനായിരു ന്നെങ്കിലും ജോണിക്ക് എന്നോട് കാര്യമായിരുന്നല്ലോ എന്നുകൂടി ഓർത്തു.

കുറേനേരം ഞാനാ കടലിനെ നോക്കി കണ്ടുകൊണ്ടിരുന്നപ്പോൾ അതുവഴി കടലോരത്ത് കൂടി മനു നടന്നു വന്നുകൊണ്ടിരിക്കുന്നത് കണ്ടു. എന്നെ കണ്ടുവെങ്കിലും കണ്ടില്ലെന്ന മട്ടിൽ മുന്നിലൂടെ കടന്നു പൊയ്ക്കൊണ്ടിരുന്ന മനുവിനോട് വിശേഷങ്ങൾ ഒന്നന്വേഷിക്കാം എന്ന് നിനച്ച് ഞാൻ അവന്റെയരുകിൽ സമീപിച്ചു കൊണ്ട്,

''നിനക്കെന്നെ അറിയില്ലേ? ഞാൻ ബാബുവാണ്.''

''ഹും മനസ്സിലായി. നിനക്കെന്താണറിയേണ്ടത്?''

''ജോണിയും ഗണേഷും ഇപ്പോഴെവിടെയാണ്?''

''ജോണിയും ഗണേഷും മുംബയിൽ വച്ച് പിടിക്കപ്പെട്ടു. രണ്ട് വർഷ മായിട്ടിപ്പോൾ ജയിലിലിലാണ്. ഇനിമേൽ റസ്റ്റോറന്റ് തുറക്കുമെന്ന് കരുതുന്നില്ല. ഇത്രയും പറഞ്ഞുകൊണ്ടവൻ നടക്കുന്നതിനിടയിൽ ഒരി ക്കൽ ഡബ്ര നിന്നെ അന്വേഷിച്ച് ഇവിടെ വന്നിരുന്നു എന്ന് പറഞ്ഞു.

കടൽത്തീരത്ത് ഒറ്റയ്ക്കിരുന്നപ്പോൾ കഴിഞ്ഞ നാൾവഴികൾ ഓർ മ്മിച്ചുപോയി. അസ്തമിക്കാനായി ആളിക്കത്തിക്കഴിഞ്ഞ സൂര്യൻ കട ലിൽ മുങ്ങി ത്താണുകഴിഞ്ഞപ്പോൾ ഓരം ചാരി അറിയാതെ മയക്ക ത്തിലേക്ക് ആണ്ടുപോയി. ഉറക്കത്തിലും കണ്ണഞ്ചിപ്പിക്കുന്ന വിധം ശക്തമായ ടോർച്ചിന്റെ വെളിച്ചം മുഖത്തടിച്ചപ്പോഴാണ് ഉണർന്നത്. ലൈറ്റിന്റെ പ്രകാശത്തിൽ മുന്നിൽ നിൽക്കുന്നത് ആരാണെന്നെനിക്ക് മനസ്സിലാക്കാൻ കഴിഞ്ഞില്ല. ലൈറ്റണച്ചശേഷം എണീക്കാനായി ആവശ്യ പ്പെട്ടപ്പോഴാണ് മുന്നിൽ നിൽക്കുന്നത് പൊലീസുകാരായ നിങ്ങളാ ണെന്നു കണ്ടത്. അങ്ങനെയാണ് സാർ ഈ കടൽത്തീരത്ത് ഞാൻ എത്തിപ്പെട്ടത്. ആരെയും ഞാൻ ഉപദ്രവിച്ചിട്ടില്ല. ആരുടേയും ഒന്നും കവർന്നിട്ടുമില്ല. അങ്ങനെയൊരു സന്ദർഭം എനിക്ക് വരുത്തരുതേ എന്ന് ഞാൻ പ്രാർത്ഥിക്കുന്നു. ഇതാണ് സാർ എന്റെ കഥ. എല്ലാം ഞാൻ അങ്ങയോട് തുറന്നു പറഞ്ഞു കഴിഞ്ഞു. ഇനി താങ്കൾക്ക് എന്നെ വിധിക്കാം.

ബാബു പറഞ്ഞു നിർത്തി. അപ്പോഴേക്കും നേരം വെളുക്കാൻ തുടങ്ങിയിരുന്നു.

ഇൻസ്പെക്ടർ: ''ശരിയാണ്. നീ ജയിലിൽ ആയിരുന്നുവെന്ന് അന്വേഷണത്തിൽ ഞങ്ങൾക്ക് അറിയാൻ കഴിഞ്ഞു. താൻ പറഞ്ഞത്

ഞാൻ കണക്കിലെടുക്കുന്നു. അതുകൊണ്ട് ഞാൻ നിന്നെ വിട്ടയയ്ക്കുന്നു. എങ്കിലും എവിടേക്കാണ് നിന്റെ യാത്ര? എന്താണ് ഇനി ലക്ഷ്യം?''

''എവിടേക്കാണ് ഇനി പോകേണ്ടതെന്ന് എനിക്കറിയില്ല. കരുതിവച്ചിരുന്നപ്പോഴെല്ലാം ഞാനുദ്ദേശിക്കാത്ത സ്ഥലത്തേക്കായിരുന്നു വിധി എന്നെ നയിച്ചത്. ഈ ദിവസം എന്ത് സംഭവിക്കുമെന്ന് എനിക്കറിയില്ല. എങ്കിലും ഏതോ പ്രത്യാശ എന്റെ മനസ്സിനെ ശക്തിപ്പെടുത്തുന്നു. ദൈവഹിതം തിരിച്ചറിഞ്ഞതിനാൽ അതെന്നെ നിയന്ത്രിച്ചു ക്രമപ്പെടുത്തി നടത്തുമെന്ന് ഞാൻ വിശ്വസിക്കുന്നു. ഈ യാത്രയിൽ അറിവില്ലായ്മയിലൂടെയുള്ള തെറ്റുകളിൽ നിന്നും നശിപ്പിക്കാനൊരുങ്ങി പതിയിരിക്കുന്ന കെണിയിൽനിന്നും വേദനിപ്പിക്കുന്ന സംഭവങ്ങളിൽ നിന്നും വഞ്ചനയുടെ പ്രേരണയിൽ നിന്നും ഓടി അകലാൻ ഞാൻ സാദാ ജാഗരൂകനായിരിക്കും. അശുദ്ധ വിചാരങ്ങളിൽ അകപ്പെട്ട് ജീവിതത്തിൽ കാലിടറിപ്പോകാതിരിക്കാനും പ്രലോഭനങ്ങളിൽ അകപ്പെടാതെ നല്ല സംഗതികൾ നിവൃത്തിയാക്കാൻ വേണ്ടി പ്രാർത്ഥിക്കും. ഇതാണ് സാർ ഇനിയുള്ള എന്റെ യാത്രയുടെ ലക്ഷ്യം.''

പൊലീസ് സ്റ്റേഷനിൽ നിന്നും വിട്ടയയ്ക്കപ്പെട്ട ബാബു മുൻപിൽ നീണ്ട് കടന്നുപോകുന്ന പാതയിൽ കൂടി എവിടേക്കെന്നില്ലാതെ യാത്ര ചോദിക്കാതെ വീണ്ടും യാത്ര തുടർന്നു.

■